रिपब्लिकन पक्ष

वास्तव आणि वाटचाल

(संपादन)

डॉ. शरणकुमार लिंबाळे

दिलीपराज प्रकाशन प्रा. लि.

२५१ क, शनिवार पेठ, पुणे - ४११ ०३०.

रिपब्लिकन पक्ष : वास्तव आणि वाटचाल
Republican Paksha : Vastava ani Vatchaal
By Sharankumar Limbale
sharankumarlimbale@yahoo.com

प्रकाशक
श्री. राजीव दत्तात्रय बर्वे.
मॅनेजिंग डायरेक्टर,
दिलीपराज प्रकाशन प्रा. लि.
२५१ क, शनिवार पेठ, पुणे - ४११ ०३०.

© सौ. कुसुम शरणकुमार लिंबाळे.

प्रकाशन दिनांक- २६ जाने २००९

प्रकाशन क्रमांक - १६४७

ISBN - 978-81-7294-693 - 7

मुद्रक
Repro India Ltd,
Mumbai.

टाइपसेटिंग
पितृछाया मुद्रणालय,
९०९, रविवार पेठ,
पुणे - ४११००२.

मुखपृष्ठ व रेखाटने - भ. मा. परसावळे

आंबेडकरी अनुयायांना...

◆ शरणकुमार लिंबाळे यांचे प्रकाशित साहित्य

कविता : उत्पात (१९८२), श्वेतपत्रिका (१९८९), उद्रेक (२००८)

कथा : बारामाशी (१९८८), हरिजन (१९८८), रथयात्रा (१९९३), दलित ब्राह्मण (२००४).

कादंबरी : उपल्या (१९८९), हिंदू (२००३), बहुजन (२००७), झुंड (२००८), दंगल (२००८)

आत्मनिवेदने : अक्करमाशी (१९८४), राणीमाशी (१९९२), पुन्हा अक्करमाशी (१९९९)

समीक्षा : दलित साहित्याचे सौंदर्यशास्त्र (१९९६), साहित्याचे निकष बदलावे लागतील (२००५), ब्राह्मण्य (२००७),दलित आत्मकथा:एक आकलन (२००८)

संपादने : दलित प्रेम कविता (१९८६), दलित चळवळ (१९९१), प्रज्ञासूर्य (१९९१), विवाहबाह्य संबंध : नवीन दृष्टिकोन (१९९४), ज्ञानगंगा घरोघरी (२०००), शतकातील दलित विचार (२००१), साठोत्तरी मराठी वाङ्मय प्रवाह (२००७), गावकुसाबाहेरील कथा (२००७), दलित पँथर : भूमिका आणि चळवळ (२००८),रिपब्लिकन पक्ष : वास्तव आणि वाटचाल (२००८), सांस्कृतिक संघर्ष (२००८).

◆ शरणकुमार लिंबाळे यांच्या साहित्याचे भाषांतर

इंग्रजी : द आऊटकास्ट (२००३), टुवर्डस् ॲन ॲस्थिटिक्स ऑफ दलित लिटरेचर (२००४),

हिंदी : अक्करमाशी (१९९१), देवता आदमी (१९९४), दलित साहित्य का सौंदर्यशास्त्र (२००३), नरवानर (२००३), हिंदू (२००४), दलित ब्राह्मण (२००४), छुआछूत (२००८).

कन्नड : आक्रम संतान (१९९२)

पंजाबी : अक्करमाशी (१९९६)

मल्याळम: अक्करमाशी (२००५), हिंदू (२००५).

तमिळ : अक्करमाशी (२००३)

प्रस्तावना

हिंदू धर्मव्यवस्थेनं शूद्रांवर अमानुष गुलामगिरी लादलेली आहे. हिंदू धर्मव्यवस्था म्हणजे शूद्रांचं शोषण करणारे षड्यंत्रच होय. शूद्रांनी केवळ त्रैवर्णिकांची सेवाचाकरी करायची, असे निर्बंध या व्यवस्थेने लादलेले आहेत. ब्राह्मण, क्षत्रिय वा वैश्य यांच्या अनुक्रमे ज्ञानार्जन, लष्कर आणि व्यापार ह्या कामांची शूद्रांना परवानगी नव्हती. इंग्रज या देशात आले नसते, तर दलितांना डोकं वर काढण्याची संधी मिळाली नसती. दलितांचा अभ्युदय परमेश्वराने केला नसून परकीयांनी केला आहे. इंग्रजांमुळे शूद्रांना शिक्षण मिळालं, लष्करात प्रवेश मिळाला, कायदेमंडळात त्यांना स्थान देण्यात आलं. हिंदू-मुस्लिमांच्या बरोबरीने बहिष्कृत समाजही राजकीय लढ्यात उतरला. या लढ्याचं नेतृत्व डॉ. बाबासाहेब आंबेडकरांनी केलं आहे. संस्कृतने बाबासाहेबांना शूद्रच मानलं होतं आणि शूद्र म्हणूनच वागवलं होतं; पण इंग्रजीने बाबासाहेबांना कायदेपंडित बनवलं, घटनाकार केलं.

डॉ. बाबासाहेब आंबेडकरांनी १९३६ मध्ये 'काँग्रेसची एकपक्षीय हुकूमशाही येऊ नये म्हणून' विरोधी पक्षाची भूमिका निभावण्यासाठी 'स्वतंत्र मजूर पक्षा'ची स्थापना केली. या पक्षाला महारेतर दलित समाजाकडून व शोषित सवर्ण समाजाकडून म्हणावा तसा पाठिंबा मिळाला नाही; म्हणून १९४२ मध्ये 'अस्पृश्यांच्या हक्कांच्या रक्षणासाठी अस्पृश्यांचा स्वतंत्र पक्ष असला पाहिजे', या उद्देशाने 'शेड्युल्ड कास्ट फेडरेशन' नावाच्या दुसऱ्या राजकीय पक्षाची स्थापना करण्यात आली; पण या पक्षाला 'सवर्ण मतदारांची मत मिळणे मुश्कील झाल्याने' ह्या पक्षाचा दारुण पराभव झाला. तेव्हा समविचारी लोकांनी एकत्र येऊन जातिजमातींच्या पलीकडे जाऊन शोषितांचं राजकारण करण्यासाठी एक 'नवा पक्ष' स्थापन करण्याची बाबासाहेबांना गरज वाटू लागली. या उद्देशानेच बाबासाहेबांनी 'रिपब्लिकन पक्षा'ची संकल्पना मांडली होती. स्वतंत्र मजूर पक्ष, शेड्युल्ड कास्ट फेडरेशन व रिपब्लिकन पक्ष या दलित राजकारणाच्या तीन पायऱ्या आहेत.

डॉ. बाबासाहेब आंबेडकरांनी दलित समाजाच्या समग्र सांस्कृतिक लढ्याचं नेतृत्व केलेले आहे. दि. ६ डिसेंबर १९५६ रोजी बाबासाहेब आंबेडकराचं निधन झालं आणि शूद्रातिशूद्रांच्या लढ्याचं एक महापर्व संपलं.

डॉ. बाबासाहेब आंबेडकरांच्या महानिर्वाणानंतर आंबेडकरी चळवळीच्या

नेतृत्वाचा प्रश्न निर्माण झाला. आंबेडकरी अनुयायांनी ह्या चळवळीची धूरा आपल्या खांद्यावर घेऊन कार्य केलं आहे. बाबासाहेब आंबेडकरांच्या संकल्पनेतला रिपब्लिकन पक्ष अस्तित्वात आणण्यासाठी अनेक नेते आणि कार्यकर्ते अहोरात्र संघर्ष करत आहेत. बाबासाहेबांनी भव्यदिव्य असं राजकीय स्वप्न पाहिलं होतं. त्या स्वप्नपूर्तीसाठी आंबेडकरी चळवळ ध्येयवेडी बनून कार्य करत आहे. बाबासाहेबांच्या महानिर्वाणानंतर बाबासाहेबांचा विचार आणि चळवळ वादळी वेगाने भारतभर आणि भारताबाहेर पसरल्याचे दिसते. भारतातल्या अनेक राज्यातल्या दलितांनी बाबासाहेबांचे विचार आणि कार्य आत्मसात करून आंबेडकरी चळवळीला आपल्या प्रदेशात बळकट केलं आहे. भारताबाहेर असलेल्या दलित आणि शोषितांनी आंबेडकरी विचाराला आपल्या मुक्तीचा विचार मानले आहे. त्यामुळे आंबेडकरी चळवळीला व्यापक भौगोलिक परिमाण मिळाले आहे.

आंबेडकरी चळवळ जशी व्यापक भौगोलिक प्रदेशात पोहचली आहे, तशी अनेक सामाजिक स्तरांमध्येही पोहचली आहे. भारतातल्या अनेक राज्यातल्या अनेक जाती-जमातींनी आंबेडकरी चळवळ बळकट करण्याचा प्रयत्न केला आहे. अनुसूचित जाती-जमाती आणि आदिवासींनी बाबासाहेबांचा विचार आपला मानला आहे. मंडल आयोगात येणाऱ्या तमाम जातींमध्ये आंबेडकरी विचार रुजत आहे. मागास जाती सामाजिक न्यायासाठी आंबेडकरी विचारांची कास धरत आहेत. धर्मान्तरीत मुस्लिम दलित आणि ख्रिश्चन दलितांनाही नवे आत्मभान येत आहे. त्यामुळे आंबेडकरी विचार आणि चळवळीला पुढल्या काळात बहुजनांचा आधार मिळणार आहे. उत्तर प्रदेशातल्या बहुजन समाज पक्षाची चळवळ हा ह्याचाच एक भाग आहे.

बाबासाहेब आंबेडकरांचा विचार आणि चळवळ सर्वदूर पोहचत असताना, ज्या मातीत ही चळवळ जन्मली, रुजली आणि वाढली त्या महाराष्ट्राकडे एक मॉडेल म्हणून पाहिले गेले. आंबेडकरोत्तर काळात ही चळवळ दलित साहित्याच्या रूपाने अग्रेसर झाली आणि भारतात सर्व प्रादेशिक भाषेत दलित साहित्य लिहिले जाऊ लागले. दलित साहित्य हे भारतीय साहित्यात वर्चस्व गाजवत आहे. महाराष्ट्रातल्या दलित युवकांच्या चळवळीनेही संपूर्ण भारताला प्रभावित केले आहे. दलित पँथरची चळवळ आणि पँथरने मराठवाडा विद्यापीठाला डॉ. बाबासाहेब आंबेडकरांचे नाव मिळावे म्हणून पंधरा वर्षे दिलेला लढा त्यामुळे प्रचंड मोठे सामाजिक अभिसरण झाले आहे. दलित साहित्य आणि दलित पँथरने भारतातल्या दलित लेखक आणि युवकांना नवी चेतना देण्याचे काम केले आहे. महाराष्ट्रातल्या आंबेडकरी अनुयायानी बाबासाहेब आंबेडकरांच्या संकल्पनेतला रिपब्लिकन पक्ष अस्तित्वात आणण्यासाठी

मोठ्या प्रमाणात प्रयत्न केले आहेत.

पक्ष म्हणजे केवळ राजकीय संघटन असते असे नव्हे, तर ते सामाजिक संघटनही असते. ज्या पक्षाच्या राजकारणाची मुळं समाजात खोलवर रुजलेली आहेत, तो पक्ष टिकून राहतो. लोकाधार हा पक्षाचा मूलाधार असतो. केवळ 'नेते' व 'कार्यकर्ते' म्हणजे पक्ष होऊ शकत नाही. कार्यकर्ते केवळ नेत्यासाठी आणि नेता केवळ सत्तेसाठी राबत असेल तर असा पक्ष अल्पजीवी ठरेल. नेत्यांनी व कार्यकर्त्यांनी आपल्या सत्तेचा उगम 'लोक' असे समजले पाहिजे. लोकांची सेवा केल्यास लोकांकडून आपोआप सत्ता मिळते; पण सेवेशिवाय सत्ता मिळविण्याचे 'शॉर्टकट्स' शोधण्यात आलेले आहेत.

लोकांची सत्ता लोकांकडून मिळविण्यापेक्षा त्यांची मत विकत घेऊन सत्ता मिळविता येते, याचा आजच्या राजकारणाला शोध लागला आहे. लोकांची मतं मिळविण्यासाठी नव्या नव्या युक्त्या शोधण्यात आलेल्या आहेत.

लोकांची सेवा करण्यापेक्षा सर्वसामान्य लोकांचे मतं विकत घेणे श्रेयस्कर ठरते; कारण सेवा करण्याचं प्रदीर्घ व्रत राजकारणी घेऊ शकत नाहीत. राजकारण्यांना सत्तेतून सेवा करायची असते; सत्तेशिवाय सेवा त्यांना करता येत नाही. सेवाभावी समाजसेवी संस्थेसारखा कुठलाही पक्ष राबू शकत नाही. पैशाला राजकारणात महत्त्व आल्याने निर्धन पक्षाचा टिकाव लागत नाही. निर्धन पक्षही लोकांकडे पाठ फिरवून पैसेवाल्या भांडवलदार पक्षाच्या सत्ताशर्यतीत भाग घेऊन पराभव स्वीकारतात... एखाद्याचा त्याग, कार्य व सेवा यांपेक्षा लोकांना मिळणारी आमिषे, पैसा व भपकेबाज प्रचार यांमुळे 'लोकमत' बदलताना दिसते!

काँग्रेसने गाढवही उभे केले तर निवडून येऊ शकते; मग आपणच का राबावे? ही निराशा लोकशाहीला मारक आहे. यामुळे लोकांना राजकीय शिक्षण देणे, लोकांचे प्रबोधन करणे सर्वस्वी गरजेचे आहे. लैंगिक शिक्षणाच्या गरजेचे महत्त्व सर्वजण सांगतात; पण लोकांचे राजकीयीकरण कोणीच करीत नाही. केवळ 'नेते' शासनकर्ते होतात; पण संपूर्ण समाज 'शासनकर्ता' होत नाही. मत देण्यापुरता त्यांचा मतपेटीशी संबंध येतो. नेता मत मागण्यासाठी लोकांच्या दारी पाच वर्षांतून एकदा येतो. नंतर लोक पाच वर्षे आपल्या प्रश्नांसाठी लोकनेत्यांच्या दारी जात राहतात. नेत्याच्या एका दिवसासाठी जनतेची पाच वर्षे असे हे समीकरण आहे. निवडून आल्यानंतर पाच वर्षे सुखेनैव राहणे, निवडणुकीत गुंतवलेला पैसा व्याजासह मिळविणे हे नेत्याचे कार्य बनते.

निवडणुकीच्या काळात लोकांत असणे, निवडणुका संपल्या की खुर्ची आणि खुर्चीभोवती असणे ही पक्षीय राजकारणाची हानी आहे. बारमाही लोकांत

राबणे राजकीय पक्षांना शक्य नसते; म्हणून पैसा पेरून निवडणुका जिंकण्याचं काम भांडवलदार पक्ष करतात. निधी व वर्गणीतून पैसा उभा करून निवडणुका लढवणे आज खूप अवघड आहे; कारण निवडणुकीचा खर्च जनतेच्या पैशातून भागू शकत नाही. उद्योगपतींच्या सौजन्याने मतपेट्यांचं भाग्य बंद होत असतं. असा धनाश्रय किंवा लोकाश्रय रिपब्लिकन पक्षाला लाभलेला नाही.

आंबेडकरोत्तर काळात रिपब्लिकन पक्षाने 'भूमिहिनाचा जो सत्याग्रह' केला तो अभूतपूर्व होता. त्यानंतर दलित पँथरने छेडलेले 'नामांतर आंदोलन' हेही अभूतपूर्वच म्हणावे लागेल.

रिपब्लिकन पक्षाकडे पूर्णवेळ कार्यकर्त्यांचा प्रचंड ताफा आहे. अभाव आहे तो पैशाचा आणि कार्यक्रमांचा. पक्षाने दलित तरुणांना राजकीय आणि सामाजिक कार्याचे कार्यक्रम देऊन ही युवाशक्ती पक्षाच्या विस्तारासाठी वापरण्याचे नियोजन करणे आवश्यक आहे. आंबेडकरी विचाराने भारावलेला दलित समाज आणि दलित तरुण ही रिपब्लिकन पक्षाची फार मोठी ताकद आहे. पक्षाने दलित समाज आणि तरुणांचा भ्रमनिराश होऊ नये ह्याची सातत्याने काळजी घेणे आवश्यक आहे.

'रिपब्लिकन पक्ष' हा अखिल भारतीय पातळीवरील दलितांचा पक्ष म्हणवून घेत असला, तरी तो केवळ महार किंवा नवबौद्ध या समाजाचा पक्ष म्हणूनच ओळखला जातो. या पक्षात महारेतर असतीलही; पण या पक्षाची आज 'आयडेंटिटी' ही 'नवबौद्धांचा पक्ष' अशीच आहे. डॉ. बाबासाहेब आंबेडकरांच्या पुण्याईवर हा पक्ष जगतोय. रिपब्लिकन पक्षाची एकगठ्ठा मतं आज या पक्षाची राहिलेली नाहीत. दलित समाज आज रिपब्लिकन पक्षाला देत नाही. तो अन्य पक्षाला मत देणं पसंत करतो. याचं कारण म्हणजे पक्ष-पुढाऱ्यांची हरवलेली पत होय. या पक्ष-पुढाऱ्यांतील गटबाजी, आपसांतील लाथाळया यामुळे दलित जनता या पक्षाला विटलेली आहे.

रिपब्लिकन पक्षात गटबाजी आहे, म्हणून या पक्षाचा पराभव होतोय हे म्हणणे तितकेसे बरोबर नाही. एका जातीची एकगठ्ठा मतं जरी रिपब्लिकन पक्षाला मिळाली, तरी निवडणूक जिंकणं अशक्य आहे. रिपब्लिकन पक्षच काय, भारतीय राजकारणात कुठलाच पक्ष एका जातीचं राजकारण करू शकत नाही. भारतीय समाजव्यवस्थाच इतकी जटिल आहे. शिक्षण व लोकशाहीमुळे लोकांत जागृती निर्माण होत आहे. धूर्त पुढारी जातीय भावना चिथावून दबावाचे राजकारण करीत आहेत; त्यामुळे जातींना राजकारणात 'दबावगट' म्हणून महत्त्व प्राप्त होत आहे. आपला उमेदवार निवडून यावा यासाठी बहुसंख्यांक जातीचा उमेदवार पक्ष पुरस्कृत करीत असतो. या जातीय रजकारणात रिपब्लिकन पक्षाचा मतदार अल्पसंख्य ठरतो.

महार जात लढवय्यी जात आहे, इतर जातींपेक्षा अधिक तिखट आहे;

यामुळे सवर्ण समाजाचा या जातीला पाठिंबा मिळणे अशक्य झाले आहे. महारांपेक्षा मातंग, ढोर व चर्मकार समाजांचा उमेदवार सवर्ण समाजाला आपला वाटतो; म्हणून प्रस्थापित पक्ष महार विरुद्ध महारेतर असा उमेदवार पुरस्कृत करताना दिसतात; त्यामुळे महार उमेदवार निवडणुकीत हरताना दिसतो. याचं कारण त्याच्या विरोधी हिंदूंनी केलेलं मतदान असतं. वाढतं हिंदुत्ववादी वातावरण एकजातीय रिपब्लिकन पक्षाच्या राजकारणाला कचाट्यात पकडणारं आहे.

मंडल आयोगातील जातीचं एकीकरण करून नवे राजकीय ध्रुवीकरण करण्याचा प्रयत्न जनता दलाने केला; पण त्यातही त्यांना खूप यश मिळू शकलं नाही. याचं कारण हिंदुत्ववाद्यांचा वाढता प्रभाव हेच आहे. सामाजिक ध्रुवीकरण झाले तरच 'रिपब्लिकन पक्षा'ला राजकीय भवितव्य लाभू शकेल. रामजन्मभूमी असो किंवा मंडल आयोगाचा प्रश्न असो; या प्रश्नावर रिपब्लिकन पक्षाने 'लोकचळवळ' उभी करण्याचे प्रयत्न केलेले नाहीत. 'रिडल्स' च्या प्रश्नावर रिपब्लिकन पक्षाने केलेले आंदोलन किंवा 'नामांतरा'च्या प्रश्नावर पँथरने छेडलेले आंदोलन यांनी जरी दलित जाणिवांना प्रखर रूप दिले असले, तरी या आंदोलनांमुळे सवर्ण समाज तितकाच बिचकला आहे, या समाजपासून दूर गेला आहे.

निवडणुकीच्या राजकारणात पैसा, जात यांबरोबर गुंडगिरीलाही उत्तेजन मिळाले आहे. मतदारांना पैसे वाटण्यापेक्षा मोहल्ल्यातील दादाला थैली दिली, की तो 'एकगठ्ठा' मतांची हमी देतो. गल्लीतील दादा, गावपाटील, सरपंच, नगरसेवक यांना निवडणुकीत असाधारण महत्त्व व मान्यता मिळत आहे. निवडणुकीत प्रभावी ठरणाऱ्या या घटकांच्या धाकदपटशाहीला सर्वसामान्य मतदार भितो. तो निर्भयपणे मत देईल, असे नाही. मतदानाच्या पूर्वीची रात्र ही 'रंगलेली रात्र' असते. या रात्री 'लोकशाही'चं वस्त्रहरणच होत असतं. या रात्रीत 'पैसे सोडले' जातात, सर्व प्रकारचे मार्ग अवलंबले जातात व मतं काबीज केली जातात. अशी गुंड यंत्रणा रिपब्लिकन पक्षाकडे नाही. अर्थात हे या पक्षाचे चांगलेपण आहे.

रिपब्लिकन पक्ष निवडणुकीच्या राजकारणात यशस्वी होताना दिसत नाही. त्यामुळे ह्या पक्षाला युतीच्या वाटेने जावे लागते. म्हणूनच बाबासाहेबांनी **'समविचारी पक्ष आणि जनतेचा'** विचार केलेला होता. रिपब्लिकन पक्षाच्या स्थापनेमागे बाबासाहेबांचे व्यापक राजकीय आणि सामाजिक चिंतन होते. भारतीय गुंतागुतींच्या समाज रचनेत राजकारण करायचे असेल तर पक्षाचे एक जातीय स्वरूप बदलणे आणि अनेक जातीतल्या समविचारी लोकांना सोबत घेणे आवश्यक असते. आंबेडककर अनुयायांनी असे प्रयत्न केले असले तरी समविचारी लोकांनी ह्या पक्षात खूप काळ टिकून काम केल्याचे दिसत नाही. पण ह्यातून वाट काढणे आणि दलितांच्या राजकीय शक्तीची

भक्कम बांधणी करणे ह्याशिवाय पक्षाला गत्यंतर नाही.

शासकीय जनकल्याणाच्या योजना दलितांच्या घरादारापर्यंत येऊन पोहोचत आहेत. निराधार, भूमिहीन, शेतमजूर आणि दुर्बल घटकांसाठी निरनिराळया योजना शासन राबवत असते. या शासकीय कल्याणकारी योजनांच्या लाभार्थींची मतं ही सत्ताधारी पक्षाच्या पारड्यात पडणारी असतात. या शासकीय योजनांचे जाळे झोपडपट्टीपर्यंत झिरपत आहे; त्यामुळे रिपब्लिकन पक्षाचा मतदार आता सत्ताधारी पक्षाला मतदान करताना दिसतो आहे.

सदासर्वकाळ जनतेच्या असंतोषावर कुठलाही पक्ष आपली मदार टाकू शकत नाही. जनतेच्या भावना बोथट होऊ शकतात. त्यामुळे जातीच्या संघर्षाबरोबरच रचनात्मक राजकारणाचे प्रयोग करणे हे केव्हाही हीताचे ठरणारे आहे. असे नाही केले तर, सतत आपला पक्षा सत्ताधारी पक्षाच्या दावणीला बांधावा लागेल. त्यामुळे शासनाविरोधी भूमिका घेणेही अवघड होऊन बसते.

शासनाच्या योजना दलितांना मिळवून देण्याचा प्रयत्न करणे, दलितांच्या हीताच्यादृष्टीने शासनावर अंकुश ठेवून नव्या योजना मंजूर करून घेणे, प्रभावी दबाव गट बनण्यासाठी सामाजिक न्यायाचे लढे तीव्र करणे, अनेक शोषित आणि सामाजिक स्तरांमध्ये आंबेडकरी चळवळीचे लोण पसरवणे त्यासाठी रिपब्लिकन पक्षाला काम करणे गरजेचे आहे.

रिपब्लिकन पक्ष निवडणुकांच्या वेळी अन्य पक्षांबरोबर युती करत आला आहे. रिपब्लिकन पक्षाची युती ही तुल्यबळ पक्षाबरोबर असते. महाराष्ट्रात 'रिपब्लिकन आणि काँग्रेस' अशी युती खूप काळ चालू आहे. काँग्रेस पक्ष रिपब्लिकन पक्षाला जागा सोडताना जिथे काँग्रेसचा बालेकिल्ला नाही अशा जागा सोडतो. त्यामुळे रिपब्लिकन पक्षाला दिलेल्या जागेचा उपयोग होत नाही. युती झाल्यामुळे दलित मतं युती केलेल्या पक्षाला मिळतात त्यामुळे युती केलेल्या पक्षाचा उमेदवार निवडून येतो. पण युती केलेल्या पक्षाची मतं रिपब्लिकन पक्षाला मिळतातच असे नाही. त्यामुळे रिपब्लिकन पक्षाच्या उमेदवाराचा निवडणुकीत पराभव होतो. युतीचा धर्म अनेकवेळा राजकारणात पाळला जाताना दिसत नाही.

बहुजन समाज पक्षही आंबेडकरी विचार घेऊन राजकारण करताना आणि नवीन सामाजिक प्रयोग करताना दिसतो. रिपब्लिकन पक्षानेही असे प्रयोग करणे गरजेचे आहे. प्रा. जोगेंद्र कवाडे ह्यांनी हाजी मस्तान ह्यांच्याबरोबर हातमिळवणी करून 'दलित मुस्लिम अल्पसंख्यांक सुरक्षा महासंघ' हा एक नवा प्रयोग करण्याचा प्रयत्न केला पण तो विफल झाला. प्रकाश आंबेडकरांनीही मागास समाजाला आपल्या बाजूने वळवण्यासाठी 'भारिप बहुजन महासंघ' असा प्रयत्न केला. तोही

सफल झाला नाही. रिपब्लिकन पक्षाने ह्या विफलतेची कारणे शोधली पाहिजेत.

रिपब्लिकन पक्ष हा दलितांचा पक्ष आहे. ह्या पक्षाने केवळ राजकारण करून चालणार नाही. राजकारणाबरोबर किंबहुना ह्या राजकारणाचा पाया म्हणून सामाजिक परिवर्तनाच्या लढाईला देखील पुरोगामी संघटनांची मदत घेणे आवश्यक आहे. दलित चळवळीबरोबर पुरागोमी संघटना काम केल्यामुळे सवर्ण समाज अंतर्मुख होऊन विचार करण्याची शक्यता निर्माण होते. त्यामुळे दलितांच्या बाजूने विधायक ताकद निर्माण होण्याची शक्यता अधिक असते.

राज्य, जिल्हा आणि तालुका पातळीवर काम करणाऱ्या रिपब्लिकन नेत्या आणि कार्यकर्त्यांमध्ये संवाद असणे गरजेचे आहे. दौरा आणि शिबिराच्या माध्यमातून ह्या संवादाला प्रेरक शक्तीमध्ये परावर्तीत करता येऊ शकते.

शासकीय योजनांची कार्यकर्त्यांना माहिती करून देणे, अंमलबजावणी यंत्रणेचे ज्ञान करून देणे, बजेटची माहिती देणे इ. कामे रिपब्लिकन कार्यकर्त्यांनी गंभीरपणे करणे गरजेचे आहे. गावपातळीवर शासनाची फार मोठी रक्कम दलितांसाठी खर्च होतं असते. प्रत्यक्षात दलितांसाठी येणारी रक्कम ही दलितांसाठी आणि दलित वस्तींसाठी खर्च होत नाही. खर्च दलित वस्तीसाठी केल्याचे दाखवून सवर्णांकडूनच ह्या योजनेचे फायदे उचलले जातात. ज्यामुळे दलित समाज इथेही नागवला जातो. दलितांचे सबलीकरण करावयाचे असेल तर शासकीय योजना, त्यासाठीची आर्थिक तरतूद आणि ह्या योजना राबवणारी शासकीय यंत्रणा ह्याचे पक्ष कार्यकर्त्यांना ज्ञान असणे आवश्यक आहे. दलितांचे सबलीकरण झाले तर सामाजिक न्यायाबरोबर सामाजिक परिवर्तनाचाही वेग वाढणार आहे. त्याचबरोबर सामान्य कार्यकर्ता आणि समाज ह्यामध्ये असणारी दरी संपुष्टात येईल. समाजाचा कार्यकर्त्यावरील विश्वास वाढून पक्ष अधिक मजबूत होईल. ह्या दिशेनेही पक्ष नेतृत्वाने विचार करणे आवश्यक आहे.

रिपब्लिकन पक्षाचे गट असणे हेच अधिक फायद्याचे ठरत आहे. एक गट एका पक्षाबरोबर तर दुसरा गट दुसऱ्या पक्षाबरोबर युती करतो. त्यामुळे कुठलाही पक्ष सत्तेवर आला, तरी एका गटाचा फायदा होतोच. शिवाय दोन्ही गट दोन्ही गटांबरोबर युती केल्याने निळा झेंडा लावून निवडणूकप्रचार करू शकतात. डॉ. बाबासाहेब आंबेडकरांच्या नावाने मत मागू शकतात. रिपब्लिकन ऐक्य झाले तर कुण्या एका पक्षाला अशा एकत्रित रिपब्लिकन पक्षाचा पाठिंबा मिळून दुसऱ्या पक्षाची गैरसोय होते; म्हणून पक्षातील असंतुष्टांना ओळखून, त्यांना चुचकारून रिपब्लिकन पक्षाचे गट जिवंत ठेवण्याचे काम प्रस्थापित पक्ष करीत असतात. एखाद्या पक्षाला रिपब्लिकन पक्षाचा पाठिंबा मिळाला असेल, तर रिपब्लिकन पक्षातील गट फोडून हा पाठिंबा

खिळखिळा करण्याचे काम दुसरा पक्ष करतो. तेव्हा एकमुखी पाठिंबा कोणीच मिळवू शकत नाही. गटपाडू मंडळींमुळे आणि अन्य पक्षांच्या राजकीय डावपेचांमुळे रिपब्लिकन पक्षाची कोंडी होताना दिसते आहे.

रिपब्लिकन पक्षाकडे डॉ. बाबासाहेब आंबेडकरांची परंपरा असूनही पक्ष जनमानसात रुजू शकला नाही, याचं कारण या पक्षाचं स्वतःचं असं संघटन नाही. काही नेते आणि कार्यकर्ते म्हणजे पक्ष नव्हे. त्यांची काही पत्रके आणि काही दौरे म्हणजे संघटन नव्हे. गावपातळीपासून ते प्रदेशपातळीपर्यंत सभासदांची जी संघटनात्मक साखळी असावी लागते, तशी बांधणी रिपब्लिकन पक्षाकडे नाही. शिवाय पक्षाच्या गटाबरोबरच अनेक दलित संघटनांचे जाळे या समाजात कार्यरत आहे. छोट्या छोट्या संघटना स्वतःचं अस्तित्व जोपासत काम करीत आहेत. ऐक्य म्हणजे एक जाणीव असते. या जाणिवेचा एका निश्चित विचाराच्या अनुरोधाने संघटनात्मक उपयोग करून घेणं महत्त्वाचं असतं. अनेक दलित संघटनांमुळे ऐक्याच्या जाणिवेत व्यत्यय येतो.

रिपब्लिकन पक्षाचे ऐक्य व्हावे, असे सर्वांनाच वाटते; याचे कारण म्हणजे या पक्षाची Bargaining Power. यामुळे दलितांना राजकीय फायदे मिळू शकतात. एकसंध पक्षाच्या दबावामुळे इतर पक्ष युती करताना जास्त जागा सोडू शकतात. मंत्रिपद, कमिट्या आणि काही मागण्या पदरात पाडून घेणे सोपे जाते. ऐक्य नसेल तर इतका दबाव निर्माण करता येत नाही.

मुख्य पक्ष दुय्यम पक्षाच्या गटाबरोबर जेव्हा युती करतो, तेव्हा त्याच्या नजरेपुढे निवडणुकीतील प्रचार महत्त्वाचा असतो. युती झाल्यानंतर दुय्यम पक्षाला मुख्य पक्षाच्या ध्येयधोरणांबरोबर फरफटत जावे लागते. १९८९ चे ऐक्य झाले तेव्हा रामदास आठवले यांनी महाराष्ट्राच्या मुख्यमंत्रिपदाची मागणी केली; पण ऐक्य फिसकटल्यामुळे विधानसभेच्या केवळ बारा जागा सोडण्यात आल्या. या बाराही जागांवर रिपब्लिकनचा उमेदवार निवडून आला नाही.

रिपब्लिकन पक्षाच्या स्थापनेपासूनचा इतिहास तपासला, तर हा पक्ष कधीच एकसंध नव्हता. अनेक वेळा शपथा घेतल्या, ऐक्याचे प्रयत्न झाले; पण या पक्षाचे ऐक्य झाले नाही, ऐक्य टिकले नाही. कारण रिपब्लिकन पक्ष जोवर युतीचेच राजकारण करणार आहे, तोवर ऐक्य म्हणजे केवळ एक राजकीय नाट्यच ठरणार आहे.

रिपब्लिकन पक्ष दलितांसाठी असलेल्या निवडणुकीतील राखीव जागांचेच राजकारण करण्यात स्वतःला धन्य मानत आला आहे. राखीव जागेपलीकडे या पक्षाची उडी पडत नाही, हे या पक्षाचे अपंगत्व आहे. राखीव जागेवर केवळ राखीव उमेदवारालाच उभे राहता येत असले, तरी ही निवडणूक कुणाही पक्षाला लढवता

येते. राखीव उमेदवार उभा करून भाजपने राखीव जागा जिंकलेल्या आहेत. अन्य पक्षांचे उमेदवार राखीव जागेवर निवडून येत असल्याने रिपब्लिकन पक्षाचे राखीव जागेतील राजकारणही संपुष्टात येऊ लागले आहे. आता अखिल भारतीय रिपब्लिकनच्या नेत्यांना सत्तेत घेण्यासाठी त्यांची नेमणूक करावी लागत आहे. सदस्यत्व देण्याइतपत या पक्षाचे राजकीय वजन झाले आहे.

रिपब्लिकन पक्षाकडे संघटना नाही; तेव्हा या पक्षाच्या आघाड्या अस्तित्वात कुठून असणार? मजूर, कामगार, विद्यार्थी व महिला यांच्या आघाड्या कार्यरत असल्याशिवाय पक्ष जिवंत राहू शकत नाही. आघाड्या म्हणजे पक्षाच्या रक्तवाहिन्या असतात. रिपब्लिकन पक्षाने स्वत:च्या आघाड्या मजबूतपणे कामाला लावलेल्या दिसत नाहीत.

'स्वतंत्र मजूर पक्ष' व 'शेड्युल्ड कास्ट फेडरेशन' यांना अपयश आल्याने बाबासाहेबांनी या पक्षांच्या बरखास्तीसंदर्भात विचार केला होता. रिपब्लिकन पक्षाचे सध्याचे अपयश पाहता हा पक्ष बरखास्त करावा, नेत्यांनी हव्या त्या पक्षात जावे व जनतेलाही जाऊ द्यावे अशी प्रतिक्रिया उद्वेगाने व्यक्त झालेली आहे.

'अस्पृश्यांच्या प्रश्नांसाठी अस्पृश्यांचा स्वतंत्र राजकीय पक्ष असणे', आज गरजेचे झालेले आहे. वाढते हिंदुत्ववादी आक्रमण रोखायचे असेल, तर तमाम बहिष्कृत जातींनी एकत्र येणे ही आजची राजकीय व्यूहरचना असावी! सर्व अस्पृश्य जातींनी स्वत:चं स्वतंत्र अस्तित्व कायम ठेवून त्यांचा राजकीय पक्ष चालवला पाहिजे. राखीव उमेदवारांनी दलितांच्या प्रश्नांवर एक झाले पाहिजे. पक्षाच्या ध्येयधोरणापेक्षा दलितांचे प्रश्न त्यांना महत्त्वाचे वाटले पाहिजेत.

रिपब्लिकन पक्षाला राजकारणात स्थान मिळवायचे असेल, तर त्याचे पारंपरिक राजकीय चरित्र बदलावे लागेल. जातजमातींच्या प्रश्नांबरोबरच सर्वहारांच्या प्रश्नांवर या पक्षाला रान उठवावे लागेल. दलितांवरील अन्याय-अत्याचाराबरोबर शोषित-पीडितांचे झगडे तीव्र करावे लागतील. गटागटांत विभागलेल्या या पक्षाला भक्कमपणे उभे राहिल्याशिवाय भविष्य नाही. एक दिवस हा पक्ष युतीच्या राजकारणात हळूहळू अस्त पावू शकतो. स्वतंत्र अस्तित्व ठेवायचे असेल, तर या पक्षाने लोकचळवळी चालविल्या पाहिजेत. दुसरे म्हणजे लोकांनी नेत्यांपाठी लाचार होऊन धावणे बंद केले पाहिजे. समाजानेच खंबीर भूमिका घेतली, तर एक नेता काहीच करू शकत नाही; म्हणून लोकांनी जागं होणं गरजेचं आहे. लोकांना संघटित करण्याचं, त्यांना राजकीयदृष्ट्या शिक्षित करण्याचं काम हे कार्यकर्त्यांचं असतं. कार्यकर्ते जर नेत्यांच्या पावलांवर पाऊल ठेवणारे असतील, तर हे शक्य होणार नाही. नीतिभ्रष्ट नेत्याच्या विरोधात पाहिली तोफ त्यांच्या कार्यकर्त्यांनीच डागली पाहिजे. नेत्यांची चमचेगिरी

करणारे कार्यकर्ते कुठलीच राजकीय चळवळ जिवंत ठेवू शकत नाहीत. रिपब्लिकन पक्षाच्या कार्यकर्त्यांवर व समाजावर इतरांपेक्षा मोठी जबाबदारी आहे. रिपब्लिकन कार्यकर्त्यांनी वेळीच नेत्यांना त्यांची जागा दाखवून दिली, तर त्यांचे राजकीय भवितव्य चांगले राहील.

रिपब्लिकन पक्षाकडे पक्षाची भूमिका मांडण्यासाठी स्वतंत्र असे नियतकालिक, दैनिक वा साप्ताहिक नाही. दलितांची जी नियतकालिके आहेत, त्यांची अवस्था शोचनीय आहे. रिपब्लिकन पक्षाला दुसऱ्याच्या प्रेसकडे हात पसरावा लागतो. वर्तमानपत्रे अन्य पक्ष वा भांडवलदार गटाच्या हाती असल्याने रिपब्लिकन पक्षाला ते हवी तशी प्रसिद्धी देऊ शकत नाहीत. प्रसिद्धी व प्रचारासाठी सर्वस्वी दुसऱ्यांच्या वर्तमानपत्रांवर विसंबून राहावे लागते.

दलित लेखकांनी रिपब्लिकन पक्ष व पुढाऱ्यांवर खूप कविता आणि कथा लिहिल्या आहेत; पण या पक्षाविषयी गंभीर वैचारिक लेखन झालेले नाही. पुस्तकरूपाने या पक्षाविषयी खूपच कमी साहित्य प्रकाशित झाले आहे. रिपब्लिकन पक्षाच्या संदर्भात निरनिराळया बाजूंनी साहित्य प्रकाशित होणे गरजेचे होते,ते झालेले नाही; त्यामुळे या पक्षाची वाटचाल आवर्तात सापडलेली दिसते.

'रिपब्लिकन पक्ष' ह्याविषयी पुस्तक संपादित करताना राजशास्त्र आणि समाजशास्त्राचा अभ्यास करणारे विद्यार्थी, संशोधक आणि शिक्षकांना दुर्मिळ माहिती उपलब्ध करून देण्याबरोबरच दलित आणि पुरोगामी चळवळीत काम करणाऱ्या कार्यकर्त्यांना रिपब्लिकन पक्षाच्या स्थापनेपासूनच्या वाटचालीचे अवलोकन करता यावे हा हेतू होता. पक्षाची स्थापना, वाटचाल ह्याविषयीची जशी माहिती ह्या ग्रंथात आहे, तसे ह्या पक्षात काम केलेल्या नेत्यांच्या मुलाखती आणि त्यांचे अनुभवही ह्या पुस्तकात वाचायला मिळतील. विचार आणि अनुभव ह्यांनी ह्या पुस्तकाला वेगळे महत्त्व प्राप्त झाले आहे. सिद्धांत आणि त्याच्या प्रत्यक्ष उपयोजनाची हकिकत संकललन करणारे हे संपादन आहे. रिपब्लिन पक्ष, पक्षाची घटना, पक्षाचा कार्यक्रम, पक्षाने केलेल्या चळवळी, पक्षातील गट, पक्षाची युती, पक्षाने लढवलेल्या निवडणूका आणि पक्षात प्रत्यक्ष काम केलेल्या कार्यकर्त्यांचे अनुभव ह्यांचा दुर्मिळ साठा ह्या ग्रंथात संग्रहीत केला आहे. त्यामुळे वाचक, अभ्यासक आणि कार्यकर्त्यांसाठी हा ग्रंथ निश्चितच मोलाचा ठरेल.

- डॉ. शरणकुमार लिंबाळे

अनुक्रमणिका

रिपब्लिकन पक्ष : तत्त्वज्ञान व व्यवहार

रिपब्लिकन ऐक्य व विघटन

आम्ही रिपब्लिकन्स

परिशिष्टे

रिपब्लिकन पक्ष

वास्तव आणि वाटचाल

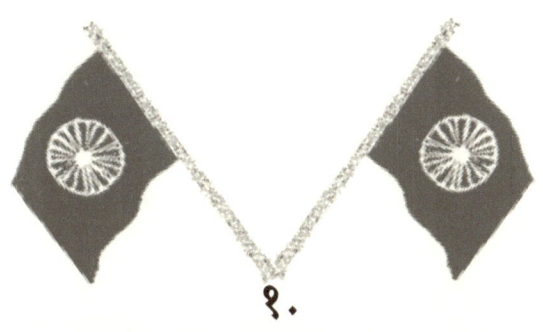

१.
रिपब्लिकन पक्षाचे ध्येयधोरण

डॉ. बाबासाहेब आंबेडकर

१) चळवळीला राजकीय पक्षाचे स्वरूप कसे प्राप्त होते?

हिंदी कॉंग्रेसची स्थापना १८८६ साली झाली. १९४७ पर्यंत स्वराज्यप्राप्तीची चळवळ म्हणून तिने काम केले. सुरुवातीला तिला स्पष्ट असे ध्येय नव्हते. प्रथम तिने सुराज्याची (चांगल्या कारभाराची) मागणी केली. त्यानंतर तिने हे ध्येय बदलले आणि 'स्वराज्या'ची मागणी पुढे ठेवली. ब्रिटिश राजकीय वर्तुळात ह्या स्वराज्य - कल्पनेचे दोन पर्याची अर्थ करण्यात आले : **१)** वसाहतीचे स्वराज्य (Dominion Status) व **२)** संपूर्ण स्वातंत्र्य (Independence). समान (एकच) राजाला राजनिष्ठ राहून उपभोगावयाचे स्वातंत्र्य म्हणजे वसाहतीचे स्वराज्य होय; तर संपूर्ण स्वराज्याचा अर्थ राजनिष्ठाविरहित स्वातंत्र्य असा होतो.

हिंदी राष्ट्रसभा (कॉंग्रेस) सुरुवातीला काही काळ वसाहतीचे स्वराज्य मान्य करीत होती; पण तो काळ अगदीच अल्प होता.

१९३० साली अगदीच नाट्यपूर्ण व अनपेक्षितपणे तिने संपूर्ण स्वराज्याचा ठराव मंजूर केला. हे स्वातंत्र्य १९४७ साली मिळाले.

येथपर्यंत कॉंग्रेसचे स्वरूप हे सांसदीय लोकशाही (Parliamentary Democracy) यशस्वी करण्यासाठी उभारलेल्या सैन्यासारखे नसून परकीय सत्तेच्या विरुद्ध युद्ध करण्यासाठी एकत्रित केलेल्या पलटणीसारखे होते. ह्याची कल्पना असल्यामुळेच, कॉंग्रेस ही संस्था बरखास्त करण्याची आणि स्वराज्यातील सरकार चालविण्यासाठी पक्षपद्धतीने बांधलेले नवीन पक्ष उभारण्याची अत्यंत सुज्ञ सूचना श्री. गांधी यांनी केली होती; परंतु कॉंग्रेस पक्षातील पुढारी तर सरकारी कामकाजाची सूत्रे हाती घेण्यासाठी आपापल्या तंबूत सर्व शस्त्रास्त्रांसह सजून बसले होते! श्री. गांधींचा सल्ला त्यांनी जुमानला नाही. सर्वसाधारणपणे अशी राजनैतिक परंपरा

आहे की, शांततेच्या प्रस्थापनेनंतर युद्धकाळात उभारलेले सैन्य बरखास्त करावे लागते. याचे कारणही उघड आहे. लढाईच्या काळात सैन्यभरती करताना योग्य ती पथ्ये पाळलेली नसतात. चांगले, वाईट, बेफिकीर, संधिसाधू अशा सर्व प्रकारच्या लोकांची भरती पलटणीत होत असल्याने तिचा दर्जा खूपच खालावलेला असतो. भारताच्या बाबतीत हे असे सैन्य बरखास्त करण्याचे दूरच राहो; उलट, त्याने सारी सत्ता हस्तगत केली आहे.

आपणाला आता काँग्रेस सरकारच्या गेल्या दहा वर्षांच्या कारभाराचा अनुभव मिळाला आहे. कारभार काही भूषणावह नाही, असेच कोणीही म्हणेल.

श्री. गांधी यांच्या सल्ल्याचा विचार गंभीरपणे करण्याची आणि सांसदीय लोकशाहीतील विरोधी पक्ष म्हणून काम करील असा पक्ष उभारण्याची वेळ आता आली आहे.

२) आधुनिक सांसदीय लोकशाहीच्या यशस्वितेसाठी आवश्यक गोष्टी

लोकशाही पद्धतीची शासनसंस्था यशस्वीपणे राबविता याची म्हणून आवश्यक असलेल्या बाबी कोणत्या?

याविषयी येथे थोडक्यात चर्चा करण्याचे मी योजिले आहे.

या विषयाची पार्श्वभूमी

प्रत्यक्ष विषयाची चर्चा करण्यापूर्वी तद्विषयक पार्श्वभूमीबाबत काही प्राथमिक बाबींचा मी येथे उल्लेख करतो.

पहिली गोष्ट अशी की, 'लोकशाही' चे स्वरूप सारखे बदलत राहिले आहे. आपण ज्या लोकशाहीबद्दल बोलतो, ती काही सातत्याने एकस्वरूपी राहिलेली नाही. ग्रीक लोकांची 'अथेनियन लोकशाही'च (Athenian Democracy) घ्या. ही 'अथेनियन लोकशाही' आणि आजची आपली लोकशाहीची कल्पना यांत महदंतर आहे. अथेनियन लोकशाहीमध्ये पन्नास टक्केच लोक हे गुलाम असत. खरोखरी 'स्वतंत्र' जनता फक्त पन्नास टक्केच असायची. बाकी पन्नास टक्के गुलाम असलेल्या जनविभागाला शासनसंस्थेत कोणत्याही प्रकारचे स्थान नव्हते, ही एकच बाब 'अथेनियन लोकशाही' व 'आधुनिक लोकशाही' यांतील फरक दाखवावयाला पुरेशी आहे. प्रथमदर्शनीच जिच्याकडे तुमचे लक्ष वेधावे असे मला वाटते, ती दुसरी गोष्ट ही की, कोणत्याही एका देशातदेखील लोकशाहीचे स्वरूप एकच राहिलेले नाही. इंग्लंडचे उदाहरण घ्या. १६८८ सालात झालेल्या क्रांतीच्या पूर्वीची त्या देशातील लोकशाही व त्यानंतरची तेथील लोकशाही यांचे स्वरूप एकच आहे,

असे कोणीही म्हणू शकणार नाही. कोणीही असे म्हणू शकणार नाही की, १६८८ ते १८३२ या काळातील इंग्लंडमधील लोकशाही व १८३२ साली मंजूर करण्यात आलेला 'पहिला सुधारणा कायदा' (First Reform Bill) अमलात आल्यानंतरची लोकशाही ही एकच आहे. लोकशाहीचे स्वरूप सारखे बदलत आले आहे.

तिसरी गोष्ट अशी की, लोकशाहीचे नुसते 'स्वरूप'च (Form) बदलत आले आहे असे नाही, तर तिचे उद्दिष्ट (Purpose) देखील कालौघाबरोबर बदलत आले आहे. पुरातन इंग्लिश लोकशाहीचेच उदाहरण घ्या. त्या वेळी तेथील लोकशाहीचे 'उद्दिष्ट' काय होते? राजाच्या अबाधित सत्तेवर नियंत्रण घालणे, त्याला त्याच्या विशिष्ट हक्कांच्या (Prerogative Rights) अंमलबजावणीपासून परावृत्त करणे हेच ते उद्दिष्ट होय. त्या वेळचा इंग्लंडमधील 'राजा' ह्या थराला जाऊन म्हणत असे की, 'कायदे करण्याचा हक्क पार्लमेंटला असला तरी मी राजा म्हणून कायदे करू शकतो व माझ्या कायद्यांना वरिष्ठ स्थान दिले जाईल!' राजाच्या ह्या अशा प्रकारच्या झोटिंगशाहीमुळे (Autocracy) लोकशाही सत्यस्वरूपात उतरू शकली नाही.

आज लोकशाहीचे उद्दिष्ट कोणते आहे? आधुनिक लोकशाहीचे उद्दिष्ट हे अनियंत्रित राजसत्तेवर नियंत्रण घालणे हे नसून, 'लोककल्याण' साधणे हे आहे. लोकशाहीच्या उद्दिष्टात झालेला हा बदल महत्त्वपूर्ण आहे आणि यामुळे मी सदर विषयाला 'आधुनिक लोकशाहीच्या यशस्वी प्रयोगासाठी आवश्यक असलेल्या गोष्टी' असे हेतुतःच संबोधिले आहे.

'लोकशाही' ची व्याख्या

'लोकशाही' ची व्याख्या तरी काय? पुढील चर्चा करण्यापूर्वी 'लोकशाही' या शब्दप्रयोगात येणाऱ्या कल्पनेचे स्पष्ट स्वरूप आपण जाणून घेऊया. तुम्हाला माहीत असेल की, 'लोकशाही' ची व्याख्या राज्यशास्त्रवेत्ते, लेखक, समाजशास्त्रज्ञ आणि इतर कित्येक लोकांनी आपापल्या परीने केलेली आहे. अशा व्याख्यांपैकी फक्त दोनच माझा मुद्दा स्पष्ट करण्यासाठी मी येथे देत आहे. वॉल्टर बेगहोट याने इंग्लिश संविधानावर (English Constitution) एक सुप्रसिद्ध ग्रंथ लिहिला आहे. त्यात लोकशाहीचे सुस्पष्ट चित्र रेखाटण्याचा प्रयत्न केला आहे. या ग्रंथात त्याने लोकशाहीची व्याख्या, 'चर्चेवर आधारलेली शासनसंस्था' (Government by Discussion) अशी केली आहे. अब्राहम लिंकनने केलेली व्याख्या आता बघूया. दक्षिणेकडील राज्याशी झालेल्या युद्धसमाप्तीनंतर गॅटिसबर्ग येथे त्याने सुप्रसिद्ध भाषण केले. त्यात लोकशाहीची व्याख्या त्याने 'लोकांचे, लोकांनी नियुक्त केलेले आणि लोकांकरिता राबणारे सरकार' ('A Government of the people, by the people and for the people') अशी केली. अशा आणखी कितीतरी व्याख्यांचा नामनिर्देश करता येईल. माझ्यापुरते बोलायचे झाल्यास मी लोकशाहीची व्याख्या निराळ्या शब्दांनी करीन. मला असे वाटते की, तीच लोकशाहीची आज खरी व्याख्या होऊ शकेल. माझी व्याख्या अशी : 'लोकांच्या अर्थिक आणि सामाजिक जीवनात क्रांतिकारक बदल रक्तविरहित मार्गांनी घडवून आणणारी शासनपद्धती म्हणजे लोकशाही.' ज्या शासनपद्धतीमुळे सत्तारूढ मंडळींना सामाजिक व आर्थिक क्षेत्रांत मूलभूत बदल करता येतात आणि असे बदल ग्रहण करताना जनता रक्तलांच्छित (हिंसात्मक) मार्गांचा अवलंब करीत नाही, तेथे लोकशाही नांदते आहे. मी असे म्हणेन की, हीच लोकशाहीची खरी कसोटी आहे, तीच उच्चतम कसोटी आहे. ज्या वेळी तुम्ही एखाद्या पदार्थाचे गुण ग्रहण करता, त्या वेळी सगळयांत कडक कसोटी त्याला लावणे जरूर आहे. तेव्हाच त्याची खरी परीक्षा होते. लोकशाहीची ही व्याख्याच मी निकष म्हणून इथे वापरणार आहे.

ही अशी लोकशाही यशस्वी कशी होणार? ह्याबद्दल प्रामुख्याने मी लिहिणार आहे. लोकशाहीच्या यशस्वी अंमलबजावणीसाठी आवश्यक असलेल्या बाबी कोणत्या, याबद्दल 'लोकशाही' या विषयाची मांडणी करणाऱ्या कोणत्याही लेखकाने स्पष्टपणे काही मूलभूत अधिष्ठाने सांगून ठेवलेली नाहीत; म्हणूनच लोकशाहीचे प्रयोग ज्या ज्या देशांत झाले, त्या त्या देशांच्या इतिहासाचे परिशीलन करून लोकशाहीच्या अपयशाची कारणे शोधावी लागतात व योग्य अनुमाने आपणास काढावी लागतात.

लोकशाहीच्या यशस्वी सिद्धीसाठी आवश्यक असणाऱ्या गोष्टींचा आता आपण विचार करू.

१) लोकशाही यशस्वी व्हावयास प्रथम आवश्यक बाब ही की, समाजव्यवस्थेत विषमता नसली पाहिजे. पीडित-दडपलेला वर्ग समाजात असता कामा नये. सर्व हक्क व सत्तेचे केंद्रीकरण ज्याच्या ठायी झाले आहे, असा वर्ग एका बाजूला व सर्व प्रकारचे भार वाहण्याचे काम करणारा वर्ग दुसऱ्या बाजूला अशी अन्यायकारक विभागणी व त्यावर आधारलेली समाजरचना यांमध्ये हिंसात्मक क्रांतीची बीजे असतात; त्यांचे परिमार्जन करणे लोकशाहीला अशक्य होते. लिंकन आपल्या गॅटिसबर्ग येथील भाषणात म्हणाला होता, 'स्वत:च्या विरुद्ध विभागलेले घर तग धरू शकत नाही.' (A house divided against itself cannot stand.) या त्याच्या उच्चाराचा अर्थ लोकांना संपूर्णपणे आकलन झाला नाही. अर्थातच अमेरिकेतील दक्षिण व उत्तर संस्थानांमधील झगड्याबद्दल तो हे बोलला . ज्या वेळी 'विभागलेले घर टिकू शकत नाही,' असे तो म्हणाला, त्या वेळी त्याला हेच म्हणावयाचे होते की, 'तुम्ही दक्षिणेकडील लोक व आम्ही उत्तरेकडील लोक जर विभागले गेलो,

एकमेकांच्या विरुद्ध उभे राहिलो, तर मग परकीय शत्रूविरुद्ध आपण एकत्र उभे राहू शकणार नाही.' पण त्या त्याच्या वाक्यात यापेक्षाही आणखी खोल व महत्त्वपूर्ण अर्थ भरलेला आहे, असे मला वाटते. माझ्या मते, वर्गा-वर्गांतील जे महदंतर आहे, वर्गसंघर्ष आहेत, ते लोकशाहीच्या यशसिद्धीच्या मार्गावरील सर्वांत मोठे अडसर बनतात, हाच तो अर्थ होय. कारण उघड आहे. लोकशाहीमध्ये घडते काय? लोकशाहीमध्ये पीडित, दंडित, ज्यांनी सर्व हक्कांचा समुच्चय स्वत:पाशी केलेला असतो असे लोक, या दोहोंनाही मतदानाचा समान हक्क प्राप्त होतो. मातब्बर वर्ग (Privileged Class) हा बहुधा पीडित वर्गापेक्षा संख्येने कमी असतो आणि निर्णय घेण्याच्या कामी आपण 'बहुमता' चे तत्त्व मान्य करीत असल्याने, जर ह्या सुरक्षित (मातब्बर) वर्गाने सुखासुखी व स्वेच्छेने आपले विशेष अधिकार सोडले नाहीत, तर मग त्यांच्या व खालच्या वर्गामधील अंतर दुणावेल, ते (अंतर) लोकशाहीच्या नाशास व भलत्याच काही राज्यपद्धतीला जन्म देण्यास कारणीभूत होईल आणि म्हणूनच मी असे नि:संकोचपणे म्हणतो की, जगातील निरनिराळ्या भागांतील लोकशाहीच्या इतिहासांचा अभ्यास केल्यास, लोकशाहीच्या अपयशाचे कारण सामाजिक विषमता, वर्गावर्गांत उभी असलेली असमतेची दरी हेच आहे, असे दिसून येईल.

२) लोकशाहीच्या यशसिद्धीसाठी आवश्यक असलेली दुसरी गोष्ट म्हणजे विरोधी पक्षाचे अस्तित्व! या बाबतीत पक्षपद्धती (Party System) विरुद्ध बोलणारे पुष्कळ लोक याच देशात नव्हे, तर इंग्लंडमध्येदेखील मी खूप पाहिले आहेत. इंग्लंडमध्ये पार्टी सिस्टिमवर (पक्षपद्धतीवर) हेन्सार्ड सोसायटीने लिहिलेल्या ग्रंथात एक सबंध प्रकरणच्या प्रकरण लिहिले आहे आणि त्यात पक्षपद्धती ही चांगली पद्धती आहे की नाही आणि ती राबवायची की नाही, असा प्रश्न उपस्थित करून त्याचा ऊहापोह केला आहे. या प्रश्नाबाबत पुष्कळ दृष्टिकोन मांडले जातात. माझ्या मते जे लोक 'पक्षपद्धती'विरुद्ध आहेत आणि अनुषंगानेच ज्यांना विरोधी पक्षाची आवश्यकता वाटत नाही, त्यांना 'लोकशाही' या चीजेचे संपूर्ण आकलन झालेले नसावे. लोकशाही म्हणजे काय? मी काही तिची व्याख्या येथे सांगत नाही, तर तिची कार्यमीमांसा करतो आहे. या अर्थाने लोकशाहीला 'सत्तेवरील नियंत्रण' (Veto of Power) असे म्हणता येईल. 'वंशपरंपरागत सत्ता' व सरंजामशाही (सनातनशाही) यांच्या नेमका उलट अर्थाचा शब्द म्हणजे लोकशाही. लोकशाहीचा अर्थच हा की, सत्तारूढ मंडळींच्या अमर्याद सत्तेला कोठेतरी केलेले नियंत्रण. झोटिंगशाहीमध्ये नियंत्रणाला वावच नसतो. एकदा निवडलेला राजा आपल्या 'उपजत व दैवी' अधिकाराने राज्य करतो. दर पाच वर्षांनी त्याला आपल्या प्रजेकडे

जाऊन असे म्हणावे लागत नाही की, 'का हो, मी चांगला माणूस आहे ना? गेल्या पाच वर्षांतील माझा कारभार तुम्हाला पसंत आहे की नाही? पसंत असेल, तर मला पुन्हा राजा म्हणून निवडाल ना?' राजाच्या सत्तेवर कोणाचेही नियंत्रण नसते; परंतु लोकशाहीत आपण अशी व्यवस्था केलेली असते की, ज्यामुळे सत्तारूढ असलेल्या मंडळीला दर पाच वर्षांनी लोकांपुढे जावे लागते; आणि ते सत्तास्थानी राहावयास लायक आहेत की नाहीत, लोकांचा सांभाळ आणि संरक्षण करण्यास समर्थ आहेत की नाहीत, या प्रश्नावर त्यांना लोकांचा कौल घ्यावा लागतो. यालाच मी सत्तेवरील नियंत्रण (Veto) म्हणतो. परंतु दर पाच वर्षांनी फक्त एकदा लोकमताचा कौल घेण्याच्या आधी मधल्या काळात अनियंत्रित सत्ता वापरण्याच्या ह्या 'पंचवार्षिक' नियंत्रणामुळे खरीखुरी लोकशाही येत नाही. लोकशाहीमध्ये राज्यसत्तेवर लोकमताचे नियंत्रण नुसतेच हवे असे नाही; तर ते तात्काळ व सतत असावयास हवे. लोकसभेमध्ये (पार्लमेंट, कायदेमंडळ यांमध्ये) सरकारला तेथल्या तेथे अडविणारे व आव्हान देणारे लोक असावे लागतात.

या विवेचनावरून तुम्हाला दिसून येईल की, कोणालाही अविरतपणे सत्ता गाजविण्याचा अधिकार नाही. परंतु शासनसंस्था (सरकार) ही लोकमतानुवर्ती असावयास हवी आणि तिला अडविणारे, आव्हान देणारे लोक खुद्द सभागृहातच (कायदेमंडळात) असले पाहिजेत. विरोधी पक्षाचे महत्त्व यावरून तुम्हाला कळेल. विरोधी पक्षाच्या अस्तित्वामुळे सत्तारूढ सरकारचे ध्येयधोरण तापवून, ऐरणीवर ठोकून नीटनेटके करण्याची व्यवस्था असते. सत्ताधारी पक्षाला आपल्या धोरणाचे व राज्यकारभाराचे समर्थन आणि त्या पक्षात नसलेल्या लोकांच्या शंकांचे निरसन सततपणे करावे लागते. दुर्दैवाने आपल्या देशातील बहुतेक वर्तमानपत्रे, सरकारी जाहिरातीच्या उत्पन्नासाठी म्हणा किंवा अन्य कारणासाठी म्हणा, सरकारी पक्षाला जास्त उचलून धरतात. विरोधी पक्षाला प्रसिद्धी देत नाहीत. विरोधी पक्षाकडून त्यांना काय मिळणार? सरकारकडून त्यांना जाहिरातीचा पैसा मिळतो आणि मग काय, सत्तारूढ पक्षाच्या सदस्यांनी केलेल्या भाषणाची प्रतिवृत्ते रकानेच्या रकाने ही वृत्तपत्रे प्रसिद्ध करतात. विरोधी पक्षाच्या सदस्यांनी केलेली भाषणे अगदी त्रोटकपणे शेवटच्या पानावर, कोठेतरी कोपऱ्यात छापली जातात आणि म्हणूनच लोकशाही यशस्वी होण्यासाठी विरोधी पक्षाची आवश्यकता आहे. इंग्लंडमध्ये विरोधी पक्षाला नुसती मान्यता दिली जाते एवढेच नव्हे, तर विरोधी पक्षनेत्याला त्याच्या पक्षाचे कामकाज चालविता यावे म्हणून पगार दिला जातो. त्याला सेक्रेटरी (चिटणीस), टंकलेखक, कारकून असा लवाजमा पुरविला जातो. 'हाउस ऑफ कॉमन्स' च्या इमारतीतच त्याचे ऑफिस थाटून दिले जाते. कारण उघड आहे. ह्या दोन्ही देशांत

सरकार चुकीच्या मार्गाने जात आहे की काय, हे सांगणाऱ्याची आवश्यकता त्या लोकांना भासते. हे काम अविरतपणे व सातत्याने व्हावयास पाहिजे, याची त्यांना निकड भासते आणि म्हणूनच ते विरोधी पक्षासाठी खर्च करावयास तत्पर असतात.

३) लोकशाहीच्या यशासाठी जरूर असलेली तिसरी बाब म्हणजे वैधानिक व कारभारविषयक क्षेत्रांत पाळावयाची समता ही होय. 'कायद्यातील समता' (Equality before Law) या विषयाची जादा चर्चा करण्याची आवश्यकता नाही. अर्थात ह्या तत्त्वाची अंमलबजावणी करताना काही ठिकाणी अन्याय होत असतातच; परंतु राज्यकारभार करताना पाळावयाची समतादृष्टी ही चीज आज जास्त महत्त्वाची बनलेली आहे. आपल्यातील कित्येक लोकांना राज्यकारभारातील वशिलेबाजीची चांगलीच चुणूक अनुभवावयास व पाहावयास मिळाली असेल. सत्तारूढ पक्षाच्या गोटातील मंडळींना किफायतशीर होईल, अशा पद्धतीने राज्यकारभार केला गेल्याची कित्येक प्रकरणे तुमच्या आढळात आली असतील. मला स्वत: अशी कित्येक उदाहरणे आठवतात. अमुक एका वस्तूचा व्यापार, लायसेन्स (परवाना) शिवाय कोणालाही करता यायचा नाही, असा समजा कायदा आहे. असा कायदा तत्त्वत: सर्वांना सारखाच लागू असल्याने त्याबद्दल कोणीही तक्रार करणार नाही. त्यात वशिलेबाजीचा मागमूसही नाही. पण त्यापुढे जाऊन आपण त्या कायद्याच्या अंमलबजावणीची छाननी करूया. समजा, सदर कायद्यान्वये लागणारे परवाने मागायला निरनिराळे लोक सरकारी अधिकाऱ्याकडे किंवा मंत्र्याकडे जाऊ लागले आणि अशा वेळी मंत्रिमहाशय जर त्या इच्छुकांच्या टोप्यांचा रंग न्याहाळून निर्णय घेऊ लागले व आपल्या पक्षाच्या छापाच्या टोपीवाल्याला लायसेन्स देऊ लागले, तर मग ती वशिलेबाजी होईल आणि कारभारविषयक समता राहणार नाही. अर्थात लायसेन्सचे हे प्रकरण लहानसे आहे आणि त्यातील वशिलेबाजीचा परिणाम अगदीच थोड्या लोकांवर होतो. पण ही वशिलेबाजी राज्यकारभारात आणखी खोलवर घुसल्यास काय गहजब होईल? एखाद्या पक्षातील सभासदावर समजा कायदेशीर खटला करणे कायद्यान्वये आवश्यक झालेले आहे. सरकारी अधिकाऱ्याजवळ तसा भरपूर पुरावा उपलब्ध झाला आहे. अशा वेळी जर त्या विभागातील त्या पक्षाचा पुढारी जिल्हा अधिकाऱ्याला जाऊन भेटला, तो खटला काढून टाकण्याबद्दल सांगू लागला व म्हणाला, "हे बघा, तुम्ही जर आमचे एवढे काम केले नाही, तर मंत्र्याला सांगून तुमची दूर बदली करायला लावीन." हे असे जर होऊ लागले तर राज्यकारभार केवढा अन्यायकारक व गोंधळाचा होईल, याची कल्पनाच केलेली बरी! अमेरिकेमध्ये 'स्पॉइल्स सिस्टिम' (Spoilds System) नावाची एक राज्यकारभारविषयक पद्धती पूर्वी होती. नवीन पक्ष सत्तेवर आला म्हणजे तो पूर्वीच्या

सरकारने नेमलेल्या कारकून-शिपायांसह सर्व नोकरांना कामावरून दूर करीत असे व आपल्या पुठ्ठ्यातील आणि निवडणुकीमध्ये आपल्या पक्षाला मदत केलेल्या लोकांची नेमणूक करीत असे. या पद्धतीमुळे अमेरिकेला कित्येक वर्षे चांगली कारभारयंत्रणा कधी लाभलीच नाही. पुढे ही पद्धत लोकशाहीला पोषक नाही, याची खात्री पटल्यावर त्यांनी ती अव्हेरली.

इंग्लंडमध्ये राज्यकारभार निष्कलंक, नि:पक्षपाती, राजकारणापासून अलिप्त राहावा म्हणून तेथील लोकांनी राजकीय व नागरी अशी नोकऱ्यांची विभागणी केली आहे. नागरिक (कारभारविषयक) नोकऱ्या कायमस्वरूपी असतात. त्यांतील नोकरवर्ग कोणत्याही पक्षाचे सरकार आले, तरी कारभार चालवितो आणि मंत्रिमंडळही त्याच्या कामकाजात हस्तक्षेप करीत नाही. अशा प्रकारची पद्धत आपल्या देशात ब्रिटिश लोक असताना त्यांनी अवलंबिली होती. मध्यवर्ती (भारत) सरकारचा मंत्री असताना मला जो एक अनुभव आला, त्याची आठवण ताजी आहे. प्रत्येक व्हाईसरॉयच्या नावाचा कोणता तरी रस्ता किंवा क्लब दिल्लीमध्ये आहे. लिनलिथगो यानेच स्वत:चे नाव कोणत्याही स्थळाला किंवा संस्थेला देवविले नाही. त्यांचा खाजगी चिटणीस माझा मित्र होता. त्या वेळी मी बांधकाम (P. W.D.) खात्याचा मंत्री होतो व माझ्या अखत्यारीत पुष्कळ कामे चाललेली होती. तो मजकडे आला आणि म्हणाला, ''डॉक्टरसाहेब, लॉर्ड लिनलिथगोचे नाव कोणत्या तरी संस्थेला किंवा स्थळाला देण्याबाबत तुम्ही काही करू शकणार नाही काय? बाकी सर्व व्हाईसरॉयांची नावे कोठे ना कोठे दिलेली आहेत; पण लॉर्ड लिनलिथगोचेच फक्त नाही.'' मी त्याला विचार करण्याबद्दल आश्वासन दिले. दिल्ली शहरात उन्हाळ्यात पाण्याची कमतरता भासत असल्याने ती दूर करण्याच्या योजनेबद्दल मी त्या वेळी विचार करीत होतो. माझा युरोपियन सक्रेटरी श्री. प्रायर ह्यास मी म्हटले, ''हे बघ, व्हाईसरॉयच्या सेक्रेटरीने मजजवळ अशी सूचना केली आहे. आपण या बाबतीत काही करू शकणार नाही काय?'' आणि त्याने काय उत्तर दिले? तो म्हणाला, ''साहेब, आपण अशी कोणतीही गोष्ट करू नये.'' सध्याच्या परिस्थितीत या देशात असे उत्तर मिळणे दुरापास्त आहे. मंत्र्यांच्या मताविरुद्ध बोलणे आज कोणत्याही सेक्रेटरीला शक्य नाही. कारण उघड आहे. ब्रिटिश अमदानीत आपणदेखील ग्रेट-ब्रिटनसारखाच नियम करून टाकला होता की, कारभारविषयक कामात सरकारने हस्तक्षेप करू नये. सरकारचे काम हे धोरण ठरविण्याचे आहे, हस्तक्षेप किंवा पक्षपात करण्याचे नाही. ही बाब मूलभूत स्वरूपाची असून तिच्यापासून आपण आज दूर जात आहोत, तिचा त्याग करीत आहोत.

४) लोकशाहीचे यश हस्तगत करण्यासाठी आवश्यक असलेली चौथी

गोष्ट म्हणजे संविधानात्मक नीतीचे (Constitutional Morality) पालन होय. पुष्कळ लोक आपल्या घटनेबद्दल (संविधानाबद्दल) अतिउत्साही दिसतात. माझे मात्र तसे नाही. उलट, सध्याच्या भारतीय घटनेचे उच्चाटन करू इच्छिणाऱ्या, कमीत कमी ती संपूर्ण दुरुस्त करण्यासाठी झटणाऱ्या मंडळींत सामील होण्यास मी तयार आहे. आपण एक गोष्ट मात्र लक्षात ठेवली पाहिजे की, आपली आजची घटना ही कायदेशीर तरतुदींचा व तत्त्वांचा नुसता सांगाडा आहे. ह्या सांगाड्याला आवश्यक असलेले रक्तमांस संविधानात्मक (घटनात्मक) नीतिमत्तेच्या पालनातच मिळेल. इंग्लंडमधे ह्या घटनात्मक नीतीलाच घटनात्मक संकेत (Conventions of the Constitution) म्हणतात व लोक ते संकेत स्वखुशीने पाळतात. या बाबतीत मला आठवणारे दोन प्रसंग मुद्दाम येथे देत आहे. अमेरिकेतील अकरा घटकराज्यांनी ज्या वेळी बंड पुकारले, त्या वेळी अमेरिकेची सूत्रे वॉशिंग्टनच्या हाती होती. तो अमेरिकेचा 'नेता' होता, हे विधान त्याचे त्या वेळचे अमेरिकेतील समाजजीवनातील स्थान परिपूर्णपणे वर्णू शकत नाही. अमेरिकन लोकांना तो प्रत्यक्ष देवच वाटत होता. अमेरिकेची घटना लिहून झाल्यावर वॉशिंग्टनला 'पहिला अध्यक्ष' म्हणून निवडण्यात आले. त्याची अध्यक्षीय मुदत संपल्यावर त्याने दुसऱ्यांदा अध्यक्ष होण्यास नकार दिला.

ही गोष्ट नि:संशय आहे की, वॉशिंग्टन दहा वेळा जरी सलगपणे अध्यक्षीय निवडणुकीस उभा राहिला असता, तरी त्याला कोणी प्रतिस्पर्धी बनला नसता व लोकांनी त्याला मोठ्या आनंदाने व एकमताने निवडून दिले असते; पण तो मात्र दुसऱ्यांदा उभा राहण्यासही तयार झाला नाही. त्याला कारण विचारले असता तो उत्तरला, "माझ्या प्रिय देशबंधूंनो, ही घटना आपण ज्या हेतूने बनविली, त्याचा तुम्हाला विसर पडलेला दिसतो. आपल्याला वंशपरत्वे चालणारी राजेशाही, वंशपरंपरेने येणारा राजा किंवा हुकूमशहा नको होता, म्हणूनच ही घटना बनविली. इंग्लिश राजाशी तुम्ही या हेतूने प्रेरित होऊन संबंध तोडले आहेत. मग माझी पूजा करून मला जर तुम्ही वर्षानुवर्षे अध्यक्ष बनवू लागला, तर तुमच्या तत्त्वाचे काय होईल? इंग्लिश राजाच्या ठिकाणी माझी स्थापना करून तुम्ही असे म्हणू शकाल का की, इंग्लिश राजाच्या सत्तेविरुद्ध तुम्ही केलेला उठाव हा योग्य होता? तसे तुम्ही कोणत्या तोंडाने म्हणू शकाल? माझ्यावरील प्रेमामुळे व श्रद्धेमुळे तुम्ही जरी मला दुसऱ्यांदा उभे राहण्याचा आग्रह करू लागलात तरी तुमच्या या भावनाविवशतेला बळी न पडण्याचे काम, वंशपरंपरागत सत्ताशाहीचा बीमोड करण्याच्या तत्त्वज्ञानाचा उद्गाता म्हणून, मला कर्तव्यबुद्धीने पार पाडावेच लागणार." लोकाग्रहास्तव त्याला दुसऱ्यांदा अध्यक्ष व्हावे लागले; पण जेव्हा तिसऱ्यांदाही त्याला गळ घालण्यासाठी

लोक त्याच्याकडे गेले, तेव्हा त्याने त्यांना कठोरपणे झिडकारले.

दुसरे एक उदाहरण मी देतो, आठव्या एडवर्डची कहाणी तुम्हाला माहीत असेल. गोलमेज परिषदेसाठी मी लंडनला गेलो होतो. राजाने हव्या असलेल्या स्त्रीशी लग्न करावे की नाही आणि तसे लोकमताच्या व ठरलेल्या संकेतांच्या विरुद्ध जाऊन लग्न केल्यास त्याला सिंहासनावर ठेवायचे की नाही, या प्रश्नावर त्या देशात त्या वेळी मोठे रण माजले होते. राजाला लग्नाच्या बाबतीतील हे एवढे वैयक्तिक स्वातंत्र्यही द्यायचे की नाही? हाही प्रश्न उपस्थित झाला होता. मि. बाल्डविन (त्या वेळचे हुजूरपक्षीय पंतप्रधान) अर्थातच राजाच्या ह्या लग्नाविरुद्ध होते. तो राजाला म्हणाला होता, "तू जर माझे ऐकले नाहीस, तर तुला राजपद सोडावे लागेल." मि. चर्चिल हे राजा एडवर्डचे मित्र होते व त्याच्या पाठीशी उभे राहण्यास तयार होते. लेबर पार्टी (मजूर पक्ष) विरोधी पक्ष म्हणून त्या वेळी होता. मला पक्के आठवते की, हुजूर पक्षातील ह्या प्रश्नावरील फाटाफुटीचा फायदा उचलून बाल्डविनचा पराजय करायचा की नाही, याबद्दल मजूर पक्षात विचार चालू होता; कारण हुजूर पक्षातील कित्येक सभासद राजनिष्ठेमुळे एडवर्डची बाजू घेण्यास तयार होते. त्या वेळी प्रोफेसर लास्की (मजूर पक्ष) 'हेराल्ड' या नियकालिकात लेखामागून लेख लिहून मजूर पक्षाने तसे करू नये, म्हणून बजावीत होते, अशा हालचालींचा निषेध करीत होते. ते म्हणत होते, "आपण घटनात्मक संकेताने एक गोष्ट मान्य केली आहे की, पंतप्रधानाचा सल्ला राजा मानील; आणि त्याने तसा तो न मानल्यास पंतप्रधान राजाला घालवून देऊ शकेल हा असा आपला सर्वमान्य संकेत असल्याने, ज्यायोगे राजाचे अधिकारक्षेत्र वाढेल अशी वर्तणूक करून या प्रश्नावर बाल्डविनचा पराजय करणे चुकीचे ठरेल." मजूर पक्षाने हा सल्ला मानला. संकेत खिलाडू वृत्तीने पाळलेच पाहिजेत,असे त्यांनी ठरविले. इंग्लंडचा इतिहास वाचताना अशी कित्येक उदाहरणे तुम्हाला आढळतील की, जेथे तात्पुरत्या सत्तेच्या विलोभनास बळी पडून पक्षनेत्यांनी आपल्या विरोधकांस, मग ते सत्तेवर असोत किंवा विरोधी पक्ष म्हणून काम करीत असोत, कैचीत पकडण्याचे प्रसंग संविधानाची (घटनेची) व लोकशाहीची हानी होऊ नये म्हणून कटाक्षाने टाळले आहेत.

५) लोकशाहीचा प्रयोग यशस्वी व्हावा म्हणून आणखी एका गोष्टीची आवश्यकता आहे, असे मला वाटते. ती म्हणजे लोकशाहीच्या नावाखाली अल्पसंख्याकांची (अल्पमतवाल्यांची) गळचेपी बहुमतवाल्यांकडून होता कामा नये. अल्पसंख्याकांना सुरक्षितता वाटली पाहिजे. बहुसंख्याक मंडळी कारभार करीत असली, तरी आपल्याला इजा पोहोचणार नाही, आपल्यावर अन्याय होणार नाही, याची हमी अल्पसंख्याकांना मिळाली पाहिजे. इंग्लंडमधील हाऊस ऑफ कॉमन्स

(लोकसभा) मध्ये ह्या तत्त्वाचा मान फार राखला जातो. १९३१ सालच्या इंग्लंडमधील सार्वत्रिक निवडणुकांनंतर मजूर पक्षाचे नेते श्री. रॅम्से मॅक्डोनाल्ड यांच्या नेतृत्वाखाली राष्ट्रीय मंत्रिमंडळ तयार करण्यात आले. त्यानंतर निवडणुका आल्या, त्या वेळी मजूर पक्षाची सभासदसंख्या दीडशेवरून पन्नासवर घसरली. श्री. बाल्डविन हे पंतप्रधान बनले. मी त्या वेळी इंग्लंडमध्ये होतो. हुजूर पक्षाच्या प्रचंड बहुमताखाली काम करणाऱ्या या अल्पसंख्य मजूरसदस्यांकडून भाषणाबद्दल, तहकुबी सूचनांबद्दल वा अन्य विरोध करणाऱ्या पद्धतीबद्दल बहुमतवाल्या हुजूर पक्षाकडून कधी गळचेपी किंवा अन्याय झाल्याची तक्रार मला ऐकायला मिळाली नाही. आपल्या लोकसभेचे उदाहरण घ्या. विरोधी पक्षाचे सभासद सदासर्वकाळ आणीत असलेले निंदाव्यंजक ठराव किंवा तहकुबी सूचना किंवा तत्सम प्रकार सर्वच मला मान्य आहेत, असे नाही. सातत्याने तहकुबी सूचना मांडीत बसणे हे काही चांगले लक्षण नाही. हे काहीही असले, तरी एखादी सूचना ग्राह्य करून तिच्यावरील चर्चेस परवानगी दिल्याचे तुम्हाला क्वचितच ऐकायला मिळेल. ह्या गोष्टीबद्दल मला अंचबा वाटतो. इंग्लिश पार्लमेंटच्या कामकाजाच्या माझ्या वाचनात तहकुबी सूचना अमान्य केल्याचे उदाहरण क्वचितच झाले असेल. मी मुंबई विधानसभेचा सदस्य असताना श्री.मावळणकर हे अशा सूचना स्वत: फेटाळून तरी लावायचे किंवा त्यांनी कधीकाळी परवानगी दिलीच तर मंत्री विरोध करायचे. मंत्र्याने विरोध केल्यास, तहकुबी सूचना आणणाऱ्या सभासदाला ठरावीक तीस, चाळीस किंवा काय असेल तेवढ्या सभासदांचा पाठिंबा मिळवायचा असतो. थोड्या अल्पसंख्य जमातींच्या चार, सहा सभासदांच्या गटाने उपस्थित केलेल्या तहकुबी सूचनांना जर सरकारी पक्षाकडून सतत विरोध झाला, तर ह्या अल्पसंख्याक लोकांना आपल्या दु:खांना वाचा फोडायला संधी मिळणार नाही. अशा परिस्थितीत ह्या अल्पसंख्याकांत बेसनदशीर मार्ग अवलंबिण्याचे, क्रांतिकारक उठाव करण्याचे वारे मग निसर्गत:च शिरते आणि म्हणूनच लोकशाही कारभारात बहुमतवाल्यांकडून असे दडपशाहीचे वर्तन कदापि होता कामा नये.

६) या संदर्भात आणखी एका मुद्द्याचे विवरण करणे जरूर आहे. माझ्या मते राज्यव्यवस्थेसाठी नीतिमान समाजव्यवस्थेची (Moral Orderची) अत्यावश्यकता आहे. ह्या मुद्द्याबद्दल आपल्या राजकीय शास्त्रवेत्त्यांनी काहीच विचार केलेला आढळला नाही. नीतिशास्त्र हे राज्यशास्त्राहून काहीतरी अलग प्रकरण आहे, असे मानण्यात येते. त्याचा काहीच अन्योन्य संबंध नाही असे समजले जाते. नीतिमत्तेशिवाय राजकारण करता येते या समजुतीने राजकारणाचा अभ्यास करणाऱ्याला नीतिशास्त्राचा गंध नसला तरी चालेल, असा प्रवाद आहे. माझ्या मते हा प्रवाद महाभयंकर व गंभीर स्वरूपाचा आहे. लोकशाहीत घडते तरी काय? लोकशाही म्हणजे स्वतंत्र

सरकार असे संबोधण्यात येते. असे सरकार म्हणजे तरी काय? स्वतंत्र सरकार म्हणजे ती राज्यपद्धती की, जिच्यामध्ये जास्तीत जास्त सामाजिक क्षेत्रात लोकांना कायद्याच्या हस्तक्षेपाशिवाय मोकळेपणाने जीवन जगता येतं आणि जर कायदा करण्याची आवश्यकता वाटलीच तर तसला कायदा पाळला जाण्याइतपत सामाजिक नीती समाजामध्ये निर्माण झाली असल्याची खात्री कायदे करणाऱ्यांना मिळाली पाहिजे. लोकशाहीच्या या अंगाबद्दल फक्त प्रोफेसर लास्की यांनीच उल्लेख केला आहे. त्यांच्या एका ग्रंथात ते असे ठामपणे म्हणतात की, 'लोकशाही राज्यपद्धतीमध्ये समष्टीतील नीतिमान जीवन गृहीत धरलेले असते. सामाजिक नीतीच्या अभावी लोकशाही यशस्वी होऊ शकत नाही; ती छिन्नविच्छिन्न होईल.' आपल्या देशात हा अनुभव आपल्याला मिळतो आहे.

७) लोकशाहीच्या प्रस्थापनेसाठी आवश्यक असलेली आणखी एक बाब म्हणजे विचारी (विवेकी) लोकमत (Public Conscience) होय. प्रत्येक देशात अन्याय होत असतात याबद्दल शंका नाही; तरी परंतु तो सर्वत्र सारख्याच प्रमाणात आहे, असे मात्र नाही.

समाजातील काही लोकांना अन्यायाची थोडी झळ बसते; तर काहींना अनन्वित छळ सोसावा लागतो. ते अन्यायाच्या ओझ्याखाली दडपून गेलेले असतात.

या संदर्भात इंग्लंडमधील ज्यू लोकांचे उदाहरण देता येईल. तेथील ख्रिश्चन लोकांनी कधी अनुभवला नाही असा एक आगळाच अन्याय त्यांना भोगावा लागला. त्यामुळे ज्यू लोकांना या अन्यायाच्या विरुद्ध एकाकी लढा द्यावा लागला. इंग्लिश ख्रिश्चन लोकांनी त्यांना कधी मदत केली नाही. उलट, ज्यूंवर होणाऱ्या अन्यायात त्यांना आनंद वाटायचा. ज्यूंना मदत करणारी इंग्लंडमधील एकुलती एक व्यक्ती म्हणजे तेथील राजा. याचे काहींना आश्चर्य वाटेल; पण त्याचे कारणही तसेच गमतीचे आहे. जुन्या ख्रिश्चन कायद्याप्रमाणे ज्यू लोकांच्या वंशजांना ते ज्यू आहेत या कारणासाठी म्हणून वाडवडिलांची प्राप्ती (इस्टेट) मिळत नसे. ती राजाची दौलत म्हणून सरकारजमा होत असे. यामुळे राजाला साहजिकपणेच आनंद व्हायचा. मृत ज्यूंची मुले ज्या वेळी राजाकडे अशा इस्टेटीसाठी अर्ज करायची, त्या वेळी राजा उदार होऊन त्यांना थोडासा हिस्सा देऊन बाकी सर्व स्वत:कडे ठेवून घ्यायचा. अशा प्रकारचा अन्याय ज्यू लोकांवर होत असतानादेखील एकही इंग्लिश माणूस त्यांच्या मदतीला धावला नाही. हा सार्वजनिक विवेकबुद्धी (Public Conscience) जागृत नसल्याचा परिणाम होता. अन्याय कोणावरही होत असो; अन्याय दिसला रे दिसला की जागृत होऊन उठणारी शक्ती म्हणजे समष्टीची सद्विवेकबुद्धी. सार्वजनिक विवेकबुद्धी याचा अर्थच असा की, जिच्या प्रादुर्भावामुळे समाजातील प्रत्येक माणूस,

मग तो अन्यायाचा बळी असो वा नसो, अन्यायाच्या परिमार्जनार्थ व पीडितांना साथ द्यायला उभा राहतो. अगदी अलीकडचे उदाहरण द्यावयाचे झाल्यास दक्षिण अफ्रिकेकडे बोट दाखविता येईल. तेथे अन्यायास बळी पडणारे लोक हिंदी आहेत. तेथील गोऱ्या लोकांना त्यांची काही झळ पोहोचत नाही. असे असतानाही मि. स्कूट हा गोरा इसम सदर अन्यायाचे परिमार्जन करण्यासाठी जिवाचे रान करीत असल्याचे आपण पाहतो. दक्षिण अफ्रिकेतील हिंदी लोकांच्या चळवळीत कित्येक गौरवर्णीय तरुण-तरुणी सामील होत आहेत. हे दृश्य का दिसते? ते जनतेतील सारासार विवेकबुद्धीचे फळ आहे. मला कोणाला डिवचायचे नाही; परंतु मला पुष्कळ वेळा आपल्या विसराळूपणाचे नवल वाटते. दक्षिण आफ्रिकेतील अन्यायाबद्दल आपण मोठ्या आवेशाने बोलतो. आफ्रिकेतील विभक्त (अलग) लोकवस्ती (Segrega-tion) च्या धोरणाविरुद्ध बोलणारे आपण आपल्या देशात जर दृष्टी टाकू लागलो, तर प्रत्येक गावात हे विभक्त वस्तीचे तत्त्वज्ञान कार्यान्वित झालेले आपणास दिसणार नाही काय? आपल्या प्रत्येक खेड्यात 'दक्षिण आफ्रिका' अवतरली आहे. असे असले तरी विभक्त वस्तीत ठेवलेल्या अस्पृश्य (दलित) जातीचा प्रश्न हाताळण्यासाठी व त्यांच्यावरील अन्यायाचा मुकाबला करण्यासाठी क्वचितच कोणी पुढे आल्याचे दिसते. हे असे का होते? कारण उघड आहे. सामाजिक विवेकबुद्धीचा अभाव! असा प्रकार जर होऊ लागला आणि अल्पसंख्याकांवर होणाऱ्या अन्यायाचा मुकाबला करण्यासाठी जर इतर लोक पुढे आले नाहीत, तर मग पुन्हा क्रांतीचे वारे अल्पसंख्याकांच्या डोक्यात खेळू लागते.

वरील विवेचन म्हणजे निरनिराळ्या राजकीय तत्त्वांची ठोकळेबाज जंत्री नव्हे; परंतु निरनिराळ्या देशांचा राजकीय इतिहास वाचल्यामुळे माझ्या मनावर बिंबलेल्या गोष्टींची ती अनुभूती आहे.

आपल्याला स्वातंत्र्य मिळाले आहे, ब्रिटिश चालते झाले आहेत, लोकशाहीचा पुरस्कार करणारी राज्यघटना आपण केली आहे. तेव्हा आपणाला या बाबतीत आणखी काय हवे आहे; आपण आता निश्चिंत बसूया, असल्या प्रकारची भावना या देशातील लोकांत बळावत आहे. राज्यघटना तयार केली म्हणजे आपले काम संपले, ह्या प्रकारच्या आत्मघातकी भावनेबाबत मी सर्वांना धोक्याचा इशारा देऊ इच्छितो. आपले काम आताशी कुठे सुरू झाले. आपण ध्यानात ठेवले पाहिजे की, लोकशाहीचा वृक्ष सर्वच ठिकाणी नीटपणे फोफावू शकतो असे नाही. तो अमेरिकेत वाढला आहे, इंग्लंडमध्ये त्याची वाढ झाली. काही अंशाने त्याने फ्रान्समध्येही मूळ धरले आहे. इतरत्र घडलेल्या ह्या आशादायक घटनांपासूनच आपणास धीर येईल. तुम्हाला आठवत असेल की, पहिल्या महायुद्धाचा परिणाम म्हणून आणि

ऑस्ट्रिया-हंगेरीच्या साम्राज्याचे विघटन केल्यामुळे, स्वयंनिर्णयाच्या (Self Deter-mination) तत्त्वानुसार ऑस्ट्रियाहून अलग अशी छोटी छोटी राष्ट्रे विल्सनने निर्माण केली. त्यांना लोकशाही घटना, लोकशाही सरकार आणि व्हर्सेल्स येथील तहनाम्याप्रमाणे मूलभूत हक्कांची व्यवस्था करणारी राज्यघटना होती. त्या लोकशाहीचे काय झाले? तिचा लवलेश तरी तुम्हाला तेथे दिसतो काय? कुणाच्या तरी गुलामगिरीत किंवा मगरमिठीत ती सापडली आहेत?

अलीकडची काही उदाहरणे घेऊया. सीरियामध्ये लोकशाहीनिष्ठ सरकार होते. काही वर्षांनंतर तेथे एक लष्करी बंड झाले. लष्कराचा सरसेनापती सीरियाचा राज्यप्रमुख बनला व लोकशाही हवेत विरली. दुसरे उदाहरण घेऊया. इजिप्तमध्ये काय घडले? तेथेदेखील लोकशाही राज्यपद्धती १९२२ सालापासून सतत तीस वर्षे अमलात होती. एका रात्रीत फरूकची हकालपट्टी झाली व नागिब हुकूमशहा बनला. त्याने घटना बरखास्त केली.

ही सर्व उदाहरणे आपल्यासमोर असल्याने आपण आपल्या भविष्याबद्दल अत्यंत जागरूक व विचारी बनले पाहिजे. लोकशाही सुरक्षित करण्यासाठी तिच्या मार्गातील दगडधोंडे दूर करण्याकरिता आपण काही निश्चित पावले उचलायची की नाहीत, याचा आपण विचार करावयास हवा.

मी केलेल्या या सर्व विवेचनामुळे, तुम्ही सर्वजण ह्या प्रश्नाबाबत डोळेझाक करणार नाही. एवढे झाले तरी मला समाधान लाभेल.

३) सांसदीय राजपद्धतीत विरोधी पक्षाची आवश्यकता का असते?

सर्जनशील लोकमताच्या अभावामुळे लोकशाही राबविण्यात अडचणी येतात. सरकार व कायदेमंडळाचे कामकाज योग्य रीतीने होण्यासाठी लोकमत ओळखता आले पाहिजे.

हा मुद्दा स्पष्ट करण्यासाठी शिक्षण व प्रचार यांतील एक फरक सांगणे जरूर आहे. प्रचाराधिष्ठित सरकार व लोकशिक्षणाचा पाया करणारे सरकार यांत महदंतर आहे. प्रचार म्हणजे कोणत्याही गोष्टीची एक बाजू होय. लोकशिक्षणावर आधारलेले सरकार म्हणजे प्रत्येक प्रश्नाच्या दोन्ही बाजूंची सांगोपांग छाननी करून कारभार करणारे सरकार होय. ज्या प्रश्नावर कायदेमंडळांना निर्णय घ्यायचा असतो, त्या प्रश्नाच्या दोन्ही बाजू लोकांपुढे जाणे जरूर आहे. त्यासाठी ओघानेच दोन पक्षांची आवश्यकता असते. एकच पक्ष दोन्ही बाजू निसर्गत:च मांडू शकत नाही. एकपक्षीय कारभार म्हणजे निव्वळ हुकूमशाही होय. हुकूमशाही टाळण्यासाठी दुसऱ्या पक्षाची जरुरी आहे, ही मूलभूत बाब आहे. चांगल्या कायद्यापेक्षा चांगल्या राज्यकारभाराशी

लोकांना कर्तव्य असते. कायदे चांगले असतीलही; पण त्यांची अंमलबजावणी वाईट तऱ्हेने होऊ शकते.

राज्यकारभार चांगला किंवा वाईट आहे हे, अंमलबजावणीसाठी नेमलेल्या अधिकाऱ्याला कितपत स्वातंत्र्य आहे, यावर अवलंबून आहे. त्या वेळी कोणताही अधिकारी 'मंत्री' या नावाने ओळखल्या जाणाऱ्या त्यांच्या राजकीय नेत्यांच्या मर्जीप्रमाणे वागणारा प्राणी बनतो. मंत्र्याचे अस्तित्व मतदारांवर अवलंबून असते व मग मतदारांना खूष ठेवण्यासाठी पुष्कळ वेळा मंत्रिमहाशयाकडून विचित्र (चुकीचा) असा कारभार अधिकाऱ्यांकडून करवून घेतला जातो. विरोधी पक्ष असला तर मंत्र्याची ही चुकीची कृत्ये तो उघडकीस आणू शकेल आणि त्यामुळे अशा गोष्टींना पायबंद बसेल.

चांगल्या कारभाराखालील लोकांना भाषणस्वातंत्र्य व विनाचौकशी तुरुंगवासापासून मुक्तता वाटते. विरोधी पक्ष असतो त्या वेळी भाषणस्वातंत्र्याचा लाभ होतो. विरोधी पक्ष नसल्यावर लोकांचे हे मूलभूत हक्क धोक्यात येतात; कारण मग ह्या हक्कांची पायमल्ली करणाऱ्या सत्तारूढ पक्षाला कोणीच जाब विचारू शकत नाही.

विरोधी पक्षाची गरज का आहे, याची ही थोडक्यात कारणे आहेत. जेथे जेथे सांसदीय लोकशाही राज्यपद्धती (Parliamentary Government) आहे, त्या त्या देशात विरोधी पक्ष ही सरकारमान्य राजकीय संस्था (Recognised Political Institution) असते.

इंग्लंड व कॅनडामध्ये विरोधी पक्ष ही कायद्याने मान्य केलेली संस्था आहे आणि पार्लमेंट (कायदेमंडळ) मधील कामे बिनधोक पार पाडता यावीत म्हणून विरोधी पक्षनेत्याला सरकारी तिजोरीतून पगार दिला जातो.

४) पक्ष म्हणजे काय?

पक्ष हा सैन्यासारखा असतो. त्याला खालील बाबींची आवश्यकता असते.
१) सरसेनापतीसारखा पुढारी (नेता) २) संघटना, तीत
अ) सभासद, ब) मूलभूत योजना, क) शिस्त या गोष्टींचा समावेश होतो.
३) ध्येय आणि धोरण, तत्त्वज्ञान.
४) कार्यक्रम.
५) राजकीय डावपेच व मुत्सद्देगिरी (म्हणजेच ध्येयसिद्धीसाठी, केव्हा व कशी करायची याची योजना)
सोप्या भाषेत सांगायचे झाल्यास, विशिष्ट ध्येयवादाने प्रेरित होऊन मतदारांनी

केलेली संघटना म्हणजे पक्ष होय.

रिपब्लिकन पार्टी ऑफ इंडिया (भारतीय लोकसत्ता पक्ष) ह्या संस्थेस पक्षाला मान्य असलेल्या तत्त्वज्ञानाच्या व उद्दिष्टांच्या पूर्तीसाठी मतदारांची (जनतेची)   संघटना करावी लागेल. ही पक्षसंघटना पुढीलप्रमाणे काम करील.

१) पक्षस्थापनेसाठी व त्याच्या संघटित वाढीसाठी झटणे आणि पक्षाचे तत्त्वज्ञान व ध्येयधोरण यांचा प्रचार करणे.

२) पक्षाची तत्त्वे, विचारसरणी यांचा प्रचार वृत्तपत्रे, सभा-संमेलन, व्याख्याने, वाङ्मय-लेखन इत्यादी मार्गांनी करणे.

३) पक्षसभासदांच्या वतीने संयुक्त राजकीय चळवळी व राजकीय कृती करण्यासाठी निवडणुका लढविणे.

५) 'रिपब्लिकन पार्टी ऑफ इंडिया' : ध्येय व उद्दिष्टे

१) भारतीय घटनेचा उपोद्घात (Preamble) पुढीलप्रमाणे आहे :

'आम्ही भारतातील लोक प्रतिज्ञापूर्वक असे ठरवितो की, भारत हे स्वतंत्र सार्वभौम लोकसत्ताक राष्ट्र राहील आणि त्यातील सर्व नागरिकांना सामाजिक, आर्थिक व राजकीय न्याय; विचार, भाषण, मत आणि धार्मिक स्वातंत्र्य; संधी व सामाजिक प्रतिष्ठा यांबाबत समता; व्यक्तिस्वातंत्र्य व राष्ट्रैक्य ऐक्य साधणारा बंधुभाव; या गोष्टी मिळवून देण्यासाठी झटू.'

भारतीय घटनेच्या ह्या उपोद्घातामधील ध्येय व उद्दिष्टे (न्याय, स्वातंत्र्य समता व बंधुत्व) साध्य करणे हेच रिपब्लिकन पक्षाचे ध्येय व उद्दिष्ट राहील.

ही उद्दिष्टे साध्य करण्यासाठी रिपब्लिकन पक्ष सार्वजनिक व्यवहारात खालील तत्त्वांना बांधलेला राहील.

१) सर्व भारतीयांना समान न्याय मिळेल; एवढेच नव्हे तर समान न्याय हा प्रत्येक भारतीयाचा हक्क आहे, असे मानण्यात येईल आणि यानुसार जेथे समता नाही तेथे ती आणण्यासाठी पक्ष झटेल व जेथे ती नाकारण्यात येते, तेथे ती राबविण्यासाठी लढा देईल.

२) प्रत्येक व्यक्तीचे सुख हा केंद्रबिंदू समजण्यात येईल आणि आपल्या उद्धारास्तव प्रयत्न करण्याची प्रत्येक व्यक्तीस समान संधी मिळेल. शासनसंस्था (State) हे साध्य मिळविण्यासाठी वापरावयाचे साधन होय.

३) इतर देशबांधवांच्या हक्कांचे व शासनसंस्थेच्या आवश्यक तेवढ्या अधिकारांचे संरक्षण करून प्रत्येक नागरिकास धार्मिक, आर्थिक, राजकीय

स्वातंत्र्य असले पाहिजे असे हा पक्ष मानील.

४) प्रत्येक भारतीय नागरिकास संधीचा समान अधिकार असल्याचे हा पक्ष मान्य करील. अर्थात, ज्यांना आत्मोन्नतीसाठी कधीच संधी मिळाली नसेल, त्यांना संधी मिळालेल्या लोकांपेक्षा अग्रक्रम देण्याचे तत्त्व पक्ष अंगिकारील.

५) प्रत्येक व्यक्तीस जीवनातील गरजा व भीती यांपासून मुक्ती मिळवून देण्याच्या शासनसंस्थेच्या कर्तव्याची जाणीव सरकारला हा पक्ष सातत्याने देईल.

६) हा पक्ष स्वातंत्र्य, समता व बंधुत्व यांच्या प्रस्थापनेसाठी आग्रह धरील आणि एका माणसाकडून दुसऱ्या माणसाची, एका वर्गाकडून दुसऱ्या वर्गाची, किंवा एका राष्ट्राची दुसऱ्या राष्ट्राकडून होणारी पिळवणूक व दडपशाही यांना पायबंद घालील.

७) व्यक्ती व समाज या दोहोंच्या भल्याच्या दृष्टीने सांसदीय राज्यपद्धती (Parliamentary System of Government) ही सर्वोत्तम राज्यपद्धती आहे, अशी या पक्षाची श्रद्धा राहील.

❑❑❑

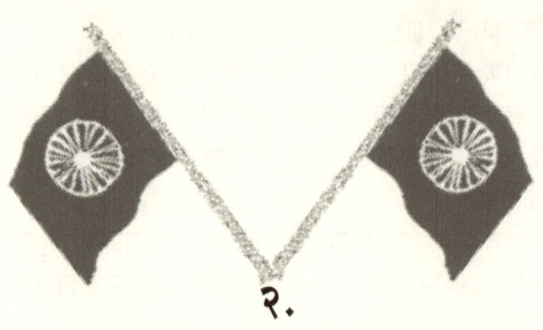

२.
रिपब्लिकन पक्ष : सर्वहारांचा
दादासाहेब गायकवाड

अखिल भारतीय रिपब्लिकन पक्षाचे प्रतिनिधी
सभ्य स्त्री-पुरुषहो,

आरंभी, आमचे नेते रावबहादूर एन. शिवराज यांच्या दुःखदायक निधनाबद्दल आम्ही आमच्या अंतःकरणाला वाटणारे तीव्र दुःख व्यक्त करतो. अखिल भारतीय रिपब्लिकन पक्षाच्या ता. १-१०-६४ रोजी लोकसभेसमोर होणाऱ्या निदर्शनाची संघटना करून त्यात भाग घेण्यासाठी ते दिल्लीस आले होते. त्यांच्या मृत्यूमुळे अ. भा. रिपब्लिकन पक्षाची फार मोठी हानी झाली आहे. रावबहादूर डॉ.बाबासाहेब आंबेडकरांचे कट्टे शिष्य व अनुयायी होते. या महापरिनिर्वाणगत नेत्याला मी सादर प्रणाम करतो.

अ. भा. रिपब्लिकन पक्ष हा पददलित व पिळल्या गेलेल्या निर्धनांचा पक्ष आहे. ही जनता देशाचा एक 'दुर्बल' असा भाग आहे. या पददलित जनतेच्या हक्कांसाठी लढणे आणि त्यांचा आर्थिक, सामाजिक, शैक्षणिक आणि राजकीय दर्जा वाढवून त्यांना इतरांबरोबर समानतेचा दर्जा मिळवून देणे ही कार्ये करण्यास अ. भा. रिपब्लिपकन पक्ष बद्धपरिकर असून, त्या पक्षाने तसा निश्चय केलेला आहे.

बेघरांना घरे देणे, भुकेलेल्यांना अन्न देणे आणि वस्त्रहीनांना वस्त्रे देणे ही कार्ये सरकार अवश्य करील, असे वाचन भारतीय घटनेने दिले आहे; परंतु स्वातंत्र्यप्राप्तीनंतर या जनतेची या बाबतीत मुळीच सुधारणा झालेली नाही, असे मला मोठ्या दुःखाने म्हणावे लागते.

राष्ट्राला एक अद्भुत घटना तयार करून दिल्याबद्दल घटनासमितीच्या सभासदांनी डॉ.बाबासाहेब आंबेडकरांचे अभिनंदन केले. त्या वेळी त्यांना उत्तर देताना बाबासाहेब म्हणाले, "चांगली घटना असणे एवढ्यानेच भागत नाही. घटना

राबवणे हे अधिक महत्त्वाचे आहे आणि ती जबाबदारी राज्यकर्त्या पक्षाची आहे. जर घटना योग्य व न्याय्य रीतीने राबवली गेली, तरच जनतेला तिचे फायदे मिळतील. जर ती तशी राबवली गेली नाही तर तिचा काहीही उपयोग होणार नाही. गोरगरिबांची परिस्थिती सुधारली नाही ही वस्तुस्थिती लक्षात घेतल्यास, राज्यकर्त्या पक्षाने घटना योग्य रीतीने राबवली नाही असेच म्हणावे लागेल.''

देशातल्या दुर्बल जनतेच्या दयनीय परिस्थितीत सुधारणा करण्याकरिता अखिल भारतीय रिपब्लिकन पक्षाने सनदशीर मार्गांनी शक्य ते सर्व प्रयत्न केले; परंतु, दुर्दैवाने सरकारने या जनतेच्या गाऱ्हाण्यांकडे मुळीच लक्ष दिले नाही.

देशाला अन्नधान्याच्या बाबतीत दुष्काळी परिस्थितीला तोंड द्यावे लागत आहे. सरकार परदेशातून अन्नधान्याची आयात करीत आहे व त्यासाठी परकीय चलनाच्या अमोल गंगाजळीतून करोडो रुपयांचे चलन खर्च करीत आहे. भारतात उपलब्ध असलेली सर्व पडिक जमीन जर लागवडीखाली आणली, तर अन्नधान्याचे उत्पादन वाढून परकीय चलनाला लागलेली ही गळती थांबवता येईल. देशात सरकारी पडिक जमीन मुबलक प्रमाणात उपलब्ध आहे आणि लक्षावधी बेकार भूमिहीन ती जमीन कसून अन्नधान्याचे अधिक उत्पादन करण्यास तयार आहेत. जर ही पडिक जमीन भूमिहीन मजुरांना दिली तर अन्नधान्याच्या टंचाईचा बेकारीचा हे दोन्ही प्रश्न काही प्रमाणात सुटतील; पण ही पडिक जमिनीची मागणी सरकार नेहमी फेटाळून लावत आलेले आहे. पडिक जमिनीच्या मागणीला नकार देण्याचे कारण त्यात हितसंबंध असलेल्या जमीनदारांचा विरोध याशिवाय दुसरे काहीही नाही. जर भूमिहीन मजुरांना या पडिक जमिनी दिल्या तर आपल्याला अल्प मजुरीत मजूर मिळणार नाहीत, एवढ्याच एका कारणाकरिता जमीनदार या मागणीला विरोध करतात. येत्या सार्वत्रिक निवडणुकीत सत्ताधारी पक्षाला जमीनदारांची मदत मिळावी म्हणून जमीनदारांच्या या विरोधाला सत्ताधिष्ठित पक्षाकडून पाठिंबाच मिळत आलेला आहे.

सत्याग्रहाची चळवळ

जेव्हा महाराष्ट्राच्या कायदेमंडळात भूमिहीनांना सरकारी पडिक जमिनी लागवडीस देण्याचा प्रश्न मांडला गेला, तेव्हा भूमिहीनांना लागवडीस देण्यासारखी एक तसूभरही जमीन उपलब्ध नाही, असे संबंधित मंत्र्यांकडून त्या प्रश्नाला उत्तर देण्यात आले. म्हणून, अखिल भारतीय रिपब्लिकन पक्षाला १९५९ साली महाराष्ट्रात जमीन-सत्याग्रहाचे आंदोलन करणे भाग पडले. दोन महिन्यांच्या अवधीतच पस्तीस हजारांपेक्षा अधिक सत्याग्रहींना सरकारने कैद करून तुरुंगात डांबले. अखेरीस

महाराष्ट्र राज्य रिपब्लिकन पक्षांच्या नेत्यांना बोलावून त्यांच्या चौदाही मागण्या सरकारने मान्य केल्या. दुसऱ्याच वर्षी महाराष्ट्र सरकारने कित्येक लाख एकर जमीन भूमिहीनांना वाटून दिली.

सर्व देशात करोडो एकर जमीन पडिक पडलेली आहे. अ. भा. रिपब्लिकन पक्षाने ही वस्तुस्थिती सर्व राज्यसरकारांसमोर मांडली. ही जमीन भूमिहीनांना देण्यात यावी, अशी त्यांना विनंती करण्यात आली. परंतु या विनंतीकडे पूर्ण दुर्लक्ष करण्यात आले. रिपब्लिकन पक्षाने या व इतर प्रश्नांकडे भारत सरकारचे लक्ष वेधण्याचे ठरवले. तो हेतू मनात ठेवूनच, ऑक्टोबर १९६४ च्या पहिल्या तारखेला दिल्लीत रिपब्लिकन पक्षाने एक निदर्शन संघटित केले. लोकसभेसमोर केलेल्या या निदर्शनात एक लाखांपेक्षा अधिक लोकांनी भाग घेऊन त्या वेळचे पंतप्रधान श्री. लालबहादूर शास्त्री यांना दहा मागण्यांचा एक खलिता सादर केला. एका महिन्यानंतर बॅरिस्टर खोब्रागडे, पक्षाचे सरचिटणीस श्री. भैय्यासाहेब आंबेडकर आणि मी अशा तिघांच्या शिष्टमंडळाने मुंबईत पंतप्रधान श्री. लालबहादूर शास्त्री यांची भेट घेतली आणि मागण्यांच्या खलित्यातील पक्षाच्या मागण्या मान्य करण्याची त्यांना विनंती केली. आमच्या त्या मागण्या म्हणजे एक क्षुल्लक बाब आहे असे समजून, तो प्रश्न कालावधीवर टाकण्याच्या विचारात शास्त्रीजी आहेत असे मला आढळून आले. तेव्हा सर्व परिस्थिती समजावून सांगून, आमच्या मागण्या मान्य करून पूर्ण केल्या गेल्या नाहीत तर डॉ. बाबासाहेब आंबेडकरांच्या महापरिनिर्वाणदिनी, म्हणजे सहा डिसेंबरला, रिपब्लिकन पक्षाला सत्याग्रह सुरू करावा लागेल, या गोष्टीकडे त्यांचे लक्ष वेधणे आम्हाला भाग पडले.

या सर्व प्रकरणाचा विचार करण्याकरिता रिपब्लिकन पक्षाच्या कार्यकारिणीची सभा घेण्यात आली. कार्यकारिणीने ६ डिसेंबर १९६४ रोजी देशव्यापी सत्याग्रहाची चळवळ सुरू करावी, असा ठराव मंजूर केला. त्याप्रमाणे रिपब्लिकन पक्षाच्या सर्व शाखांनी देशभर जमीनसत्याग्रहाची चळवळ सुरू केली. ही चळवळ दोन महिने चालू होती. या दोन महिन्यांत सुमारे तीन लाख लोकांनी या सत्याग्रहात भाग घेतला आणि तुरुंगवास पत्करला. तेव्हा त्या वेळचे पंतप्रधान श्री. लालबहादूर शास्त्री यांनी या सर्व प्रकरणाची सहानुभूतिपूर्वक चर्चा करून निकाल करण्याकरिता पक्षाच्या नेत्यांना पाचारण केले. त्याप्रमाणे श्री. बी. डी. खोब्रागडे, श्री. अरुमुद्यम्, ॲड. श्री. ए. बी. निळे आणि मी, ३० जानेवारी १९६५ रोजी श्री. शास्त्री यांना भेटलो. त्या वेळी संरक्षणमंत्री श्री. यशवंतराव चव्हाण व गृहमंत्री श्री. गुलझारीलाल नंदा हेही उपस्थित होते. आम्ही सर्वांनी तासभर चर्चा केली आणि आमच्या मागण्या तत्त्वत: मान्य करण्यात आल्या. सरकारकडून काही मागण्या तात्काळ अमलात

आणल्या जातील व काही मागण्या पुढे सोयीस्कर वेळी अमलात आणल्या जातील, असे पंतप्रधान श्री. शास्त्री यांनी आम्हाला आश्वासन दिले.

दुर्दैवाने भारत-पाक युद्ध सुरू झाले आणि पाकिस्तानी आक्रमणापासून देशाचे संरक्षण करण्याचे कार्य सरकारला प्रथम हाती घ्यावे लागले. पाकिस्तानी आक्रमणापासून देशाचे परिणामकारक संरक्षण करण्याच्या कार्यात सरकारला मदत करण्याच्या दृष्टीने त्या प्रकरणाचा अधिक पाठपुरावा करण्याचे रिपब्लिकन पक्षाने स्थगित केले आणि संरक्षणाच्या सरकारी प्रयत्नांशी पूर्ण सहकार्य केले. युद्ध संपताच ते प्रकरण भारत सरकारसमोर रिपब्लिकन पक्षाने पुन्हा ठेवले. सर्व राज्य सरकारांना मशागतीस योग्य असलेली सर्व पडिक जमीन भूमिहीन श्रमिकांना द्यावी असे आदेश भारत सरकारने दिले, हे येथे नमूद करण्यास मला मोठा आनंद वाटतो. राज्य सरकारेही भारत सरकारच्या आदेशाचे पालन करून पडिक जमिनी भूमिहीन श्रमिकांना वाटून देत आहेत हे पाहून आम्हाला मोठे समाधान वाटत आहे. काही राज्य सरकारांनी बैल व शेतीची अवजारे विकत घेण्यासाठी भूमिहीनांना आर्थिक मदतही केलेली आहे.

जमीनधारणेवर मर्यादा घालणारे कायदे काही राज्यांनी मंजूर केले आहेत. राज्यकर्त्या पक्षाचे, म्हणजेच काँग्रेसचे हे जाहीर धोरण असताही काही राज्यांनी या धोरणाचा अवलंब केला नाही, ही वस्तुस्थिती खेदजनक आहे. ज्या राज्यांनी असे कायदे केले आहेत, त्यांनीसुद्धा या कायद्यांचे काळजीपूर्वक परिपालन केलेले आढळत नाही. मर्यादा घालण्याचा कायदा अमलात येण्यापूर्वीच सर्व मोठ्या जमीनदारांनी आपली जमीन आपल्या नातलगांत वाटून दिली होती; त्यामुळे जमीनधारणेवर मर्यादा घालूनही भूमिहीन श्रमिकांना वाटण्यासाठी अधिक जमीन सरकारला उपलब्ध करून घेता आली नाही. राज्य सरकारची असली धोरणे आणि कालहरणाचे डावपेच लक्षात घेऊन रिपब्लिकन पक्षाने १९५९ मध्ये औरंगाबाद येथील अधिवेशनात जमिनीचे राष्ट्रीयीकरण करण्याच्या मागणीचा ठराव मंजूर केला आहे.

देशातल्या जमिनीचे राष्ट्रीयीकरण केल्याखेरीज भूमिहीन श्रमिकांचे व अन्नधान्याच्या तुटवड्याचे प्रश्न सुटणे अशक्य आहे, असे माझे मत आहे.

अन्नधान्याचा प्रश्न

गेली कित्येक वर्षे देशाला अन्नधान्याच्या टंचाईला तोंड द्यावे लागत आहे आणि म्हणून जनतेला अत्यंत कष्ट भोगावे लागत आहेत. मंत्र्यांनी खूप आश्वासने दिली तरी दरवर्षी अन्नधान्याची परिस्थिती अधिकाधिक बिघडत चालली आहे. चालू वर्षी तर अन्नधान्याची तीव्र टंचाई भासू लागली आहे आणि जनतेवर प्रत्येक्ष उपाशी

मरण्याची पाळी आलेली आहे. वृत्तपत्रांतील बातम्यांवरून काही माणसे उपासमारीने मेल्याचेही कळते. मोठ्या शहरांतील परिस्थितीच्या मानाने खेड्यापाड्यांतील परिस्थिती अधिकच बिकट झाली आहे. स्थूलमानाने बोलावयाचे झाल्यास, शहरांतील लोकांची परिस्थिती अधिक चांगली आहे. त्यांच्या संघटितपणामुळे त्यांना मजुरी चांगली मिळते व अन्नधान्यही खेडेविभागापेक्षा बरे मिळते. शहरातल्या लोकांना सरकार अन्नधान्य अधिक प्रमाणात पुरवीत आहे. काही मोठ्या शहरांत सरकारने रेशनिंग सुरू केले आहे. याचाच अर्थ असा की, शहरांतल्या लोकांना पुरेशा प्रमाणात अन्नधान्य पुरविण्याची जबाबदारी सरकारने पत्करली आहे. पण खेडूत जनतेचे काय व्हायचे? खेड्यापाड्यांत राहणाऱ्या लोकांकडे सरकारने संपूर्णतया दुर्लक्ष केलेले आहे. वस्तुस्थिती अशी आहे की, शेतावर राबून अन्नधान्य उत्पादन करणाऱ्या लोकांनाच उपाशी मरावे लागत आहे. अशा परिस्थितीत खेडुतांना भरपूर प्रमाणात अन्नधान्य पुरवून त्यांना उपासमारीपासून वाचवणे ही सरकारची जबाबदारी आहे. त्यासाठी खेड्यापाड्यांतही रेशनिंग सुरू करणे हे सरकारचे कर्तव्य आहे.

माझ्या मते, अन्नधान्याचा प्रश्न तीव्रतर करण्याची जबाबदारी साठेबाज, व्यापारी आणि मोठे जमीनदार यांच्यावरही पडते. उपलब्ध अन्नधान्याचे साठे दडपून ठेवून, त्यांनी अन्नधान्याची कृत्रिम टंचाई निर्माण केली आहे आणि किमतीचे प्रमाण भरमसाट वाढवले आहे. जनतेची ही पिळवणूक थांबवण्याकरिता सरकारने कडक उपाययोजना केली पाहिजे. केवळ अन्नधान्याचे उत्पादन करून भागणार नाही. उपलब्ध अन्नधान्याचे न्याय्य प्रमाणात वाटप हेही तितकेच महत्त्वाचे आहे. जोपर्यंत अन्नधान्याचा घाऊक व्यापार खासगी माणसांच्या हातांत आहे, तोपर्यंत व्यापाऱ्यांच्या भरमसाट फायदा मिळविण्याच्या प्रवृत्तीला आळा घालता येणार नाही आणि अन्नधान्याचे न्याय्य प्रमाणात वाटपही करता येणार नाही; म्हणून अन्नधान्याचा व्यापार सरकारने आपल्या हातात घ्यावा, असे मी सुचवतो.

झोपडपट्टीत राहणारी जनता

काही राजकीय पक्षांचे लक्ष वेधून घेणारा एक महत्त्वाचा ज्वलंत प्रश्न देशासमोर उभा आहे. झोपडपट्टीत राहणाऱ्या जनतेचा प्रश्न हाच तो प्रश्न होय. अठरा वर्षे देशावर राज्य करूनही सर्व नागरिकांना आश्रयस्थाने उपलब्ध करून देण्याचे कार्य काँग्रेसला करता आलेले नाही.

देशातल्या आणि विशेषत: खेडूत प्रदेशातल्या बेकारीमुळे खेड्यापाड्यांतले हजारो लोक शहरांकडे धाव घेत आहेत. ते शहरांत जातात आणि अनेक कष्ट करून व अडचणी सोसून आपल्या पोटाची खळगी कशीबशी भरतात. त्यांना

राहण्यासाठी किंवा घरे बांधण्यासाठी योग्य जागा मिळत नसल्याने, साहजिकपणे जेथे नाक दाबून धरल्याशिवाय लोकांना क्षणभरसुद्धा उभे राहवणार नाही, अशा संडासाजवळच्या किंवा घाणीने व दुर्गंधीने भरलेल्या गटारांजवळच्या मोकळ्या जागेत ते लहान लहान झोपड्या बांधतात. मुंबई, कलकत्ता, मद्रास, दिल्ली, कानपूर इत्यादी उद्योगप्रधान शहरांत लक्षावधी कुटुंबे असले दैन्यपूर्ण जीवन घालवत आहेत. अनेकदा सरकार पोलिसांच्या मदतीने त्यांच्या झोपडपट्ट्यांवर हल्ला चढवते, त्यांच्या झोपड्यांचा नाश करते आणि त्यांना रस्त्यावर फेकून देते. ते दृश्य अत्यंत कारुण्यपूर्ण असते. वृद्ध दुखणेकरी, कोवळी दुर्बल अर्भके, पुरुष आणि स्त्रिया असाहाय्य स्थितीत आपल्या कष्टी जीवनाबद्दल कपाळावर हात मारून रस्त्याच्या कडेने रडत बसलेल्या आढळतात. या झोपड्या त्या जागेत अनधिकृतपणे बांधलेल्या असल्यामुळे त्यांचा नाश करण्यात आला, असे सरकारचे ठरलेले उत्तर असते. त्या लोकांना त्या जागेत झोपड्या बांधण्याचा मुळीच हक्क नाही, असा सरकारचा नेहमीचा दावा असतो.

मुंबईत रिपब्लिकन झोपडी संघ रिपब्लिकन पक्षाने स्थापन केला व त्या संघामार्फत झोपडपट्टीत राहणाऱ्यांची गाऱ्हाणी वेशीवर टांगण्यावर आली. आता इतर पक्षांनीही आपापले झोपडी संघ स्थापन केले आहेत.

झोपडपट्टीत राहणाऱ्या लोकांना दुसरी एखादी जागा दिल्याशिवाय असलेल्या झोपड्यांचा नाश करू नये, ही आमच्या मागण्यांच्या खलित्यातील दहा मागण्यांपैकी एक मागणी होती. झोपडपट्टीत राहणारे लोकही भारताचेच नागरिक असल्यामुळे त्यांना शहरात काम व घरे देणे ही एक सरकारची जिम्मेदारी आहे. ते गरीब व दुर्दैवी लोक आपापली घरेदारे सोडून शहरांत काम शोधण्यासाठी येतात, हा काही त्यांचा दोष नाही. त्यांना घरे व कामे दिली पाहिजेत. जेव्हा पूर्व व पश्चिम पाकिस्तानांतून निर्वासित भारतात येतात, तेव्हा आमचे सरकार त्यांचे पुनर्वसन करण्याकरिता प्रचंड रकमा खर्च करते. जेव्हा ब्रम्हदेश व तिबेटमधून लोक भारतात आश्रयार्थ येतात, तेव्हा त्यांची सर्व प्रकारची व्यवस्था करण्यास आमचे सरकार नेहमी एका पायावर तयार असते. आमचे सरकार इतरांना फार दयाळूपणे वागवते; परंतु या देशाचे जे खरेखुरे मालक आहेत, त्यांच्या बाबतीत क्रूरपणा करते. या विचित्र वर्तनाची कारणे त्यांची त्यांनाच माहीत! सामान्यत: झोपडपट्टीत राहणारे लोक अनुसूचित जमातींपैकी व मागासलेल्या वर्गांपैकी असतात. हेच लोक भारताचे मूळ रहिवासी आहेत आणि म्हणूनच मी त्यांना देशाचे धनी म्हणतो. घरे बांधण्यासाठी त्यांना दुसरी जागा दिली जाईपर्यंत १९६२ सालापूर्वी बांधलेल्या झोपड्या उद्‌ध्वस्त करण्यात येणार नाहीत असे अभिवचन मध्यवर्ती सरकारतर्फे त्या काळचे पंतप्रधान लालबहादुर शास्त्री

यांनी दिले आहे.

घरे बांधण्यासाठी दुसऱ्या जागा द्यायच्या आधीच आपल्या झोपड्या उद्‌ध्वस्त केल्या जात आहेत, अशा त्यांच्या अनेक तक्रारी अखिल भारतीय रिपब्लिकन पक्षाकडे आल्या आहेत. ते जर खरे असेल तर माझ्या मते सरकारने दिलेल्या वचनाचा हा भंग आहे. सरकारने या गोष्टीची कृपया दखल घ्यावी आणि झोपड्यांत राहणाऱ्या गरीब लोकांवर अन्याय केला जाणार नाही, अशी कृपया खबरदारी घ्यावी. त्यांच्या झोपड्या उद्‌ध्वस्त केल्या जाण्यापूर्वी त्यांना दुसऱ्या सोयीच्या व योग्य जागा दिल्या पाहिजेत. झोपड्यांत राहणाऱ्या लोकांना अनेकदा त्यांच्या कामाच्या जागेपासून फार दूर असलेल्या जागा दिल्या जातात आणि म्हणून अशा जागा ताब्यात घेताना त्यांना विचार पडतो. म्हणून सरकारने या प्रश्नाकडे सहानुभूतीने पाहून, त्यांना जागा देण्यापूर्वी त्यांच्या सोयींचाही विचार करावा.

समाजवाद

समाजवादाविषयी बोलणे ही आजकाल एक फॅशन होऊन बसली आहे. भारतात समाजवाद प्रस्थापित करावयाचा आहे, असे बहुतेक जो उठतो तो बोलत सुटतो. समाजवादी पद्धतीचा समाज स्थापन करण्याबाबत खुद्द काँग्रेसनेही एक ठराव मंजूर केला आहे. तो लोकशाही समाजवादाची व्याख्या करण्यासच काँग्रेसने जवळजवळ दहा वर्षे घेतली; म्हणून समाजवादाची धोरणे अमलात आणण्यास आणखी कित्येक दशके लागतील. समाजवादाची व्याख्या जो तो आपापल्या सोयीप्रमाणे करीत असल्यामुळे, समाजवादाची व्याख्या वेगवेगळ्या लोकांची वेगवेगळी असते. माझ्या मते माणसाने माणसाची, एका जातीने दुसऱ्या जातीची, एका वर्गाने दुसऱ्या वर्गाची पिळवणूक करण्याचे बंद करणे हा समाजवादाचा अर्थ आहे. जाती, पंथ व धर्म इत्यादी भेद लक्षात न घेता सर्वांना समान संधी देणे हा समाजवादाचा अर्थ आहे. समाजवादाचा अर्थ केवळ आर्थिक समता हाच नसून सामाजिक समता असाही त्याचा अर्थ आहे. केवळ आर्थिक समानता म्हणजेच समाजवाद असे बहुतेक लोक समजतात; परंतु सामाजिक समानता असल्याशिवाय समाजवाद किंवा आर्थिक समानता प्रस्थापित व्हावयाची नाही, असे पूर्ण विचारान्ती माझे ठाम मत बनलेले आहे. भारतात सामाजिक समानता नाही. समाजातली पददलित जनता गुलामाचे जिणे जगत आहे. दक्षिण आफ्रिका किंवा अमेरिका देशातील निग्रो लोकांच्या गुलामगिरीविषयी भारतातील लोकांना नेहमी चिंता वाटत असते; परंतु आपल्या स्वत:च्या पायाखाली काय जळत आहे, याची त्यांना दखल नसते. भारतातील पददलित जातींपेक्षा निग्रोंची परिस्थिती अधिक चांगली आहे, असे मी

निर्धाराने म्हणू शकतो.

घटनेने अस्पृश्यता रद्द केली असली, तरी देशभर वेगळ्या प्रकारांनी तिचे आचरण चालूच आहे. आजही काही ठिकाणी पददलित जनतेला सार्वजनिक रस्त्यांनी जाण्याची मनाई आहे आजही सार्वजनिक विहिरींतून किंवा तळ्यांतून पददलितांना पाणी घेऊ दिले जात नाही. आजही लग्नाच्या मिरवणुका पददलितांना सार्वजनिक रस्त्यांनी नेऊ दिल्या जात नाहीत. खेड्यातल्या ठाकूर व जमीनदार लोकांसमोर पददलितांना चारपाईवर बसण्याची मनाई आहे. तथाकथित उच्चवर्णीयांच्या वस्तीच्या पश्चिमेला घरे बांधण्यासाठी जागा घेण्याची पददलितांना मनाई आहे. तथाकथित उच्चवर्णीयांची घाणेरडी कामे नेहमी पददलितांना करणे भाग पडते. सभ्य पोषाख घालण्याची पददलितांना मनाई आहे. आपल्या सामाजिक व आर्थिक परिस्थितीत सुधारणा करण्यास पददलितांना प्रतिबंध आहे. सरकारने त्यांना शेतजमिनी दिल्यास सवर्ण हिंदू त्यांच्या पिकांचा नाश करतात.

जेथे माणसांना इतक्या अमानुषपणे वागविले जाते, असा पृथ्वीच्या पाठीवर एक तरी दुसरा देश आहे काय? असा रोखठोक सवाल मला भारताच्या राज्यकर्त्यांना विचारावयाचा आहे.

भावनैक्य

हिंदू समाज अनेक जातींनी व उपजातींनी पोखरला गेला आहे. हा जातीयवाद सर्व देशाचा विध्वंस करीत आहे. प्रत्येकजण राष्ट्रीय व सामाजिक भावनैक्याविषयी बोलत असला, तरी जातिभेदाची प्रथा नष्ट करून एकसंध व भावनैक्यपूर्ण समाज स्थापन करण्याकरिता कोणीही काहीही करीत नाही, हे अत्यंत विचित्र दिसते. जातिभेदाच्या प्रथेवर टीकेची झोड उठविणाऱ्या, परंतु त्याच वेळी स्वत:च्या जातीबद्दल निरतिशय अभिमान बाळगणाऱ्या अनेक व्यक्तींच्या प्रवृत्तीत प्रखर स्वविरोध आढळून येतो. जातिभेदाची दुष्प्रथा समूळ उखडून टाकून देण्यास तयार झाले पाहिजे. जातीचा त्याग करूनच सामाजिक समता प्रस्थापित करता येईल.

अनुसूचित जमाती

अनुसूचित जाती व जमाती यांच्या परिस्थितीत कोणतीही सुधारणा झाली नाही, हे येथे नमूद करण्यास मला फार खेद होतो. सरकार त्यांच्या परिस्थितीची सुधारणा करण्याकरिता काहीही करीत नाही; परंतु फक्त बोलण्यात सहानुभूती मात्र व्यक्त करते. या पददलित समाजामध्ये घोर निराशा पसरली आहे. अलीकडेच घडलेले बस्तर प्रकरण या वर्गाची आर्थिक व सामाजिक परिस्थिती सुधारण्यात

सरकारला पूर्ण अपयश आले आहे याचाच भक्कम पुरावा असून, या वर्गाकडे पाहण्याची सरकारची अमानुष व अन्याय्य प्रवृत्ती ही त्यावरून स्पष्टपणे दिसून येते. बस्तर प्रदेशातील जमातींवर मध्य प्रदेश सरकारने केलेल्या या अत्याचाराचा मी तीव्र निषेध करतो.

सरकारी नोकऱ्या

अनुसूचित जाती व जमाती यांच्यासाठी भारतीय घटनेने सरकारी नोकऱ्यांत राखीव जागा ठेवल्या आहेत; परंतु घटना अमलात येऊन सोळा वर्षे झाली असली, तरी या जमातींना योग्य प्रमाणात सरकारी नोकऱ्या मिळाल्या नाहीत. जेव्हा जेव्हा लोकसभेत यासंबंधी प्रश्न विचारला जातो, तेव्हा योग्य उमेदवार उपलब्ध झाले नाहीत हे ठरावीक उत्तर दिले जाते; पण हे विधान पूर्णतया असत्य आहे. अनुसूचित जातीतील व जमातीतील अनेक कार्यक्षम व लायक उमेदवार उपलब्ध आहेत. ते घालून दिलेल्या कमीत कमी अटी पूर्ण करून शकतात. परंतु तरीही सरकारी नोकऱ्यांसाठी त्यांची निवड केली जात नाही. अनुसूचित जाती व जमाती यांच्याकरिता राखून ठेवलेल्या जागा लायक उमेदवार उपलब्ध नाहीत या सबबीवर राखीव जागा बिनराखीव म्हणून समजल्या जातात आणि इतर जातींच्या उमेदवारांची निवड करून त्या भरल्या जातात. अशा तरतुदी असल्यामुळे, अनुसूचित जाती व जमातीतले उमेदवार सारखेच लायक असले तरी त्यांना नाकारले जाते आणि संबंधित अधिकाऱ्यांच्या आप्तवर्गातून आणि त्यांच्या कृपेस पात्र झालेल्या उमेदवारांतून निवड करून त्या जागा भरल्या जातात. घटनेत राखीव जागांची तरतूद करूनही, अनुसूचित जातिजमातींतील उमेदवारांची सरकारी नोकऱ्यांत योग्य शेकडेवारी असलेली आढळून येत नाही, त्याचे मुख्य कारण हेच आहे.

योग्य निवड करून बढतीने भरावयाच्या वरच्या श्रेणीच्या नोकऱ्यांतही राखीव जागा असाव्यात, असे धोरण १९५५ मध्ये सरकारने स्वीकारले. वरिष्ठ न्यायालयानेही हे धोरण न्याय्य ठरवले; परंतु या धोरणाचा अवलंब सरकारने केला नाही, हे अत्यंत विलक्षण आहे. सरकारचा उपदेश व आचरण यांमध्ये असलेल्या अफाट फरकाच्या अनेक उदाहरणांपैकी हे एक उदाहरण आहे. प्रथम व द्वितीय श्रेणींच्या जागा बढतीने भरण्याच्या वेळी सरकारने आपले उपरोक्त धोरण अमलात आणावे आणि अनुसूचित जातिजमातींकरिता राखीव जागा ठेवाव्यात. सवर्ण हिंदू अधिकारी एकत्र जमून पददलित जमातीतील अधिकाऱ्यांचा छळ करण्याचा कट करतात, अशी अनेक उदाहरणे दृष्टोत्पत्तीस आली आहेत. पददलित जातीतील अधिकाऱ्यांविषयीच्या गुप्त ठेवावयाच्या नोंदी सवर्ण हिंदू वरिष्ठ अधिकाऱ्यांकडून जाणूनबुजून दूषित केल्या जातात; त्यामुळे पददलित वर्गातील अधिकाऱ्यांच्या

बढतीच्या वेळी त्यांच्यापेक्षाही कमी दर्जाच्या सवर्ण हिंदू अधिकाऱ्यांना ती बढतीची जागा दिली जाते, अशी अनेक प्रकरणे माझ्या नजरेस आली आहेत. अशा रीतीने पददलित वर्गातील अधिकाऱ्यांवर मोठा अन्याय केला जातो आणि त्यांची मने निराशेने भरली जातात. पददलित वर्गातील लोकांना हे जे सापत्न भावनेने वागवले जाते, ते सरकारने एकदम बंद करण्याची निकडीची वेळ आता आली आहे. पददलित वर्गांना खास सवलती देऊन आणि ती धोरणे विश्वासाने अमलात आणून त्या दुर्बल वर्गांना इतर वर्गांच्या पातळीत आणण्यासाठी सरकारने तात्काळ परिणामकारक उपाययोजना करणे अगत्याचे आहे.

डी. आय. आर.

भारत संरक्षण कायद्याखाली अटकेत असलेले लोक अद्यापि तुरुंगात खितपत पडले आहेत. मुख्यमंत्र्यांच्या परिषदेत आणीबाणीचा ठराव मागे घेण्यास व भारत संरक्षण कायदा रद्द करण्यास बहुतेक मुख्यमंत्र्यांचा विरोध होता. मुख्यमंत्र्यांच्या विरोधापुढे गृहमंत्री नंदाजींनी नमते घेतले हे अत्यंत खेदजनक आहे. भारत संरक्षण कायद्याचा उपयोग फारच जपून करण्याचा आदेश नंदाजींनी दिला आहे हे खरे; परंतु आणीबाणीची परिस्थिती चालू ठेवणे हे लोकशाहीविरुद्ध आहे. दीर्घकाळपर्यंत जनतेचे मूलभूत व पायाभूत हक्क गुंडाळून ठेवणे म्हणजे लोकशाहीला एक प्रकारे मूठमाती देण्यासारखे आहे. आणीबाणीची परिस्थिती चालू ठेवणे सद्य:परिस्थितीकडे लक्ष देता संयुक्तिक वाटत नाही. याशिवाय सत्ताधिष्ठित पक्षाचे हितसंबंध वृद्धिंगत करण्याकरिताही भारत संरक्षण कायद्याचा उपयोग केला जातो ते वेगळेच! निवडणूक समितीने जाहीर केल्याप्रमाणे १९६७ च्या फेब्रुवारी महिन्यात सार्वत्रिक निवडणुका व्हावयाच्या आहेत. या निवडणुका मुक्त व न्याय्य वातावरणात होणे अगत्याचे आहे. 'स्वतंत्र व न्याय्य वातावरणात होणारी निवडणूक प्रातिनिधिक लोकशाहीला आधारभूत असलेला दुसरा खांब आहे', असे डॉ. बाबासाहेब आंबेडकरांनी म्हटले आहे. जोपर्यंत आणीबाणीची परिस्थिती चालू असेल व भारत संरक्षण कायदा जारी असेल, तोपर्यंत स्वतंत्र व न्याय्य वातावरणात निवडणुका होणे शक्य नाही; म्हणून आणीबाणीचा हुकूम परत घेणे, भारत सरंक्षण कायदा रद्दबातल करणे आणि सर्व राजकीय बंदिस्तांना तात्काळ मुक्त करणे, या गोष्टींचा मी आग्रह धरतो.

ताश्कंद करार

जेव्हा ताश्कंद करारावर सह्या करण्यात आल्या, तेव्हा भारत व पाकिस्तान यांच्यामध्ये मैत्री, सद्भाव व सहकार्य यांचे एक नवे युग सुरू होईल, अशी आशा वाटत होती. केवळ या आशेनेच हाजीपीर प्रदेशातून आपले सैन्य मागे हटविण्यास

भारत सरकार तयार झाले. भारताने विश्वासपूर्वक ताश्कंद करार पाळला आणि आपले सैन्य मागे घेतले. परंतु अलीकडे पाकिस्तानच्या प्रवृत्तीत बदल झालेला आढळून येत नाही. ताश्कंद कराराचा आत्मा दूषित करणारी भारतविद्वेषाची मोहीम पाकिस्तानने पुन्हा सुरू केली आहे. चीन व पाकिस्तान हे दोन देश जवळ आले आहेत आणि त्या दोन देशांकडून भारतावर आक्रमण होण्याची भीती निर्माण झाली आहे. म्हणून भारताला आत्मसंतुष्ट राहणे शक्य नाही. आम्ही आमची संरक्षणशक्ती वृद्धिंगत करण्याचे कार्य चालू ठेवले पाहिजे आणि कोणत्याही दिशेने आक्रमण झाल्यास त्याला तोंड देण्यास पूर्ण तयार असले पाहिजे. चीन देशाबरोबर पुन्हा बोलणी सुरू करावी, असे केव्हा केव्हा सुचविले जाते. परंतु चीनशी बोलणी सुरू करून सध्याच्या परिस्थितीत काही उपयोग होईल, असे मला वाटत नाही आणि म्हणून चीनशी बोलणी सुरू करू नयेत, असे मला वाटते.

निवडणुकीचे धोरण

सार्वत्रिक निवडणुका १९६७ च्या फेब्रुवारीत घेण्यात येणार आहेत. रिपब्लिकन पक्षाला सार्वत्रिक निवडणुकीच्या तयारीस आतापासून लागले पाहिजे. लोकसभेसाठी शंभर उमेदवार आणि राज्यसभांसाठी पाचशे उमेदवार उभे करण्याची रिपब्लिकन पक्षाला उमेद आहे. येत्या सार्वत्रिक निवडणुकांच्या दृष्टीने इतर राजकीय पक्षांशी सख्य करण्याच्या बाबतीत रिपब्लिकन पक्षाचे धोरण काय असेल, असा प्रश्न विचारला जात आहे. आमचे सन्माननीय नेते डॉ. बाबासाहेब आंबेडकर यांनी त्या बाबतीत कोणते मार्गदर्शन केले होते, त्याकडे मी आपले लक्ष वेधू इच्छितो. एक पक्ष व एक नेता यांच्या मार्गदर्शनाखाली संयुक्त व बलवान होण्याचा व इतर पक्षांशी सहकार्य करण्याचा डॉ. बाबासाहेबानी आपल्या अनुयायांना उपदेश केला आहे. कानपूर येथे दि.२९ जानेवारी, १९४४ रोजी भाषण करताना डॉ. आंबेडकर म्हणाले,

'देशाच्या भावी राज्यकारभारातले तुमचे न्याय्य हक्क प्राप्त करून घेण्यासाठी तुम्हाला यशस्वी रीतीने लढा दिला पाहिजे. पण त्यासाठी तुम्ही एक भरीव व अभेद्य संघटना स्थापन केली पाहिजे, तरच तुम्हाला राजकीय सत्तेचे वाटेकरी होता येईल. कागदी संघटना आणि कागदी पक्ष यांच्यावर विश्वास ठेवणारे अनेक नेते असणे मुळीच उपयोगी नाही, ही सूचना मी तुम्हांस करतो.'

मुंबईला केलेल्या दुसऱ्या एका भाषणात डॉ. बाबासाहेब आंबेडकर म्हणाले,

'पददलित जातींनी राजकीय अलगपणा सोडून देऊन, नुकतेच मिळविलेले स्वातंत्र्य दृढमूल करण्यासाठी इतर समाजांशी सहकार्य केले पाहिजे. पण असे

सहकार्य करताना शेड्युल्ड कास्ट फेडरेशनचे स्वातंत्र्य अबाधित राखले पाहिजे. काँग्रेसविषयीचे आमचे धोरण आम्ही आमूलाग्र बदलले पाहिजे. आतापर्यंत काँग्रेसचे व आमचे संबंध विरोधाचे होते, राजकीय क्षेत्रात आम्ही एकमेकांचे शत्रू होतो. आता आम्ही आमचे स्वातंत्र्य मिळविले असल्यामुळे आमच्या समाजाचे हितसंबंध दृष्टीसमोर ठेवून आम्ही आमचा दृष्टिकोन पूर्णपणे बदलला पाहिजे, इतरांशी सहकार्य केले पाहिजे आणि आमचे नुकतेच मिळालेले स्वातंत्र्य संघटित करण्यास मदत केली पाहिजे.

फेडरेशनने आपला अलगपणा सोडून दिला पाहिजे. आमचा समाज लहान आहे; म्हणून आमचे स्थान आम्हाला कायम टिकवून धरावयाचे झाल्यास येत्या निवडणुकीत आम्ही इतर पक्षांशी सहकार्य केले पाहिजे.'

ता. २५ एप्रिल, १९४८ रोजी लखनौ येथे भरलेल्या अखिल भारतीय शे.का. फेडरेशनच्या परिषदेत भाषण करताना डॉ. बाबासाहेब आंबेडकर म्हणाले, 'राजकीय सत्ता ही सर्व प्रगतीची गुरुकिल्ली आहे आणि आपला एक तिसरा पक्ष संघटित करून व प्रतिस्पर्धी राजकीय पक्षांमधल्या समतोलपणाच्या तराजूची दांडी आपल्या हातात ठेवून शे. का. फेडरेशनने सत्ता काबीज केली, तरच आपण आपली मुक्ती मिळवू शकू. मी काँग्रेस मंत्रिमंडळास सहकार्य केल्याने पददलित समाजाचा पुष्कळ गोंधळ उडालेला आहे आणि त्यांच्या शंकांचे व संशयांचे निरसन मला करावचे आहे. सतत पंचवीस वर्षे काँग्रेसविरुद्ध लढा दिल्यावर अशा आणीबाणीच्या वेळी मी मौन का पत्कारले, असे मला विचारण्यात येते. खरे पाहता सतत लढा देत राहणे ही काही सर्वोत्तम युद्धनीती नाही. इतर नीतींचाही अवलंब करणे अगत्याचे आहे. आम्ही मैत्रीचा हात पुढे करून पाहिला व त्यात आम्हाला बरेचसे यशही आले. काँग्रेसशी विरोधाची भूमिका घेण्याची ही वेळ नाही. काँग्रेसशी सख्य व सहकार्य करून जेवढे पदरात पाडून घेता येईल, तेवढे पाडून घेतले पाहिजे. मी केंद्र सरकारात सामील झालो आहे; परंतु मी काँग्रेसने मला आमंत्रण दिले आणि मी कोणतीही अट न घालता सामील झालो. तेथे राहणे निरर्थक आहे असे मला ज्या वेळी वाटेल, त्या वेळी मी तिथून बाहेर पडेन. आमची परिस्थिती अशी आहे की. कारभारी नियंत्रणेत आमची माणसे असणे आवश्यक आहे. माझे हेतू जाहीर केल्यानंतरच मी काँग्रेसला मिळेन. जर तसे करण्याने पददलित जमातींचे कल्याण होणार असेल, तरच तसे करण्याचा सल्ला मी तुम्हांस देईन. एक पक्ष, एक नेता व एक कार्यक्रम ठरवून तुम्हाला संघटित झाले पाहिजे.'

१९४८ च्या लखनौ परिषदेनंतर वृत्तपत्रीय निवेदनात डॉ. बाबासाहेब आंबेडकरांनी आपल्या परिस्थितीचे पुढीलप्रमाणे स्पष्टीकरण केले- 'मी काँग्रेसचा

विरोधक आणि टीकाकार होतो हे खरे आहे; परंतु विरोधाकरिता विरोध या तत्त्वावर माझा विश्वास नाही, हेही तितकेच खरे आहे. सहकार्याने जर आमचा लाभ होत असेल, तर आम्ही सहकार्य केले पाहिजे. काँग्रेसशी एकसारखे लढत राहणे काही उपयोगाचे नाही असे मला वाटले म्हणून मी काँग्रेसशी सहकार्य करण्याचे ठरवले आणि सहकार्यानेच घटनेत काही संरक्षक तरतुदींची कलमे मला प्रविष्ट करून घेता आली. सहकार्याशिवाय अशी कलमे घटनेत कधीही प्रविष्ट करून घेता आली नसती.'

या सर्व विधानांवरून असे दिसून येईल की, प्रगतिपथावर असलेल्या कोणत्याही इतर पक्षाशी, त्यात काँग्रेसचाही अंतर्भाव होतो, सहकार्य करण्यास डॉ. बाबासाहेबांची काही हरकत नव्हती. संरक्षणमंत्री श्री. यशवंतराव चव्हाण व महाराष्ट्राचे मुख्यमंत्री श्री. वसंतराव नाईक यांनी पददलित जनतेच्या प्रश्नांत बरेच लक्ष घातले आहे आणि या प्रश्नांपैकी काहींची सोडवणूक करण्यास मदत केली आहे. प्रथमत: एक प्रकारची सक्तीची गुलामगिरीच असलेली व पिढ्यान पिढ्या चालत आलेली महारवतने महाराष्ट्र राज्याचे मुख्यमंत्री असताना श्री. यशवंतराव चव्हाणांनी रद्द केली. ही वतने रद्द करून घेण्यासाठी डॉ. बाबासाहेब आंबेडकरांनी पुष्कळ प्रयत्न केले होते. दुसरे असे की, महाराष्ट्र राज्याचे मुख्यमंत्री असताना श्री. यशवंतराव चव्हाणांनी धर्मांतराने बौद्ध झालेल्या जनतेला प्रचलित असलेल्या सर्व शैक्षणिक व आर्थिक सवलती उपलब्ध करून दिल्या. तिसरे असे की, नागपुरातल्या ज्या चौदा एकर जागेत डॉ. बाबासाहेब आंबेडकरांनी बौद्ध धर्माचा स्वीकार केला आणि आपल्या सहा लाख अनुयायांना धम्मदीक्षा दिली, ती जागा डॉ. बाबासाहेबांच्या अनुयायांनी सरकारकडे मागितली होती. दुसऱ्या काही सरकारी कामाकरिता ती जागा सरकारला हवी होती हे मला माहीत आहे. तथापि ती जागा श्री. यशवंतराव चव्हाणांनी डॉ. बाबासाहेब आंबेडकरांच्या स्मारकासाठी दिली. दीक्षा मैदान हे आता जगातील सर्व बौद्धांचे पवित्र क्षेत्र झाले आहे. चौथे असे की, रिपब्लिकन पक्षाच्या मागणीवरून डॉ. बाबासाहेब आंबेडकरांचा जन्मदिवस ता. १४ एप्रिल, हा महाराष्ट्र राज्यांत सरकारमान्य सुट्टीचा दिवस म्हणून श्री. यशवंतराव चव्हाणांनी जाहीर केला. पाचवे असे की, इतर राष्ट्रीय पुढाऱ्यांच्या छायाचित्रांबरोबरच 'राष्ट्रीय पुरुष' म्हणून डॉ. बाबासाहेब आंबेडकरांचे छायाचित्रही महाराष्ट्र राज्यांत सर्व सरकारी कचेऱ्यांमध्ये लावण्याचे महाराष्ट्र राज्याचे मुख्यमंत्री श्री. वसंतराव नाईक यांनी मान्य केले. सहावे असे की, रिपब्लिकन पक्षाच्या मागणीवरून महाराष्ट्र राज्यात सर्व पडिक जमिनी भूमिहीन श्रमिकांमध्ये वाटून दिल्या जात आहेत. सातवे असे की, डॉ. बाबासाहेब आंबेडकरांच्या पंचाहत्तराव्या

जयंतीच्या दिवशी त्यांच्या स्मरणार्थ पोस्टाची तिकिटे काढण्यास श्री. यशवंतराव चव्हाणांनी पुढाकार घेऊन केंद्र सरकारास प्रवृत्त केले. ती पोस्टाची तिकिटे १४ एप्रिल, १९६६ रोजी यथाक्रम काढण्यात आली. दि. १४ एप्रिल, १९६६ च्या सार्वजनिक सभेत श्री. यशवंतराव चव्हाणांनी अभिवचन दिल्याप्रमाणे, भारतातल्या सर्व धर्मांतर केलेल्या बौद्धांना शैक्षणिक व आर्थिक सवलत मिळवून देण्याच्याकामी श्री. चव्हाण स्वत: लक्ष घालीत आहेत आणि लवकरच बौद्धांना त्या सवलती मिळतील. सरतेशेवटी सांगावयाचे असे की, डॉ. बाबासाहेब आंबेडकरांचे मोठे तैलचित्र लोकसभेच्या मध्यवर्ती दिवाणखान्यात लावण्याबद्दल श्री. यशवंतराव चव्हाण यानी पंतप्रधान श्रीमती इंदिरा गांधी व लोकसभेने स्पीकर यांच्याशी बोलणी सुरू केली आहेत. या कामीही श्री. यशवंतराव यथाकाल निश्चित यशस्वी होतील, असा मला भरवसा वाटतो. या सर्व गोष्टींवरून असे स्पष्ट दिसून येते की, काँग्रेसमध्येही थोडे प्रागतिक लोक असून, ते दीनदुबळ्या जनतेच्या प्रश्नांकडे सहानुभूतिपूर्वक लक्ष देत असतात. काँग्रेसमधल्या असल्या प्रागतिक लोकांशी निवडणुकीपुरते सख्य जोडायला मी कचरणार नाही. पददलित जनतेच्या कल्याणाची हे लोक खात्रीने हमी घेतील.

भारतात अनेक राजकीय पक्ष आहेत. काही राजकीय पक्षांची धोरणे प्रागतिक आहेत, तर काही पक्ष प्रगतिविरोधी धोरणांचा अवलंब करीत आहेत. तथापि, पददलित जनतेचा आणि देशातील दुर्बल समाजांचा आर्थिक व सामाजिक उद्धार करण्याविषयी रिपब्लिकन पक्षाचा एक निश्चित कार्यक्रम आहे. पददलित व पिळवणूक केली जाणाऱ्या जनतेच्या कल्याणाला रिपब्लिकन पक्ष अधिक महत्त्व देतो. आमचा कार्यक्रम अमलात आणण्यास व ज्याविषयी रिपब्लिकन पक्षाला अभिमान वाटतो, अशा दीनदुबळ्या जनतेचे कल्याण करण्याची जबाबदारी आपल्या शिरावर घेण्यास तयार होऊन जो पक्ष आम्हांस तशी हमी देईल, त्याच्याशी सख्य करण्यास मी कचरणार नाही. तथापि, जनसंघ व स्वतंत्र पक्ष यांसारख्या पक्षांशी सख्य करण्यास रिपब्लिकन पक्ष कधीही तयार होणार नाही. तरीही रिपब्लिकन पक्षाच्या पार्लमेंटरी (निवडणूक मंडळ) बोर्डाचा सल्ला घेऊन जनसंघ व स्वतंत्र पक्षासारख्या पक्षांशी स्थानिक जुळवाजुळवीची व्यवस्था पक्ष करू शकेल.

मजूर संघ

भारताला स्वातंत्र्य मिळाल्यापासून उद्योगधंद्यांची फार झपाट्याने वाढ झालेली आहे. देशासमोर असलेल्या बेकारीच्या तीव्र प्रश्नाच्या दृष्टीने, सरकारने अथवा खासगी मालकांनी चालवलेल्या उद्योगधंद्यांत काम मिळविण्याचे प्रयत्न अखिल

भारतातल्या पददलित जनतेने केले आहेत. देशातल्या विविध राजकीय पक्षांनी आपापले मजूर संघ (ट्रेड युनियन्स) स्थापन केले आहेत. उद्योगपती पददलित जनतेतील मजुरांचे हितसंबंध सुरक्षित ठेवत नाहीत, ही काही नवीन गोष्ट नाही. वेगवेगळ्या राजकीय पक्षांच्या मजूरसंघांकडून मजुरांची गाऱ्हाणी दूर करण्याचे प्रयत्न करण्यात येतात, यात काही शंका नाही. पददलित समाजाच्या मजुरांना जातिप्रथेच्या, दैनंदिन अत्याचारांच्या व कलंकादी प्रश्नांना तोंड द्यावे लागते. मी वर सांगितल्याप्रमाणे वेगवेगळ्या राजकीय पक्षांचे मजूर संघ मजुरांच्या तक्रारी कमी करण्याचे शिकस्तीचे प्रयत्न करीत असतात; परंतु जातिप्रथेवर आधारलेले मजुरामजुरांमधले भेद नाहीसे करण्यात त्यांना अपयश आले आहे. मजूर संघाच्या दैनंदिन कामात, अस्पृश्यता व भेदाभेद पाळले जातात आणि त्यामुळे मालकांना किंवा संघांना पददलित जातीतील मजुरांना फायदा करून देता येत नाही, असल्या प्रकारच्या काही तक्रारी माझ्याकडे आल्या आहेत. रिपब्लिकन पक्षाने पददलित जातीतील मजुरांचे प्रश्न सोडविण्याचे कार्य हाती घ्यावे, अशा कित्येक सूचना रिपब्लिकन पक्षाच्या काही प्रमुख कार्यकर्त्यांनी मला केल्या आहेत. जागोजागी कार्यकर्त्यांनी असे प्रयत्न करण्यास सुरुवात केली आहे, हे येथे नमूद करण्यास मला आनंद वाटतो. सर्व भारतभर स्वतंत्र रीत्या पददलित जनतेतील मजुरांच्या हितसंबंधाच्या दृष्टीने एकसंध धोरण आखून रिपब्लिकन पक्षाने मजूर संघ स्थापन करणे अत्यंत अगत्याचे आहे, असे मला वाटते.

सरतेशेवटी रिपब्लिकन पक्षाच्या निशाणाखाली संघटित व बलवान होण्याची आणि पददलित जनता व दुर्बल जनविभाग यांची परिस्थिती सुधारण्याकरिता अविश्रांत श्रम करण्याची मी आपणाला विनंती करतो.

◻◻◻

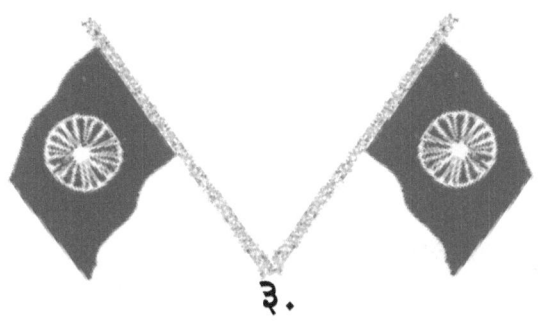

३.
रिपब्लिकन पक्ष : दुरुस्त-नादुरुस्त
बन्धु माधव

डॉ. बाबासाहेब आंबेडकर यांनी स्थापलेली 'शेड्युल्ड कास्ट फेडरेशन' या पक्षाची संघटना, त्या काळी भारतातील इतर कोणत्याही पक्षाच्या संघटनेपेक्षा अधिक सरस, अधिक सकस व अधिक समर्थ अशी होती. या शे. का. फे. पक्षाचे अनुयायी, इतर कोणा पक्षाच्या अनुयायांपेक्षा अधिक निष्ठावंत, अधिक प्रामाणिक व अधिक त्यागशील असे होते. या पक्षाचे अनुयायी इतके निष्ठावंत होते की, जेथे जेथे बाबासाहेबांच्या, त्यांच्या प्राणप्रिय नेत्यांच्या सभा असत, तेथे तेथे ते लांबून लांबून कधी पायी, तर कधी स्वखर्चाने एक कर्तव्य म्हणून जात- येत असत. या पक्षाचे अनुयायी इतके प्रामाणिक की, निवडणुकीच्या मतदानासाठी जातानादेखील एक 'पै'चीही अपेक्षा वा वाहनासाठी खर्चाचा आग्रह उमेदवाराकडे न करता, केवळ आपल्या परमप्रिय नेत्याच्या - बाबासाहेबांच्या - आदेशाचे पालन करण्यासाठी म्हणून, मतदान एक परम कर्तव्य म्हणून - धोतराच्या सोग्यात स्वतःच्या घरची चटणी-भाकर बांधून - दोन-दोन, तीन-तीन मैल अंतरावरील पोलिंग स्टेशनवर पायी चालत जाऊन, मतदान करीत असत. त्यामुळे, मतदार यादीमध्ये (शे. का. फे.) मतदारांची जेवढी नावे नमूद असत, तेवढीच्या तेवढी सर्व मते बाबासाहेबांच्या उमेदवाराच्या पेटीत पडलेली हमखास असायचीच. सारा देश या अशा एकनिष्ठ, 'एकगठ्ठा' मतदानप्रकाराने अचंबित झालेला. शे. का. फेडरेशनच्या मतदारांविषयी इतर पक्षांचे लोक मनातून वचकून असत. नव्हे, ते बाबासाहेबांच्या अशा 'बालेकिल्ल्यांच्या मतदार विभागात' अधिक प्रचारालादेखील जायला धजावत नसत. तेथे प्रचार करणे म्हणजे पालथ्या घागरीवर पाणी ओतल्यासारखे व्यर्थ होय, असे समजत असत. एवढा दरारा, एवढा दबदबा, त्या काळी डॉ. बाबासाहेब आंबेडकरांच्या एकंदर निष्ठावंत मतदारांबद्दल इतर पक्षांच्या कार्यकर्त्यांतून होता. ही अशी वस्तुस्थिती होती.

हा शे. का. फे. च्या पोलादी संघटनेचा त्या काळचा खराखुरा इतिहास आहे. त्या वेळी डॉ. बाबासाहेब आंबेडकर दिल्लीच्या केंद्रीय मंत्रिमंडळात असल्याने वरचेवर 'दिल्ली हेडक्वॉर्टर्स' सोडून त्यांना जात येत नसे; पण बाबासाहेबांनी दिल्लीत बसून तेथूनच आपल्या आदेशाची घणाघाती 'घंटा' वाजविली तर, त्या आदेशाबरहुकूम सगळ्या देशभरातील त्यांच्या एकनिष्ठ अनुयायांत, लष्करी कडक शिस्तीच्या आवेशाने, त्यांच्या त्या 'आदेशा'चे काटेकोरपणे पालन केले जात असे. त्या वेळी जर बाबासाहेबांनी आपल्या साऱ्या अनुयायांना 'आत्मदहन करून घ्या...' असा आदेश दिला असता, तर - तर त्यांच्या 'शे. का. फे.' च्या एकनिष्ठ व कट्टर शिस्तप्रिय अनुयायांनी, तो तसला आदेशदेखील, ताबडतोब नि निमूटपणे तंतोतंत पाळला असता. ही अतिशयोक्ती नाही... ही वस्तुस्थिती आहे. एवढी महान श्रद्धा, त्यांच्या अनुयायांत, डॉ. बाबासाहेबांवर होती आणि ही गोष्ट सारा देश व देशातील सारी नेतेमंडळी उदा. - पंडित जवाहरलाल नेहरू, सरदार वल्लभभाई पटेल, डॉ. राजेंद्रप्रसाद आदी जाणून होती. या शे. का. फे. पक्षाच्या मजबूत, कणखर व पोलादी संघटनेबद्दल साऱ्या देशभर त्या वेळी मोठा दबदबा होता. या पक्षाच्या निष्ठावंत अनुयायांबद्दल जबरदस्त वचक होता.

६ डिसेंबर, १९५६ रोजी डॉ. बाबासाहेब आंबेडकर यांचे, त्यांच्या दिल्ली येथील निवासस्थानी, एकाएकी महापरिनिर्वाण झाले. त्यांचे शव विमानाने मुंबईस आणण्यात आले. दादर येथील हिंदू स्मशानभूमीत अंत्यसंस्कार करण्यापूर्वी, प. पू. बाबासाहेबांच्या शवाला साक्षी ठेवून, त्या वेळी जमलेल्या उपनेत्यांनी आणाभाका, शपथा घेतल्या, "आम्ही सारे 'रिपब्लिकन' पक्षाच्या झेंड्याखाली संघटित राहून बाबासाहेबांचे अर्धे-अधुरे राहिलेले कार्य व त्यांची स्वप्ने साकार करण्यासाठी तन-मन-धने प्रयत्न करू..." अशा प्रतिज्ञेवर साश्रू नयनांनी, शपथा घेणाऱ्यांमध्ये माजी शे. का. फे. व आजी रिपब्लिकन पक्षाचे दादासाहेब गायकवाड, ॲड. बी. सी. कांबळे, आर. डी. भंडारे, पी. टी. बोराळे आदी उपनेतेमंडळी प्रामुख्याने होती. लक्षावधी रिपब्लिकन जनता, बाबासाहेबांचे निष्ठावंत अनुयायी हे सारे साश्रू नयनांनी पाहत उभे होते; या शपथविधीस साक्षी होते. नंतर बाबासाहेबांची चिता पेटविण्यात आली. त्या वेळी दादासाहेब गायकवाड मोठ्यांदा ओक्साबोक्सी रडू लागले आणि हृदयभरल्या आवाजाने ते उद्‌गारले, "बाबासाहेब, तुम्ही आम्हास अनाथ करून गेलात. आपल्या या चितेला साक्षी ठेवून मी आपणास अंत:करणपूर्वक सांगतो की, माझ्या जिवात जीव असेपर्यंत आपल्या या समाजाला, मी कुणाच्या वळचणीला जाऊ देणार नाही. त्यांनी मी कधीही अंतर देणार नाही..."

प. पू. डॉ. बाबासाहेब आंबेडकर यांनी त्यांच्या महापरिनिर्वाणाच्या अगोदरच 'शेड्युल्ड कास्ट फेडरेशन' पक्षाऐवजी, यापुढे नवीनच 'रिपब्लिकन' पक्ष स्थापण्याविषयी,

त्या पक्षाच्या राजकीय ध्येयधोरणाविषयी मधून मधून सूतोवाच केलेले होतेच. पक्षाच्या घटनेचा मसुदाही त्यांनी तयार करून ठेवला होता. कुठल्याही राजकीय जातिजमातीपुरता तो सीमित नव्हता. रिपब्लिकन पक्षाचे धोरण ज्याला आवडेल, त्या कोणाही व्यक्तीस या पक्षाचे सदस्य होण्यास मुभा होती. फक्त मोठ्या समारंभाने रिपब्लिकन पक्षाची कायदेशीर स्थापना करायची बाकी राहिली होती. त्यातच देशात १९५७ सालच्या सार्वत्रिक निवडणुका अतिशय वेगाने जवळ येत होत्या. त्या वेळी महाराष्ट्रात 'संयुक्त महाराष्ट्र समिती' ची चळवळ जोरात चालू होती. डॉ. बाबासाहेबांनी हयात असतानाच, महाराष्ट्रातील काँग्रेस सोडून, इतर सर्वपक्षीय 'नेत्यांना' खास दिल्लीला बोलावून, त्यांना सांगितले होते की, 'काँग्रेसविरुद्ध तुम्ही आघाडी उघडत असल्यास, आमचाही पक्ष (शे. का. फे.) तुमच्यात सामील होईल. तेव्हा, महाराष्ट्रात 'संयुक्त महाराष्ट्र समिती' तर्फे होणाऱ्या १९५७ च्या सार्वत्रिक निवडणुकीच्या लढतीत, शे. का. फे. पक्षाने सामील होण्यात कसलीही आडकाठी नव्हती.

त्या वेळी 'शेड्युल्ड कास्ट फेडरेशन' पक्षाचा एक नेता नसल्याने, पक्षाचे काम 'एक मंडळ' तयार करून 'प्रेसिडियम' नेमण्यात आले. १९५७ च्या निवडणुकांच्या वेळी 'संयुक्त महाराष्ट्र समिती' च्या आघाडीत कम्युनिस्ट, शेतकरी-कामकरी, समाजवादी व शे. का. फेडरेशन आदी सारे पक्ष सामील झालेले होते. त्यामुळे, काँग्रेसविरोधी जोरदार आघाडी तयार झाली होती! त्यामुळे या निवडणुकीत, 'संयुक्त महाराष्ट्र समिती' त सामील झालेल्या आपल्या शे. का. फेडरेशन पक्षाला घवघवीत यश मिळाले. महाराष्ट्रात शे. का. फे. पक्षाचे सतरा आमदार आणि काही खासदार निवडून आले.

रिपब्लिकन पक्षस्थापनेनंतरसद्धा, पक्षाचे एकंदर कामकाज 'प्रेसिडियम' - मार्फत चालले होते. या 'प्रेसिडियम' मध्ये पक्षातील सुशिक्षित, नवोदित पदवीधर तरुण मंडळी जितकी होती, तितकीच डॉ. बाबासाहेबांच्यापासूनची पक्षाची कार्ये करणारी जुनी वयस्कर मंडळीही त्यात होती. जगरहाटीप्रमाणे, तरुण व्यक्ती - वृद्ध व्यक्तीला वा वा वृद्ध व्यक्ती तरुण व्यक्तीला शक्यतो आपल्यात सामावून घेऊ शकत नाही. त्यास कोणी 'Generation Gap' असेही म्हणतात. तसेच काहीसे या 'प्रेसिडियम' च्या बाबतीत त्या वेळी घडत गेले असावे. हळूहळू मग 'इतकी वर्षे पक्षाचे काम करणारा मी मोठा की आता आलेला तू मोठा? अधिक सीनियर कोण? डॉ. बाबासाहेबांच्या अधिक निकटवर्ती, अधिक मर्जीतला कोण?' आदी वादावादी पक्षाच्या नेतेमंडळींत आतल्या आत चालू झालेली तरुण तुर्क ॲड. बी. सी. कांबळे, रूपवते, हरदास आवळे आदी नेतेमंडळी ही वागण्यात, बोलण्यात वा लिहिण्यात एकदम काटेकोर, शिस्तबद्ध, थोडीशी कट्टर अशी. दादासाहेब गायकवाड, भंडारे, एन.

शिवराज आदी म्हातारी अर्कमंडळी, बाबासाहेबांच्या वेळेपासून नेतेपण गाजविलेली, पण थोडी 'हम करे सो कायदा' प्रमाणे वागणारी, अघळपघळ बोलणारी अशी. प्रत्येकजण जनतेवरील आपली सत्ता वा नेतृत्व टिकवण्यात गर्क झालेला. तरुण तुर्कांचे म्हातारे अर्कांशी जमेना तेव्हा 'प्रेसिडियम' बरखास्त करीत आहोत, असे जाहीर करून सुशिक्षित पदवीधर तरुण तुर्कांनी 'दुरुस्त रिपब्लिकन' या नावाचा एक अलग व स्वतंत्र असा पर्यायी पक्ष काढला. दादासाहेब गायकवाड काही पदवीधर नव्हते. त्यांना अडाणी समजून त्यांच्यावर 'दुरुस्त रिपब्लिकन' मंडळी वाटेल तसली टीका जाहीरपणे करू लागली. दादासाहेब गायकवाडसुद्धा (नादुरुस्तांच्या बाजूने) जाहीरपणे बोलू लागले, 'कालची ही पोरं मला राजकारण शिकवतात काय? अरे, तुमचा जन्म झाला नसेल, तेव्हापासून मी राजकारणात आहे. जगातला थोर राजकारणी, डॉ. बाबासाहेब आंबेडकर यांचा मी पट्टशिष्य आहे. त्यांच्यापासून मी राजकारणाचे धडे घेतले आहेत. मी कच्च्या गुरूचा चेला नाही.'

तरुण तुर्क (दुरुस्त) अॅड. बी. सी. कांबळे यांनी लगेच एका भाषणात यास उत्तर दिले, 'नादुरुस्त' मधली मंडळी आमच्यापेक्षा वयाने मोठी आहेत, ही गोष्ट खरी आहे; पण याचा अर्थ असा नव्हे की, वयाने मोठे असले म्हणजे त्यांचे वागणे, बोलणे मोठेपणाचे असते. दादासाहेब गायकवाडांनी डॉ. बाबासाहेबांच्या सहवासात उणीपुरी पंचवीस-तीस वर्षे त्यांचा पट्टशिष्य म्हणून काढली, हेही खरे असेल; पण म्हणून गुरूंच्या पश्चात, गुरूंनी शिकविलेल्या सिद्धांतांना, शिष्यांनी तिलांजली द्यायची? शिकविलेले राजकारणाचे धडे विसरून जायचे? वाहवा रे पट्टशिष्य!...'

या सवालास उत्तर देण्यासाठी चौपाटीला दादासाहेब गायकवाड यांनी खास सभा घेतली. ते त्या सभेत म्हणाले,'दुरुस्त' मंडळी स्वत:ला 'ब्रेन' समजतात. हे 'ब्रेन' समजणारे लोक उठता-बसता माझ्यावर खूप टीका करतात. मला भाऊदादा (मांग) यांच्या तमाशातील 'सरदार' म्हणतात. पण काय सांगू गड्यांनो! सध्या आमचा (नादुरुस्तांचा) तमाशा काही नीट चालत नाही... कारण, आमच्या नाच्या पोऱ्यालाच (दुरुस्तांनी) पळवून नेले आहे.'

ही टीका 'दुरुस्त' मधले दादासाहेब रूपवते यांना फार झोंबली. त्यांनी मग त्यांच्या एका विराट सभेत, दादासाहेब गायकवाडांवर जोरदार व गमतीदार टीका केली. रूपवते मिस्कील विनोदाने बोलले,'घरकर्त्या आमच्या सासऱ्यांचं (बाबासाहेबांचं) महापरिनिर्वाण झाल्यापासून घरच्या सर्व चाव्या आमच्या सासूबाईंच्या (दादासाहेब गायकवाड यांच्या) कमरेला खोवलेल्या असतात; पण अलीकडे आमच्या ह्या सासूबाई कम्युनिस्टांबरोबर (नाना पाटलांच्याबरोबर) नादावल्या आहेत...म्हणून फार भीती वाटते हो...कम्युनिस्टांच्या प्रेमापायी,आमच्या सासूबाई, आपलं घर धुऊन द्यायलासुद्धा मागेपुढे

पाहणार नाहीत... वेळीच आपल्या घरच्या त्या चाव्या, त्यांच्या कमरेला हात घालून, हिसकावून घेतल्या पाहिजेत... (प्रचंड हशा).

एवढेच नव्हे, तर ही पदवीधर दुरुस्त मंडळी दादासाहेब गायकवाडांवर नेहमी अशा प्रकारची टीका करीत असत : 'त्या धोतऱ्या' ला काय कळतं हो... काही डिग्री आहे का त्याच्याजवळ? कायदा, साहित्य, राजकारण, समाजकारण यांतलं काही कळतं का त्या 'धोतऱ्या'ला? उगीच बाबासाहेबांनी हाताशी धरलं म्हणून हा 'धोतऱ्या' पुढे आला...'

पुन: एकदा दादासाहेब गायकवाड यांनी मुंबईच्या चौपटीवर सभा घेतली. तेव्हा दादासाहेब म्हणाले, 'मी अडाणी आहे, मजजवळ डिग्री नाही, मी धोतऱ्या आहे. 'दुरुस्त' वाले म्हणतात, ते सगळं अगदी खरं आहे. मलाही कबूल आहे. पण मला जे धोतऱ्या म्हणतात, त्यांना मी असा प्रश्न विचारू इच्छितो की, ठीक आहे, आहे मी धोतऱ्या; पण अहो, मला धोतऱ्या म्हणणारे तुम्ही... तुमचा जन्म धोतरातूनच झाला आहे ना?' (प्रचंड टाळ्या) आणि अशा प्रकारे डॉ. बाबासाहेबांचे एके काळचे एकनिष्ठ नेते-उपनेते, केवळ आपले जनतेतील नेतृत्व वा अस्तित्व टिकविण्यासाठी एकमेकांची भीडमुर्वत न ठेवता, एकमेकांवर आरोप-प्रत्यारोप करीत होते. एके काळी 'पोलादी संघटना' म्हणून देशभर प्रसिद्ध पावलेल्या, शे. का. फे. पक्षाचे (आता रिपब्लिकनचे), पदाधिकारी वय, मर्यादा व शिष्टाचार सोडून, एकमेकांची अशी उणीदुणी काढून, एकमेकांत भांडत होते, एकमेकांच्या उरावर बसू पाहत होते. डॉ. बाबासाहेबांनी स्वत: कष्टून उभारलेल्या या पोलादी, मजबूत, मुंबईच्या त्यांच्या बालेकिल्ल्याला पहिले भयंकर खिंडार पडले, ते या 'रिपब्लिकन' च्या 'दुरुस्त-नादुरुस्त' तुफान वादावादीच्या जबरदस्त फुटीर वृत्तीच्या प्रचंड सुरुंगाने...

आणि येथून पुढे त्या प्रचंड बालेकिल्ल्याची पडझड सुरू झाली.

डॉ. बाबासाहेब आंबेडकर यांची एकेकाळची एकनिष्ठ बाण्याची, आपल्या हक्कांसाठी नित्य झगडणारी, लढाऊ वृत्तीची, चिवट रिपब्लिकन जनता, ही आपल्या भक्कम संघटनेची होणारी पडझड उघड्या डोळ्यांनी पाहत स्वस्थ बसू शकणारी नव्हती. फुटीर वृत्तीने, प्रथमच पडलेल्या, आपल्या संघटनेच्या मजबूत किल्ल्याचे 'खिंडार' मुजवण्यासाठी दोन्ही विरोधी गटांना, ऐक्याच्या सिमेंटाने सांधण्यासाठी, रिपब्लिकन जनता एकत्र येऊन प्रयत्न करू लागली.

त्यासाठी मुंबईत पहिली बैठक घेऊन 'ऐक्यासाठी' सहा जणांची एक कमिटी नेमण्यात आली. रिपब्लिकन पक्षातील (दोन्ही गटांच्या) दुरुस्त-नादुरुस्तांच्या वादात्मक मुद्द्यांचा निकाल एकमताने व एकदिलाने करण्याचा एकमुखी निर्णय या पहिल्या बैठकीत घेतला गेला.

या कमिटीतील सहाजण अनुक्रमे **१)** श्री. एन. शिवराज, **२)** हरदास डी. आवळे, **३)** भाऊराव गायकवाड, **४)** बी. सी. कांबळे, **५)** भैय्यासाहेब आंबेडकर व **६)** आर. डी. भंडारे असे होते; परंतु या सहा महाभागांच्या कमिटीने ऐक्य घडविण्याच्या आतच भैय्यासाहेब आंबेडकरांनी ही 'कमिटी' बरखास्त झाल्याचे जाहीर केले.

त्यानंतर मे १९५९ मध्ये दिल्लीमुक्कामी आमदार जगन्नाथ भातनकर व खासदार माने यांनी खासदार दादासाहेब गायकवाड व खासदार बी.सी. कांबळे यांची बैठक घडवून आणली. ऐक्याची बोलणी झाली. यासंबंधीचे निवेदन उभयतांच्या सह्यांनी काढायचे ठरविले; पण ही गोष्ट घडण्यापूर्वीच दादासाहेब गायकवाडांच्या समर्थकांनी नागपूर स्टेशनवर बी. सी. कांबळे व आवळे यांना काळे झेंडे दाखवून, दगडफेकदेखील केली.

दादासाहेब गायकवाडसमर्थक जाहीर निवेदन काढून (दुरुस्तांचा) निषेध करीत असत. 'डॉ. आंबेडकर यांच्या ध्येयधोरणांशी प्रतारणा करणारे समाजद्रोही बी. सी. कांबळे व आवळेबाबू आदी दुरुस्तांच्या कंपूचा आम्ही जाहीर निषेध करतो.'

मग आवळे-कांबळे ग्रुपचे लोकदेखील तसाच जाहीर निषेध करीत. 'दादासाहेब गायकवाडच रिपब्लिकन पक्षात फूट पाडण्यास कारणीभूत आहेत, असे आमचे प्रामाणिक मत आहे. परमपूज्य आंबेडकरांनी ज्या पक्षास राजकीय तत्त्वज्ञान दिले, त्याच पक्षाचे आम्ही सदस्य आहोत. दुरुस्त रिपब्लिकन पक्ष हा जनतेचा व डॉ. आंबेडकर व भगवान बुद्ध यांच्या तत्त्वप्रणालीचा आहे... या तत्त्वप्रणालीचा विचका करणाऱ्या महाभागांत दादासाहेब गायकवाड अग्रेसर आहेत. त्यांना त्यांच्या या बेजबाबदार कृत्यांचा जाब विचारण्याची वेळ आता रिपब्लिकन जनतेवर आलेली आहे... त्यांनी जाब विचारावा.'

'एकी' होण्यासाठी पाच-सहा मोठेमोठे प्रयत्न जारीने झाले; पण एकी काही होत नाही, असे सिद्ध झाले... मग साऱ्यांनी हात टेकले.

४.

रिपब्लिकन पक्षाचे विधिमंडळाताल कार्य

प्रा. डॉ. एल. जी. मेश्राम ऊर्फ **विमलकीर्ती**

महाराष्ट्रामध्ये शे. का. फेडरेशनने संयुक्त महाराष्ट्र चळवळीसोबत काँग्रेसविरोधी निवडणूक लढविली. संयुक्त महाराष्ट्र चळवळ ही सर्व विरोधी पक्षांनी बनलेली. सन १९५७ च्या सार्वत्रिक निवडणुकीमध्ये बहुसंख्य मतदारांनी काँग्रेसच्या विरोधामध्ये विरोधी पक्षाच्या उमेदवारांना मतदान केले.[१] शिवाय देशपातळीवरसुद्धा शे. का. फेडरेशन विरोधी पक्षाच्या आघाडीमध्ये असल्यामुळे महाराष्ट्रातून लोकसभेकरिता फेडरेशनचे सहा उमेदवार विजयी झाले. त्याचप्रमाणे कर्नाटकमधून एक उमेदवार, मद्रासमधून एक उमेदवार व गुजरातमधून एक उमेदवार असे एकूण नऊ लोकसभा सदस्य निवडून आले.

त्यामध्ये : **१)** दादासाहेब गायकवाड, **२)** बी. सी. कांबळे, **३)** मा. दिघे, **४)** जी. के. माने, **५)** हरिहरराव सोनुले, **६)** दत्ता कट्टी, **७)** एन. शिवराज **८)** के. मु. परमार आणि **९)** बी. डी. साळुंखे हे आघाडीचे नेते होते. त्याचप्रमाणे कर्नाटक राज्य विधिमंडळावर दोन उमेदवार, मुंबई विधिमंडळावर तेरा उमेदवार, पंजाब विधिमंडळावर पाच उमेदवार अशा एकूण वीस लोकांना शे. का. फेडरेशनने वेगवेगळ्या राज्य विधिमंडळांवर निवडून पाठविले होते. हे, डॉ. बाबासाहेब आंबेडकरांच्यानंतर त्यांची चळवळ हाती आलेल्या नेत्यांनी जी निवडणूक रणनीती वापरली, त्यांचे ते फार मोठे यश होते, असे म्हणणे अयोग्य होणार नाही. ३ ऑक्टोबर, १९५७ ला नागपूर अधिवेशनामध्ये रिपब्लिकन पक्षाची स्थापना झाल्यानंतर त्याच दिवशी लाखो लोक या पक्षामध्ये सामील झाले. आणि शे. का. फेडरेशनच्या नावाने निवडून आलेले सर्व लोकसभा सदस्य व सर्व विधानसभा सदस्य यांनी नव्या रिपब्लिकन पक्षात प्रवेश केला आणि या पक्षाने भारतीय राजकारणात आपली एक 'स्वतंत्र' राजकीय ओळख निर्माण केली, जे इतर राजकीय पक्षांना कधीही शक्य नव्हते. भारतीय राजकारणामध्ये

गांधीवाद, समाजवाद, साम्यवाद, हिंदुत्ववाद या राजकीय विचारप्रणालींबरोबरच आंबेडकरवादी विचारप्रणालीने आपले स्वतंत्र राजकीय स्थान निर्माण केले.

त्यानंतर सन १९६२ मध्ये सार्वत्रिक निवडणुका झाल्या. ही तिसरी सार्वत्रिक निवडणूक होती; पण रिपब्लिकन पक्षाकरिता ही पहिलीच निवडणूक होती. या निवडणुकीत भारतीय रिपब्लिकन पक्षाने भाग घेतला. या पक्षाने लोकसभेकरिता एकोणसत्तर उमेदवार देशभरातून उभे केले होते; परंतु केवळ तीन लोकसभा सदस्य निवडून आले आणि ते सर्व उत्तर प्रदेशातील होते. यांत अलिगढ मतदार संघातून बुद्धप्रिय मौर्य, मोरादाबाद मतदार संघातून मुजफ्फर हुसेन व हाथरस मतदार संघातून ज्योती स्वरूप हे आहेत. या तिसऱ्या सार्वत्रिक निवडणुकीत विविध राज्यांच्या विधानसभांकरिता एकूण तीनशे एक उमेदवार उभे करण्यात आले होते. त्यांपैकी केवळ अकरा उमेदवार निवडून आले. त्यांत तीन महाराष्ट्रातून व आठ उत्तर प्रदेशातून निवडून आले. या निवडणुकीत पक्षाचे बोटांवर मोजण्याइतके उमेदवार निवडून आले हे खरे आहे; परंतु महाराष्ट्रात ह्या पक्षाने प्राप्त केलेल्या मतदानाची संख्या लक्षात घेता सत्तारूढ काँग्रेस पक्षानंतरचा राजकीय पक्ष म्हणून रिपब्लिकन पक्षाचा दुसरा क्रमांक होता. त्याचप्रमाणे या पक्षास राष्ट्रीय पक्ष म्हणून मान्यता होती.[२] त्याचप्रमाणे रिपब्लिकन पक्षाने डॉ. बाबासाहेब आंबेडकरांचे संपूर्ण तत्त्वज्ञान स्वीकारलेले होते. आंबेडकरवाद बहुसंख्य सवर्ण - अवर्ण हिंदू समाजाला मान्य होणे शक्य नव्हते; म्हणून रिपब्लिकन पक्षाच्या पदरी पराजय येणे यात नवल असे काहीही नव्हते.

चौथी सार्वत्रिक निवडणूक मार्च १९६७ मध्ये झाली. यात रिपब्लिकन पक्षाने लोकसभेच्या एकूण बहात्तर जागी उमेदवार उभे केले; परंतु उत्तर प्रदेशातील अकबरपूर लोकसभा मतदार संघातून रामजी राम हे एकच निवडून आले. अर्थात लोकसभा निवडणुकीत पक्षाचा दारुण पराभव झाला. त्याचप्रमाणे पक्षाने विधानसभेकरिता एकूण तीनशे एक्याऐंशी उमेदवार वेगवेगळ्या प्रांतांतून उभे केले होते. यात महाराष्ट्रातून चार उमेदवार. म्हैसूरमधून एक उमेदवार, पंजाबमधून तीन उमेदवार, उत्तरप्रदेशातून आठ, हरियाणातून दोन, आंध्रातून दोन व बिहारप्रांतातून एक उमेदवार निवडून आले होते. यावरून असे स्पष्ट होते की, रिपब्लिकन पार्टीचा प्रभाव वेगवेगळ्या प्रांतांमध्ये वाढत होता. रिपब्लिकन पक्षाच्या स्थापनेनंतर अवघ्या दीड वर्षामध्येच पक्ष दोन गटांमध्ये विभागला गेला. याचासुद्धा बराच मोठा परिणाम सार्वत्रिक निवडणुकांमध्ये पक्षाच्या उमेदवारांवर झाला आणि पक्षाला निवडणुकीमध्ये पराजय पत्करावा लागला, हे सत्य नाकारता येत नाही.

नंतर १९७१ च्या लोकसभा निवडणुकीमध्ये पक्षाने एकोणतीस उमेदवार उभे केले होते. या वेळी पक्ष पुन्हा विभागला आणि खोरिप व गारिप असे दोन गट पडले.

बॅ. खोब्रागडेंचा पक्ष काँग्रेसविरोधी आघाडीमध्ये होता आणि दादासाहेब गायकवाडांचा पक्ष काँग्रेससोबत युतीमध्ये होता, म्हणून फक्त महाराष्ट्रातून गारिपकडून पंढरपूर मतदार संघातून एन्. एस. कांबळे हे लोकसभेकरिता निवडून आले. सन १९७२ च्या राज्यविधानसभांच्या निवडणुकांमध्ये खोरिपचे दोन उमेदवार निवडून आले. त्यात एक महाराष्ट्र विधानसभेसाठी व एक आंध्र विधानसभेसाठी. यात गारिपला यश आले नाही. पक्षविभाजनाचा परिणाम पक्षाच्या उमेदवारांवर होत होत होता, हे आपल्या लक्षात येईल.

नंतर देशामध्ये आणीबाणी आली व काँग्रेसच्या विरोधामध्ये असंतोष वाढत गेला. स्वत: काँग्रेसमध्येसुद्धा विभाजन झाले. सन १९७७ च्या निवडणुकीमध्ये गारिपने काँग्रेस (इं.) पक्षाशी युती केली. याच काळामध्ये जनता पक्ष नुकताच काँग्रेसविरोधात निर्माण झालेला होता. तेव्हा बी. सी. कांबळे यांनी जनता पक्षातूनच निवडणूक लढविली व जिंकली आणि बॅ. खोब्रागडे यांनी जनता पक्षाबरोबर युती करून बालाघाट लोकसभा मतदार संघातून कचरूलाल जैन व महाराष्ट्राच्या बुलढाणा मतदार संघातून डी. सी. गवई असे दोन उमेदवार लोकसभेकरिता निवडून आणले. गारिपला आपला एकही उमेदवार काँग्रेसच्या मदतीने निवडून आणता आला नाही. नंतर फेब्रुवारी १९७८ मध्ये महाराष्ट्र, आंध्र, कर्नाटक इत्यादी प्रांतांमध्ये विधानसभेच्या निवडणुका घेण्यात आल्या. त्यात रिपब्लिकन पक्षाने महाराष्ट्र विधानसभेसाठी सात उमेदवार निवडून पाठविले व एक कर्नाटकमधून असे एकूण आठ उमेदवार विधानसभेकरिता निवडून आणले. यात खोरिप व कांबळे गटाला प्रतिनिधित्व मिळाले. यावेळीसुद्धा खोरिप व कांबळे गट हे काँग्रेसविरोधी आघाडीमध्ये होते आणि गारिप गट हा काँग्रेस युतीमध्ये होता.

रिपब्लिकन पक्षामधील एक गट हा सुरुवातीपासूनच काँग्रेसला अतिशय जवळचा होता, ज्या गटाचे नेतृत्व स्वत: दादासाहेब गायकवाड करीत होते. रिपब्लिकन पक्षातील एक गट १९५९ मध्ये काँग्रेसविरोधी भूमिका घेऊन स्वतंत्र झाला आणि १९७१ मध्ये बॅ. खोब्रागडे हे काँग्रेसविरोधी भूमिका घेऊन वेगळे झाले; परंतु गारिपचा गट हा नेहमीच काँग्रेसवादी राहिलेला आहे. सन १९७७ च्या निवडणूक घोषणापत्रामध्ये - जे घोषणापत्र ॲड. ना. ह. कुंभार (तत्कालीन राज्यसभा सदस्य व महामंत्री गारिप) यांनी प्रकाशित केले, त्यात त्यांनी स्पष्टपणे म्हटलेले आहे की, '१९७१ मध्ये लोकसभा निवडणुकीच्या वेळी रिपब्लिकन पक्षाने काँग्रेस पक्षाबरोबर समझोता केलेला होता आणि पुढे काँग्रेस पक्षाचा आपसी समझोता कायम असला पाहिजे.' आणि शेवटी असे म्हटले की, 'काँग्रेस पक्ष खऱ्या अर्थाने अशा क्रांतिकारी धोरणांच्या प्रती बांधील आहे आणि तो ते लागू करू शकतो. म्हणून काँग्रेसपक्षाला सत्तारूढ व्हायला पाहिजे.'

यावरून असे स्पष्ट होते की, पुढे रिपब्लिकन पक्षाच्या ज्या गटाला फारसा जनाधार राहिला नाही, ते काँग्रेसकडे वळले. यांच्यापासून काँग्रेस पक्षाला सत्तेत येण्यासाठी फायदा झाला; परंतु रिपब्लिकन पक्ष सारखा कमजोर बनत गेला.

नंतर सातव्या लोकसभा निवडणुकीमध्ये (१९७९) रिपब्लिकन पक्षाचा एकही खासदार निवडून आला नाही. आठव्या लोकसभा निवडणुकीमध्येसुद्धा (१९८९) रिपब्लिकन पक्षाचा एकही खासदार निवडून आला नाही. महाराष्ट्राच्या आठव्या (१९८३-८४) विधानसभेमध्ये रिपब्लिकन (खोरिप) चा एक उमेदवार उत्तर नागपूर विधानसभा निर्वाचन क्षेत्रातून निवडून गेला. तो म्हणजे अॅड. सूर्यकांत डोंगरे. या वेळी मध्ये प्रदेशातील खैरलांजी निर्वाचन क्षेत्रातून रिपब्लिकन पक्ष (खोरिप) चे डोमनसिंग नागपुरे हे विधानसभेवर निवडून गेले. या वेळी रिपब्लिकन पक्षाचा एकही प्रतिनिधी नाही; परंतु दहाव्या (१९९०) महाराष्ट्र विधानसभेमध्ये रिपब्लिकन पक्ष (खोरिप) चा एकमात्र प्रतिनिधी निवडून गेलेला आहे आणि तो म्हणजे उत्तर नागपूर निर्वाचन क्षेत्राचे मा. उपेंद्र शेंडे हे आहेत. यावरून असा निष्कर्ष काढता येईल की, रिपब्लिकन पक्षाच्या विभाजनाबरोबरच या पक्षाची राजकीय शक्ती व जनाधार कमी कमी होत गेला. त्याचप्रमाणे सन १९७१ मध्ये कर्मवीर दादासाहेब गायकवाडांचा मृत्यू व नंतर १९८४ मध्ये बॅरि. राजाभाऊ खोब्रागडे यांचा मृत्यू झाला.

डॉ. बाबासाहेब आंबेडकरांच्या ध्येयवादाने भारावलेले व त्यांच्या तालमीमध्ये तयार झालेले त्यांच्यानंतरच्या दुसऱ्या फळीचे नेतृत्व करणारे दादासाहेब गायकवाड राहिले नाहीत आणि नंतर बॅ. राजाभाऊ खोब्रागडेसुद्धा राहिले नाहीत. रिपब्लिकन पक्षाच्या राजकीय जीवनामध्ये फार मोठी पोकळी निर्माण झाली. कोणत्याही राजकीय पक्षाकरिता जी शक्ती व जनाधार हवा असतो, त्यात पक्षनेतृत्वाचा भाग अतिशय महत्त्वाचा आहे. रिपब्लिकन पक्षाच्या कोणत्याही गटाकडे आज त्यागी, ध्येयवादी, सबळ व कसदार असे राजकीय नेतृत्व नाही. त्यामुळे बदलत्या राजकीय व सामाजिक स्थितीमध्ये डॉ. बाबासाहेब आंबेडकर यांच्या या राजकीय चळवळीचे भवितव्य काय असणार, हा एक अतिशय महत्त्वाचा प्रश्न आहे.

रिपब्लिकन पक्ष आणि विधिमंडळ

ज्याप्रमाणे रिपब्लिकन पक्षाचे व नंतर रिपब्लिकन पक्षाच्या विविध गटांचे आमदार, खासदार प्रांतीय विधानसभांमध्ये गेले, त्याचप्रमाणे या पक्षाचे काही प्रतिनिधी प्रामुख्याने प्रांताच्या विधान परिषदमध्येसुद्धा गेले होते व राज्यसभेमध्येसुद्धा होते. महाराष्ट्राच्या विधानसभेमध्ये बाबू हरिदास आवळे (नागपूर), दा. ता. रूपवते (पुणे), रा. सु. गवई (अमरावती), अ. गि. पवार (मुंबई), कु. शांताबाई दाणी (नाशिक)

इत्यादी लोक होते. रा. सु. गवई हे काँग्रेस पक्षाच्या मदतीने अनेक वर्षांपासून विधानपरिषदेत आहेत. ते विधानपरिषदेचे उपाध्यक्ष व नंतर अध्यक्षसुद्धा राहिलेले आहेत. सत्ताधारी काँग्रेस पक्षाच्या मदतीने ते आज महाराष्ट्र विधानपरिषदेमध्ये विरोधी पक्षनेतेसुद्धा आहेत. अ. गि. पवार हेसुद्धा विधानपरिषदेचे काही काळ उपाध्यक्ष होते आणि ॲड. सूर्यकांत डोंगरे हे काही काळ विधानसभेचे उपाध्यक्ष होते. त्याचप्रमाणे बॅ. राजाभाऊ खोब्रागडे अनेक वर्ष राज्यसभेचे सदस्य राहिलेले आहेत व काही काळ ते विरोधी पक्ष व काँग्रेस पक्षाच्या मदतीने राज्यसभेचे उपाध्यक्षसुद्धा राहिलेले आहेत. त्याचप्रमाणे दादासाहेब गायकवाड व ॲड. ना. ह. कुंभारे हे राज्यसभा सदस्य राहिलेत. सध्या (१९९०) ॲड. प्रकाश आंबेडकर हे रिपब्लिकन पक्षाचे राष्ट्रपतींद्वारे नियुक्त राज्यसभा सदस्य आहेत. नुकत्याच दिवंगत झालेल्या रिपब्लिकन (खोरिप) पक्षाच्या अध्यक्षा जे. ईश्वरीबाई या पंधरा वर्षे आंध्र प्रदेश राज्य विधानसभेच्या सदस्या राहिलेल्या आहेत. अशा तऱ्हेने रिपब्लिकन पक्षाचे प्रतिनिधी प्रांतीय व केंद्रीय विधिसभांमध्ये प्रतिनिधित्व करीत राहिलेले आहेत. त्याचप्रमाणे रिपब्लिकन पक्षाच्या रामदास आठवले गटाने महाराष्ट्रामध्ये १९९० च्या विधानसभा निवडणुकीमध्ये काँग्रेस (इं.) ला निवडणुकीत सहकार्य केले, म्हणून रामदास आठवले व मा. टी. एम्. कांबळे यांना विधानपरिषदेवर घेऊन मा. आठवलेंना मंत्रिपद दिलेले आहे.

रिपब्लिकन पक्षाचे विधिमंडळातील कार्य

आज प्रांतीय विधिमंडळामध्ये रिपब्लिकन पक्षाचे प्रतिनिधी अगदी नगण्य संख्येमध्ये आहेत. त्याचप्रमाणे केंद्रीय विधिमंडळामध्ये तर सन १९७९ पासून या पक्षाचा एकही प्रतिनिधी नाही. पक्षाच्या स्थितीसंबंधी दादासाहेब गायकवाड यांनी सन १९६९ मध्ये ॲड. ना. ह. कुंभारे यांना जे पत्र लिहिले होते, ते अतिशय बोलके आहे. त्या पत्रात खासदार दादासाहेब गायकवाड म्हणतात, ''आपल्या मतभेदांना आपण मुरड घालायला हवी आहे. शिवाय पक्षाची स्थिती मोठी समाधानकारक नाही. झालेल्या उत्तर हिंदुस्थानातील निवडणुकीने पक्षाचे कंबरडे मोडलेले आहे. मोठ्या कष्टाने ते आपण सर्वांनी सावरले पाहिजे.'' याचा अर्थ असा की, पक्षनेतृत्वालासुद्धा पक्षाच्या दैन्यावस्थेची कारणे अवगत होती व ती कारणे जर प्रारंभीच समाप्त करण्यात आली असती, तर पक्षाची आज जी खिळखिळी अवस्था आहे ती राहिली नसती आणि प्रांतांच्या विधिमंडळामध्ये व केंद्रीय विधिमंडळांमध्ये पक्षाची भक्कम स्थिती राहिली असती.

तरीही रिपब्लिकन पक्षाचे जेवढे व जे काही आमदार आणि खासदार विधिमंडळामध्ये व विधिसभेमध्ये गेलेत, त्यांची विधिमंडळ व विधिसभेतील कामगिरी अतिशय

वाखाणण्यासारखी होती, यात मुळीच शंका नाही. भारतीय रिपब्लिकन पक्षाने ज्या उद्देशांच्या प्राप्तीकरिता भारतीय राजकारणामध्ये प्रवेश केला, या पक्षाचे जे तत्त्वज्ञान होते, जी ध्येये आणि धोरणे होती, त्याला धरून जर पक्षाच्या विधिमंडळ व विधिसभेतील सदस्यांच्या कार्याचा आढावा घेतला तर आपण असे निश्चितपणे म्हणू शकतो की, या पक्षाच्या खासदार व आमदारांची कामगिरी उल्लेखनीय आहे. पक्षाने विधिमंडळ व विधिसभेबाहेर जनतेच्या प्रश्नांवर चळवळी उभ्या केल्या आणि पक्षाच्या आमदार व खासदारांनी सभागृहामध्ये दलितांच्या, आदिवासींच्या, भटक्या-विमुक्त समाजाच्या, मागासवर्गीय समाजाच्या आणि स्त्रियांच्या प्रश्नांवर, श्रमिकांच्या प्रश्नांवर, शेतकरी व शेतमजुरांच्या प्रश्नांवर आवाज उठविलेला आहे. रिपब्लिकन पक्षाने सभागृहामध्ये दलितांच्या व बौद्धांच्या अस्तित्वाच्या आणि अस्मितेच्या प्रश्नांवर अतिशय महत्त्वाची कामगिरी बजावलेली आहे. त्याचप्रमाणे रिपब्लिकन पक्षाने त्या वेळी सत्ताधारी असलेल्या काँग्रेस पक्षाच्या भांडवलशाहीवादी धोरणांचा, जातीयवादी धोरणांचा भरपूर समाचारसुद्धा घेतलेला आहे. या पक्षाने विधिमंडळामध्ये वेळोवेळी जनकल्याणाचे, लोकहिताचे अनेक प्रश्न उपस्थित केलेले आहेत.

महाराष्ट्राच्या विधिमंडळामध्ये रिपब्लिकन पक्षाची प्रारंभीच्या काळामध्ये तर अतिशय उल्लेखनीय कामगिरी राहिलेली आहे. महाराष्ट्रात रिपब्लिकन पक्ष दुसऱ्या क्रमांकाचा आणि जबरदस्त विरोधी पक्ष म्हणूनसुद्धा राहिलेला आहे. प्रा. आर. डी. भंडारे हे महाराष्ट्र विधिमंडळामध्ये विरोधी पक्षाचे नेतेसुद्धा राहिलेले आहेत. भारतीय रिपब्लिकन पक्षाने स्वत:च्या हाती कोणत्याही प्रकारची सत्ता नसताना एक विरोधी पक्ष या नात्याने, सरकारला, सत्तारूढ पक्षाला ज्या सूचना, उपसूचना केल्या आहेत आणि त्यांची अंमलबजावणी करण्यास सरकारने दिरंगाई करताच, केवळ राष्ट्रोद्धाराच्या दृष्टिकोनातून दि.६ डिसेंबर,१९६४ पासून राष्ट्रीय पातळीवर शांततामय आंदोलन सत्याग्रह सुरू करावा लागला आहे.[३] हा भूमिहीनांचा सत्याग्रह भारतातीलच नव्हे तर जगातील राजकीय पक्षांच्या इतिहासातील सर्वांत मोठा सत्याग्रह होता. महात्मा गांधींनासुद्धा ब्रिटिश सत्तेविरुद्धच्या सत्याग्रहामध्ये हजारांच्यावर सत्याग्रहींना तुरुंगात पाठविता आले नाही; परंतु या भूमिहीनांच्या सत्याग्रहामध्ये लाखो लोक तुरुंगामध्ये गेले होते. या आंदोलनाचे आणखी एक महत्त्वाचे वैशिष्ट्य म्हणजे प्रथमच सर्व जातींचे, धर्मांचे व पंथांचे कार्यकर्ते रिपब्लिकन पक्षच्या ह्या आंदोलनामध्ये हिरिरीने भाग घेण्यासाठी पुढे आले.[४]

रिपब्लिकन पक्ष हा एक महत्त्वाचा विरोधी पक्ष असल्यामुळे या पक्षाचे राजकीय तत्त्वज्ञान, भूमिका, ध्येय आणि धोरण इतर डाव्या व उजव्या किंवा पुरोगामी व प्रतिगामी विचारधारा स्वीकारणाऱ्या पक्षापेक्षा वेगळे असल्यामुळे या पक्षाची भारतीय

राजकारणातील राजकीय जबाबदारी व राजकीय चेतना ही एकदम वेगळी होती. शिवाय ह्या पक्षाची स्थापना करणारी व्यक्ती ही या व्यवस्थेच्या अगदी खालच्या स्तराची असल्यामुळे या पक्षावर इतर पक्षांच्यापेक्षा अधिक राजकीय जबाबदारी होती व ती जबाबदारी या पक्षाने विधिमंडळाबाहेर आणि विधिमंडळामध्ये आपल्या शक्तीनिशी पार पाडण्याचा प्रयत्न केलेला आहे. हा पक्ष हिंदू जातिव्यवस्थेतील शोषित समाजाचा व त्यांनीच स्थापन केलेला असल्यामुळे हा पक्ष विधिमंडळात व विधिमंडळाबाहेर सामाजिक न्यायाची प्रस्थापना करण्याच्या दृष्टीने अधिक सक्रिय राहिलेला आहे.

या पक्षाची अशी मान्यता आहे की, देशातील मागासलेल्या दलित, आदिवासी, भटक्या, विमुक्त, अस्पृश्य लोकांची देशाच्या सर्व भागांमध्ये पिळवणूक होते. संविधानाने अस्पृश्यता पाळणे, आचरणात आणणे गुन्हा ठरविला असला तरीही आजसुद्धा दैनंदिन जीवनात अस्पृश्यतेचे निकृष्ट रूप पाहावयास मिळते. जेव्हा आचार्य विनोबा भावे यांना काशी येथे अस्पृश्यांसोबत मंदिरप्रवेश करताना मज्जाव केला जातो आणि पं. नेहरू हे देशाचे पंतप्रधान असताना त्यांच्या उपस्थितीमध्ये गोव्यातील हिंदू मंदिरामध्ये अस्पृश्यांना प्रवेश मिळत नाही व पं. नेहरू निर्लज्जपणे मंदिरामध्ये प्रवेश करतात आणि त्याबाबत एक शब्दसुद्धा बोलत नाहीत, तेव्हा या घटनेचा रिपब्लिकन पक्षाने विधिमंडळाबाहेर व विधिमंडळात तीव्र निषेध केलेला होता. देशात अनेक प्रांतांत ज्या ज्या वेळी अस्पृश्य समाजावर, आदिवासी समाजावर, स्त्रियांवर अन्याय झाले, त्या वेळी पक्षाने विधिमंडळामध्ये प्रश्न उपस्थित केले आहेत.

डॉ. बाबासाहेब आंबेडकरांनी लहान-लहान राज्यांचे समर्थन आपल्या 'भाषावार प्रांतरचना' या ग्रंथामध्ये केलेले होते. त्यांच्या पक्षाचीसुद्धा हीच भूमिका होती की, भाषेच्या आधारे मोठमोठ्या प्रांतांची निर्मिती न करता भौगोलिक तत्त्वांच्या आधारे लहान-लहान प्रांतांची निर्मिती करावी. जेणेकरून अल्पसंख्याकांचे खरे संरक्षण होईल. हीच भूमिका बाबू हरिदास आवळे यांनी महाराष्ट्र विधिमंडळामध्ये विधानपरिषदेचे सदस्य असताना घेतलेली आहे. लहानलहान राज्यांच्या मुद्द्यांवर रिपब्लिकन पक्षात दोन विचारप्रवाह होते. दादासाहेब गायकवाड हे संयुक्त महाराष्ट्राच्या बाजूचे नेते होते तर बाबू आवळे हे संयुक्त महाराष्ट्राच्या विरोधात होते.[५] कर्मवीर हरिदास आवळे यांनी स्वतंत्र विदर्भ राज्याच्या निर्मितीचा प्रश्न विधानपरिषद व परिषदेबाहेर जनतेसमोर सतत उचलून धरला. रिपब्लिकन पक्षाच्या पहिल्या विभाजनाचे (दुरुस्त व नादुरुस्त रिपब्लिकन पक्ष) मुख्य कारणसुद्धा हेच होते. त्यांना संयुक्त महाराष्ट्र समितीचा एक घटकपक्ष म्हणून रिपब्लिकन पक्षाने असावे, हे मान्य नव्हते. त्यांनी द्विभाषिक मुंबई राज्याच्या पुनर्रचनेच्या निमित्ताने भाषावर राज्यरचनेच्या प्रश्नावर तत्कालीन पंतप्रधान नेहरू, मुख्यमंत्री वाय. बी. चव्हाण यांना पत्र लिहिले होते व त्यात त्यांनी असे स्पष्टपणे नमूद

केले होते की, 'राज्यपुनर्रचनेच्या प्रश्नाचा विचार संपूर्ण देशाच्या दृष्टिकोनातून व्हावा आणि डॉ. बाबासाहेब आंबेडकरांच्या 'भाषिक राज्यरचनेवरील विचार' या ग्रंथात सांगितलेल्या तत्त्वाप्रमाणे राज्यपुनर्रचना करण्यात यावी.'[६]

बाबू आवळे यांनी राखीव जागांच्या मुदत वाढविण्याच्या आठव्या घटनादुरुस्ती बिलाला मान्यता मिळविण्यासाठी मुंबई विधिमंडळात मुख्यमंत्री चव्हाण यांनी ठराव मांडला असता त्याला विरोध करणारे अभ्यासपूर्ण व प्रभावी भाषण केले. ते म्हणाले होते की, 'मी माझ्या राजकीय जीवनात जातीयवादाला कधीही प्रोत्साहन दिलेले नाही. आज ही गोष्ट हिंदू समाजाकडून उघडपणे घडत आहे. मी या तरतुदीला विरोध करण्याचे कारण हे की, ही तरतूद करून आपण (काँग्रेस पक्ष) एक प्रकारचा (आपल्या अपयशाचा) कबुलीजबाब देत आहात. या सभागृहात मुख्यमंत्री आणि लोकसभेत गृहमंत्री हा दुर्दैवी कबुलीजबाब या व्यवस्थेमुळे मान्य करीत आहेत. हा कबुलीजबाब अत्यंत विषारी आणि दु:खद आहे.'[७] म्हणजेच सरकार एस. सी. व एस. टी च्या लोकांच्या हिताचे रक्षण करण्याकरिता अयशस्वी ठरले, असा स्पष्ट आरोप त्यांनी केलेला होता. त्यांनी विधिमंडळामध्ये सन १९५६ च्या धर्मांतरित बौद्धांनासुद्धा राखीव जागा द्याव्यात. हा प्रश्न उचलून धरला.[८] ही दीक्षाभूमी बौद्ध समाजाला देण्यात यावी, दीक्षाभूमीच्या बदल्यात आम्ही दुसरी जमीन द्यायला तयार आहोत; परंतु ती भूमी, जेथे बौद्ध समाजाच्या भावना केंद्रित झालेल्या आहेत, ती बौद्ध समाजाला देण्यात यावी, असा आग्रह त्यांनी विधिमंडळात धरला होता. त्यांनी १९६१ च्या आय-व्यय बजेटमध्ये विदर्भ आणि मराठवाड्याला मागासलेले ठेवण्याचा प्रयत्न कशा प्रकारे सरकार करीत आहे, यावर विधिमंडळात आपले विचार व्यक्त केले होते. याशिवाय त्यांनी विधिमंडळामध्ये अनेक जनहिताच्या प्रश्नांकडे, अस्पृश्यांवर सवर्ण हिंदू समाजाकडून होणाऱ्या अन्यायाकडे विधिमंडळाचे लक्ष आकर्षित करण्याचा प्रयत्न केलेला होता. त्यांची विधिमंडळातील कामगिरी अतिशय उल्लेखनीय होती.

त्याचप्रमाणे १९५७ पासून बाबू आवळे यांच्यासारखी प्रभावी नेतेमंडळी महाराष्ट्राच्या विधिमंडळामध्ये होती. त्या वेळी महाराष्ट्राच्या विधानसभेमध्ये तर रिपब्लिकन पक्ष हा प्रमुख विरोधी पक्ष म्हणून होता. या पक्षाने विधिमंडळामध्ये अतिशय मोलाची भूमिका पार पाडलेली आहे. भारतीय राज्यघटनेच्या उद्देशपत्रिकेशी (सरनामा) भारतीय रिपब्लिकन पक्षाची उद्देशपत्रिका अगदी एकरूप होती. म्हणजेच भारतीय राज्यघटनेत नमूद केलेल्या उद्दिष्टांची पूर्ती करणे हेच भारतीय रिपब्लिकन पक्षाचे मुख्य ध्येय होते. त्याचप्रमाणे केवळ निवडणुका लढवून यश प्राप्त करणे हे राजकीय पक्षाचे मुख्य ध्येय नसून लोकांना सुशिक्षित करण्याकरिता, चळवळी करण्याकरिता आणि सुसंघटित करण्याकरिता राजकीय पक्ष अस्तित्वात असतो, अशी भारतीय रिपब्लिकन पक्षाची

धारणा असल्यामुळे देशातील प्रचलित अशा विविध समस्यांवर लोकमत जागृत करून त्यांविरुद्ध लढा देण्याची रिपब्लिकन पक्षाची भूमिका होती. म्हणून रिपब्लिकन पक्षाने विधिमंडळाबाहेर जनतेचे प्रखर लढे लढविले. त्याचप्रमाणे रिपब्लिकन पक्षाने विधिमंडळामध्ये पडीत जमीन लागवडीखाली आणून देशातील अन्नधान्याचा प्रश्न सोडविण्याचा प्रश्न वारंवार उचलून धरला.

या पक्षाने विधिमंडळामध्ये पडीक जमीन लागवडीखाली आणण्याच्या प्रश्नाबरोबरच जमीनदारी प्रथा नष्ट करणे, भूमीचे फेरवाटप करणे, कूळकायदा प्रभावीपणे अमलात आणणे, भूमिहीनांना जमिनी देणे इत्यादी महत्त्वाचे प्रश्न विधिमंडळात उपस्थित केले. या पक्षाने विधिमंडळात बिडीमजुरांचे प्रश्न, मिल मजुरांचे प्रश्न व किमान वेतन कायदा इत्यादींकडे सरकारने लक्ष वेधले. या पक्षाने देशातील अन्नधान्याच्या मर्यादित उत्पादनाचे वाटप योग्य रीत्या होत नाही म्हणून अन्नधान्यसमस्येचे गांभीर्य लक्षात येऊन त्याकरिता सरकारने सरकारी स्वस्त धान्याची दुकाने उघडून धान्यखरेदीकरिता बँकेतर्फे कर्जाऊ रक्कम देण्याची प्रथा बंद करावी अशी मागणी केली. या पक्षाने विधिमंडळामध्ये गलिच्छ वस्त्या व झोपडपट्ट्यांचा प्रश्न उपस्थित केला. या पक्षाची अशी मागणी होती की, निवारा ही मनुष्याची प्राथमिक गरज होय; म्हणून ती सर्व नागरिकांना मिळणे आवश्यक आहे. 'भूमिहीनांना जमीन मिळाली पाहिजे व बेघरांना घर मिळाले पाहिजे,' यावर या पक्षाने अतिशय जोर दिला होता. या पक्षाने विधिमंडळामध्ये सातत्याने नवदीक्षित बौद्धांना अनुसूचित जातींच्या सर्व सोयी-सवलती मिळाव्यात हा प्रश्न उचलून धरला. म्हणूनच महाराष्ट्र सरकारने रिपब्लिकन पक्षाची मागणी मान्य केली आणि महाराष्ट्रात नवदीक्षित बौद्धांना अनुसूचित जातीच्या सर्व सोयी-सवलती देण्याचे जाहीर केले. या पक्षाने विधिमंडळामध्ये अनुसूचित जाती व जमातींच्या लोकांवर होणाऱ्या अन्यायाला वाचा फोडली आणि हेच या पक्षाचे विधिमंडळातील महत्त्वाचे कार्य आहे. आजसुद्धा महाराष्ट्राच्या विधिमंडळामध्ये रिपब्लिकन पक्षाचे एक आमदार विधानसभेमध्ये आहेत आणि ते म्हणजे आमदार उपेंद्र शेंडे. त्यांनी आपल्या पक्षाच्या भूमिकेला, ध्येयधोरणाला अनुसरून महाराष्ट्रामध्ये मंडल आयोग लागू करावा हा प्रश्न विधानसभेत उचलून धरला. त्याचप्रमाणे त्यांनी मराठवाडा विद्यापीठाला डॉ. बाबासाहेब आंबेडकरांचे नाव देण्याच्या ठरावाची अंमलबजावणी करणे, नागपुरातील माथाडी कामगारांचा प्रश्न, अंशकालीन पदवीधरांचा प्रश्न, विदर्भ विकास महामंडळ, कामठीची हिंदू-मुस्लिम दंगल, मकरधोकडा येथील एका चांभार जातीच्या माणसाची शिवसेनेच्या लोकांकडून ठेचून हत्या, महाडोली येथील जातीय प्रश्नावरून दलित स्त्रीची विटंबना इत्यादी सामाजिक-आर्थिक प्रश्नांवर विधिमंडळामध्ये महत्त्वाची भूमिका बजावलेली आहे. नागरिक संरक्षण कायद्याअंतर्गत अन्यायग्रस्तांना व त्यांच्या कुटुंबीयांना मदत

देण्याचा शासनाचा निर्णय आहे काय व १९७८ ते १९९० ऑक्टोबरपर्यंत राज्यातील किती अन्यायग्रस्तांना मदत देण्यात आली, असे अनेक लोकहिताचे प्रश्न त्यांनी उपस्थित केले. त्याचप्रमाणे त्यांनी महाराष्ट्र गलिच्छ वस्ती सुधारणा, निर्मूलन व पुनर्विकास विधेयक १९९० ला विधानसभेमध्ये समर्थन दिले. आपल्या विधिमंडळातील कामगिरीबद्दल सांगताना आमदार उपेंद्र शेंडे (खोरिप) म्हणाले की, 'रिपब्लिकन पक्षाचा मी एकटाच आमदार असल्यामुळे विधानसभेत माझी फार कोंडी होते. तेथे प्रश्नोत्तरांत, चर्चेत मला फारसा वेळ दिला जात नाही. तेथे जो उरलेला अल्पश: वेळ दिला जातो, त्यात आपली भूमिका मांडणे अतिशय कठीण काम असते. तरीही मी तेथे जनतेचे प्रश्न मांडण्याचा प्रयत्न करतो.' अर्थात रिपब्लिकन पक्ष विधिमंडळात जरी अल्प असला, तरी तो लोकहिताच्या प्रश्नावर जागृत आहे, हे मात्र निश्चित. आज खऱ्या अर्थाने रिपब्लिकन पक्षाची विधिमंडळामध्ये जास्तीत जास्त प्रतिनिधी निवडून पाठवून शक्ती वाढविण्याची गरज आहे.

रिपब्लिकन पक्षाचा संसदीय लोकशाहीवर विश्वास आहे. संसदीय लोकशाहीच्या माध्यमानेच जनतेचे मूलभूत स्वातंत्र्य अबाधित ठेवता येऊ शकते, अशी या पक्षाची धारणा आहे. त्याचप्रमाणे संसदीय लोकशाहीच्या ज्या मर्यादा आहेत, त्या मर्यादांची जाणीवसुद्धा या पक्षाच्या संस्थापकांना होती; परंतु भारतासारख्या लोकशाहीवादी तत्त्वावर आधारित समाजामध्ये लोकशाहीशिवाय दलित, आदिवासी, मागासवर्गीय, स्त्री अशा दुय्यम दर्जाच्या लोकांची, समाजाची मुक्ती शक्य नाही; म्हणून डॉ. बाबासाहेब आंबेडकरांनी लोकशाही व संसदीय शासनप्रणालीचे समर्थन केलेले आहे. या संसदीय शासनप्रणालीमध्ये जास्तीत जास्त लोकहिताचे काम करून, लोकहितांच्या चळवळी उभारून, जनमतसंग्रह करून आपल्या पक्षाचे प्रतिनिधी विधिमंडळात निवडून पाठविणे आवश्यक असते. संसदीय लोकशाहीच्या माध्यमानेदेखील समाजामध्ये अनेक क्रांतिकारक बदल घडवून आणता येऊ शकतात, असा डॉ. बाबासाहेब आंबेडकरांचा विश्वास होता. त्यांनी असेही म्हटले होते की, जेथे लोकशाही अयशस्वी होते, तेथे हुकूमशाहीचा उदय होतो. त्यांना कोणत्याही अर्थाने हुकूमशाही मान्य नव्हती. याचा अर्थ असा की, रिपब्लिकन पक्षाने आपली जनशक्ती वाढविली पाहिजे. पक्षाने आपले जास्तीत जास्त प्रतिनिधी विधिमंडळात निवडून पाठविले पाहिजेत; परंतु आज तरी रिपब्लिकन पक्षाची अतिशय दैन्यावस्था आहे. या पक्षाचा जनाधार वाढण्याऐवजी दिवसेंदिवस कमी होत आहे. या पक्षाचा आधी जो जनाधार होता, तोसुद्धा आज फारसा राहिलेला नाही. म्हणून ज्यांच्या हातात पक्षाचे नेतृत्व आहे, त्यांनी यावर गंभीर विचार करण्याची आज आवश्यकता आहे. या देशाला रिपब्लिकन पक्षाची आवश्यकता आहे; पण ही आवश्यकतापूर्ती करण्याचे सामर्थ्य वर्तमान रिपब्लिकन पक्षाच्या नेतृत्वामध्ये नाही.

रिपब्लिकन पक्ष हा परिवर्तनवादी पुरोगामी राजकीय पक्ष आहे; त्यामुळे या पक्षाला जनाधार आपोआप प्राप्त होणार नाही, तर या पक्षाला जनतेच्या लढ्यामधूनच, जनआंदोलनामधूनच व्यापक जनाधार प्राप्त करावा लागणार आहे, हे मात्र निश्चित.

संदर्भ :

१. क्षीरसागर प्रा. आर.के., पृ.३९.

२. सोनटक्के भा. ह. : आमची भूमिका, पृ.५

३. सोनटक्के भा. ह. : आमची भूमिका, पृ. निवेदन

४. तत्रैव पृ.७

५. मानकर डी. एफ.: कर्मवीर बाबू हरिदास आवळे यांची भाषणे, पृ. २९,३०,३१. दि.२४-१२-५८, ९-१-५९ व १-२-५९

६. तत्रैव, एच.डी. आवळे; एम. एल. सी., मुंबई, पृ. ५०

७. तत्रैव, पृ. ५१ : दि बॉम्बे रिऑर्गनायझेशन बिल १९६० यावर भाषण

८. तत्रैव, पृ व १३: विधान परिषद मुंबईमध्ये दिलेले भाषण, दि.२७-७-६०

□□□

५.

माझं राज्यसभेतलं प्रतिनिधित्व

राजाभाऊ खोब्रागडे

-१-

धान्याचे कोठार असलेल्या विदर्भात अजूनही किमती वाढत आहेत. या देशातील सर्वसाधारण माणसाला एक वेळच्या जेवणाइतके धान्य मिळविण्याची पंचाईत पडली आहे. पाटबंधारे. कालवे इत्यादींद्वारा जमीन ओलावून अधिक पीक काढण्याची शक्यता असताना अशा जमिनीपैकी पन्नास ते साठ टक्केच जमिनीचा उपयोग करता आला, हे अन्नमंत्री कबूल करतात. एकूण आपले अन्नधोरण अपयशी ठरले आहे.

सरकारी श्वेतपत्रिकेवरून काही विशिष्ट प्रयत्नांची माहिती मिळेल असे वाटत होते; परंतु त्यातही विचारांचा दुष्काळच आढळला. अन्नमंत्र्यानी वाढती लोकसंख्या, जनतेची खरेदीशक्ती, गतवर्षीच्या खरीप पिकांची नासाडी, काही प्रदेशांत अवर्षणामुळे शेतीची नापिकी या सर्व गोष्टी जमेस धरून जर योग्य उपाययोजना केली असती, तर अन्नाबाबत हा दुर्धर प्रसंग ओढवला नसता.

गेल्या वर्षी या देशात धान्याचे उत्पादन सहाशे वीस लक्ष टन झाले असून सरकारच्या सक्तीच्या धान्यवसुलीद्वारे पाच लक्ष सदतीस हजार टन धान्य गोळा करण्यात आले. जर ही वसुली दहा टक्के प्रमाणात केली असती तर हा कठीण प्रसंग टाळता आला असता. शिवाय स्वस्त धान्य दुकाने जागोजाग काढवयाला फार उशीर केल्यामुळे अणि नंतरही त्यांची संख्या तोकडी असल्यामुळेही अन्नप्रश्नावर वरवरची मलमपट्टी झाली आहे.

आम्ही अन्नाबाबत लवकरच स्वयंपूर्ण होऊ असे गेली बारा वर्षे ऐकत आलो; परंतु पुढे दहा वर्षेदेखील तशी परिस्थिती येईल अशी चिन्हे दिसत नाहीत. तेव्हा परदेशातून धान्य आयात मोठ्या प्रमाणावर करण्याबाबत दीर्घ मुदतीचे करार लागतील.

कारण कारण कोट्यवधी जनतेची उपासमार आपल्याला थांबवायची आहे.

पीक हाती येताच शेतकऱ्याला ते कमी भावाने व्यापाऱ्याला विकणे भाग पडते; कारण त्या वेळी धान्याच्या बाजार किंमती व्यापाऱ्याने खाली उतरविलेल्या असतात. एकदा ते शेतकऱ्याच्या हातातून व्यापारी साठेबाजाच्या गोदामात गेले की, किंमतीत वाढ सुरू होते.

ही व्यापारी धूर्तता थांबवून शेतकऱ्याला त्याच्या मालाचा योग्य मोबदला मिळाला पाहिजे. १९५४ साली पिके चांगली होती. तेव्हा जून ५५ मध्ये धान्य - किमती एकोणतीस टक्के खाली घसरल्या होत्या. त्या वेळी केरळात तांदूळ तेरा रुपये मण होता आणि कानपूरला गहू साडेनऊ रुपये मणाने सर्रास मिळत होता. या किमती घसरल्यामुळे त्यापुढील वर्षाला धान्योत्पादन कमी झाले. धान्यपेरणीला उत्तेजन मिळू शकले नाही.

शेतकऱ्याने धान्यनिर्मिती करावी, यासाठी त्याला चांगले बी-बियाणे, उत्तम खत स्वस्तात पुरविणे, पाटबंधारे घालून पाण्याची सोय वगैरे मोठ्या प्रमाणावर करून दिली पाहिजे. शेतकऱ्यांना पंधरा लाख टन खताची गरज आहे, तेथे फक्त ७.५ लक्ष टन पुरवठा केला जातो.

योजनेमध्ये पाटबंधारे, धरणे इत्यादींद्वारा जमीन ओलाविण्याबाबत आकडा ऐंशी लक्ष एकरांचा असला तरी फक्त चाळीस लक्ष एकरच जमिनीला पाणीपुरवठा होऊ शकला.

लक्षावधी एकर जमीन पडीक असून तीत धान्ये काढता येतील. सरकारने या जमिनी शेतीवर राबणाऱ्या मजुरांना - विशेषत: बौद्ध आणि अस्पृश्य जनतेला - विनामूल्य दिल्या तर कोट्यवधी टन धान्य निर्माण होऊन अन्नसमस्या सुटेल व या समाजाचीही अर्थिक सुधारणा होईल.

वर्ष	**एकरी**	**उत्पादन टन**
	तांदूळ	गहू
१९५४, ५५	७२३	७१५
१९५५, ५६	७८२	६४०
१९५६, ५७	७९८	६१७

वरील आकड्यांवरून अन्नमंत्र्यांचे म्हणणे बरोबर नाही, हे दिसून येईल.

अन्नधान्य प्रश्न सोडविण्यासाठी **१)** स्वस्त धान्याची दुकाने सर्वत्र उघडण्यात आली पाहिजेत. **२)** सक्तीची धान्यवसुली पाहिजे. **३)** धान्याचा राखीव साठा आणि

प्रसंगासाठी वेगळा साठा पाहिजे. ४) सर्व पडीक जमीन लागवडीखाली आणली पाहिजे. ५) बौद्ध आणि अस्पृश्यांना पडीक जमीन लागवडीखाली आणण्यासाठी दिली पाहिजे, असे मला वाटते.

(प्रबुद्ध भारत, २७-९-५८)

- २ -

'अदालत' पंचायत बिलाचा उद्देश 'अडलाती पंचायती' ना काही फौजदारी खटले चालविण्याचा जादा अधिकार देण्यात येत आहे. याला विरोध करण्यासाठी मी उभा आहे.

लॉ कमिशनदेखील या निर्णयाप्रत कसे आले, याचे मला आश्चर्य वाटते. काही सभासदांनी आता तो प्रश्न विचारलादेखील. मला आशा होती की, माननीय मंत्रिमहाशय या संबंधित प्रश्नाचे उत्तर देतील; परंतु त्यांनीही यशस्वी रीत्या त्या प्रश्नाला बगल दिली आहे. माझी यावेळीही अशी सूचना आहे की, लॉ कमिशनने या ग्रामपंचायतीचे कामकाज कसे चालते, हे पाहण्यासाठी कमीत कमी शंभर दाखले पाहावेत व त्यांमध्ये कोणत्या पद्धतीने गुन्ह्यांची नोंद केली जाते, गुन्ह्यांची दखल घेतली जाते आणि त्यांचा निकाल कसा दिला जातो, याचा संपूर्णपणे अभ्यास करावा. मला पक्की खात्री वाटते की, लॉ कमिशनने अभ्यास जर या पद्धतीने केला, तर लॉ कमिशनने आता जी शिफारस केली आहे, तिच्या अगदी उलट अशी शिफारस केली असती. संयुक्त प्रांतामध्ये न्यायदान कसे केले जाते याबद्दल मला कल्पना नाही; परंतु माझ्या स्वत:च्या विदर्भ प्रांतामधील परिस्थिती अशी आहे की, ज्या ज्या न्यायपंचायती गेल्या दहा वर्षांपूर्वी स्थापल्या गेल्या, त्यांपैकी पाच टक्के फक्त काम करीत असतील. बाकीच्या न्यायपंचायतींचे कार्य स्थापनेनंतर तीन-चार वर्षांतच सर्व थंडावत आलेले आहे. खेड्यातील जनतेचा या न्यायपंचायतीवरील विश्वास अजिबात उडालेला आहे. त्यांच्यामध्ये जे वाद होतील किंवा होत असतात, ते वाद मिटविण्यासाठी या न्यायपंचायतीकडे कोणीही जात नाहीत. हे त्यांचे न जाणे अगदी बरोबर आहे; कारण न्यायदानाची त्यांची पद्धत फार वेळ घेणारी आहे, तितकीच ती कंटाळवाणी आहे. कोणी एखाद्याने न्यायपंचायतीकडे एखादी तक्रार गुदरली तर त्याला कळून चुकतं की, जे पंच आहेत त्यांच्याजवळ ज्ञानाची खोली किती आहे? केस कशी हाताळावी हेदेखील त्यांना कळत नसते. म्हणून जो फिर्यादी तक्रार गुदरणारा असतो, तो शेवटी आपली तक्रार तेथून काढून घेतो व वरच्या कोर्टात तीच तक्रार गुदरतो. मात्र बऱ्याच वेळा न्यायपंचायतीचे कोर्टनिवाडे पुष्कळदा फिरवलेले असतात. ही आमच्या विदर्भातील न्यायपंचायतीची स्थिती आहे. अशा प्रकारे लॉ कमिशनने ज्या शिफारशी केलेल्या आहेत, त्या बरोबर नाहीत.

न्यायपंचायती किंवा पंचायती अदालत यांना न्यायदानाचे हक्क देणे म्हणजे फिर्यादी अगर आरोपीच्या दृष्टीने मी आता सांगितल्याप्रमाणे फार खर्चाचे आहे; कारण ज्या व्यक्तीला योग्य न्याय मिळाला नसेल, ती व्यक्ती लगेच अर्जाची फेरतपासणी व्हावी म्हणून वरच्या कोर्टात जाते. अशा प्रकारे खर्चाचा बोजा तिच्यावर पडतो.

त्याचप्रमाणे सट्टा, जुगार या केसेस चालविण्याचे अधिकारही जर पंचायतीकडे देणार असाल, तर त्या केसेसही अशाच महाग वाटणाऱ्या आहेत. प्रत्येक खेडेगावी दोन गट असतात हे निर्विवाद आहे. तेव्हा या दोन गटांतील एकमेकांच्या वैरामुळे खात्रीने कोणालाही न्याय मिळणार नाही. जी व्यक्ती बहुसंख्य लोकांच्या गटात असेल तिच्याचतर्फे निकाल लागणार; म्हणूनच गरीब व योग्य माणसाला या पंचायतीत कधीच न्याय मिळणार नाही.

हे लॉ कमिशन अशी शिफारस करते की, हायकोर्ट व सुप्रीम कोर्टाच्या न्यायाधीशांनी सामाजिक जीवनामध्ये गुरफटून जाऊ नये. त्यांनी इतर लोकांमध्ये मिसळू नये. त्याचप्रमाणे कोर्टाचे काम झाले, की घरी स्वस्थ असावे. त्यांनी लोकांच्या चळवळीत भाग घेऊ नये. का? तर न्यायाधीश लोकांमध्ये मिळूनमिसळून त्यांच्याशी एकरूप राहू लागले तर, समाजातील निरनिराळ्या घटकांचा व त्यांचा संबंध जवळचा येणार; त्यामुळे न्यायदानात घोटाळा होण्याची शक्यता आहे. मग पंचायत अदालतचे कसे आहे? त्या पंचायतीत जे न्यायनिवाड्यावर निवडलेले लोक असतील त्यांचा व त्या गावातील जनतेचा संबंध राहणार आहे किंवा नाही? जेव्हा यांची निवडणूक होते, तेव्हा या लोकांनी लोकोपयोगी कामे केलेली असतील, त्यांच्या बाजूचे जे लोक असतील, त्यांच्यासाठी त्यांनी काहीतरी केलेले असेल तरच ती व्यक्ती ग्रामपंचायतीत निवडून जाणार आहे. याचा अर्थ असा की, या पंचायतीत सभासदांना लोकांवरच अवलंबून राहावे लागणार आहे. मग हे लोक त्यांचा कसा न्यायनिवाडा करणार?

लोकसभेतील काही खासदार या न्यायपंचायतीस अथवा या 'पंचायत राज'ला गुंडांचे राज्य म्हणतात, असे माननीय मंत्रिमहाशयांनी सांगितले. 'गुंडांचे राज्य' एकवेळ चालेल; परंतु मला भीती वाटते की, या पंचायत राज्याऐवजी प्रत्येक ठिकाणी आधुनिक मनुराज्य होईल. आपणा सर्वांना कल्पना आहे की, खेडेगावी आजसुद्धा जे व्यवहार घडतात, जे राजकारण चालते, ते राजकारणाच्या मूलभूत मुद्द्याला धरून कधीच नसते, तर खेडेगावचे राजकारण हे जातीयतेच्या तत्त्वावर आधारलेले आहे. प्रत्येक खेडेगावी वर्गीकृत जातीच्या लोकांना अस्पृश्य म्हणून वागणूक दिली जाते. अस्पृश्य लोकांकडून या वर्गीकृत जमातींतील लोकांची गळचेपी होत असल्याची असंख्य उदाहरणे आहेत. परंतु आता शेड्युल्ड कास्टच्या लोकांमध्ये जागृती निर्माण होऊन त्यांना त्यांच्या हक्कांची जाणीव झाली आहे, भारतीय घटनेनुसार मिळालेल्या

हक्कांचे उपभोग हे लोक घेऊ पाहत आहेत. अशा वेळी या हिंदू लोकांकडून त्यांना कशी वागणूक मिळते? ते लोक सतत या वर्गीकृत जातीतील लोकांची गळचेपी करताहेत. त्यांना भयंकर त्रास देत आहेत. एवढेच नव्हे तर अत्याचारदेखील करीत आहेत. राष्ट्राध्यक्षांच्या भाषणावर मी बोलत असताना या अत्याचाराबद्दलची उदाहरणे सांगितलेली आहेतच. पंजाब, संयुक्त प्रांत, राजस्थान वगैरे प्रांतांत अद्यापही या शेड्युल्ड कास्टच्या लोकांना विहिरीवर पाणी भरू देत नाहीत, मिरवणुकी काढू देत नाहीत, त्यांच्यावर बहिष्कार टाकला जातो.

खेड्यातील पार्टीमध्ये, गटामध्ये, वादामध्ये सगळीकडे एकच तत्त्व आहे. ते म्हणजे जातीयता. मराठा मराठ्यांच्या गटात बसणार, ब्राह्मण 'ब्राह्मणां'च्या गटात बसणार. अशा प्रकारे प्रत्येक गट हा जातीयतेवर आधारलेला आहे. परंतु अस्पृश्य लोक जेव्हा घटनेप्रमाणे मिळालेल्या हक्कांचा उपभोग घेण्यासाठी, आपली उन्नती करून घेण्यासाठी धडपडत असतात तेव्हा हे सर्व गट, जाती किंबहुना हे हिंदू लोक त्यांच्या प्रयत्नांमध्ये व्यत्यय आणतात. तेव्हा या अस्पृश्य समजल्या जाणाऱ्या लोकांनी कोणत्या कोर्टाकडे जाऊन न्याय मागावा? या ग्रामपंचायतीमध्ये हिंदू लोकांचाच वरचष्मा आहे ना? त्यांचीच हुकमत ग्रामपंचायतीत असते ना? तेव्हा शेड्युल्ड कास्टच्या लोकांच्या दृष्टीने हे 'ग्रामपंचायत राज' म्हणजे 'मनुराज्यच' होय, असे म्हटल्यास वावगे होणार नाही. मनूचे राज्य म्हणजे काहीही कारण नसताना अस्पृश्यांवर सक्तीने कायदे लादणे. तेव्हा माझे म्हणणे असे की, या पंचायतीचे रूपांतर अधोगतीत होऊन ते मनुराज्य बनू नये.

पंचांच्या निवडीबद्दल मा. मंत्रीमहाशयांनी नियम केले आहेत व दंडक घातला आहे की, ज्या कोणा व्यक्तीला अस्पृश्यतानिवारण्याच्या कायद्याखाली शिक्षा झालेली असेल, त्याला पंच म्हणून उभे राहता येणार नाही. याबद्दल मी त्यांचे अभिनंदन करतो. मात्र या कायद्याची अंमलबजावणी अत्यंत कडकपणे व्हावी व अशा कायद्याखाली शिक्षा झालेल्या व्यक्तीला निवडणुकीस उभे राहण्याचा अधिकारच नसावा. पंचायतीची निवडणूकपद्धत कशी आहे? बहुसंख्येने निवडून द्यावयाचे आहे काय? शेड्युल्ड कास्टचे लोक मग कायमचेच अल्पसंख्याक आहेत व ते तसेच अल्पसंख्याक राहणार. राजकारणात जसे आज बहुसंख्याक पक्ष उद्या अल्पसंख्याक ठरू शकतो. मात्र अस्पृश्यांचे तसे नाही. तेव्हा या अल्पसंख्याक लोकांना या पंचायतीत स्थान मिळविण्याच्या दृष्टीने तुम्ही लहान लहान मतदार संघ पाडावेत व 'क्युम्युलेटिव्ह' मतदान पद्धत ठेवावी. यानेच शेड्युल्ड कास्टच्या लोकांना या ग्रामपंचायतीत स्थान राहील.

सध्यादेखील आपणाला असे आढळून असे येत आहे की, शेड्युल्ड कास्टस् लोकांच्या वस्तीमध्ये विजेची अथवा दिव्यांच्या उजेडाची सोय नाही. चांगले रस्ते

नाहीत. पाणीपुरवठ्याची सोय नाही. हे अस्पृश्यांचे जीवन आहे. हा अस्पृश्यांचा सामाजिक दर्जा आहे. ही त्यांची सामाजिक ठेवण आहे. तेव्हा या ग्रामपंचायती अस्पृश्यांच्या या नागरिक हक्कांचा, त्यांच्या सोयी-गैरसोयींचा विचारदेखील करीत नाहीत. या अस्पृश्यांना या पंचायत राज्यामध्ये योग्य न्यायनिवाडा मिळेल याची खात्री काय? म्हणून या न्यायदानाचा जादा अधिकार देण्याबद्दल तरतूद बिलाच्या सूचनेला माझा विरोध आहे.

(प्रबुद्ध भारत, २८-३-५९)

- ३ -

शेड्युल्ड कास्टस्,शेड्युल्ड ट्राइब्स कमिशनरने आपल्या अहवालात गृहखात्याच्या मंत्र्याने हा अहवाल ऑगस्ट-सप्टेंबरपूर्वी छापावा व त्याच वर्षी (१९५८ साली) लोकसभा व राज्यसभा या दोन्ही सभागृहांत या अहवालावर चर्चा व्हावी, अशी सूचना केली आहे; परंतु आश्चर्याची गोष्ट आहे की, हा अहवाल सभागृहाला मागील वर्षी सादर करण्यात आला नाही. तसेच या अहवालावर चर्चा करण्याकरिता बराच विलंब लागला.

राज्य सरकारे आपला अहवाल वेळेवर सादर करीत नाहीत, अशी तक्रार कमिशनरने केली आहे. बिहारमधील शेड्युल्ड एरियाचा १९५५ सालाचा अहवाल २४ मे, १९५७ ला सादर करण्यात आला. १९५६ सालचे अहवाल फक्त आंध्र,पंजाब व ओरिसा राज्यांनीच पाठविले आहेत आणि तेदेखील अनुक्रमे ८ जुलै, ३० ऑगस्ट व ३१ ऑक्टोबर, १९५७ ला पाठविण्यात आले. १९५७ सालाकरिता कुठल्याच राज्याने आपला अहवाल अजून सादर केला नाही. यावरून केंद्र सरकार व राज्य सरकारांना अस्पृश्योन्नतीची किती कळकळ आहे, हे स्पष्ट दिसते. यावरून दोनच निष्कर्ष निघतात. एकतर सरकार या कामाकरिता असमर्थ आहे किंवा अस्पृश्यांच्या उन्नतीबद्दल त्यांना कळकळ नाही, ते एक ढोंग आहे.

कारण अजूनही हजारो गावांत अस्पृश्यता पाळण्यात येते असे असताना या लोकांच्या विरुद्ध अस्पृश्यता कायद्याप्रामणे (Untouchability Offences Act) कोर्टात कारवाई का करण्यात आली नाही?

अस्पृश्यता पाळणाऱ्या खेड्यांची यादी दिली आहे. यावरून कोणकोणत्या खेड्यांत कोण अस्पृश्यता पाळतो याची माहिती सरकारला आहे आणि या लोकांविरुद्ध कारवाई करणे कठीण काम नाही; परंतु त्यांच्याविरुद्ध कोणत्याही प्रकारची कारवाई केलेली नाही. सरकारला फक्त अस्पृश्यता निवारणाचा जगासमोर आभास निर्माण करावयाचा आहे; परंतु प्रत्यक्ष कृतीत काही करावयाचे नाही.

या अहवालात रामनाथपूरम येथील दुर्दैवी घटनांचा उल्लेख करण्यात आला

आहे. रामनाथपूरम येथील अस्पृश्य लोकांनी बहुसंख्याक हिंदूंच्या मतांप्रमाणे त्यांच्या उमेदवराला मते दिली नाहीत. या एकाच कारणावरून त्यांची घरे जाळण्यात आली व त्यांना गावातून हाकलून लावण्यात आले आणि सरकारला अस्पृश्यता निवारणाची कळकळ असेल तर या दोन गोष्टी सरकारने ताबडतोब केल्या पाहिजे. निव्वळ काही विद्यार्थ्यांना शिष्यवृत्त्या व थोड्याफार नोकऱ्या देऊन हा प्रश्न सुटणार नाही. खेड्यापाड्यांतून कोट्यवधी अस्पृश्य जनता पसरली आहे. त्यांचा आर्थिक प्रश्न सोडविणे जरुरीचे आहे. त्यांचा अर्थिक प्रश्न, पोटापाण्याचा प्रश्न हिंदू लोकांच्या मर्जीवर अवलंबून न राहता या लोकांना स्वतंत्रपणे आपली उपजीविका करता आली पाहिजे; तरच खेड्यांतील अस्पृश्य जनतेवर होणाऱ्या अन्यायाचे परिमार्जन करता येईल.

त्याकरिता खेड्यातील भूमिहीन अस्पृश्यांना पडीक जमिनी दिल्या पाहिजेत. पडीक जमिनी अपुऱ्या आहेत. त्याकरिता जमिनीवर वीस एकरांचे सीलिंग लावण्यात यावे व सीलिंगपासून उपलब्ध झालेली जमीन अस्पृश्यांना देण्यात यावी. शिवाय दरवर्षी जमिनीची खरेदी-विक्री होत असते. एखादे शेत विक्रीला निघाले आणि तेवढ्याच किमतीला ते शेत घेण्याची इच्छा अस्पृश्य व्यक्तीने प्रदर्शित केली, तर ते शेत त्या अस्पृश्य व्यक्तीला घेण्याचा अधिकार मिळाला पाहिजे व त्याकरिता आवश्यक ती आर्थिक मदत सरकारने दिली पाहिजे, म्हणजे खेड्यातील अस्पृश्य जनता आर्थिक दृष्टीने स्वतंत्र होऊन अस्पृश्यता नष्ट होईल.

दुसरी गोष्ट म्हणजे अस्पृश्यता पाळणाऱ्यांच्या विरुद्ध कडक कारवाई करण्यात यावी. मी फक्त काही निवडक घटनांचा उल्लेख करणार आहे. विदर्भातील यवतमाळ जिल्ह्यात एका खेड्यातील अस्पृश्य स्त्रीवर रात्री अकरा वाजता हल्ला करण्यात येऊन तिचा विनयभंग करण्यात आला. तिच्यावर बलात्कार करण्याचा प्रयत्न झाला. तिला घरदार सोडून पळावे लागले. ती अजूनही घरी परत जाऊ शकली नाही.

उत्तर प्रदेशातील फत्तेपूर जिल्ह्यात केवळ दिवाणी दावा जिंकून शेतीचा कब्जा मिळविल्याबद्दल एका अस्पृश्य इसमाची व त्याच्या दोन मुलांची निर्घृण हत्या करण्यात आली. अमरावती जिल्ह्यातील एका अस्पृश्याच्या शेतातील उभे पीक काढून नेण्यात आले. शेवटची घटना अत्यंत अमानुष आहे. एका अस्पृश्य स्त्रीवर दहा-बारा लोकांनी बलात्कार केला. खेड्यात राहणाऱ्या अस्पृश्यांची ही करुण कहाणी आहे. खेड्यापाड्यांत चोरी, लूटमार, जाळपोळ, बलात्कार व खून सर्रास चालू आहेत. सारी अस्पृश्य जनता त्रस्त होऊन म्हणत आहे,

'आम्हाला स्कॉलरशिप नको, नोकऱ्या नकोत; परंतु निदान आमचे जीवित आणि मालमत्ता यांचे संरक्षण तरी करा.' आणि मी सरकारजवळ या संरक्षणाची मागणी करीत आहे.

शेवटी मी बौद्ध धर्माच्या चळवळीचा उल्लेख करतो. हिंदुस्थानातील जातीयता नष्ट करण्याच्या पवित्र हेतूने हिंदू धर्म सोडून आम्ही बौद्ध धर्माचा स्वीकार केला आहे. जातीयता नष्ट करण्याचे दोन मार्ग आहेत. एक आंतरजातीय विवाह आणि दुसरा असमानता शिकविणाऱ्या धर्माचा त्याग करणे. यांपैकी आपणाला कोणता मार्ग उचित वाटतो तो आपण ठरवावे; परंतु आम्ही जातीयता नष्ट करण्याच्या उद्देशाने बौद्ध धर्माचा स्वीकार केल्यामुळे बौद्ध धर्मीयांना शैक्षणिक, आर्थिक व सरकारी नोकरीबद्दलच्या सवलती दिल्या पाहिजेत.

(प्रबुद्ध भारत, ६-६-५९)

- ४ -

मी या बिलाचे व भाषिक तत्त्वावर मुंबई राज्याची पुनर्रचना करण्याच्या भारत सरकारच्या निर्णयांचे मित्र भावनांनी स्वागत करितो. हे बिल म्हणून हुकूमशाही प्रवृत्तीवर लोकशाही तत्त्वांनी मिळविलेला विजय आहे. महाराष्ट्रीय व गुजराथी लोकांच्या इच्छेविरुद्ध द्विभाषिक राज्य त्यांच्यावर लादलेले होते. मुंबई राज्याचे मुख्यमंत्री नामदार श्री. यशवंतराव चव्हाण व भारत सरकारचे एक मंत्री यांनी या द्विभाषिक राज्याला अमरत्व दिले होते; पण ते अमरत्व फार वेळ टिकले नाही आणि शेवटी लोकशाही तत्त्वांचा विजय झालाच.

काल भाषण करताना माननीय सभासद श्री. शिळभट यांनी हा लोकशाहीचा विजय नसून जमावशाहीचा विजय आहे, असे म्हटले आहे. त्यांना लोकशाही व जमावशाही यांतील फरक समजला नाही, याचे वाईट वाटते. गेल्या सार्वत्रिक निवडणुकांत महाराष्ट्रीय व गुजराथी लोकांनी काँग्रेसला मत देऊन भारत सरकारच्या निर्णयाला पाठिंबा दिल्याचा त्यांनी दावा मांडला आहे; पण या माझ्या मित्राला हे मला सांगू द्या की, काँग्रेसचा नऊ पोटनिवडणुकीत नुसता पराभवच नव्हे तर काही ठिकाणी काँग्रेस उमेदवारांची अनामत रक्कमही जप्त झाल्याचा त्यांना विसर पडलेला दिसतो. माननीय सभासद बिहार राज्याचे प्रतिनिधित्व करतात. त्याना मला हे सांगू द्या की, एका निवडणुकीचा निकाल निर्णय बदलायला पुरेसा होता. बंगालच्या मुख्यमंत्र्यांनी बिहार व बंगाल राज्ये मिळून द्विभाषिक राज्य व्हावे, अशी कल्पना काही दिवसांपूर्वी मांडली होती. पण जेव्हा काँग्रेस एक पोटनिवडणूक हरली तेव्हा डॉ. बी.सी. रॉय म्हणाले की, 'द्विभाषिक राज्याच्या कल्पनेशी त्यांना काहीच कर्तव्य नाही. महाराष्ट्रात संयुक्त महाराष्ट्र समितीने बहुतेक सर्व पोटनिवडणुकांत काँग्रेसचा पराभव केला. अशा स्थितीत आता द्विभाषिक राज्याचा फेरविचार होतो आहे, हा लोकशाहीचा विजय नाही असे कोण म्हणेल? ही जमावशाही कशी काय होऊ शकेल?'

पं. कुंझरूनी नागपूर कराराचा आणि मुख्यमंत्री श्री. चव्हाण यांनी या बाबतीत

स्पष्ट केलेल्या धोरणाचा उल्लेख केला आहे. यासंबंधी काढलेल्या पत्रकात नागपूर करार व त्यांतील तरतुदी यांचे पालन केले जाईल, याची मुख्यमंत्र्यानी कबुली दिली आहे. पं. कुझरूंनी यावर स्वत:चे समाधान व्यक्त केले आहे. पं. कुझरूंचे नुसत्या शाब्दिक आश्वासनाने समाधान होते, याचे मला आश्चर्य वाटते. त्यांनी स्वत: मुख्यमंत्री ना. चव्हाण यांनी या बाबतीत दिलेल्या अभिवचनाचे पालन केले नाही. याची एक-दोन उदाहरणे दिलेली आहेत. त्यांनी असे म्हटले आहे की, मुख्यमंत्र्यांनी मुंबई विधानसभेचे एक अधिवेशन नागपूरला भरण्यासंबंधी घोषणा करूनही तशा तऱ्हेचे अधिवेशन नागपूरला भरलेले नाही. मला समजून घ्यावयाचे आहे की, मुख्यमंत्री जे बोलतात त्याप्रमाणे ते वागतात की नाहीत? विदर्भातील जनतेला ज्या भावाने वागविले जाते, याची माझ्याजवळ पुष्कळच उदाहरणे आहेत. पण त्यांपैकी एकच उदाहरण मला या ठिकाणी द्यावयाचे आहे. नागपूर कराराचा अर्थ काय? मुंबई हायकोर्टचे कायम बेंच नागपूरला स्थापन करणे हा पहिला महत्त्वाचा मुद्दा. राज्यातील सरकारी नोकऱ्यांचा योग्य वाटा विदर्भातील जनतेला मिळाला पाहिजे, हा दुसरा मुद्दा व तिसरा मुद्दा हा की, विदर्भातील विद्यार्थ्यांना शैक्षणिक संस्थांत प्रवेश मिळविण्याबद्दल सवलती मिळाव्यात. हा करार सत्तेच्या विकेंद्रीकरणावरही अनुकूल जोर देतो. त्याचा असा अर्थ आहे की, विदर्भातील लोक शैक्षणिक सवलतींच्या अभावी नुसते दु:खच भोगू नयेत तर विदर्भातील लोकांना विदर्भाबाहेरील शास्त्रीय व तांत्रिक संस्थांत प्रवेश मिळवण्याबद्दलही अनुकूल परिस्थिती निर्माण झाली पाहिजे, हे नागपूर करारातील काही महत्त्वाचे मुद्दे आहेत याबद्दल आपणाला काय दिसते? गेल्या तीन वर्षांतील काँग्रेसच्या राज्यकारभाराचा विचार केल्यास आपणाला विदर्भाबद्दल काय दिसते? मुख्यमंत्री चव्हाण यांनी विदर्भवासी जनता व महाराष्ट्रीय लोक यांत दुजाभाव दाखविला जाणार नाही असे जाहीर केले होते; पण प्रत्यक्ष अनुभव काय आला?

मी या ठिकाणी जादा जिल्हा न्यायाधीशांचे उदाहरण देऊ इच्छितो. जेव्हा मध्य प्रदेशातून अलग करून विदर्भ मुंबई राज्याला जोडला गेला, तेव्हा सुमारे सव्वीस जादा जिल्हा न्यायाधीशांची मुंबई राज्यात बदली करण्यात आली. पैकी सहा कायम असून वीस टेंपररी होते. मुंबई राज्यात त्यांच्या बदली दुय्यम न्यायाधीश नेमलेले असतात. जेव्हा नोकरीचे अखंडत्व, तिचा काळ, पगार वगैरे बाबींचा प्रश्न उपस्थित झाला, तेव्हा मुंबई सरकारने एक तत्त्वशून्य नियम करून विदर्भातील लोकांचा अपमान केला व त्यांना कमीपणा आणला. त्यात असे म्हटले आहे की, ज्या जादा जिल्हा न्यायधीशांची पाच वर्षांची नोकरी झाली आहे, त्यांनाच मुंबई राज्यात दुय्यम न्यायाधीश म्हणून नेमण्यात यावे आणि मुंबईच्या दुय्यम न्यायाधीशांना सीनियर म्हणून ओळखले जावेत. विदर्भातील वरील जादा जिल्हा न्यायाधीशांच्या बाबतीत नेमणूक, सिनिऑरिटि, वयाची

अट, सिनिऑरिटी लिस्ट वगैरे बाबतींत असा अन्याय झाला आहे. नागपूरला काम करणाऱ्या मुंबई हायकोर्टाच्या कारकुनांच्या बाबतीतही असाच अन्याय झाला. या सभागृहाला आश्चर्य वाटेल की, नागपूरला काम करणाऱ्या मुंबईच्या हायकोर्टाच्या कारकुनांना मुंबईत काम करणाऱ्या कारकुनांपेक्षा कमी पगार मिळतो. समाजशिक्षण संघटकांच्या बाबतीतही अन्याय होत आहे. मध्य प्रदेश सरकारने त्यांचा पगार रु. एकशे पंचवीस ठरविला होता; पण मुंबई सरकारची अशी इच्छा आहे की, हा पगार रु.पंचाहत्तरपर्यंत कमी करण्यात यावा. मुंबई सरकारचा असाही विचार आहे की, विदर्भातील लोकांना मिळणाऱ्या सर्व शैक्षणिक सवलती बंद करण्यात याव्यात.

या सर्व गोष्टी विचारात घेतल्यास मुख्यमंत्री ना. चव्हाण यांनी दिलेले आश्वासन विदर्भीय जनतेचे समाधान करायला असमर्थ आहे. अशा स्थितीत मला जरी ना. चव्हाण यांच्याबद्दल कितीही आदर असला, तरी विदर्भाच्या चांगल्याकरिता ते जी प्रमुख कृती करतील, त्यावरच मी विश्वास ठेवीन. केवळ त्यांच्या बोलण्यावर मी विश्वास ठेवणार नाही. म्हणून या विधेयकात नागपूर कराराची कलमे अंतर्भूत करण्यात यावीत अशी माझी इच्छा आहे. प्रत्येक भागातून निवडावयाच्या मंत्र्यांचे कलम या बिलात अंतर्भूत करता येणार नाही, हे पं. कुंझरू यांचे मत मला मान्य आहे; पण मुंबई हायकोर्टाचे कायम बेंच, नोकऱ्यांतील प्रतिनिधित्व, विदर्भीय विद्यार्थ्यांना निरनिराळ्या शैक्षणिक संस्थांमध्ये प्रवेश मिळणे, सर्व खात्यांच्या प्रमुखांच्या कचेऱ्या नागपुरात असणे, या नागपूर करारातील तरतुदी बिलामध्ये यावयास हरकत नाहीत. चिकित्सा कमिटीला मी हे सुचवू इच्छितो की, त्यांनी या सर्व गोष्टींचा समजूतदारपणे विचार करावा व यातील योग्य वाटतील त्या तरतुदी विधेयकात आणण्याचा प्रामाणिक प्रयत्न करावा. केवळ नोकऱ्यांतील प्रतिनिधित्व, शैक्षणिक सवलती यांनी विदर्भाचे प्रश्न सुटणार नाहीत. विदर्भाचा आर्थिक विकास होण्यासाठी निश्चित स्वरूपाच्या योजना आखल्या गेल्या पाहिजेत. पं. कुंझरूनी 'विदर्भात सापडणाऱ्या विपुल साधनसामग्रीचा उपयोग करून विदर्भाला एक स्वयंपूर्ण राज्य बनविण्यात यावे', असे सांगितले. गेल्या तीन वर्षांच्या काँग्रेस कराराच्या राजवटीत विदर्भात आर्थिक विकास होण्यासाठी काहीच झाले नाही. पहिल्या व दुसऱ्या पंचवार्षिक योजनेत विदर्भासाठी एकही मुख्य योजना आखलेली नाही. पैनगंगा योजनेचे काय झाले ते समजत नाही. ती सोडून दिलेली असावी असे दिसते. विदर्भात कोळशाच्या खाणी आहेत, मँगेनिज, बॉक्साइट, लोखंड यांचा विपुल साठा असून मोठी व घनदाट जंगले आहेत. पण यांचा उपयोग करून विदर्भाला औद्योगिक केंद्र बनविण्याच्या दृष्टीने मुळीच प्रयत्न झालेला दिसत नाही. म्हणून केवळ नोकऱ्यांतील प्रतिनिधित्व देऊन विदर्भाची आर्थिक व औद्योगिक वाढ होणार नाही, हे लक्षात घेणे आवश्यक आहे.

मला आनंद वाटतो की, मुंबईच्या मुख्यमंत्र्यांनी बौद्धांचा प्रश्न नवमहाराष्ट्र राज्यनिर्मितीबरोबर सोडविला जाईल, असे आपल्या धोरणाविषयक पत्रकात म्हटले आहे. पण नुसत्या आश्वासनावर माझा विश्वास बसत नाही,हे मी पूर्वीच जाहीर केले आहे. हे विशिष्ट धोरणविषयक पत्रक या विधेयकात समाविष्ट झाले पाहिजे, तरच माझे समाधान होईल. त्यात असे म्हटले पाहिजे की, महाराष्ट्रातील व गुजरातेतील बौद्धांना शैक्षणिक, आर्थिक, नोकरीविषयक व इतर सवलती पूर्वीप्रमाणे मिळाव्यात, असे मुंबईच्या मुख्यमंत्र्यांनी या प्रश्नाबद्दल पत्रक काढले आहे, तसे पत्रक गुजरातच्या भावी मुख्यमंत्र्यांनी काढायला पाहिजे.

गुजरात राज्यातही बरेच लोक बौद्ध झाले आहेत, म्हणून येथील माननीय गृहमंत्र्यांना जर पत्रक काढावयाचे नसेल, तर गुजरातच्या भावी मुख्यमंत्र्यांनी पत्रक काढून घटनेने वर्गीकृत जमाती व अन्य जमाती यांना ज्या सवलती मिळतात, त्यांचा लाभ बौद्धांनाही झाला पाहिजे. अध्यक्षमहाराज, नुसता धर्म बदलल्याने परिस्थिती बदलत नाही. शैक्षणिक व सामाजिक पातळी उंचावत राहावी म्हणून बौद्धांना सवलती नाकारणे हे घटनेतील तरतुदीशी विसंगत आहे. घटनेची बारा व सेहेचाळीस कलमे या गोष्टीची साक्ष आहेत. त्यांच्यात शैक्षणिक व सामाजिक दृष्ट्या मागासलेल्या लोकांना सवलतींचा लाभ झाला पाहिजे, असे स्पष्टपणे म्हटले आहे. जरी पूर्वास्पृश्यांच्या लोकांनी बौद्ध धर्माचा स्वीकार केला असला, तरी हे लोक शैक्षणिक, आर्थिक व सामाजिक दृष्ट्या अजूनही कमजोर व मागासलेले आहेत म्हणून त्यांना सवलतीचा लाभ मिळाला पाहिजे; म्हणून मी चिकित्सा कमिटीला शिफारस करतो की, कमिटीने या प्रश्नाचाही सहानुभूतीने विचार करून मुख्यमंत्री ना. चव्हाण यांचे धोरणविषयक पत्रक विधेयकात अंतर्भूत करावे व बौद्धांना सर्व सवलती मिळण्याची तजवीज करावी.

(प्रबुद्ध भारत, ११-६-६०)

- ५ -

समाजवादाच्या दिशेने व या देशात समाजवादी समाजरचना प्रस्थापित करण्याच्या दृष्टीने एक पाऊल पुढे जात असल्यामुळे मी दिल्ली लँड होल्डिंग्ज (सीलिंग) बिलाचे स्वागत करतो. शेतजमिनीवरील मालकीहक्कामुळे व त्यांच्या उत्पन्नामुळे निर्माण होणारी आर्थिक व सामाजिक विषमता नष्ट व्हावी, हे अत्यावश्यक आहे. मात्र हे विधेयक पूर्णपणे समाधानकारक नाही. कारण सीलिंगची मर्यादा, जमिनीबद्दल देण्यात येणारा मोबदला आणि काही जमिनींना देण्यात आलेली सूट ह्यांमुळे समाजवादाच्या दिशेने पूर्ण पाऊल पुढे टाकण्याऐवजी केवळ अर्धे पाऊल पुढे टाकण्यात आले आहे.

सीलिंगची ठरवलेली मर्यादा माझ्या मते जास्त आहे व ती कमी करण्यात यावी. त्याला अनेक कारणे आहेत. ज्या कुळांचा आणि भूमिहीन मजुरांचा प्रश्न

आपणास सोडवावयाचा आहे, त्यांची या देशात संख्या अधिक आहे. ह्या देशातील शेतीव्यवसायात असणाऱ्या बावीस टक्के लोकांजवळ अजिबात जमीन नाही. शे.त्रेपन्न कुटुंबांजवळ प्रत्येकी पाच एकरांपेक्षा कमी जमीन नाही. म्हणून या भूमिहीन मजुरांचा प्रश्न सोडवावयाचा असेल तर जास्तीत जास्त जमीन मुक्त होईल व भूमिहीनांना वाटून देता येईल, याकरिता सीलिंगची मर्यादा कमी करणे आवश्यक आहे.

अर्थात सीलिंगची मर्यादा काय असावी हा प्रश्न उद्भवतो! पाच व्यक्तींच्या एका कुटुंबाला उदरनिर्वाहाच्या दृष्टीने पंचाहत्तर एकर जमीन आवश्यक आहे, असे तज्ज्ञांचे मत आहे. एक कुटुंब स्वतःच्या परिश्रमाने व एका बैलजोडीच्या साहाय्याने जेवढ्या जागेत शेती करू शकेल व आर्थिक दृष्ट्या जेवढी जागा परिपूर्ण (Economic Holdings) होऊ शकेल तेवढी जागा एका कुटुंबाकरिता पुरेशी आहे. त्या दृष्टीने विचार केला तर सीलिंगची मर्यादा वीस एकर असावयाला हवी.

इतकी कमी मर्यादा ठरविली तर त्या शेतीपासून होणारे उत्पन्न एका कुटुंबाच्या सर्व गरजा भागविण्यास पुरेसे ठरणार नाही, असा आक्षेप काही लोक घेतील; परंतु एक गोष्ट ध्यानात ठेवायला पाहिजे की, आज भारतात जगाच्या तुलनेने दरएकरी उत्पन्न सर्वांत कमी आहे. शेतीमध्ये होत असलेली सुधारणा, रासायनिक खतांचा पुरवठा व कालव्यांची वाढ यांमुळे दरएकरी उत्पादनात वाढ होत असून वीस एकरांत आज जेवढे उत्पन्न मिळत आहे, ते चार-पाच वर्षांत चौपट झाल्याशिवाय राहणार नाही.

दुसरी गोष्ट,आपल्या देशात अन्नधान्याची समस्या बिकट आहे व दरएकरी धान्योत्पादन वाढविणे आवश्यक आहे. केवळ भारतातीलच नव्हे तर साऱ्या जगातील हा अनुभव आहे की, जेवढे लहान शेत तेवढे दरएकरी उत्पन्न जास्त. शिवाय भूमिहीनांची समस्या असल्यामुळे जास्त मजूर लावणारी (Labour Intensive) शेती आपणास जास्त भांडवल लावणाऱ्या (Capital Intensive) शेतीपेक्षा फायदेशीर ठरेल.

'Studies in Economic Farm Management in Uttar Prade (1957) या पुस्तकातील खालील आकडे देतो -

शेतीचे क्षेत्रफळ,	दर एकरी उत्पन्न
	रुपये न. पैसे
५ एकरांपेक्षा कमी	३१३-३१
५ ते १० एकर	३००-५६
१० ते १५ एकर	२५३-८४
१५ ते २० एकर	२३८-९०

२० च्या वर	२५२-१२

ह्यावरून आपणास असे दिसून येईल की,पाच एकरांपेक्षा कमी क्षेत्रफळ असलेल्या शेतीतून दर एकरी ३१३-३१ रुपयांचे उत्पन्न मिळाले तर २० एकरांवरील शेतीपासून दर एकरी उत्पन्न रुपये २५२-१२ न. पैसे मिळाले. म्हणजे जवळ जवळ २० ते २५ टक्के कमी उत्पन्न झाले.

प्रो. रंगा ह्यांनी आपल्या 'The Peasant and Co-operative Farming' ह्या पुस्तकात आंध्र प्रदेशातील कृष्णा जिल्ह्यात इंडियन पीझंटस् इन्स्टिट्यूट ह्या संस्थेने केलेल्या सर्व्हेवरून खालील आकडे गोळा केले -

शेतीचे क्षेत्रफळ,	**दर एकरी उत्पन्न** रुपये नये पैसे
३ ते ५ एकर	३९१.५०
८ ते १० एकर	३८२.५०
१३ ते १५ एकर	३८०.५०
२८ ते ३० एकर	३५५.५०
४२ ते ४५ एकर	३२३.२५
५५ ते ६० एकर	३१७.२५
७० ते ७३ एकर	२७९.००
९० ते १०० एकर	२४३.००

ह्यावरूनदेखील आपणास असे दिसून येईल की, तीस एकरांच्या वर क्षेत्रफळ असलेल्या शेतीपासून मिळणारे उत्पन्न पंचवीस टक्क्यांनी कमी झाले आहे. इंग्लंड,डेन्मार्क व स्वीडन या देशांतदेखील हाच अनुभव आहे. म्हणून अन्नधान्याचे उत्पादन वाढवावयाचे असेल तर कमी क्षेत्रफळ असलेली (Small Size Holdings) शेती पाहिजे. त्याकरिता वीस एकर मर्यादा ठरविली पाहिजे.

लहान शेतीपासून पुन्हा एक फायदा आहे. त्यामुळे जनावरांची संख्या वाढून शेतीला आवश्यक असणारे खत पुरेसे मिळू शकेल. रासायनिक खतांचा (फॉस्फेट वगैरे) वापर केल्यामुळे जमिनीच्या कसावर परिणाम होऊन पुढील वर्षी त्याच शेतीतून कमी उत्पन्न निघते, हा अनुभव आहे. माझ्या जिल्ह्यातील काही विकास खंडात जपानी लागवडीखाली असलेली शेती या वर्षी कमी झाली आहे; कारण रासायनिक खतांचा वापर केल्यामुळे जमिनीचा कस जातो हे शेतकऱ्यांना आढळून आले व त्यांनी जपानी पद्धत बंद केली; शिवाय उत्तर प्रदेशातील शहाजहानपूर रिसर्च स्टेशन येथे उसाच्या पिकावर केलेल्या प्रयोगाप्रमाणे असे आढळून आले की, फॉस्फेट खताचा वापर

केल्यामुळे १९३५-३६ साली झालेले दरएकरी ८८७ पौंडांचे उत्पन्न १९५१-५२ साली २६६ पौंडांवर आले. यावरून साध्या खताची आवश्यकता दिसून येते आणि त्याकरिता जनावरांची संख्या वाढविणे आवश्यक आहे. लहान शेतीवर जनावरांची संख्या दरएकरी जास्त असते हे 'Studies in Economic Farm Management in Uttar Pradesh (1957)' ह्या पुस्तकातील आकड्यांवरून दिसून येईल.

शेतीचे क्षेत्रफळ	पीक	दूध व दूधदुभते
	शेकडा	शेकडा
५ एकरांपेक्षा कमी	७७.२	२२.८
५ ते १० एकर	८३.५	१६.५
१० ते १५ एकर	८८.१	११.९
१५ ते २० एकर	८०.६	१०.४
२० एकरांचे वर	९१.१	८.९

वरील तक्त्यावरून असे दिसते की, वीस एकरांच्या वर क्षेत्रफळ असलेल्या शेतीतील दूधदुभत्याचे प्रमाण शे. २२.८ वरून ८.९ वर घसरलेले आहे. म्हणून दूधदुभत्याकरिता म्हणजेच जनावरांची संख्या वाढविण्याकरिता लहान शेतीची आवश्यकता आहे.

वरील सर्व बाबींचा विचार केल्यावरून शेतीचे दरएकरी अधिक उत्पन्न वाढवून अधिक धान्य उत्पन्न करण्याकरिता जनावरांची संख्या वाढवून दूधदुभते व खत वाढविण्याकरिता व भूमिहीन मजुरांना जास्तीत जास्त जमीन वाटपाकरिता मिळविण्याकरिता जमिनीवरील सीलिंग वीस एकर ठरविण्यात यावे.

मोबदल्याबद्दल विचार करावयाचा म्हणजे ह्या बिलात जमिनीपासून मिळणाऱ्या निव्वळ उत्पन्नाच्या (Net Income) वीसपट मोबदला देण्यात यावा, अशी तरतूद करण्यात आली आहे. ह्या कायद्यातील व्याख्येप्रमाणे निव्वळ उत्पन्न एकंदर उत्पन्नाच्या (Gross Income) एक पंचमांश गृहीत धरले आहे. दिल्लीच्या आसमंतातील जमीन सुपीक असल्यामुळे दर एकरी एकंदर उत्पन्न सहज तीनशे रुपयांच्या वर असेल. त्याचा एक पंचमांश म्हणजे साठ रुपये व त्याच्या वीसपट म्हणजे बाराशे रुपये एवढा प्रत्येक एकराला मोबदला द्यावा लागेल. दिल्लीच्या आसमंतातील जमिनीची दर एकरी १२०० रुपये किंमत असेल असे मला वाटत नाही. त्याचा अर्थ वाजवी किमतीपेक्षा

आम्ही मोबदला जास्त देत आहोत. प्लॅनिंग कमिशनच्या लँड रिफॉर्म्स कमिटीने आपल्या १९५९ च्या अहवालात मोबदल्याबद्दल काय मत प्रदर्शित केले आहे? 'बाजारभावाच्या चतुर्थांशापेक्षा ही रक्कम जास्त असायला नको' असे स्पष्ट मत दिले आहे; परंतु सध्याच्या तरतुदीप्रमाणे आपण बाजारभावापेक्षा रक्कम जास्त मोबदला देत आहोत, हे योग्य नाही, मोबदला कमी करण्यात यावा. मोबदला उत्पन्नावर अधिष्ठित न करता शेतकऱ्यांच्या चाळीसपट देण्यात यावा, अशी मी सूचना करतो.

या विधेयकान्वये बागबगिच्यांना पूर्ण सूट देण्यात आलेली आहे; परंतु प्लॅनिंग कमिशनच्या रिपोर्टमध्ये बागायती जमिनीबद्दल काय मत प्रदर्शित केले आहे? 'पंजाबमध्ये सत्तावीस बागायत वसाहती बसविण्यात आल्या. एकंदर क्षेत्रफळ अकरा हजार अडतीस एकर असून ही जमीन अकराशे त्रेचाळीस कुटुंबांना वाटून देण्यात आली आहे. म्हणजे दर कुटुंबाला १६.६६ एकर प्रत्येकी मिळाली आहे. मग येथील बागायती जमिनीला सूट का? जर कोणत्याही कुटुंबाजवळ विशिष्ट मर्यादेपेक्षा जास्त बागायती जमीन असेल, तर ती जमीन त्याच्यापासून काढून घेण्यात यावी व भूमिहीन मजुरांना वाटून द्यावी.

सीलिंगपेक्षा अधिक असलेली जमीन कोणाला वाटून देण्यात यावी? या विधेयकाप्रमाणे जमीनवाटपाचे सारे अधिकार कमिशनला देण्यात आले आहेत हे योग्य नाही. जमीन कोणाला द्यावयाची हे या विधेयकातच नमूद करावयाला हवे. त्या दृष्टीने विचार केला तर ह्या जमिनी अनुसूचित व आदिवासी भूमिहीन मजुरांना अग्रहक्काने मिळावयाला पाहिजेत. काहींनी अशी सूचना केली आहे की, सहकारी शेतीसंस्थांना अग्रहक्क देण्यात यावा. माझी त्यास हरकत नाही; परंतु आपणास सीलिंगमुळे पाच-दहा एकरांचे तुकडे मिळणार; शंभर किंवा अधिक एकरांचा सलग तुकडा मिळणार नाही व त्यामुळे सहकारी संस्था व्यवस्थित करणे शक्य होईल किंवा नाही, याबद्दल मला शंका वाटते. सहकारी संस्थांना जरी अधिक जमीन वाटप करावयाचे ठरले, तरी अनुसूचित जमातीच्या सहकारी संस्थांना प्राधान्य देण्यात यावे. नाही तर अनुसूचित जाती व आदिवासी लोकांना ह्या जमिनी देण्यात याव्यात.

वरील सर्व बाबींचा विचार करताना मी ह्या विधेयकाचे स्वागत करतो; परंतु त्याबरोबरच सीलिंगची मर्यादा कमी करण्यात यावी आणि जमीन अनुसूचित जमातीतील व आदिवासी लोकांना देण्याबद्दल ह्या विधेयकात तरतूद करण्यात यावी, अशी सूचना करून माझे भाषण संपवितो.

(प्रबुद्ध भारत, २७-८-६०)

- ६ -

इतक्या अल्प वेळात मला ह्या तिसऱ्या पंचवार्षिक योजनेच्या सर्व प्रश्नांवर

बोलता येणार नाही. तिसऱ्या पंचवार्षिक योजनेच्या आराखड्याचा विचार करीत असताना दुसऱ्या योजनेच्या प्रगतीचा आढावा घेतला तर अप्रस्तुत होणार नाही. दुसऱ्या योजनेच्या सामाजिक उदिष्टांच्या पूर्ततेबद्दल मी मागाहून बोलेन; परंतु राष्ट्रीय उत्पन्न, औद्योगिक उत्पादन वगैरे बाबतींत काय प्रगती झाली आहे? सेंट्रल स्टॅटिस्टिकल ऑर्गनायझेशन या संस्थेने १९५९-६० सालातील राष्ट्रीय उत्पादनाबद्दलचा अहवाल नुकताच प्रसिद्ध केला आहे. हा अहवाल पूर्णपणे निराशाजनक आहे; कारण १९५९-६० साली राष्ट्रीय उत्पन्न फक्त ०-५० टक्क्यांनी वाढले आहे आणि दरमाणसी उत्पन्न १९५८-५९ सालातील रुपये २९६.३ वरून १९५९-६० सालात रु. २९१.३ वर खाली आले आहे. बरे, पूर्ण योजनाकाळातील काय प्रगती आहे? ह्या योजनेच्या पूर्ततेनंतर राष्ट्रीय उत्पन्नात पंचवीस टक्क्यांनी वाढ होईल, असे सुरुवातीस सांगण्यात आले होते. नंतर वाढीचे प्रमाण कमी करून वाढ वीस टक्के होईल, असे सुचविण्यात आले; परंतु प्रत्यक्ष पदरात काय पडले? मागील चार वर्षांच्या आढाव्यावरून असे दिसून येईल की, ह्या चार वर्षांत राष्ट्रीय उत्पादनात फक्त बारा टक्क्यांनी वाढ झाली आहे. नियोजनमंत्र्यानी आताच आशा प्रदर्शित केली की, ह्या योजनेच्या शेवटी राष्ट्रीय उत्पन्न वीस टक्क्यांनी वाढेल; परंतु त्यांचा हा आशावाद मला मान्य नाही. कारण चार वर्षांत निव्वळ बारा टक्के वाढ झाली असताना शेवटच्या एका वर्षात आठ टक्के होईल, असे मला वाटत नाही.

औद्योगिक उत्पादनात काय प्रगती झाली आहे? औद्योगिक उत्पादनात वाढ झालेली आहे हे कोणीही नाकारू शकत नाही; परंतु या औद्योगिक प्रगतीचे प्रमाण समाधानकारक नाही. १९५५ सालापेक्षा १९५६ सालात उत्पादन ८.२ टक्क्यांनी वाढले. १९५७ सालात १९५६ सालपेक्षा उत्पादनाची वाढ शेकडा ३.५ होती आणि १९५८ सालात हे प्रमाण शेकडा १.५ वर घसरले.

सामाजिक उद्दिष्टांची पूर्तता कितपत झाली? पहिल्या व दुसऱ्या पंचवार्षिक योजनेच्या सुरुवातीस असे आश्वासन देण्यात आले होते की, योजनेच्या शेवटी बेकारीचे पूर्णपणे निर्मूलन करण्यात येईल; परंतु पहिल्या योजनेच्या शेवटी बेकारांची संख्या पन्नास लाख होती आणि दुसऱ्या योजनेच्या शेवटी बेकारांच्या संख्येत वाढ होऊन ती पंचाहत्तर लाखांवर गेली आहे.

आर्थिक विषमताप्रमाण कमी करण्यात येईल, हे एक सामाजिक उद्दिष्ट होते. आताच एका माननीय सदस्यांनी दुसऱ्या पंचवार्षिक योजनेमुळे विषमता कमी झाल्याचे विधान केले. मला त्याबद्दल अत्यंत आश्चर्य वाटले; कारण विषमता अधिक वाढली आहे हे प्रधानमंत्रीदेखील नाकारू शकले नाहीत. मी दुसऱ्या पे कमिशनच्या अहवालातील आकडे नमूद करतो. मुंबईतील कापड गिरण्यांचे उदाहरण आहे. १९४८-४९ साली

कापड गिरण्यांत काम करणाऱ्या मजुराला कमीत कमी पगार सालीना नऊशे नव्व्याण्णव रु. मिळत असे, तर गिरणीतील अधिकाऱ्याला जास्तीत जास्त पगार सालीना रु. ७७,२५० होता. विषमतेचे प्रमाण १९४८-४९ सालात ७७ पट होते, १९५६-५७ सालात मजुरांचे कमीत कमी उत्पन्न सालीना रु. ११८५-०० न. पैसे होते, तर गिरणीतील अधिकाऱ्यांचा पगार सालीना २,८६,९२९ रुपये झाला. म्हणजे विषमतेचे प्रमाण ७७ वरून २४२ पट झाले. अर्थात ही भरभराट आहे; परंतु ती मूठभर लोकांची आहे. आज सकाळी बोलताना राष्ट्रीय उत्पन्नाचे विभाजन कसे झाले ह्याची चौकशी करावयाला पाहिजे, अशी प्रधानमंत्र्यांची सूचना केली. प्रधानमंत्र्यांना किंवा नियोजन मंत्र्यांना शास्त्रीय पद्धतीने ही माहिती मिळवावयाची असेल तर माझी हरकत नाही; परंतु हे प्रकट सत्य आहे की, राष्ट्रीय उत्पन्नात झालेली वाढ सामान्य जनतेच्या पदरात पडली नाही; तर ती सर्व बडे जमीनदार पुंजीपती लोकांच्या खिशात गेली आहे. अशी परिस्थिती असेल तर मग योजनेचे उद्दिष्ट सफल झाले नाही, असे म्हणणे भाग आहे.

योजनेबद्दल जनतेत आपणास उत्साह निर्माण करावयाचा असेल, तर योजना लोकांच्या फायद्याकरिता आहे, अशी भावना त्यांच्यात निर्माण झाली पाहिजे.

ह्याकरिता योजनेपासून होणारा लाभ थोड्या ना थोड्या प्रमाणात जनतेला मिळाला पाहिजे. आत तिसरी योजना संपल्यानंतर पंधरा वर्षांच्या काळात आपल्या राहणीमानात निश्चितपणे वाढ झाली आहे, अशी भावना जनतेत निर्माण झाली पाहिजे आणि हे जर शक्य नसेल तर तीन पंचवार्षिक योजना संपल्यानंतरही आपल्या जीवनमानात मुळीच बदल झाला नाही, असे लोकांच्या अनुभवास आले तर लोकांचा नियोजनावरील विश्वास उडून जाईल. राष्ट्रहिताच्या दृष्टीने हे अत्यंत विघातक आहे; म्हणून तिसऱ्या योजनेचा थोडा तरी फायदा पददलित लोकांच्या पदरात पडावा, ह्या जबाबदारीने आपण काम केले पाहिजे.

योजनेला लागणारा पैसा (Resource) कशा प्रकारे उभारण्यात यावा, याबद्दल मी आपले मत मांडू इच्छितो. तिसऱ्या योजनेत तुटीची अर्थव्यवस्था (Deficit Financing) कमी करण्यात यावी. अप्रत्यक्ष कर आणि कमीत कमी दैनंदिन जीवनातील आवश्यक वस्तूंवर अप्रत्यक्ष कर लादण्यात येऊ नयेत. दुसऱ्या योजनेत महागाई पंचवीस टक्क्यांनी वाढली आहे आणि भाववाढीवर नियंत्रण ठेवणे आवश्यक आहे. त्या दृष्टीने विचार केला तर अप्रत्यक्ष कर ह्या योजनेत अधिक लावण्यात येऊ नये. भारतातील लोकांचे जीवनमान कमी दर्जाचे आहे म्हणून जीवनोपयोगी वस्तूंच्या किमतीवर नियंत्रण ठेवणे व चलनवाढ (Inflation) होणार नाही, अशी काळजी घेणे आवश्यक आहे.

आज सकाळी चलनवाढीचा प्रश्न उपस्थित केला असताना चलनवाढ विशेष

झाली नाही, असे प्रधानमंत्र्यानी सांगितले; परंतु जेव्हा डॉक्टर कुंझरू यांनी फ्रान्स आणि इंग्लंडमधील परिस्थितीची तुलना करून चलनवाढ भयंकर झाली असे दाखवून दिले, त्या वेळी पंतप्रधान समाधानकारक उत्तर देऊ शकले नाहीत. चलनवाढीला आळा घालायचा असेल तर त्याकरिता योग्य उपाययोजना झाली पाहिजे. त्याकरिता धान्य, कपडा वगैरे आवश्यक वस्तूंचे उत्पादन वाढविले पाहिजे. मागील योजनेत शेतीउत्पादनाच्या वाढीचे प्रमाण फक्त तीन टक्के होते. ह्या योजनेत धान्य - उत्पादन दरवर्षी सहा टक्क्यांनी वाढायला पाहिजे. ह्या योजनेत राष्ट्रीय उत्पन्न दरवर्षी पाच टक्क्यांनी वाढण्याची तरतूद करण्यात आली आहे. त्यापेक्षा जास्त उत्पादन कमीत कमी एक टक्क्याने वाढावयाला पाहिजे, तरच चलनवाढीवर आपणास नियंत्रण ठेवता येईल.

सरकारी कर्ज मोठ्या प्रमाणावर उभारून निर्माण केले पाहिजे.

दुसऱ्या योजनेत सरकारी कर्जाद्वारे आठशे कोटी भांडवल जमविण्याबद्दल तरतूद केली होती. तिसऱ्या योजनेत ती तरतूद आठशे पन्नास कोटी रुपयांची करण्यात आली आहे. ह्यापेक्षा जास्त कर्ज मिळविता येईल असे मला वाटते. गेल्या योजनेतील तीन वर्षांत चारशे बासष्ट कोटी रुपयांचे कर्ज उभारण्यात आले आहे. प्रत्येक वर्षी एवढे कर्ज मिळविता येणार असे गृहीत धरले, तरी दरवर्षी सरासरी दोनशे वीस कोटी रुपयांची तरतूद करण्यात यावी.

दारूबंदी ताबडतोब बंद करण्यात यावी. दारूबंदी पूर्णपणे अयशस्वी झाली आहे, हे कुणीही नाकारू शकत नाही. दारूबंदी असलेल्या ठिकाणीदेखील वाटेल तेवढी दारू मिळू शकते. त्यामुळे करापासून मिळणारे उत्पन्न सरकारी खजिन्यात येण्याऐवजी चोरट्या दारूचा व्यवहार करणाऱ्यांच्या खिशात जात आहे. शिवाय चलनवाढीवर नियंत्रण ठेवण्याकरिता Consumption नियंत्रण ठेवणे आवश्यक आहे असे आपण सांगता आणि लोकांजवळ असलेला अधिक पैसा काढून घेण्याकरिता अप्रत्यक्ष कर आवश्यक आहे, असे आपण समर्थन करता. मग लोकांजवळ असलेला अधिक पैसा अप्रत्यक्ष कराद्वारे काढून घेण्याऐवजी दारूबंदी बंद करून दारूच्या काढून का घेत नाही?

शेवटी मी अनुसूचित जमाती, आदिवासी, इतर व मागासलेल्या लोकांसाठी करण्यात आलेल्या तरतुदींचा उल्लेख करतो. दुसऱ्या योजनेत ह्यांच्याकरिता नव्वद कोटी रुपयांची तरतूद करण्यात आली; परंतु फक्त एकोणऐंशी कोटी रुपये खर्च करण्यात आले. तिसऱ्या योजनेत फक्त दहा कोटी रुपये वाढवून शंभर कोटी रुपयांची तरतूद करण्यात आली आहे. तिसऱ्या योजनेत संपूर्ण योजनेवर दुसऱ्या योजनेपेक्षा २६५० कोटी अधिक खर्च करण्यात येणार आहेत आणि मागासलेल्या लोकांच्या खर्चात फक्त दहा कोटी रुपयांची वाढ म्हणजे फक्त अर्धा टक्का प्रमाण. दुसऱ्या

योजनेत एकंदर खर्च ४६०० कोटींचा झाला. तिसऱ्या योजनेत ७२५० कोटी रुपये खर्च करण्यात येणार आहेत. म्हणजे २६५० कोटी रुपयांची वाढ. म्हणजे वाढीचे प्रमाण शे. ५७ आहे.

समाजकल्याणाच्या एकंदर कार्याकरिता दुसऱ्या योजनेत पाचशे सतरा कोटी रुपये खर्च करण्यात आले, तर तिसऱ्या योजनेत आठशे पंचवीस कोटी रुपयांची तरतूद केली आहे. म्हणजे ५९.५७ टक्के वाढ. शिक्षणाकरिता दुसऱ्या योजनेत दोनशे त्र्याहत्तर कोटी रुपये खर्च केलेत, तर तिसऱ्या योजनेत शिक्षणाकरिता पाचशे कोटींची तरतूद केली आहे, म्हणजे ८३.१५ टक्के वाढ. आरोग्याकरिता दुसऱ्या योजनेत दोनशे पंचवीस कोटी रुपये होते तर आता तीनशे कोटी रुपयांची तरतूद केली आहे. म्हणजे वाढीचे प्रमाण शेकडा ३३.३३ आहे. इतर समाजकल्याण कार्याकरिता एकोणीस कोटींची तरतूद होती. ती आता पंचवीस कोटींची करण्यात आली आहे. म्हणजे ३१.५७ टक्के वाढ. आणि अनुसूचित जमाती, आदिवासी व इतर मागासलेल्या जाती ह्यांच्याकरिता काय तरतूद आहे? दुसऱ्या योजनेत एकूणऐंशी कोटी रुपये खर्च झाले. आता शंभर कोटी करण्यात येतील. म्हणजे फक्त २६.५८ टक्के वाढ आणि अनुसूचित जमातीकरिता दुसऱ्या योजनेत सत्तावीस कोटी रुपये खर्च करण्यात आले; तर तिसऱ्या योजनेत बत्तीस कोटी रुपये म्हणजेच फक्त १८.५१ टक्के वाढ. अनुसूचित जमातीवर हा फार मोठा अन्याय करण्यात आला आहे. अशा तऱ्हेने अनुसूचित जमाती, आदिवासी व इतर मागासलेल्या लोकांचे जीवनमान वाढविता येणार नाही.

ह्या योजनेच्या मसुद्यात नमूद केले आहे :

'In particular the benefits of economic development should accrue more to the relatively less previleged classes of society, and then should be a progressive reduction in the concentration of incomes, wealth and economic power.'

शिवाय त्याच मसुद्यात असे नमूद करण्यात आले आहे की,

'Progress relating to the welfare of Backward classes, Scheduled Tribes, Scheduled Castes and others are intended to benefit sections of the population who in the present conditions, are not able to derive all the benefits due to them from the general plans of development.' योजनेमुळे होणाऱ्या सर्वसाधारण प्रगतीचे फायदे पददलित लोकांना मिळत नाहीत हे स्पष्ट आहे. ह्या लोकांची उन्नती करावयाची असेल तर दुसऱ्या योजनेत दुप्पट रक्कम म्हणजेच १७५ कोटी रुपये खर्च करण्यात यावेत; तरच आपणास

त्यांचे जीवनमान वाढविता येईल.

(प्रबुद्ध भारत, १७-९-६०)

-७-

भारतीय घटनेच्या घटनेच्या पंचेचाळिसाव्या कलमान्वये नमूद केले आहे की, 'The state endevour to provide, within a period of ten years from the commencement of this constituion for, free and compulsoury education for children until they complete the age of fourteen years.'

घटनेतील ह्या तत्त्वाप्रमाणे अजूनही सहा ते चौदा वर्षांच्या मुलांना सक्तीचे मोफत शिक्षण देऊ शकत नाही, याबद्दल मला खेद होतो. पाश्चिमात्य राष्ट्रांतील शिक्षणाचा इतिहास आपण लक्षात घेतला तर असे आढळून येईल की, सहा ते चौदा वर्षांच्या मुलांना सक्तीचे शिक्षण देणे अनेक दिवसांपूर्वी सुरू करण्यात आले आहे. उदाहरणार्थ, सक्तीचे शिक्षण बेल्जीयममध्ये १९१४ साली, इंग्लंडमध्ये १८८८ साली व फ्रान्समध्ये १९३६ साली करण्यात आले. इतकेच नव्हे तर डेन्मार्कमध्ये सक्तीचे प्राथमिक शिक्षण १८१४ साली सुरू करण्यात आले होते. अर्थात पाश्चिमात्य राष्ट्रांत बरीच प्रगती झाली आहे, हे मी मान्य करतो. आशियातील राष्ट्रांची काय परिस्थिती आहे? शैक्षणिक दृष्ट्या आशियातील काही राष्ट्रांनी केलेली प्रगती लक्षात घेता, आमच्या सरकारने मुलांना सक्तीचे मोफत प्राथमिक शिक्षण देण्याची जबाबदारी पार पाडली नाही. उदाहरणार्थ, ब्रह्मदेशात सहा ते अकरा वर्षांच्या मुलांना सक्तीचे मोफत देण्याची योजना १९५१ साली सुरू करण्यात आली आणि १९५५ साली योजना पूर्ण होऊन तेव्हापासून सहा ते अकरा वर्षांतील प्रत्येक मुलाला प्राथमिक शिक्षणाचा फायदा मिळत आहे.

सिलोनमध्ये १९३९ सालीच प्राथमिक शिक्षण सक्तीचे करण्यात आले. जपानमध्ये एकूण नऊ वर्षांचे शिक्षण सक्तीचे आणि मोफत केले आहे. आता या विधेयकाद्वारे शिक्षण सक्तीचे आणि मोफत करण्याचा उपक्रम सरकारने सुरू केला आहे. परंतु या विधेयकाप्रमाणे सहा ते चौदा वर्षांमधील सर्वच मुलांना सक्तीचे शिक्षण देण्याची तरतूद नाही; कारण अकरा वर्षांपर्यत किंवा चौदा वर्षांपर्यंत शिक्षण सक्तीचे आणि मोफत द्यावे किंवा कोणत्या वर्गापर्यंत शिक्षण सक्तीचे आणि मोफत द्यावे ह्याची योजना आखण्याचा अधिकार स्थानिक संस्थांना देण्यात आलेला आहे. माझ्या दृष्टीने हे योग्य नाही. सहा ते चौदा वर्षांमधील सर्वच मुलांना सक्तीचे शिक्षण देण्याची तरतूद करण्यात कोठलीही अडचण नाही; कारण ह्या वयोमर्यादेतील मुलांची संख्या चार लाख आहे व त्यांपैकी तीन लाख मुले अगोदरच शाळेत जात आहेत. फक्त एक

चतुर्थांश मुले शाळेत जात नाहीत. तसेच विद्यार्थ्याकरिता शिक्षणाचा सरासरी खर्च प्रत्येकी ६७ रुपये आहे. म्हणजेच एक लाख अधिक विद्यार्थ्यांना शिक्षण देण्याकरिता सदुसष्ट लाख रुपये खर्च येईल. सहा ते चौदा वर्षांमधील सर्वच मुलांना शिक्षण देण्यासाठी सरकारजवळ सदुसष्ट लाख रुपये खर्च करण्याची पात्रता नाही असे समजू काय? ह्याबद्दल प्रोफेसर हुमायून कबीर ह्यांचे मत उद्धृत करतो. 'Education in New India' ह्या पुस्तकात प्रोफेसर कबीर म्हणतात,

'Education for the children must be the first call on the nation's resources.'

म्हणून सहा ते चौदा वर्षांमधील सर्वच मुलांना मोफत शिक्षण देण्याच्या मार्गात अडचण येता कामा नये.

ह्या विधेयकातील बाराव्या कलमाप्रमाणे Part time शिक्षणाची व्यवस्था करण्यात आली आहे. मी ह्या कलमाला विरोध करतो. Part time शिक्षणाची व्यवस्था केल्यामुळे शिक्षणाचा मूळ उद्देश असफल होतो. मुलांमध्ये चांगले वर्तन, नीतिमत्ता, शील वगैरे गुणांची जोपासना करून त्यांना जबाबदार नागरिक बनविणे हा शिक्षणाचा उद्देश आहे. मुलांना आपणास निव्वळ साक्षर बनवायचे आहे किंवा त्यांना जबाबदार नागरिक बनवायचे आहे? शिक्षणाचा उद्देश काय? युनेस्कोच्या रिपोर्टमध्ये प्राथमिक शिक्षणाचे उद्देश नमूद केले आहेत -

'To give an adequate mastery over the basic tools of learning.'

'To being about a harmonious development of the child's personality by providing for his physical, intellectual, social, emotional, aesthic, moral and spiritual needs.'

'To prepare children for good citizenship to inculcate a scientific attitude to inculcate a sense of dignity and labour to prepare children for life through the provision fo worthwhile practical activities and experiences including work experiences.'

हे सर्व गुण Part time शिक्षणामुळे विद्यार्थ्यांत निर्माण करता येतील काय? माझ्या मते करता येणार नाहीत. म्हणजे Part time शिक्षणाची व्यवस्था नको. आज ह्या विभागात शेकडा सात मुले शिक्षण घेत आहेत व फक्त शे. तेरा मुले शाळेत जात नाहीत. कदाचित त्यांच्या घराजवळ शाळेची व्यवस्था नसल्यामुळे ह्या मुलांना शिक्षण घेणे कठीण जात असेल. त्यांच्या विभागात शाळा निघाल्या व शिक्षण सक्तीचे केले तर मला वाटते, शाळेत जाऊ न इच्छिणाऱ्या मुलांची संख्या एक/दोन टक्क्यांच्या वर

राहणार नाही. मग फक्त शे. एक/दोन मुलांकरिताच फक्त Part Time शिक्षणाची व्यवस्था करण्यात काय अर्थ आहे?

फक्त शिक्षण सक्तीचे करून भागणार नाही, तर त्याकरिता सर्व प्रकारची तरतूद केली पाहिजे. प्राथमिक शिक्षणाची योजना यशस्वी करावयाची असेल, तर त्याकरिता तीन गोष्टींची आवश्यकता आहे. सर्व मुलांमुलींच्या शिक्षणाची व्यवस्था, सर्वच मुलामुलींची भरती व सर्वच मुलामुलींची शाळेत उपस्थिती ह्या तीन गोष्टींची आवश्यकता आहे. त्याकरिता चांगल्या इमारती, खेळाची व्यवस्था, प्रशिक्षित व अनुभवी शिक्षकांची अत्यंत आवश्यकता आहे. सरकारने मुलींच्या शिक्षणाकडे अजिबात दुर्लक्ष केले आहे, हे खालील आकडेवारीवरून दिसून येईल.

प्राथमिक शाळेत शिकत असलेल्या मुलामुलींची संख्या:

सन	मुले	मुली
१९५४-५५	२१,४०३	५,२११
१९५५-५६	२३,३४५	५,७३३
१९५६-५७	२६,३४१	६,८७६

एवढेच नव्हे तर मुलींच्या शिक्षणावर फार कमी खर्च करण्यात येतो. करिता मुलींच्या शिक्षणाकडे विशेष लक्ष देण्यात यावे, अशी मी माननीय मंत्र्यांना सूचना करतो. सक्तीच्या व मोफत प्राथमिक शिक्षणाची योजना पूर्णपणे यशस्वी करावयाची असेल, तर ही योजना मुलींनादेखील लागू करण्यात येऊन योग्य तऱ्हेने तिची अंमलबजावणी करण्यात यावी.

(प्रबुद्ध भारत, २४-९-६०)

□□□

६.

रिपब्लिकन पक्ष आणि भूमिहीनांचा सत्याग्रह

तुका कोचे

रिपब्लिकन पक्षाने १९६४-६५ साली केलेला भूमिहीनांचा सत्याग्रह एक ऐतिहासिक पर्व होय. भूमिहीनांच्या आंदोलनाची पूर्वपीठिका आपल्याला महार व त्यांची वतनविरोधी चळवळ आणि १९२७ चा महाड चवदार तळ्याचा सत्याग्रह यांत शोधावी लागते. म्हणूनच या अनुषंगाने वरील चळवळीचे ऐतिहासिक संदर्भ लक्षात घेऊन तपशीलवार विश्लेषण करणे आवश्यक आहे.

भूमिहीनांचा सत्याग्रह : वाटा आणि वळणे

कोणत्याही पक्षाचा जाहीरनामा हा त्या पक्षाचे ध्येयधोरण, भूमिका व कार्यक्रम उद्घोषित करीत असतो. निवडणुकीच्या धामधुमीत अनेक राजकीय पक्ष स्वत:चे जाहीरनामे प्रकाशित करून जनतेला आश्वासनांची खैरात वाटत असतात, हा आजचा आपला अनुभव आहे. एकदा का निवडणुका संपल्या की, दिलेल्या आश्वासनांची परिपूर्ती करण्याचे नैतिक धैर्य अशा राजकीय पक्षांजवळ नसते. किंबहुना संबंधित पक्ष जाहीरनामाविरोधी भूमिका घेत असतात, याची प्रचीती आपल्याला मंडल आयोगाविरोधी जे आंदोलन सुरू झाले त्यावरून दिसते. निवडणूक जाहीरनाम्यात मंडल आयोगाच्या शिफारशींची अंमलबजावणी करण्याचे व्ही. पी. सिंग यांच्या नेतृत्वाखालील राष्ट्रीय आघाडी सरकारने धोरणात्मक निर्णय जाहीर करताच भारतीय जनता पार्टी, काँग्रेस पक्ष, एवढेच काय डाव्या पक्षानेसुद्धा परस्परविरोधी वक्तव्ये प्रसिद्ध करून मंडल आयोगाविरोधी आंदोलनाला खतपाणी घातले. याला अपवाद म्हणजे १९३६ साली डॉ. आंबेडकरांनी स्थापन केलेला 'स्वतंत्र मजूर पक्ष' होय.

१९३७ च्या विधानमंडळाच्या पार्श्वभूमीवर स्वतंत्र मजूर पक्षाचा जाहीरनामा म्हणजे शेतमजूर व कामगारवर्गाच्या हक्काचा जाहीरनामाच होय. कामगार, भूमिहीन

शेतमजूर, बड्या जमीनदारांकडून होणारे शेतकऱ्यांचे शोषण, सामाजिक सुधारणा, बेकारीचा प्रश्न आदी अनेक प्रश्नांची बांधीलकी स्वीकारून डॉ. आंबेडकरांनी स्वतंत्र मजूर पक्षाच्या माध्यमातून दलितांच्या राजकीय हक्कांसाठी स्वतंत्रपणे संघर्ष सुरू केला. १९३० साली लंडन येथे भरलेल्या गोलमेज परिषदेमध्ये डॉ. आंबेडकरांनी भारतातील शेतमजुरांच्या प्रश्नाला वाचा फोडली. शेतकऱ्यांची पिळवणूक करून त्यांना साधे किमान वेतनसुद्धा देत नसल्याबद्दल कडाडून टीका केली. कामगार व भूमिसुधारणा करण्याची त्यांनी मागणी केली. आज सरकार या संबंधात घटनादुरुस्ती करून अनेक कायदे अमलात आणीत आहे. यावरून डॉ. आंबेडकरांची दूरदृष्टी किती अचूक होती, हे स्पष्ट होते.

१९३७ च्या निवडणुकीत स्वतंत्र मजूर पक्षाला प्रचंड यश मिळाल्यानंतर आंदोलनाद्वारे व विधानमंडळात पक्षाच्या प्रतिनिधींनी जाहीरनाम्यात दिलेल्या कार्यक्रमाच्या अंमलबजावणीसाठी प्रयत्न केले. औद्योगिक विवाद कायदा बनत असताना त्यातील उणिवा सरकारच्या निदर्शनास आणून दिल्या. मजुरांना संप करण्याचा हक्क मिळावा, खोती पद्धती किंवा जमीनदारी नष्ट करण्यासाठी विधेयक मांडले. स्वतंत्र मजूर पक्षाचे विधानमंडळातील सदस्य सर्वश्री डॉ. बाबासाहेब आंबेडकर. दादासाहेब गायकवाड, आर. आर. भोळे, डी. जी. जाधव, बी. एच. वराळे, अनंतराव चित्रे, आर. जी. भातणकर, प्र.ज. रोहम, गंगाधर घोडके, के. एस. सावंत व बाबू एल. एन. हरदास वगैरेंचे विधानमंडळातील कार्य उल्लेखनीय होते. अशा प्रकारे डॉ. आंबेडकर व त्यांच्या सहभागींनी विधानमंडळात व बाहेर अनेक परिषदा व सभा आयोजित करून मागण्यांचे गांभीर्य व महत्त्व लोकांना पटवून दिले.

स्वतंत्र मजूर पक्षाच्या बरखास्तीनंतर १९४२ साली स्थापन करण्यात आलेल्या शेड्युल्ड कास्ट फेडरेशन व नंतरच्या रिपब्लिकन पक्षाच्या वतीने भूमिहीनांच्या मागण्यांचा सतत पाठपुरावा करण्यात आला. डॉ. बाबासाहेब आंबेडकरांनी सर्वसमावेशक स्वतंत्र मजूर पक्ष बरखास्त करून शे. का. फे. ची का स्थापना केली, हा वेगळा चर्चेचा विषय आहे. मात्र दिनांक १७, १८, १९ व २० जुलै, १९४२ रोजी नागपूरमुक्कामी भरलेल्या पहिल्याच अधिवेशनात जे अनेक ठराव करण्यात आले, त्यांत अस्पृश्यांना त्यांच्या उपजीविकेसाठी शेतीला लायक अशीच पडीक जमीन मिळावी, असा ठराव करण्यात आला होता. कोणत्याही मागण्या मागण्यापूर्वी त्यांविषयीची संपूर्ण भूमिकाच निवेदन करून समाजाला वैचारिक दिशा देणे हे डॉ. आंबेडकरांचे महत्त्वाचे विशेष वैशिष्ट्य होते. याची साक्ष म्हणजे त्यांना १५-३-४७ रोजी शे. का. फे. च्या वतीने कॉन्स्टिटयुशन असेंब्लीला दिलेले निवेदन होय.

आंबेडकर अनुयायांच्या उपस्थितीत शे. का. फे. बरखास्त करून ३ ऑक्टोबर,

१९५७ ला रिपब्लिकन पक्ष स्थापन करण्यात आला. त्या प्रसंगी भरलेल्या अधिवेशनात अनेक ठराव पास करण्यात आले. त्यांत खालील ठरावांचा प्रामुख्याने समावेश आहे.

१) बौद्धांच्या सवलती.

२) बौद्ध व अस्पृश्यांवर होणारे अन्याय, अत्याचार.

३) अन्नधान्यांच्या वाढत्या किमती.

४) बौद्धांना व अस्पृश्यांना पडीत जमिनीचे वाटप करण्यात यावे.

१९५६ च्या सामूहिक धर्मांतरानंतर बौद्धांच्या सवलतींचा प्रश्न फार गंभीर व जीवनमरणाचा होऊन गेला होता. अगदी कालपर्यंत बौद्धांना, अनुसूचित जाति-जमातींना मिळणाऱ्या शैक्षणिक-नोकरीविषयक सवलती केव्हा मिळतात, याचा हातात जीव व डोळ्यांत प्राण आणून दलित समाज वाट पाहत होता. दलित चळवळीच्या आरंभापासूनच भूमिहीनांना पडीक जमिनी मिळाव्यात यासह अनेक मागण्या करण्यात आल्या. १९५६ नंतर बौद्धांच्या सवलतींच्या प्रश्नाचा समावेश करण्यात आला. किंबहुना रिपब्लिकन पक्षाच्या ध्येयधोरणांचा उद्घोष करताना अनुसूचित जाती-जमाती, बौद्ध, मागासवर्गीय, शेतकरी, शेतमजूर, कारखान्यात काम करणारे मजूर व अल्पसंख्याकांना न्याय मिळवून देण्याचे अभिवचन देण्यात आले.

ऐतिहासिक वाटचाल

जमीन मिळावी म्हणून शे. का. फे. च्या वतीने औरंगाबाद जिल्ह्यात १९५३ पासूनच श्री. बी. एस. मोरे व दादासाहेब गायकवाड यांच्या नेतृत्वाखाली सत्याग्रह करण्यात येऊन भूमिहीनांच्या सत्याग्रहाला सक्रिय सुरुवात करण्यात आली होती. या वेळी जवळपास १ हजार ७०० आंदोलनकर्त्या कार्यकर्त्यांपैकी अकराशे सत्याग्रहींना पोलिसांनी अटक केली होती. नंतर त्यांची बिनशर्त सुटका करण्यात आली. विशेष बाब म्हणजे अतिउत्साहाच्या भरात काही सत्याग्रहींनी शाळांची मोडतोडसुद्धा केली होती. डॉ. आंबेडकरांना झालेल्या प्रकाराची माहिती मिळताच त्यांनी सत्याग्रहींना बजावून सांगितले, 'आपले ध्येय शेतीसाठी पडीत जमीन मिळावी हे असून शाळांची मोडतोड करणे नाही.' डॉ. आंबेडकरांचा या सत्याग्रहाला पाठिंबा नाही, असा प्रचार काही विरोधकांनी तर केला होताच; पण स्वत: शे. का. फे. च्या काही असंतुष्ट कार्यकर्त्यांनी विरोध करून हे आंदोलन बदनाम करण्याचा प्रयत्न चालविला होता, याची आंबेडकरांनी गंभीर दखल घेतली होती व वर्तमानपत्रांमध्ये खुलासा जाहीर केला होता. ते आपल्या वृत्तपत्रीय पत्रकात म्हणतात.

'I have heard that some of the satyagrahis cut down trees for which I express my regret. Our object was to get land for cultivation and had not to cut trees.

'I had been suggested by some members of the Federation, that the satyagrahis in Hyderabad state had not been authorised by him, this was wrong. This satyagrah was authorised by me & for very good reasons.'

डॉ. आंबेडकरांनी १९५५ साली भूमिहीनांच्या सत्याग्रहाचा पुनरुच्चार आग्रा (उ. प्र.) येथील रामलीला मैदानावर भरलेल्या एका प्रचंड जाहीर सभेत केला.

'In 1955, When Dr. Ambedker addressed a public meeting at Ramleela Ground (Agra) he declared that henceforth he would devote his time and launch a movement for the land to the landless workers in rural areas, he asked them to occupy the 'Bazar Bhoomi' for cultivation and launch satyagrah before Collectorates for their legal possession. Dr. Ambedker assured the people that he himself would be in the forefront and fight the cases in the court.'

डॉ. आंबेडकरांच्या वरील वक्तव्यावरून ते भूमिहीनांच्या सत्याग्रहाच्या अनुकूल होते हेच स्पष्ट होते. १९५३ साली शेड्युल्ड कास्ट फेडरेशनच्या वतीने मराठवाडा विभागाअंतर्गत सत्याग्रहानंतर रिपब्लिकन पक्षाच्या अधिवेशनातील ठरावाप्रमाणे १९५८ पासून नाशिक, जळगाव, धुळे, अहमदनगर वगैरे जिल्ह्यांत दादासाहेब गायकवाड व बी. एस. मोरे यांच्या क्रांतिकारी नेतृत्वात भूमिहीनांना पडीक जमिनी मिळाव्यात म्हणून सत्याग्रह करण्यात आले. त्या वेळी शे. का. फे.च्या कार्यकर्त्यांना अटक करून शेकडो कार्यकर्त्यांना तुरुंगात डांबून ठेवण्यात आले होते. गायकवाड व मोरे १९५९ ला लोकसभेत भूमिहीनांच्या सत्याग्रहासंबंधी खासदार दादासाहेब गायकवाड व खा. डी. के. माने आणि दत्ता कट्टी आदी नेत्यांनी तहकुबी सूचना मांडून सत्याग्रहींचे जोरदार समर्थन केले. सत्याग्रहाची व्याप्ती देशव्यापी करण्यासाठी दादासाहेब गायकवाड यांच्यासह अनेक नेत्यांनी उत्तर प्रदेश, बिहार, बंगाल, आंध्रप्रदेश, कर्नाटक, तमिळनाडू, मध्यप्रदेश, गुजरात प्रांतांत प्रचारदौरे काढले. सोबत पक्षाचे अध्यक्ष रावबहादुर एन. शिवराज व सेक्रेटरी बॅ. राजाभाऊ खोब्रागडे आदी नेतेमंडळी होती. यानंतर रिपब्लिकन पक्षाच्या व्यासपीठावरून हा प्रश्न मांडण्यात आला. दिनांक ७ मार्च, १९६० रोजी महाराष्ट्राचे तत्कालीन मुख्यमंत्री ना. यशवंतराव चव्हाण यांना पक्षाच्या शिष्टमंडळाने भेटून निवेदन दिले. या वेळी ज्या मागण्या करण्यात आल्या त्या अशा :

१) नागपूर येथील दीक्षाभूमीची जागा ताबडतोब बौद्धांना देण्यात यावी.

२) भूमिहीनांच्या सत्याग्रहामुळे मुंबई सरकारने रिपब्लिकन पक्षाच्या मागण्यांनुसार

भूमिहीनांना ताबडतोब जमिनीचे वाटप करण्यात यावे.

३) बौद्धांना सवलती देण्यात याव्यात.

४) खानदेशात आदिवासी, मजूर शेतकऱ्यांवर शेतमालकांकडून होत असलेले अन्याय थांबवावेत.

वरील मागण्यांच्या पूर्तीसाठी पक्षाने अनेक लढे उभारले; पण १९६४ चा भूमिहीनांचा सत्याग्रह खऱ्या अर्थाने देशव्यापी ठरला. सवलतींचा प्रश्न जरी बौद्धांपुरता मर्यादित असला तरी भूमिहीनांना शेतीसाठी जमीन मिळावी या तळागाळातल्या लोकांच्या प्रश्नात रिपब्लिकन पक्षाने हात घालून शोषित व गरीब लोकांचे सर्वसमावेशक यशस्वी आंदोलन उभारले. दि. २५ व २६ नोव्हेंबर १९६१ रोजी उत्तर प्रदेशातील अलिगढ येथे भरविण्यात आलेल्या पक्षाच्या अधिवेशनात जे सात ठराव मंजूर करण्यात आले, त्यांत भूमिहीनांना जमिनीचे वाटप करण्यात यावे, या ठरावाचा समावेश करण्यात आला होता. हे अधिवेशन पक्षाचे अध्यक्ष रावबहादुर एन. शिवराज व रिपब्लिकन पक्षाचे झुंजार नेते बौद्धप्रिय मौर्य यांच्या उपस्थितीत झाले, हे उल्लेखनीय आहे.

भूमिहीनांचा सत्याग्रह, १९६४.

१९६४ च्या भूमिहीनांच्या सत्याग्रहाला केवळ रिपब्लिकन चळवळीतच नाही तर जागतिक पातळीवर ऐतिहासिक महत्त्व आहे. पक्षाच्या आजपर्यंतच्या राजकीय प्रवासातील ही महत्त्वपूर्ण कामगिरी म्हणावी लागेल. यापूर्वी या मागणीसाठी जरी महाराष्ट्रपातळीवर सत्याग्रह झाले, तरी या सत्याग्रहाची व्याप्ती वाढवून देशव्यापी आंदोलन उभारण्याचा पक्षाचा यशस्वी प्रयत्न होता. हा सत्याग्रह दादासाहेब गायकवाड यांच्या नेतृत्वाखाली झाला असला, तरी या सत्याग्रहाची पूर्वतयारी एन. शिवराज यांच्या मार्गदर्शनाखाली झाली होती. त्यातल्या त्यात रिपब्लिकन पक्ष 'गोरगरिबांचा पक्ष' म्हणून मान्यता पावला होता. या पार्श्वभूमीवर पक्षाने जनहितासाठी एका कार्यक्रमाची आखणी केली. त्याचेच नाव म्हणजे १९६४ चा भूमिहीनांचा सत्याग्रह होय. १ ऑक्टोबर १९६४ रोजी देशाच्या विविध प्रांतांतून एक लाख लोकांनी दिल्लीच्या लाल किल्ल्यावर एकत्र येऊन संसदेवर चढाई केली. विविध मागण्यांसाठी लोकसभेसमोर जोरदार निदर्शने केली. मोर्चाचे नेतृत्व दादासाहेब गायकवाड, बौद्धप्रिय मौर्य व बॅ. राजाभाऊ खोब्रागडे आदी नेत्यांनी करून तत्कालीन पंतप्रधान लालबहादूर शास्त्री यांना दहा मागण्यांचे निवेदन दिले.

सत्याग्रहातील दहा मागण्या

१)भारतीय घटनेचे शिल्पकार डॉ. आंबेडकरांचे तैलचित्र लोकसभेच्या

केंद्रीय सभागृहात लावण्यात यावे.

२) देशातील शेतीला लायक असलेली जमीन कसणाऱ्यांना देण्यात यावी.

३) पडीक जमिनीचे वाटप भूमिहीनांना करण्यात यावे.

४) अन्नधान्याचे पुरेसे वाटप करण्यात यावे आणि वाढत्या महागाईला आळा घालण्यात यावा.

५) झोपडपट्टी आणि गलिच्छ वस्त्यांची सुधारणा करण्यात येऊन झोपडपट्टीत राहणाऱ्या लोकांची आर्थिक स्थिती सुधारण्यात यावी.

६) १९४८ चा किमान वेतन कायदा सर्व उद्योगधंद्यांना अविलंब लावण्यात यावा. यात भूमिहीन शेतमजूर व अशिक्षित मजुरांचा समावेश करण्यात यावा.

७) अनुसूचित जातींच्या हक्क व सवलती बौद्धांना देण्यात याव्यात.

८) दलितांवर होत असलेल्या अन्याय-अत्याचारांवर त्वरित पायबंद घालण्यात यावा.

९) अस्पृश्यता निवारण कायद्याची योग्य अंमलबजावणी व्हावी व संबंधित गुन्हेगारांना कडक शिक्षा देण्यात यावी.

१०) अनुसूचित जाति-जमातींचे आरक्षण त्वरित भरण्यात यावे व मागील अनुशेष १९७० पूर्वी भरण्यात यावेत.

वरील सर्व मागण्या एका विशाल मोर्चाद्वारे सरकारला सादर करण्याचा कार्यक्रम एन. शिवराज यांनी आखला होता. किंबहुना चौऱ्याहत्तर वर्षांच्या वयातही ते मोर्चाची व्यवस्था करण्यासाठी चार दिवस अगोदर दिल्लीत दाखल झाले होते; पण रिपब्लिकन जनतेचे दुर्दैव की, दि. १-१०-६४ च्या देशव्यापी सरकारचे नेतृत्व करण्याआधी दिनांक २९-९-६४ रोजी दिल्लीतच त्यांचे निधन झाले. नाहीतर भूमिहीनांच्या सत्याग्रहाचा वेगळाच इतिहास लिहिला गेला असता. एन. शिवराज यांच्यानंतर पक्षाचे अध्यक्ष दादासाहेब गायकवाड, बॅ. खोब्रागडे यांचेसुद्धा दिल्लीतच निधन झाले, हा योगायोगच म्हणावा काय?

भूमिहीनांच्या सत्याग्रहाचे स्वरूप

रिपब्लिकन पक्षाच्या विविध मागण्यांबद्दलच्या पहिल्याच लोकसभेवरील धडक मोर्च्यानंतर पंतप्रधानांशी मागण्यांविषयी विस्तृत चर्चा करण्यात आली. सरकारने या वेळी विशेष दखल घेतली नव्हती म्हणून दि. ६ डिसेंबर१९६४, म्हणजे डॉ. आंबेडकरांच्या महापरिनिर्वाण दिनापासून सत्याग्रहाचा निर्वाणीचा इशारा देण्यात आला. सत्याग्रहाचे स्वरूप एवढे व्यापक होते की, आंदोलनकाळात एकूण तीन लाख

सत्याग्रहींनी स्वत:ला अटक करवून घेतली होती, तर दरम्यानच्या काळात तेरा सत्याग्रहींना वीरमरण प्राप्त झाले होते. हे आंदोलन दिल्ली प्रदेशात अधिक तीव्र करण्याचा मनोदय बी. पी. मौर्य यांनी जाहीर केला.

जिल्हा कचेरी, पोलिस स्टेशन, तहसील कार्यालय, न्यायालय व इतर सरकारी कार्यालयांवर गटागटाने मोर्चे, निदर्शने व सत्याग्रह करून कार्यकर्त्यांनी अटक करवून घेतली. अटक करवून घेण्यासाठी कार्यकर्त्यांचा जणू महापूर आला होता. तुरुंग अपुरे पडू लागले, पोलिसयंत्रणा व तुरुंगाची व्यवस्था कोलमडून पडली. काही सत्याग्रहींना पोलिसस्टेशन, काहींना मोकळे मैदान तर काहींना सिनेमा थिएटर भाड्याने घेऊन स्थानबद्ध करण्यात आले होते. दि. २३,२४,२५ डिसेंबर, १९६४ रोजी आग्रा येथील जिल्हाधिकारी कार्यालयावर सत्याग्रह करण्यात आला, तेव्हा सत्याग्रहींना तुरुंगात जागा नसल्यामुळे अटक न करता सोडून देण्यात आले.

आग्रा येथील रिपब्लिकन पक्षाचे कार्यकर्ते, क्रांतिकारी लेखक, पत्रकार आणि प्रभावी वक्ते प्रेमप्रदीप यांना कुटुंबासह सत्याग्रहात पोलिसांनी अटक केली होती. सत्याग्रही महिला रमादेवी (वय ६० वर्षे) हिला पोलिसांनी बेशुद्ध होईपर्यंत मारले. पत्रकार प्रेमप्रदीप आदी सहकाऱ्यांना भारत सुरक्षा कायद्यांतर्गत अटक करण्यात येऊन सात दिवसांपासून ते चार महिन्यांपर्यंत शिक्षा ठोठावण्यात आली. नागपूर-विदर्भातील कार्यकर्त्यांमध्ये उत्साह संचारला होता. एकट्या चंद्रपूर जिल्हात दहा हजारच्या वर लोकांना अटक करण्यात आली होती. भंडारा जिल्ह्यातील सत्याग्रहींना जागा कमी पडल्यामुळे नागपूर केंद्रीय कारागृहात डांबून ठेवण्यात आले होते. अमरावती येथे एकाच वेळी पाच हजार सत्याग्रहींना अटक करण्यात आली होती. धुळे जिल्ह्यात सत्याग्रहींसाठी सिनेमागृह भाड्याने घ्यावे लागले होते. नाशिक जिल्ह्यात हजारो सत्याग्रहींनी भाग घेतला होता, तर सांगली जिल्ह्यात जिल्हा रिपब्लिकन पक्षाचे अध्यक्ष श्री. पी. टी. मधाळे यांच्या नेतृत्वाखाली सत्याग्रह करण्यात आला. या वेळी तीनशेच्या वर लोकांना अटक झाली. यात लहान मुला-मुलींनीसुद्धा भाग घेतला. चंदीगढमध्ये सतत पाच दिवस सत्याग्रहींना अटक करण्यात आली. संपूर्ण देश सत्याग्रहाने ढवळून निघाला होता. सत्याग्रहात मुंबईसुद्धा मागे नव्हती. दि. ६ डिसेंबर ते १८ डिसेंबर या काळात सत्याग्रहींनी प्रमुख सरकारी कार्यालयांवर निदर्शने केली.

महार, मांग, ढिवर, गोंड, चांभार, बौद्ध अशा निरनिराळ्या जातींच्या नि धर्मांच्या लोकांनी रिपब्लिकन पक्षाने चालविलेल्या रणसंग्रामात स्वत:ला झोकून दिले. राम मनोहर लोहिया, राम नरेश यादव आदी नेते सहकार्य करणार असल्याचे दादासाहेब गायकवाड यांनी जाहीर केले.

दरम्यानच्या आंदोलनकाळात पंतप्रधान लालबहादूर शास्त्री मुंबईला आले

असताना रिपब्लिकन पक्षाच्या वतीने आंदोलन करण्यात आले, तेव्हा ८०० कार्यकर्त्यांना अटक करण्यात आली. वाढत्या आंदोलनाचा प्रभाव पाहता पंतप्रधानांनी चर्चेसाठी रिपब्लिकन पक्षाच्या नेत्यांना पाचारण करून मागण्यांविषयी चर्चा केली व मागण्या पूर्ण करण्याचे आश्वासन दिले. अशा प्रकारे रिपब्लिकन पक्षाचा भारतव्यापी रणसंग्राम केवळ सरकारच्या आश्वासनावरच संपविण्यात आला. पुढे काँग्रेसशी सामाजिक अभिसरणाच्या प्रश्नावर रिपब्लिकन पक्षाने सहकार्य देण्याचे ठरले. रिपब्लिकन पक्षाच्या वरील मागण्यांनाही वाट लागली आणि तथाकथित अभिसरणही संपले.

□□□

७.

भूमिहीनांचा सत्याग्रह : काही प्रश्नांची उत्तरे
उषाताई कवडे (कुरवळकर)

श्री. बी. सी. कांबळे यांनी 'डॉ. बाबासाहेब आंबेडकर यांच्या विचारसरणीतून सत्याग्रहाचे मूल्यमापन' या आपल्या पुस्तिकेच्या पृष्ठ चारवर 'सत्याग्रहाबद्दलचे प्रश्न' या शीर्षकाखाली काही अर्थशून्य प्रश्न निर्माण केलेले आहेत. त्यांची ही यादी मारुतीच्या शेपटाला लाजवील इतकी मोठी आहे. आम्ही बरीच पुस्तके वाचली; परंतु प्रश्नांची अशा प्रकारची लांबलचक यादी अद्याप तरी आमच्या अवलोकनात आलेली नाही. या प्रश्नमालेचा जबरदस्त तडाखा हाणला, तर दादासाहेब गायकवाडांसारखा आपला प्रतिस्पर्धी एका चुटकीसरशी कोलमडून पडेल, असे स्वत:च्याच मनाशी मांडे खात कांबळे बसले असतील व आपल्या हस्तकांना तसे गर्वाने सांगत सुटले असतील; परंतु हे तितकेसे सोपे नाही, याची कदाचित त्यांना जाणीव नसावी.

जुनीच तऱ्हा!

प्रत्येक गोष्टीत प्रश्नचिन्ह निर्माण करणे हे काही कांबळेंचे आजचेच 'फॅड' आहे असे नव्हे! तर ते फार जुने आहे. त्यात ते वकिलीचा धंदा करणारे असल्यामुळे हे 'फॅड' तर त्यांच्या हाडामांसी पूर्णपणे भिनून गेलेले आहे. त्यांनी निर्माण केलेले प्रश्न तसे म्हटले तर हास्यापद आहेत. त्यांच्यातून त्यांच्या विद्वत्तेची चमक दिसून येण्याऐवजी त्यांचे अज्ञानच एक प्रकारे उघडे झाले आहे; परंतु वरवर पाहणाऱ्याला ते खरोखरच रास्त नि चिंतनीय आहेत, असे त्यांच्या एकूण मांडणीवरून वाटू लागेल आणि म्हणून सामान्य लोकांची त्यामुळे दिशाभूल होण्याची फार मोठी शक्यता आहे. असे होऊ नये म्हणून कांबळेंनी निर्माण केलेल्या प्रश्नांचे कवच फोडून जनतेला त्यांचे खरे स्वरूप उघडे करून दाखविणे आवश्यक आहे.

कांबळेंचा प्रश्न : खरेच सत्याग्रह चांगला का वाईट? हितकारक की हानिकारक?

देशात सुव्यवस्था ठेवण्यास मदत करणारा की, अराजक माजविण्यास निमंत्रण देणारा? लोकशाहीस पूरक की मारक? ज्या पार्लमेंटरी पद्धतीचा स्वीकार भारताने केला आहे, ती जतन करण्यासाठी उपकारक की, ती राज्यपद्धती उद्ध्वस्त करण्यास कारणीभूत होण्याइतका अपायकारक?

कांबळेंच्या या प्रश्नांचे उत्तर आम्ही लोकशाही म्हणजे काय? या विवेचनाच्या वेळी पुढे देणार आहोत.

प्रश्न : आणि सत्याग्रह म्हणजे तरी काय? सत्याचा आग्रह? की नियमांचा भंग? की कायदेभंग? की मोकाटपणाचा धिंगाणा? की दुसऱ्याच्या नावाने करावयाचा शिमगा? की अज्ञ लोकांना,'सकाळी जावयाचे नि संध्याकाळी यावयाचे', असे सांगून केलेली दिशाभूल? की ध्येयनिष्ठांची कबुली?

कांबळेच्या याही प्रश्नांचे समर्पक असे उत्तर खुद्द बाबासाहेबांचेच सत्याग्रहाविषयीचे विचार उद्धृत करून त्यांचा सुरुवातीलाच फोलपणा सिद्ध करून दाखविलेला आहे. पुण्याच्या २६ जानेवारीच्या अपयशाने कांबळेंना बरेच अस्वस्थ केलेले दिसते.

प्रश्न : सत्याग्रह बरा असो अगर वाईट असो, हा सत्याग्रह करण्यापूर्वी, ज्या विषयासबंधी हा सत्याग्रह आहे, त्या विषयावर पार्लमेंट असेंब्लीमध्ये काही प्रश्नोत्तरे, चर्चा, सरकार व जनतेस त्याबद्दल सविस्तर निवेदन? बरे, सत्याग्रहाची काही पूर्वतयारी? जनतेचा काही कौल?

उत्तर : या मागण्यांसंबंधी रिपब्लिकन पार्टीने औरंगाबाद, कानपूर, अहमदाबाद येथे परिषदा घेऊन ठराव केले. ते दरवेळी भारत सरकारकडे तातडीने विचार करण्यासाठी पाठविले. जनतेच्या माहितीसाठी या सर्व परिषदांमध्ये घेण्यात आलेले महत्त्वपूर्ण विषय 'प्रबुद्ध भारत' मध्ये वेळोवेळी प्रसिद्ध करण्यात आले; परंतु भारत सरकारे रिपब्लिकन पार्टीच्या या महत्त्वपूर्ण ठरावांबद्दल नि त्यात केलेल्या कळकळीच्या मागण्यांबद्दल काहीच हालचाल करावयास तयार नव्हते. किंबहुना असे म्हणता येईल की, भारत सरकार रिपब्लिकन पार्टीच्या या महत्त्वाच्या ठरावांना काडीचीही किंमत द्यावयास तयार नव्हते. सरकारचे हे धोरण पाहून पार्टीने १९६४ च्या ऑक्टोबरमध्ये पार्लमेंटवर एक प्रचंड मोर्चा नेला आणि आपल्या मागण्यांचे स्मरण करवून देणारा खलिता भारत सरकारला जाहीर रीत्या सादर केला. संध्याकाळी दिल्लीत जाहीर सभा झाली. त्या सभेत 'सरकारने याही वेळी जर आमच्या न्याय्य मागण्यांचा गंभीरपणे विचार केला नाही, तर रिपब्लिकन पार्टीला त्यासाठी ६ डिसेंबर १९६४ पासून भारतव्यापी सत्याग्रहाची चळवळ उभारावी लागेल', असा सरकारला निर्वाणीचा इशारा द्यावा लागला. त्या दिवसाच्या सभेत देशातील काही विरोधी पक्षाच्या प्रमुख पुढाऱ्यांचीसुद्धा भाषणे झाली नि रिपब्लिकन पार्टीच्या रास्त मागण्यांना त्यांनी आपला सक्रिय पाठिंबा

जाहीर केला. त्या खलित्याला व त्या निर्वाणीच्या इशाऱ्यालादेखील भारत सरकारने वाटाण्याच्या अक्षता लावल्या.

चोराच्या उलट्या बोंबा!

ऑक्टोबर, १९६४ च्या नेत्रदीपक ऐतिहासिक मोर्चाचा वृत्तान्त देशातील बहुतेक साऱ्या वर्तमानपत्रांत प्रसिद्ध झाला होता. कांबळे ज्यांना लोकशाहीच्या प्राथमिक चाकोऱ्या म्हणतात, त्या सर्व पक्षांनी सत्याग्रहाचा लढा सुरू करण्यापूर्वी हाताळलेल्या होत्या. सरकारनेच त्याबाबत ताठरपणाचे धोरण स्वीकारले. लोकशाहीचे म्हणणाऱ्या सरकारला असे धोरण उचित ठरते का? याबाबत कांबळे सरकारला लोकशाहीचे डोस पाजण्याच्या बाबतीत मूग गिळून गप्प बसतात आणि रिपब्लिकन पार्टीलाच लोकशाही काय, याचा उपदेश करतात. म्हणजे चोराच्या उलट्या बोंबाच ह्या! दुसरे काय?

वर सांगितलेल्या साऱ्या घटना अगदी ताज्या असताना त्या कांबळेंच्या अवलोकनात आल्या नसतील, तर तो वस्तुत: त्यांचाच दोष ठरतो. देशात जे जे काही घडत आहे, त्याची माहिती जर कांबळेंसारख्या स्वत:ला (स्वत:हून) राजकारणधुरंधर समजणाऱ्या माणसाला, देशाच्या नि लोकशाहीच्या भवितव्याची अष्टौप्रहर चिंता बाळगणाऱ्या हितचिंतकाला नसावी, हे केवढे आश्चर्य! यावरून ते किती जागरूक आहेत, याची सहज कल्पना करता येते. का हे सर्व घडत असताना ते एखाद्या स्थितप्रज्ञाप्रमाणे आपल्या खोलीत संयमाची जपमाळ ओढीत बसले होते? सत्याग्रहासंबंधीने सरकार व जनतेस आधी सविस्तर निवेदन केले होते किंवा नाही असा प्रश्न निर्माण करून, कांबळेंनी एक प्रकारे स्वत:चे अज्ञानच उघडे केले आहे. डोळे असून जर एखाद्याने जाणूनबुजून आंधळ्याचे सोंग घेतले, तर अशा माणसाला ढोंगी व भोंदू यापेक्षा दुसरे काय म्हणावे?

सत्याग्रहाची पूर्वतयारी नव्हती आणि जनतेने सत्याग्रहाच्या बाजूने कौल दिलेला नव्हता, तर मग तीन लाख लोकांनी सत्याग्रहात भाग कसा घेतला व काहींना तुरुंगवास कसा घडला? त्यांना का कोणी जोर-जबरदस्तीने सत्याग्रहामध्ये सामील व्हावयास भाग पडले होते? ज्या अर्थी तीन लाख लोकांनी सत्याग्रहाच्या लढ्यात स्वयंस्फूर्तीने भाग घेतला, त्या अर्थी हाच सत्याग्रहाच्या बाजूने जनतेने दिलेला कौल होय, हे दूधपिते शेंबडे पोरदेखील सांगू शकेल! जे दूधपित्या पोराला कळावे, ते कांबळेंना कळू नये हा त्यांच्या मनोविकृतीचा एक दोष असावा, असे आम्हाला वाटते.

लोकजागृती न करताच व जनतेचा कौल न घेताच हा सत्याग्रहाचा लढा पुकारण्यात आलेला होता, असे केवळ कांबळेंच्या समाधानाकरिता म्हणून गृहीत धरूया. तरीपण ज्या अर्थी रिपब्लिकन पार्टीने दिलेल्या सत्याग्रहलढ्याच्या एका

हाकेसरशी अगदी अल्पावधीतच लोकांनी लाखोंच्या संख्येने सत्याग्रहात जो भाग घेतला, त्यावरून जनता किती जागृत आहे व पार्टीच्या मागे कशी एकनिष्ठेने उभी ठाकलेली आहे, याची कोणालाही सहज कल्पना येऊ शकेल. ही घटना रिपब्लिकन पार्टीला भूषणावह व अघटित नव्हे असे यानंतर कोण म्हणू शकेल?

प्रश्न : तो किती दिवस चालेल?

उत्तर : ज्याच्याजवळ बुद्धी नावाची जी काहीएक चीज आहे, असा माणूस वरील प्रकारचा खुळचट प्रश्न केव्हाच करणार नाही. पहिल्या महायुद्धाच्या वेळी हिटलरने युद्ध जाहीर केले, १९२७ साली डॉ. बाबासाहेब आंबेडकरांनी महाड येथे व १९३० साली नाशिक येथे मंदिरप्रवेशाच्या सत्याग्रहाची घोषणा केली, स्वातंत्र्यप्राप्तीसाठी गांधीजींनी कायदेभंग व असहकारतेची चळवळ सुरू केली. भारतातून इंग्रजांना हाकलून लावण्यासाठी सुभाषचंद्रबाबूंनी ब्रिटिश सत्तेविरुद्ध युद्धाची रणभेरी फुंकली. त्या वेळी या सर्वांनी या गोष्टी किती दिवस चालवाव्या हे आधीच निश्चित केले होते काय? कोणताही जीवनमरणाचा लढा सुरू करण्यापूर्वी तो किती काळ चालेल किंवा चालवावा, असे कधीच ठरविले जात नसते. अशी लक्ष्मणरेषा आखल्याचे एकही उदाहरण जगातील लढ्यांच्या इतिहासात घडल्याचे आढळणार नाही. लढा किती दिवस चालेल हे लढा लढविणाऱ्याचा सामर्थ्यावर, त्यानंतर निर्माण झालेल्या अनुकूल वा प्रतिकूल परिस्थितीवर आणि ज्याच्याविरुद्ध लढा लढला जात असतो, त्याच्याकडून मिळणाऱ्या प्रतिसादावर अवलंबून असते. ज्या लढ्याची लढा सुरू होण्यापूर्वी तो किती दिवस चालवावा याची लक्ष्मणरेषा आधीच आखली जाते, तो लढाच होऊ शकत नाही. त्याला फार तर एक बुजगावणे म्हणता येईल. कांबळेंच्या आयुष्यात लढ्यांचा प्रसंगच कधी उद्भवला नाही, तेव्हा त्यांना हे कळणार तरी कोठून? आणि म्हणून त्यांच्या या प्रश्नाची गणना एक पोरकट प्रश्न या सदरातच करणे उचित होईल.

प्रश्न : सत्याग्रहासाठी जमलेल्या रकमेचा काही हिशेब?

उत्तर : ज्याने अथपासून इतिपर्यंत सतत सत्याग्रहाच्या लढ्याला कसून विरोध केला, अशा विघ्नसंतोषी माणसाला सत्याग्रहासाठी जमलेल्या रकमेचा हिशेब मागण्याचा किंवा विचारण्याचा अधिकार तो काय? आणि सत्याग्रहाच्या रकमेचा हिशेब विचारणारे तरी हे कोण? हा सत्याग्रहाचा लढा 'ऑल इंडिया रिपब्लिकन पार्टी'ने लढविलेला होता. तो काही कांबळेंच्या (अध्यक्ष नसलेल्या, परंतु स्वत: हुकूमशहा असलेल्या) एकखांबी (तोही पोकळच) दुरुस्त पक्षाने (?) लढविलेला नव्हता. नाव सांगायचे अखिल भारतीय, पण क्षेत्र मुंबई, पुणे व सातारा येथवरच. मुंबई, पुणे व सातारा हाच ह्यांचा अखिल भारत. यापुढे जाऊन काही पराक्रम करून दाखवावयाची यांची हिंमतच नाही. उलट, नागपूर-विदर्भापर्यंत पोहोचलेली चळवळ सागराच्या ओहोटीप्रमाणे

नाशिकच्या अलीकडे येऊन मंदावली. ज्या पक्षाची लक्षणे प्रसरण पावण्याऐवजी मागे मागे हटण्याची असतात, असा पक्ष मृत्युपंथाकडे वाटचाल करीत आहे, हाच त्याचा स्पष्ट अर्थ होतो. तेव्हा सामान्य जनतेला यातून काही बोध घेण्यासारखा असेल तर तो त्यांनी जरूर घ्यावा.

जनतेला हे पूर्णपणे माहीत होते की, रिपब्लिकन पार्टी लढवीत असलेला सत्याग्रह हा आपल्या जनतेच्या न्याय्य मागण्यांसाठी लढविला जात आहे आणि म्हणून सच्च्या निष्ठावंत अनुयायांनी आपापल्या ऐपतीप्रमाणे सत्याग्रहास आर्थिक हातभार लावला. त्यांच्या या कृतीमागे त्यांची नि:स्वार्थी शुद्ध भावना होती नि कर्तव्यतत्परतेची जाज्वल्य निष्ठा होती. परंतु कांबळेंनी किंवा त्यांच्या लोकांनी या सत्याग्रहासाठी एका पैशाचासद्धा हातभार लावलेला नव्हता किंवा त्याला स्वत:ची कोरडी सहानुभूतीही दर्शविलेली नव्हती. असे असताना त्यांना सत्याग्रहनिधीच्या हिशेबाची विचारणा करण्याचा नैतिक अधिकार तरी पोहोचतो काय? जर कांबळेंनी किंवा त्यांच्या अनुयायांनी लपून छपून (केवळ जनलज्जेपायी) का असेना, सत्याग्रहाला काही आर्थिक मदत केलीच असेल, तर त्यांनी तसे स्पष्ट सांगावे. वाटल्यास त्याचा रिपब्लिकन पार्टीकडून विचार केला जाईल; पण हे जर त्यांच्याकडून घडले नसेल, तर मग दुसऱ्याच्या संघटनेचा हिशेब विचारण्याचा हा चोंबडेपणा कशाला?

युद्धआघाडीवरच्या लष्करी तुकड्यांना मिळालेल्या वस्तू वॉर (war) अकाउंटखाली तपासल्या जात नाहीत, असा लष्करी खात्याचा एक नियम आहे. तोच नियम सत्याग्रह (युद्ध) निधीच्या बाबतीत रिपब्लिकन पार्टीने लागू केलेला आहे. एखाद्या लष्करी खात्याच्या तज्ज्ञ जाणकाराप्रमाणे लष्कराच्या पराभूत लष्करी तुकडीचे उदाहरण देणाऱ्या कांबळेंना हा नियम माहीत असावयास हवा होता; परंतु वरील प्रकारचा प्रश्न करून कांबळेंनी लष्करी खात्याबद्दलचे आपले अज्ञानच एक प्रकारे प्रकट केलेले दिसून येते.

प्रश्न : जे तुरुंगात गेले ते कोण? कम्युनिस्ट, की शेतकरी - कामकरी पक्षाचे की जनसंघाचे?

उत्तर : या प्रश्नातील खोच नि त्यामागे दडलेला कांबळेंचा गलिच्छ हेतू न समजण्याइतके बाबासाहेबांचे अनुयायी निर्बुद्ध नाहीत. तसा जर त्यांचा समज असेल तर तो त्यांचा भ्रम आहे. इत:पर त्यांनी अशा भ्रमनिद्रेत राहू नये. कांबळेंच्या या प्रश्नाचा अर्थ काय होतो? जे तुरुंगात गेले ते होते तरी कोण? हे कम्युनिस्ट,शेतकरी- कामगार पक्षाचे की जनसंघाचे? हे त्यांना काहीच माहीत नसल्यामुळेच ते, ते जाणून घेऊ इच्छितात. याचा उघड अर्थ असा होतो की, तुरुंगात गेलेल्या लोकांत रिपब्लिकन पार्टीचे किंवा रिपब्लिकन पार्टीला मानणारे लोकच नव्हते, डॉ. बाबासाहेब आंबेडकरांचे

निष्ठावान अनुयायीच नव्हते. कांबळेंनादेखील हेच दर्शवायचे आहे.

ज्या आमच्या आया-बहिणींनी, बापा-भावांनी बाबासाहेबांच्या रिपब्लिकन पार्टीवरील निष्ठेने सत्याग्रहात भाग घेऊन तुरुंगवास पत्करला, तुरुंगात आणि तुरुंगाच्या बाहेर अनंत हालअपेष्टा सहन केल्या, आपल्या सोन्यासारख्या पोटच्या गोळ्यांना मृत्यूच्या हवाली केले, तेरा वीरांनी लाख मोलाच्या देहांचे बलिदान देऊन हसत हसत हौतात्म्य पत्करले, अशा या बाबांच्या शूर सैनिकांना कम्युनिस्ट, शेतकरी-कामकरी पक्षाचे, जनसंघाचे लोक असे उपहासाने लेखून त्यांच्या निष्ठेची, त्यांच्या त्यागाची नि त्यांच्या हौतात्म्याची हेटाळणी करणाऱ्या माणसाचे अंत:करण कसे द्वेषाने बरबटलेले आहे, याची साक्ष पटते. यावरून हे गृहस्थ कसे अधोगतीला पोहोचले आहेत, हे जनतेनेच ओळखावे. आमच्या शूर सत्याग्रहींच्या पवित्र भावनांचा, त्यांच्या त्यागाचा नि त्यांच्या आत्मबलिदानाचा उपहास उरफाट्या काळजाच्या माणसाखेरीज कोण करू शकतो?

रिपब्लिकन पार्टी लढवीत असलेला सत्याग्रहाचा लढा न्यायासाठी आहे, सत्यासाठी आहे, लोककल्याणासाठी आहे आणि त्याचबरोबर तो देशहितासाठीही आहे, हे कम्युनिस्टस, शेतकरी-कामकरी पक्षाच्या व जनसंघाच्या लोकांना पटले म्हणून त्यांनी रिपब्लिकन पार्टीला या सत्याग्रहात विनाशर्त सहकार्य दिले. सहकार्य जर कोणी दिले नसेल, तर ते कांबळेंसारख्या समाजद्रोही लोकांनी. सहकार्य देण्याचा प्रश्न तर बाजूलाच राहिला, परंतु हा लढा अपयशी कसा ठरेल यासाठी त्यांनी अनेक प्रकारची दुष्ट तंत्रे अवलंबिली. एवढे घोर पातक करूनही परत नाक वर करून प्रश्न करतात की, जे तुरुंगात गेले ते कोण? ज्याच्याजवळ जनाची जरी नसली, परंतु मनाची लाज असेल, असा माणूस असा प्रश्न करण्याचे धाडस करणार नाही; परंतु ज्याने सारेच खुंटीला गुंडाळून ठेवलेले असेल, अशा माणसाकडून यापेक्षा दुसरी वल्गना ती काय होणार!

प्रश्न : त्यांच्यामध्ये तुरुंगात जाण्याबद्दल करार तरी काय? तो लपवून तरी का ठेवण्यात आला?

उत्तर : कांबळेंना कराराच्या भुताने बरेच झपाटलेले दिसते. जिथं पाहावं तिथं करार! करार!! करार!!! पंडितजींजवळ करार, लोकसभेत करार, संयुक्त महाराष्ट्र समितीत करार, निवडणुकीत करार, ऐक्याच्या बैठकीत करार, आणि इथं सत्याग्रहातही करा! या कराराच्या ध्यासापायी हे गृहस्थ डोके फिरून कदाचित ठाण्याच्या हॉस्पिटलचे एक दिवस पाहुणेही होतील, अशी आम्हाला आतापासूनच दुश्चिन्हे दिसू लागलेली आहेत आणि म्हणून त्यांच्याबद्दल आम्हाला थोडीशी कीव येते.

महाशय! ही काही निवडणुकीची संयुक्त आघाडी नव्हती. आमचे नेते हातात परडी घेऊन वा सत्याग्रहात आम्हाला मदत करा, मदत करा, अशी इतरांकडे मदतीची

याचना करीत फिरले नव्हते. याचना करणे हा भीमाच्या अनुयायांचा बाणा नव्हे! 'जो तुमचा न्याय्य हक्क असेल, तो मिळविण्यासाठी प्राणपणाने लढा!' हाच भीमाने आपल्या अनुयायांना दिलेला लाखमोलाचा महान संदेश होय. 'एखाद्याने तुमच्या न्याय्य लढ्याला निर्हेतुकपणे सहकार्य देण्याचे ठरविले तर तेही नाकारू नका', हेही भीमाने आपल्या अनुयायांना सांगितले होते. तेव्हा लोकसंग्रहासाठी रिपब्लिकन पार्टी लढवीत असलेला लढा न्याय्य आहे, देशहिताचा आहे, जनतेच्या भल्याचा आहे हे सत्य ज्यांच्या ज्यांच्या सदसद्विवेकबुद्धीस पटले, त्यांनी त्यांनी या लढ्यात प्रामाणिकपणाने, निर्हेतुकपणाने साथ दिली. या सत्याग्रहाचे वैशिष्ट्य हे की, इतर पक्षांच्या ज्या ज्या लोकांनी त्यात भाग घेतला होता, त्या त्या लोकांनी आपल्या सोबत आपापल्या पक्षाचे झेंडे आणलेले नव्हते, तर रिपब्लिकन पार्टीच्या अशोकचक्रांकित निळ्या झेंड्याच्या नेतृत्वाखालीच त्या सर्वांनी सत्याग्रहात भाग घेतलेला होता. हा रिपब्लिकन पार्टीचा विजय नव्हे काय? हे या सत्याग्रहाचे खास वैशिष्ट्य नव्हे? ही किमया करून दाखविण्याची धमक बी. सी. कांबळे यांच्याजवळ तरी आहे काय?

महाड, पर्वती, नाशिक आदी ठिकाणी झालेल्या सत्याग्रहाच्या लढ्यांत अस्पृश्यांबरोबर काही सुधारणावादी विचाराच्या ब्राह्मणांनी व ब्राह्मणेतर चळवळीच्या पुढाऱ्यांनी येथे लोकसंग्रह आहे, येथे लोककल्याण आहे, येथे देशहित आहे हे जाणून भाग घेतला होता. त्या वेळी त्यांच्या नि अस्पृश्य पुढाऱ्यांमध्ये असा एखादा गुप्त करार झाल्याचे उदाहरण कोणी दाखवू शकेल काय? माझी खात्री आहे की, असा करार झाल्याचे कोणीही दाखवू शकणार नाही आणि म्हणूनच 'त्यांच्यामध्ये तुरुंगात जाण्याबद्दल करार तरी काय? तो लपवून तरी ठेवण्यात का आला?' असे प्रश्न करणे हा शुद्ध खोडसाळपणा होय. केवळ अज्ञ जनतेची दिशाभूल व्हावी हाच निंद्य हेतू या प्रश्नांच्या मागे आहे असे आमचे स्पष्ट मत आहे.

प्रश्न : तुरुंगात गेले किती?

उत्तर : हे गृहस्थ वर्तमानपत्रे झोपेत वाचीत असावेत, असेच त्यांच्या या प्रश्नावरून वाटू लागते. आता त्यांना जाग आल्याचे दिसते. तुरुंगात गेलेल्या लोकांचा निश्चित आकडा 'प्रबुद्ध भारत' मध्ये प्रसिद्ध झालेला आहे. तो कांबळेंनी पाहिला असता, तर बावळटाप्रमाणे हा प्रश्न विचारण्याचे त्यांचे श्रम वाचले असते. परंतु आम्हाला असे कळते की, कांबळेंचा 'प्रबुद्ध भारत' वर विश्वासच नाही. तुरुंगात गेलेल्या लोकांचा निश्चित आकडा जाणून घेण्यासाठी जर कांबळेंचा जीव इतका कासावीस झालेला असेल, तर त्यांच्यासारख्या सत्याग्रहाच्या विरोधकांसाठी सरकारच्या दप्तरांची नि तुरुंगाची दारे सदा मोकळीच आहेत! कांबळेंना तुरुंगात गेले किती, हे जाणून घेण्याची एवढी तळमळ तरी का लागलेली आहे? का सत्याग्रही वीरांना त्यांनी

बजावलेल्या कामगिरीबद्दल एखादी मेजवानी देण्याचा तर कांबळेंचा विचार नाही ना? पण एवढ्या दिलदारपणाची अपेक्षा त्यांच्यासारख्यांकडून करणे म्हणजे पत्थराकडून पाझर फुटण्याची अपेक्षा करण्यासारखेच निरर्थक होय.

प्रश्न : किती लोकांचा रोजगार बुडाला? एकूण किती आर्थिक नुकसान झाले? किती कुटुंबे कर्जबाजारी झाली? किती लोकांच्या व जमीन सोसायटीवाल्यांच्या पैशांची धूळधाण झाली? कितींनी माफी मागितली?

उत्तर : कांबळेंनी एक अखिल भारतीय स्वरूपाची पदयात्रा काढून ही सारी माहिती गोळा केल्यास बरे पडेल. त्यांच्या तथाकथित पक्षाजवळ जनहिताचा नि लोककल्याणाचा कोणताच भरीव कार्यक्रम नसल्यामुळे ही अभिनव योजना त्यांच्या निष्क्रिय पक्षाची ढासळत चाललेली इभ्रत सावरण्यास खासच साहाय्यकारी ठरेल आणि काही विधायक दृष्टिकोन नसल्यामुळे दुसऱ्याच्या सत्कार्यामध्ये ऊठसूट हात दाखवून अवलक्षण करण्याची त्याना एक दुष्ट सवय जडलेली आहे, तिलाही त्यामुळे बराच आळा बसेल.

तुम्ही काय केलेत?

मागे मुंबईत व इतरत्र कांबळे व त्यांच्या हस्तकांनी रजेचा दिवस नसतानाही गोरगरीब जनतेला बाबासाहेबांच्या पवित्र स्मारकाच्या नावाने बॅण्ड व मिरवणुकीसह जथ्या-जथ्याने बँकेत व्यक्तिगत निधिभरणा करावयाची एक अभिनव योजना काढली होती. तेव्हा काय या गोरगरीब जनतेचे आर्थिक नुकसान झाले नव्हते? कामाचा खाडा झाल्यामुळे लोकांचा एक एक दिवसाचा पगार व रोजगार बुडाला नव्हता? स्मारक फंडासाठी एक दिवसाचा खाडा करून जेवढा भरणा हजारो लोकांची बँकेत केला. तेवढीच किंबहुना त्याहीपेक्षा अधिक रक्कम खाडा व रजेपायी वाया गेली. हे लोक स्मारकाची रक्कम नेहमीच्या पद्धतीप्रमाणे जमा करू शकले असते. लोकांचा त्यांच्यावर, त्यांच्या प्रामाणिकपणावर नि त्यांच्या सच्छीलतेवर विश्वास होता ना? तर मग सारा खटाटोप, हे सारे प्रदर्शन नि हा द्राविडी प्राणायाम करण्याची आवश्यकता काय होती? लोकांनी बँकेत भरणा केलेली रक्कम व खाड्यापायी वाया गेलेली रक्कम एकत्र केली तर हीच रक्कम स्मारकासाठी तिपटीने गोळा होऊ शकली असती. परंतु कांबळेंना काहीतरी अघटित असा पराक्रम करून दाखवायची जी एक विचित्र सवय जडून गेलेली आहे, ती त्यांना स्वस्थ कशी बसू देणार?

कांबळेंनी हे जे लोकांचे आर्थिक नुकसान घडवून आणले, त्याचे उत्तर त्यानी आधी सांगावे आणि नंतरच या सत्याग्रहाने लोकांचा किती फायदा झाला नि किती तोटा झाला हा प्रश्न करावा.

आम्ही तरी कांबळे आणि कंपूच्या वरील उपक्रमाला आर्थिक नफा-तोट्याचे मोजमाप लावू इच्छीत नाही. असे करणे म्हणजे बाबासाहेबांसारख्या थोर महापुरुषाच्या पवित्र स्मारकाची हेतुपुरस्पर अवहेलना केल्याच्या पातकाचे धनी ठरू. कांबळेंनी सत्याग्रहाच्या संदर्भात नफ्या-तोट्याचा प्रश्न जाणून-बुजून काढला म्हणूनच आम्हाला त्याना त्यांच्या डोळ्यांतील मुसळ दाखविणे नाइलाजाने भाग पडले.

यानंतर आपण डॉ. बाबासाहेब आंबेडकरांनी सत्याग्रहाच्या नफ्या-तोट्याच्या, यशापयशाच्या, हानि-लाभांच्या संदर्भात काय म्हटले आहे, ते पाहू आणि त्यानंतरच असे बावळटासारखे प्रश्न करणारे कोणत्या वर्गात मोडतात हे पाहू. (बहिष्कृत भारत, ता. २१ नोव्हेंबर, १९२७.)

'...सरकारी हुकूम मोडल्याबद्दल सरकार सत्याग्रह करणाऱ्या अस्पृश्य लोकांस तुरुंगात टाकल्याखेरीज राहणार नाही. एकूण, सत्याग्रह करणाऱ्या अस्पृश्य लोकांनी या कामी आपणास वेळ पडल्यास तुरुंगवासही पत्करावा लागणार आहे, अशी पूर्ण जाणीव ठेवूनच सत्याग्रहास आपली कंबर बांधावी...

'ही स्थिती जगण्यासारखी आहे असे कोणाही स्वाभिमानी माणसास वाटणार नाही. जगणे हा काही जगातील पुरुषार्थ नव्हे. जगण्याच्या नानापरी आहेत. काकबळी खाऊन कावळेही पुष्कळ वर्षे जगतात; परंतु त्यांच्या जीवनात पुरुषार्थ आहे असे कोणीही म्हणणार नाही. आज नाही उद्या, निदान शंभर वर्षांनी तरी मृत्यू हा कोणास चुकत नाही, तर मग त्याबद्दल डर किंवा रड कशाला? हे शरीर बोलूनचालून नाशवंत... बायकामुले किंवा संपत्ती यापेक्षा स्वत:चे पहिल्याप्रथम रक्षण करावे असे शास्त्रांत सांगितले आहे खरे; तथापि हा दुर्लभ पण नाशवंत मानवदेह खर्ची घालून यापेक्षाही अधिक शाश्वत अशी वस्तू प्राप्त करून घेण्यासाठी; उदाहरणार्थ, देशासाठी, सत्यासाठी, ब्रीदासाठी, व्रतासाठी, यशासाठी, अब्रूसाठी अथवा भूतमात्रासाठी, अनेक महापुरुषांनी अनेक प्रसंगी कर्तव्याच्या अग्नीत आपल्या प्राणांची आहुती दिलेली आहे.

'आम्हाला तरी असे वाटते की, महाभारतात वीरपत्नी विदुला हिने पुत्रास जसे सांगितले की, अंथरुणात पडून कुजत किंवा शंभर वर्षे निरर्थक जीवन घालविण्यापेक्षा घटकाभर पराक्रमाची ज्योत दाखवून मेलास तरी बरे. तसेच दरेक अस्पृश्य मातेने आपल्या पुत्रास सांगण्याची वेळ येऊन ठेवली आहे. परंतु इतके मोठे असिधाराव्रत पाळण्यास अस्पृश्यांस कोणीच लावीत नाही. फक्त तुरुंगात जाण्यास तयार व्हा, यापलीकडे त्यांच्यापासून दुसऱ्या कोणत्याही स्वार्थत्यागाची मागणी नाही आणि तितकेही जर होत नसेल तर अस्पृश्य लोक पुरुष नसून हिजडे आहेत, असेच म्हणावे लागेल. कारण महाभारतात एके ठिकाणी असे सांगितले आहे की, 'ज्या पुरुषाला (अन्यायाचा) राग येतो व जो (अपमान) सहन करीत नाही, तोच पुरुष म्हणायचा! ज्या

पुरुषाला राग किंवा चीड येत नाही तो आणि नपुंसक सारखेच! परंतु आम्हाला आशा आहे की, अस्पृश्यता निवारण्याकरिता प्राण खर्ची घालण्याचा निश्चय जरी थोड्याच अस्पृश्यांचा झाला असला तरी अस्पृश्यतानिवारणार्थ बंदिवास पत्करण्याचा निश्चय पुष्कळशा अस्पृश्यांचा झालाच आहे आणि हे जर खरे असेल, तर या कार्यात त्यांना यश:प्राप्ती झाल्याशिवाय राहणार नाही. कारण सरकार अन्यायाने अस्पृश्यांतील सत्याग्रहींना जरी तुरुंगात घालू लागले, तरी ते किती दिवस घालील आणि किती जणांना घालील?... शेवटी शिकस्त झाली म्हणजे सरकारलाही या गोष्टीचा विचार करावा लागेल; कारण सरकार झाले तरी त्याला जनलज्जा ही आहेच आणि ती काही काळपर्यंत सरकारास वाटली नाही, तरी वाटावयास लावणे हेदेखील अस्पृश्यांच्याच हाती आहे.'

डॉ. बाबासाहेब आंबेडकरांचे हे मौलिक, ओजस्वी नि वीरश्रीने भरलेले विचार काय दर्शवितात, हे सांगण्यासाठी कोणा ज्योतिषाची आवश्यकता आहे काय? आजही बाबासाहेबांचे हे विचार आम्हा पीडित जनतेला मार्गदर्शक ठरतात. ज्यांना त्यांची आज कदर वाटेनाशी झालेली आहे, अशांचे वरील प्रश्न नि आजची भूमिका कोणत्या वर्गात मोडते ते स्वत: बाबासाहेबांनीच ठरवून टाकलेले आहे. तेव्हा त्याबाबत आम्हाला आमचे स्वत:चे मत व्यक्त करण्याची आवश्यकता उरलेली नाही.

प्रश्न : आणि शेवटी मिळविले ते काय?

उत्तर : या प्रश्नाचे उत्तर जर द्यावयाचेच झाले तर ते असेच द्यावे लागेल, की कांबळेंच्या फूटपाड्या समाजद्रोही धोरणामुळे बाबासाहेबांच्या रिपब्लिकन पार्टीची शक्ती खच्ची झाली, तिची शकले उडाली, ती पोलादी संघटना दुभंगली, असा भारतीय जनता नि राज्यकर्त्यांचा एक चुकीचा समज झाल्यामुळे सरकारने रिपब्लिकन पार्टीच्या न्याय्य मागण्यांकडे दुर्लक्ष केले होते. परंतु पार्टीच्या या भारतव्यापी सत्याग्रहाच्या उग्र लढ्याने भारत सरकारचा तो समज साफ चुकीचा ठरविला. 'दादासाहेब! हमें क्या पता तुम्हारी ताकत इतनी बडी होगी!' (दादासाहेब! आम्हाला काय माहीत, तुमची शक्ती इतकी मोठी असेल ती!) पंतप्रधान नामदार लालबहादूर शास्त्रींच्या या उद्‌गारातच 'शेवटी मिळविले ते काय?' या कांबळेंच्या प्रश्नाचे उत्तर मिळते.

नामदार शास्त्रींनी सत्याग्रहींच्या सर्व मागण्या रास्त मानून त्यांपैकीच काही ताबडतोब कार्यान्वित करण्याचे तर काहींचा सहानुभूतीने विचार करण्याचे आश्वासन कर्मवीर दादासाहेब गायकवाड आदी नेत्यांना दिले आणि सत्याग्रहाचे पर्व ता. २९ जानेवारी, ६५ ला संपले.

या सर्व मागण्या प्रत्यक्ष अमलात येण्यास थोडाफार विलंब हा लागणारच. झाड लावल्याबरोबर झाडाला फळे लागत नसतात, हे सर्व जग जाणत आहे; त्यासाठी

काही वेळ जाऊ द्यावा लागत असतो. परंतु जर कोणी माणूस आताच फळ दे, अशी झाडाकडे मागणी करू लागला तर अशा माणसाची गणना कोणीही मूर्खातच करील! तशाच प्रकारचा कांबळेंचा हा प्रश्न वाटतो.

प्रश्न : कोणाच्या मंजिलात तुरा खोवला?

उत्तर : हे विद्वान (?) स्वत:ला प्रतिबाबासाहेबच समजतात की काय? बाबासाहेबांच्या शब्दांची नक्कल केल्याने कोणी बाबासाहेब होऊ शकणार नाही. झालेच तर राजकीय क्षेत्रातील लोकांच्या विनोदाचे फारतर एक कारण होईल.

एम. पी. असताना कांबळेंनी आपल्या सहकाऱ्यांना डावलून बाबासाहेब आंबेडकरांची प्रतिमा घटना हॉलमध्ये लावावी, या त्यांनी केलेल्या एकांडीपणाच्या प्रयत्नाला यशाची फळे आली असती, तर मग हा मानाचा तुरा कोणाच्या मंजिलात खोवला गेला असता? बी. सी. कांबळेंच्या? की त्यांच्या सहकाऱ्यांच्या? की त्यांच्या अनुयायांच्या? कांबळेनी स्वत: पुढाकार घेऊन प्रयत्न केल्यामुळे कांबळेंच्या मंजिलात(पण यांचे तेवढे भाग्य असेल तेव्हा ना!) हे जर खरे आहे, तर मग या पेडगावच्या शहाण्याला ज्या कर्मवीर दादासाहेब गायकवाडांनी दिवंगत अध्यक्ष रा.ब. एन. शिवराज यांच्या मृत्यूनंतर या नेत्रदीपक भारतव्यापी सत्याग्रहाचे कुशल नेतृत्व केले, त्यांच्याच मंजिलात हा मनाचा तुरा खोवला जाईल हे का कळावयास नको होते? ज्यांच्या पोटात सदा असूयेचा वायुगोळा उठलेला असतो, अशा द्वेष्ट्या माणसाला उपरोधात्मक बोलण्या-लिहिण्याखेरीज दुसरे काय सुचणार?

तुमच्या खासच नव्हे!

कोणाच्या मंजिलात मुरा खोवला हा प्रश्न विचारून कांबळेंनी सत्याग्रहाला विरोध केल्याच्या अपयशाचा नि दादासाहेब गायकवाडांनी आपल्या नेतृत्वाखाली शंभर टक्के यशस्वी करून दाखविलेल्या सत्याग्रहाच्या यशस्वितेची उघड कबुली दिली असताना, पृष्ठ एकवर हा सत्याग्रह अयशस्वी झाला म्हणून त्याची तुलना युद्धात माघार घेणाऱ्या लष्करी तुकडीच्या सैनिकांशी नि त्यांच्या सेनापतीशी करणे ही केवढी विसंगती! स्वत:ला कायद्याचा तज्ज्ञ समजणाऱ्या या कायदेपंडिताला आपल्याच लिखाणातील ही विसंगती कळू नये, याचे खरोखर आश्चर्य वाटते.

स्वत:च्या मंजिलात मानाचा तुरा खोवला जावा, या स्वार्थमूलक हेतूने दादासाहेब गायकवाडांनी हा सत्याग्रहाचा लढा लढविलेला नव्हता. त्यामागे त्यांची समाजाच्या आणि देशाच्या भल्याची तळमळ होती; परंतु या भल्या माणसाने त्यांच्या शुद्ध भावनेवर द्वेषांधतेने चिखलफेक करून विटंबना केली आहे. परंतु या कृत्यामुळे त्यांनी स्वत:चेच खरे अंतरंग जनतेपुढे उघड करून स्वत:च स्वत:ची नामुष्की करून

घेतलेली आहे.

प्रश्न : मागील सत्याग्रहात तरी काही प्राप्त झाले होते काय?

उत्तर : हा प्रश्न विचारण्यापूर्वी कांबळेंनी नामदार बाळासाहेब देसाई यांनी नागपूर अधिवेशनात जे निवेदन केले, ते जर वाचले असते तर बरे झाले असते. कांबळेनी हा प्रश्न केवळ जनतेची दिशाभूल करण्याच्या खोडसाळ हेतूनेच केलेला आहे. त्यांचा तो हेतू सफल होऊ नये म्हणून नागपूरच्या अधिवेशनात नामदार बाळासाहेब देसाई यांनी जे निवेदन केले, ते जनतेच्या माहितीकरिता येथे देणे उचित वाटते - 'महाराष्ट्र राज्य सरकारने आतापर्यंत जवळजवळ अडीच लाख एकर पडीक जमीन भूमिहीनांना वाटलेली आहे. त्यांत सत्तर हजार एकर शेड्युल्ड कास्ट्सच्या लोकांना, पस्तीस हजार एकर (नवदीक्षित) बौद्धांना व बाकीची एक लक्ष पंचेचाळीस हजार एकर जमीन अन्य इतर जमातींच्या लोकांना!'

पक्षाचे राजकारण करणाऱ्या माणसाला आपल्या देशात घडत असलेल्या गोष्टींचे ज्ञान जर नसेल आणि तो जर वरील प्रकारचा प्रश्न एखाद्या बावळटाप्रमाणे विचारू लागला, तर असा माणूस पक्षाचे राजकारण नि नेतेपण ते काय करणार, कपाळ!

मागील सत्याग्रहात काही प्राप्त झाले नाही. असे थोडावेळ गृहीत धरूया. परंतु मागील सत्याग्रहात काही प्राप्त झाले नाही म्हणून निष्क्रिय होऊन बसावे असे का कांबळेंना सुचवावयाचे आहे? जे लोकांना निष्क्रियतेचे राजकारण करावयास सांगतात अशांनी राजकारण न करता संयमाची जपमाळ ओढीत घरी वेळ घालविणेच योग्य ठरेल.

प्रश्न : नसेल तर सत्याग्रहाची एवढी लालसा का?

उत्तर : मागील सत्याग्रहाच्या लढ्याने सरकारला काय द्यावसास भाग पाडले, याची कबुली स्वत: नामदार मंत्र्यांनीच स्वमुखाने दिलेली असताना 'नसेल' असा प्रश्न यानंतर करणे शुद्ध खुळचटपणाचे नव्हे काय?

महाराष्ट्र राज्य सरकारने रिपब्लिकन पार्टीच्या १९५९ च्या सत्याग्रहाच्या चौदा मागण्या मान्य केल्या म्हणून त्याने अखिल भारतीय गोरगरीब जनतेचे सर्वच्या सर्व प्रश्न सुटले असे का म्हणता येईल? रिपब्लिकन पार्टीचे राजकारण या मंडळींच्या राजकारणासारखे केवळ पुण्या-मुंबईपुरतेच (केवळ बौद्धांसाठीच) संकुचित नाही, तर ते अखिल भारतीय स्वरूपाचे व्यापक, विशाल आहे आणि म्हणून गोरगरीब, अन्याय-अत्याचाराने पीडित, महागाई व बेकारीने त्रस्त, न्याय्य हक्कांपासून वंचित अशा सर्व प्रकारच्या, सर्व जातिधर्मांच्या जनतेच्या जीवनाचे दैनंदिन प्रश्न पोटतिडकीने हाताळण्यास व ते सोडविण्याच्या बाबतीत राज्यकर्त्यांकडून दुर्लक्ष घडत असल्यास ते सोडवून घेण्यास रिपब्लिकन पार्टी आपल्या ध्येय-धोरणानुसार कर्तव्यबद्ध झालेली आहे. भारतीय गोरगरीब जनतेचे दैनंदिन प्रश्न समाधानकारकपणे सोडवून त्यांना न्याय

मिळवून देण्याबाबतीत राज्यकर्त्यांकडून अक्षम्य दुर्लक्ष घडले म्हणूनच रिपब्लिकन पार्टीला सत्याग्रहाचे महान शस्त्र बाहेर काढावे लागले. लोकांना न्याय मिळवून देण्यासाठी आजमितीला तर सत्याग्रहासारखे दुसरे प्रभावी शस्त्रच नाही. जोपर्यंत संसदीय लोकशाहीला पूरक असा प्रबळ विरोधी पक्ष भारतात निर्माण होत नाही, तोपर्यंत भारतात खऱ्या अर्थाने लोकशाही आली, असे म्हणता येणार नाही. अशा लोकांनी अथवा पक्षांनी न्याय्य गोष्टीसाठी सत्याग्रहासारख्या शांततामय साधनाचा अंगीकार केला, तर तो काही लोकशाहीला दोषास्पद ठरू शकणार नाही. तेव्हा 'सत्याग्रहाची एवढी लालसा का?' असा प्रश्न विचारणाऱ्या माणसाला शेड्युल्ड कास्ट फेडरेशन बरखास्त करून रिपब्लिकन पार्टी का निर्माण करावी लागली व तिचा राजकीय कार्यक्रम काय याचे विस्मरण पडावे, हे केवढे आश्चर्य! राजकीय पक्ष केवळ संयमाचे कागदी घोडेच नाचविण्यासाठी नसतात! राज्यकर्त्यांचे जनतेच्या न्याय्य हक्कांकडे नि ज्यात देशाचे हितसंबंध गुंतलेले आहेत अशा गोष्टींकडे प्रत्यक्षपणे दुर्लक्ष घडत असेल, तर सर्व सनदशील मार्ग संपुष्टात आल्यानंतर राज्यकर्त्यांना वठणीवर आणून त्याग करावयास भाग पाडणे ही देशातील विरोधी पक्षांची जबाबदारी असते आणि त्यासाठी सत्याग्रहासारख्या शांततामय मार्गाचा अवलंब केल्याशिवाय गत्यंतर उरत नाही. ज्या पक्षांजवळ केवळ संयमाचाच कार्यक्रम आहे, परंतु लढाऊपणाचा कार्यक्रम नाही असा निष्क्रिय पक्ष असून नसल्यासारखाच होय.

प्रश्न : सर्वांनी सत्याग्रहास पाठिंबा का देऊ नये?

उत्तर : हे गृहस्थ देशातील वर्तमानपत्रे वाचतात की नाही, हेच कळत नाही. या सत्याग्रहाला कम्युनिस्ट पार्टी, संयुक्त समाजवादी पक्ष, शेतकरी कामकरी पक्ष, जनसंघ, झोपडीवाले, शेतमजूर, भूमिहीन, एवढेच नव्हे तर ज्या पक्षाचे सरकार सध्या देशात राज्य करीत आहे, त्या पक्षाचे माजी केंद्रमंत्री श्री. जगजीवनराम, श्री. वासनिक आदी काँग्रेसचे मान्यवर पुढारी व वर्तमानपत्रे या सर्वांनी रिपब्लिकन पार्टीच्या मागण्या न्याय्य आहेत, देशहिताच्या आहेत हे मान्य करून सत्याग्रहास उघड पाठिंबा दर्शविला, हे सर्व भारतीय जनता जाणत आहे. तेव्हा 'सर्वांनी सत्याग्रहास पाठिंबा का देऊ नये?' असा प्रश्न यानंतर करणे शुद्ध ढोंगीपणाचे आहे.

सर्वांनी, म्हणजे कोणी? बा आदब, मुलाहजा सुलताने आलम श्रीमान बापूसाहेब चंद्रसेन कांबळ्यांनी? त्यांनी या सत्याग्रहास आपला पाठिंबा दर्शविला असता, तर ती त्यांच्या व्यवहारचातुर्याची नि मुत्सद्दीपणाची खरी कसोटी ठरली असती; परंतु या गोष्टी ज्यांच्या कोशातच नाहीत अशांकडून विरोधापेक्षा अधिक कशाची अपेक्षा करता येईल? सत्याग्रह ही त्यांच्या नेत्याची शिकवणच नव्हे. (कोणत्या?) नेत्याच्या शिकवणुकीशी एकनिष्ठ राहणे हे त्यांचे कर्तव्यकर्म ठरते. तेव्हा असे कर्तव्यबद्ध असल्यामुळे बिचारे

ते तरी काय करणार?

काव‌ळा पिंडाला जोपर्यंत स्पर्श करीत नाही तोपर्यंत स्वर्गातील आपल्या मृत पितरांची शांती होत नाही, अशी एक खुळी कल्पना हिंदू शास्त्रात आहे. अशीच काहीशी खुळी कल्पना या सत्याग्रहाच्या बाबतीत कांबळेंची झालेली दिसते. तसे जर नसते तर त्यांनी वरील प्रकारचा खुळ्यासारखा प्रश्नच मुळी केला नसता. एखाद्या नाल्याने (ओढ्याने नव्हे!) माझ्याचमुळे सागराची भव्यता वाढते या अहंकारी वृत्तीने मी सागराकडे जाणारच नाही (पण शेवटी गेल्याशिवाय गत्यंतरच नसते.), असे आडमुठेपणाने ठरविले, म्हणून काही नाल्यांच्या अभावी सागराच्या भव्यतेत न्यूनता येणार नाही. असेच काहीसे कांबळेंच्या बाबतीत म्हणावे लागते. कांबळेंच्या अभावी रिपब्लिकन पक्षाच्या सागरासारख्या भव्यतेत न्यूनता आहे किंवा न्यूनता येईल असा जर कोणाचा समज असेल, तर तो निव्वळ भ्रम आहे. अशा भ्रमजालात इत:पर कोणी राहू नये, असा आम्हाला त्यांना सुज्ञपणाचा सल्ला द्यावासा वाटतो.

प्रश्न : कोणी सत्याग्रहाबद्दल काही विचार मांडतात ते निराळ्या संघटनेचे म्हणून द्वेषाने तसे करतात काय?

उत्तर : लोकहो! ऐकलंत का! श्रीमान बी. सी. कांबळे सत्याग्रहाबद्दल तुमच्यापुढे जे काही विचार मांडतात, ते निराळ्या संघटनेचे म्हणून द्वेषाने तसे करतात काय? तुम्ही त्यांच्याबद्दल स्वत:चा भलताच गैरसमज करवून घेतलेला दिसतो. त्यांचे अंत:करण शुद्ध जलाशयाप्रमाणे अगदी स्वच्छ, निर्मळ आहे. तेव्हा त्यांच्यासारख्या सच्छील वृत्तीच्या साधूमाणसाच्या अंत:करणात द्वेष नावाची अमंगल वस्तू असणार तरी कशी? त्यांच्या अंत:करणात सच्छीलतेचा नि भ्रातृत्वाचा निर्मळ स्राव अविरतपणे वाहत आहे. छी! छी!! छी!!! अशा सत्पुरुषाच्या बाबतीत ते द्वेष्टे आहेत अशी भलतीच शंका घेण्याचे धाडस तुम्ही करता तरी कसे? अशी शंका बाळगणाऱ्या तुम्हा पाप्यांचे टाळके ठिकाणावर नाही, असेच म्हणावे लागते. लोकहो! ज्याने राग, लोभ, द्वेष यासारख्या अमंगल विचारांवर आपल्या आत्मसंयमाने महान विजय मिळविला आहे, अशा या महंतांच्या बाबतीत तुम्ही भलतीच शंका बाळगण्याचे धाडस कराल, तर तुम्ही व तुमचे पितर महापातकाचे धनी व्हाल व मरणोत्तर दुर्गतीस जाऊन पोहोचाल. त्यांच्याबद्दल अशी शंका बाळगणारे जे कोणी असतील, ते सर्वजण मूर्खच नव्हे तर शतमूर्ख ठरतील; समजलात!

भोंदूपणाची कमाल!

काय हा ढोंगीपणा, काय ही फसवेगिरी, काय हा भोंदूपणा! कांबळेंच्या सोज्ज्वळ वाटणाऱ्या पण खोचक प्रश्नांचे कवच फोडून त्यामागे लपलेले त्यांचे खरे

अंतरंग उघडं-नागडं केल्यानंतर त्यात ढोंग, दंभ, तिरस्कार, हेटाळणी, उपहास, अवमान, हेवा नि द्वेष यांसारख्या अमंगल गोष्टी नव्हत्या तर आणखी काय होते? त्यांत फक्त द्वेषरहित विचारांची शुद्ध भावनाच तेवढी होती, असे यानंतर कोणाला छातीठोकपणे म्हणता तरी येऊ शकेल काय? ह्या पुस्तिकेतील प्रत्येक शब्द न् शब्द, प्रत्येक पान न् पान, कांबळेंच्या अंतर्यामी कर्मवीर दादासाहेब गायकवाडांसारख्या एका वयोवृद्ध नि थोर समाजसेवकाबद्दल कसा द्वेषाग्नी नि मत्सराग्नी भडकलेला आहे, याचे प्रत्यंतर घडवून देते. आपल्या हीन मनोवृत्तीवर कितीही जरी सोज्ज्वळतेचा बुरखा घालण्याचा कांबळेंनी आव आणला, तरी सत्य लपवू म्हटल्यास लपू शकणार नाही. 'सौ चुव्वे खाकर बिल्लि चली हाज को' अशातलाच हा साळसूदपणाचा प्रकार होय.

या पुस्तिकेत कांबळेंनी कर्मवीर दादासाहेब गायकवाड यांच्यावर टीकेची आग पाखडलेली आहे. त्यांच्या निरलस समाजसेवेच्या बहुमोल कार्यावर निंदेची चिखलफेक केलेली आहे. दादासाहेबांबद्दल जनतेत गैरसमज पसरविण्यासाठी कांबळेंनी शब्दपांडित्याचे कितीही जरी मोहजाल निर्माण केले तरी त्यात मानी जनता गुरफटली जाऊ शकणार नाही आणि त्यांच्या भूलथापांना बळी पडणार नाही. हा इशारा कांबळे जर सुज्ञ असतील, तर त्यांनी वेळीच लक्षात घ्यावा.

प्रश्न : की सत्याग्रह हीच मुळी एक बुवाबाजी आहे?

उत्तर : सत्याग्रहाला बुवाबाजी ठरविणारा लोकांची फसवणूक कशी करतो आहे पहा! डॉ. बाबासाहेब आंबेडकरांची स्वत: सत्याग्रह केला. आपल्या अनुयायांस करण्याचा आदेश दिला, सत्याग्रहाची शास्त्रोक्त मीमांसा केली, हे इतिहासप्रसिद्ध असताना, त्याला बुवाबाजी संबोधून त्याची हेटाळणी करणे म्हणजे बाबासाहेबांच्या पवित्र कृतीची नि विचारांची हेटाळणी करणे होय. कांबळेंच्या या पितृद्रोहाचा आणखी कुठला पुरावा द्यावा? या पुस्तिकेच्या पृष्ठ सत्तावीसवर कांबळे स्वत:च्या कृतीचे समर्थन करताना काय म्हणतात तेदेखील पाहा -

'आम्हीही एकेकाळी दलित सत्याग्रहाची कैफियत लिहिली होती. तो काळ स्वातंत्र्यपूर्व होता. त्या वेळी आम्ही विद्यार्थी होतो. आजच्या भोळ्याभाबड्या जनतेप्रमाणे आमचाही समज सत्याग्रह जणू डॉ. बाबासाहेब आंबेडकरांनीच चालू केला आहे असा होऊन गेला होता, तो समज चुकीचा होता.'

कांबळेंच्या या समर्थनावरून डॉ. बाबासाहेब आंबेडकरांनीच सत्याग्रह चालू केला होता हे त्यांना काही काळापूर्वी मान्य होते आणि तसा त्यांचा समजही होता आणि म्हणून त्यांनी ते विद्यार्थिदशेत (शाळेकरी पोर) असताना दलित सत्याग्रहाची एक कैफियतही लिहिलेली होती हे त्यांनीच स्वत:हून कबूल केल्याचे दिसून येते. मग त्यांच्या मतात असा अचानक बदल होण्यास कारण काय घडले? याचे कारणही

त्यांनी पृष्ठ सत्तावीसवर स्पष्ट केलेले आहे. १९६१ च्या जुलै महिन्यानंतर शंकरराव खरातांनी जेव्हा डॉ. बाबासाहेब आंबेडकरांनी दादासाहेब गायकवाडांना लिहिलेली काही पत्रे संकलित करून ग्रंथरूपाने प्रसिद्ध केली, तेव्हा कांबळेंना आपला समज चुकीचा असल्याचे कळून आले. कांबळेंचे पृष्ठ सत्तावीसवरील हे समर्थन कितपत सत्यावर आधारित आहे हे कांबळेच जाणोत! आमचा तरी त्यांच्या या विधानावर विश्वास बसत नाही. ते सत्यावर आधारित आहे असे जर मानले, तर त्यांनी दलितांच्या चळवळीचा आतापर्यंत जो कधी इतिहास वाचला असेल तर तो त्यांनी काय वाचला? आणि वाचून समजावून जर घेतला असेल, तर तो काय समजावून घेतला? की वाचलाही नाही आणि समजावूनही घेतला नाही, असेच लोकांनी समजावयाचे काय? त्यांच्या या समर्थनावर विश्वास ठेवला तर कांबळेंना दलितांच्या-अस्पृश्यांच्या चळवळीचा पूर्वेतिहास व बाबासाहेबांचे सुरुवातीचे उज्ज्वल कार्य यांचे ज्ञान नाही हेच सिद्‌ध होते. ज्याला आपल्या चळवळीचा गौरवशाली पूर्वेतिहास ज्ञात नाही किंवा ज्ञात असूनही तो आकलन करण्याची ज्याच्यामध्ये बुद्धी नाही, अशा स्मृतिहीन, बुद्धिहीन माणसाने बाबासाहेबांच्या राजकीय, सामाजिक नि धार्मिक संघटनाची सारी सूत्रे माझ्याच हातात असावीत, अशी इच्छा बाळगण्यापेक्षा आधी आत्मसंशोधन करावे.

केवळ डॉ. बाबासाहेब आंबेडकरांनी दादासाहेब गायकवाडांना तत्कालीन राजकीय परिस्थिती लक्षात घेऊन लिहिलेल्या मार्गदर्शनपर सल्लामसलतीच्या काही ठरावीक पत्रांतील मजकुरावर सर्वस्वी विसंबून राहून व तेच बाबासाहेबांचे सत्याग्रहविषयीचे मूलभूत विचार समजून, ते अस्पृश्यांच्या सत्याग्रहाच्या अविस्मरणीय लढ्याचे आद्यकर्ते नि एकमेव पुरस्कर्ते नसून दुसरेच कोणीतरी आहे, अशी स्वत:ची समजूत करवून घेणारा नि तसे लोकांना जाहीरपणे सांगणारा माणूस जगाच्या पाठीवर कांबळेंखेरीज दुसरा कोणीही आढळणार नाही.

हा सर्व इतिहास ज्ञातही आहे आणि आकलन करण्याची बुद्धीही आहे, तर मग दीडशहाणे होण्यातच जर कांबळेंना समाधान वाटत असेल, तर त्यांनी खुशाल व्हावे. त्यांच्या या व्यक्तिगत समाधानात हस्तक्षेप करण्याची आमची इच्छा नाही. परंतु जेव्हा एखाद्या भ्रमिष्टासारखे वरील प्रकारचे चुकीचे विचार जाहीरपणे मांडण्याचे त्यांनी अनुचित धाडस केलेले आहे, तेव्हा बाबांचा कोणताही मानी अनुयायी त्यांचे हे बेजबाबदारपणाचे कृत्य कदापि सहन करणार नाही. किंबहुना तो त्यांचा जाहीरपणे धिक्कार केल्याशिवाय राहणार नाही.

प्रश्न : मग सत्याग्रहाबद्दल डॉ. बाबासाहेब आंबेडकरांनी काही विचार मांडले आहेत काय? ते विचार काय आहेत? आणि जर डॉ. बाबासाहेब आंबेडकरांनी काही विचार मांडले असतील तर, महाड व नाशिक येथे सत्याग्रह झाले म्हणजे काय झाले?

डॉ. बाबासाहेब आंबेडकरांनी मी अमुक एक सत्याग्रह आजपासून सुरू करीत आहे असे कोठे सांगितले आहे काय? एखाद्या सत्याग्रहाच्या पूर्वतयारीसाठी त्यांनी एखादी सत्याग्रह परिषद घेतली होती काय?

उत्तर : या सर्व प्रश्नांची समर्पक अशी उत्तरे आम्ही सुरुवातीलाच पुराव्यानिशी दिलेली आहेत आणि पुढेही त्यांचा आम्ही योग्य असा समाचार घेणारच आहोत. तसे म्हटले तर हे सारेच प्रश्न कांबळेंच्या अज्ञानाचे द्योतक आहेत.

प्रश्न : अगर अमुक एका सत्याग्रहाचा समारोप मी त्या सत्याग्रहाचा नेता म्हणून अमुक प्रकारे करीत आहे असे कोठे म्हटले आहे काय? एखाद्या सत्याग्रहाच्या सुरुवातीचे अगर सत्याग्रहाच्या समारोपाचे स्वदस्तुरानी त्यांनी कोठे शिक्कामोर्तब केले आहे काय?

उत्तर : आतापर्यंत सामाजिक हक्कप्रस्थापनेसाठी लढविल्या गेलेल्या महाड, पर्वती नि काळाराम मंदिर प्रवेशादी सत्याग्रहांबाबतचे डॉ. बाबासाहेब आंबेडकरांचे नेतृत्व व मार्गदर्शन लाभल्याचे त्रोटक असे विवेचन पुराव्यानिशी केलेले आहे. यानंतर राजकीय हक्कांसाठी शेड्युल्ड कास्ट फेडरेशनतर्फे लढविल्या गेलेल्या सत्याग्रहाच्या चळवळीसंबंधीने बाबासाहेबांची निश्चित भूमिका काय होती, त्याचे विवेचन करणे क्रमप्राप्त ठरते.

आपणा सर्वांना हे ठाऊकच आहे की, ता. १५-७-१९४६ पासून पुणे मुक्कामी कौन्सिल हॉलवर सत्याग्रह करण्यात आलेला होता. हा सत्याग्रह संयुक्त मतदार संघ रद्द करून स्वतंत्र मतदार संघ मिळावा यासाठी होता.

'मुंबई ता. १७ : अ.भा. दलित फेडरेशनच्या प्रतिनिधींनी हल्ली पुणे मुक्कामी जो सत्याग्रह सुरू केला आहे, त्यातून काँग्रेसने ऑगस्ट १९४२ मध्ये जो लढा केला तशाच स्वरूपाचा देशव्यापी लढा निर्माण होईल. आमच्या लढ्याची ही नुसती सुरुवात आहे. लढ्याने एकदा काँग्रेसच्या चळवळीचे रूप धारण केले, की ऑगस्टच्या दंगलीत काँग्रेसने जे जे काही केले, ते सर्व आम्ही करू.'

(जनता : ता. २०-७- १९४६)

हा लढा पुकारल्यानंतर ता. २१-७-१९४६, रविवार रोजी सायंकाळी अहिल्याश्रम येथे एक प्रचंड सभा झाली. सभेला जवळजवळ पन्नास-साठ हजार लोक उपस्थित होते. सदरहू सभेत स्वत: डॉ. बाबासाहेब आंबेडकर जातीने उपस्थित झालेले होते आणि त्यांनी पुण्याच्या सत्याग्रहासंबंधाने मार्गदर्शनपर भाषण करून स्वत:च्या सत्याग्रहाविषयीच्या भूमिकेचे अगदी मुद्देसूद विवेचन केलेले होते. त्यांच्या त्या भाषणातील आवश्यक तेवढाच भाग मी खाली उद्धृत करीत आहे –

'आज या ठिकाणी जे आपण जमलो आहोत त्याचे कारण येथे जो सत्याग्रह

चालू आहे, त्याचा आढावा घेण्यासाठी जमलो आहोत... आपण सर्वजण नि:स्वार्थ बुद्धीने भाग घेण्यातच आपल्या चळवळीचा विजय आहे.

'...काँग्रेसने आमच्या हक्कांबद्दल जाहीर खुलासा करावयास पाहिजे. नुसते वाऱ्यावर बोलून आता भागणार नाही. आमच्या मागण्यांसंबंधी Blue Print श्वेत-पत्रिका काँग्रेसने ताबडतोब जाहीर केली पाहिजे. नाहीतर पुण्यास सुरू झालेल्या सत्याग्रहाच्या ज्वाला सर्व देशभर परसल्याशिवाय खास राहणार नाहीत. आमच्या मागण्या मिळविण्यासाठी सर्व प्रांतांत आम्हाला लढा सुरू करावा लागेल.

'...आपण सर्वांनी ही गोष्ट ध्यानात ठेवावयास पाहिजे की, आपणास कोणाचा पाठिंबा असो वा नसो, आपणाला हा लढा जिंकलाच पाहिजे. हा लढा आपल्याच बळावर आपणास जिंकावयाचा आहे. आपल्या शक्तीवर आपणांस भिस्त ठेवली पाहिजे. आपल्या मजबूत संघटनेवर आपणांस सर्व अडचणी सहज ओलांडून जाता येतील. या सत्याग्रहाची सर्व जबाबदारी आपल्यावरच आहे. आता ही लढाई जुंपलेली आहे. शिर तुटो की पगडी पडो, निदान शेवटपर्यंत लढण्याचा तरी आपण निर्धार केला पाहिजे.' (जनता : ता. २७-७-१९४६)

पुण्याच्या सत्याग्रहाचा हेतू समजावून सांगण्यासाठी डॉ. बाबासाहेब आंबेडकरांनी स्वत:हून वृत्तपत्रकारांची परिषद बोलाविलेली होती.

'...आमचे जे भांडण आहे ते खरेखुरे स्वातंत्र्यासाठी आहे. या देशाला जर स्वराज्य मिळाले तर आपणा सर्वांना स्वातंत्र्य मिळेलच असे काही नाही. स्वराज्यातदेखील गुलामगिरी असू शकते.

'लोकांचे स्वातंत्र्य ही अशी एक गोष्ट आहे की, ते मिळविण्यासाठी उपयोगात आणलेल्या साधनांना अपवित्रता कधीच येत नाही.

'आमच्या सत्याग्रहापासून, गांधी स्वत: सत्याग्रहात ग्रॅज्युएट असताही त्यानीदेखील अहिंसेचा धडा शिकावयास पाहिजे.' (जनता : ता. २७-७-४६)

देशभक्त गोखले यांनी डॉ. बाबासाहेब आंबेडकरांची घेतलेली मुलाखत :

'पुण्याला परवा त्यांनी (डॉ. बाबासाहेबांनी) अस्पृश्यांच्या जाहीर सभेत जे भाषण केले, त्या वेळी मी त्या ठिकाणी हजर होतो; तथापि त्यांच्या त्या सभेतील प्रचारी भूमिकेपेक्षा त्यांच्याशी प्रत्यक्ष बोलूनच त्यांची मनोभूमिका समजावून घेणे बरे, या विचाराने मी तास-दीड तास त्यांची खासगी मुलाखत घेतली. त्यांनीही मला ती संधी दिली आणि अत्यंत शांतपणे आपली भूमिका त्यानी मला समजावून सांगितली.'

श्री. गोखले म्हणतात,... 'स्वतंत्र मतदार संघ व भावी स्वराज्यदानाच्या कायद्यामध्ये संरक्षक बंधन घातल्याशिवाय अस्पृश्यांना संरक्षण मिळणार नाही, असे त्यांचे पूर्ण विचारांती मत झालेले आहे व पुणे करार रद्द करून अस्पृश्य-उद्धाराच्या

योजना आखल्याशिवाय स्वजनोद्धाराचा दुसरा उपाय दिसत नाही, असे ते मानतात '...मी संबंध हिंदुस्थानात वणवा पेटवीन, हजारो स्त्री-पुरुषांचे आत्मबलिदान जगाला दिसेल. स्पृश्य हिंदू, काँग्रेस, काँग्रेस मंत्रिमंडळ आणि गांधी यांचे हृदयपरिवर्तन करून, मी ही गोष्ट त्यांना पटवीन,' अशी डॉक्टरांची सत्याग्रहमीमांसा आहे.'

(जनता : ता. ३-८-१९३६)

पुण्याच्या सत्याग्रहाचा लढा सुरू झाल्यानंतर ता. ३-९-१९४६ पासून मध्यप्रांत-वऱ्हाडात सत्याग्रहाच्या लढ्यापूर्वी शे. का. फेडरेशनच्या कार्यकारिणीची बैठक पुणे येथील अहिल्याश्रमात पक्षाचे अध्यक्ष रा. ब. एन. शिवराज यांच्या अध्यक्षतेखाली दिनांक २४ व २५ ऑगस्ट, १९४६ रोजी घेण्यात आलेली होती. याही बैठकीत स्वत: डॉ. बाबासाहेब आंबेडकर जातीने उपस्थित होते. त्यांनी तेथे फेडरेशनच्या कार्यकर्त्यांना बहुमोल असे मार्गदर्शन केले होते. ता. २५ रोजी सकाळी ८-३० ला आंबेडकर स्कूल ऑफ पॉलिटिक्सतर्फे सर्व पुढाऱ्यांना चहापार्टीही देण्यात आलेली होती.

यानंतर यू. पी. मध्ये सत्याग्रहाचे रणशिंग फुंकले गेले. त्या सत्याग्रहाला अनुलक्षून डॉ. बाबासाहेब आंबेडकरांनी ॲडव्होकेट प्यारेलाल 'तालिब' कुरिल यांना जे एक प्रोत्साहनाचे पत्र लिहिले होते, ते मी जनतेच्या माहितीसाठी 'अछूत सत्याग्रह क्यों कर रहे हैं?' या यू. पी. सत्याग्रह कमिटीच्या रिपोर्टाच्या पुस्तकातून खाली उद्धृत करीत आहे -

राजगृह, दादर
मुंबई-१४, ता. १३-१०-४६

प्रिय प्यारेलाल,

तुम्हारे ६ अक्तुबर के पत्र को पाकर मैं अति प्रसन्न हुआ। इससे पहले जेल से भेजा हुआ एक और पत्र मुझे मिला था। मेरी इच्छा थी कि उस पत्र का उत्तर देकर तुम्हें धन्यवाद दूँ। परन्तु वह पत्र ही खो गया। यह सुनकर मुझे अति हर्ष हुआ कि यू. पी. में सत्याग्रह की तैयारियाँ हो रही हैं। हमारे आदमियों में जागृती उत्पन्न होने का यह एक बडा चिन्ह है। मुझे आशा है कि तुम सब सहयोगपूर्वक काम कर रहे होंगे। यह अत्यंत आवश्यक है। कारण, उसी दशामें तुम पूर्ण शक्ति लगा सकोगे। तुम सब को क्षम्यशील व विस्मरणशील होकर काम करना चाहिये।

मैं कल वायूयान से लन्दन जा रहा हूँ। मैं एक माह के अन्दर लौटूँगा। तुम्हारी धर्मपत्नी को मेरा आशीर्वाद।

तुम्हारा शुभचिंतक,
बी. आर. आंबेडकर

वर उद्धृत केलेल्या उताऱ्यावरून १९४६ अखेरपर्यंतच्या शे.का. फे. ने लढविलेल्या सत्याग्रहाला डॉ. बाबासाहेब आंबेडकरांचा प्रत्यक्ष पाठिंबा होता हे दिसून येते. एवढेच नव्हे, तर त्या सत्याग्रहाच्या अनुरोधाने बाबासाहेबांनी स्वत: जाहीर पत्रक काढून भारतीय जनतेला सत्याग्रहामागील स्वत:च्या भूमिकेची स्पष्ट कल्पना करवून दिलेली होती. त्याचबरोबर देशभक्त गोखल्यांसारख्या जिज्ञासू वृत्तीच्या सज्जनांनी त्यांची यासंबंधीची भूमिका जाणून घेण्याच्या इच्छेने प्रत्यक्ष मुलाखतही घेतलेली होती. मुंबईमध्ये पत्रकार परिषद बोलावून त्यांच्यापुढे त्यांनी आपले विचारही स्पष्ट केलेले होते. या साऱ्या घटना अगदी ताज्या असताना वरील प्रकारचे प्रश्न उपस्थित करणे म्हणजे शुद्ध खोडसाळपणा करणे होय व त्याबद्दल जाणूनबुजून स्वत:चे अज्ञान प्रकट करणे होय.

प्रश्न : आणि गांधी, नेहरू सत्याग्रहाच्या नावाने तुरुंगात गेले तसे डॉ. बाबासाहेब आंबेडकरांनी स्वत: सत्याग्रह केलाच असेल तर ते तुरुंगात कसे गेले नाहीत? की त्यांनी स्वत:हून असा सत्याग्रहच केला नाही? म्हणजे स्वत: सत्याग्रह करण्यापासून ते सदैव अलिप्तच होते काय? की, सत्याग्रहाची टूम कोणीतरी अवचित काढी व उदारतेने ते त्यास सांभाळून घेत असत?

उत्तर : वरील प्रकारचे प्रश्न करून स्वत:च्या बेजबाबदारपणाचा, कृतघ्नपणाचा उच्चांकच गाठला आहे. गांधीजी आणि नेहरू सत्याग्रहाच्या नावाने तुरुंगात गेले म्हणून डॉ. बाबासाहेब आंबेडकरांनीही त्यांचेच अनुकरण करावयास हवे होते, असा काही संकेत आहे का? तसा संकेत जर नसेल तर डॉ. बाबासाहेब आंबेडकर, गांधीजी व पंडित नेहरूंच्याप्रमाणे सत्याग्रहाच्या नावाने तुरुंगात गेले नाहीत, म्हणून डॉ. बाबासाहेबांनी सत्याग्रहच केला नाही असे काही म्हणता येणार नाही; परंतु कांबळेंचे तसे म्हणणे आहे. देशभक्त म्हणवून घेण्यासाठी तुरुंगवासाच्या सर्टिफिकेटची जरुरी असते असे म्हटले जाते; तेव्हा डॉ. बाबासाहेब आंबेडकर गांधी-नेहरूंप्रमाणे देशस्वातंत्र्यासाठी तुरुंगात गेले नाहीत म्हणून बाबासाहेब देशभक्त ठरू शकत नाहीत, असेही कांबळे उद्या कदाचित एखाद्या भ्रमिष्टासारखे बरळू लागतील, काय सांगावे! बोलून चालून(?) ते...! डॉ. बाबासाहेब आंबेडकर देशभक्त होते किंवा नव्हते हे ठरविण्याचा प्रश्न मागेपुढे कदाचित निर्माण झालाच तर (तसा तो निर्माण झालेलाही होता.) डॉ. बाबासाहेब हे गांधीजी व पं. नेहरूंच्याप्रमाणे देशासाठी तुरुंगात गेलेले नसल्यामुळे ते देशभक्त ठरू शकत नाहीत, असे जर कांबळेंच्या वरील प्रश्नांच्या अनुरोधाने काँग्रेसच्या लोकांनी व राज्यकर्त्यांनी ठरविले तर? कारण, ते असा युक्तिवाद करू लागतील की, श्री. बी. सी. कांबळे यांच्यासारख्या तुमच्या एका प्रमुख पुढाऱ्याने (जरी ते आज पुढारी नसले) गांधीजी व पंडित नेहरूंच्या सत्याग्रहाच्या तुरुंगवासाची कसोटी डॉ. बाबासाहेब

आंबेडकरांच्या सत्याग्रहाच्या बाबतीत लावलेली आहे. त्याला आम्ही तरी काय करणार? तेव्हा कांबळेंनी हे बरळणे कसे घातक आहे, याचा विचार जनतेनेच करावा.

डॉ. बाबासाहेब आंबेडकरांनी स्वत: सत्याग्रह केला किंवा नाही, हे सारे जग जाणत आहे. जाणून जाणत जर कोण नसेल, तर ते एकटे बापू चंद्रसेन कांबळे! मी कांबळेंना हे विचारते की, सत्याग्रहाच्या नावाने तुरुंगात जाण्याच्या बाबतीत गांधीजी व पंडित नेहरूंचे डॉ. बाबासाहेब आंबेडकरांना अनुकरण करण्याची काय जरुरी? बाबासाहेब काय गांधीजी व नेहरूजींचे अनुयायी होते? की शिष्य होते? काय समजून कांबळेंनी वरील कसोटी बाबासाहेबांच्या बाबतीत लावली? फुकाच्या तोंडी केलेली वटवट किती बेजबाबदारपणाची नि गंभीर परिणाम घडवून आणणारी असते, याची त्यांना कल्पना नसावी.

□□□

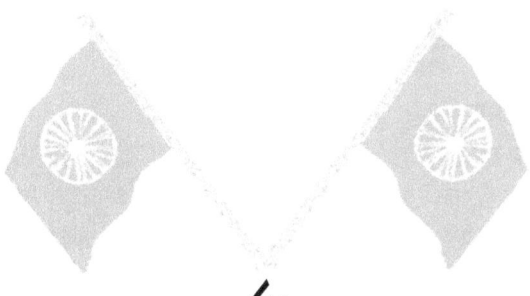

८.
दलबदलू नेते
प्रा. नरेंद्र गायकवाड

कोणतीही पक्ष-संघटना दीर्घकाळपर्यंत एकसंध राहत नाही. तिच्या अनेक चिरफाळ्या उडतात. सत्तारूढ पक्षात हेच घडले. भारतीय राष्ट्रीय काँग्रेस पक्षाचे जहाल-मवाळ, उदारमतवादी-बंडखोर, डावे-उजवे, सिंडिकेट-इंडिकेट, जुनी काँग्रेस-नवकाँग्रेस, काँग्रेस फॉर डेमॉक्रसी असे विभाजन झाले. नुकतेच काँग्रेस (एस) चे नामांतर 'भारतीय समाजवादी काँग्रेस' असे करण्यात आले. म. गांधी-नेहरूयुगापासून तर राजीव गांधीकाळापर्यंत दगलबाजांनी 'आयाराम-गयाराम' चा फेर धरलाय. विभाजन व फुटीच्या बिया संघटनेच्या पोटातच असतात. संघटनेचे नेतृत्व राजकीय दृष्ट्या परिपक्व, तत्त्वनिष्ठ, सर्वांना बरोबर घेऊन चालणारे, प्रामाणिक असेल तर दुहीच्या बीजांचे कोंब गर्भातच गळून पडतात. नसता, या विषवृक्षाच्या मुळ्यांचा विस्तार वाढतो आणि एकतेला तडा जातो. संधिसाधू कोणत्या गटात जावयाचे याचा अदमास घेतात. ते सत्ताकेंद्राकडे सरकतात. सर्कशीच्या बड्या तंबूखाली छोट्या-छोट्या राहुट्या उभारल्या जातात. राहुटीतला उपल्या सम्राट बनतो. बाबासाहेबांनी स्थापन केलेल्या संघटनेचा ध्वज खांद्यावर घेऊन ज्यांनी लढ्यात भाग घेतला, त्यांनाही लोकांनी आपला पुढारी मानले. पुढाऱ्यांचे बळ संघटनेत असते. ही संघटना नेते आणि अनुयायांची झोपडीच असते. चिल्ल्यापिल्ल्यांना पंखाखाली लहानाचे मोठे करणारी झोपडी तशीच ठेवा. लोक तुमच्याच झोपडीच्या आश्रयाला येतील. तुमची झोपडी मजबूत असावी लागते. बाबासाहेब म्हणाले, "बाकीच्यांची घरे मोडली तरी आपली झोपडी तशीच ठेवा. लोक तुमच्याच झोपडीच्या आश्रयाला येतील. तुमची झोपडी जिवंत राहिली तर तुमचाच जय आहे.' घराचे मालक फितुर झाले तर घर फिरते आणि वासेही फिरतात. रिपब्लिकन पक्षाची झोपडी कोणी उद्ध्वस्त केली? का नष्ट केली? झोपडीच्या आश्रयाखाली वाढलेले असूनही झोपडीला आग लावणारे कोण होते? त्यांच्या भूमिकांच्या व

कर्तृत्वाचा मागोवा घेऊया.

दलबदलूंचे प्रकार

भारतीय संसदेने मंजूर केलेल्या पक्षांतरविरोधी कायद्याचे उल्लंघन करणाऱ्यालाच पक्षबदलू म्हणतात. सार्वजनिक संघटना बदलणाऱ्यांनाही दलबदलू म्हणण्याचा प्रघात आहे. डॉ. आंबेडकरांनी स्थापन केलेल्या किंवा आंबेडकरवादाची बांधीलकी मानणाऱ्या संघटनेचा त्याग करणारेही दलबदलू होत. दलितांमधील दलबदलूंचे तीन प्रकार आहेत - **१)** रिपब्लिकन पक्षबदलू, **२)** रिपब्लिकन गटबदलू व **३)** आंबेडकरी विचारबदलू. रिपब्लिकन पक्षाचा त्याग करून सत्तारूढ काँग्रेस पक्षामध्ये जाणारे, काँग्रेसेतर समविचारी विरोधी पक्षात जाणारे आणि शिवसेना, भा. ज. पा., राष्ट्रीय स्वयंसेवक संघ, पतितपावन इ. आंबेडकर-सिद्धान्तविरोधी जातीयवादी संघटनांत जाणारे पहिल्या प्रकारात मोडतात. रिपब्लिकन पक्षांतर्गत विभिन्न गटांपैकी एका गटातून दुसऱ्या गटात जाणारे-येणारे नेते दुसऱ्या प्रकारात समाविष्ट होतात. तिसरा प्रकार आंबेडकरी विचारांना भ्रष्ट करणाऱ्यांचा आणि आंबेडकर व मार्क्स मांडणाऱ्यांचा आहे. हे तिन्ही प्रकार तीन प्रवृत्तींचे निदर्शक आहेत. आंबेडकरी चळवळ ही नवनिर्माणाची चळवळ आहे. एकविसाव्या शतकातील नवी पिढी आंबेडकरी चळवळीचा रथ पुढे नेण्यासाठी सिद्ध होतेय. तिला या चळवळीतील धोकादायक वळणांची व मरणसापळ्याची जाणीव होणे आवश्यक आहे. पक्षसंघटनेचा कडेलोट करणारे हे भुई-सुरुंग आधीच उखडून टाकले, तरच समाजक्रांतीच्या वाटा निष्कंटक होतील. आंबेडकरी पक्ष-संघटना का फुटली? कोणी फोडली? हेही त्यांना समजले पाहिजे.

आंबेडकरांचा दलबदलू शिष्य

प्रा. आर. डी. भंडारे हे अखिल भारतीय रिपब्लिकन पक्ष विसर्जित करून काँग्रेस पक्षात जाणारे पहिलेच श्रीमान गयाराम आहेत. त्यांनी १५ ऑगस्ट, १९६६ रोजी मुंबई प्रदेश सिंडिकेट काँग्रेसचे अध्यक्ष पु. ग. खेर यांच्या हस्ते चरखायुक्त तिरंगा ध्वज स्वीकारला. हा ध्वज उभयतांनी उलटा धरला होता, अशी तक्रार एका नागरिकाने 'मराठा' या दैनिकातील 'पाचामुखी' मध्ये नोंदविली होती. प्रा. भंडारे यांनी अखिल भारतीय रिपब्लिकन पक्षाचे विसर्जन झाल्याचे जाहीर केले. ते मुंबईचे तत्कालीन किंगमेकर स. का. पाटील यांचे अनुयायी बनले. 'स. का. पाटील इतका कर्तबगार व दलितांविषयी सहानुभूती असलेला दुसरा कुणी पुढारी बाबासाहेबांनंतर झाला नाही.' या शब्दांत त्यांनी आपली स्वामिनिष्ठा व्यक्त केली. त्याना रिपब्लिकन-काँग्रेस युती

नको होती. युतीपेक्षा विसर्जन फलदायक ठरेल, हे त्यांचे भाकित. रिपब्लिकन पक्ष काँग्रेसमध्ये विलीन करण्यामागील त्यांची भूमिका अशी - ' आज खेड्यांतून जे वातावरण दिसते, त्याला आम्ही सतत सरकारविरोधी भूमिका घेत राहिलो हेही एक आहे. शिवाय बौद्ध धर्म वाढायचा असेल तर राज्यसत्तेचा आश्रय घेतला पाहिजे. सत्तेच्या आश्रयाखेरीज कुठलाही धर्म स्थिर झाला नाही.' (किर्लोस्कर मासिक, ऑगस्ट १९६६,पृ. १८.) पंतप्रधान इंदिराजी गांधींनी बौद्धांना शैक्षणिक व नोकऱ्यांमध्ये सवलती देण्याचे अभिवचन प्रा. भंडारेंना दिले होते. त्याप्रमाणे भारत सरकारने बौद्धांना नोकऱ्यांच्याही सवलती देण्याचा निर्णय घेतला आहे, असे त्यांनी चौदाव्या धम्मचक्र प्रवर्तन सोहळ्यात सांगितले होते.

राज्यपाल भंडारे नागपूरच्या धम्मदीक्षा कार्यक्रमात (ऑक्टो. ७३) म्हणाले होते की, येत्या सहा महिन्यांत अनेक मोक्याच्या जागी बौद्ध कार्यकर्त्यांची नियुक्ती होणार आहे. इंडिकेट काँग्रेस संसदीय पक्षाचा उपनेता असल्यामुळे त्यानीच फोलपणा बॅ. खोब्रागडेंना राज्यसभेचे उपसभापतिपद मिळवून दिले. या रामचंद्रीय गर्जनेचा आज प्रत्ययाला येतो. गत तीस वर्षांत बौद्धांच्या संख्येतील वाढ १-१.१/२ टक्क्यांपेक्षा जास्त नाही. १९६१ मध्ये ०.७३, १९७१ मध्ये ०.७०, १९८१ मध्ये ०.७१ टक्के बौद्धांचे प्रमाण आहे. काँग्रेस सरकारने बौद्ध धम्माला आश्रय देण्याऐवजी बौद्ध धम्म स्वीकारणाऱ्यांचा छळच केला. डॉ. आंबेडकरांनी धर्मांतराची तारीख व स्थळ जाहीर केल्यानंतरच लोकसभेने घटनेच्या ३४१ (१) कलमात दुरुस्ती केली. तिला राष्ट्रपतींनी २५ सप्टेंबर, १९५६ ला मंजुरी दिली. नव्या दुरुस्तीनुसार हिंदू किंवा फक्त पंजाबमधील दलितांनी शीख धर्म स्वीकारला तरच त्यांना अनुसूचित जातीत समाविष्ट करण्यात येते. शीख झालेल्या मजहबी, रामदासी, कबीरपंथी, सिकलीगर दलितांनाच अनुसूचित जातीच्या सवलती केंद्र सरकारने दिल्या. अनुसूचित जमातीला दुरुस्ती लागू होत नाही; परंतु जाटव, वाल्मीकी, चांभार, महार, मांग या अस्पृश्य जातींनी बौद्ध धम्म स्वीकारला, तेव्हा त्यांच्या सर्व सवलती बंद करण्याची सोय केंद्र सरकारने केली. धर्मनिरपेक्ष सरकार बौद्धांना मनूच्या शिक्षा देते.

दलितांना मोक्याच्या जागा देणे दूरच राहिले, पण सरकारने स्वघोषित टक्केवारीही भरली नाही. अनुसूचित जाती-जमातींच्या नोकऱ्यांचे आरक्षण पूर्ण केले नाही. केंद्रीय गृहराज्यमंत्री पी. चिदम्बरमनी राज्यसभेत जाहीर केले की, सध्या सर्व श्रेणींतील अनुसूचित जातींच्या १०,६४३ व अनुसूचित जमातींच्या १३,२५० राखीव जागा रिकाम्या आहेत. बँकांमध्ये ८,५०० जागा भरावयाच्या आहेत. (महाराष्ट्र टाइम्स, दि.२०-६-१९८९,पृ.५.) महाराष्ट्रात अनुसूचित जाती-जमाती, भटक्या विमुक्तांच्या १५,९५४ राखीव जागांचा अनुशेष असल्याचे समाजकल्याणमंत्री सुधाकरराव नाइकांनी

विधानसभेत सांगितले. सत्याग्रह, मोर्चे झाले. सरकार ढिम्मच होते. निवडणुकीतील मतांसाठी आता खास मोहिमेच्या जाहिराती झळकत आहेत. नोकरभरती व अनुशेषपूर्ती योग्य वेळी झाली असती, तर दलित-आदिवासींच्या तीन-चार पिढ्या पुढे सरकल्या असत्या; पण दुःस्वास सुरूच आहे. अनुशेष भरण्यासाठी दलितेतर कर्मचाऱ्यांना निवृत्तीच्या वयाच्या सात-आठ वर्षांपूर्वीच सक्तीने निवृत्त करण्याचा जी. आर. निघाला, अशी पुडी वर्तमानपत्रात प्रसिद्ध झाली. सरकारची इच्छा आहे, पण धर्मांध शक्ती दगाफटका करतील, दंगली होतील, खेडूत मरतील असे मंत्रिमहोदय सांगतात. नामांतर, अनुशेषभरती नको असेल तर सवर्णांनी दंगली कराव्यात, अशी शरदीय चिथावणी.

केंद्रीय समजकल्याण राज्यमंत्री राजेंद्रकुमारी वाजपेयी म्हणाल्या, 'अनुसूचित जातिजमातींच्या लोकांवर अत्याचार होण्याच्या ३४,७०५ घटना १९८७-८८ या वर्षात घडल्या. या दोन वर्षात १२८३ दलितांचे खून झाले. २०३२ दलित महिलांवर बलात्कार झाले. (दै. मराठवाडा, दि. ७-८-१९८९.) पांचाली द्रौपदीच्या वस्त्रहरणाइतकेही हे बलात्कार लज्जास्पद नाहीत काय? संसदेच्या मध्यवर्ती सभागृहात संविधानाचे शिल्पकार डॉ. आंबेडकरांचा फोटो लावावा ही १९६४ ची मागणी पूर्ण होण्यासाठी १९८९ साल उजाडावे लागले. आंबेडकर जन्मदिवसाला विद्यार्थीदिन म्हणून मान्यता व त्या दिवशीची केंद्रीय कार्यालयांना सुट्टी मिळत नाहीये. 'शुरूसे ही ज्यादा छुट्टीयाँ है, अब हमें काम करके दिखाना है।' इति राजीवजी गांधी. गत अकरा वर्षांपासून नामांतर होत नाहीये हिंदू तमिळांच्या संरक्षणासाठी भारतीय शांतिसेना श्रीलंकेत धावून गेली आसाम-मेघालयांतील चकमा बौद्ध आदिवासींना मात्र संरक्षण नाही. गुरखा पर्वतीय परिषदेच्या स्थापनेसाठी ज्योती बसूंविरुद्धच्या सशस्त्र आंदोलनाचे समर्थन केले. चितगाँव पर्वतीय प्रदेशातील पंचाहत्तर हजार बौद्ध चकमा निर्वासितांच्या पुनर्वसनाचा प्रश्न लोंबकळत पडलाय. तिबेटातील बौद्धांच्या मुक्तिलढ्याची 'चीनचा अंतर्गत प्रश्न' म्हणून हेटाळणी, दक्षिण आफ्रिकेतील वर्णद्वेषी लढ्याला पाठिंबा व कोट्यवधी डॉलर्सचा वर्षाव. भारतातील अस्पृश्यांच्या विकास - योजनांसाठी निधी उपलब्ध नाही. एकाच पक्षाची राजवट अनेक वर्षांपासून असताना हे सारे काही घडत आहे.

काजव्यांची फौज

काँग्रेसवासी (रिपब्लिकन) पां. ना. राजभोज (पुणे), रावसाहेब ठवरे (नागपूर), हेमचंद्र खोब्रागडे (नागपूर), नासिकराव तिरपुडे (भंडारा), दादासाहेब रूपवते (नगर), प्रा. एन. एम. कांबळे (मुंबई), बी. पी. मौर्य (अलिगढ) आर. आर.भोळे (मुंबई), मधुकर वासनिक (नागपूर), आमदार दमयंती डोंगरे (देशभ्रतार), प्रा. एस. टी. प्रधान, प्रा. अनंतराव मांजरमकर (औरंगाबाद), शरद रणपिसे ही सर्वच सूर्याची पिल्लं. पण

अंधारात हरवलेल्या दलितांना काजव्याचा प्रकाशथेंबही देता आला नाही. या महाभागांना आंबेडकर चळवळीने पुढारीपणा शिकविला. त्यांना नावलौकिक आणि प्रतिष्ठा दिली. काहींना शे. का. फे. च्या व काहींना रिपब्लिकन पक्षाच्या प्रांत व केंद्रीय कार्यकारिणीत महत्त्वाची पदे दिली. काहींना मंत्रिपदेही मिळाली.

तथापि, त्यांनी पक्षनेतृत्वावर चिखलफेक केली आणि पक्षही फोडला. बी. पी. मौर्यांनी रिपब्लिकन पक्ष नवकाँग्रेसमध्ये विसर्जित करण्याचा हितोपदेश केला. त्यासाठी दादासाहेब गायकवाड, रा. सु. गवई व बुद्धप्रिय मौर्यांनी दिल्लीत संयुक्त वाटाघाटी केल्या. १९७२ मध्ये इंडिकेट काँग्रेसमध्ये त्यांनी प्रवेश केला. ते केंद्रीय राज्य उद्योगमंत्री झाले. आणीबाणीत 'संजय गांधी हमारी आवाज दबा रहे' ही त्यांची कोंडी बनली. ते चौधरी चरणसिंगांच्या लोकदलात गेले. लोकदल बहुगुणागटाचा त्याग करून ते कमला बहुगुणा यांच्यासह राजीवजींच्या नेतृत्वाखाली काँग्रेस (आय) मध्ये परतले आहेत. रिपब्लिकन बी. पी. मौर्य काँग्रेसच्या जातीयवादी स्वरूपावर प्रखर टीका करीत. त्यांनी १९६७ च्या निवडणुकीत उत्तर प्रदेशात विधानसभेत रिपब्लिकन पक्षाचे एकूण तेवीस उमेदवार निवडून आणले होते. त्यांतील तेरा उमेदवार बिनराखीव मतदारसंघातून विजयी झाले होते. त्यांनी मुस्लिम समाजातही रिपब्लिकन लोकप्रिय बनविला. ऑक्टोबर १९७० च्या रिपब्लिकन फुटीनंतर ते केवळ गारिपच्या कार्याध्यक्षपदावर समाधान मानावयाला तयार नव्हते. रा. सु. गवईनी स्वत:च्या महत्त्वाकांक्षेला मुरड घालून मौर्यांना रिपब्लिकनचे अध्यक्षपद दिले असते, तर नंतरचे दुर्दैवी विभाजन टाळता आले असते.

काँग्रेसची सदाबहार नववधू

रिपब्लिकन पक्ष सर्वांत पहिल्यांदा कोणी फोडला? 'मुजरिम हाजिर है' म्हणून दादासाहेब रूपवते यांनाच आरोपीच्या पिंजऱ्यात उभे केले जाते. १८ डिसेंबर १९७१ च्या साप्ताहिक'साधना' च्या मुखपृष्ठावर प्रकाशित चित्रात 'रिपब्लिकन पक्ष कुणी फोडला, कुणी जोडला,' यापैकी फोडला आणि रूपवतेंचे डोके एकत्र छापले होते. रूपवतेंनी दुरुस्त रिपब्लिकन (कांबळे), रिपब्लिकन एकीकरण समिती, गारिप, खोरिप, दलित व्यासपीठ, नवकाँग्रेस, दारूकाँ, समाजवादी काँग्रेस आणि काँग्रेस (आय) अशा गिनिज बुकात नोंदणी करणाऱ्या कोलांट्या मारल्या. १९५८ मध्ये पक्षश्रेष्ठींनी दादासाहेबांना राज्यसभेत पाठविण्याचा निर्णय घेतला, पण अंतिम सेकंदाच्या हेराफेरीत बॅ. खोब्रागडेंच्या नावाची शिफारस करण्यात आली. रूपवते रुष्ट झाले. पुढे ते वसंतराव नाइकांच्या शिफारशीनुसार महाराष्ट्र विधानपरिषदेचे सभासद बनले.१९६८ मध्ये या सभागृहाचा सभापती होण्याची त्यांची संधी गवईंमुळे हुकली. ते १९७२ मध्ये

नवकाँग्रेसमध्ये गेले. काँग्रेसप्रवेशामागील त्यांचा सिद्धांत असा की, 'आम्ही केवळ अल्पसंख्याक नसून अल्पमतवालेही आहोत. केवळ आमच्या मतांवर आमचे शासन निर्माण होऊ शकणार नाही. दहा-बारा टक्के जमातींचा, जन्मजात अल्पसंख्याक जातींचा पक्ष कधीकाळी बहुमतवाला पक्ष बनेल अशा समजुतीत राहणे भ्रमिष्टपणाचे लक्षण होय. तो एक ना एक दिवस सत्तारूढ पक्ष बनेल असे म्हणणे म्हणजे धांदात फसवणूक व ढोंग होय. बाबासाहेबांनीही आवश्यकतेनुसार वेळोवेळी पक्ष बदलले. सागरप्रवासासाठी ज्या होडीचा उपयोग झाला ती खुष्कीच्या मार्गावर चालणार नाही. नव्या परिस्थितीत काँग्रेसशिवाय तरणोपाय नाही.'

भारतीय बौद्ध महासभेचे सरचिटणीसपद, प्रबुद्ध भारताचे संपादकत्व, महाराष्ट्र राज्य रिपब्लिकन पक्षाचे अध्यक्षपद आणि आमदारकी अनेक वर्षांपर्यंत उपभोगल्यानंतर रूपवत्यांनी काँग्रेसशी घरोबा केला. ज्या पक्षगटात त्यांनी प्रवेश केला, तो पक्ष अल्पावधीतच फुटला. ही 'नववधू' सुखाने कुठेच नांदली नाही. प्रा. भंडारे हे खासदार, इंदिरा काँग्रेस संसदीय पक्षाचा उपनेता, बिहारचे राज्यपाल, नेहरू फोरमचे अध्यक्ष म्हणून परिचित आहेत. रिपब्लिकन पक्षात असताना ते महाराष्ट्र विधानसभेचे आमदार, विरोधी पक्षनेता, मुंबई प्रदेश रिपब्लिकन पक्षाचे अध्यक्ष होते. १९६२ साली त्यांनी सांगली लोकसभा मतदार संघातून निवडणूक लढविली. तीत ते पराभूत झाले. त्यानंतर त्यांचा बाणाच बदलला. त्यांनी २७-२८ ऑक्टोबर, १९६५ रोजी रिपब्लिकन पक्षाचे स्वतंत्र अधिवेशन घेतले आणि भंडारे गटाची स्थापना केली. बिहारचे राज्यपालपद गमावल्यानंतर त्यानी 'स्वतंत्र मजूर पक्ष' स्थापन करण्याची घोषणा केली. विझण्यापूर्वी किंचितशा भडकणाऱ्या ज्योतीची आक्रंदने या घोषणेत होती. मुंबई महानगरपालिका निवडणूक १९६८ मध्ये दादासाहेब गायकवाड आणि भंडारे नायगाव भोईवाडा मैदानावरील प्रचारसभेत प्रथमत:च एकत्र आले. शिवाजीराव पाटील यांनी या मिलापाला 'भरत-भेट' म्हटले होते. या भरताने (भंडारेंनी) राज्यसिंहासनावर प्रतिष्ठापित केलेल्या पादुका अरबी महासागरात फेकून दिल्या आणि स्वत:चाच राज्याभिषेक केला.

समर्थांघरचे श्वान

निरनिराळ्या जिल्ह्यांतील काही असंतुष्ट रिपब्लिकन नेते काँग्रेसमध्ये गेले. त्यांना थातुरमातुर जिल्हा समित्यांचे सदस्य 'बनविले', नंतर पोतेऱ्यासारखे भिरकावून दिले. काहींना 'सेल' चे सभासदपत्र काँग्रेस (आय) प्रदेशाध्यक्षांनी पाठविले. ते त्यांना 'ताम्रपत्र' वाटते. येस्करकीच्या बावन्न हक्कांच्या सनदीइतकेही त्याचे मोल नाही; पण सेलपत्राचा पट्टा बांधून समर्थांघरचे श्वान आपल्या स्वामीपुढे गोंडा घोळण्यातही भूषण मानतात. स्वतंत्र मजूर पक्षाचे आमदार, पी. ई. सोसायटीचे चेअरमन, मुंबई उच्च

न्यायालयाचे न्यायाधीश म्हणून अत्यंत चैनीचे जीवन जगल्यानंतरही काँग्रेस (आय) ची खासदारकी आर. आर. भोळे यांनी स्वीकारलीच कशी? हा त्यांना पक्षबदलूपणा वाटला नाही काय? दलित फेडरेशनच्या परिषदा होत नाहीत, इलेक्शन्स होत नाहीत अशा तक्रारी त्यांनी केल्यात. 'भोळे यांनी जर आम्हाला पैसा पुरविला तर वर्षातून काय, सहा महिन्यांनीसुद्धा आम्ही परिषदा घेऊ', असे डॉ. आंबेडकरांनी खडसावले होते. प्रा. एन. एम. कांबळे १९६९ साली काँग्रेसमध्ये गेले. त्यापूर्वी ते मुंबई प्रदेश रिपब्लिकन नगरसेवक, मुंबई प्रदेश रिपब्लिकन पक्षाचे सरचिटणीस व अध्यक्ष होते. काँग्रेसवासी झालेले माजी रिपब्लिकन असा युक्तिवाद करतात की, डॉ. आंबेडकरांनी काँग्रेस मंत्रिमंडळामध्ये कायदामंत्रिपद स्वीकारले नव्हते काय? मंत्रिपद स्वीकारल्यानंतरहा मंत्रिपदाचा राजीनामा दिल्यानंतर त्यांनी शे. का. फे. बरखास्त केली नव्हती. त्यांनी शे. का. फे. चे उमेदवार म्हणून १९५४ साली भंडारा लोकसभा पोटनिवडणूक लढविली होती. १९५२ साली ते काजरोळकरांकडून पराभूत झाले. डॉ. आंबेडकर म्हणत, 'निवडणुकांद्वारा जागा मिळविणे हे एक साधन आहे, साध्य नव्हे. फेडरेशनचे ध्येय-साध्य अस्पृश्य जनतेचा उद्धार करणे हे आहे. जोपर्यंत अस्पृश्यांची सर्वांगीण उन्नती होत नाही, तोपर्यंत शे. का. फे.ची जरुरी आहे; नव्हे, अत्यंत निकड आहे. फेडरेशन नसेल तर अस्पृश्यांना भारताच्या राजकारणात स्वाभिमानाचे स्थान उरणार नाही.' (जनता, दि. २४-४-१९५४.) रिपब्लिकन पक्षातून सत्तारूढ काँग्रेसमध्ये जाणाऱ्यांनी १-२ वर्षे मंत्रिपद व राज्यपालपद भूषविले. नंतर त्यांना किक-आउटच करण्यात आले.

दलित कॉम्रेड्स

विरोधी पक्षात जाणाऱ्यांपैकी कम्युनिस्ट पक्षात प्रवेश करणाऱ्यांची संख्या मोठी आहे. कम्युनिस्ट चळवळीत मुख्य कणा म्हणजे दलित कामगारच. ग्राम-तालुका पातळीवर अनेक दलित कार्यकर्ते कम्युनिस्टांची आंदोलने चालवितात; पण दलित कॉम्रेड्सना नेतृत्वाच्या पहिल्या फळीत स्थान नाही. कम्युनिस्टांनी वर्गलढ्यातही आपले ब्राह्मण्य जोपासले. त्यांनी आपल्या जानव्याला जात बांधून ठेवली. कॉ. श्री. अ. डांगे यांचे जावई बानी देशपांडे यांनी गीतेचे मार्क्सवादी भाष्य करताना हिंदुत्वाला साम्यवादी अधिष्ठान मिळवून दिले. कम्युनिस्ट संघटनेचे लहानमोठे ३४ गट आहेत. भाकप व माकप यांचे अहिनकुल संबंध आहेत. डांगे व रोझा देशपांडे यांचा गट काँग्रेसच्या दावणीला बांधला आहे. कम्युनिस्टांना लोकशाहीची मागणी प्रतिक्रांती वाटते. चीनच्या विद्यार्थ्यांचे आंदोलन रणगाड्याखाली चिरडण्यात आले. लोकशाहीसमर्थकांना जाहीरपणे फाशी दिली. तिबटेच्या ल्हासा या राजधानीत स्वायत्ततेची मागणी करणाऱ्या बौद्ध लामांना मृत्युदंड मिळाला. मॅकमोहन रेषा धूसर झाली. भारताचा गिळंकृत भाग

अद्याप परत मिळाला नाही. पोलंड, अफगाणिस्तानमधील साम्यवाद लाल व्होल्गातून वाहत आलाय. हा इतिहास ताजा नि टवटवीतच आहे. तरीही तथाकथित आंबेडकरवादी विचारवंत साम्यवादाची पालखी आपल्या खांद्यावर मिरवीत आहेत. आंबेडकरवादाचे भाष्यकार (?) आंबेडकरांचा खुजेपणा मार्क्सवादी फूटपट्टीने मोजताहेत. दादासाहेब गायकवाड छुपे कम्युनिस्ट, राजा ढाले सवाई कम्युनिस्ट, नामदेव ढसाळ हाडाचे कम्युनिस्ट म्हणून लाल सलाम करण्याची स्पर्धा सुरू झाली. 'आम्ही जन्मजात कम्युनिस्ट आहोत.' हे बाबासाहेबांचे १९३६ चे विधान दलित लालभाई उद्‌धृत करतात. नामदेव ढसाळ एकनिष्ठ नसून कम्युनिस्ट आहेत, म्हणून ढसाळांना १९७४ मध्ये दलित पँथर मधून बहिष्कृत केले.

साम्यवादाच्या पाळण्यात वाढलेले अर्जुन डांगळे, एल. डी. भोसले, जयदेव गायकवाड, अविनाश महातेकर भारिपचे (प्रकाश गट) नेतृत्व करीत आहेत. 'नवाकाळ'-कार नीळकंठ खाडिलकर यांचा प्रॅक्टिकल सोशॅलिझम आजतागायत गिरणगावात आला नाही आणि मुंबईबाहेरही पडला नाही. भाई संगारेंनी प्रॅक्टिकल सोशॅलिझम फ्रंटमध्ये प्रवेश केला. त्यांच्यातील पँथर मेला आणि जहाल आंबेडकरवादही ढेपाळला. मध्य प्रदेश, बिहार,उत्तर प्रदेश व महाराष्ट्राच्या काही पॉकेट्समध्ये नक्षलवाद्यांनी भूमिहीन आदिवासींनी वसाहती केलेल्या जमिनींना संरक्षण दिले. गरीब शेतमजुरांवर अत्याचार करणाऱ्या जमीनदारांना ठार केले. या नक्षलवादी उठावात काही आंबेडकरवादी युवक आहेत; पण ते वाट चुकलेले नेते होते. दारिद्र्य, बेकारी, गुलामगिरी व सरंजामशाहीविरुद्ध लढताना सत्याग्रह, धरणे, मोर्चे, इ. संसदीय मार्ग निष्प्रभ ठरलेत, ही जाणीव युवकांना अस्वस्थ करते. तेव्हा 'हल्लाबोल' ही रौद्र घोषणा बंदुकीच्या नळीवाटे बाहेर पडते; पण हिंसेला अंत नसतो. ती परिवर्तनाचा शाश्वत मार्ग नव्हे. दहशतवादी, अतिरेकी हिंसक कारवायांनी प्रश्न सुटत नाही. नक्षलवादी व डाव्या चळवळीचे आकर्षण असणाऱ्यांनी बाबासाहेब आठवावेत. डॉ. आंबेडकर म्हणतात, 'मी जाण्यापूर्वी माझ्या समाजाला काहीतरी दिशा द्यायला पाहिजे; कारण आतापर्यंत हा समाज दलित-पीडित-शोषित राहिला आहे. त्यामुळे आता त्यामध्ये जी एक नवजागृती येत आहे, तीमध्ये एक प्रकारची चीड, आवेश असणे स्वाभाविक आहे. अशा प्रकारचा जो समाज असतो तो कम्युनिझमचा भक्ष्य बनतो आणि मला माझा समाज कम्युनिझमच्या आहारी जावा असे वाटत नाही.' (भारिप : डॉ. आर. के. क्षीरसागर : पृ.३६.) कांबळे गट व भंडारे गट निर्माण होण्याचे एक कारण हेही होते की, दादासाहेब गायकवाड कम्युनिस्टधार्जिणे आहेत. डॉ. आंबेडकर कम्युनिझमचे कट्टर विरोधक होते, म्हणून कम्युनिस्टांशी संबंध नकोत. प्रकाश आंबेडकरांच्या भूमिहीन हक्क संरक्षण समितीत सर्वच डाव्या संघटना आहेत. त्यांना दलित पँथर्स

रिपब्लिकनही नकोत. दादासाहेब गायकवाडांनंतर ढाले-ढसाळ व प्रकाश आंबेडकर त्याच त्या अंधारवाटा तुडवीत आहेत. कम्युनिझमचा चकवा त्यांना जंगलवणव्यात ओढतोय. इतिहासाची अशीही पुनरावृत्तीच होतेय.

भगवे-हिरवे संकट

काही दलित शिवसेनेत आहेत. मुंबई-औरंगाबाद महानगरपालिकेत काही दलित नगरसेवक शिवसेनेचे उमेदवार म्हणून विजयी झाले. मुंबई प्रदेश भारिप (प्रकाश) अध्यक्ष व नगरसेवक गटाचे चंद्रकांत हंडोरे सत्तारूढ शिवसेनेच्याच बाकावर बसतात व शिवसेनेच्या धोरणांना पाठिंबा देतात. शेतकरी कामगार पक्ष, भाजपा, राष्ट्रीय स्वयंसेवक संघ इ. संघटनांनी काही दलितांना पाळलेले आहे. 'तुकडा खा, मालकांच्या स्तुतीची पोपटपंची सुरू ठेव', ही धमकी. दलित मुक्तिसेनेचे सरसेनापती प्रा. जोगेंद्र कवाडेंनी १९८३ मध्ये झालेल्या रिपब्लिकन ऐक्यात भाग घेतला आणि दलित मुक्तिसेनेचे मामासाहेब सरदार व आणखी एक-दोन कार्यकर्त्यांना रिपब्लिकन पक्षात पाठवले. त्यांनी १९८४ मध्ये दलित-मुस्लिम सुरक्षा महासंघ स्थापन केला. हाजी मस्तान व प्रा. जोगेंद्र कवाडे हे दलित राजनीतीचा पायाच उखडून टाकण्याच्या कारस्थानात गुंतले आहेत. दलित व मुस्लिम अल्पसंख्याकांचे प्रश्न समान असले, तरीही मुस्लिम जातीयवाद हिंदूंशी सख्य जोडतो आणि दलितांवर अत्याचार करतो. त्यांना मुस्लिम बनवितो. त्यांच्या पेट्रोडॉलर्सचा प्रभाव केवळ अस्पृश्यांवरच पडतो, हे मीनाक्षीपूरने सिद्ध केले आहे. त्यांना भारतीय संविधान नको, कुराण हवे. सर्व पुरोगामी चळवळींना विरोध हे मुस्लिम जातीयवादाचे प्राणतत्त्व आहे. पुन्हा पुन्हा विषाची परीक्षा घेणे म्हणजे आत्मनाशच.

चित्ता डोकमासा बनला

जनता दलाच्या गळाला अडकलेला पहिला डोकमासा म्हणजे प्रा. अरुण कांबळे. ते दलित पँथरच्या संस्थापकत्वाचा दावा करतात. भारतीय दलित पँथर आंबेडकरांच्या संकल्पनेतील खराखुरा रिपब्लिकन पक्ष उभा करील, अशी ग्वाही त्यांनी दिली होती. त्यांनी मुंबईत डॉ. आंबेडकर विद्यापीठ स्थापन करण्याची घोषणा केली. नामांतराचा हा पर्याय कुणालाच मान्य नव्हता.'घोषणा मागे घ्या, नाहीतर राजीनामा द्या', ही कार्यकारिणीची मागणी. अरुण कांबळे यांनी कार्यकारिणीच्या अधिकारालाच आव्हान दिले. पँथर्सनी सभाबंदी सुरू केली. अरुण कांबळेंनी मृणालताईंशी बातचीत केली आणि जनता दलाचे सरचिटणीसपद मिळविले. हजारो पँथर्सच्या मोर्च्यात प्रेस कॅमेरामनचा फोकस अरुणवर असायचा. सप्टेंबरला जनता दलाचा महाराष्ट्रव्यापी मोर्चा

मंत्रालयावर गेला. ५००-६०० जनता दलाच्या मोर्चेकरी कार्यकर्त्यांत जनतादलवासी पँथर्स मायक्रोस्कोपमधूनही दिसत नव्हते. जनता दलातील समाजवाद्यांना पँथरपेक्षा शिवसेना जवळची वाटते.

रिपब्लिकन पक्ष : गटबदलू

दलबदलूंच्या दुसऱ्या प्रकाराचे म्होरके ॲड. बापूसाहेब कांबळे आहेत. बापूजी रिपब्लिकन पक्ष फोडणारे पाहिले महापुरुष होते. ३ ऑक्टोबर,१९५८ च्या आत पक्ष-सदस्य नोंदणी करून ग्रामशाखेपासून केंद्रीय कार्यकारिणीपर्यंत घटनेप्रमाणे निवडणुका घ्याव्यात, असा ठराव रिपब्लिकन पक्षस्थापनेच्या दिवशी मंजूर केला होता. (ठराव अमलात नाही!) रिपब्लिकन पक्षाची घटनाच अस्तित्वात नाही. म्हणून पक्षसंघटना अस्तित्वात नाही. रिपब्लिकन पक्षनेतृत्व अघटनात्मक आहे. पक्षसंघटनेत निर्माण झालेला बिघाड 'दुरुस्त' करण्यासाठी ॲड. कांबळेंची खास पक्षाधिवेशन बोलाविण्याची मागणी केली. पक्षाध्यक्ष एन. शिवराज यांनी प्रतिसाद दिला नाही. दादासाहेब गायकवाडांनी कम्युनिस्टांची राजकीय मैत्री तोडली नाही, म्हणून १४ मे,१९५९ रोजी 'दुरुस्त' रिपब्लिकन पक्षाची स्थापना केली. दादासाहेब रुपवते, आवळे बाबूजी, एल. आर. बाली, पंजाबराव शंभरकर, ए. जी. पवार, रामरतन जानोरकर इ.नी 'दुरुस्त' गटात प्रवेश केला. बाबासाहेब हयात असताना बापूजीनी मुंबईत भंडारे गट, कांबळे गट अशी जुगलबंदी सुरू केली होती. विदर्भात ॲड. हरदास आवळे, पं.देवाराम कवाडे, आर. आर. पाटील यांना बॅ.राजाभाऊ खोब्रागडेंचे वर्चस्व मान्य नव्हते. जानेवारी १९५९ ला नागपूर लोकसभेच्या पोटनिवडणुकीसाठी आवळे बाबूजींनी रिपब्लिकन पक्षाची उमेदवारी मिळण्यासाठी अर्ज केला. निवडणूक समितीने बॅ.खोब्रागडेंना तिकीट दिले. बाबूजींनी अपक्ष उमेदवार म्हणून निवडणूक लढवली. त्यांना विदर्भ आंदोलन समितीने पुरस्कृत केले. ब्रिजलाल बियाणींनी रिपब्लिकन पक्षाचे घरटे विस्कटण्याला प्रारंभ केला. आवळे-खोब्रागडेंमध्ये दलित मतांचे विभाजन झाले. रिपब्लिकन पक्षाच्या बालेकिल्ल्यातून काँग्रेसचे मा. श्री. अणे विजयी झाले. आंबेडकरांना मराठी भाषिकांची तीन राज्ये हवी होती. स्वतंत्र विदर्भ राज्य झालेच पाहिजे ही आवळेंची मागणी. त्याना शिस्तभंगाच्या कारवाईची चाहूल लागताच त्यानी 'दुरुस्त' गटात प्रवेश केला.

स्वतंत्र आवळे गट

रिपब्लिकन पक्षाचा कम्युनिस्ट धार्जिणेपणा,संयुक्त महाराष्ट्र समितीशी गठबंधन, स्वतंत्र विदर्भाची मागणी इ. साठी आवळे-कांबळे यांनी आपल्या वृत्तपत्रांतून प्रचार-आघाडी सुरू केली. दुरुस्त-नादुरुस्तांच्या ऐक्याचे प्रयत्न झाले. एप्रिल १९६३ मध्ये

ऐक्यकरार होऊन ६ डिसेंबर, १९६३ला नागपूरच्या दीक्षाभूमीवर ऐक्यसोहळा संपन्न झाला. रूपवते, ए.जी. पवार, एन. एम. कांबळे, जे. जी. भातनकर, पंजाबराव शंभरकर नादुरुस्त गायकवाडगटात परत आले; परंतु १९६७ च्या सार्वत्रिक लोकसभा निवडणुकीच्या तोंडावर रूपवते-आवळे यांनी आवळेगटाची स्थापना केली. गायकवाड, आवळे व कांबळेगटांनी एकमेकांविरुद्ध उमेदवार उभे केले. स्वत:च्या उमेदवारांच्या विजयापेक्षा दुसऱ्या गटाच्या उमेदवाराचा पराभव हीच त्यांची राजकीय कर्तबगारी. १९६७ च्या लोकसभा निवडणुकीत काँग्रेसला अत्यल्प बहुमत मिळाले. विधानसभा निवडणुकीत सात राज्यांत काँग्रेस पराभूत झाली. तेथे संयुक्त विरोधी पक्षाची मंत्रिमंडळे सत्तेवर आली. स्वतंत्र पक्ष, जनसंघ, भालोद या उजव्या,भांडवलदार,जमीनदार अमेरिकाधार्जिण्या पक्षांना भरघोस मते मिळाली. १९६९च्या बंगलोर अधिवेशनात राष्ट्रीय काँग्रेसचे सिंडिकेट-इंडिकेट असे विभाजन झाले. उजव्या प्रतिगामी शक्तींना पराभूत करण्यासाठी काँग्रेसश्रेष्ठींनी एप्रिल ६७ मध्ये रिपब्लिकन-काँग्रेस युतीची घोषणा केली.

युती-काँग्रेस प्रवेशाचे महाद्वार

महाराष्ट्रातील रिपब्लिकन व काँग्रेसच्या नेत्यांमध्ये १९६२ पासूनच युतीची चर्चा सुरू होती. ती जिल्हा परिषद निवडणुकीपासून कार्यान्वित झाली. नगरपालिका, महानगरपालिका, विधानपरिषदांच्या निवडणुकीत रिपब्लिकन पक्षाला खूपच यश मिळाले. महाराष्ट्रातील युती यशवंतराव चव्हाण-दादासाहेब गायकवाड यांची व्यक्तिगत मैत्री होय, ती पक्षीय युती नव्हे. ती केवळ दादासाहेबांच्या इशाऱ्यानेच निर्णय घेत असे. युतीचा फायदा गायकवाडांच्या विश्वासातल्या माणसांनाच मिळाला. इतर राज्यांतील नेत्यांना काहीच मिळाले नाही. त्यांनी असा आग्रह धरला की, युती देशभर करा, नाहीतर महाराष्ट्रातील युती मोडून टाका. १९७१ च्या मध्यावधी निवडणुकीच्या हालचाली सुरू झाल्या; पण १९६९ मध्ये दादासाहेब गायकवाडांना अर्धांगवायू झाला. गायकवाडांनंतर कोण? नेतृत्वस्पर्धा सुरू झाली. गायकवाडांच्या निर्णयक्षमतेचा वाद पुढे आला. कार्यकारिणीने दिल्लीच्या बैठकीत गायकवाडांकडून निर्णयाचे अधिकार काढून घेतले. १९७० मध्ये गारिप-खोरिप असे गटविभाजन झाले. आवळेबाबुजींनी स्वत:चा आंबेडकरवादी रिपब्लिकन पक्ष खोरिपमध्ये विसर्जित केला. ज्यांना युतीचे फायदे मिळाले, तेच तेवढे गायकवाड गटाशी एकनिष्ठ राहिले. ज्यांना युतीच्या धबडग्यातून काहीच मिळाले नाही, ते रिपब्लिकन पक्षाबाहेर पडले किंवा त्यांनी गट तरी बदलला. काही काँग्रेसवासी झाले. त्यांनी न्यायाधीशपद, निवड मंडळ, एस.टी. महामंडळ मिळविले. काही दारूच्या दुकानांचे परवाने घेऊन धन्य झाले.

वरळी दंगलीनंतर २६ जानेवारी, १९७४ला रिपब्लिकन गटाचे महान ऐक्य

झाले. गवईनी बंगलोर ठरावानुसार उपसभापतिपदाचा राजीनामा दिला नाही. या कारणावरून खोब्रागडे, कांबळे व गवई यांचे गट पुन्हा कायम झाले. १९७० ते १९८१ या काळात गारिप, खोरिप यांच्याशिवाय शांताबाई दाणी, भैय्यासाहेब आंबेडकर, गीताबाई गायकवाड, वासुदेवराव गाणार, गिरीश खोब्रागडे, जे. ईश्वरीबाई, प्रकाश आंबेडकर यांचे स्वतंत्र गट स्थापन झाले. या गटांतील कार्यकर्ते सर्व गटाधिपतींना टिचकी मारून आले. ज्याच्या नावाने गट चालतो तो स्वत:साठी एखादे सत्तास्थान मिळवतो आणि रिपब्लिकन मतांचा लिलाव करतो. प्रत्येक गट स्वत:ला अखिल भारतीय पक्ष म्हणतो. आता जिवंत असलेल्या सर्व नेत्यांनी रिपब्लिकन गट बदलले आहेत. महाराष्ट्रातील गटबदलूंना गवई जवळचे वाटतात. प्रत्येक ऐक्यबैठकीनंतर इतर गटांचे नेते गारिपमध्ये आले. जुन्या म्हाताऱ्यांनी प्रकाशगटात प्रवेश केला. भैय्यासाहेब आंबेडकरांचे समर्थक मात्र गवईगटात आहेत. ज्यांना पद व सत्ता मिळविण्यात पक्ष-गटाध्यक्षाचा अडसर वाटला, त्यांनी गट बदलला.

राजगृहातील राजद्रोह

गटबदलूंनी रिपब्लिकन सीमोल्लंघन केले नाही. बाबासाहेबांनंतर भैय्यासाहेब भारतीय बौद्ध महासभेचे अध्यक्ष झाले. शेवटी त्यांनीही गट बदलला. राजहंसाच्या पंखात डोमकावळ्यांचे पीस खोवले. १९६२ पासून गवई विधानपरिषद सदस्य होते, त्यांच्यानंतर भैय्यासाहेब आंबेडकर व हरिहरराव सोनुले यांना विधानपरिषद सदस्य बनविण्यात येईल, असा पार्लमेंटरी बोर्डाने निर्णय घेतला; परंतु गायकवाडांनी भैय्यासाहेबांना व सोनुलेंनाही डावलले आणि गवईंच्या उमेदवारीला मान्यता दिली. हा पक्षपात सहन न होऊन यशवंतरावानी रिपब्लिकन पक्षाच्या प्राथमिक सदस्यत्वाचा राजीनामा दिला आणि 'अपक्ष' उमेदवार म्हणून गवईंविरुद्ध विधानपरिषदेची निवडणूक लढविली. ते मुंबई लोकसभा पोटनिवडणुकीतही अपक्ष उमेदवार म्हणूनच उभे होते. भैय्यासाहेब आंबेडकरांनी दलबदलूपणा करावा, हा संघटनाद्रोहाचा कळस होय.'ब्रूटस,यू टू!' हेच हताशपणे म्हणावे लागते.

मिलिटंट युवा नेत्यांचा दलबदलूपणा

१९७० नंतर जहाल आंबेडकरवादी संघटनांचा उदय झाला. या संघटनांचे नेते डोक्याला कफनी बांधून रणांगणात उतरले. त्यांनी क्रांतीचे चक्र आसासह पूर्ण फिरविण्याची भीमगर्जना केली. आंबेडकरी चळवळीचा रथ पुढे नेण्याचा त्यांचा संकल्प ऐकून भीमभक्तांचे कान पावन झाले; परंतु पाच वर्षांच्या आतच दलित पँथरचे एक संस्थापक राजा ढाले यांनी पँथर बरखास्त केली. मास मूव्हमेंट सुरू केली. त्यांनी

नामदेव ढसाळ, लतिफ खाटिक, अर्जुन डांगळे यांना दलित पँथरमधून अक्षरश: हाकलले. मास मूव्हमेंटमधूनही रतनकुमार पाटलीपुत्र गेले. राजा ढालेंनी विषारी टीका करून अनेक दलित लेखक व कवींना बदनाम केले. दया पवार, बाबुराव बागूल, प्रल्हाद चेंदवणकर, डॉ. बाबा आढाव, डॉ. अनिल अवचट इ. मित्रांनाही ओरबाडले. राजा ढाले हे युवापिढीतील पहिले दलबदलू होत. त्यांच्या आक्रमक भाषणांमुळे पँथर व रिपब्लिकन नेत्यांतील संवाद पूर्णत: बंद पडला. नामदेव ढसाळांनी रिपब्लिकनांपासून उसळत्या रक्ताच्या तरुणांची नाळच तोडली. मिलिटंट संघटनांचा इतिहास ढाले-ढसाळांना क्षमा करणार नाही. उभयतांनी समाजाचा विश्वासघातच केला. 'जबाबदार नेते फुटतच नसतात.त्यांना समाजाची जबाबदारी व पडता काळ कळतो आणि पडत्या काळात समाजाला सावरतो तोच खरा नेता.' (दगलबाज पुढाऱ्यांना दलित पँथरचा इशारा : प्रस्तावना, राजा ढाले, पृ.२.) राजाने जबाबदार नेत्यांची जी कसोटी सांगितली, तीच त्याच्या नेत्वृत्वाचा कसदारपणा तपासण्यासाठी वापरली तर राजाची वस्त्राभूषणे गळून पडली. धम्मपरिषद, राखीव जागा, गोलमेज परिषद, धम्मलिपी इ. मधून केलेली कमाई मिलिटंट युवा पिढीविषयी जनतेचा विश्वास पुनश्च संपादन करण्यास व नवे बळ देण्यास तोकडीच पडेल. बौद्धिक अहंकारातून वाढत वाढत जाणारा तुसडेपणा नि हेकटपणा कार्यकर्ते तोडतो नि संघटना फोडतो, हे अहंमन्य गर्विष्ठ राजाभाऊ ढाले आणि बापूजी कांबळेंना उमजेल तो सुदिन केव्हा तरी उजाडणार, म्हणून बिच्चारी दलित जनता उत्सुकतेने वाट पाहतेय. युक्रांद व दलित युवक आघाडीतील अविनाश डोळस, माधव मोरे, नीलम गोऱ्हे, प्रकाश शिरसाट इत्यादींनी भारिप मध्ये प्रवेश केला. रिपब्लिकन संघटनेत घुसा आणि फोडा यासाठीच पोसलेले नेते आंबेडकरी चळवळीतील समर्पित निष्ठावंतांना हुसकावून लावतात.

विचारबदलू

पक्षबदलू व दलबदलूंपेक्षा विचारबदलू हा अत्यंत घातक प्रकार आहे. ते डॉ. आंबेडकरांच्या विचारांचे संदर्भहीन, सोयवादी विकृत भाष्य करतात. त्यांना आंबेडकरी सिद्धांत आणि चळवळी संकुचित वाटतात. ते आंबेडकरांना मनू, हेडगेवार, शंकराचार्य, कार्ल मार्क्सच्या रांगेत प्रतिष्ठापित करू पाहतात. मनुस्मृती आणि भारतीय संविधान यांच्यात जमीनअस्मानाचे अंतर असताना संविधानाचा भीमस्मृती म्हणून उल्लेख केला जातो. हे बुद्धिभेदी विचारवंत (!) आंबेडकरी चळवळीला महारांची चळवळ म्हणून हिणवतात. ही चळवळ त्यांना जातीय स्वरूपाची वाटते. वस्तुस्थिती अशी आहे की, या संघटनेत वाल्मीकी (गुजराथ), चर्मकार (उत्तर प्रदेश, पंजाब), जाटव (हरियाणा), बेरवा (राजस्थान), नामशूद्र (बंगाल) आदि-द्रविड (तामिळनाडू), माला (आंध्र

प्रदेश),सतनामी व रामनामी (मध्य प्रदेश), मुस्लिम (बिहार) इ. विविध जातींचा सक्रिय सहभाग आहे. १९५७ व १९६७ च्या सार्वत्रिक निवडणुकीत या जातींतील अनेक आमदार व खासदार रिपब्लिकनच्या तिकिटावर विजयी झाले होते. बामसेफ आणि बहुजन समाज पार्टीच्या नेत्यांनी आंबेडकरी विचार अत्यंत विकृतपणे मांडले आहेत. पुणेकरार, राजकीय व शैक्षणिक आरक्षण, धम्मदीक्षा इ. बाबतींत काशीरामचे चिंतन डॉ. आंबेडकरांच्या नावावर खपविले जाते. काशीराम 'देश का नेता (पंतप्रधान)' होण्याच्या स्पर्धेत उभे आहेत. त्यांना आंबेडकरनीती नको, रिपब्लिकन नकोत. बहुजन हवेत. म्हणून काशीराम नीतीची रुट्स (मुळे) मजबूत करणे चालू आहे.

दलबदलूपणा कशासाठी

ज्यांनी रिपब्लिकन पक्ष किंवा गट बदलला ते सर्व नेते पदवीधर, कायदेपंडित, विद्वान आणि मुरब्बी राजनीतिज्ञ आहेत. त्यांनी बाबासाहेबांच्या पार्थिवाला समर्पण करताना चंदनाग्नीत (१९५६), दीक्षाभूमी (१९५७, १९६३), चैत्यभूमी (१९७४) वर जमलेल्या लक्षावधी भीमानुयायांना साक्षी ठेवून ऐक्य टिकविण्याच्या व चळवळ पुढे नेण्याच्या प्रतिज्ञा केल्यात. त्यांनी व्यक्तिगत स्वार्थासाठी किंवा नेतृत्वाच्या हव्यासापोटी दलबदलूपणा केला, असे म्हणणे न्यायोचित नाही. मग त्यांची ही बंडखोरी कशासाठी होती? गरिबांना न्याय मिळवून देण्यासाठी, समतेच्या युद्धासाठी आणि आर्थिक व सामाजिक परिपर्तनासाठी? सत्तेचा वापर करून सर्व गरिबांना न्याय द्यावा या उद्देशानेच मंत्रिपद स्वीकारले असे रूपवतेसाहेबांनी समाजकल्याण खात्याचे राज्यमंत्रिपद स्वीकारताना सांगितले. (दै. मराठा, १३-१२-१९७२.) पुढे दादासाहेबांना अनेक तडजोडी कराव्यात लागल्या. 'गवई, मौर्य, खोब्रागडे, भंडारे यांनाही न्यायासाठी, खेड्यापाड्यातील दलितांवरील अन्याय अत्याचाराचे यादवी युद्ध थांबवण्यासाठी इतर पक्षांशी सहकार्य करण्याशिवाय गत्यंतर नव्हते,' (किर्लोस्कर : ऑगस्ट, १९६३, पृ.१६) अशी उत्तरे दिलीत. ही दलबदलूपणाची कारणे तपासून पाहताना कोळसा उगाळून परीक्षा घेण्याचाच अनुभव येतो.

घराणेशाहीचा बोलबाला

विविध गट-ऐक्य प्रयत्नांतील अपयश, पक्षश्रेष्ठींच्या धोरणांविषयीचे मतभेद, पक्षयुती समझोत्याविषयीची मतमतांतरे, पक्षश्रेष्ठींकडून व्यक्तिगत महत्त्वाकांक्षापूर्तीत निर्माण झालेले अडथळे, पक्षनिधीच्या अपहाराविषयीचे आरोप आणि यशवंतीय थाप इ. मुळे काहींनी पक्ष बदलला. काहींनी गट बदलला, काहींनी नेतृत्वस्पर्धेतून माघार घेतली. स्वतंत्र मजूर पक्षाचे आमदार धृतराष्ट्राची भूमिका वठवीत आहेत. जाधव,

मोहिते, खैरमोडे, भा. र. कद्रेकर, चित्रे, टिपणीस इ. नी सक्तीची निवृत्ती स्वीकारली. पक्षाच्या खासदार-आमदारांना संघटनेच्या कार्यकारिणीत नाममात्र स्थान मिळाले. त्यांची असंतुष्टता वाढली. खासदार एन. एस. कांबळे (पंढरपूर), जी.के. माने, के. यू. परमार, बी. डी. सोळुंके, दत्ता कट्टी, एन. एच. कुंभारे, बी. पी. मौर्य इ. ना सहनायकाची भूमिका पुरेशी वाटली नाही. एकदा पदाधिकारी की कायमचा पदाधिकारी हे पदसिद्ध राजकारणाचे तत्त्व चिरंतन बनले. घराणेशाही मूळ धरू लागली. बाबांनंतर भैय्या, भैय्यानंतर बाबासाहेब आणि राजमाता, दादासाहेब गायकवाडांनंतर दादासाहेब गवईच. नंतर कोण? संघटनेत प्रचंड स्फोट घडवून आणणारा महाप्रश्न. दलित फेडरेशनमध्ये मुख्य वाद आहे, तो डॉ. आंबेडकरांनंतर कोण याचा. याची जाणीव बाबासाहेबांना झालीच होती. ती त्यांनी मुंबईत शे. का. फे.च्या कार्यकर्त्यांसमोर जाहीरपणे सांगितली (जनता, ६-११-१९५४). पां. ना. राजभोज, अमृतराव रणखांबे, रावसाहेब बी. एस. व्यंकटराव, बी. श्यामसुंदर, रावसाहेब ठवरे इ. नेते बाबांच्या हयातीतच पक्ष सोडून गेले. तेव्हाही किरकोळ पडझड जरूर झाली; पण संघटना फुटली नाही. गटागटांत विखुरली नाही. निळे निशाण उंच उंच आकाशात शान के साथ फडकतच होते. दिवट्या दलबदलूंनी निळ्या निशाणाच्या चिंध्या केल्या, झोपडीला आग लावली. हत्ती निवडणूक आयुक्ताच्या दारात साखळदंडांनी बांधून ठेवला.

भीमनगरावर आक्रमण

दलबदलूंच्या फुटीरपणामुळे रिपब्लिकनचे गटागट तयार झाले. काही मठाधिपती बनले; पण संघर्ष बोथट झाला. लढाऊ आक्रमकपणा गर्भगळित झाला. जनतेचे सामर्थ्य खचले. दलित व्होट बँकेचे दिवाळे निघाले. व्होट व नोट देणाऱ्या दलित मतदारांची निष्ठा छिन्नविच्छिन्न झाली. दलबदलूंनी काँग्रेस व इतर विरोधी पक्षांच्या शाखा स्थापन केल्या. भीमनगर, आंबेडकरनगर, समतानगर, बुद्धनगर इ. मध्ये आता तिरंगा, भगवे, हिरवे, अर्ध-पांढरे, अर्ध-हिरवे, लाल झेंडे फडकताहेत. मागील दशकात हे दलबदलूच प्रतिआंबेडकर बनलेत. दुसऱ्या पक्षगटात गेल्यानंतर स्वकीयांविषयी विष पेरणे, त्यांची खिल्ली उडवणे आणि ऐक्य वा समझोत्याची दारे बंद करणे इ. उपद्व्याप हे दलबदलू करतात. भारिप मधल्या माजी पँथर्सनी ऐक्याची जबरदस्त कोंडी केली. काही अठरापगड प्रकाश आंबेडकरांना अंगठाकरंगळीवर नाचवीत आहेत. ऐक्य हवे असेल तर आधी पन्नास लाख रुपये अनामत दान बँकेत ठेवण्याची अट.

आम्हीच भीम केला उणा

ही नामी शक्कल युक्रांदवाल्यांनीच काढली. सत्तारूढ अथवा विरोधी पक्षात

प्रवेश करून दलितांचे सर्वच प्रश्न सुटणार नाहीत. एखादा नेता-मंत्री, उपसभापती, राज्यपाल, उपपंतप्रधान बनतो. पण जनता आहे तिथेच चिखलात रुतून बसते. अनेक वर्षांपासून काँग्रेसमध्ये असलेल्या मातंग, वाल्मीकी, चर्मकार, भटक्या-विमुक्त जमातींची म्हणावी तशी सुधारणा झाली नाही. प्रत्येक सार्वत्रिक लोकसभा निवडणूक नवे ज्वलंत राष्ट्रीय 'इश्श्यू' घेऊन येते. संसदीय लोकशाहीचे अस्तित्व, गरिबी, संविधानाचे अस्तित्व, देशाची अखंडता, समाजवाद, धर्मनिरपेक्षता, ग्रास-रूट्सना सत्तावाटप, संरक्षणविषयक व्यवहारातील दलाली, स्विस बँकेतील ठेव या राजकीय सारीपटावरील गोट्या इतक्या वेगाने सरकतात की, दुर्बल जातिसमूहांच्या पोटापाण्याचे प्रश्न नॉन-इश्श्यू बनतात. दारिद्र्य,बेकारी, महागाई, भ्रष्टाचार-अन्याय- निर्मूलनाऐवजी बोफोर्सची दलाली, कधीही न होणारे पंचायतराज, रामजन्मभूमी-बाबरी मसजिदवादाचा बाजार गरम आहे. राखीव मतदारसंघांतून निवडून आलेल्या हरिजन खासदारांची संख्या पंचाहत्तरच्या वर आहे. तथापि अस्पृश्यांवरील अत्याचारांविरुद्ध एका सुरात रडण्याचेही स्वातंत्र्य त्यांना नाही.

जे सत्तारूढ किंवा विरोधी पक्षात गेले, तेथे त्यांना आंबेडकरी विचारांचा पाठपुरावा करता आला नाही. त्यांना समाजाच्या कल्याणाच्या मूलभूत मागण्याही मंजूर करून घेता आल्या नाहीत. 'तुम्हाला बौद्ध व्हायला कुणी सांगितले?' असा उर्मट प्रश्न विचारणाऱ्या पंतप्रधान मुरारजी देसाईंना जनता पार्टीतील दलित मंत्री व खासदार धारेवर धरू शकले नाहीत. पंचायत-राज ही संकल्पना आंबेडकरी विचारांच्या पूर्णत: विरुद्ध असली, तरी काँग्रेसी हरिजन मंत्री-खासदारांनी अद्यापही मौनव्रत सोडले नाही. ज्यांनी पक्ष सोडला त्यांनी भरल्या ताटात विष्ठा मिसळविली. नेत्यावर चिखलफेक केली. दलबदलूंना डॉ. आंबेडकर आपले नेते वाटत नाहीत. बाबांचे राजकारण फसले, असा त्यांना साक्षात्कार होतो. 'घटनाकार आंबेडकरांनी १९५२- १९५४ च्या लोकसभा निवडणुका राखीव मतदारसंघातून लढविल्या आणि पराभूत झाले. मी जनरल मतदारसंघातून लोकसभा निवडणूक जिंकली. डॉ. आंबेडकर आपल्या जीवनात प्रभावशाली राजकीय संघटना बनवू शकले नाहीत. मग आता कोणीतरी प्रभावशाली राजकीय पक्ष उभा करील हा शुद्ध मूर्खपणा आहे,' असे बी.पी. मोर्यांनी गरळ ओकले (धर्मयुग : १० सप्टेंबर,१९८९, पृ.११). नामदेव ढसाळांनी आणीबाणीच्या काळात 'आमच्या इतिहासातील एक अपरिहार्य पात्र- प्रियदर्शिनी' ही प्रदीर्घ उद्देशिका लिहिली. तीही सुपारी न घेता. दलबदलूंना आपला नेता मि. क्लीन वाटतो. तो दलितांचा कैवारी, महान मुक्तिदाताही असतो.

दलित नेते कोणत्याही पक्ष-संघटनेत गेले, तरी ते सर्वसाधारण जनतेचे नेते कधीच झाले नाहीत. ते केवळ दलितांचे नेते राहिले. त्यांना त्यांच्या जातीच्या

मतदारसंघातच उमेदवारी दिली जाते. प्रचारासाठीही तेथेच जावे लागते. ते किती दलित मते कुजवू किंवा ओढू शकतात यावरून त्यांची किंमत ठरते. मंडळ - सभासद- राज्यमंत्री. आणखी एक-दोन. नंतर बॅक टू पॅव्हेलियन. दोन-चार दिवसांचा नवरदेव वेठबिगार बनतो. 'धोबी का कुत्ता; घर का ना घाट का', अशी त्यांची अवस्था होते.

आंबेडकरचळवळीतील नेते इतर पक्ष-संघटनेत जाणे हेच या चळवळीचे मोठेपण आहे, असे म्हणण्याचा करंटेपणा कुणीच करू नये. जहाजात बसलेल्या प्रत्येक प्रवाशाने केवळ ईर्ष्येपोटी जहाजाला एक एक छिद्र पाडले व स्वत: जीवन- रक्षक पट्टा बांधून पैलतीर गाठण्याचा प्रयत्न केला, तरीही बुडत्या जहाजासह सर्वांनाच जलसमाधी मिळेल.

नवे परिवर्तन - नवे आव्हान

१९५० नंतर खेड्यांत अनेक सहकारी गिरण्या, कारखाने आले. सिंचनाच्या सोयी वाढल्या. हरितक्रांती नि धवलक्रांतीही झाली. मलई खाणारे नवे सरंजामी नेतृत्व ग्रामपंचायत व जिल्हा परिषदेच्या माध्यमाने उदयाला आले. त्यांच्यातील सत्तास्पर्धा व गटबाजीमुळे दलितांवरील अत्याचारही वाढले. या अन्याय-अत्याचारांविरुद्ध निर्णायक झुंज देण्यासाठी स्वतंत्र लढाऊ पक्ष-संघटनेची आवश्यकता आहे. दलबदलूंच्या चोरवाटा बंद कराव्या लागतील. दलबदलूपणा हा संघटनेला कुरतडणारा कर्करोगच होय. या रोगाचे जिवाणू नव्या पिढीच्या शरीरात, मेंदूत प्रवेशता कामा नयेत. सर्वांनीच दलबदलूपणाचा काटेरी निवडुंग मुळासकट उपटून फेकण्यासाठी खालील काही उपाय करावेत. दलबदलूपणा ही रोगी मनाला जडलेली विकृतीच होय; म्हणून पथ्यासह औषध वापरले तरच पक्षसंघटना बलाढ्य शक्तिशाली होईल.

१) सार्वत्रिक लोकसभा निवडणूक उपाय : १९९० पर्यंत छोट्या छोट्या पक्ष संघटनांचे ध्रुवीकरण होईल. त्यात आपलाच गट अखिल भारतीय पर्यायी विरोधी पक्ष बनेल अशी भाबडी प्रतीक्षा करीत बसण्याऐवजी सर्व गट मोडून एकच-एक बलशाली संघटना उभी करावी. ही संघटना कोणत्याही बड्या पक्षात विलीन करू नये. **२)** आंबेडकरी पक्ष-संघटना सर्व शोषित समूहांचा प्रभावी मंच बनवावा. ती केवळ महारांची संघटना आहे, असा विषारी प्रचार मुळीच करू नये. **३)** संघटनेच्या धोरणाची निश्चिती सामूहिक निर्णयाद्वारेच करावी. कोणत्या पक्ष-संघटनांशी कोणत्या अटींवर राजकीय युती, समझोता, तडजोड करावी, पक्षाचे उमेदवार व त्यांचे मतदार संघ इ. बाबत नि:पक्षपातीपणे सामूहिक निर्णय घ्यावेत. ते उभयपक्षांनी अतिशय काटेकोरपणे पाळावेत. **४)** पक्ष-संघटनांच्या संविधानानुसार. अंतर्गत निवडणुका वा नेमणुका कराव्यात. घटनेतील नियमांचे 'लकीर के फकीर' होऊन संघटना फोडण्यासाठीच या

तरतुदींना तुटेपर्यंत ताणू नये. घटना ही संघटना वाढविण्यासाठीच वापरावी.५) केवळ काही व्यक्तींना संघटनेचे शक्तिस्थान बनवू नये. व्यक्तिनिष्ठ राजकारण टाळावे. बुद्धिमत्तेच्या अवाजवी अहंकाराचे भंपक प्रदर्शन करू नये. नेत्याचे चालणे, बसणे, उठणे, बोलणे बाबासाहेबांसारखे असण्यापेक्षा त्यांचे विचार करणे व व्यवहार करणे डॉ. आंबेडकरांप्रमाणे असावे. ६) गट-नेत्यांनी ऐक्यप्रयत्नांना योग्य वेळी प्रतिसाद दिला पाहिजे. त्यांनी भुई थोपटण्याचा डाव पुन्हा पुन्हा मांडू नये. जनतेची एकी किंवा पुढाऱ्यांची एकी असा बालिश वाद घालू नये. पायाखालची वाळू पूर्णत: सरकली म्हणून अमक्याला तमक्याला रिपब्लिकन ऐक्याची गरज वाटते, ही आत्मघातकी भूमिका टाळावी. ऐक्यबैठकीतले ठराव ततोतंत पाळावेतच. आपली खुर्ची वाचविण्यासाठी घटनात्मक पळवाटा शोधू नयेत. ७) पक्ष-संघटना नेतृत्वावर निराधार गलिच्छ आरोप करू नयेत. उपल्या, धोतऱ्या, नाच्या पोऱ्या, आगलावी व्यक्ती व इतर तत्सम उपहासपूर्ण शेलक्या संबोधनांचा वापर टाळावा. एकमेकांचा जनतेवरील प्रभाव कमी करणे, नामोहरम करणे वर्ज्य समजावे. ८) पक्ष, धर्म, शिक्षण, साहित्य, रोजगार, स्त्री, आदिवासींचे कल्याण इ.शी. संबंधित चळवळीची सूत्रे समर्पित प्रज्ञावान नेत्याकडे सोपवावीत. ९) वयोवृद्ध अनुभवी कार्यकर्ता, विचारवंत, साहित्यिक, लेखक, संशोधक, पक्ष-संशोधक, पक्ष-संघटनेच्या वाढीविषयी आस्था बाळगणारे निवृत्त अधिकारी यांची एक लहानशी समिती तयार करावी. चारदा स्थापन झालेले अध्यक्षीय मंडळ मोडकळीस का आले याचा मागोवा घेणे उपयुक्त ठरेल. या नव्या समितीने पक्ष व संलग्न संघटनांच्या वादग्रस्त प्रश्नांवर नि:पक्षपातीपणे निर्णय द्यावा. नेतृत्वावर अंकुश ठेवावा. १०) बुद्धाने वज्जींना सांगितलेल्या संघटनेच्या सात नियमांचे काटेकोरपणे पालन करावे.

❑❑❑

९.

रिपब्लिकन पक्ष व धार्मिक अल्पसंख्याक

धनराज डाहाट

भारतात अनेक राजकीय पक्ष विद्यमान असताना बाबासाहेबांच्या संकल्पित रिपब्लिकन पक्षाची आवश्यकता काय? हा प्रश्न निर्माण होणे साहजिकच आहे. या प्रश्नाचे उत्तर शोधताना एक गोष्ट आपल्या लक्षात येईल की, भारतातील अनेक राजकीय पक्षांची पृष्ठभूमी ही विदेशी तत्त्वज्ञानाच्या रसायनातून तयार झाली आहे आणि भारतीय मातीशी त्यांचा संबंध जोडण्याचा एक अश्लाघ्य प्रयत्न प्रत्ययास येतो. सांप्रदायिक आधारावर ज्या राजकीय पक्षांची वैचारिक बैठक आहे, त्यांनी जागतिक मूलतत्त्ववाद (Fundamentalism) आडपडद्याने स्वीकारलेला दिसतो. रामजन्मभूमी व बाबरी मशिदीचा वाद, हा त्याच मूलतत्त्ववादाचे फलित आहे. अशा प्रकारे धर्मनिरपेक्षतेच्या नावाखाली धर्माच्या भिंती मजबूत करणारे पक्ष तर आहेतच; परंतु आर्थिकतेचा निकष प्रत्येक ठिकाणी लावून सामाजिक विषमतेला यथास्थिति ठेवणारे पक्षही कमी नाहीत. आर्थिक समता व सामाजिक न्याय प्रस्थापित करण्याच्या त्या त्या पक्षाच्या वांझोट्या घोषणा आतापर्यंत कठलेच मूलभूत परिवर्तन घडवून आणू शकल्या नाहीत, ही वस्तुस्थिती आहे; म्हणूनच देशातील विवक्षित वर्गाला साधनसंपन्नता व बहुसंख्य समाजघटकांना त्यापासून वंचितता वाट्याला आली आहे.

या देशातील बहुतेक राजकीय पक्षाचे धुरीण वर्णश्रेष्ठ लोक आहेत. त्यांनी प्रत्येक वेळी स्वतःच्या समाजाच्या प्रश्नांना प्राथमिकता दिली आणि त्या अनुरोधानेच राजकीय तत्त्वज्ञान मांडण्याचा प्रयत्न केला. पुरोगामीत्वाचा बुरखा पांघरलेले साम्यवादी पक्षसुद्धा याला अपवाद नाहीत. या सर्व राजकीय पक्षांचे नेते ब्राह्मणशाहीच्या धरोहरातीलच आहेत, त्यामुळे त्यांच्या पक्षाचे तत्त्वज्ञान देशातील क्रांतिकारी तत्त्वज्ञानाशी सलगी न करता ब्राह्मणशाहीच्या कोषातून अभिव्यक्त होताना दिसते. ब्राह्मणशाही आणि भांडवलशाही

यांमध्ये ब्राह्मणशाहीच वरचढ आहे. ब्राह्मणशाहीला नष्ट केल्याशिवाय भांडवलशाहीलाही धक्का लागणे शक्य नाही आणि धार्मिक अल्पसंख्याक व समस्त दलितांना त्यांच्या प्रगतीचा मार्ग प्रशस्त होणे शक्य नाही, हीच खरी सम्यक परिवर्तनाची विचारधारा आहे. ब्राह्मणशाही हीच या देशाची खरी शत्रू आहे हे छातीठोकपणे सांगण्याची धमक कोणत्याही राजकीय पक्षात नाही, ब्राह्मणशाहीला आपल्या शत्रुस्थानी मानून तिचे वैचारिक किल्ले उद्ध्वस्त करण्याची शक्ती फक्त एकाच पक्षात आहे. तो म्हणजे रिपब्लिकन पक्ष; म्हणूनच बाबासाहेबांच्या संकल्पित रिपब्लिकन पक्षाची ऐतिहासिक निकड आपण सर्वांनी लक्षात घेतली पाहिजे.

भारतीय संविधानाचा ध्वजवाहक

बाबासाहेब आंबेडकरांनी या देशात आर्थिक, सामाजिक, राजकीय व सांस्कृतिक समानता प्राप्त व्हावी यासाठी संविधानाच्या माध्यमातून सामाजिक परिवर्तनाचे तत्त्वज्ञान उद्घोषित केले. बाबासाहेबांच्या या संविधानातील क्रांतिकारी तत्त्वज्ञानाला राजकीय माध्यमातून अंगीकृत करण्याचे सामर्थ्य केवळ रिपब्लिकन पक्षात आहे. भारतीय घटनेचा उपोद्घात(Preamble) रिपब्लिकन पक्षाने तत्त्वत: मान्य केला आहे. रिपब्लिकन पक्षाच्या ध्येयधोरणात त्याला अग्रस्थान आहे. तो उपोद्घात असा--

'आम्ही भारतातील लोक प्रतिज्ञापूर्वक असे ठरवितो की, भारत हे स्वतंत्र, सार्वभौम लोकसत्ताक राष्ट्र राहील आणि त्यातील सर्व नागरिकांना सामाजिक, आर्थिक व राजकीय, न्याय, विचार, भाषण, मत आणि धार्मिक स्वातंत्र्य, संधी व सामाजिक प्रतिष्ठा यांबाबत समता, व्यक्तिस्वातंत्र्य व राष्ट्रैक्य साधणारा बंधुभाव या गोष्टी मिळवून देण्यासाठी झटू.'

या उपोद्घातात सामाजिक परिवर्तनाच्या तत्त्वज्ञानाची बाबासाहेबांनी रीतसर मांडणी केली आणि राजकीय कृतीची खरी दिशा दिली. बाबासाहेबांनी आपल्या लेखणीच्या आणि वाणीच्या माध्यमाने राजकीय तत्त्वज्ञानाची जी मांडणी केली, त्याचा सर्व आधार रिपब्लिकन पक्षाच्या मुळाशी आहे. त्यानी विश्लेषित केलेला राज्य समाजवाद, सामाजिक लोकशाही, संसदीय राज्यपद्धती, विरोधी पक्षाची आवश्यकता, एक व्यक्ती एक मूल्य, समान न्याय-समान संधी, दलितांची सत्ताप्राप्ती, राष्ट्रनिर्मिती या सर्व बाबींचा सूक्ष्मपणे अभ्यास केल्याशिवाय बाबासाहेबांच्या संकल्पित रिपब्लिकन पक्षाची महानता लक्षात येणे शक्य नाही.

बाबासाहेबांनी अतिशय परिश्रमांती भारतीय संविधानाला साकारित केले. सर्व धर्मग्रंथांपेक्षाही महान विचारांची व राष्ट्रीय मूल्यांची दीप्तिमान तत्त्वे त्यांनी संविधानात

अंतर्भूत केली. जगातील सर्वश्रेष्ठ संविधान त्यांनी देशाला बहाल केले. पुढे या संविधानाच्या आधारेच राजकीय कृतीचा अभिलेख त्यानी रिपब्लिकन पक्षाच्या रूपाने अलंकृत केला; म्हणूनच 'मनुवादी' सर्व राजकीय पक्षांना आव्हान फक्त 'संविधानवादी' रिपब्लिकन पक्षच ठरू शकतो; त्यामुळे भारतीय संविधानाचा राजकीय ध्वजवाहक फक्त रिपब्लिकन पक्ष आहे, हे आज ना उद्या सर्वांना मान्यच करावे लागेल.

भारतीय संविधानाचे एक वैशिष्ट्य असे की, या संविधानात बाबासाहेबांनी अल्पसंख्याकांना कायदेशीर संरक्षण व न्याय मिळवून दिला; त्यामुळे अल्पसंख्याकाच्या हितरक्षणासाठी संघर्षरत राहण्याची जबाबदारी संविधानाचा ध्वजवाहक असलेल्या रिपब्लिकन पक्षावरच येते. जे लोक संविधान बदलविण्याची भाषा बोलताहेत, तेच लोक अल्पसंख्याकांचे कायदेशीर संरक्षण संपविण्याच्या मार्गावर लागले आहेत, हे लक्षात घेणे अगत्याचे आहे. रिपब्लिकन पक्षाच्या पुरस्कर्त्यांनी हा विरोधकांचा डाव उधळून लावावा व बाबासाहेबांच्या राजकीय तत्त्वज्ञानाला रिपब्लिकन पक्षाच्या माध्यमाने मजबूत पायावर उभे करावे, यातच समस्त अल्पसंख्याकांचे कल्याण आहे.

राजकीय संयुक्त संघ

बाबासाहेबांच्या संकल्पित रिपब्लिकन पक्षाचा विचार करताना त्यांनी वेळोवेळी दिलेले विचार आजही तितकेच महत्त्वाचे वाटतात. शेड्युल्ड कास्ट फेडरेशनच्या वेळी बाबासाहेबांनी २९ ऑक्टोबर, १९५१ रोजी पतियाळा येथील भाषणात निर्देश केला होता -

'आपण अल्पसंख्य आहोत हेही तुम्ही पक्के ध्यानात घेतले पाहिजे; त्यामुळे स्वभावत:च आपल्याजवळ असलेल्या मतदारांची संख्याही फारच अल्प आहे. आपण अन्य राजकीय पक्षांशी निवडणुकीसाठी मैत्री केली तर आपल्या यशाची खात्री दुप्पट होईल. त्यांच्या मतांची आपणाला मदत होईल व आपल्या मतांची त्यांना मदत होईल.'

(डॉ. बाबासाहेब आंबेडकरांची भाषणे, संपादक मा. फ. गांजरे, पृ.७२.)

बाबासाहेबांनी अशाच आशयाचा विचार दि. २५-१२-५३ रोजी निपाणी (जि. बेळगाव) या ठिकाणी दिलेल्या भाषणात मांडला (पूर्वोक्त, पृ.१०४).

यावरून, बाबासाहेबांनी रिपब्लिकन पक्षाची निर्मिती करताना व्यापक धारणेचा आधार दिला होता, याची खात्री पटेल. ब्रिटिश मजूर संघाच्या धर्तीवर एक 'राजकीय संयुक्त संघ' स्थापन करून प्रबळ विरोधी पक्ष निर्माण करावा व पुढे त्याचे रूपांतर सत्ताधारी पक्षात करावे, ही रिपब्लिकन पक्षामागची त्यांची भावना होती. रिपब्लिकन

पक्षाने कोणत्या राजकीय पक्षांशी युती करावी याचे राजकीय पंचशील त्यांनी 'शेड्युल्ड कास्ट फेडरेशनचा निवडणूक जाहीरनामा, १९५१' मध्येच घोषित केले होते. बाबासाहेब त्या जाहीरनाम्यात युतीच्या संदर्भात पुढील निर्देश करतात-

१) अशा प्रत्येक पक्षाचे धोरण स्पष्ट असले पाहिजे.

२) अशा पक्षाचे धोरण फेडरेशनच्या धोरणाला पोषक असले पाहिजे.

३) अशा सहकार करणाऱ्या पक्षांनी अस्पृश्यांच्या आर्थिक व सामाजिक उन्नतीस साहाय्य केले पाहिजे.

४) फेडरेशनच्या अंतर्गत व्यवस्थेत व राजकारणात या पक्षांनी ढवळाढवळ करता कामा नये.

५) असा संयुक्त संघ जो पक्ष अमान्य करील, त्या पक्षाशी कसलेच संबंध सहकार करणाऱ्या पक्षाने ठेवता कामा नयेत. (पूर्वोक्त,पृ.४७.)

उपरोक्त बाबी लक्षात घेऊनच रिपब्लिकन पक्षाच्या भूमिकेचा व राजकीय संयुक्त संघाचा विचार करता येईल. देशपातळीवर एक 'आघाडी' स्थापन करून रिपब्लिकन पक्षाने घटकपक्ष या नात्याने महत्त्वपूर्ण भूमिका करावी, हा त्यामागे गर्भितार्थ होता. हा विचार आजही राजकीय संदर्भात तितकाच महत्त्वपूर्ण आहे.

अल्पसंख्याकांचा सहकार

रिपब्लिकन पक्षाची उद्दिष्टे साध्य करण्यासाठी बाबासाहेबांनी पक्षाच्या जाहीरनाम्यात जी तत्त्वे उद्धृत केली आहेत, ती जशी सार्वजनिक दृष्ट्या व्यवहार्य आहेत, तशीच ती पक्षाच्या रक्तवाहिन्या समुचित चालण्यासाठी यथार्थ स्वरूपाची आहेत. त्यांनी दिलेल्या सात तत्त्वांपैकी तीन तत्त्वे अल्पसंख्याकांना हितसंवर्धक व मार्गदर्शक आहेत. ती तीन तत्त्वे अशी आहेत :

१) इतर देशबांधवांच्या हक्कांचे व शासनसंस्थेच्या आवश्यक तेवढ्या अधिकारांचे संरक्षण करून प्रत्येक नागरिकास धार्मिक, आर्थिक, राजकीय स्वातंत्र्य असले पाहिजे, असे हा पक्ष मानील.

२) प्रत्येक भारतीय नागरिकास समान अधिकार असल्याचे हा पक्ष मान्य करील. अर्थात, ज्यांना आत्मोन्नतीसाठी कधीच संधी मिळाली नसेल, त्यांना संधी मिळालेल्या लोकांपेक्षा अग्रक्रम देण्याचे तत्त्व पक्ष अंगीकारील.

३) प्रत्येक व्यक्तीस जीवनातील गरजा व भीती यांपासून मुक्ती मिळवून देण्याच्या शासनसंस्थेच्या कर्तव्याची जाणीव सरकारला हा पक्ष सातत्याने देईल.

(पूर्वोक्त, पृ. १८१)

रिपब्लिकन पक्षाने अंगीकारलेली वरील तीनही तत्त्वे अल्पसंख्याकांच्या संरक्षणाची व त्यांच्या उन्नतीची आधारशिला ठरावी अशा स्वरूपाची आहेत.

देशाच्या समाजव्यवस्थेचा विचार करता 'अल्पसंख्य' हा शब्द धार्मिक आधारावर निर्माण झाला आहे; त्यामुळे निखळ आर्थिक आधारावर हा शब्द व्याख्यान्वित करता येणे शक्य नाही. लोकसंख्येचा विचार करता, धार्मिक आधारावर हिंदुधर्मीय बहुसंख्याक ठरतात तर इतर धर्मीय लोक अल्पसंख्याक ठरतात. शीख, मुस्लिम, ख्रिश्चन व बौद्ध हे मुख्य समाजघटक प्रामुख्याने अल्पसंख्याक संबोधिले जातात. या चारही समाजघटकांच्या प्रगतीला हिंदू समाजव्यवस्थेने खीळ घातली आहे. हिंदू समाजव्यवस्थेचे संचलन ब्राह्मणसमाज करीत असल्यामुळे त्यांनी स्वहितासाठी सर्व धार्मिक अल्पसंख्याकांना वेठीस धरले आहे. खरेतर ही हिंदू समाजव्यवस्था नसून केवळ ब्राह्मणी समाजव्यवस्था आहे.

या व्यवस्थेने प्रत्येक धार्मिक अल्पसंख्याकांना परस्परांपासून विभक्त केले आणि स्वत:च्या स्वार्थापुढे त्यांनी कुणाचीही तमा बाळगली नाही. 'अखिल विश्वमें खालसा पंथ गाजे। जगे धर्म हिंदू सकळ थंड भाजे।' अशा शब्दांत हिंदूंचे गुणगान करणाऱ्या गुरू गोविंदसिंहांच्या धर्मबांधवांचे पंजाबमध्ये अजूनही शिरकाण सुरूच आहे. काश्मीरच्या प्रश्नावर मुस्लिमांना राष्ट्रद्रोही ठरवले जाते, तर धर्मांतराच्या प्रश्नावर ख्रिश्चनांशी सवतासुभा सुरूच आहे. तसेच आरक्षणाच्या प्रश्नावर बौद्धांना उद्ध्वस्त करण्यात त्यांना भूषण वाटते. एवढेच नव्हे तर हिंदू धर्मातील बहुसंख्य असलेल्या बहुजन समाजाला पायाखाली दाबून ही ब्राह्मणी समाजव्यवस्था अनिर्बंध राज्य करीत आहे. तरीही त्यांचा तोरा राष्ट्रीयतेचा आहेच. ब्राह्मणशाहीला नष्ट करण्यासाठी सर्व धार्मिक अल्पसंख्याकांनी एकत्र येणे ही काळाची गरज आहे. ब्राह्मणशाहीचे खरे मरण अल्पसंख्याकांच्या मुठीत आहे, हे त्यांनी आधी लक्षात घ्यावे; म्हणूनच या देशातील सर्व धार्मिक अल्पसंख्याकांनी एकसंघ व्हावे, हीच रिपब्लिकन पक्षाची युगहाक आहे. बाबासाहेब म्हणतात,

'आपापल्यापुरतेच पाहत राहणे हा अल्पसंख्याकांचा दोष आहे.'

(डॉ. बाबासाहेब आंबेडकरांची भाषणे, खंड ४, संपादक मा. फ. गांजरे, पृ.९१)

अल्पसंख्याकांनी या दोषांचे परिमार्जन करून राजकीय मंचावर एकत्र येण्याची नितान्त गरज आहे. यालाच दुसऱ्या शब्दांत 'अल्पसंख्याकांचा सहकार' म्हणता येईल.

अल्पसंख्याकांची आंबेडकरनिष्ठा

या देशातील सर्व अल्पसंख्याकांनी आपल्या अभ्युदयासाठी 'निर्भय व्हा व जगाचे राज्य मिळवा' हा बाबासाहेबांचा संदेश लक्षात घेतला पाहिजे. प्रत्येक अल्पसंख्याकांना

एकटे गाठून त्यावर मारा करण्यात जी ब्राह्मणशाही आजवर यशस्वी झाली, तिचे सारे प्रयत्न विफल करण्यासाठी बाबासाहेबांच्या तत्त्वज्ञानाशिवाय पर्याय नाही, हे त्यांनी पक्के लक्षात घ्यावे. काही धार्मिक अल्पसंख्याकांमध्ये ही जाणीव येत आहे, ही फार समाधानाची बाब आहे. दलित-मुस्लिमांची ऐक्यप्रक्रिया गतिमान होत आहे. ख्रिश्चन व शीख यांच्यामध्येही या जाणिवेचा साहित्यप्रचार होत आहे. सर्व अल्पसंख्याकांची राजकीय एकजूट बांधली जात नाही, तोपर्यंत अल्पसंख्याकांचा प्रत्येक नागरिक निर्भयपणे जगू शकणार नाही. अल्पसंख्य समाजातील काही 'अतिरेकी' प्रवृत्तीच्या लोकांनी ज्या मार्गाचा अवलंब केला आहे, तो लोकशाहीला आणि त्यांच्या समाजालाही न्याय देणारा नाही, हे आजवरच्या त्यांच्या संघर्षातून सिद्ध झाले आहे; म्हणूनच बाबासाहेबांच्या 'सामाजिक लोकशाही' या तत्त्व-धोरणाचा अंगीकार करून समस्त अल्पसंख्याकांनी बाबासाहेबांना अभिप्रेत असलेल्या रिपब्लिकन पक्षाचा नव्याने विचार केला पाहिजे.

समाजक्रांतिकारक महात्मा फुले यांनी 'सेक्युलर' तत्त्वाचे एक उत्कृष्ट उदाहरण दिले होते. एकाच कुटुंबात अनेक धर्मीयांनी गुण्यागोविंदाने राहावे अशी त्यांची कल्पना होती. तथागत बुद्धानेसुद्धा अनेक नद्या समुद्रात कशा एकजीव होतात, हा जीवनमार्ग दाखविला होता. या सर्व सम्यक तत्त्वज्ञानाच्या आदर्शांचा विचार करून, सर्व अल्पसंख्याकांनी एकत्र येऊन रिपब्लिकन पक्षाचा राजकीय समुद्र तयार करावा. या समुद्रात बहुजन समाज, आदिवासी समाज यांचे विलिनीकरण झालेले दिसेल. बाबासाहेबांना अभिप्रेत असलेला राजकारणाचा हा 'काफिला' पुढे नेणे रिपब्लिकन पक्षाची गटारे निर्माण करणाऱ्या गटाधिपतींना सध्या तरी शक्य नाही; कारण त्यांच्या ध्येयामध्ये खुर्चीच्या राजकारणाला अग्रक्रम आहे. त्यांचे ध्येय आणि राजकारणही मर्यादित असल्यामुळे त्यांनी 'रिपब्लिकन' शब्दाला हकनाक बदनाम केले आहे. बाबासाहेबांना अपेक्षित असलेला रिपब्लिकन पक्ष निर्माण करण्यासाठी एखादा 'सेनापती' च पुढे आला पाहिजे. 'हयात लेके चलो कायनात लेके चलो- चलो तो सारे जमाने को साथ लेके चलो' ही जाणीव ज्या नेत्यामध्ये राहील, तोच नेता बाबासाहेबांची राजकीय चळवळ रिपब्लिकन पक्षाच्या माध्यमाने गतिमान करू शकेल, यात तीळमात्र शंका नाही.

रिपब्लिकन पक्ष नव्याने उभा करण्यासाठी 'रिपब्लिकन पक्ष' नाव धारण केलेल्या गटाधिपतींना एकत्र आणण्याची मोहीम आतातरी बंद केली पाहिजे. जे नेते स्वतःच एकत्र येऊ शकत नाहीत, ते धार्मिक अल्पसंख्याकांना कसे एकत्र आणणार? या नेत्यांना एकत्र आणण्याचा व्यर्थ खटाटोप सोडून रिपब्लिकन पक्षाच्या नवनिर्मितीच्या दृष्टीने जो नेता निःस्वार्थपणे कार्यरत आहे, त्याच्या यशाच्या ढिगाऱ्याखाली सारे गटाधिपती दबले जातील आणि आंबेडकरी तत्त्वांवर आधारित एक नवीन राजकीय

शक्ती उभी राहील, हे मात्र निश्चित. बाबासाहेबांनी केलेली भाकिते सर्वच खरी ठरलीत; त्यामुळे रिपब्लिकन पक्षाचे भाकीतदेखील सर्व जनतेच्या व प्रामाणिक नेत्यांच्या कर्तृत्वातून खरे ठरणारे आहे. रिपब्लिकन पक्षाच्या 'कॅन्व्हास' वर अल्पसंख्याकांचे राजकीय चित्र काढण्यासाठी बाबासाहेबांचे विचारच मार्गदर्शक स्वरूपाचे ठरतील. अल्पसंख्याकांची आंबेडकरनिष्ठाच देशाच्या राजकारणाला खरे क्रांतिकारी वळण देऊ शकेल.

तरुणांनी पुढे यावे!

बाबासाहेबांना अभिप्रेत असलेला रिपब्लिकन पक्ष अजूनपर्यंत अस्तित्वातच आला नाही. आतापर्यंत रिपब्लिकन पक्षाच्या नावाखाली गटाधिपतींचे 'राजकारण' च झाले. या त्यांच्या संकुचित, व्यक्तिद्वेषी राजकारणाला रिपब्लिकन पक्षाचे नाव जोडणे ही अतिशय गंभीर चूक आहे. आतापर्यंतचा रिपब्लिकन पक्ष हा पक्षनेत्यांच्या नावावर चालला; त्यामुळे तो बाबासाहेबांना अभिप्रेत असलेला रिपब्लिकन पक्ष होऊच शकला नाही. बाबासाहेबांनंतर ही राजकीय वाताहत का झाली असावी? या प्रश्नाचे उत्तर शोधताना एक गोष्ट आपल्या लक्षात येईल की, रिपब्लिकन पक्षाच्या निर्मितीसाठी बाबासाहेबांनी ज्या योजना मांडल्या होत्या, त्यांकडे कुणाचेच लक्ष गेलेले दिसत नाही. देशातील लोकशाहीविषयक विचाराला आणि कार्याला परिणामकारक चालना मिळावी, त्याचप्रमाणे आपल्या नियोजित रिपब्लिकन पक्षामध्ये तरुणांची भरती होत राहावी, ह्या हेतूने राजकारणात प्रत्यक्ष भाग घेऊ इच्छिणाऱ्या लोकांसाठी मुंबई येथे एक प्रशिक्षण विद्यालय (ट्रेनिंग स्कूल) सुरू करण्याची बाबासाहेबांची योजना होती. (संदर्भ : डॉ. बाबासाहेब आंबेडकर, लेखक : धनंजय कीर, पृ. ५११.) असे प्रशिक्षण विद्यालय बाबासाहेबांच्या मृत्यूनंतर केवळ तीन महिन्यांतच पोरके होऊन बंद पडले. या विद्यालयाद्वारे राज्यकारभाराला योग्य वळण लावण्यासाठी जाणत्या नि लायक, तज्ज्ञ नि कर्तृत्ववान आमदारांचा नि खासदारांचा विधिमंडळांना नि लोकसभेला पुरवठा झाला असता, असे धनंजय कीरांनी बाबासाहेबांच्या चरित्रग्रंथात लिहिले आहे.

सध्यावस्थेत रिपब्लिकन पक्षाची नव्याने बांधणी करण्यासाठी अशा एखाद्या राजकीय प्रशिक्षण विद्यालयाची अत्यावश्यकता आहे. या प्रशिक्षण विद्यालयात सर्व धार्मिक अल्पसंख्याकांच्या तरुणांना प्रवेश देऊन आंबेडकरी जाणिवेने त्यांच्यातून कर्तबगार समाजकार्यकर्ते तयार करणे ही काळाची गरज आहे. बाबासाहेब म्हणतात,

"राजकारण कोणास करावयाचे असेल तर राजकारणाचा चांगला अभ्यास केला पाहिजे. अभ्यासाशिवाय जगामध्ये कोणालाच काही साधता येणार नाही."

(डॉ. आंबेडकरांची भाषणे, खंड ७ : संपादक : मा. फ. गांजरे, पृ.१००.)

बाबासाहेबांचा हा युगसंदेश लक्षात घेऊन त्यांच्या राजकीय स्वप्नपूर्तीसाठी, सामाजिक परिवर्तनासाठी, सत्ता हस्तगत करण्यासाठी, भारतीय संविधानाच्या प्रत्येक शब्दाला अर्थ प्राप्त करून देण्यासाठी, ब्राह्मणशाहीला जिवंत गाडून समता प्रस्थापित करण्यासाठी आणि राष्ट्रनिर्मितीसाठी रिपब्लिकन पक्षाची नव्याने बांधणी करणेच योग्य ठरेल. बाबासाहेबांच्या डोळ्यांतील निळे स्वप्न साकार करण्यासाठी तरुणांची पुढे यावे व रिपब्लिकन पक्षाचा निळा ध्वज आपल्या समर्थ खांद्यावर घ्यावा, हीच अपेक्षा.

❑❑❑

१०.
रिपब्लिकन पक्ष आणि दलित पँथर
ज. वि. पवार

समता, स्वातंत्र आणि विश्वबंधुत्व या तत्त्वत्रयीवर आधारलेल्या समाजाची निर्मिती करणे हे एकमेव ध्येय रिपब्लिकन पक्ष व दलित पँथर या दोन्ही संघटनांचे होते. साध्य एकच असले तरी त्याच्या पूर्ततेसाठी अवलंबिलेले मार्ग भिन्न होते आणि म्हणूनच रिपब्लिकन पक्ष अस्तित्वात असूनही आम्ही दलित पँथरची स्थापना केली. ३-१०-१९५७ रोजी स्थापन झालेल्या रिपब्लिकन पक्षाने बाबासाहेबांनी आखून दिलेल्या मार्गाने प्रवास चालू ठेवला असता, तर बाबासाहेबांचे स्वप्न साकार करणे कठीण झाले नसते; परंतु रिपब्लिकन नेतृत्वाने बाबासाहेबांच्या विचारांच्या नेमके विरुद्ध आपली ध्येयधोरणे आखली. परिणामी रिपब्लिकन पक्ष दिशाहीन व शक्तिहीन झाला.

डॉ. बाबासाहेब आंबेडकरांनी तथाकथित अस्पृश्यांच्या स्थित्यंतरासाठी लढे पुकारले; त्यासाठी त्यांनी ना इथल्या बहुसंख्याकांची पर्वा केली, ना शक्तिशाली इंग्रज राज्यसत्तेची. स्वत: ताठ मानेने त्यानी लढे पुकारले अन् ते लढता लढता लाखोंच्या माना ताठर केल्या. माणुसकीच्या प्रस्थापनेसाठी केलेल्या संघर्षाच्या वेळी त्यांनी राजकारणाचा उपयोग केला ते एक साधन म्हणून; परंतु त्यांच्या पश्चात दलित नेतृत्वाने राजकारणाला अग्रस्थान दिले. धर्मांतरापेक्षा त्यांना निवडणुका महत्त्वाच्या वाटल्या आणि म्हणूनच निवडणुकांआधी धर्मांतर करण्यास त्यांनी विरोध केला. बाबासाहेबांनी १४ ऑक्टोबर, ५६ रोजी आपल्या लाखो अनुयायांसह धर्मांतर केले. नाइलाजास्तव पुढाऱ्यांनीही धर्मांतर केले; परंतु त्यानंतर आलेल्या सार्वत्रिक निवडणुका लढविल्या त्या शेड्युल्ड कास्ट फेडरेशनच्या वतीने. शे. का. फे. च्या वतीने निवडणुका लढविण्याचा निर्णय घेतला त्याच क्षणी बाबासाहेबांच्या संकल्पनेतील व लाखो लोकांच्या मनात घर करून असलेल्या अभेद्य अशा रिपब्लिकन पक्षाची वीट प्रथमत: हादरली. स्वार्थी प्रवृत्तीचा आंबेडकरोत्तर काळात झालेला हा पहिला जाहीर उद्रेक.

३१-१२-१९५६ रोजी प्रेसिडियम (अध्यक्षीय मंडळ) स्थापन करून बाबासाहेबांची जागा प्रेसिडियमने घेतली खरी; परंतु राजकारण खेळले गेले, ते शे. का. फे.च्या झेंड्याखाली. जो रिपब्लिकन पक्ष पुढे ऑक्टोबरमध्ये स्थापन करण्यात आला, तो सार्वत्रिक निवडणुकांआधी स्थापन करण्यात आला असता तर भारतीय राजकारणाचे चित्र वेगळेच पाहायला मिळाले असते. बाबासाहेबांच्या संकल्पनेची शान वाढली असती अन् प्रबळ विरोधी पक्ष अस्तित्वात आला असता. परंतु कूपमंडूक प्रवृत्तीच्या लोकांनी रिपब्लिकन पक्षाची कवाडे दलितेतरांना बंद करण्यासाठी शे. का. फे. च्याच वतीने निवडणूक लढविली. शे. का. फे. हा संयुक्त महाराष्ट्र समितीचा घटकपक्ष होता आणि म्हणून शे. का. फे. ला लोकसभेच्या नऊ जागा मिळाल्या. परंतु ही निवडणूक रिपब्लिकन पक्षाच्या वतीने लढविली असती, तर रिपब्लिकन पक्षाला लक्षणीय जागा मिळाल्या असत्या; कारण ह्या पक्षाचे उमेदवार दलितेतरही असते. जन्मत:च हा पक्ष बलवान झाला असता अन् पुढे गटबाजीची जी कीड लागली व संपूर्ण डोलाराच निखळून पडला, असे झाले नसते. शिवाय पक्षाची एकजातीय प्रतिमा (इमेज) निर्माण झाली नसती.

रिपब्लिकन पक्ष स्थापन झाला खरा; परंतु दोन वर्षांतच दुरुस्त-नादुरुस्त अशा चिरफळीत दुभंगला. बाबासाहेबांच्या संकल्पनेतला रिपब्लिकन पक्ष, त्याला दुरुस्त-नादुरुस्त ठरविले ते त्यांच्याच अनुयायांनी. तांत्रिक मुद्द्यावर रण माजविणारे पुढे रणातून पळाले. घटनात्मक बाबींवर काथ्याकूट चालू झाला. परिणामी हा पक्ष जातीयतेविरुद्ध लढण्याऐवजी स्वकीयांना शत्रुवत लेखून आपापसांत संघर्ष पेटवीत राहिला. बाबासाहेबांनी घटनेद्वारे कमकुवत वर्गाला अनेक अधिकार दिले; परंतु या अधिकारांची पायमल्ली करणाऱ्यांना जरब बसविण्याइतपत जनआंदोलन प्रभावी राहिले नव्हते. जनआंदोलनाचा अभाव असल्यामुळे शासनाकडून लढून मिळविण्याऐवजी मागणी मागण्याची प्रवृत्ती बळावली. साहजिकच 'वाक' म्हणताच वाकणाऱ्यांची रांग वाढू लागली. इतकी की हे रांगणारे रांगत रांगत शेवटी सरकारी पक्षाने म्हणजे काँग्रेसने गिळून टाकले. जे आत गेले ते आपले अस्तित्व गमावून बसले... जे बाहेर राहिले ते अनेकदा मिंधे झाले आणि म्हणूनच ज्वालाग्राही चळवळी करणाऱ्या समाजाला होरपळत राहावे लागले. जनआंदोलन निष्प्रभ झाले. परिणामी दलितांवरील अन्याय-अत्याचारांना उधाण आले.

अन्याय वाढत होते अन् अगतिकपणे सहनही केले जाते होते. रिपब्लिकन नेतृत्व गटागटाच्या राजकारणात मशगूल तर चर्मकार, मातंग इत्यादी समाजांतील नेते आपल्या व्यापारी रक्ताशी इमान राखून काँग्रेसच्या ताटातील पडलेले उचलण्याच्या पवित्र्यात. त्यांचा आदर्श जगजीवनराम. म्हणजे स्वाभिमानाच्या बदल्यात सत्तास्थान

मिळविणारा. आंबेडकरानुयायांनी आपल्या आयुष्याची होळी करावी; परंतु त्या होळीवर आपली पोळी भाजावी रामानुयायांनी. यातही एक महत्त्वाची बाब म्हणजे काही ठिकाणी अन्याय बौद्धेतरांवरही झाले. फरक एवढाच की, त्या बौद्धेतरांनी जगजीवनरामसारखा स्वाभिमान गहाण ठेवला नव्हता.

अन्याय होत होते, वाढत होते अन् याला सत्तेचे विकेंद्रीकरण हेही एक कारण होते. वरवर पाहता हे सत्तेचे विकेंद्रीकरण नव्हते तर ते होते सत्तेचे केंद्रीकरण. काल ज्या समाजाने पाटीलकी उपभोगली, तोच समाज आता सरपंचपदी विराजमान होत होता. पाटीलकीला परंपरेची मान्यता होती. सामाजिक मान्यताही म्हणता येईल; परंतु सरपंच या पदामुळे त्याला राजमान्यता मिळू लागली. म्हणजे पाटीलकीची परंपरागत सत्ता आणि सरपंचाची राजकीय सत्ता यांचे केंद्रीकरण झाले ते बहुसंख्याक मराठा जातीत. दरम्यान सहकारचळवळीने आपले जाळे विणले. ग्रामपंचायत असो वा सहकारी क्षेत्र असो. निवडणुकीत यश मिळायचे ते मराठा या जातीलाच आणि म्हणून पाटीलकी, ग्रामपंचायत आणि सहकार तिन्हींचा उपयोग दलितांच्या विरोधी करण्यात आला. पाटीलकीच्या रूपाने वर्चस्ववाद जागा होत होता, त्याला साथ मिळाली ती सहकारी धनदांडगाईची अन् या मुजोरीला संरक्षण मिळू लागले ते ग्रामपंचायतीमुळे.

दलितांवर अन्याय ही तशी नित्याची बाब. हिमखंडाचा एकअष्टमांश भाग पाण्याच्या वर दिसतो अन् सातअष्टमांश भाग पाण्याखाली असतो, तसेच अन्याय- अत्याचाराचे असते. एक अष्टमांश अत्याचारांना वाचा फुटायची तर सातअष्टमांश अत्याचार निमूटपणे सहनले जायचे. जे एकअष्टमांश अन्याय वर्तमानपत्रांत यायचे, त्याने नवशिक्षित तरुण वर्ग अस्वस्थ होत होता; परंतु तोही एका वेगळ्या दास्यत्वाच्या शृंखलेने जखडला होता. सरकारी नोकरी ही ती शृंखला होती; म्हणजे काल सामाजिक दास्यत्वामुळे तो लढत नव्हता, तर आज नोकरीत अडकल्यामुळे हतबल झाला होता, माणुसकीला काळिमा फासणारे अन्याय होत होते अन् सरकारी नोकरीतील दलित तरुण दगडी चेहऱ्याने पाहत होते, ऐकत होते. अगदी शांतपणे, अगदी वादळापूर्वीच्या शांततेने.

मधल्या काळात मुंबईत शिवसेनानामक एक संघटन आकार घेत होते. मराठी माणसाच्या न्याय्य हक्कांच्या हाळीने दलित तरुणही आनंदला. धर्मांतरामुळे त्याला नोकऱ्या मिळत नव्हत्या. बौद्धांना नोकऱ्या न देणारी हिंदू मानसिकता त्यांना शत्रू वाटण्याऐवजी 'मार्मिक' मधील दक्षिणात्य आकडेवारी महत्त्वाची वाटली अन् तो तरुण शिवसेनेत सामील झाला. युद्धात जसे प्रथम महार बटालियनला शत्रूबरोबर लढवून शत्रूला जरब दाखविली जाते, शत्रूला शौर्याची ओळख करून दिली जाते, शत्रूच्या आत्मविश्वासाला तडे पाडण्याचे काम करविले जाते, नेमके तसलेच काम

शिवसेनेच्या उभारणीच्या वेळी दलित तरुणांना करायला लावते. सुरुवातीला शिवसेनेने दलित-अदलित असे उघडपणे पाहिले नसेलही; परंतु नेतृत्व मात्र सतत अदलितांच्याच हाती ठेवण्यात आले. अगदी जाणीवपूर्वक. त्यामुळेच सुरुवातीला कपडे सांभाळणारे आज खुर्च्या सांभाळीत आहेत, तर लढणारे आज रडत आहेत. शिवसेनेतील दलित तरुण लढत राहिले... मिटत राहिले.

शिवसेनेतली जातीयता हळूहळू स्पष्ट आकार घेऊ लागली. दलित शिवसैनिकांना ती अस्वस्थ करीत होती; परंतु त्यांचा नाइलाज होता. सेनेतून बाहेर पडावे तर सेनेला टक्कर देण्याइतपत रिपब्लिकन संघटन बलशाली नव्हते. उलट, ते कमालीचे मवाळ होते. दलित तरुण घुसमटत होता. एखाद्या दसऱ्याच्या दिवशी सेना आपट्याच्या पानांना सोने समजत होती; तर ती पाने स्वीकारताना दलित सैनिकांना १४ ऑक्टोबर,५६ची आठवण यायची. तोही दसराच होता; परंतु त्या दिवशी पानासारखे लाथाडलेले जीवन संपवून एका युगंधराने आपल्या जीवनाला सोन्याचं मोल दिलं होतं. परंपरागत दसरा त्यांना आपला वाटत नव्हता; त्यांना खुणावत होती ती धम्मचक्र प्रवर्तनाची नवी पहाट. एकाच सेनेतले दोन सैनिक. एक भूतकाळात वावरणारा तर दुसरा भविष्याकडे नजर ठेवणारा. दोन्हींतील या मूलभूत फरकामुळे अस्वस्थलेला तरुण आपला आवाज शोधीत होता.

रिपब्लिकन पक्षाचे अनेक गट होते. जमिनीच्या प्रश्नावर आंदोलन उभारणाऱ्या दादासाहेब गायकवाडांनी रिपब्लिकन पक्ष काँग्रेसच्या दावणीला बांधला. त्यांच्या पश्चात रा. सु. गवई यांनी आपला पक्ष सत्तेच्या अवतीभोवती घुटमळत ठेवला. त्यागाला मूठमाती देऊन भोगाचे राजकारण सुरू केले. आत्मसन्मान गहाण टाकून गुलाम निर्माण केले. बाबासाहेबांनी गुलामगिरीविरुद्ध आवाज उठविला. गुलामीच्या शृंखला तोडल्या. गवईंनी त्याच गुलामगिरीची प्रस्थापना केली. गुलामाकडून आणखी अपेक्षा कसली करणार म्हणा? गवई काँग्रेसचे गुलाम तर खोब्रागडे काँग्रेसेतरांचे गुलाम. सुपारीचे खांडही न खाणाऱ्याचे अनुयायी अनेक व्यसनांचे गुलाम. स्वत:च्या अध:पाताबरोबर समाजाचाही अध:पात करणारे बी. सी. कांबळे असून नसल्यासारखे. त्यांचा गट चपलुसी संस्कृतीचा राखणदार. त्यांच्याकडून पुरुषार्थाची अपेक्षा कोण करणार? इतरही गट असेच निष्प्रभ, इतके नेभळट की एखाद्या अन्यायाविरुद्ध पत्रकही काढताना शंभर वेळा विचार करणारे.

खेड्यातील सत्तेचे विकेंद्रीकरण, त्यामुळे एका जातीच्या हातात झालेले सत्तेचे केंद्रीकरण, शिवसेनेची जातीय विषवल्ली, रिपब्लिकन पक्षाचा नामर्दपणा, विरोधी पक्षीयांचे मतलबी प्रेम या पार्श्वभूमीवर आम्ही दलित पँथरची स्थापना केली आणि उधाणलेल्या अन्याय-अत्याचारांना खीळ घातली. आंबेडकरी तरुणांच्या मनात बंडखोरीचे

बीजारोपण केले. राजनिष्ठेपेक्षा आंबेडकरनिष्ठेला प्राधान्य दिले. स्वाभिमान एवढा जागृत केला की, त्यामुळे प्रत्येक तरुण हीच एक चळवळ झाली.

काळाची गरज म्हणून दलित पँथर जन्माला आली खरी; परंतु रिपब्लिकन नेतृत्व आमचा दु:स्वास करू लागले. आमचे खच्चीकरण करण्यासाठी प्रयत्न करू लागले. वडील कोणत्या ना कोणत्या गटात प्रत्यक्ष-अप्रत्यक्षपणे, तर मुलगा दलित पँथरमध्ये आला म्हणूनच पहिला संघर्ष असायचा तो घराच्या चौकटीत. अडवणुकीचे अनेक अडथळे पार पाडूनही दलित पँथर फोफावली, त्याचे कारण म्हणजे जन्मत:च तिने स्वीकारलेले लढाऊ धोरण. हे आमचे लढणे अनेक पातळ्यांवरचे होते. खेड्यात अन्याय करणाऱ्यांना जरब तर अत्याचारग्रस्तांना अभय देत होतो. मुंबईत शिवसेनेच्या गुंडगिरीविरुद्ध दोन हात करीत होतो. रिपब्लिकन नेतृत्वाला धारेवर धरीत होतो. मानसिक गुलामगिरीविरुद्ध आवाज उठवीत होतो. ती गुलामगिरी जोपासणाऱ्या ग्रंथांची आलोचना करीत होतो. त्यांची प्रतीकात्मक होळी करीत होतो. देव-दैव, स्वर्ग -नरक, जन्म-पुनर्जन्म यांची रेवडी उडवीत होतो. मधल्या काळात लोपलेल्या स्वाभिमानाची ज्योत प्रज्वलित करीत होतो. शासनाच्या दमनशक्तीची आम्हाला कल्पना होती अन् तरीही आम्ही लढतच राहिलो. अनेक अस्त्रे निकामी करणारी शस्त्रे आमच्याकडेही होती. नाव होते त्या शस्त्रांचे फुले, आंबेडकर आणि बुद्ध. तीच होती आमची युद्धनीती आणि शक्तीही.

रिपब्लिकन पक्षाला आमचा विरोध कधीच नव्हता. विरोध होता तो गटागटांत विभागलेल्या रिपब्लिकन पक्षाला. अशा रिपब्लिकन पक्षात जाणे म्हणजे एका गटात जाणे होते. आम्हाला ते अमान्य होते आणि म्हणून तर आम्ही गटांवर तुटून पडत होतो. उद्देश हा होता. एक तर सर्व गट एक व्हावेत वा लोकांनी गटाचे नेतृत्व झुगारून द्यावे. पहिला पर्याय अशक्य होता. शक्य होते ते लोकांनी कुचकामी नेतृत्व लाथाडणे; परंतु हेच कुचकामी नेतृत्व आमच्याविरुद्ध गहजब करीत होते. आम्हाला विध्वंसक समजत होते, हिंसाचारी समजत होते. तसा प्रचार अन् प्रसारही करीत होते. आम्हाला विध्वंसन करावयाचे होते ते जातीयवादी मनोऱ्याचे. तो मनोरा नष्ट केल्याशिवाय जातिविहीन समाजरचनेची नवी इमारत बांधता कशी येणार? बरे, बुद्धाने तरी कोठे सांगितले होते की अन्याय निमूटपणे सहन करा म्हणून? बुद्धाने मानसिक गुलामगिरीविरुद्ध आवाज उठविला होताच. अन्याय सहन करणे म्हणजेच मानसिक गुलामगिरीला मान्यता देणे. आम्ही या गुलामगिरीविरुद्धच होतो तर रिपब्लिकन नेतृत्व कमालीचे गुलाम झाले होते. काँग्रेसचे साहचर्य हे एक कारण असू शकते. ते इतके गांधीवादी होते, की एका थोबाडीत बसली तर दुसरे थोबाड पुढे करणारे. आम्ही मात्र थोबाडीत देणाऱ्याचे हातच मुळापासून उपटून टाकण्याच्या ईर्षेने पेटलेले.

आमच्या या लढाऊ बाण्यामुळे दलित पँथर महाराष्ट्रभरच नव्हे तर भारतभर पसरली. सातासमुद्रांपलीकडेही जाऊन पोहोचली. त्यातच जानेवारी ७४ ला मुंबईत लोकसभेची पोटनिवडणूक जाहीर झाली. खेड्यात आम्ही अल्पसंख्याक असतो; म्हणून तेथे आमचा आवाज बंद केला जातो. मध्य मुंबई मतदार संघात आम्ही बहुसंख्याक होतो. तेथे आमचा आवाज महत्त्वाचा होता आणि म्हणूनच आम्ही निवडणुकीवर बहिष्कार टाकण्याचा निर्णय घेतला. कोणताही राजकीय पक्ष आमच्या प्रश्नांच्या सोडवणुकीसंदर्भात आम्हाला आमचा वाटत नव्हता. काँग्रेसचा आंबेडकरद्वेष जसा आमच्या परिचयाचा होता, तसा १९५२ सालचा कम्युनिस्ट पक्षही माहितीचा होता. समाजवादी पक्ष तर दलितांना स्लो-पॉइझन देणारा पक्ष. या पार्श्वभूमीवर आम्ही बहिष्कार पुकारला. आमचा आवाज दडपण्यासाठी सगळेच टपलेले, स्वकीयसुद्धा. त्यातूनच वरळीची दंगल उसळली. या पूर्वनियोजित दंगलीची झळ जास्त पोहोचली ती रिपब्लिकन पुढाऱ्यांना. वरळीच्या लोकांनी तर त्यांना पळवून लावले.

वरळी-नायगावला दंगल झाली. सर्व आंबेडकर अनुयायी एकत्रितपणे या दंगलखोरांना प्रत्युत्तर देत होते. गटतट विसरून. सगळे वातावरण पँथरमय झाले अन् मग आम्हाला शह देण्यासाठी बेगडी ऐक्य करण्यात आले. एकीच्या आणाभाका घेण्यात आल्या. २६ जानेवारी, ७४ रोजी चैत्यभूमीला साक्ष ठेवून ऐक्य अबाधित ठेवण्याच्या शपथा घेतल्या गेल्या. आपल्या पायांखालची वाळू सरकू लागली म्हणून एकीचे नाटक करण्यात आले. डिंकाने चिकटवल्यासारखे सगळे गट चिकटवले गेले. खरेखुरे ऐक्य असते तर वादळवाऱ्याला जुमानले नसते. ते नकली होते आणि म्हणून तर वाळूच्या ढिगाऱ्यासारखे कोलमडून पडले.

५ जानेवारी, ७४ रोजी वरळीच्या सभेवर झालेल्या दगडफेकीनंतर पोलिस आणि पोलिसांचे गणवेष घालून जातीयवाद्यांनी नगांनाच सुरू केला. वर्णयुद्धच पेटले. सरकारही जातीयवादीच. दलितांना चारी बाजूंनी घेरण्यात आले. दंगलीचा आगडोंब उसळला. राजा ढाले अटकेत तर ढसाळ, मी, संगारे, महातेकर भूमिगत. आमच्यावर अटकवॉरंट होते. वरळीतील जातीय दंगलीचा निषेध करण्यासाठी १० जानेवारी, ७४ रोजी मोर्चा काढण्यात आला होता. या मोर्चावर जातीयवाद्यांनी हल्ला केला. भागवत जाधव याच मोर्च्यात शहीद झाला. या दिवशीही दंगल उसळली व आम्हा तिघांसह (ढसाळ, मी, संगारे) अनेकांना अटक करण्यात आली. दुसऱ्या दिवशी कोर्टात आमच्यासाठी झगडण्यास एकही 'आमचा' वकील पुढे आला नाही. नायगाव कोर्टात रिपब्लिकन पक्षाचे म्हणविणारे पाच-सहा वकील हजर होते. आम्ही आरोपीच्या पिंजऱ्यात होतो.

खरेतर अटक झालेल्यांची सुटका करण्यास मी नेहमी धावपळ करायचो; पण

मी अटकेत. समोरची वकीलमंडळी परिचयाची. कोणीतरी स्वत:हून आमची वकिली करील असे वाटत होते... किमान बाहेर चाललेल्या वर्णयुद्धाचा रेटा म्हणून तरी. आमचे इतर कार्यकर्ते जामीन, वकील इत्यादी कामात होते. आम्हाला सोडण्याऐवजी तुरुंगात कुजविण्याचा अघोरी आनंद आमच्या वकीलमंडळींच्या चेहऱ्यावर झळाळत होता. आम्हाला सोडविण्याऐवजी आमची मजा बघत होते; परंतु त्यांना हा आनंद फार काळ उपभोगता आला नाही. कम्युनिस्ट पक्षाचे वकील स्वत:हून पुढे आले. कोर्टफी त्यांनीच भरली. आम्ही फक्त वकालतनाम्यावर सह्या केल्या. बाकी सगळे काम त्यांनीच केले. आम्हाला त्या पक्षाबद्दल आदर नव्हता, परंतु त्याच पक्षाचे वकील आम्हाला मदत करायला पुढे आले; तर आम्हाला जो पक्ष जवळचा होता, त्याचे वकीलनेते आम्हाला त्या पक्षाबद्दल आदर नव्हता; आम्हाला तुरुंगात कुजविण्याचा आनंद उपभोगत होते.

याच दरम्यान भैय्यासाहेब आंबेडकर यांनी एका सभेत शासन आणि दंगल- खोर यांना दम भरला. त्यांच्या आवाजात आपणही आपला आवाज मिळवावा असे आम्हाला वाटले. स्वाभिमानाची कास धरून जनआंदोलन उभारणारा रिपब्लिकन पक्ष आम्हाला हवा होता. तो जर तसा निर्माण होणार असेल, तर त्या पक्षाची 'युवक संघटना' म्हणून आम्ही काम करण्यास तयार झालो असतो. भैय्यासाहेबांचे अभिनंदन करणारे अन् पुढील वाटचालीची अपेक्षा करणारे एक पत्र मी पार्टीच्या चिटणिसांना आंबेडकरभवन, दादर येथील पक्षकार्यालयाच्या पत्त्यावर पाठविले. रजिस्टर्ड पोहोचपावतीचे ते पत्र स्वीकारले गेले नाही. ते परत आलेले पत्र आजही माझ्याकडे पोस्टखात्याच्या रिमार्कसह पडून आहे.

थोडक्यात, रिपब्लिकन पक्ष खुर्चीसाठी कोणतीही तडजोड करण्यास तयार असलेला, तर तत्त्वासाठी कोणतीही तडजोड न करणारी दलित पँथर. जनआंदोलनासाठी कसलीही न पर्वा करणारी दलित पँथर, तर जनआंदोलनामुळे कुणाचाही रोष न पत्करणारा रिपब्लिकन पक्ष. आम्ही झगडत होतो समाजाच्या स्वतंत्र अस्तित्वासाठी, तर त्यांचा प्रवास होता स्वतंत्र अस्तित्व गमावून बसण्यासाठी. आम्ही नाते सांगत होतो भीमाशंकर स्मृतिस्तंभाशी, तर ते निर्मिती करीत होते रणछोडदासाची. ही दलित पँथर संपली ७ मार्च, ७७ रोजी तर रिपब्लिकन पक्ष त्याच स्वरूपात आजही गुलामांची पैदास करीत आहे. फरक पडला नेते अन् अनुयायांत; परंतु प्रवृत्ती मात्र तीच आहे. जनआंदोलने करायची; परंतु त्यांचे व्यापारीकरण करण्यासाठी. काल रिपब्लिकन पक्ष होता नेहमी लाय बोलणाऱ्या लायरांच्या आधिपत्याखाली. अशिलाचे काहीही होवो, आपली फी मिळाली म्हणजे झाले असे मानणाऱ्यांचा. जी अशिलांची गत तीच अनुयायांची.

आज रिपब्लिकन पक्ष आहे तो कणाहीन बाजारबुणग्यांच्या हाती. त्या पक्षाचे नाव घेऊनच ते निवडणुकांच्या काळात धंदा करू शकतात. 'कमिटमेन्ट' करू शकतात. ते आपल्या सात पिढ्यांची व्यवस्था करून ठेवतात; परंतु बाबासाहेबांच्या रिपब्लिकन पक्षाची नालस्ती करतात. बदनाम होतो तो रिपब्लिकन पक्ष . त्यामुळे आपण बाबासाहेबांची अवहेलना करीत आहोत, याची त्यांना जाणीव नसते असे नाही. त्यांचाही नाइलाज असतो; कारण रिपब्लिकन पक्ष हेच त्यांचे भांडवल. त्याच्यातून रिपब्लिकन पक्ष वजा केला तर त्यांची किंमत शून्य ठरते. राजकारणातील आपली किंमत शून्य ठरू नये म्हणून ते रिपब्लिकन पक्षाला कुणाच्याही दावणीला बांधतात. त्यासाठी पक्ष एकजातीय ठेवतात. जातीपलीकडील रिपब्लिकन पक्ष स्थापन करण्याचा निर्णय डॉ. बाबासाहेब आंबेडकरांनी दि. २९ सप्टेंबर, १९५६ रोजी घेतला असला, तरी त्यांच्या संकल्पनेतला पक्ष पस्तीस वर्षांनंतरसुद्धा अस्तित्वात येत नाही, याबद्दल कुणालाही खेद वाटत नाही. ना रिपब्लिकन नेतृत्वाला, ना विरोधी पक्षीयांना. भारतीय राजकारणाची शोकांतिका झाली याचे एकमेव कारण म्हणजे लोकशाहीवादी सशक्त विरोधी पक्षच जन्माला आला नाही. ती जबाबदारी बाबासाहेबांच्या अनुयायांची आहे. आज ना उद्या ती त्यांना पार पाडावीच लागेल.

□□□

११.

बहुजन समाज आणि रिपब्लिकन पक्ष

बा. ह. कल्याणकर

'बहुजन समाज' ही संकल्पना वापरून वापरून आता फारच गुळगुळीत झाली आहे. जेव्हा आपण बहुजन समाज ही संकल्पना वापरतो, तेव्हा आपल्यासमोर कोणता समाज उभा असतो? यावर फारसा गांभीर्याने आपण विचार करीत नाही. मला वाटतं, 'जो समाज शेतीवर जगतो तो बहुजन समाज होय.' इथं शेतीसंस्कृतीवर उभा असलेला समाज आपणाला अभिप्रेत आहे. या शेतीवर मराठा, माळी, कुणबी, धनगर, वंजारी, आगरी इ. जाती आपणाला उदरनिर्वाह करताना दिसतात आणि या समाजाच्या आधारानेच ग्रामीण समाजातील बारा बलुतेदार आणि अठरा अलुतेदार यांना आपल्या उदरनिर्वाहाची गुजराण करावी लागते. बहुजन समाजात त्यांचाही समावेश आहे. अस्पृश्य समाजाची तुलना स्पृश्य ग्रामीण जातीसोबत करणे बरोबर नाही. ग्रामीण स्पृश्य जाती आणि अस्पृश्य जाती यांच्या जीवनाचा आधार शेती असला तरी त्यांच्यात भावनिक, मानसिक, सामाजिक एकवट नाही. शेतीतल्या या कष्टकरी माणसांना परस्परांपासून तोडणारी भिंत आहे जातीची आणि त्यामुळे अस्पश्य बहुजन समाजाच्या जवळ असूनही सामाजिक-सांस्कृतिक बंधानं दुरावलेले आहेत.

ब्राह्मणेत्तर समाज म्हणून मराठा आणि तत्सम मधल्या जातींना अस्पृश्यांच्या बाबतीत ममत्व वाटत नाही. त्याचं कारण वैदिक संस्कारानं पोसलेल्या बौद्धिक गुलामगिरीत आहे. आपण हजारो वर्षांच्या काळोख्या बौद्धिक गुलामगिरीत वावरत आहोत, याची जाणीव बहुजन समाजाला करून देणारा महापुरुष बुद्धानंतर या भारतात झाला तो जोतीराव फुले आणि काही प्रमाणात राजर्षी शाहूमहाराज. शिवाजीमहाराज समतेचा पुरस्कर्ता राजा असूनही बहुजन समाजात त्यांचं चित्र ब्राह्मणी परंपरेने गो-ब्राह्मण प्रतिपालक असंच उभं केलं. त्याच्या व्यक्तिमत्त्वावर दैवी झूल चढवून ब्राह्मणानी बहुजन समाजाला मोठी भूल दिली आहे. शिवशाहीर बाबासाहेब पुरंदरेनी

अख्खा शिवाजीमहाराज याचसाठी तळून खाल्ला. शिवाजीमहाराज, म. जोतीराव फुले, राजर्षी शाहूमहाराज यांचे सामाजिक समतेचे विचार बहुजन समाजाला सांगितले, तर अस्पृश्य आणि स्पृश्य बहुजन समाज यांतील अंतर कमी होऊ शकेल.

पण दुर्दैव हे की, असे प्रयत्न आज होत नाहीत. आमच्या संसदीय राजकारणानं केवळ मतांसाठी जातीचे किल्ले सुरक्षित ठेवण्याची खूपच काळजी घेतलेली आहे. या किल्ल्यांचे कोसळणारे दगड पुन:पुन्हा सत्तेचं सिमेंटिंग करून या किल्ल्याला जिवंत ठेवण्याचं कर्तृत्व आमच्या सर्वच पक्षांतील पुढाऱ्यांमध्ये आहे, हे आता सिद्ध झालं आहे. एका बाजूला नव्या लोकशाहीने निर्माण केलेले नवे जातीय धार्मिक, हितसंबंध या गतिरोधात आमची सामाजिक एकात्मता सापडलेली आहे आणि प्रामाणिकपणे हे मान्य केलं पाहिजे की इथेच बहुजन समाज आणि रिपब्लिकन पक्षातील संबंधांचा दुवा सापडतो. राजकीय पक्ष म्हणजे सत्तेच्या राजकारणाचं माध्यम. खुर्चीवर पोहोचवणारी शिडी. तेव्हा 'तुम्ही शासनकर्ती जमात व्हा' हा डॉ. आंबेडकरांचा हुकूम मानणाऱ्या रिपब्लिकन पक्षाला बहुजन समाज या सर्व पार्श्वभूमीवर साथ कशी देणार? शिवाय 'महारा-मांगांची पोरं राजकारण करू लागली तर आम्ही काय तीर्थयात्रेला जायचं?' असं मानणारे शेठजी-भटजींनी पोसलेले बहुजन समाजातील पुढारी रिपब्लिकन पक्षाला ओवाळतील कसे? आणि अशी अपेक्षा करणं म्हणजे बहुजन समाजातील घनघोर काळोख नांदत असलेल्या वास्तवाला नाकारणं होय.

वास्तविक रीत्या पाहू जाता, रिपब्लिकन पक्ष बहुजन समाजाला आणि बहुजन समाजाच्या पुढाऱ्यांना जवळचा वाटायला हवा. तो जवळचा वाटत नाही आणि जिव्हाळ्याचाही वाटत नाही. रिपब्लिकन पक्षाचेही नेते बहुजन समाजाबद्दल तिरकस वागतात, बोलतात; त्यामुळं या दोन समाजांत साधा संवाद साधला जात नाही, तिथे सुसंवाद निर्माण होणे केवळ अशक्यप्राय बनलं तर नवल नाही. त्यामुळे आज तरी बहुजन समजात रिपब्लिकन पक्षाबद्दल ममत्व आढळत नाही. भारतात ब्राह्मण समाज, श्रमण समाज आणि भ्रमण समाज असे सरळ सरळ विभाग आहेत.

जो सावलीत काम करतो तो ब्राह्मण, जो शेतात उन्हा-तान्हात कष्ट करतो तो श्रमण आणि जो वनवासी आहे, पोटापाण्यासाठी जो डोंगर-दऱ्या भटकत राहतो तो भ्रमण समाज आहे. या तिन्ही विभागांत प्रत्येक समाजातल्या जीवनवास्तवाबद्दल प्रचंड असं अज्ञान आहे. पृथ्वीवरील माणसांचा पृथ्वीवरील मानवी जगाशी प्रत्यक्ष वा अप्रत्यक्ष संबंध असतोच असतो; पण भारतात या बाबतीत विचार करता केवळ निराशाच पदरी पडते. आपण स्वत: म्हणजेच समाज हे ब्राह्मण्य इथं पदोपदी आढळतं.

रिपब्लिकन पक्ष म्हणजे अस्पृश्यांचा पक्ष अशी ठाम समजूत बहुजन समाजाच्या डोक्यात घट्ट बसलेली आहे. अस्पृश्यांचा पक्ष म्हणजे सर्व अस्पृश्यांचा पक्ष नाही; तर

त्यात भर म्हणून रिपब्लिकन पक्ष म्हणजे 'महारांचा पक्ष' अशी समजूत या समाजात आजही बाळगली जाते. जात म्हणजे हितसंबंधांची 'सेफ डिपॉझिट स्कीम' आहे, हेच आमच्या नव्या लोकशाहीने शिकवले आहे. जातिधर्माचा रुजलेला कुंदा स्वातंत्र्यात खणून काढता आला असता; पण निवडणुकीच्या राजकारणानं या हरळीला पाणी देऊन पुन:पुन्हा हिरवं ठेवण्याचा प्रयत्नच केला. डॉ. बाबासाहेब आंबेडकर यांच्या विचारातला रिपब्लिकन पक्ष त्यांच्या निधनासोबत संपला. इतर पक्षांचं जे खोबरं झालं, तसंच नेतृत्वाच्या बाबतीत रिपब्लिकन पक्षाचंही झालं.

नेतृत्वाच्या बाबतीत भारतातल्या सर्वच राजकीय पक्षांत सारखेपणा आहे. स्वत:ला 'इन्टलेक्च्युअल' समजणारे 'करिअर' मध्ये रमले आणि अगदीच चिल्लर मंडळींच्या हातात राजकारण गेलं. त्याला रिपब्लिकन पक्षही अपवाद ठरला नाही. रिपब्लिकन पक्षाचंही राजकारण भारतीय लोकशाहीतल्या स्वभावानुसार जातीय अंगानंच गेलं, त्यात दोष कुणाचा हा प्रश्न मला गौण वाटतो. मात्र ते घडलं हे असंच. डॉ. आंबेडकर म्हणाले होते, 'तुम्ही शासनकर्ती जमात व्हा.' त्यांच्या या विचाराचा अर्थ त्यांच्या अनुयायी समजणाऱ्यांनी 'सत्तेवर असणाऱ्यांच्या पाठीमागे धावत रहा', असा लावला आणि घडलं ते उलटंच. सत्तेवर जो आहे त्याला नमस्कार घालणं हा नवा जोहार ठरला. जसं दलित वस्तीचं नाव डॉ. आंबेडकर- नगर झालं तसाच हाही नवा बदल झाला. तळातल्या दलित माणसांच्या प्रश्नांच्या जाहीरनाम्याच्या बाबतीत या पुढाऱ्यांनी राजीनामा दिला. नेतृत्व आणि समाज यांत अंतर पडलं आणि आता तर ते खूपच वाढत आहे.

डॉ. आंबेडकरांनी दलित समाजाच्या मानेवरचं गुलामगिरीचं जोखड उतरविलं. एका जातीने दुसऱ्या जातीवर वरचढपणा करण्याचा वर्णव्यवस्थेचा नियम डॉ. आंबेडकरांनी धुडकावून लावला. अनुसूचित जातीचा एक जागरूक समाज निर्माण केला. पण दुर्दैव असं की अनुसूचित जातीतल्या माणसांना डॉ.आंबेडकर ना जवळचे वाटतात, ना रिपब्लिकन पक्ष. परत जातीतली माणसं आपल्यातल्या ओल्या जातीय तत्त्वांच्या नाल्यातच वाहत जातात. अनुसूचित जातींनी आपल्या हक्कांसाठी संघर्ष करायचा ही पायवाट आंबेडकरी चळवळीने पाडली. 'जोपर्यंत (अनुसूचित जातींच्या) हातात शासनाची सूत्रे येत नाहीत, तोपर्यंत ते आपल्या दारिद्र्याच्या दु:खात बुडालेल्या बांधवांची सुटका करू शकणार नाहीत. आपल्या श्रमजीवी मजुराला निदान तीस रुपये मासिक भाड्याचे घर, वृद्धापकाळी निदान पेन्शन मिळाली पाहिजे, अशा सुदिनाची मी वाट पाहत आहे.' डॉ. आंबेडकरांना ज्या सुदिनाची वाट पाहायची होती, त्याची आता आमच्या साऱ्या पक्षातील पुढाऱ्यांनी पार वाट लावली आहे. त्यांनी श्रमजीवी हा शब्द वापरून दलित बहुजन वर्गातील श्रमिकांचा एकत्रित विचार केला आहे. पण त्यांचा

हा विचार बहुजन समाजातील श्रमजीवींना जाऊन कोण सांगणार?

रिपब्लिकन पक्ष आणि बहुजन समाज यांतील संबंधाचा विचार महत्त्वाचा आहे; पण या संबंधातले अडसर समजून घेणं आवश्यक आहे. रिपब्लिकन पक्ष आणि बहुजन समाजातला पहिला गतिरोध आपल्या भारतीय समाजव्यवस्थेचा जातीय आणि चातुर्वणीय पाया आहे. चातुर्वर्ण्य हे माणसामाणसांत भिंती निर्माण करणारे सांस्कृतिक भय आहे. माणसाची मनुष्यत्वापासून फारकत करणारं वैदिक विष आहे आणि या विषाला संस्कृती म्हणून मिठ्या मारणारी पोटभरू भाटांची टोळी या देशात अद्याप जिवंत आहे. दुसरा अडसर ग्रामीण कृषीहितसंबंधाचा आहे. आंबेडकरी चळवळीनंतर दलित समाज सिंहासारखा जागा झाला, ही ग्रामीण शेतीमालक असलेल्या रानदांडग्या वर्गाला पचणारी गोष्ट नाही. तिसरा अडसर स्वार्थी नेतृत्व आणि दळभद्री राजकारण आहे. रिपब्लिकन पक्ष असो वा बहुजन समाजातले नेते असोत, त्यांना सामाजिक प्रश्नांचे बारकावे माहीत नाहीत. त्यांना तशी दृष्टीच नाही. लोकांच्या जिव्हाळ्याच्या प्रश्नांकडे जाणारे रस्ते त्यांनी स्वत:च्या हितसंबंधापुरते बंद करून घेतले आहेत. त्यांना त्या प्रश्नांचं भान आहे, ना सामान्य माणसांची आस्था. त्यामुळे स्वत:चं कल्याण करून घेणं यालाच ते राजकारण म्हणतात. त्यासाठी भीक मागणं याला ते मुत्सद्देगिरी समजतात. गरिबांचे प्रश्न बोलणाऱ्यांना ते मूर्ख समजतात, गरज पडलीच तर त्यांना ते शत्रू समजतात. त्यांची स्तुती करणाऱ्या चमच्यांना ते हिरो समजतात. त्यांचं हे सारं समजून घेणं स्वत:साठी असतं. जणू ते हे विसरतात. पशू जगतात स्वत:साठी, माणसं जगतात माणसांसाठी. स्वत:शिवाय त्यांना काहीच दिसत नाही; मग तो कुणीही असेल; पण जरूर प्रस्थापित असेल.

डॉ. बाबासाहेब आंबेडकरांची सारी चळवळ हजारो वर्षे कष्टात, घामात, अप्रतिष्ठेत, अमानवी शोषणात दबलेल्या माणसांना नवजीवन देणारी होती. भारतात बुद्धानंतर एवढी मोठी कोणतीच चळवळ झाली नाही. पण या देशाला शाप असा की, साऱ्या सुंदर चळवळीच्या रसरसत्या पिकांवर ब्राह्मण्याचा गोसावी रोग फार लवकर पडतो. इथे विचारापेक्षा विकाराला संस्कृती म्हटलं जातं. माणसापेक्षा पशूला पूजलं जातं. माणसाला भाकर नाकारणारे मुंगीला साखर देतात. दलितांना पाणी दुरून वाढणारे मानवी जंतू गायीचं मूत्र पितात. गोमाय आणि गोमत्रानं शुद्ध होणारी पवित्र (?) जमात म्हणजे ब्राह्मण. सावलीतली बोन्साय वनस्पती म्हणजे ब्राम्हण. वेद म्हणजे या तुपाळ पोटाचं भांडवल. अशाच पद्धतीने सारी समाजव्यवस्था जखडून टाकलेली. जातीवर जात म्हणजे उच्चत्व आणि कनिष्ठत्वाची उतरंड. जातीवर जात म्हणजे जणू एक धर्मयुद्धच. जी हिंदू व्यवस्था स्वत:च्या सांस्कृतिक महानतेचा दिंडोरा पिटविते, त्याच संस्कृतीने माणसाला माणूस म्हणून न वागवता पशूसारखं किंवा पशूपेक्षा हीन

दर्जानं वागविलं.

या सर्व गुलामगिरीच्या डोंगराला टक्कर देताना डॉ. आंबेडकर म्हणाले होते, 'देशाच्या स्वराज्यापेक्षा या माझ्या दीनदुबळ्या जातीच्या उद्धाराचे कार्य माझ्या हातून जर काही घडले तर धन्यता वाटेल.' ते पुढे म्हणतात, 'जो इसम जातिभेद, वर्णभेद, किंवा धर्मभेद यांवर विश्वास ठेवीत असेल, त्याला मी नेता मानण्यास मुळीच तयार नाही. बांधवांनो, आपण हजारो वर्षांपासूनचे अन्याय सहन करीत आलात, त्याच्या कारणांचा तुम्ही विचार करावा, अशी माझी सूचना आहे. तुमच्या दुःखाचे सर्वांत मोठे कारण म्हणजे हिंदू धर्म आहे. जगातील सर्व धर्मांमध्ये हिंदू हा एक असा धर्म आहे, की जो जातिभेद आणि अस्पृश्यता पाळतो.' हिंदुत्वाच्या पाळण्यात जोजवलेल्या बहुजन समाजाला रिपब्लिकन पक्ष जवळचा वाटेल अशी अपेक्षा करणेच मोठा विनोद ठरेल.

आपल्या जात-धर्म-वर्ण यांनी संघटित रीत्या माणसामाणसांत भेद केला. माणसामाणसांतील या भेदाचं मूळ जाती-धर्म-वर्ण यांत आहे. आमचे सारे जीवनच जणू या भेदाने पार पोखरून टाकले आहे. आज कोणत्याच समाजाजवळ जाणतं नेतृत्व नाही. या देशातील गरिबांचं हित करण्यासाठी लढणारी चळवळ आज देशात राहिली नाही. साऱ्या समाजात नेतृत्वाचा कोरडा दुष्काळ पडला आहे. त्यामुळे डॉ. आंबेडकरांसारख्या नेत्याला ब्राह्मण आपला शत्रू मानतात, मराठ्यांना ते कुणीच वाटत नाहीत आणि दलितांना देव वाटतात. यशवंतराव चव्हाण यांच्यासारखा मार्गदर्शक नेता आज बहुजन समाजाजवळ नाही. जे नेतृत्व आहे ते भ्रष्ट आणि सत्तांध आहे. शिवाजीमहाराजांसारखा सावध, बहुजनहिताय नेता, म. फुलेंसारखा तळातल्या कष्टकरी रयतेला गुलामगिरीतून सोडवणारा क्रियाशील विचारवंत, शाहूमहाराजांसारखा सामाजिक आणि आर्थिक लोकशाहीचा आधार असलेला कार्यकर्ता, डॉ. आंबेडकरांसारखा अस्पृश्य समाजाला त्याचे न्याय्य मानवी हक्क प्रदान करणारा स्कॉलर आज भारतीय समाजात कुठेच दिसत नाही.

या देशाला नेता नाही. नेता असणारी पार्टी नाही. ज्या पार्ट्या आहेत, त्या फक्त आपआपल्या भोजनपार्ट्या आहेत. कुठंतरी कम्युनिस्ट तुरळक बरे दिसतात. त्यांचेही नेते गोसावी रोगाचे बळी आहेत. भाजपवाले राम-कृष्णाच्या पुढे बघायला तयार नाहीत. आर. पी. आय. वाल्यांना कधी काँग्रेस आय तर कधी जनता दल अशी कसरत करावी लागते. जनतेचा जिव्हाळ्याचा प्रश्न कुणीच लावून धरीत नाहीत. दलित, आदिवासी, शेतमजूर, छोटे शेतकरी, कोरडवाहू जमीनमालक, स्त्रिया यांचे हाल प्रचंड आहेत. त्यांना शिक्षण नाही, आरोग्य नाही, माणूस म्हणून लागणारे किमान जीवनमान नाही, प्रतिष्ठा तर दूरच. दोन घास अन्न पोटाला मिळत नाही. जातीच्या

पेहरावात वावरणारा हा गरीब समाज प्रश्न म्हणून सारखा आहे. कष्ट,श्रम घाम यांचीच त्या सर्वांत समता आहे. ममता वाटावी तर त्यांच्यात जात आडवी येते. यांना छेद देऊन सर्वांना एकत्र आणणारा नेता आज हवा आहे. सर्व श्रमकऱ्यांच्या समस्यांचा कार्यक्रम देणारा पक्ष आज हवा आहे. मराठा, माळी, कुणबी, धनगर हे सर्व एकच आहेत असं नव्यानं सांगणारा नवा फुले हवा आहे. महार हे मराठ्यांचे भाऊ आहेत, असं संशोधनानं सिद्ध करणारा महर्षी शिंदे हवा आहे. माणूस येथून- तेथून एक आहे, असं सांगणारा बुद्ध हवा आहे.

पण सध्याचे राजकारण भलतीकडेच पळत आहे. समाजाला पाठ दाखवून सत्तेकडे वळत आहे. सत्तेवर जाणं वाईट नाही; पण ते स्वत:च्या घराकडेच वळवळत आहे. बहुजन समाजाच्या ठिकऱ्या उडत आहेत. शेतकरी समाज संपण्याच्या रस्त्यावर मार्गक्रमण करीत आहे. साऱ्या समाजावर भांडवलदारी आक्रमण वाढत आहे. आर.पी. आय. मध्ये अंतर्विरोध आहे. कोणी कोणाच्या मागे जावं याची भांडणं आहेत. मध्येच शरद जोशी यांची वावटळ येते. रिपब्लिकन पक्षाच्या संघटित युतीची बातमी येते. शिवसेनेची भानामती बहुजन समाजात भूल देऊन जाते. कॉंग्रेसवाल्यांचे तीन-तेरा वाजतात. श्री. व्ही. पी. सिंगांचा बेंडबाजा थांबतो. चंद्रशेखरांचे ताशे झडतात. इराक बॉम्बगोळ्यांना आपण होऊन सामोरा जातो. शेतीवर जगणाऱ्यांवर व्यापारी, सरकार, सावकार यांचे न दिसणारे आक्रमण वाढत जाते. त्यांच्या मुली गोवऱ्या वेचत वेचत अंधारात चालणाऱ्या पायांना जन्म देतात. या सर्वांचा एकत्रित विचार करणाऱ्या अक्षरांना स्वत:च उजेड व्हावं लागतं. अश्रू पुसणारे हात व्हावे लागतात. अशा वेळी अक्षरं विचारांना रस्ते विचारतात. विचारांनी रस्ते कुणाला विचारावेत? कारण त्यांना रस्तेच नसतात. रिपब्लिकन पक्ष काय, बहुजन समाज काय, आज नव्या रस्त्यांच्या शोधात आहेत. त्यांना रस्ता सापडेल काय? हा सवाल अक्षरांचा विचारांना आहे.

❑❑❑

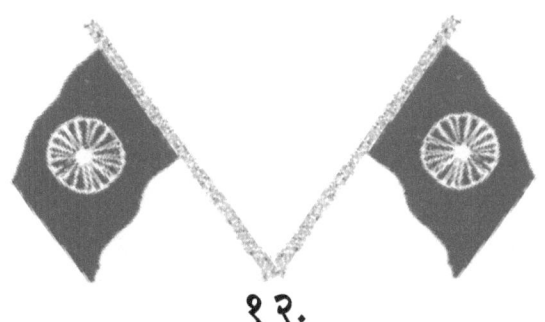

१२.
रिपब्लिकन पक्ष-ऐक्य : टीकाकारांना उत्तरं
बी. सी. कांबळे

रिपब्लिकन पक्षाच्या ऐक्याबाबत टीकाकारांची जणू काही एक भलीमोठी फौजच उभी झालेली आहे आणि काही किरकोळ एक-दोन अपवाद सोडल्यास या टीकाकारांनी रिपब्लिकन पक्ष-ऐक्यावर त्यांच्या टीकेचा जणू तुफानी वर्षाव केलेला आहे. अर्थात त्यांनी केलेला मारा अचूक असता, तर तो बरोबर अचूकपणे रिपब्लिकन पक्षाच्या मर्मस्थानी कोठेतरी लागला असता; परंतु त्यांच्या टीकेच्या वर्षावाने रिपब्लिकन पक्षाला साधा स्पर्शदेखील होत नाही. एक तर टीकाकारांची वर्षावाने टीका आहे अगर ती टीका केवळ द्वेषमूलक आहे, असे कोणाही प्रांजल माणसास मान्य करावे लागेल.

धुळे येथून प्रसिद्ध होणाऱ्या, 'आपला महाराष्ट्र' या नावाच्या दैनिकाने ता. ३१-१-७४ पासून लागोपाठ तीन संपादकीय लेख लिहून खूपच गरळ ओकली आहे. 'रिपब्लिकन नेत्यांचे ऐक्य' असे शीर्षक त्यांनी आपल्या लेखमालेस दिले आहे. 'मुंबईच्या 'नवशक्ती' दैनिकाने ता. २९-१-७४ च्या अंकात, 'रिपब्लिकन आणि पँथर' या शीर्षकाखाली संपादकीय लिहून काही टीका केली आहे. 'रिपब्लिकन पक्षाचा पुनर्जन्म की राजकीय संधिसाधूंचे क्षणिक ऐक्य' या शीर्षकाखाली, पुण्याच्या ३-२-७४ च्या 'तरुण भारत' नावाच्या दैनिकात 'चिकित्सक' या टोपणनावाखाली एक विस्तृत लेख प्रसिद्ध करण्यात आला आहे. 'रिपब्लिकनांची एकजूट आपल्या जुन्याच गाड्यास जोडू शकणार नाही' अशा प्रकारच्या काहीतरी शीर्षकाखाली ता.२९-१-७४ च्या दैनिक 'नवशक्ती' मध्ये मार्क्सवादी कम्युनिस्ट पक्षाचे मुंबई शहर शाखेचे सेक्रेटरी श्री. श्री. य. कोल्हटकर यांनी एक पत्रक प्रसिद्ध करून टीका केली आहे. 'रिपब्लिकन गटाची एकजूट' या शीर्षकाखाली 'मुंबई सकाळ' या दैनिकाने ता. २७-१-७४ च्या अंकात संपादकीय लिहून काही टीका केली आहे. कोल्हापूरच्या दैनिक 'इंद्रधनुष्य' या दैनिकाने ता. २९-१-१९७४ च्या अंकात संपादकीय लिहून टीका केली आहे. 'हे

ऐक्य चिरंजीव होवो' या शीर्षकाखाली साप्ताहिक 'मार्मिक' च्या ता. ३-२-७४ च्या अंकात संपादकीय लिहून संमिश्र विचार मांडले आहेत. पुण्याच्या 'साधना' नावाच्या साप्तहिकाने ता. २-२-७४ च्या अंकात 'रिपब्लिकन ऐक्य : बेगडी की सुबुद्ध?' या शीर्षकाखाली संपादकीय लिहून आपले अंतरंग उघडे केले आहे. श्री. दा. ता. रूपवते यांनीही रिपब्लिकन पक्ष- ऐक्यावर काही टीकात्मक मल्लीनाथी केली आहे.

'एकीकरण व भवितव्य' या शीर्षकाखाली 'ब्लीट्झ' साप्ताहिकाच्या ता. २-२-७४ च्या मराठी आवृत्तीत व्यंगचित्रासह संपादकीय टीका करण्यात आलेली आहे. पुण्याच्या साप्ताहिक 'सोबत' च्या १०-२-७४ च्या अंकात 'क्षणिकांच्या टकरा आणि शाश्वतांच्या ठिकऱ्या' या शीर्षकाखाली टीका करण्यात आली आहे. त्याचप्रमाणे पुण्याचा 'सकाळ, 'विशाल सह्याद्री,' 'केसरी' व कोल्हापूरचा 'पुढारी' यांनीही काही टीका केली आहे.

पाहण्यात न आलेली टीका

आमच्या पाहण्यात आलेली टीका व टीकाकार वरीलप्रमाणे आहेत. याशिवाय इतर कोणत्याही इंग्लिश-मराठी अगर अन्य भाषिक दैनिकांत, साप्ताहिकांत अगर नियतकालिकांत या विषयावरील टीकेचे कात्रण तारीख व पेपरचे नाव लिहून आमच्या पत्त्यावर पाठविल्यास, यानंतर त्याही टीकेचा परामर्श आम्ही जरूर घेऊ; कारण, निरनिराळ्या ठिकाणी अशा प्रकारच्या टीकेचा अपप्रचार चालला आणि त्याचे विवरण करून त्यास चोख उत्तर दिले गेले नाही, तर भोळ्याभाबड्या जनतेत गोंधळ माजविण्याचे कार्य काही दुष्ट लोक करीत राहण्याचा संभव आहे.

'आपल्या महाराष्ट्रा' चे तीन लेख

'आपला महाराष्ट्र' या धुळ्याच्या दैनिकाच्या तीन संपादकीयांचा प्रथम विचार करू. वाचकहो, तुम्ही रिपब्लिकन पक्षाचे अनुयायी असा अगर सर्वसामान्य नागरिक असा, तुम्हाला रिपब्लिकन पक्षाच्या ऐक्याचे स्वरूप काय असते आणि धुळ्याच्या 'आपला महाराष्ट्र' दैनिकाच्या संपादकास याच रिपब्लिकन ऐक्याचे स्वरूप कसे दिसते ते पहा. सदर ऐक्याच्या स्वरूपाची जी वेगवेगळी वर्णने 'आपला महाराष्ट्र'कारांनी केली आहेत. ती त्यांच्याच भाषेत अवतरणात जशीच्या तशी आम्ही खाली उद्धृत करीत आहोत.

ही वाचा त्यानी वर्णिलेली स्वरूपे

'आपला महाराष्ट्र' कार रिपब्लिकन पक्ष-ऐक्याच्या स्वरूपाबद्दल लिहितात : 'रिपब्लिकन पक्षाच्या तीन फळ्या एकत्र झाल्याने साहजिकच अनेकांना आनंद होणार

असला तरी आकस्मिकपणे घडलेल्या या ऐक्यामागे काहीतरी खास गौडबंगाल असले पाहिजे, अशी शंका आम्ही जर उपस्थित केली तर कित्येकांना व विशेषत: डॉ. बाबासाहेब आंबेडकरांवर आजन्म-आमरण नितान्त श्रद्धा असणाऱ्या रिपब्लिकन बुद्ध अनुयायांनाही ते रुचणार नाही.'

एवढ्यावरच 'आपला महाराष्ट्र' कार थांबलेले नाहीत. ते पुढे म्हणतात :

'...या नेत्यांना स्वत:च्या गरजेपोटीच ऐक्याची जाणीव झाली आहे. रिपब्लिकन ऐक्याच्या दिशेने कुणाला फारशी कल्पनाही नसताना या नेत्यांनी अशी चोरवाटेत झपाझप पावले टाकून परवा दादर चैत्यभूमीवर ऐक्याची शपथ घेतली.'

सरकरणारी वाळू

मध्य मुंबईच्या पोटनिवडणुकीचा उल्लेख करून सदर संपादक आपली बुद्धी पुढे अशी पाजळतात :

'...गेल्या महिन्याभरात मध्य मुंबई लोकसभा पोटनिवडणुकीपासून रिपब्लिकन नेत्यांच्या पायांखालची वाळू घसरू लागली म्हणूनच त्यांनी दादर चौपाटीवरील बोधिसत्त्व डॉ. बाबासाहेब आंबेडकरांच्या स्मारकापाशी या रिपब्लिकन ऐक्याचा वाळूचा किल्ला उभारला असून बाबासाहेब आंबेडकरांच्या ध्येयपूर्तीसाठी यापुढे एकच झेंडा, एकच पक्ष अशी शपथही घेण्यात आली आहे; पण दलित युवकांच्या आंदोलनाच्या लाटेपुढे हे ऐक्याचे मनोरथ किती दिवस टिकू शकतील, याची शंकाच आहे; कारण या रिपब्लिकन नेत्यांना दलित-बौद्ध जनतेत मुळीच स्थान उरलेले नाही. काँग्रेस जशी मध्य मुंबईची निवडणूक हरली, त्याचप्रमाणे रिपब्लिकन नेत्यांचाही सर्वार्थाने पराभव झाला.'

यापुढे 'आपला महाराष्ट्र' कार म्हणतात :

'...स्वत:ची मक्तेदारी अधिसत्ता चालविणाऱ्या या रिपब्लिकन नेत्यांना दलित पँथर्सच्या काळाचे आव्हान मिळाल्यामुळेच त्याला प्रतिशह देण्यासाठी या ऐक्याचे कारस्थान रचण्यात आले आहे. पण हे कारस्थान यशस्वी होण्यासाठी जी स्वस्त बुद्धी व निजकौशल्य लागते, ते रिपब्लिकन पक्ष-पुढाऱ्यांजवळ नाही.'

ऐक्य शिजले कोठे?

रिपब्लिकन पक्ष-ऐक्याच्या स्वरूपाबद्दल पहिल्या लेखात वरीलप्रमाणे आपली मते व्यक्त केल्यानंतर, सदर संपादक ऐक्याच्या पाठीमागील बोलविता धनी कोण, याचे जणू संशोधन करून या ऐक्यामागील जसे काही रहस्यच कथन करीत आहोत, अशा आविर्भावात ते दुसऱ्या लेखात लिहितात :

'रिपब्लिकन पक्षनेत्यांचे जे ऐक्य झाले आहे, त्यातील प्रेरणा ही स्वार्थमूलक

असून, काँग्रेसनेत्यांच्या पुढाकाराने हे ऐक्य झटपट उरकण्यात आले आहे, ह्यात शंकाच नाही. काँग्रेसचे प्रतिनिधी म्हणून श्री. रूपवते हजर होते. तेव्हा रिपब्लिकन पक्षाच्या ऐक्याची योजना काँग्रेस गोटात आधी शिजली असली पाहिजे.'

चळवळ संपुष्टात

याबाबत आपण पुराव्यनिशी लिहितो हे दाखविण्यासाठी ते पुढे लिहितात :

'... अखिल भारतीय पातळीवरही रिपब्लिकन पक्षाशी जुळते-मिळते घेण्याचे व दलित-बौद्ध जनतेस जवळ करण्याचे धोरण पंतप्रधान इंदिरा गांधींचे व कमी प्रमाणात त्यांच्या काँग्रेस पक्षाचेही असल्याचे दिसून येते. बिहारचे राज्यपाल श्री. आर. डी. भंडारे व श्री. मौर्य यांची उदाहरणे या संदर्भात लक्षात घेतली पाहिजेत. महाराष्ट्र राज्यात श्री. आर. एस. गवई, कु. शांताबाई दाणी यांनी काँग्रेस पक्षाशी सुरू ठेवलेल्या साहाय्यार्थ सहकार्याचा प्रयोग काँग्रेसच्या प्रयत्नांचे फलित आहे. काँग्रेसयुतीच्या प्रयोगामुळे पुढाऱ्यांच्या हितापलीकडे काहीही साध्य झालेले नाही. दलित व बौद्धांची समान हक्कांसाठी पुढे चालवावयाची चळवळ या युतीच्या राजकारणामुळे संपुष्टात आली आहे.'

वरळी-नायगावच्या दंगलीचा उल्लेख करून सदर संपादक पुढे म्हणतात :

'वरळीच्या बी. डी. डी. चाळीत बौद्ध स्त्री-पुरुषांवर जी तुफान दगडफेक झाली, त्याचा निषेध करण्यासाठी या रिपब्लिकन नेत्यांनी आपले तोंडही उघडले नाही, हा तर ताजा इतिहास आहे; म्हणूनच सत्तेच्या पिंडास चिकटून राहिलेल्या या 'आगंतुक' पुढाऱ्यांना त्यांचे योग्य ते स्थान दाखवून, चांगलीच अद्दल घडविण्याची संधी दलित पँथर्सच्या निमित्ताने बौद्ध व दलित जनतेने घेतली आणि दलितांची लढाऊ संघटना असली पाहिजे, ती स्वतंत्र असली पाहिजे, अशा विचारांचे वारे या समाजात नव्याने वाहू लागले, त्यामुळे रिपब्लिकन पक्षाच्या तिन्ही नेत्यांच्या शिडांतील वारेच निघून गेले.'

'आपला महाराष्ट्र' दैनिकाच्या दुसऱ्या लेखात तोडलेले तारे वरील प्रकारचे आहेत. तिसऱ्या व शेवटच्या लेखात त्यांनी रिपब्लिकन पक्ष-ऐक्य निष्फळ असल्याचा निष्कर्ष काढलेला आहे. त्या निष्कर्षाला येण्यापूर्वी संपादक लिहितात :

'डॉ. बाबासाहेब आंबेडकरांच्या १९५६ मधील महापरिनिर्वाणानंतर रिपब्लिकन पक्षाच्या माध्यमातून केवळ अस्पृश्य व बौद्धच नव्हे, तर या देशातील सर्वच दलित व दलितेत्तर श्रमिक-पीडित जनतेच्या आंदोलनाचे नेतृत्व करण्याची संधी या नेत्यांकडे चालून आली होती; परंतु केवळ वैयक्तिक हेवेदावे व स्वकर्तृत्वाचा निरर्थक अहंभाव यापायी ही संधी त्यांनी वाया घालविली.'

रिपब्लिकन पक्षाचे ऐक्य, रिपब्लिकन पक्षाचे स्वरूप गुणात्मक दृष्ट्या बदलू शकेल काय, याबद्दलचा प्रश्न उपस्थित करून सदर संपादक पुढे म्हणतात:

'रिपब्लिकन ऐक्य झाल्यावर रिपब्लिकन पक्षात गुणात्मक बदल घडून येईल, अशी अपेक्षा करणे चूक ठरणारे आहे. रिपब्लिकन पक्षाचे स्वरूप पार बदलून त्याचा कायापालट होणार आहे असे नाही.'

दलित पँथरचा उल्लेख या निमित्ताने करून संपादक म्हणतात :

'दलित पँथर्सचा मार्ग संसदीय लोकशाहीच्या संदर्भात चूक आहे, अशी भूमिका रिपब्लिकन नेत्यांनी घेतली आहे; परंतु संसदीय लोकशाहीत जर विकृती निर्माण होणार असेल तर भारतीय संविधान हे कवडीमोल ठरेल, असे स्वत: घटनाकार डॉ. बाबासाहेब आंबेडकर यांनी म्हटले होते, त्याचा आधार घेऊन दलित पँथर्सच्या युवकांनी लढाऊ मार्ग स्वीकारला आहे. गेल्या आठवड्यात श्री. नामदेव ढसाळ यांनी आपण हाडाचे कम्युनिस्ट आहोत, असे जाहीर केले. डॉ. बाबासाहेब आंबेडकर हे साम्यवादाचे कट्टर विरोधक होते.

'असा अर्धवट समज या पुढाऱ्यांनी करून घेतला आहे. डॉ. बाबासाहेब आंबेडकरांना भारतीय समाजव्यवस्थेचा व तिची वैशिष्ट्ये आत्मसात करणाऱ्या या देशातील काँग्रेस, कम्युनिस्ट आदी सर्व पक्षसंघटनांबद्दल सकारण राग होता. त्यांनी या देशातील कम्युनिस्ट चळवळीवर कठोर टीका केली आहे; परंतु त्यांनी मार्क्सवादाचा कधी निषेध केलेला नाही, हे ध्यानात ठेवले पाहिजे.'

दलित व बौद्ध समाजातील नव्या युवक नेतृत्वाचा उल्लेख करून सदर संपादक म्हणतात :

'दलित व बौद्ध समाजातील नवे युवक-नेतृत्व, दलित पँथर्सचे वाढते सामर्थ्य या नेत्यांना नको आहे. वरळीच्या प्रकरणामध्ये, दलित पँथर्सची संघटना काँग्रेसला हवे असलेल्या रिपब्लिकन सहकार्याच्या आड येत आहे. काँग्रेसचे लांगूलचालन करणारी शिवसेनाही दलित पँथर्सना नेस्तनाबूत करण्याची वल्गना करीत आहे.'

दलित पँथर्स हे पूर्वी शिवसेनेत होते, हा गौप्यस्फोट करून, सदर संपादक पुढे म्हणतात :

'दलित पँथर्सचे नवयुवक हे पूर्वी शिवसैनिकच होते. त्यांना शिवसेनेचे भयानक स्वरूप कळून चुकल्यामळे ते शिवसेनेतून फुटून निघालेले आहेत; त्यामुळे दलित पँथर्सवर श्री. बाळ ठाकरे यांचा भारीच राग असणे स्वाभाविक आहे. म्हणजेच, शिवसेना व काँग्रेस नेते हे सर्वच दलित पँथर्समुळे भयंकर दुखावले आहेत आणि या तिघांच्या संगनमताने हे रिपब्लिकन ऐक्य घाईघाईने उरकले आहे.'

अशी ही गरळ

शेवटी, 'आपला महाराष्ट्र'कार लिहितात, 'यापुढेही रिपब्लिकन पक्ष व जनता

दुभंगलेलीच राहणार आहे आणि सामाजिक परिवर्तनार्थ निर्माण करावयाच्या संघशक्तीच्या दृष्टीने हे ऐक्य निष्फळच ठरणार आहे.' तीन संपादकीय लेखांत 'आपला महाराष्ट्र' या दैनिकाने एवढी गरळ ओकली आहे. ती संक्षेपाने दिली आहे. मात्र त्याचे बहुतेक मुद्दे वरील अवतरणात घेतले आहेत.

'नवशक्ति' कार

रिपब्लिकन पक्षाचे ऐक्य कसे झाले याबद्दल 'नवशक्ति' कार म्हणतात :

'दलित पँथरच्या विक्राळ चळवळीने जेव्हा सगळ्याच रिपब्लिकन गटांच्या अस्तित्वाला धोका आणला, तेव्हा ही निरनिराळ्या गटांत विभागलेली रिपब्लिकन पक्षाची नेतेमंडळी खडबडून जागी झाली व त्यांनी एकजूट जाहीर केली.'

ते पुढे लिहितात :

'मतभेद मिटले म्हणजे नेमके काय झाले याचे कोडे कायमच राहील. कारण वैयक्तिक स्पर्धेपोटी हे गट निर्माण झाले, असेच ते मनातले मनात समजून असतील हे लिहीत नाही. गेल्या सतरा वर्षांत आपण आपल्या अनुयायांना किती वेदना व मनस्ताप दिला याचा विचार रिपब्लिकन पुढाऱ्यांनी करावा व पुन: वैयक्तिक महत्त्वाकांक्षेने फाटाफूट करू नये.'-

'नवशक्ति'कारांनी वरळी-नायगाव येथील दंगलीबाबतही काही निष्कर्ष याच संपादकीयामध्ये काढले आहेत; त्या निष्कर्षांचा परामर्श आम्ही नंतर दंगलीबाबतच्या दुसऱ्या स्वतंत्र पुस्तिकेत घेणार असल्याने त्या निष्कर्षांचा उल्लेख येथे करीत नाही. मात्र, त्यांनी या अनुरोधाने रिपब्लिकन पक्षसंघटनेबाबत जो एक भयंकर असा निष्कर्ष काढला आहे, तो तसाच आम्ही खाली उद्‌धृत करीत आहोत. तो निष्कर्ष असा :

'दलित व हरिजन यांचीच संघटना त्यांनी ठेवावयाची की, त्यांना इतर समाजांत मिसळून राजकीय कार्य करू द्यावयाचे असा त्यातून (म्हणणे दंगलीतून) मूलभूत प्रश्न निर्माण होतो.'

सदर निष्कर्षाबद्दल लिहिताना 'नवशक्ति'कार म्हणतात :

'हा प्रश्न नवा नाही. गेली सतरा वर्षे हा प्रश्न रिपब्लिकन पुढाऱ्यांना आव्हान देत राहिलेला आहे आणि या मुद्द्यावर रिपब्लिकन पुढाऱ्यांत मतभेदही झाले आणि त्यांनी वेळोवेळी वेगळे वेगळे मार्गही काढले. प्रथम त्यांनी संयुक्त महाराष्ट्र समितीशी सहकार्य केले. मग गायकवाड गटाने काँग्रेसशी समझोता करून अभिसरणाचा एक नवा मार्ग काढला. सहकार्य व समझोता चालतो तर हे सामाजिक व राजकीय अभिसरण करण्यासाठी खुद्द काँग्रेस पक्षातच का सामील होऊ नये, असा सवाल विचारून प्रथम प्रा. भंडारे आणि नंतर दादासाहेब रूपवते यांनी काँग्रेस पक्षात प्रवेश

केला. श्री. गवई, भैय्यासाहेब आंबेडकर हेही प्रसंगविशेषी काँग्रेसशी सहकार्य करीतच राहिले. श्री. बी. सी. कांबळे यांनी बलुतेदारांची संघटना काढली. तेव्हा बारकाईने विचार केला तर आपली बौद्ध आणि हरिजन जातीपुरती संघटना अपुरी आहे आणि आपल्याला सामाजिक अभिसरण साधण्याची काहीतरी युक्ती काढली पाहिजे, असे रिपब्लिकन पक्षातील सर्वच गटांच्या पुढाऱ्यांना आणि दलित पँथर्सनादेखील वाटते आहे.'

रिपब्लिकन पक्षाचे भवितव्य कोणते? असा शेवटी प्रश्न उपस्थित करून 'नवशक्ति' कार म्हणतात,

'सामाजिक, राजकीय अभिसरणाचे जे जुनेच आव्हान त्यांच्यासमोर आहे, त्याला ते तोंड कसे देणार हा महत्त्वाचा सवाल आहे. रिपब्लिकन पक्ष यापुढे काँग्रेसच्या वाऱ्याला जाणार नाही, विरोधी पक्ष म्हणूनच स्वतंत्रपणे वागणार आहे, असे समजावयाचे काय? मग हा पक्ष सर्व जातिजमातींसाठी खुला केला गेला पाहिजे. डॉ. आंबेडकर यांचा तसाच मानस रिपब्लिकन पक्षाच्या स्थापनेच्या वेळी असावा; पण असा पक्ष उभारला तरी काँग्रेस किंवा विरोधी पक्षाशी सहकार्य तुटण्याचा प्रश्न येईलच. तेव्हा रिपब्लिकन पक्षाच्या पुढाऱ्यांनी आपला सामाजिक, राजकीय अभिसरणाचा मार्ग कोणता, याचे उत्तर शोधले पाहिजे.'

आता 'तरुण भारत' कार

'रिपब्लिकन पक्षाचा पुनर्जन्म की राजकीय संधिसाधूंचे क्षणिक ऐक्य?' असे शीर्षक 'तरुण भारत' कारांनी दिले आहे. ऐक्य का झाले याबद्दलची त्यांची कारणमीमांसा देताना, 'तरुण भारत'कार म्हणतात :

'मध्य मुंबईच्या लोकसभा निवडणुकीचे जे काही राजकीय परिणाम झाले आहेत, त्यांतला पक्षीय दृष्टीने अत्यंत ठळक असा परिणाम म्हणजे रिपब्लिकन पक्षाच्या विविध गटांचे पुनर्मिलन आणि कम्युनिस्ट व समाजवादी काँग्रेस यांच्याबरोबर राजकीय प्रवास न करण्याचा त्यांनी घेतलेला निर्णय, दलित पँथरच्या तरुण संघटनेचा राजकीय प्रभाव व त्यातून स्वतःच्या राजकीय अस्तित्वाला निर्माण झालेली भीती यांतूनच हे ऐक्य घडून आले आहे. तसेच भारतीय राजकारणाची जी पुनर्रचना होणार आहे, त्यात युवक शक्तीच्या राजकीय प्रेरणांना यापुढे महत्त्व येणार आहे.'

प्रभावी विरोधी पक्षाबद्दल उल्लेख करून 'तरुण भारत'कार लिहितात :

'अकाली दल, मुस्लिम लीग, रिपब्लिकन पक्ष, शिवसेना, डी. एम. के., कम्युनिस्ट पक्ष, शे. का. पक्ष या सर्व प्रादेशिक व अखिल भारतीय पक्षांशी वेगवगळे निवडणूक करार करून त्यांना काँग्रेसने फोडले आणि या देशात प्रभावी विरोधी पक्ष उभा राहू दिला नाही.'

तत्त्वनिष्ठ विरोधी पक्ष निर्माण न होण्याची कारणे देताना, 'तरुण भारत'- कार लिहितात :

'या देशात विरोधी पक्ष निर्माण न होण्याची कारणे काँग्रेसची भ्रष्ट संधिसाधू निवडणूक नीती, विरोधी पक्षाच्या पुढाऱ्यांचा खोटा, तकलादू काँग्रेसविरोध हीच आहेत.'

या पार्श्वभूमीवर रिपब्लिकन पक्षाकडे बोट दाखवून 'तरुण भारत'कार म्हणतात:

'रिपब्लिकन पुढाऱ्यांनी सत्तेच्या अभिलाषेने जी तत्त्वच्युती केली, त्यामुळे दलितांचे प्रश्न होते तसेच राहिले आणि पांगळ्याला हातगाडीवर टाकून धडधाकट मनुष्य भीक मिळवतो तसे दलितांच्या भोळेपणाचा, पंगुत्वाचा फायदा गेली एकवीस वर्षे या दलित पुढाऱ्यांनी करून घेतला. मोठमोठी पदे भूषविली.'

रिपब्लिकन पक्षाजवळ अगर दलित पँथरजवळ सामाजिक, राजकीय क्रांतीचा कार्यक्रम नाही असे हिणविण्यासाठी 'तरुण भारत'कार लिहितात : 'रिपब्लिकन पक्ष, दलित पँथर यांपैकी कोणाजवळही राजकीय, सामाजिक क्रांतीचा कार्यक्रम नाही.'

व्यूहरचना नाही हे प्रथम त्यांनी ध्यानी ठेवले पाहिजे. यामुळे काँग्रेस पक्षाचा फायदा झाला आहे एवढेच नव्हे तर 'तरुण भारत' कारांनादेखील जी सामाजिक क्रांती हवी आहे, ती काँग्रेसला टाळता आली असे दाखवून देण्यासाठी 'तरुण भारत'कार पुढे म्हणतात :

'काँग्रेसला हा सौदा स्वस्त होता; कारण दलित क्रांती त्यामुळे टाळता आली आणि ज्या विविध प्रबळ जाती या देशात आहेत, त्यांची अलग प्रभावक्षेत्रे वेगवेगळ्या राज्यांत निर्माण करता आली. दलित राष्ट्रीय दृष्ट्या असंघटित राहिले, बुद्धिवादी व जागृत वर्ग सुखासीन झाले आणि काँग्रेसच्या सत्तारचनेचे पाईक बनले. त्यामुळे काँग्रेसला प्रखर राजकीय विरोधच झाला नाही. आता ही सर्व राजकीय दुष्कृत्ये केल्यानंतर दलित पुढाऱ्यांना डॉ. आंबेडकरांच्या विचारांची व काँग्रेस- विरोधाची आठवण झाली आहे.'

डॉ. बाबासाहेब आंबेडकरांना रिपब्लिकन पक्ष कोणत्या प्रकारे अभिप्रेत होता, याचे जणू दिग्दर्शन करण्यासाठी 'तरुण भारत'कार लिहितात :

'खुद्द डॉ. आंबेडकरांना रिपब्लिकन पक्ष हा दलित जातीचा न होता, तो भारतातील सर्व दलितांचा पक्ष व्हावा व त्यांचे राज्य या देशावर असावे, असे वाटत होते. दहा कोटी हरिजन, सहा-सात कोटी वनवासी आणि पाच-सहा कोटी मागासलेल्या जाती व मुसलमानांतील गरीब जनता या सर्वांचा एक पक्ष झाला असता तर या देशात अगदी वेगळे सामाजिक व राजकीय वातावरण निर्माण झाले असते.'

याबाबत डॉ. बाबासाहेब आंबेडकर यांच्या विचारांचा हवाला देण्यासाठी त्यांच्याच भाषणातील उद्गार स्वत: 'तरुण भारत' कारच उद्धृत करतात.

ता. २५ एप्रिल, १९४८ या दिवशी शेड्युल्ड कास्ट फेडरेशनची लखनौमध्ये जी परिषद झाली, त्यात भाषण करताना काढलेले ते उद्‌गार आहेत.

'वर्गीकृत जाती व मागासलेल्या जाती या देशांतील बहुसंख्य जाती आहेत. त्यांना आपले सामाजिक वेगळेपण ठेवूनही राजकीय दृष्ट्या संघटित होता येईल. प्रौढ मतदारांच्या अधिकाराचा फायदा घेऊन सत्ता जिंकण्याचा प्रयत्न मात्र त्यांनी केला पाहिजे.'

त्यापुढे 'तरुण भारत 'कार म्हणतात :

'डॉ. आंबेडकरांच्या मनात काँग्रेस वा समाजवादी यांच्यात या जमातींनी प्रवेश न करता, स्वतंत्रपणे राजकीय संघटना निर्माण करावी, अशी अपेक्षा होती.'

आंबेडकरांचा खरा वारसा

म्हणून आता खरा प्रश्न असा आहे की, रिपब्लिकन पक्ष हे सामाजिक क्रांतीचे राजकारण करू शकेल का? तसे करावयाचे झाल्यास त्याला ते एकाकी राहून, केवळ हरिजनांचे राजकीय संघटन करूनही क्रांती होईल का? केवळ सत्ता- संक्रमण करून सामाजिक क्रांती हाईल काय? डॉ. आंबेडकरांच्या व्यक्तित्वातही अंतर्गत भावना होती, त्यांना हरिजन, वनवासी व मागासलेल्या जातींचे राजकीय संघटन करून सत्ता जिंकावयाची होती; पण अशा राजकीय संघटनेसाठी लागणारे गुणवान नेतृत्व ते निर्माण करू शकले नाहीत. त्यांचे अनुयायीही थिटे पडले; पण त्याचबरोबरीने डॉ. आंबेडकरांची धर्मनिष्ठ नीतिमूल्यांवर श्रद्धा होती. हिंदू धर्माने सामाजिक नीतिमत्ता निर्माण केली नाही; त्यामुळे त्या समाजाची राजकीय नीतिमत्ता नेहमीच खालच्या दर्जाची राहील असे त्याना वाटे; म्हणून बौद्ध धर्माच्या सामाजिक नीतिमत्तेचे व सदाचरणवादी भूमिकेचे त्यांना आकर्षण होते. असा बौद्ध 'धम्मा' च्या नैतिक प्रेरणांमधून पुन:संघटित झालेला भारतीय समाज त्यांना घडवायचा होता.

राजकीय संघटनेचा प्रश्न

आता रिपब्लिकन पक्षाचे राजकीय भवितव्य काय, हा दुसरा प्रश्न. एक गोष्ट स्पष्ट आहे की, आपल्या निवडणूकपद्धतीमुळे जेथे हरिजनांच्या राखीव जागाही त्यांना इतर मतदारांच्या सहकार्याविना मिळविता येत नाहीत, तेथे रिपब्लिकन पक्षाला जमातीसाठी एकाकी लढून सत्ता हस्तगत करणे अशक्य आहे. म्हणून रिपब्लिकन पक्षात नेहमी सौदेबाजीचे वातावरण राहणार; कारण ते एकटे लढू शकत नाहीत. प्रतिनिधित्वाच्या काही जागा त्यांच्या प्रभावक्षेत्रात असल्यामुळे त्यासाठी वायदे करण्याची प्रवृत्ती नेहमीच त्यांच्या पक्षपुढाऱ्यांत राहील आणि इतर पक्षही त्यांचा तसाच उपयोग करून घेतील.

हीच स्थिती मुसलमानांची आहे. म्हणजे जोपर्यंत धर्म, जात, भाषा यांवर

आधारलेले मतदारांचे गट संघटित करण्यासाठी त्यांचे राजकीय पक्ष काम करतील, तोपर्यंत त्या पक्षाला कधीही स्वत:चे राजकीय तत्त्वज्ञान असलेला नवा पक्ष बांधता येणार नाही.

म्हणून रिपब्लिकन पक्ष हा जातिनिष्ठ पक्ष न होता, भारताचे राजकीय, सामाजिक व आर्थिक परिवर्तन दलितांना अनुकूल होईल, अशा रीतीने कार्य करणारा व्यापक राजकीय पक्ष झाला तर तो सत्ता जिंकू शकेल.

रिपब्लिकन पक्ष-ऐक्याबाबत शेलकी टीका करण्याच्या स्पर्धेत मार्क्सवादी कम्युनिस्ट पक्षाच्या मुंबई शाखेचे श्री. कोल्हटकर थोडेच मागे राहणार आहेत? ते काय म्हणतात ते पहा :

'केवळ आपसांत एकजूट करून दलित पँथरना आपल्या जुन्याच संधिसाधू राजकारणाच्या गाड्याला जोडता येईल, अशी श्री. रा. सु. गवई प्रभृतींची कल्पना असेल तर ते मूर्खांच्या नंदवनात वावरत आहेत असेच म्हणावे लागेल.' असा अभिप्राय मार्क्सवादी कम्युनिस्ट पक्षाच्या मुंबई शाखेचे सेक्रेटरी श्री. ब. कोल्हटकर यांनी एका पत्रकात व्यक्त केला आहे.

अस्पृश्य समाजाच्या हिताविरुद्ध काँग्रेस सत्ताधाऱ्यांशी केलेली अपवित्र सोयरीक हे दलित पँथरच्या बंडाचे खरे कारण आहे, हे मान्य करण्याचा प्रामाणिक- पणा श्री. गवई व त्यांचे सहकारी यांच्यामध्ये राहिलेला नाही, असे या पत्रकात म्हटले आहे.

- श्री. गवई व इतर रिपब्लिकन नेते कम्युनिस्ट विरोधाचे बुजगावणे उभे करून आमचा पक्ष व दलित पँथर यांच्यामध्ये गैरसमजाची भिंत उभी करू बघत असतील तर त्यांच्या पदरी निराशा येईल, असा इशाराही पत्रकात दिला आहे.

दैनिक 'सकाळ' ऐक्यावर टीका करताना लिहितो :

'मध्य मुंबई लोकसभा निवडणुकीने दिलेला धक्का हे रिपब्लिकन पक्षऐक्याच्या निर्णयाचे महत्त्वाचे कारण आहे. रिपब्लिकन नेत्यांचा आदेश मानण्यापेक्षा रिपब्लिकन मतदारांनी दलित पँथरचाच आदेश अधिक प्रमाणात मानल्याने दिसून आले. ऐक्याची जाग या निवडणुकीत रिपब्लिकन नेत्यांना आली.'

रिपब्लिकन पक्षस्थापनेमागील डॉ. बाबासाहेब आंबेडकरांच्या उद्दिष्टांचा उल्लेख करून 'सकाळ' कार पुढे लिहितात :

'रिपब्लिकन पक्ष काढण्यामागे डॉ. बाबासाहेब आंबेडकरांचा उद्देश आपले कार्यक्षेत्र केवळ दलितांपुरते मर्यादित न ठेवता समाजातील सर्व लोकशाहीवादी थरांना त्यात समाविष्ट करून घ्यावे हा होता. त्या दृष्टीने रिपब्लिकन पक्षनेत्यांनी फारसे प्रयत्न केल्याचे दिसत नाही.'

दैनिक 'इंद्रधनुष्य'

कोल्हापूरचे दैनिक 'इंद्रधनुष्य,' रिपब्लिकन ऐक्याचे स्वागत करून पुढे अशी मल्लिनाथी करते :

'अलीकडे मुंबईची पोटनिवडणूक बरीच गाजली. काँग्रेस पक्षाला रिपब्लिकन पक्षातील अनेक नेत्यांनी पाठिंबा दिला होता आणि या पाठिंब्यामुळे साहजिकच दलित पँथर्सना या नेत्यांविरुद्ध उचल घेण्यास अधिक प्रेरणा मिळाली. वन्ही तो चेतवावा आणि हा वन्ही चेतविण्यास दलित पँथर्सच्या तरुणांना चांगले यश आले. एक हुतात्माही त्यांना गमवावा लागला आणि हुतात्मा मिळाल्याशिवाय कोणतेही आंदोलन चटकन पेट घेत नाही म्हणतात, हा अनुभव येथे आला. भागवत जाधव यांचे हौतात्म्य कामी आले. निवडणुकीवर पददलितांनी बहिष्कार टाकला आणि आपले नेते सांगत असतानाही त्यांना अपयश आले, त्याचा परिणाम ऐक्य करण्यात झाला.'

मुंबईच्या 'मार्मिक' साप्ताहिकाने 'हे ऐक्य चिरंजीव होवो' या शीर्षकाखाली संपादकीय लिहिले आहे. सदर संपादकीयांचे शीर्षक स्वागताचे असले तरी त्यामध्ये 'मार्मिक' कार श्री. बाळ ठाकरे यांनीही काही कमी खरपूस टीका केलेली नाही.

'मार्मिक' कार लिहितात :

'आपापल्या स्वार्थासाठी रिपब्लिकन पक्षाचा वापर करण्याच्या अट्टहासाने पक्षात गट पडले. बाबासाहेबांनी सारी हयात ज्यासाठी झिजविली ते दलित ऐक्य भंग पावले. रिपब्लिकन पक्षाचा एक गट काँग्रेसबरोबर तर दुसरा समाजवाद्यांबरोबर; तिसरा आणखी कोणाबरोबर हे दृश्य दिसू लागले.'

डॉ. बाबासाहेब राजकारणी पुरुष नव्हते, असा शोध मार्मिककारांनी लावला असून, त्याबाबत ते म्हणतात, 'बाबासाहेब राजकारणी पुरुष नव्हतेच. राजकारणात ते उतरले ते समाजकारणासाठी. राजकीय विचारांत पक्के असलेले बाबासाहेब प्रत्यक्ष राजकारणातल्या लांड्यालबाड्या व डावपेच यांत पक्के नव्हते. त्यामुळेच कोल्ह्या-कुत्र्यांकडून या सिंहाचा पराभव होत होता. कम्युनिस्ट त्यांचा पाडाव करायला सदैव तयार असायचेच; पण काँग्रेसही बाबासाहेबांचा पराभव कसा होईल, हेच बघायची. बाबासाहेब आपल्या समाजाचे प्रश्न सोडविण्यासाठी, समाजाचे दुःख चव्हाट्यावर मांडण्यासाठी निवडणुकी लढवत, म्हणजे समाजकारण साधण्यासाठीच ते राजकारण करीत; पण त्यांचा पराभव करण्यासाठी सर्वच राजकीय पक्ष पुढे सरसावत. असे राजकीय पराभव पचवून समाजासाठी लढण्याची हिंमत बाबासाहेबांमध्ये होती.'

बाबांच्या नंतर

डॉ. बाबासाहेब आंबेडकर गेल्यानंतरच्या स्थितीचा उल्लेख करून 'मार्मिक'-

कार पुढे म्हणतात :

'बाबासाहेब गेले आणि समाजकल्याणासाठी संघटना हे सूत्रच जणू सुटले. राजकारण, सत्ता आणि स्वार्थ यांनी झपाटलेल्या मंडळींनी आपल्या मताप्रमाणेच संघटना चालवायला हवी, असा हट्ट धरून रिपब्लिकन पक्षात गटबाजी माजविली. सर्व राजकीय पक्षांनी आपापले स्वार्थ साधण्यासाठी रिपब्लिकन पक्षातल्या या गटबाजीचा भरपूर उपयोग करून घेतला. दलितांचे प्रश्न तसेच राहिले. पुढाऱ्यांचे प्रश्न मात्र सुटले. कुणाला राज्यपालपद, कोणाला खासदारकी, कुणाला आमदारकी तर कुणाला नगरपालिकेत कॉर्पोरेटरी.'

नव्या पिढीचा उल्लेख करून 'मार्मिक' कार पुढे लिहितात : 'थोडी थोडकी नव्हेत सतरा वर्षे असे चालले होते. तरुणांना तर समाजाचे हे स्वरूप बघून संतापाने चेव येत होता. या परिस्थितीतून बाहेर पडण्यासाठी मग तरुणच धडपडू लागले. राजा ढाले, नामदेव ढसाळ या तरुणांनी दलितांवरील अन्यायाविरुद्ध प्रत्यक्ष कृती करण्यासाठी तरुणांना एकत्र आणून ही नवी संघटना उभी केली. रिपब्लिकन पक्षने त्यांच्या स्वार्थी, कार्यशून्य कर्तृत्वावर उघड उघड हल्ला चढविला. राजा ढाले, नामदेव ढसाळ हे दोघेही परवा-परवापर्यंत स्वत:ला कम्युनिस्टांपासून दूर ठेवत होते; पण आज उघडपणे दलित पँथरचे नेते स्वत:ला कम्युनिस्ट म्हणवून घेऊ लागले आहेत आणि नक्षलवाद्यांच्या खांद्याला खांदा लावून नव्हे तर त्यांच्याच सल्ल्याने वागत-बोलत आहेत.

मार्क्स व बुद्ध

मार्क्स नको, बुद्ध हवा असे जे डॉ. बाबासाहेब आंबेडकरांनी सांगितले होते, त्याचा उल्लेख करून, 'मार्मिक' कार पुढे लिहितात :

'मार्क्स नको, बुद्ध हवा असे ठरवून, बाबासाहेबांनी दलितांना बुद्धाच्या समतेच्या, शांतीच्या मार्गाने नेले. नक्षलवाद्यांच्या हातात सापडलेल्या दलित पँथर्सच्या नेत्यांनी बाबासाहेबांच्या तत्त्वज्ञानावर मात करून भीमशक्तीची पाठ भुईला टेकताच भीमशक्ती दुप्पट झाली.'

'ही भीमशक्ती कोणत्याही राजकीय पक्षाच्या दावणीला यापुढे जुंपली. रिपब्लिकन पक्षाचे धोरण स्वतंत्र असावे याबद्दल 'मार्मिक' कार पुढे लिहितात, जाता कामा नये. डॉ. बाबासाहेब आंबेडकर यांचे नवसमाजनिर्मितीचे स्वप्न साकार करावयाचे असेल तर जातपात न मानणारा खराखुरा तरुण निर्माण व्हायला हवा. शिवसेनेने जातपात न मानणारा राष्ट्रवादी तरुण उभा केला आहे. या शिवसेनेचे झुंजार तरुण हातात हात घालून उभे झाले, तर समाजपरिवर्तनाला गती मिळाल्याशिवाय राहणार नाही. हे ऐक्य चिरंजीव होवो.'

पुण्याची 'साधना'

पुण्याच्या 'साधना' नावाच्या साप्ताहिकाने 'रिपब्लिकन ऐक्य बेगडी की सुबुद्ध?' या शीर्षकाखाली संपादकीय लिहिले आहे. रिपब्लिकन पक्षात जे भेद झाले, त्याची कारणे 'साधना' कार देतात ती अशी :

'विशुद्ध चारित्र्याचे, बुद्धिवादी, पण सामान्य जनांशी व्यापक संपर्क नसणारे श्री. कांबळे, दादासाहेब गायकवाडांची गादी चालविणारे व महाराष्ट्र विधान परिषदेचे उपसभापतिपद भूषविणारे श्री. गवई, विदर्भातील रिपब्लिकनांचे नेते श्री. खोब्रागडे हे या तीन फळ्यांचे अध्वर्यू म्हणून वावरत. प्रादेशिक महत्त्व, भिन्न वैचारिक छटा व स्वभावभेद याच गोष्टी असा त्रिफळा उडण्यामागे होत्या.'

ऐक्याबाबत दलित पँथरचा उल्लेख करून 'साधना' कार पुढे लिहितात :

'पाहता पाहता या रिपब्लिकन नेत्यांना आव्हान देणारी युवकांची संघटना आक्रमक पवित्रा घेऊन उभी राहिली आणि नेमस्त, सुखासीन व सत्तापदाभिलाषी नेत्यांचे पाय त्यामुळे डगमगू लागले. ह्या नेत्यांचा सर्वसामान्य लोकांच्या सुखदुःखाशी आणि आशा-अभिलाषांशी असणारा संबंध तुटू लागला होता. डॉ. आंबेडकरांवरील निष्ठेची हुंडी हळूहळू वटेनाशी झाली होती; दलित पँथरची या नेतृत्वाविरुद्ध बंडाचा झेंडा उभारला. दलितेतर सहृदय मंडळींचा पाठिंबा मिळविण्यात त्यांनी यश मिळविले. रिपब्लिकन पक्षाऐवजी दलित पँथरने प्रतिमा समाजमानसात ठसू लागली. दलित पँथरच्या निवडणुकीवर बहिष्कार घालण्याच्या घोषणेला भलताच प्रतिसाद मिळाला आणि आपल्या पायांखालची वाळू निसटल्यामुळे रिपब्लिकन नेते हवालदिल झाले आणि त्यातून ऐक्याचा बनाव घडून आला.'

रिपब्लिकन पक्षाच्या स्वरूपाबाबतचा उल्लेख करून, 'साधना' कार शेवटी लिहितात :

'पासंगशक्ती दोन पारडी असतील तेव्हाच उपयोगी पडू शकते. डॉ. आंबेडकरांना बदलत्या राजकारणाची चाहूल लागली होती, आणि म्हणूनच त्यांनी व्यापक दृष्टीचा रिपब्लिकन पक्ष स्थापन करण्याचा निर्णय घेतला; परंतु जातिधर्म - निरपेक्ष लोकशाहीवादी राजकीय पक्ष उभारण्यासाठी पुरेशी उसंत मिळाली नाही. आंबेडकरांची हिम्मत, प्रतिभा व जिद्द असणारे त्यांच्या अनुयायांत फारसे नसल्याने त्यांनी पक्षाला आपल्या समाजाच्या दावणीलाच बांधून ठेवले. आंबेडकरांच्या कल्पनेतला व्यापक भूमिकेवरील राजकीय पक्ष उभा राहिला. त्यात आपल्या नेतृत्वाची एखाद्या वेळी आहुती पडेल असे भय त्यांना वाटले आणि म्हणून वेगवेगळ्या पक्षांशी तडजोड करण्याचे साधन म्हणूनच रिपब्लिकन पक्ष त्यांनी राबविला. त्यामुळे नेत्यांचे काही प्रश्न सुटले; पण सर्वसामान्य दलित समाजाची स्थिती मात्र पालटली नाही. पक्षाच्या ऐक्याची घोषणा केल्यामुळे,

विविध पक्षांशी राजकीय सौदे पटविण्याची नेत्यांची शक्ती कदाचित वाढेल; पण देशाचे भवितव्य घडविणारी राजकीय शक्ती हे स्थान त्यांना तेवढ्याने लाभणार नाही. एक जातिधर्मनिरपेक्ष लोकशाहीवादी राजकीय पक्ष म्हणून आपले नेतृत्व धोक्यात घालून ते उभे राहतात की नाही, यावर त्यांचे भवितव्य अवलंबून आहे.'

नागपूरच्या 'जयभीम' नावाच्या साप्ताहिकाने 'रिपब्लिकन पक्ष-ऐक्याचे स्वागत केले असून, रिपब्लिकन पक्षनेत्यांचे अभिनंदनही केले आहे. तरीही 'जयभीम' साप्ताहिकाने काही प्रतिक्रया व्यक्त केल्या आहेत. 'पक्षातील पद, आमदार, खासदार किंवा तत्सम इतर पद हे जणू साध्य झाले आहे. ते मिळाले की आपल्या जीवनाचे सार्थक झाले. मग तिकडे आपल्या समाजाला कोणत्याही हालअपेष्टांना तोंड द्यावे लागले, त्याच्यावर कितीही अन्याय-अत्याचार झाले तरी त्याच्याशी आपले काही सोयरसुतक नाही, अशा प्रकारचे दुर्दैवी चित्र या देशातील पददलितांना पाहावे लागत होते.'

नेतृत्वाचा उल्लेख करून 'जयभीम' कार म्हणतात, 'देशातील सारी पददलित जनता खांद्याला खांदा लावून आपल्या मुक्तीचा लढा देण्यास तयार आहे. जनतेला गरज आहे ती फक्त योग्य, उचित अन् प्रामाणिक मार्गदर्शनाची, नेतृत्वाची.'

याशिवाय आणखीही काही वृत्तपत्रांच्या व साप्तहिकांच्या प्रतिक्रिया आमच्या दृष्टोत्पत्तीस अलीकडेच आल्या आहेत. मुंबईचे साप्ताहिक ब्लिट्झ, पुण्याचे दैनिक 'केसरी,' कोल्हापूरचे दैनिक 'पुढारी' व दैनिक 'लोकमत' यांच्या त्या प्रतिक्रिया आहेत. पुण्याच्या 'विशाल सह्याद्री' ची प्रतिक्रिया व्यक्त करणारे संपादकीय अजून आमच्या पाहण्यात आलेले नाही.

'एकीकरण आणि भवितव्य' या शीर्षकाखाली मुंबईच्या मराठी 'ब्लिट्झ' साप्ताहिकात संपादकीय लिहिण्यात आले आहे. रिपब्लिकन पक्षाच्या नेतृत्वावर टीका करताना 'ब्लिट्झ'कार लिहितात :

'रिपब्लिकन पुढारी आपली पदे आणि हुद्दे सांभाळण्यात गर्क असायचे आणि बिचारी दलित जनता मात्र उच्चभ्रू लोकांचे अन्याय निमूटपणे सहन करीत राह्यची. दलित जनतेच्या अडीअडचणी समजावून घेण्याच्या प्रयत्न रिपब्लिकन पुढाऱ्यांनी कधीच केला नाही. त्यांच्यावर होणारे अन्याय वेशीवर टांगणे तर फार दूर राहिले.'

दलित पँथरचा उल्लेख करून 'ब्लिट्झ' कार लिहितात,'हळूहळू दलित समाजातील तरुण शिक्षण घेऊ लागले. समाजातील मानाचे स्थान मिळविण्यासाठी झगडायला पाहिजे याची त्यांना जाणीव झाली. त्यांनी रिपब्लिकन पक्षाचे नकली नेतृत्व झुगारून दिले.'

रिपब्लिकन पक्ष-ऐक्याच्या भवितव्याचा उल्लेख करून 'ब्लिट्झ' कार शेवटी लिहितात,'तुम्ही सर्वांनी जे एकीकरण घोषित केले आहे, त्या एकीकरणाचा आगामी

कार्यक्रमच तुमचे भवितव्य आता ठरविणार आहे.'

पुण्याच्या 'केसरी दैनिकानेही 'दलितांच्या पाठीवरचा पँथर पंजा' या शीर्षकाखाली संपादकीय लिहिले आहे. रिपब्लिकन जनता, रिपब्लिकन पक्ष व दलित पँथर्स यांचा उल्लेख करून,'केसरी' कार लिहितात :

'रिपब्लिकन नेते आणि त्यांना मानणारे नवबौद्ध यांच्यामध्ये क्षीण स्वरूपाचा का होईना, पण थोडामफार दुवा उरलेला होता. तो दलित पँथर्सच्या तरुणांनी तोडून टाकला आहे, असे मध्य मुबईच्या पोटनिवडणुकीच्या निमित्ताने दिसून आले.'

रिपब्लिकनांच्या सत्तास्थानाबद्दलचा उल्लेख करून 'केसरी' कार पुढे लिहितात, 'सत्तास्थानाच्या अवतीभोवती वावरण्याची संधी उपलब्ध झाल्यामुळे रिपब्लिकन पक्षनेत्यांचे लक्ष पक्षसंघटनेच्या व जनतेच्या समस्या सोडविण्याच्या कामावरून उडाले आणि ते सत्ता-राजकारणाच्या कच्छपी लागले.'

मार्क्सवादाच्या भाष्यकारांचा हवाला देऊन 'केसरी'कार पुढे लिहितात : 'आर्थिक व सामाजिक विषमता नष्ट करून समाजवादाची प्रस्थापना करण्यास संघटित कामगारवर्गाची सशस्त्र क्रांती हा एकमेव पर्याय नसून संसदीय लोकशाहीच्याद्वारा ही समाजक्रांती घडवून आणणे शक्य आहे, हा नवा विचार मार्क्सवादाच्या भाष्यकारांनी मान्य केलेला आहे. मार्क्सच्या तत्त्वज्ञानाचे मर्म समजावून घेऊन लोकशाहीचा अंत घडवून आणण्यासाठी ज्या शक्ती या देशामध्ये कार्यरत झाल्या आहेत, त्या शक्तींच्या विध्वंसक व घातपाती रूपाने मोहून जाऊनच दलित पँथर्सनी त्यांच्या गळ्यात गळा घातलेला दिसतो.'

धर्मांतराबाबत मत व्यक्त करताना,'केसरी'कार लिहितात :

'सामुदायिक धर्मांतर हा आर्थिक व सामाजिक विषमतेवर उपाय होऊ शकत नाही.'

डॉ. बाबासाहेब आंबेडकरांनी द्रष्टेपणाने दिलेल्या इशाऱ्याबद्दल,'केसरी'- कार लिहितात, 'ही राजकीय लोकशाही, सामाजिक व आर्थिक क्षेत्रांत त्वरेने अवतरली पाहिजे. सामाजिक आणि आर्थिक क्षेत्रांत लोकशाही निर्माण झाली नाहीतर राजकीय लोकशाहीचे रक्षण करणेदेखील अशक्य होईल.' हा डॉ. बाबासाहेब आंबेडकरांनी दिलेला इशारा आज पंचवीस वर्षांनंतर खरा ठरू पाहत आहे.'

गांधींनीदेखील काँग्रेसबाबत जो अशाच प्रकारचा इशारा दिला होता, तो नमूद करताना 'केसरी'कार लिहितात :

'गांधीजींनी बजावले होते की, जर सत्ता हे सेवेचे साधन मानण्याऐवजी ते स्वार्थाने व उपभोगाचे साधन काँग्रेसजन बनवतील, तर आज जनतेच्या विश्वासाचे प्रतीक बनलेल्या गांधीटोपीला आणि खादीला लोक विटतील व भरस्त्यावर तिची विटंबना करतील.'

कोल्हापूरच्या दैनिक 'पुढारी' ने 'नव्या वाटेचा मागोवा' या शीर्षकाखाली संपादकीय लिहिले आहे. रिपब्लिकन पक्ष-ऐक्य कसे झाले याबद्दल दैनिक 'पुढारी'-कार लिहितात :

'.....रिपब्लिकन पक्षगटांना आपल्या अस्तित्वासच जबरदस्त धोका निर्माण झाला असल्याची जाणीव झाली आणि या भीतीपोटी हे गट पुन: परस्परांस बिलगले.' दैनिक'पुढारी' कार पुढे म्हणतात,'या नव्या वाटेच्या अनुषंगाने श्री. बी. सी. कांबळे यांनी एक लेख लिहून प्रसिद्ध केला आहे. रिपब्लकन पक्षास अधिक व्यापक पाया शोधणे सोपे नाही.'

ता.१३।२।७४ रोजी पुण्याच्या 'प्रभात' दैनिकानेही एक संपादकीय स्फुट लिहून खालील विचार मांडले आहेत :

'रिपब्लिकन पक्षातील नेत्यांनी डॉ. आंबेडकर यांच्या मागे त्या पक्षाचे वाटोळे केले. नेते स्वार्थी बनले; त्यामुळे दलित व मागासवर्गीय समाजाची कुत्तरओढ झाली. दलितांवरील अन्याय-अत्याचार वाढले. नेते लाचार, ढोंगी, स्वार्थी, अहंमन्य बनल्यामुळे तो समाज पोरका झाला.'

पुण्याचे 'सोबत'

पुण्याच्या 'सोबत' साप्तहिकाच्या १०-२-७४ च्या अंकात,'क्षणिकांची टक्कर व शाश्वतांच्या ठिकऱ्या' या शीर्षकाखाली एक लेख प्रसिद्ध करण्यात आला आहे. या लेखात काय निर्भर्त्सना केली आहे, ती पहा. सदर लेखक लिहितात, 'रिपब्लिकन मंडळी म्हणजे कोण? तर रिपब्लिकन पुढारीमंडळी. हे पुढारी कसे? तर अनुयायी नसलेले पुढारी. दहांची तोंडे दहा दिशांना. हा त्यांचा एकोपा. रिपब्लिकन नेते! आणि काँग्रेसच्या घरी कच्च्या मडक्याने पाणी भरतात. सारे एकजात स्वार्थी व संधिसाधू. अशा नेत्यांना कोणी नेता म्हणत नाही.'

शिवसेना व दलित पँथर यांचा उल्लेख करून 'सोबत' मधील लेखक पुढे लिहितात : 'शिवसेनेचा हुकूम शिवसैनिकांनी मानला नाही आणि कुठले कोण कालचे बदनाम दलित पँथरचे नेते, त्यांचा हुकूम सारे रिपब्लिकन ऐकतात. या दोन गोष्टींतील फरक सर्वांनी समजावून घ्यायला हवा. शिवसेना व दलित पँथर या क्षणिकांच्या टक्करीत शाश्वतांचे टकुरे फुटेल.'

रूपवते

रिपब्लिकन पक्षऐक्याबद्दल श्री. दा. ता. रूपवते या मंत्र्यांनी तर नमुनेदार प्रतिक्रिया ता. २-२-७४ च्या दै. 'मराठा' त व्यक्त केली आहे. ते म्हणतात :

'रिपब्लिकन पक्षाची एकी झाली, ती स्वागतार्ह घटना असली तरी त्यातून दलितांचे प्रश्न सुटणार नाहीत; म्हणून रिपब्लिकन पक्षातील कार्यकर्त्यांनी काँग्रेसमध्ये येण्यास चूक नाही. रिपब्लिकन पक्षाने राजकीय पक्ष बनणे बरोबर नाही. केवळ रिपब्लिकन पक्ष म्हणजे बौद्ध जनता या कल्पनेने हा पक्ष केवळ महारांची पार्टी राहिली, ही खरी गोष्ट आहे. या पक्षात चांभार, मांग, तेली, तांबोळी, आदिवासी, भटके, माकडवाले इ. यायला तयार नाहीत. मग हा पक्ष दलितांचे परिवर्तन कसा करू शकेल?'

दैनिक 'लोकमत'

दैनिक 'लोकमत' ने काहीसे आगळे असेच संपादकीय ४-२-७४ च्या अंकात प्रसिद्ध केले आहे, 'रिपब्लिकन नेत्यांचा स्पृहणीय निर्णय' असे खास शीर्षक त्यांनी दिले आहे. सदर संपादकीयामध्ये मिश्र विचार व्यक्त केले आहेत. रिपब्लिकन ऐक्य कसे घडले, याबाबतचे 'लोकमत' ने आपले भाष्य दिले असून या अनुरोधाने श्री. बी. सी. कांबळे यांचा उल्लेख एका विशिष्ट संदर्भात करण्यात आला आहे.

'लोकमत'कार म्हणतात :

'रिपब्लिकन पक्षाच्या ऐक्यात बी. सी. कांबळे आले नसते, तर ही रिपब्लिकन एकजूट टिकण्याइतकी बळकट झाली, असे आम्ही मानले नसते.'

श्री. बी. सी. कांबळे यांच्याबद्दलचे मत व्यक्त करून,'लोकमत' कार पुढे म्हणतात, 'श्री. बी. सी. कांबळे यांनी डॉ. बाबासाहेब आंबेडकरांच्या मतांचा शास्त्रशुद्ध अभ्यास केला असून रिपब्लिकन पक्षाची सेवा त्यांनी निष्ठेने केली आहे. ते आजपर्यंत कोणत्याही मोहाला बळी पडले नाहीत. भारतात रिपब्लिकन वातावरण म्हणजे खरेखुरे वातावरण निर्माण झाले पाहिजे, या निष्ठेने श्री. कांबळे सतत कार्य करीत आहेत.'

मुंबईच्या 'लोकसत्ता' व इतर दैनिकांमध्ये श्री. बी. सी. कांबळे यांनी जो लेख रिपब्लिकन पक्षाच्या ऐक्याच्या पार्श्वभूमीवर लिहिला आहे, त्याबद्दल 'लोकमत'- कार पुढे लिहितात, 'रिपब्लिकन पक्षाचे रिपब्लिकन हे नाव किती खोल हेतूने डॉ. बाबासाहेब आंबेडकरांनी दिले आहे, याची कल्पना प्रथमच श्री. बी. सी. कांबळे यांचा लेख वाचल्यानंतर आम्हास आली.'

श्री. बी. सी. कांबळे यांच्या लेखातील, दुसऱ्या एका मुद्द्याबद्दल 'लोकमत'कार पुढे लिहितात :

'रिपब्लिकन पक्षाने कोणत्याही मोहांना बळी न पडता, भारताला खराखुरा लोकसत्ताक बनविण्याचे पवित्र उद्दिष्ट पुढे ठेवून, हिंसा व अराजकता यांना वाव न देता कार्य करीत राहिले पाहिजे, असे कांबळे यांचे सांगणे आहे.'

रिपब्लिकन एकजुटीबद्दल 'लोकमत'कार शेवटी म्हणतात, 'ही एकजूट त्यातील

उदात्त हेतूसुद्धा कायम राहावी अशी इच्छा आहे.'

टीकाकारांच्या टीकेचा परामर्ष

रिपब्लिकन पक्ष-ऐक्यावर करण्यात आलेली टीका ही अशी आहे. आमच्या पाहण्यात न आलेली टीका निराळी; परंतु वर उद्धृत करण्यात आलेली टीका कशी आहे? केवढे हे मोठे आणि प्रचंड आरोपपत्र! निरनिराळ्या टीकाकारांच्या संबंधित टीकेचा तपशीलवार परामर्श आम्ही घेणारच आहोत.परंतु त्यापूर्वी, या टीकेचे सर्वसाधारण स्वरूप उघड करून दाखविणे आवश्यक आहे. केवढी ही प्रचंड टीका! केवढे मोठे हे आरोपपत्र!

राजकीय पिल्लावळ

अशी प्रचंड टीका भारतातील कोणत्या तरी पक्षावर अगर कोणत्याही पक्षाच्या पुढाऱ्यावर आजवरच्या इतिहासात कधी करण्यात आली आहे काय? एवढेच नव्हे तर जगातील कोणत्याही देशातील कोणत्याही पक्षावर अगर त्या पक्षाच्या पुढाऱ्यावर तरी अशी टीका कोठे करण्यात आली आहे काय? भारतात सुरुवातीस फारच थोडे राजकीय पक्ष होते. काँग्रेस, मुस्लिम लीग, अकाली दल, हिंदू महासभा व दलित फेडरेशन असे एवढेच प्रमुख राजकीय पक्ष होते. काँग्रेसच्या फाटाफुटीचा इतिहास फार जुना आहे. काँग्रेसच्या फाटाफुटीतूनच समाजवादी पक्ष, कम्युनिस्ट पक्ष, जनसंघ, के. एम. पी. पी., फॉरवर्ड ब्लॉक, हिंदू महासभा, रामराज्य परिषद, कृषिकार पार्टी, बी. के. डी. स्वतंत्र पक्ष, शेतकरी कामकरी पक्ष, शेवटी सिंडिकेट व इंडिकेट इत्यादी जन्मास आले. साम्यवादी पक्षाच्या फाटाफुटीतून प्रजासमाजवादी, क्रांतिकारी समाजवादी, संयुक्त समाजवादी, राजनारायण समाजवादी, जोशी-लिमये समाजवादी वगैरे वगैरेंची निपज झाली. कम्युनिस्ट पक्षाच्या फाटाफुटीतून क्रांतिकारी कम्युनिस्ट पार्टी, बोल्शेव्हिक पार्टी आणि आता मार्क्सवादी कम्युनिस्ट व नक्षलवादी इत्यादींची लागण झाली. शेतकरी-कामकरी पक्षाच्या फाटाफुटीतून लाल निशाण गट, किसान मजदूर पक्ष यांची चिल्लीपिल्ली जन्माला आली. फॉरवर्ड ब्लॉकमधून रुईकर फॉरवर्ड ब्लॉक व मार्क्सिस्ट फॉरवर्ड ब्लॉक असे जुळे जन्माला आले. तमिळनाडूमध्ये जस्टिस पार्टीतून द्रविड कळघम व द्रविडमुन्नेत्र कळघम आणि सध्या अण्णा द्रविड मुन्ने कळघम जन्मास आले. अकाली दलातून तारासिंग अकाली दल व फत्तेसिंग अकाली दल जन्मास आले. याशिवाय भारतातील निरनिराळ्या प्रांतांत चिल्लर पक्ष जन्माला आले तेही थोडेथोडके नाहीत. निदान त्यांची संख्या शंभर-दीडशेंवर जाईल, असे म्हणावयास हरकत नाही. असे डझनावारी अनेक पक्ष जन्माला आले आणि काँग्रेससह निरनिराळ्या पक्षांतच पुनश्च विलीन झाले.

'आपला महाराष्ट्र' कारांनी तीन लेख लिहिण्याचे कष्ट घेतले त्याबद्दल त्यांचे आभार. रिपब्लिकन पक्ष-ऐक्यामागे त्यांना काहीतरी खास गौडबंगाल आहे असे वाटते. त्याचे कारण काय? कुणाला फारशी कल्पनाही नसता रिपब्लिकन पक्षाच्या नेत्यांनी म्हणे, चोरवाटेने झपाझप पावले टाकली.ऐक्य झाले हे चांगले की वाईट? ते बोला! ऐक्य चांगले असेल तर चांगले म्हणा; वाईट असेल तर वाईट म्हणा! म्हण ऐक्य 'आकस्मित' का झाले? सतरा वर्षे ऐक्य का होत नाही म्हणून ओरडायचे आणि ऐक्य झाल्यावर आकस्मित का झाले असे कोकलत राहावयाचे ! म्हणे कुणाला कल्पना नसता ऐक्य झाले ! ऐक्यासाठी कोणाकोणाला कल्पना द्यावयास पाहिजे? 'आपला महाराष्ट्र' कारांस कल्पना द्यावयास पाहिजे काय? असले मुद्दे 'आपला महाराष्ट्र' कारांसारखे उथळ लोकच काढू शकतात.

रिपब्लिकन नेत्यांच्या पायांखालची वाळू घसरू लागल्याचा शोध या महाशयांनी लावला असून रिपब्लिकन नेत्यांना दलित-बौद्ध जनतेत मुळीच स्थान उरलेले नाही, असा दावाही त्यांनी केला आहे. दलित युवकांच्या आंदोलनाच्या लाटेपुढे एक पक्ष, एक झेंड्याच्या ऐक्याचे मनोरथ किती दिवस टिकेल, याची शंकाही त्यांनी व्यक्त केला आहे.

डॉ. बाबासाहेब आंबेडकरांची जनताच या सर्व गोष्टींचा निर्णय देणार आहे. दुसरे अन्य कोणी याचा निर्णय करू शकत नाही, हे 'आपला महाराष्ट्र' कारास मान्य आहे ना? जर आंबेडकरी जनतेने रिपब्लिकन पक्ष-ऐक्याला पाठिंबा दिला नाही तर, 'आपला महाराष्ट्र' काराचे म्हणणे मान्यच करावे लागेल; परंतु आंबेडकरी जनतेने रिपब्लिकन पक्ष-ऐक्यास पाठिंबा दिला तर? 'आपला महाराष्ट्र'कारांनी जी खोटी विधाने केली आहेत, त्याबद्दल त्यांनी स्वत: संपादकीय तीन लेख लिहून रिपब्लिकन जनतेची जाहीर माफी मागितली पाहिजे आणि बऱ्या बोलाने अशी माफी मागितली नाही तर'आपला महाराष्ट्र' कारांच्या कचेरीभोवती रिपब्लिकन जनता वेढा टाकून त्यांची शोभा केल्याशिवाय राहील काय, याचा विचार तीन लेख खरडण्यापूर्वी बार बार करावयास हवा होता. निदान येथून पुढे तरी त्यांनी वारा प्यालेल्या वासराप्रमाणे शेपूट वर करून पळत राहू नये, असा इशारा त्यांना द्यावासा वाटतो.

अधिसत्ता म्हणजे काय?

स्वत:ची मक्तेदारी अधिसत्ता रिपब्लिकन नेते चालवीत आहेत; त्यांना पँथर्सचे काळाचे आव्हान मिळाले आहे व त्यांना प्रतिशह देण्यासाठी ऐक्याचे कारस्थान आहे; परंतु हे कारस्थान यशस्वी करण्यासाठी जी स्वस्त बुद्धी व निजकौशल्य लागते ते रिपब्लिकन पक्षपुढाऱ्यांपाशी नाही, असे 'आपला महाराष्ट्र'- कार म्हणतात.

आम्ही त्यांना विचारतो, अहो अधिसत्ता म्हणजे काय हे तुम्हास समजले तरी आहे काय? आणि मक्तेदारी अधिसत्ता काय? आता हा उकिरडा, त्यांनी व त्यांच्यासारख्यांनी

उकरून काढला आहे म्हणून आम्ही स्पष्टीकरण करीत आहोत.

भारताची 'मक्तेदारी अधिसत्ता' कोणाकोणाकडे आहे? भारताचे तीन पंतप्रधान कोणाचे? नेहरू, इंदिरा गांधी यांच्याकडे मक्तेदारी अधिसत्ता आहे ना? भारताच्या जमिनीची अधिसत्ता एक-दोन वरिष्ठ जातींचीच आहे ना? पार्लमेंट व विधानसभांमधील खासदार-आमदारपदांची मक्तेदारी अधिसत्ता एक-दोन वरिष्ठ जातींचीच आहे ना? भारताच्या अवाढव्य राज्यकारभारात यांचीच मक्तेदारी अधिसत्ता आहे ना? चाळीस वर्षे कामगारसंघटनांची मक्तेदारी अधिसत्ता डांगे-जोशी-वसवडा आदींच्याकडेच आहे ना? ही मक्तेदारी सत्ता ज्यांच्या डोळ्याना दिसत नाहीत, त्यांच्या डोळ्याची बुबुळे फुटली आहेत काय?

ज्या रिपब्लिकन नेत्यांविरुद्ध 'आपला महाराष्ट्र' कार' टीका करतात, त्या कोणत्या नेत्याकडे 'सत्ता' आहे? कोणाकडे 'अधिसत्ता' आहे? आणि कोणाकडे 'मक्तेदारी अधिसत्ता' आहे, ते 'आपला महाराष्ट्र' कारांनीच नव्हे कोणीही दाखवावे, असे आमचे जाहीर आव्हान आहे. रिपब्लिकन नेत्यांकडे यांपैकी सत्ता, अधिसत्ता अगर मक्तेदारी अधिसत्ता काहीही नसता हे टीकाकार कसे काय बरळतात?

ज्यांच्याकडे खरी मक्तेदारी अधिसत्ता आहे त्यांच्याविरुद्ध हे टीकाकार 'ब्र' शब्द तरी उच्चारतात काय? ज्याच्याकडे खरी मक्तेदारी अधिसत्ता आहे, त्यांच्याविरुद्ध 'ब्र' शब्द काढावयाचा नाही, उलट ज्यांच्याकडे कसलीही मक्तेदारी अधिसत्ता नाही, त्यांच्यावर भुंकावयाचे याला काय म्हणावे लागेल? काँग्रेस व कम्युनिस्टांच्या मलिद्यांवर पोसलेला पेपर म्हणजे 'आपला महाराष्ट्र' दैनिक, हे ते स्वत: तरी नाकारू शकतील काय? अशा मलिद्यावर जगणारा व त्या मलिद्यापोटी रिपब्लिकन पक्ष-ऐक्याविरुद्ध भुंकणारा प्राणी कोणता हे का वाचकांस सांगावयास हवे?

दलित पँथर्स काय ते रिपब्लिकन पक्ष बघून घेईल. म्हणे काळाचे ते आव्हान आहे! हो, हो, तो काळ आल्यावर काय ते रिपब्लिकन जनता पाहून घेईल. त्यासाठी 'आपला महाराष्ट्र' काराने चोंबडेपणा करण्याचे कारण काय?

प्रज्ञेच्या महासागराकडे

रिपब्लिकन पक्षनेत्यांच्या बुद्धीबद्दल व कौशल्याबद्दलची 'आपला महाराष्ट्र'-कारांनी उल्लेख केला आहे. बुद्धी व कौशल्य कमीच असेल तर रिपब्लिकन नेते ते मिळविण्याचा प्रयत्न करतील. त्यांना बुद्धी व कौशल्य नसेल अगर ते प्राप्त करून घेण्याचा त्यांनी प्रयत्न केला नाही तर अर्थातच ते अपक्व ठरतील. परंतु एवढे खचित की देशी व परदेशी शक्तीचे बाहुले बनलेले व 'पोपटी' ज्ञान असलेले असे रिपब्लिकन नेते नाहीत. डॉ. बाबासाहेब आंबेडकरांच्या प्रचंड विद्वत्तेच्या व भगवान बुद्धाच्या प्रज्ञेच्या महासागराकडे आगेकूच करणारे ते आहेत, एवढे नमूद केले तरी पुरेसे आहे.

स्वार्थ कोणाचा?

काँग्रेस युतीचा आणि श्री. भंडारे, मौर्य, रूपवते, गवई, कु. शांताबाई दाणी यांचा उल्लेख करून काँग्रेसयुतीच्या प्रयोगामुळे पुढाऱ्यांच्या हितापलीकडे काही साधलेले नाही. त्यामुळे रिपब्लिकन पक्षाची राजकीय चळवळ संपुष्टात आली आहे, असे संपादक म्हणतात. ठीक आहे. भंडारे, रूपवते, मौर्य हे काँग्रेसमध्ये गेलेले आहेत. त्याचे उत्तर ते देतील. श्री. गवई व कु. शांताबाई दाणीही 'महाराष्ट्र'कारांचे उर्मट तोंड बंद करतील अशा हिमतीचे आहेत; परंतु आम्ही विचारतो, आजवर काँग्रेससह इतर पक्षांचे जेवढे गव्हर्नर झाले, परराष्ट्र वकील झाले, मंत्री झाले; त्यांनी आपापला स्वार्थ किती साधला व घबाडे भरली याची चौकशी करावयास कोणी तयार आहेत काय? निरनिराळ्या पक्षांचे कोणतेही पुढारी घ्या. त्यांच्या इस्टेटी जाहीर करा. रिपब्लिकन नेत्यांच्याही इस्टेटी जाहीर करू. मग जगाला कळून चुकेल की कोण किती स्वार्थी आहे.

डॉ. बाबासाहेब आंबेडकरांची चळवळ संपुष्टात आली असे बरळणाऱ्यांना काय म्हणावे? डॉ. बाबासाहेब आंबेडकरांची चळवळ नष्ट करू पाहणाऱ्यांबरोबर जे जे सामने देण्यात आलेले आहेत, ते इतके ऐतिहासिक व देदीप्यमान आहेत की, त्यापुढे महाभारतदेखील फिके पडेल. ही तेजस्वी चळवळ भारतासच कशी तेजस्वी बनवील, हे भावी इतिहासकारांना लिहावे लागेल.

वरळी व नायगावच्या दंगलींचा उल्लेख 'महाराष्ट्र' कारानी अशा प्रकारे केला आहे की, सदर दंगली रिपब्लिकन पक्षाच्या नेतृत्वावर हल्ला करण्यासाठी व रिपब्लिकन पक्ष खतम करण्यासाठीच घडविण्यात आल्या काय, अशी शंका घेण्यास जबरदस्त कारण दिसून येते. म्हणे रिपब्लिकन नेत्यांनी दंगलीचा निषेध केला नाही. कोणत्याही वाईट कृत्याचा निषेध जरूर झाला पाहिजे. या दंगलींची न्यायालयीन चौकशी करण्याचा निर्णय सरकारने केला आहे. त्यामधून सत्य बाहेर येईल. कोणा कोणा दुष्टांच्यामुळे या दंगली घडल्या व शेकडो गोरगरीब स्त्री-पुरुष, बालके यांचे अतोनात हाल हाल झाले, हे एकदाच जगापुढे येईल व त्या दुष्टांचा धिक्कारच होईल असे नव्हे, त्यांना कडक शासनही होईल. परंतु आता न्यायालयीन चौकशी नको असे जे लोक म्हणू लागलेले आहेत, कदाचित त्यांची पापे जगासमोर येतील म्हणून घाबरून जाऊन ते न्यायालयीन चौकशीस विरोध करू लागले आहेत, असे दिसते.

केवळ अस्पृश्य व बौद्धच नव्हे तर देशातील सर्व पिळल्या गेलेल्या तमाम जनतेचे नेतृत्व करण्याची संधी रिपब्लिकन नेत्यांच्याकडे चालून आली होती; परंतु ती त्यांनी वाया घालविली असे 'आपला महाराष्ट्र' कार म्हणतात. भारतातील सर्व गोरगरीब व पिळले जाणारे तमाम लोक एकत्र आले पाहिजेत, अशीच आमची धारणा आहे आणि त्यासाठीच राजकारणात रिपब्लिकन पक्ष व धर्मकारणात बुद्ध धम्म आहे.

याबाबत आम्ही सर्व धर्मांच्या व सर्व पक्षांच्या व सर्व कामगारसंघटनांच्या पुढाऱ्यांशी बैठकीत, जाहीर सभेत व लेखांद्वारे चर्चा करावयास केव्हाही तयार आहोत.

संसदीय लोकशाहीतील विकृतीबद्दल 'आपला महाराष्ट्र' कार लिहितात; परंतु अशी विकृती करणारे वर्ग कोणते आहेत? ही विकृती कोणत्या प्रकारची आहे? त्याविरूद्ध लढण्याची तयारी कोणाकोणाची आहे?

डॉ. बाबासाहेब आंबेडकर हे साम्यावादाचे कट्टर विरोधक होते असा अर्धवट समज रिपब्लिकन पुढाऱ्यांनी केला असे 'आपला महाराष्ट्र' कार जसे म्हणतात, तसे म्हणणारे अनेकजणही आहेत. ठीक आहे, हा समज अर्धवट आहे, असे वादासाठी क्षणभर मानू. मग पूर्ण समज कोणता, ते कोणीही सांगावे. डॉ. बाबासाहेब आंबेडकर हे कोणत्याही हुकूमशाहीच्या विरुद्ध होते, हे जगाला माहीत आहे आणि संसदीय राज्यपद्धती हा सर्वोत्कृष्ट नमुना आहे हेही त्यांनी जाहीर केले होते. मग हुकूमशाही हवी की नको आणि संसदीय राज्यपद्धती नको असेल तर भारतासाठी कोणती राज्यपद्धत असावी हे टीकाकारांनी अवश्य जाहीर करावे. त्यास आम्ही उत्तर देऊ.

'नवशक्ति' कारांस उत्तर

मुंबईच्या दैनिक 'नवशक्ति'कारांचे तीन प्रमुख मुद्दे आहेत. नायगाव-वरळीच्या दंगलीच्या संदर्भात दलित पँथरमुळे एकी झाली असे अनेक वृत्तपत्रांनी जे म्हटले आहे, तोच मुद्दा'नवशक्ति' कारांनीही मांडला आहे. कशामुळे एकी झाली हा मुद्दा आमच्या मते गौण आहे. ज्या सिद्धांतावर ऐक्य झाले ते महत्त्वाचे आहे. मोसंब्याला साल असते हे खरे असले तरी, साल म्हणजे मोसंबी नव्हे. त्यातील रस महत्त्वाचा आहे. एवढ्यावरच या मुद्द्याचे विवरण समाप्त होते.

परंतु सर्व वृत्तपत्रांनी जणू अलिखित कट केल्याप्रमाणे याच मुद्द्याचा एवढा मोठ्या प्रमाणात धूमधडाक्याचे प्रचार केला आहे की, त्यांनी वृत्तपत्रीय नीतीदेखील गुंडाळून ठेवली आहे. म्हणून या मुद्द्याचे विवरण करावेसे वाटते. दलित पँथर हे पॅथर पंथर काही नसून, श्री. आर. डी. भंडारे व दा. ता. रूपवते यांना मानणाऱ्या लोकांची ती मुले आहेत; म्हणून त्यांना दलित पँथर न म्हणता आम्ही भंडारे-रूपवतेंच्या लोकांची मुले असे म्हणतो. याची प्रचीती ज्याची त्यानी घ्यावी.

रिपब्लिकन पक्षऐक्याचा भंडारे-रूपवतेंना मानणाऱ्यांच्या मुलांचा संबंध लावायचा तरी कसा? या मुलांचे ध्येय निराळे. दोन्हीचं ध्येय एक असेल तर गोष्ट निराळी. नायगाव-वरळी दंगली त्यांनी पेटविल्या व त्यांनी चालविल्या असे त्यांच्यापैकी कोणीही प्रसिद्ध केलेले नाही की नावानिशी तसे त्यांच्यापैकी कोणी सांगत नाही. आता न्यायालयीन चौकशी होईल तेथे तरी असे विधान करावयास त्यांच्यापैकी कोणी पुढे येतात का पहा. एखाद्या लेखात अगर भाषणात शिव्या दिल्या म्हणजे त्यास लढाऊपणा

कोणास म्हणावयाचे असेल तर खुशाल म्हणावे आणि ही मुले म्हणजे श्री. आर. डी. भंडारे व दा. ता. रूपवते यांना मानणाऱ्या लोकांची मुले आहेत हे खरे की खोटे, याची चौकशी करून घ्यावी. याबाबत एखादा-दुसरा अपवाद असल्यास गोष्ट वेगळी. पँथर हा एक मुखवटा आहे. रिपब्लिकन जनतेचा पाठिंबा या मुलांना आहे असे दाखविणारी एकही घटना नाही. मध्य मुंबईच्या लोकसभा पोटनिवडणुकीच्या बहिष्काराचा आधार बहुतेक वृत्तपत्रकार घेतात; परंतु तो सर्व बिनआधारी प्रचार आहे. मध्य मुंबईच्या लोकसभा निवडणुकीस या मुलांपैकी कोणी उभा राहणार असा प्रचार त्यांनीच केला होता. तो प्रचार लक्षात घेतला तर निवडणुकीवरील बहिष्कार ही एक हास्यास्पद गोष्ट ठरते. निवडणुकीवर बहिष्कारच होता, तर ते जाहीर करण्यासाठी पाच जानेवारीपर्यंत वाट पाहण्याचे कारणच काय? ५ जानेवारी, १९७४ पूर्वी त्यांच्या वाटाघाटी मुंबई काँग्रेसचे मेगदे वगैरेंशी चालल्या होत्या आणि त्या वाटाघाटींत सौदा चालला होता हे आता बाहेर आले आहे. काँग्रेसने दिलेल्या पैशांतूनच वरळीतील सभा त्यांनी घेतली होती आणि ते सरळच होते; कारण काँग्रेसवाल्यांची मुले, काँग्रेसवाल्यांच्याशीच वाटाघाटी करणार.

खोटा प्रचार

निवडणुकीवरील बहिष्कार म्हणजे काय? मते देण्यासाठी येण्याचे स्वखुषीने नाकारणे याला बहिष्कार म्हणता येईल. यामध्ये स्वखुषीने हा शब्द महत्त्वाचा आहे. वरळी-नायगावला दगडफेक, दंगल, अश्रुधूर, गोळीबार, पोलिस, एस.आर.पी. आणि माती मसण असल्यावर केवढी भीती व केवढी दहशत! त्याला स्वखुषीचा बहिष्कार कोण म्हणू शकेल? माहीम मतदारसंघात दंगल कोठे होती? परंतु तेथील शंभर मतदारांपैकी फक्त तीस मतदार मते देण्यास आले. बाकीचे शेकडा सत्तर मतदार मतेच देण्यास आले नाहीत; कारण उभ्या असलेल्या उमेदवारांपैकी कोणाहीबद्दल त्यांना आत्मीयता नसावी. तोच प्रकार वरळी-नायगावच्या मतदारांचा असणे संभवनीय आहे. यावरून पँथरमुळे रिपब्लिकन पक्षाची एकी झाली, हा प्रचार रिपब्लिकन हितशत्रूंनी केला आहे.

एकीचा पाया

डॉ. बाबासाहेब आंबेडकरांच्या चळवळीची प्रेरणाच हे संचारशक्तीचे कार्य करीत आहे. बाबासाहेबांनी घालून दिलेल्या मार्गाने राजकारण व धर्मकारण करावयाचे यावर रिपब्लिकन पक्षनेत्यांचे एकमत झाल्याने एकी झाली आणि रिपब्लिकन जनतेस नेमके तेच हवे होते, म्हणून स्वयंस्फूर्तपणे जनतेने लाखोंच्या संख्येने साथ दिली, असा निष्कर्ष काढण्यावाचून गत्यंतर राहिलेले नाही.

भयावह मुद्दा

'नवशक्ति' कारांचा दुसरा मुद्दा अत्यंत भयावह आहे. त्यांच्या भाषेतच तो मुद्दा

असा, 'दलित व हरिजन यांचीच संघटना त्यांनी ठेवावयाची की त्यांना इतर समाजात मिसळून राजकीय कार्य करू द्यावयाचे असा यांतून मूलभूत प्रश्न निर्माण होतो.' एक प्रकारची संघटना करू द्यावयाची की नाही म्हणजे काय, याच्या स्पष्टीकरणाची मागणी आम्ही 'नवशक्ति'कारांकडेच करतो आणि त्याप्रमाणे ते तो खुलासा करतील अशी आम्हास उमेद आहे.

ती शक्ती कोणती?

आम्हाला त्यांच्या वरील विधानाचा जे अर्थ दिसतो, तो असा: या लोकांना कोणत्याही प्रकारची राजकीय संघटना करू द्यावयाची की करू द्यावयाची नाही, हे ठरवणारी कोणती तरी दुसरी शक्ती आहे. ही अशी शक्ती कोणती? की ती शक्ती म्हणजे 'नवशक्ति'कारच आहेत? याची माहिती मिळाल्यानंतर यावर अधिक लिहिता येईल.

परंतु वरील दुसऱ्या मुद्द्यातूनच 'नवशक्ती'कारांनी, तिसरा व शेवटचा मुद्दा उपस्थित केला आहे. राजकीय व सामाजिक अभिसरणाचा रिपब्लिकन पक्षाचा मार्ग कोणता हा तो मुद्दा आहे. हा मुद्दा उपस्थित करणाऱ्या दैनिक'नवशक्ति' कारांना काय सुचवावयाचे आहे, ते त्यानी स्पष्ट केलेले नाही. राजकीय अभिसरण म्हणजे काय? सामाजिक अभिसरण म्हणजे काय? या अभिसरणाच्या आड नेमके काय आहे? याचे स्पष्टीकरण त्यांनीच करावयास हवे. रिपब्लिकन पक्ष सर्वांना खुला राहील काय असाही प्रश्न त्यांनी उपस्थित केला आहे. यालाच ते अभिसरण म्हणत असतील, तर त्याचे उत्तर स्पष्ट आहे आणि ते उत्तर हे की, रिपब्लिकन पक्ष सर्वांना खुला राहील. यापूर्वीही रिपब्लिकन पक्ष सर्वांना खुलाच होता.

भारत सध्या नावाला लोकसत्ताक आहे; परंतु भारतास खराखुरा लोकसत्ताक बनविले पाहिजे, या ध्येयाशी व रिपब्लिकन पक्षाच्या अन्य उद्दिष्टांशी जे जे सहमत होतील, त्या सर्वांना रिपब्लिकन पक्षाचे सभासद होता येईल. 'नवशक्ति' कारांबद्दल तूर्त इतके पुरे आहे.

'तरुण भारत' कार

पुण्याहून निघणाऱ्या 'तरुण भारत' दैनिकात रिपब्लिकन ऐक्याबद्दल लिहिलेल्या लेखाचे शीर्षक मोठे मर्मभेदी आहे. त्या लेखकास वाटते, एकतर ते ऐक्य म्हणजे रिपब्लिकन पक्षाचा पुनर्जन्म आहे, आणि असे नसेल तर हे ऐक्य म्हणजे राजकीय संधिसाधूचे क्षणिक ऐक्य आहे. यांतील सत्य काळच ठरविणार आहे. इतकेच तूर्त नमूद करणे इष्ट आहे की, रिपब्लिकन पक्षाचे ऐक्य सिद्धांतावर झालेले आहे, याबद्दल आम्हास शंका नाही. रिपब्लिकन पक्षाची ही कसोटीचीच वेळ आहे, यात शंका नाही.

तत्त्वनिष्ठ विरोधी पक्ष

भारतात तत्त्वनिष्ठ असा विरोधी पक्ष का स्थापन होऊ शकला नाही, असा

दुसरा प्रश्न सदर लेखात उपस्थित करण्यात आला आहे. त्याची दोन कारणे देण्यात आलेली आहेत. काँग्रेसची संधिसाधू निवडणूकनीती असे एक कारण देण्यात आले आहे; तर विरोधी पक्षातील पुढाऱ्यांचा तकलादू विरोध असे दुसरे कारण देण्यात आले आहे. ही दोन्ही कारणे खरी आहेत, हे उघड आहे; परंतु या दोन्ही कारणांना जबाबदार कोण? परवापरवापर्यंत जनसंघाचेही लोक काँग्रेसमध्येच होते. मुळापासूनचे काँग्रेसचे स्वरूप सध्या जनसंघात असलेले लोक कसे काय ओळखू शकले नाहीत? एकतर त्यांना दूरदृष्टी नव्हती असे म्हणावे लागेल, अगर काँग्रेसचे मूळचे स्वरूप त्यांना मान्यच होते, असे तरी म्हणावे लागेल. हिंदू शक्तीनेच काँग्रेसला शक्ती मिळवून दिली, ही गोष्ट 'तरुण भारत' काराला अगर कोणालाही नाकारता येईल काय? त्याचप्रमाणे त्याच हिंदू शक्तीने तत्त्वनिष्ठ विरोधी पक्ष निर्माण करू दिला नाही, हेही कोणाला नाकारता येईल काय? एवढेच नव्हे, तत्त्वनिष्ठ विरोधी पक्ष स्थापण्याच्या प्रयत्नांत या शक्तीने खीळ निर्माण केली आणि काँग्रेसचे उमेदवार बिनविरोध निवडून आले पाहिजेत आणि जो कोणी काँग्रेसला विरोध करील, तो विरोध सहनदेखील केला जाणार नाही, इतका राजकीय फॅसिझम भारतभर निर्माण केला गेला, हेही कोणास नाकारता येईल काय?

एवढे कशाला? भारतीय राज्यघटनेतील संसदीय राज्यपद्धती म्हणजे काय व त्या पद्धतीत विरोधी पक्षाचे स्थान काय, याचे लोकशिक्षण आजवर कोणी तरी भारतात केले आहे काय? भारतीय रिपब्लिकन पक्षाने ते कार्य केले आहे हे कोणासही नाकारता येणार नाही. 'भारतीय जनतेस आवाहन' या शीर्षकाखाली डॉ. बाबासाहेब आंबेडकरांनी त्यांच्या महापरिनिर्वाणापूर्वी, भारतातील विरोधी पक्ष म्हणून रिपब्लिकन पक्षाचा एक आराखडा केला, त्यावर अजूनही भारतीय जनता विचार करावयास तयार आहे काय, हाच आता खरा सवाल आहे.

रिपब्लिकन पक्षाच्या पुढाऱ्यांबद्दल 'तरुण भारत' कारांनी बरेच काही टीकात्मक लिहिले आहे; परंतु ते मोघम स्वरूपाचे असल्याने त्याबद्दल मोघम उत्तर देण्यात काही अर्थ नाही. जे जे टीकाकार रिपब्लिकन पक्ष-पुढाऱ्यांवर टीका करतात, त्यांना विचारावेसे वाटते की, आता ज्या मुद्द्यावर टीकाकार टीका करीत आहेत, त्याबाबतचे कृत्य कोणत्याही रिपब्लिकन पुढाऱ्यांकडून प्रथमत: घडले त्या वेळी टीकाकारांनी कोणती भूमिका घेतली होती? त्या त्या वेळी टीकाकारांनी आपल्या भूमिका स्पष्ट केल्या असत्या तर नेमकी उलट भूमिका घेण्याची पाळी खुद्द टीकाकारांवरदेखील आली नसती.

ही दशा कुणी केली?

गोरगरिबांच्या पंगुत्वाचा व भोळेपणाचा फायदा एकवीस वर्षे रिपब्लिकन पुढाऱ्यांनी घेतला असाही आरोप 'तरुण भारत' कारांनी केला आहे. महापुरुष फुले व

डॉ. बाबासाहेब आंबेडकरांचा जन्म होण्यापूर्वी ही जनता कशी होती? उच्चवर्णीयांच्याकडेच ते पुढारीपण होते ना? त्यांनीच या जनतेस भोळे व पंगू बनविले ना? त्यांना गुलामगिरीत लोटले ना? डॉ. बाबासाहेब आंबेडकरांच्या चळवळीने व रिपब्लिकन पक्षाच्या कार्यामुळेच या लोकांचे पंगुत्व व भोळेपणा संपुष्टात येण्याच्या मार्गावर आहे, हे कोणाला नाकारता येईल काय?

धर्मक्रांतीसाठी तयार रहा

क्रांतीच्या कार्यक्रमाबद्दलही 'तरुण भारत'कारांनी उल्लेख केला आहे. क्रांती म्हणजे तरी काय? आणि ती क्रांती कशी होते? जगाचा इतिहास काय सांगतो? इंग्लड, फ्रान्स इत्यादी देशांत क्रांती घडविण्यासाठी निराळ्या संदर्भात धर्मक्रांती करावी लागली. भारताची सध्याची स्थिती अशा धर्मक्रांतीसाठी कशी आसुसलेली बनलेली आहे. त्यासाठी 'तरुण भारत'कारांसह सर्वांनी तयार व्हावे आणि हेही कार्य रिपब्लिकन ऐक्य-शक्तीला करावयाचे आहे. भारत बौद्धमय करीन अशी डॉ. बाबासाहेब आंबेडकरांची घोषणा होती. त्या घोषणेने भारतातील कोणाचेही नुकसान होणार नसून भारताचे खरेखुरे कल्याणच व्हायचे आहे.

संधिसाधू कोण?

'तरुण भारत'कारांना आम्ही शेवटी त्यांचा निरोप घेण्यापूर्वी विचारू इच्छितो की तुम्ही कोणाला 'संधिसाधू' म्हणता? तुम्ही व तुमच्या वर्गाने पिढ्यान् पिढ्या भारतातील कोटी कोटी जनतेला कधीतरी संधी मिळू दिली काय? तुम्ही लोक दुसऱ्यांना संधीच मिळू देत नव्हता व आजही मिळू देत नाही. तेथे 'संधिसाधू'- पणाचा प्रश्न कोठे उद्भवतो? दुसऱ्या कोटी कोटी लोकांच्या मुंड्या मुरगळून स्वतःच्याच तुंबड्या भरणाऱ्या आणि उलट दुसऱ्यांवर 'संधिसाधू' म्हणून भुंकणाऱ्यांचा बंदोबस्त करण्यासाठी रिपब्लिकन पक्षाची ऐक्य-शक्ती वापरली तर 'तरुण भारत'- कार त्याचे स्वागत करतील, अशी आमची उमेद आहे. 'तरुण भारत'कारांचाच काय, कोणाचाही, वैऱ्यांचाही चांगला उपदेश आहे. तो जरूर ग्रहण करू एवढेच नव्हे, तर आदराने ग्रहण करू आणि त्याप्रमाणे प्रत्यक्षात आचरणही करू; कारण आमच्या बाजूने कोणाशीही वैर नाही. तूर्त एवढ्यावर 'तरुण भारत'कारांचा स्थलाअभावी निरोप घेतल्यास त्यांच्या प्रमुख मुद्द्यांना आम्ही बगल दिली, असे ते म्हणणार नाहीत, अशी आशा करतो.

-तर मार्क्स रडेल

मार्क्सवादी कम्युनिस्ट पक्षाचे मुंबई शहर शाखेचे चिटणीस श्री. कोल्हटकर हे आपल्या पत्रकात म्हणतात की, रिपब्लिकनांची एकजूट आपल्या जुन्याच गाड्यास जोडू शकणार नाही. हा जुना गाडा कोणता? कोल्हटकरांच्या मानगुटीस त्यांच्या वर्णाश्रमाचा व जातिपातीचा जुनाच गाडा आहे ना? वर्णाश्रम व जातिपातीचा हा जुना

गाडा मोडून नवा गाडा बनविणाऱ्यांच्या छावणीत ते आहेत, की तो जुनाच वर्णाश्रमी गाडा बनविणाऱ्यांच्या छावणीत ते आहेत, हे त्यांनी जाहीर करावे. वर्णाश्रमी व जातिपातीचा गाडा निव्वळ जुनाच आहे एवढेच नव्हे, तर तो विषमतेच्या नरकात शेकडो वर्षे रुतून पडला आहे. त्या नरकाची काही घाण कोल्हटकरांच्या नाकाला? नाव नको. वर्णाश्रम व साम्यवाद एकत्र नांदणार कसे? नव्हे, वर्णाश्रम व जातिपाती नष्ट केल्याशिवाय कोणालाच काय, तर खुद्द कोल्हटकर नावाच्या ब्राह्मणालासुद्धा 'साम्यवादी' अशी बिरुदावली लावता तरी येईल काय? अशी बिरुदावली लावणारा मनुष्य स्वत:ला साम्यवादी म्हणत असेल, तर मार्क्स धाय मोकलून रडल्याशिवाय राहणार नाही. रिपब्लिकन पक्ष-ऐक्य कोणत्या गाड्याला जोडले जाते, हे पाहण्यासाठी श्री. कोल्हटकरांना तूर्त सबुरीचा सल्ला आम्ही देत आहोत.

निराधार टीका

'रिपब्लिकन गटांची एकजूट' या शीर्षकाखाली 'सकाळ' कारांनी केलेल्या टीकेत प्रामुख्याने दोन मुद्दे आहेत. त्यांपैकी एक मुद्दा हा की, दलित पँथरमुळे एकी झाली हा आहे. त्याचे उत्तर दिलेले आहे. रिपब्लिकन पक्ष व्यापक बनविण्याचा त्यांचा दुसरा मुद्दा आहे. रिपब्लिकन पक्षात येण्यास नकार देणाऱ्यांमुळे ही स्थिती उद्‌भवली आहे की रिपब्लिकन पक्षात इतरांना येण्यास मज्जाव केला जातो, यामुळे ही परिस्थिती उद्‌भवली आहे, याचे उत्तर 'सकाळ' कारांसह कोणीही द्यावे; म्हणजे त्यांची टीका कशी निराधार आहे, याची त्यांना जाणीव होईल. दलित पँथरमुळे रिपब्लिकन पक्षाची एकी झाली, असे बहुतेक वृत्तपत्रांनी मुद्दाम लिहिले आहे. एकी झाली ती चांगली की वाईट व चांगली अगर वाईट तरी का, हा प्रश्न महत्त्वाचा आहे. बाकी प्रश्न उपस्थित होतात कसे? आणि असे प्रश्न निर्माण करण्यामागील हेतू काय? ते त्यांनी जाहीर करावे. रिपब्लिकन पक्ष-ऐक्य करण्यासाठी ज्या व्यक्ती बसल्या त्यांनाच माहीत की त्यांनी ऐक्याचा निर्णय का व कसा घेतला? भ. बुद्धांनी धम्मप्रचाराचा निर्णय घेतला तो अल्लामुळे घेतला असे कोणाला म्हणता येईल काय? एखाद्या मनुष्याने घर बांधले ते शेजाऱ्यामुळे बांधले असे म्हणता येईल काय? ज्यांनी ते ऐक्य-कार्य केले, त्यांच्याशिवाय दुसऱ्यांना त्याचे कारण कसे सांगता येईल?

❐❐❐

१३.

रिपब्लिकन ऐक्य : कथा नि व्यथा

दा. ता. रूपवते

काय करू आता धरुनिया भीड ।

रिपब्लिकन पक्ष व त्यांच्या अंतर्गतचे ऐक्य ह्याबद्दल माझी अनुभवांती व विचारपूर्वक बनलेली मते असूनही, माझे एक मित्र श्री. बी. सी. कांबळे ह्यांच्या, तसेच पुणे जिल्ह्यातील काही निरलस समाजसेवकांच्या ऐक्य-प्रयत्नांना संपूर्ण वाव द्यावा, ह्या हेतूने ती मांडण्याचे त्यांवर झालेल्या वादविवादामध्ये भाग घेण्याचे मी आजपर्यंत जाणीवपूर्वक व कटाक्षाने टाळले. दोन्ही प्रयत्न निष्फळ ठरल्याचे पाहिल्यावरच मी ह्या बाबतीत लिहायला उद्युक्त झालो आहे.

रिपब्लिकन पक्षांतर्गत ऐक्य अवघडच नव्हे तर अशक्य होय, ह्या निष्कर्षाला मी येऊन ठेपलो असल्यानेच ऐक्य-प्रयत्नांबाबत नेहमी आघाडीवर राहिलेलाच नव्हे, तर बहुतेक वेळी पुढाकार घेतलेला मी ह्या वेळी इतरांच्या प्रयत्नांना शुभेच्छा व्यक्त करणे व मागे राहून जेवढी मदत करता येईल, तेवढी करीत राहणे ह्या भूमिकेतून अलीकडच्या-वर उल्लेखलेल्या-प्रयत्नांबाबत वावरत होतो.

बाबासाहेब आंबेडकराच्या महापरिनिर्वाणानंतर रिपब्लिकन चळवळ सातपाणी उतरली व सातपाणी चढली. तिच्यातील बेकीचा व ऐक्य-प्रयत्नांचा सारा इतिहास तपशीलवार लिहायचा ठरल्यास एक ग्रंथच तयार होईल. येथे हे सारे प्रकरण सारांशाने द्यायचे मी ठरवले आहे. ह्या प्रश्नांची छाननी करताना भावनाविवशता, भाबडेपणा ह्या गोष्टी आता टाळल्या पाहिजेत असा दृष्टिकोन ठेवून, 'काय करू आता धरुनिया भीड' ही दृष्टी मी ठेवली आहे. 'आय ॲम ए कोल्ड ब्लडेड लॉजिशिअन.' (मी शांत चित्त ठेवून- निर्विकार बुद्धीने विचार व निर्णय करणारा तर्कशास्त्रज्ञ आहे.) असे स्वत:चे सार्थ वर्णन बाबासाहेबांनी केले होते. आम्ही त्यांच्या अनुयायांनी - ह्याच पद्धतीने आपापल्या परीने विचार व निर्णय करावयास हवेत.

रक्षा गोळा करतो नाही तोच!

बाबासाहेबांची रक्षा गोळा करून आम्ही आलो त्याच दिवशी चळवळीतील फाटाफुटीचे बीज दृष्टोत्पत्तीस आले. बाबासाहेबांनी उभ्या केलेल्या सर्व राजकीय, धार्मिक, सामाजिक, शैक्षणिक संस्थांच्या प्रमुखपदी बाबासाहेबांच्या ठायी माईसाहेब आंबेडकर (बाबासाहेबांच्या द्वितीय पत्नी) ह्यांना प्रतिस्थापित करावे, अशी सूचना त्या दिवशी काही प्रमुखांनी मांडली; तर इतर काहींनी ती धोकादायक व अवेळी आणलेली म्हणून धुडकावून लावली. त्यांचे म्हणणे की, माईसाहेबांचा चळवळीशी फारसा संबंध नाही. शिवाय बाबासाहेबांच्या आकस्मिक मृत्यूमुळे सारा समाज माईसाहेबांकडे संशयाने पाहतो आहे. अशा परिस्थितीत त्यांना बाबासाहेबांच्या ठायी मानणे आत्मघातकी ठरेल. सारेजण अतीव दु:खात असल्याने तो वाद तेथेच थांबवण्यात आला.

प्रेसिडियम

१६ डिसेंबर, १९५६ रोजी म्हणजे बाबासाहेबांना जाऊन दहा दिवस झाले त्या दिवशी नाशिक येथे धम्मदीक्षेचा समारंभ होता. त्या वेळी झालेल्या पक्षाच्या (त्या वेळच्या शेड्युल्ड कास्ट फेडरेशनच्या) महाराष्ट्र प्रांतिक बैठकीत, बौद्ध धम्म स्वीकार केलेल्या कार्यकर्त्यांनी अनुसूचित जातींसाठी असलेल्या राखीव जागा लढवून बौद्ध धम्म चळवळीला बट्टा लावू नये, ह्या सूचनेवर बऱ्याच प्रमुख कार्यकर्त्यांनी रण माजवले. चळवळीत निर्नायकी माजणार की काय, अशी परिस्थिती निर्माण झाली. या पार्श्वभूमीवरच प्रेसिडियमची (सामुदायिक नेतृत्वाची) कल्पना पुढे आली व तिची मुहूर्तमेढ रचण्यासाठी पक्षाच्या अखिल भारतीय कार्यकारिणीची बैठक अहमदनगर येथे दि. ३१ डिसेंबर, १९५६ रोजी बोलावून प्रेसिडियमची स्थापना करण्यात आली. बाबासाहेबांच्या ठायी प्रेसिडियमला मानायचे, ह्या निर्णयाला सर्व प्रमुखांनी व कार्यकर्त्यांनी स्वत:स बांधून घेतले. काही काळ या प्रेसिडियमने चळवळीत आपली हुकमत चालवावी; परंतु नेतृत्वाच्या संघर्षापायी प्रेसिडियम लवकरच मोडकळीस आले व बरखास्त न करताच ते अंतर्धान पावले. कोणी त्याच्यासाठी अश्रू ढाळले नाहीत की स्मृतिगीते गायली नाहीत. त्याचे नाव पुन्हा कोणी काढले नाही. कनिष्ठ गावकामगार असोसिएशन, म्युनिसिपल कामगार संघ, शेड्युल्ड कास्ट्स इंप्रुव्हमेंट ट्रस्ट आदी बाबासाहेबांनी स्थापनेल्या व चालवलेल्या संस्थांचे नियमन प्रेसिडियमला करू दिले गेले नाही. ज्यांच्या हाती ससे ते पारधी झाले. ज्या समाजाने ह्या संस्था उभारल्या, तो आता 'बौद्ध' झाला असल्याने 'शेड्युल्ड कास्ट्स इंप्रुव्हमेंट ट्रस्ट' सारख्या संस्था 'बौद्ध इंप्रुव्हमेंट ट्रस्ट' मध्ये रूपांतरित करावयास हव्या या मागणीला धुडकावून लावण्यात आले. आजच्या रिपब्लिकन चळवळीच्या कक्षेबाहेर व अखत्यारीबाहेर ह्या

संस्था जाऊन त्यातील काही संस्था मृत बनल्या आहेत.

संयुक्त महाराष्ट्राच्या लढ्यामुळे व संयुक्त महाराष्ट्र समितीच्या १९५७ सालच्या निवडणुकीतील अपूर्व यशाचे माप पक्षाच्या पदरात पडल्यामुळे पुढाऱ्यांमध्ये धगधगणारे मतभेद व संघर्ष लगेच पृष्ठभागी आले नाहीत. बौद्ध धम्मदीक्षेची अभूतपूर्व लाट देशात उसळली. त्या कार्यात सारे पुढारी व कार्यकर्ते खेचले गेले. त्यामुळेही सुरुवातीचा काही काळ पक्षांतर्गत शीत-युद्ध हातघाईवर आले नाही. अर्थात संघर्षाच्या ठिणग्या अधूनमधून उडतच होत्या.

ह्या सर्व संघर्षाला 'नेतृत्वाचा झगडा' असा बालबोध मुलामा चढवून मोकळे होण्याची पद्धत रूढ होऊ पाहत आहे. 'बारभाईचे कारस्थान,' 'आगलावी व्यक्ती' असा सोपपत्तिक इतिहास काही लोक लिहितात. पूर्वाश्रमीच्या महार-मांग पुढाऱ्यांची भांडणे तत्त्वाधिष्ठित कशी असू शकतील? असा 'वर्णाश्रमी' वास ह्यात येतो. वस्तुस्थिती अशी आहे की, हा नुसता नेतृत्वाचा झगडा नव्हता व नाही. त्यात विचार, तत्त्वे व त्यांवर आधारित मतांचा रास्त आग्रह ह्या गोष्टीही समाविष्ट आहेत.

'लो' ह्या जगप्रसिद्ध व्यंगचित्रकाराने 'वुइ वॉन्ट पीस विदाउट प्रिन्सिपल' (आम्हाला तत्त्वांशिवाय शांतता हवी आहे) अशा अर्थाचे एक व्यंगचित्र युद्धकाळात रेखाटले होते. त्यातील युरोपियन मुत्सद्द्यांप्रमाणे, तत्वांशिवाय - विचारांशिवाय राजकारण-संघटन चालवता येते, चळवळीला बौद्धिक बाजूची काही आवश्यकता नाही असा अजब आडाखा बांधून चालणारे व त्यामुळेच 'कागदाला कोण हुंगतो?' हे तत्त्वज्ञान (!) सांगणारे एका बाजूला, आणि बाबासाहेबांच्या तत्त्वज्ञानाचा अभ्यास करून त्याबरहुकूम चळवळ व संघटना चालवण्याचा आग्रह धरणारे दुसऱ्या बाजूला - असा संघर्ष आंबेडकरी चळवळीत बाबासाहेबांच्या महानिर्वाणानंतर लगेच आला.

उपल्या

माकडांच्या एका जातीत साऱ्या माद्यांचा जथा करून एकच नर 'एकमेव' बनून चालत असतो. माद्या बाळंत झाल्यावर त्यांतली नरपिल्ले जन्मक्षणीच मारून टाकून फक्त माद्याच जिवंत ठेवण्याचे काम तो नर करीत असतो. त्याला 'उपल्या' म्हणतात. बाबासाहेबांनंतर हे उपल्यांचे राजकारण चळवळीत बळावले नि नरपिल्लांचा संहार सुरू झाला. जिथे अंकुर दिसला तिथे तो कुरतडून टाकण्यासाठी आटापिटा झाला. तेजस्वी माणसे चालू द्यायची नाहीत, ह्यासाठी सर्वप्रकारचे उद्योग करण्यात आले. जिथे ह्या प्रकाराला आव्हान मिळाले, मुकाबला केला गेला, तिथे संघर्ष झडले. काही तेजस्वी माणसे ही 'नको असलेली माणसे' (पर्सोना नॉन् ग्रॅटा) ठरवण्यात येऊन त्यांना नेस्तनाबूत करण्यासाठी चळवळीतली सारी संघटनात्मक साधने निष्ठुरपणे वापरण्यात आली.

चळवळीने निर्माण केलेला 'इलायट' - जाणकार-विचारी वर्ग - पिढ्यान्‌पिढ्यांच्या दारिद्र्यामुळे आधीच नोकऱ्यांत अधिक संख्येने गुंतून पडतो. त्यातूनही जे कोणी साऱ्या अडचणींवर मात करून, त्यांचे ओझे पाठीवर घेऊन चळवळीत दाखल होतात, त्यांना नामोहरम करण्यात संघटनेची ताकद वापरली जाते. चळवळीला आवश्यक असलेली जाणकारांची रिक्रुटभरती त्यामुळे थांबते-मरगळते आणि अगदी 'गाळीव' रत्नांवर मग चळवळीचा गाडा चालवण्याचे अशक्य कार्य चालू राहते. चळवळीचा कणाच त्यामुळे खिळखिळा होतो.

३ ऑक्टोबर

कोणत्याही चळवळीचा राजकीय पक्षाचा ध्येयवाद जसा तत्त्वाधिष्ठित असतो, त्याप्रमाणेच संघटनेची काही तत्त्वे, सिद्धांत असतात. 'एकदा पदाधिकारी-कायमचा पदाधिकारी' हे तत्त्व रिपब्लिकन संघटनेचे 'खास' वैशिष्ट्य होय. नेतृत्व करणाऱ्या प्रस्थापित नेतृत्वाबद्दल नव्हे तर 'पदा' मुळे पुढारी बनलेल्या लोकांबद्दल हे विधान मी करीत आहे. ह्या प्रकाराला आळा बसावा म्हणून १९५७ साली ३ ऑक्टोबर रोजी नागपूर येथे रिपब्लिकन पक्ष स्थापन करताना पक्षाच्या मध्यवर्ती कार्यकारिणीपासून तो तळच्या पक्ष-शाखांच्या कमिट्यांपर्यंतच्या सर्व समित्या ३ ऑक्टोबर, १९५८ रोजी आपोआप बरखास्त होतील, असा ठराव स्थापना-अधिवेशनामध्ये एकमताने मंजूर करण्यात आला होता. त्या एक वर्षाच्या अवधीत पदाधिकाऱ्यांना पक्षसभासदनोंदणी, पक्षांतर्गत निवडणुका पुऱ्या करायचा आदेश अधिवेशनाने दिला असूनही त्याची अंमलबजावणी झाली नाही. ह्या 'पदसिद्ध' राजकारणाला आळा घातला जावा व लोकांच्या -कार्यकर्त्यांच्या सल्ल्याने-संमतीने संघटना बांधण्याची - चालवण्याची पद्धती आग्रहपूर्वक रूढ करावी, ह्या हेतूने '३ ऑक्टोबर' चा संघर्ष उभा राहिला. ३ ऑक्टोबर, १९५८ रोजी साऱ्या पक्ष-शाखा समित्या बरखास्त झाल्याने, त्यांच्याऐवजी ॲड-हॉक कमिट्या स्थापन करण्याचा व पक्षसंघटनेत निर्माण झालेल्या पेचप्रसंगावर तोड काढण्यासाठी नि झालेला बिघाड 'दुरुस्त' करण्यासाठी खास पक्षाधिवेशन बोलावण्याचा निर्णय काही पक्षप्रमुखांनी केला. त्यातूनच 'दुरुस्त-नादुरुस्त' असे दोन पक्ष तयार झाले.

जंगलवणवा

दुरुस्त-नादुरुस्त असे दोन पक्ष पडण्यापूर्वीच पक्षात, संयुक्त महाराष्ट्र समितीचे स्वरूप, तिला बड्या पक्षाचे (सुपर पार्टीचे) स्वरूप देण्याचा प्रयत्न व तिची सभासद-नोंदणी, कम्युनिस्ट पक्षाबरोबरच्या मैत्रीच्या कक्षा अशा तात्त्विक व संघटनात्मक

प्रश्नांवर मूलभूत व तीव्र मतभेद सुरू झाले होते. सारी पक्ष-संघटना व रिपब्लिकन जनता त्यामुळे घुसळून निघाली होती. प्रजा समाजवादी पक्षानेही समितीबद्दल व कम्युनिस्टांबद्दल अशीच भूमिका घेतल्यामुळे ह्या प्रश्नावर संयुक्त महाराष्ट्र समितीत भिन्न विचारसरणींच्या पक्षांबरोबर राहण्याचे कारण उरले नाही, अशी भूमिका घेऊन 'दुरुस्त' ह्या नावाने ओळखला जाऊ लागलेला पक्ष-विभाग समितीबाहेर पडला. कम्युनिस्टांच्या प्रश्नावर पक्षात पडलेल्या तटांना चीनच्या भारतावरील आक्रमणामुळे गहिरा रंग भरला. त्यामुळे चळवळीत एक प्रकारचा उठाव (अपसर्ज) घडला. कम्युनिझम हा जंगलवणवा आहे, मार्क्सला भगवान बुद्ध हे उत्तर होय, या बाबासाहेबांच्या विचारांवर नव्या पिढीने चळवळीत रणकंदन केले. काही काळ असे दृश्य दिसले की, जुन्या नेतृत्वाचे दिवस भरले; परंतु नवनेतृत्वाजवळ संघटनाचातुर्य-सहकारी-साथी बरोबर ठेवण्याची क्षमता नसल्यामुळे, समीक्षा-टीकेबरोबरच नवनिर्माण करण्याचे सामर्थ्य नसल्यामुळे आणि सिद्धांताच्या आग्रहाबरोबरच्या त्यांच्या अंमलबजावणीसाठी आवश्यक विधायक कृतिशीलता व व्यवहारवाद (प्रिग्मॅटिझम) ह्यांचा अभाव ह्यांमुळे उभे राहिलेले आंदोलन पत्त्याच्या बंगल्याप्रमाणे निमिषार्धात कोसळले. त्यात विदर्भ राज्यनिर्मितीच्या प्रश्नावरील मतभेदाने भर घातली. भूमिहीनांच्या प्रश्नावरील अभूतपूर्व सत्याग्रह, कनिष्ठ गावकामगार वतने नष्ट करणाऱ्या विधेयकावरील आंदोलन ह्या 'धादांती' कृतींनी निव्वळ 'सिद्धांती' कागदी ठरले. सिद्धांत व धादांत ह्यांचा रास्त व आवश्यक मिलाफ व वापर करूनच बाबासाहेबांसारखे महापुरुष चळवळी, संघटना उभ्या करतात, ह्याचे भान कित्येक प्रमुखांना राहिले नाही.

दोनाचे चार

१९६२ च्या सार्वत्रिक निवडणुका आल्या. दोन्ही बाजूंच्या काही प्रमुखांनी काँग्रेस पक्षाशी निवडणूक-समझोता करण्याचा विचार मांडून तशा हालचाली व काहींनी वाटाघाटींही केल्या. काँग्रेसच्या वरिष्ठ नेतृत्वाने नकार दिल्यामूळेच शेवटी 'नादुरुस्त' समितीबरोबर व 'दुरुस्त' प्रजासमाजवादी पक्षाबरोबर निवडणुकीच्या आखाड्यात उतरले व एकमेकांचे शिरकाण करून मोकळे झाले. निवडणुकीपूर्वी माझ्यासारख्याने मद्रास, नागपूर, मुंबई, दिल्ली अशा वाऱ्या करून दोन्ही बाजूंच्या मुखंडांशी वाटाघाटी करून घडवत आणलेले ऐक्य माझ्या काही मित्रांनी क्रूरपणाने शेवटच्या क्षणी उधळून लावले. १९६२ सालच्या निवडणुकीनंतर लगेच पुनश्च ऐक्याचा प्रयत्न झाला. दोन्ही बाजूंच्या मध्यवर्ती कार्यकारिणींच्या बैठका एकाच वेळी पुण्यात बोलवाव्यात व एकत्र बसून मतभेदाचे मुद्दे निकालात काढावेत, अशी तोड माझ्यासारख्यांनी काढली. त्याप्रमाणे दोन्ही बाजूंच्या कार्यकारिणींचे सदस्य पुण्यात आले; पण त्या वेळच्या

माझ्या काही 'दुरुस्त' मित्रांनी ह्या प्रयत्नांवर बहिष्कार टाकला व तो निष्फळ केला. त्याचवेळी मी प्रत्यक्ष राजकारणातून काही काळ निवृत्त होण्याचा निर्णय करून वाईला विश्वकोशात निघून गेलो. इकडे 'दुरुस्त,' 'नादुरुस्त' ह्या दोन्ही बाजूंमध्ये आणखी मतभेद होऊन दोनाचे चार पक्ष (!) झाले.

नादुरुस्तांमध्ये दादासाहेब गायकवाडांचा एक, तर श्री. आर. डी. भंडारेंचा दुसरा आणि तिकडे दुरुस्तांमध्ये श्री. बी. सी. कांबळे ह्यांचा एक, तर श्री. आवळे बाबुजी ह्यांचा दुसरा, असे 'दोनाचे चार, पाचाचे पंचवीस, वेल मांडवाला चालली' ही म्हण खरी ठरवणारे तुकडे संघटनेचे झाले. फुटच (स्प्लिट) नव्हे तर विघटन (डिसइंटिग्रेशन) होणार अशी लक्षणे दिसू लागली.

महाराष्ट्रबाहेरचे पक्ष-पुढारी हतबुद्ध होऊन कोणी इकडची, कोणी तिकडची बाजू घेत होते. रावबहादुर एन. शिवराज हे पक्षाचे जुने पुढारी व बाबासाहेबांचे एक निरलस-सज्जन सहकारी मात्र वेळोवेळी मतभेदांच्या वर जाऊन शहाणपणाने एकोप्याच्या प्रयत्नांना जाणीवपूर्वक साथ देत. आपल्या निर्वाणापूर्वी त्यांनी साऱ्यांना एकत्र आणण्याचा फार जोरकस व चिवट प्रयत्न केला. तोही इतरांनी हाणून पाडला.

पुनश्च पानिपत

१९६२ सालच्या निवडणुकीत सर्वांची उडालेली धूळधाण व रिपब्लिकन जनतेत फाटाफुटींमुळे आलेले नैराश्य ह्यांमुळे १९६७ सालच्या निवडणुकीच्या संदर्भात हवेत तरंगणाऱ्या पुढाऱ्यांचे पाय जमिनीला लागतील व निवडणुकीच्या दडपणाखाली ते एकोप्याला तयार होतील, असा हिशेब करून मी विश्वकोश सोडून पुनश्च राजकारणात आलो. रिपब्लिकन ऐक्य समिती स्थापन करून कित्येक महिने सभा, संमेलने, मेळावे ह्या माध्यमांद्वारे आम्ही जनजागृती व ऐक्यासाठीच वातावरण तयार केले. सर्व पुढाऱ्यांशी वाटाघाटी केल्या. नुसते पुढारी ऐक्यासाठी एकत्र बसवण्याऐवजी साऱ्या प्रमुख कार्यकर्त्यांसमवेत पुढाऱ्यांना एकत्र बसवावे व कार्यकर्त्यांनी मध्यस्थी करून नि दडपण आणून ऐक्य घडवावे अशी रचना ह्या वेळी आम्ही केली.

१९६६ मध्ये रिपब्लिकन ऐक्य परिषद पुण्यात भरवली. दादासाहेब गायकवाड सोडल्यास इतर प्रमुख मंडळी परिषदेला आली नाहीत. परिषदेने दादासाहेबांच्या नेतृत्वाखाली पक्ष हा खरा पक्ष होय, असा निर्णय करून सर्व कार्यकर्त्यांना त्याप्रमाणे काम करण्यास सांगितले. १९६७ च्या सार्वत्रिक निवडणुकीत चौघांच्या चार तऱ्हा झाल्या. संयुक्त महाराष्ट्र समितीच्या जागी आलेल्या संपूर्ण महाराष्ट्र समितीबरोबर दादासाहेब गायकवाड आदींनी, तर तिकडे विदर्भात आवळेबाबुजींनी विदर्भ समितीबरोबर निवडणूक समझोता केला. बी. सी. कांबळेंनी स्वतंत्रपणे उमेदवार उभे केले व मिळेल

त्यांचे सहकार्य काही ठिकाणी घेतले, तर श्री. भंडारे काँग्रेस पक्षात विलीन झाले. निवडणुकीत काही अपवाद वगळल्यास पुनश्च पानिपत घडले.

करायला गेलो गणपती...

१९६७ च्या सार्वत्रिक निवडणुकीनंतर लगेच आलेल्या जिल्हा परिषद व महानगरपालिका निवडणुकांत महाराष्ट्रामध्ये दादासाहेब गायकवाडांच्या नेतृत्वाखालील पक्षाने काँग्रेसबरोबर युती केली. कुलाबा जिल्हा परिषदेचा अपवाद वगळल्यास साऱ्या जिल्हा परिषदा व महानगरपालिका काँग्रेस-रिपब्लिकन युतीच्या अखत्यारीत आल्या. गावातील दोन गावे एक करण्याचे, सामाजिक अभिसरण घडवण्याचे व सामाजिक समतेच्या कार्याला चालना देण्याचे युतीच्या शिल्पकारांचे ध्येय प्रत्यक्षात उतरवण्यात युतीची अंमलबजावणी करणाऱ्यांना फारसे यश लाभले नाही. सत्तेच्या गुरुकिल्ल्यांचा वापर मित्रपक्षामार्फत करून पीडित समाजाचे प्रश्न सोडवण्यात रिपब्लिकन नेतृत्व तोकडे पडले. आपले स्वत:चे नेतृत्व पक्षावर आधारित राखण्यासाठी खुजी पण आपल्या खिशाच्या साइजची माणसे व प्यादी युतिकाम पुढे करण्यात आली. लांगूलचालन, थातुरमातुर, स्वार्थसाधन असा युतीचा अर्थ बनला. बाबासाहेबांनी क्रांतिप्रवण (रॅडिकलाइज) केलेला समाज नव्या समाजवादी-समतावादी-विकासवादी आंदोलनाच्या व कार्यक्रमांच्या आघाडीवर ठेवला जाण्याऐवजी - बिनीचा सैनिक बनण्याऐवजी - चार-दोन पुढाऱ्यांची तोंडे मिळालेल्या सत्तास्थानामुळे बंद झाल्याने, हा क्रांतिकारक समाज साऱ्या आंदोलनांपासून दूर राहण्यात व लाचार बनण्यात युतीच्या राजकारणाची परिणती झाली.

एका बाजूला भैय्यासाहेब आंबेडकरांचा प्रभाव कमी करण्यासाठी व दुसरीकडे श्री. खोब्रागडे ह्यांना नामोहरम करण्यासाठी संघटनात्मक डावपेच आखण्यात पक्ष-प्रमुख मशगूल झाले. युतीचाही वापर ह्या व तत्सम कामी केला जाऊ लागला. काँग्रेस पक्षाचे पुढारी साहजिकपणेच या बाबतीत काही करू शकत नव्हते. जे काही करायचे, ठरवायचे ते शेवटी दादासाहेब गायकवाडांच्या मार्फतच होय, अशी भूमिका घेऊन ते वागू लागले. त्यांना दुसरा मार्गही नव्हता.

पक्षांतर्गत संघर्ष वाढू नये ह्यासाठी मी व इतर काही समजूतदार सहकाऱ्यांनी भैय्यासाहेब व दादासाहेब गायकवाड ह्यांना एकत्र बसवून पाहिले. युतीच्या संदर्भातील सारे निर्णय सांघिक व संघटनात्मक पद्धतीने घ्यावेत व तशी प्रथा पाडावी आणि काँग्रेस पक्षाच्या पुढाऱ्यांशी सांघिकपणे बोलणी-वाटाघाटी कराव्यात अशी खटपट आम्ही केली; पण तीही काहींनी उधळून लावली. पक्षांतर्गत संघर्ष वाढत असतानाच दुर्दैवाने दादासाहेब गायकवाड पक्षाघाताने १९६९ च्या सुरुवातीला आजारी पडले. त्यांच्या ह्या आजारपणामुळे त्यांची निर्णयक्षमता व कार्यक्षमता ह्यांबद्दलचा नवाच वाद

उफाळला. तो अजूनही संपूर्णत: शांत झालेला नाही. दादासाहेब पक्षाघाताने आजारी असले तरी 'सब कुछ दादासाहेब' असाच राजकारणपट चालू ठेवा, असे म्हणणारा एक पक्ष आणि दादासाहेबांचा आशीर्वाद व सल्लामसलत घेऊन सांघिकपणे राजकारण चालवू म्हणणारा दुसरा पक्ष- असे दोन पक्ष तयार झाले व त्यांचे तुंबळ युद्ध गेली दीड-दोन वर्षे चालू आहे. काँग्रेसशी युती करायचीच व ठेवायचीच असेल तर ती देशभर करा, नाही तर ती महाराष्ट्रातही मोडून टाका, असा आग्रह महाराष्ट्राबाहेरच्या पक्ष-कार्यकर्त्यांचा प्रथमपासूनच होता; परंतु महाराष्ट्रातले पुढारीच पक्षाचे प्रभावी नेते व पदाधिकारी असल्याने तो आग्रह मोडून काढण्यात ते यशस्वी होत आले होते. आता ह्या नव्या संघर्षात मात्र महाराष्ट्रातली युती ही एका गटाचे शक्तिस्थान बनते आहे असे पाहून, दुसऱ्याने ती मोडून टाकण्याचा निर्णय महाराष्ट्राबाहेरच्या पक्षप्रमुखांच्या मदतीने केला. यामागे युतीच नको अशी भूमिका होती असे म्हणता येणार नाही; तर युती असावी, मात्र ती 'व्हाया आम्ही' चालावी असा आग्रह त्यात होता. त्यासाठी महाराष्ट्र काँग्रेसचा वर दिल्लीतही खटाटोप झाला. महाराष्ट्र काँग्रेस व नवकाँग्रेसचे मध्यवर्ती नवनेतृत्व ह्यांच्यातील खऱ्या-खोट्या संघर्षाचा वापरही करण्याचा प्रयत्न झाला, अजूनही तो संपलेला नाही.

इतर काही ऐक्यप्रयत्न

आतापर्यंत कथन केलेला इतिहास संपूर्ण नाही. रिपब्लिकन ऐक्याचे आणखी कित्येक प्रयत्न कित्येकांनी केले. मी स्वत: केलेले इतर ठळक प्रयत्नही, कथन आणखी लांबू नये म्हणून, मी सांगायचे टाळले आहेत. 'आंबेडकरवादी रिपब्लिकन पक्ष' चालवणाऱ्या दिवंगत आवळेबाबुजींनी ऑक्टोबर १९७० मध्ये नागपूर येथे केलेल्या जोरकस प्रयत्नांचा व ६ डिसेंबर, १९७१ ची कालकक्षा ठेवून श्री. बी. सी. कांबळे ह्यांनी केलेला प्रयत्न ह्यांचा आवर्जून उल्लेख मात्र केला पाहिजे. गायकवाड व खोब्रागडेगट ह्या दोन्ही संघटनांनी ऑक्टोबर १९७० मध्ये नागपूर येथे पक्षाच्या नावाने एकाच दिवशी स्वतंत्रपणे अधिवेशने घेतली. दोन्हींच्या मध्ये आवळेबाबुजींनी आपली राहुटी ठोकली व दोन दिवस भेटीगाठी करून एकोपा करण्याचा प्रयत्न केला. त्यांना यश आले नाही. मात्र त्याच वेळी ते आपल्या सर्व सहकाऱ्यांसह खोब्रागडेगटाला येऊन मिळाले.

कित्येक ऐक्य-प्रयत्नांचा स्वत:ला स्पर्शही न होऊ दिलेले श्री. बी. सी. कांबळेच ऐक्याचा उद्‌घोष करीत जेव्हा पुढे आले, तेव्हा कित्येकांना आश्चर्य वाटले. अर्थात ही घटना स्वागतार्हच होती. त्यांचे प्रयत्न मनोभावे व पद्धतशीरपणे केलेले असेच होते. त्यांनी व्यक्तिगत भेटीगाठी घेतल्या, पत्रव्यवहार केला, सर्व गट-

प्रमुखांना आपापली धोरणात्मक लेखी निवेदने घेऊन दि. २० नोव्हेंबर, १९७१ रोजी पुणे येथे त्यांनी एकत्र बोलावले. कोणी आले नाही की निवेदने पाठवली नाहीत. दि. ५ डिसेंबरला सर्व गटांच्या प्रतिनिधींची बैठक त्यांनी मुंबईत बोलाविली. मी सोडून इतर कोणीही त्यांना प्रतिसाद दिला नाही. ह्या सर्व परिस्थतीमुळे त्यांनी आता पुढाऱ्यांमध्ये ऐक्य घडवण्याच्या प्रयत्न सोडून दिला आहे.

ऐक्य अशक्य का?

रिपब्लिकन पक्षांतर्गत ऐक्य घडणे अवघडच नव्हे तर अशक्य होय असे ज्या वेळी मी व माझे मित्र म्हणतो, त्या वेळी आम्ही फाटाफुटीमुळे, भांडणामुळे निराश झालोत फ्रस्ट्रेट बनलोत - असा मानभावी अर्थ काही लोक लावतात. तो निखालस चूक आहे. माझी त्याबाबतची कारणमीमांसा येथे थोडक्यात देतो.

रिपब्लिकन ऐक्य अशक्य बनायला काही व्यवहारी तर काही तात्त्विक-वैचारिक कारणे आहेत.

रिपब्लिकन पक्ष संघटन हे कार्यकर्त्यांचे संघटन (पार्टी ऑफ केडर) कधीच बनले नही. ते नेहमीच केंद्रशासित (मोनोलिथिक) राहिले. बाबासाहेबांसारखे युगपुरुष नेतृत्व करीत होते, तोपावेतो हे योग्य व ठीक होते. चळवळीच्या सुरुवातीच्या अवस्थेत ते साहजिकही होते; परंतु बाबासाहेबांनंतर प्रत्येक मुखंड 'छोटेखानी बाबासाहेब' (मिनिएचर बाबासाहेब) म्हणून वागू लावला आणि दुर्दैव असे की, ह्या अलग अलग मठाधिपतींभोवती चेले-बालकेही जमली. राइट ऑर राँग गायकवाड, राइट ऑर राँग खोब्रागडे, राइट ऑर राँग कांबळे अशा भूमिका कार्यकर्त्यांनीच घेतल्या आहेत. फाटाफूट व गटबाजी ह्यांत पुढाऱ्यांचे हितसंबंध (व्हेस्टेड इंटरेस्ट) तयार झालेले; त्यामुळे पुढारी एकत्र येणे दुरापास्त. त्यात कार्यकर्त्यांच्या ह्या 'राइट ऑर राँग' भूमिकेमुळे त्यांच्या स्वतंत्र दिव्यांना आयते तेल मिळते.

डबक्यातले देवमासे

जे ध्येयवादी आहेत, कर्तबगार आहेत त्यांना सारा पक्ष एकत्र येण्यात स्वत:बद्दल काही धोका वाटत नाही; पण फाटाफुटीमुळे नेतृत्वस्थानी आरूढ झालेले लोक ऐक्यात आपले मरण हेरतात. डबक्यात डोकमासाही देवमासा बनतो. मग डबके सोडून तो एकीच्या समुद्रात जाईलच कशाला?

अध:पतित नेतृत्वाचा प्रश्न

शांततेच्या काळात घरातली खरी शहाणी व वडीलधारी माणसे कुटुंबप्रमुख

असतात; परंतु ज्या वेळी घरभावांशीच भांडण उद्भवते, त्या ऐन भांडणाच्या काळात त्याच घरातले मारामारी करणारे, भरगच्च शिव्या देणारे व नंगे बनणारे लोक कुटुंब प्रमुखत्व हस्तगत करतात. 'तुझे शहाणपण बस्स झाले' असे ठणकावून शहाण्याला ते अडगळीत टाकू शकतात. रिपब्लिकन पक्षातील निरनिराळ्या गटांत असेच झाले आहे. अध:पतित नेतृत्वाचा (डिजनरेटेड लीडरशिपचा) नवा शाप ह्या चळवळीत आला आहे. भगवान बुद्ध, बौद्ध धम्म, बाबासाहेब ह्यांचे नाव घेत पक्षाची मर्मस्थाने दारूचे अड्डे बनत आहेत व कार्यकर्त्यांना ह्याच साधनाद्वारे झपाटत, करप्ट करीत, लाचार बनवत, नासवत साऱ्या पक्ष-संघटनेत विष कालवले जात आहे. दारू पिणे ही व्यक्तिगत बाब न राहता, तिला सामुदायिकच नव्हे तर संघटनात्मक रूप देण्यात, राजकारणाचे मुख्य साधन व माध्यम म्हणून तिला स्थान मिळवून देण्यात व बौद्ध-आंबेडकरी चळवळीत तिला सामाजिक प्रतिष्ठा प्राप्त करून देण्यात यश मिळत आहे ! जे ह्या 'लाइन' ला मानत नाहीत, त्यांना 'काळी मेंढरे' (!) ठरवून त्यांची कंदुरी करण्यासाठी संबंधित मंडळी सरसावतात. एका प्रमुखाने ऐन मध्यवर्ती बैठकीत दुसऱ्या प्रमुखाच्या छातीवर बसणे (अक्षरश:), दुसऱ्याने तिसऱ्याला सर्वदेखत मोजून पैजरा मारणे (अक्षरश:), ऐन चर्चेत एका मुखंडाने दुसऱ्याला धरणे व सर्वांच्या साक्षीने 'फ्री-स्टाइल' करणे (अक्षरश:), बैठकीत गंभीर चर्चा चालू असताना एकाने दुसऱ्यावर पदाधिकाऱ्यांच्या साक्षीने जोडा काढणे (अक्षरश:), ह्या बाबी नित्याच्या होऊन राहिल्या आहेत. इज्जत हीच ज्यांची सार्वजनिक जीवनातील कमाई, त्यांना ह्या साऱ्या वातावरणात गुदमरल्यासारखे होत आहे. दमेकऱ्यांचे मग हाल काय विचारता? भगवान बुद्धांच्या नंतर बौद्ध धम्म लयाला जाण्याला जी कारणे घडली, त्यांत भिक्खुसंघातील अध:पतन हे एक कारण सांगितले जाते. बाबासाहेबांनंतर त्यांच्या बौद्ध चळवळीत आलेले हे अध:पतन इतिहासाची पुनरावृत्ती घडवणार की काय, अशी भीती उभी करते आहे. रावबहादुर शिवराज, दादासाहेब गायकवाड, राजाभाऊ भोळे, आवळेबाबुजी, भंडारे, बी. सी. कांबळे. भैय्यासाहेब आंबेडकर, भातणकर, जी. के. माने अशा समाजहितचिंतक, समर्पित समाजसेवकांच्या ऐवजी कित्येक धंदेवाईक करिअरिस्ट- 'ना खंत ना खेद' छाप (अन्‌स्क्रुपलस्) माणसे पक्षप्रमुख म्हणून मिरवत आहेत.

तात्त्विक कारणे

परंतु ह्या सर्व गोष्टींपेक्षाही रिपब्लिकन पक्षांतर्गत ऐक्य न व्हायला, एवढेच नव्हे तर तो राजकीय पक्षाच्या स्वरूपात टिकणे अशक्य व्हायला जी तात्त्विक कारणे आहेत, ती मूलगामी होत. कोणत्याही एका गटात राहून ती परखडपणे मांडणे अशक्य असल्याने मी गटनिरपेक्ष भूमिका घेऊन आज रिपब्लिकन जनतेशी व कार्यकर्त्यांशी

बोलत आहे, लिहीत आहे. कित्येक मित्र-कार्यकर्ते ह्या कामी वाढत्या संख्येने साथ देत आहेत.

भारतीय संविधान घटना-समितीने संमत केल्यावर, लोकप्रतिनिधित्वाचा नवीन कायदा मंजूर झाल्यावर व त्यानुसार प्रौढ मतदानावर आधारित निवडणुका १९५२ साली तोंडाशी आल्यावर बाबासाहेब आंबेडकरांनी ओळखले की, एकजातीय राजकारणाचे (वन कास्ट पॉलिटिक्सचे) दिवस संपले आहेत. म्हणून या वेळच्या दलित फेडरेशनच्या जाहीरनाम्यात त्यानी समान विचारांच्या पक्षांचा संघपक्ष स्थापन करण्याची कल्पना मांडली. १९५२ सालच्या प्रत्यक्ष निवडणुकीतील अनुभवानंतर ते त्याही पुढे गेले व दलित फेडरेशन बरखास्त करण्याचा नि आम जनतेचा - विस्तृत पायावर आधारलेला - रिपब्लिकन पक्ष स्थापण्याचा निर्णय त्यांनी केली. डॉ. लोहिया आदी समाजवादी नेत्यांशी त्यांनी त्यासाठी पत्रव्यवहार व वाटाघाटी केल्या. परंतु आम्ही त्यांच्या अनुयायांनी मात्र त्यांच्या महानिर्वाणानंतर रिपब्लिकन पक्ष स्थापताना तो एकजातीयच ठेवला.

पक्षाचे नामांतर केले; रूपांतर झालेच नाही. बाबासाहेबांनी कालविसंगत ठरवलेले 'एकजातीय' राजकारण आम्ही त्यांच्या आदेशाला झुगारून दडपून चालवले असल्यामुळे ते चालणे अशक्यच आहे. दहा-बारा टक्के जमातीचा - जन्मजात - चिरंतन (परपेच्युअल) अल्पसंख्याक जमातीचा पक्ष, तिच्यातच अडकून ठेवून कधी काळी बहुमतवाला पक्ष बनेल, अशा समजुतीत राहणे भ्रमिष्टपणाचे लक्षण होय. तो एक ना एक दिवस सत्तारूढ पक्ष बनेल असे अनुयायांना सांगत राहणे, ही धादान्त, फसवणूक व ढोंग होय.

नवे तणाव व दाब

कोणी एक जात किंवा जमात सारीच्या सारी एका पक्षात एकत्रित येते किंवा राहते ही समजूतही खोटी आहे. त्या जमातीच्या किंवा समाजाच्या भल्याच्या हितसंरक्षणाच्या प्रश्नांवर किंवा त्यांवर होणाऱ्या अत्याचार-अन्यायाच्या मुकाबल्यासाठी तो समाज एकवटून उभा राहणे शक्य आहे. परंतु साऱ्या राजकीय प्रश्नांवर तो एकमुखाने बोलणे निसर्गत:च असंभवनीय आहे. भारतीय मुसलमान समाजातील कोणी नवकाँग्रेसमध्ये तर कोणी संघटना-काँग्रेस, समाजवादी पक्ष, कम्युनिस्ट पार्टी, एवढेच काय जनसंघ एवढ्या पक्षांत विखुरले आहेत. ब्राह्मणांसारख्या हुशार समजलेल्या जातीतील लोक कित्येक पक्षांत वाटले गेले आहेत. मराठा जातीसारख्या बहुसंख्य जातीचीही तीच गत नि शिंपी-तेली-तांबोळ्यांसारख्या अल्पसंख्य जातींचीही तीच गत. धर्मातीत राज्य व राजकारण (सेक्युलर स्टेट व पॉलिटिक्स), लोकशाही, प्रौढ मतदानाधिष्ठित निवडणुका, नवीन अर्थव्यवस्थेच्या उभारणीत भारतीय समाजांतर्गत निर्माण होणारे नवे आर्थिक संबंध

व हितसंबंध, ह्या सर्व गोष्टींचे तणाव व दाब (इंपॅक्ट्स) जात्यधिष्ठित व धर्माधिष्ठित पक्षसंघटनांवर आल्याशिवाय व त्याखाली त्या पिचल्याशिवाय राहणार नाहीत.

ह्या संदर्भात मुस्लिम लीगचे उदाहरण चपखल ठरते. मुसलमानांवर हिंदूंची अधिसत्ता नको, त्यांना स्वतंत्र होमलँड (मातृदेश) हवा, स्वयंनिर्णयाचा हक्क हवा, अशा मागण्यांवर बहुतांशी मुसलमान एका झेंड्याखाली आणण्यात, एवढेच नव्हे तर भारतासारख्या खंडप्राय, प्राचीन देशाचा लचका तोडून पाकिस्तान ह्या स्वतंत्र राष्ट्राची निर्मिती करण्यात मुस्लिम लीग यशस्वी होऊ शकली. परंतु तीच मुस्लिम लीग पाकिस्तानात निष्प्रभ ठरली. तिचे तुकडे तुकडे झाले. मुजिबूर रहमानांची आवामी लीग व भुट्टोंची पीपल्स पार्टी अशा निराळ्याच राजकीय पक्षांचे पाकिस्तानात प्राबल्य झाले, पाकिस्तानची जन्मदाती मुस्लिम लीग पाकिस्तानात लयास गेली, असे का घडले? मुसलमानांच्या हक्क-हितसंबंधांच्या रक्षणासाठी एक समाज म्हणून ते एकत्र येऊ शकले; परंतु एकदा पाकिस्तान निर्माण झाल्यावर चालवायचे कसे, त्याची घटना कोणत्या प्रकारची असावी, संसदीय की अध्यक्षीय लोकशाही असावी, ते संघराज्य की राज्यसंघ बनावे, प्रांतिक स्वायत्तता कितपत द्यावी, उर्दूबरोबर बंगाली भाषाही राष्ट्रभाषा करावी की न करावी, असे प्रश्न जे पुढे आले, ते साऱ्या मुसलमानांना छेदून जाणारे, सामाजिक-धार्मिक नसून राजकीय स्वरूपाचे असल्याने त्यांवर मतभिन्नता येणे व त्यानुसार मुसलमानांचेच निरनिराळ्या राजकीय पक्षांत विभाजन होणे हे साहजिक व अटळ होते. शिखांच्या अकाली दलातील संघर्ष व फूट, हिंदू महासभेची आजची दयनीय अवस्था, अशी कितीतरी उदाहरणे येथे देता येतील.

समता आंदोलने व पक्ष

भारतात जेथे जेथे सामाजिक समतेची आंदोलने राजकीय पक्षांमध्ये रूपांतरित करण्याचा प्रयत्न केला गेला, तेथे तेथे ती आंदोलने लोप पावली व ते पक्षही भंग पावले. मद्रासकडील ब्राह्मणेतर चळवळीची जस्टिस पार्टी बनवण्यात आली. चळवळही मेली नि पक्षही बुडाला. महाराष्ट्रातल्या सत्यशोधक चळवळीच्या पुढाऱ्यांनी शेतकरी-कामगार पक्ष काढला. चळवळ लोप पावली नि शेतकरी-कामगार पक्षातून कामगार-किसान, लाल-निशाण असे कित्येक फाटे फुटून बाहेर पडले. सामाजिक समतेचे प्रखर, तेजस्वी आणि अगदी तळच्यांचे आंदोलन हे आंबेडकरी चळवळीचे मूळ व खरे स्वरूप जिवंत-ज्वलंत, धगधगते व प्रवाही ठेवायचे असेल, तर आम्ही त्या इतिहासातून धडा घ्यावा. मद्रासच्या जस्टिस पार्टीच्या सभेत जाऊन बाबासाहेबांनी सुनावलेले खडे बोल आम्ही आठवावे.

एका अल्पसंख्याक समाजाचा-जमातीचा राजकीय पक्ष बनवला की, सामाजिक

क्रांतीसाठीच्या आंदोलनाबरोबरच सत्तेचे राजकारणही त्याला करावे लागते. दोन्हींचा योग्य तोल ठेवणे अशक्य बनते. सत्तेच्या-खुर्चीच्या राजकारणात संघटन अडकून पडते नि त्याचे आंदोलनात्मक स्वरूप 'नाव सोनूबाई हाती कथलाचा वाळा' असे बनते. ते तसे न बनले तर असंबद्ध बनून बावळ्यांचे म्हणून लोक त्याला 'अलविदा' करतात. अल्पसंख्याकांचा पक्ष म्हटला की, सत्तेच्या राजकारणासाठी त्याला दुसऱ्या पक्षाची साथ घ्यावी-द्यावी लागते. मग 'मित्र' कोणाला करावे, साथ कोणाला द्यावी ह्या मुद्द्यावर संघटनेत मतभेद होतात. त्यांची परिणती पक्ष फुटण्यात होते. ह्या दुष्टचक्रात अल्पसंख्याकांचे पक्ष सापडतात. रिपब्लिकन पक्षात एकदा कम्युनिस्ट पक्षाबरोबरच्या मैत्रीबाबत, तर अलीकडे काँग्रेस पक्षाशी मैत्री करण्याठेवण्याबाबत भांडणे झाली. लोकसभेच्या परवाच्या मध्यावधी निवडणुकीत बड्या आघाडीबरोबर बिलकूल सहकार्य करू नये, असा आग्रह धरून मला पक्षात संघर्ष करावा लागला. स्वतंत्र पक्ष, संघटना काँग्रेस ह्या मावळत्या शक्ती होत. त्यांचे तेल घेऊन जनसंघाचा उगवता दीप प्रज्वलित होण्याचा प्रयत्न करणार असा माझा होरा होता. पुरीचे शंकराचार्य, गोळवलकर गुरुजी ह्यांना मुजरा करणाऱ्या व सर्वच प्रश्नांवर आंबेडकरवादाला छेदून जाणारे तत्त्वज्ञान घेऊन चालणाऱ्या जनसंघाला वाढवण्यात रिपब्लिकनांनी हातभार लावणे म्हणजे आत्मघात होय, असे मला तीव्रपणे वाटत होते. नवकाँग्रेसशी जमत नाही तर प्रजासमाजवाद-शेतकरी कामगार पक्ष ह्या डाव्या पक्षांशी आपण निवडणूककरार करावा, असा आग्रह माझ्यासारख्यांनी धरला, तर तिकडे विदर्भात श्री. खोब्रागडे बड्या आघाडीशी हातमिळवणी करून मोकळे झाले. ह्यात कोण बरोबर कोण चूक हा प्रश्न नसून अशी मतभिन्नता येणार, हे मला सांगायचे आहे.

छोट्या पक्षांचे निर्दालन

संसदीय लोकाशाहीचे शकट द्विपक्षपद्धतीकडे जाणार, न्यावे लागणार ह्याचा अर्थ राजकीय प्रवाहाची जुळणी, ध्रुवीकरण म्हणजेच छोट्या पक्षांचे निर्दालन (लिक्विडेशन) ही काळ्या दगडावरची रेष होय. ह्या प्रकरणी रिपब्लिकन पक्ष आदी छोट्या पक्षांचे भवितव्य निश्चित आहे. पक्ष फुटणे, फाटे फुटणे ह्या गोष्टी मग ह्या प्रक्रियेत साहजिक ठरतात.

स्वतंत्र व्यासपीठाची खरी गरज

खरा प्रश्न आहे तो हा की, दलित-बौद्धांचे स्वतंत्र संघटन ठेवण्याचा आग्रह व प्रयोजन तरी खरोखरी का आहे? बाबासाहेबांची चळवळ ही मूलतः सामाजिक प्रबोधनाचे आंदोलन होय. त्याची आजही गरज आहे. एका बाजूला सामाजिक समतेचा प्रश्न तीव्र बनत चालला आहे. दलित-बौद्धांची दुःखे वाढत आहेत नि दुसरीकडे त्या

दुःखांना वेशीवर टांगून त्यांचे निराकरण करणारे आंदोलन-व्यासपीठ निष्प्रभ होत चालले आहे. राजकारणामुळे, सत्तेच्या-खुर्चीच्या राजकारणामुळे ते भंगते-विघटित होते आहे. ते संपूर्णपणे वाहून जाईल की काय, अशी अवस्था निर्माण झाली आहे. तेव्हा आंदोलन चालवण्यासाठी दलित-बौद्धांची बाजू निर्लेपपणे, निरपवादपणे, निखळ मनाने मांडणारे, त्यासाठी लोकशाहीमार्गाने झगडणारे एक व्यासपीठ-संघटन हवे आहे. राजकीय पक्षाला व्यवहार (एक्सपिडियन्सी) पाहावा लागतो. त्याच्या कक्षांच्या बाहेर त्याला फारसे येता येत नाही. म्हणूनच 'प्लॅटफॉर्म फॉर दि सप्रेस्ड' ची (दलित व्यासपीठाची) कल्पना मी व माझ्या सहकाऱ्यांनी मांडली. पक्षनिरपेक्षपणे सारे दलित-बौद्ध व त्यांच्या संघर्षाला मदत-साथ करणारे मित्र ह्यांना एकत्र आणून सामाजिक प्रबोधनाचे आंदोलन चालवायचे अशी भूमिका त्यामागे आहे व ती आजच्या परिस्थितीत निरपवाद आहे, असा आमचा दावा आहे.

विस्तृत राजकारण

राजकारणात समान विचारांच्या विस्तृत राजकीय प्रवाहाबरोबर एकरूप होऊन त्यामार्फत आंबेडकरवादी विचार प्रस्थापित करण्यासाठी काम करावे-झगडावे, अशी सूचना आम्ही केली आहे. साध्य बदलण्याचा प्रश्न नाही, साधन बदलण्याचा हा प्रश्न आहे. संघटनात्मक साधने कालविसंगत बनताच बाबासाहेबांनी ती बदलली. बहिष्कृत हितकारिणी सभा, स्वतंत्र मजूर पक्ष, दलित फेडरेशन ही सारी साधने व संघटना काय बाबासाहेबांना प्याऱ्या नव्हत्या? परंतु त्या त्या काळी आवश्यकता दिसताच त्या त्यांनी त्यजिल्या व ध्येयवाद न सोडता आवश्यक अशी नवी साधने-आयुधे हाती घेतली. गतिशीलता (डायनॅमिझम) हे बाबासाहेबांचे ब्रीद होते. आम्ही त्यांचे अनुयायी मात्र भयगंडाने पछाडले जाऊन, गतानुगतिक बनून, नदी पार करताना वापरलेल्या नावेलाच चिकटून, तिच्यातूनच खुष्कीच्या मार्गावर प्रवास करण्याचा अजब प्रयत्न करीत बसलो आहोत. भगवान बुद्ध झिंदाबाद करताना किसा गौतमीच्या वेड्या मायेने कलेवराला जिवंत करण्याचा जादूटोणा शोधत फिरत आहोत. हे परखड सत्य सांगण्यासाठी मी रिपब्लिकन पक्षात गटनिरपेक्ष भूमिका घेतली आहे. एका गटात राहून ती नीटपणे मांडता येणार नाही; कारण ती सर्व रिपब्लिकन गटांना छेदून जाणारी आहे. मला तरी आंबेडकरवाद चालविण्याचा व सामाजिक प्रबोधनाचे आंदोलन प्रखर व तेजस्वी बनवण्याचा याखेरीज दुसरा मार्ग दिसत नाही.

□□□

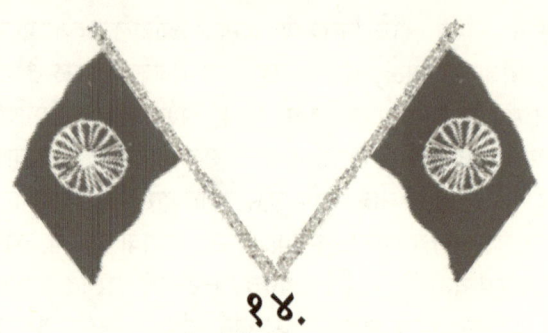

१४.

१९८९ चं रिपब्लिकन ऐक्य व विघटन

सुधाकर शि. गायकवाड

१९८७ पासून शिवसेनेने महाराष्ट्र विधानसभा काबीज करुन सत्तेवर येण्यासाठी पद्धतशीरपणे प्रयत्न सुरू केले. सवलतींपासून वंचित असणाऱ्या इतर मागास जातींना तिने आपल्या कब्जात घेतले. सत्तेपासून वंचित असणाऱ्या इतर मागास जातींना तिने शाखांची, जिल्ह्याची अधिकारपदे दिली, नगरसेवकपदे दिली आणि मग केवळ मुंबईत दिसणारी शिवसेना पुणे, औरंगाबाद, उस्मानाबाद, अकोला, जळगाव, कोकण या पट्ट्यात दिसू लागली. १९८५ साली तिची महाराष्ट्रात जिल्हावार शाखांची संख्याच अशी होती : अहमदाबाद ७४०, धुळे ५००, पैठण ४५०, जळगाव ९००, औरंगाबाद ८५०, जालना ४७०, कोल्हापूर २५०, अकोला २००, बुलढाणा ६००, नांदेड ५००, उस्मानाबाद ४५०, लातूर २५०, सिंधुदुर्ग ७००, रायगड ६००, पुणे ९००, सोलापूर ६५०, सांगली ३५०, अमरावती २०० व चंद्रपूर १००.

अशी ही फुले-आंबेडकरवादाला विरोध करणारी, राखीव जागांना विरोध करणारी, हिंदुत्वाच्या नावाखाली वर्णवर्चस्ववादाला खतपाणी घालणारी, बौद्धांचा द्वेष करणारी शिवसेना सत्तेवर येऊ पाहत होती. त्यातच १० ऑक्टोबर, १९८९ रोजी मुंबईतील चेंबूर येथे दलित-शिवसेना यांच्यात दंगल झाली. शिवसेनेचं हिंदुत्व केवळ राजकीय ईप्सित साधण्यासाठी उरलं नव्हतं. ते समाजात खोलवर झिरपलं होतं. नोकरशाहीत शिरल होतं. चेंबूरच्या दंगलीत शिवसैनिकांना साथ देत, पोलिस दलितांवर तुटून पडत होते. त्यांच्या गोळीबारात तीन दलित ठार झाले. याबाबत लोकशाही हक्क संरक्षण समितीने त्या घटनेचा पाहणी अभ्यास केला. समिती म्हणते की, 'चेंबूरच्या सिद्धार्थ कॉलनीत प्रवेश करण्यासाठी सेनेच्या लोकांनी पोलिसांचा रक्षक म्हणून वापर केला, हे स्पष्ट आहे आणि पोलिसांनीही दलितविरोधी वृत्ती दर्शविली. शिवसैनिकांनी

बौद्धांची संख्या जास्त आहे अशाच ठिकाणी लक्ष केंद्रित केले आणि पोलिसांनी या शिवसैनिकांना पांगविण्याऐवजी दलितांवरच गोळीबार केला.'

अशा या शिवसेनेने भाजपच्या साहाय्याने लोकसभा निवडणुकीत मोठं यश मिळविलं. पूर्वी एकही खासदार नसलेल्या सेनेचे चार खासदार निवडून आले तर भाजपचे दहा. अशी ताकद वाढलेली सेना प्रचंड आत्मविश्वासाने, भाजपाच्या संगे सत्ताधारी बनू पाहत होती. 'आणि सेना सत्तेवर आली तर...' या एकाच शंकेने दलित भयभीत झाले. त्यांच्यात प्रचंड असुरक्षितता निर्माण झाली आणि याच असुरक्षिततेच्या भावनेने विविध दलित संघटनांच्या नेत्यांना एकत्र येण्यास भाग पाडले.

ऐक्याची प्रक्रिया

१० ऑक्टोबर, १९८९ रोजी चेंबूरच्या दंगलीत पोलिसांच्या गोळीबारात सुहास कांबळे, कुमारी अलका जाधव व भीमराव नटावरे हे तिघे दलित बळी पडले. त्यांना श्रद्धांजली अर्पण करण्यासाठी चेंबूर येथे २४ ऑक्टोबर, ८९ रोजी सभा आयोजित केली होती. सभेस रामदास आठवले, प्रकाश आंबेडकर, नामदेव ढसाळ, भाई संगारे, गंगाधर गाडे आदी नेते हजर होते; पण दलित श्रोते नेत्यांना बोलूच देत नव्हते. सेनेच्या रूपाने येणाऱ्या संकटाला आपण एकत्रपणेच तोंड देऊ शकतो, या जाणिवेने ते ऐक्याच्या घोषणा देत होते; पण दलित नेते एकत्र येतच नव्हते. शेवटी ५ डिसेंबर १९८९ रोजी चेंबूरच्या नऊ दलित तरुणांनी ऐक्यासाठी उपोषण आरंभिले. ७ डिसेंबरला प्रशांत तोरणे, आनंद साबळे, विजय मस्के, राजू गांगुर्डे व प्रवीण भोसले यांची प्रकृती ढासळली. विजय मस्के व प्रशांत तोरणे यांची प्रकृती गंभीर झाल्याने पोलिसांच्या मदतीने त्यांना हॉस्पिटलमध्ये दाखल केले गेले. उपोषणास बसलेल्या तरुणांस दलित जनतेची सहानुभूती व प्रचंड पाठिंबा लाभू लागला. आपापत: दलित जनतेचा ऐक्यासाठी नेत्यांवर दबाव वाढू लागला. शेवटी ८ डिसेंबर रोजी राजा ढाले, प्रकाश आंबेडकर व रामदास आठवले यांच्या सह्यांनिशी एक निवेदन जाहीर झाले. त्यात आंबेडकरविचाराचे राजकीय पक्ष व संघटना यांचे ऐक्य करण्याचे आश्वासन दिले व ऐक्याचा तपशील ठरविण्यासाठी १९ डिसेंबर रोजी 'आंबेडकरविचाराच्या सर्व राजकीय संघटना व पक्ष' यांची बैठक बोलविण्यात आल्याचे जाहीर केले.

ऐक्याच्या प्रक्रियेतून कोणतीच आंबेडकरवादी पक्षसंघटना वगळली जाऊ नये, म्हणून लहान-मोठ्या पक्षसंघटनांना आमंत्रित केले गेले. त्यांतील महत्त्वाच्या संघटना अशा : भारतीय दलित पँथर, भारतीय रिपब्लिकन पक्ष, रिपब्लिकन पक्ष (गवई), रिपब्लिकन पक्ष (कांबळे), रिपब्लिकन पक्ष (खोब्रागडे), महाराष्ट्र रिपब्लिकन, दलित मुक्तिसेना, दलित पँथर, मास मूव्हमेंट, दलितोद्धारक रिपब्लिकन. या बैठकीत

रिपब्लिकन पार्टी ऑफ इंडियाचे पुनरुज्जीवन करण्याचे ठरले; पण त्या - अगोदर सर्व दलित नेत्यांनी आपापल्या पक्षसंघटना बरखास्त केल्या. डॉ. बाबासाहेब आंबेडकर यांनी 'रिपब्लिकन पार्टी ऑफ इंडिया' या पक्षाची स्थापना करण्याअगोदर जनतेला जे खुले पत्र लिहिले होते, त्यातील आशय व सिद्धांत यांनुसार नव्या पक्षाची स्थापना करण्याचा निर्णय घेण्यात आला. नव्या पक्षाचा राजकीय मसुदा तयार करण्यासाठी विसर्जित पक्षसंघटनांच्या प्रमुखांची अस्थायी समिती स्थापन करण्यात आली व तिचे निमंत्रक म्हणून रामदास आठवले यांची निवड केली गेली. २६, २७ डिसेंबरला अस्थायी समितीची पुन्हा बैठक झाली. तीत रामदास आठवले यांच्याबरोबर रा. सु. गवई व प्रकाश आंबेडकर यांची निमंत्रक म्हणून नियुक्ती झाली व त्यांना सूत्रसंचालन समिती असे म्हणण्यात आले. या समितीला अस्थायी समितीशी विचारविनिमय करुन सर्व राजकीय निर्णय घेण्याचा अधिकार बहाल करण्यात आला.

पण ही सर्व प्रक्रिया वरकरणी दिसते तशी शांतपणे व एकमताने झालेली नव्हती. अस्थायी समितीत विसर्जित घटकपक्षसंघटनांचे किती सभासद असावेत, यासाठी निश्चित मार्गदर्शक तत्त्व ठरले नव्हते. निर्णयप्रक्रियेत अस्थायी समितीला निर्णायक स्थान असेल तर तिची सभासद-संख्या महत्त्वाची ठरते, या गोष्टीकडे दुर्लक्ष झाले. तसेच सूत्रसंचालन समितीत रामदास आठवले, रा. सु. गवई व प्रकाश आंबेडकर हेच तिघे का, केवळ तिघांचीच ती समिती का, असे वाद होते. घटक पक्षांची वा संघटनांची ताकद, त्यांच्या नेत्यांची जनमानसातील प्रतिमा लक्षात न घेता त्यांना अस्थायी समितीचे सभासद केले म्हणून मतभेद होते. तसेच नेत्यांचा परस्परांवर विश्वास नव्हता. एकाच्या हेतूविषयी दुसऱ्यास शंका होती.

ऐक्याचा प्रभाव

दलित ऐक्याचा प्रभाव महाराष्ट्रात तीव्रपणे पडला. विधानसभेची निवडणूक जिंकण्यासाठी महाराष्ट्रात काँग्रेस, शिवसेना-भाजप युती व पुलोद अशा तीन महत्त्वाच्या आघाड्या कार्यरत होत्या. दलित ऐक्यामुळे प्रत्येक आघाडीच्या विजयाच्या शक्यतेवर काय परिणाम होणार होता? ज्याच्या पारड्यात दलित ऐक्य ती आघाडी विजयी अशी परिस्थिती होती का? दलित ऐक्याला एवढे राजकीय महत्त्व का प्राप्त झाले?

लोकशाहीत निवडणूक ही सत्ता प्राप्त करण्याचे साधन आहे. मतदार संघात इतर अन्य सर्व उमेदवारांपेक्षा जास्त मते मिळविणारा उमेदवार विजयी होतो आणि ज्या पक्षाचा उमेदवार विजयी होतो आणि ज्या पक्षाच्या विजयी उमेदवारांची सख्या सर्वांत जास्त तो पक्ष सत्ता प्राप्त करतो. यामुळे प्रत्येक पक्षाला प्रत्येक मतदार संघामध्ये आपल्या उमेदवाराला जास्तीत जास्त लोकांची मते मिळविण्याचा प्रयत्न करावा

लागतो. ज्या समाजात एकजिनसीपणा नसतो, त्या समाजात धर्म, पंथ, जात, भाषा असे भेद राजकीय दृष्ट्या महत्वाचे ठरतात आणि ज्या गटांची लोकसंख्या अधिक ते गट मग निवडणुकीच्या दृष्टीने महत्त्वाचे ठरतात. यात एक गृहीत तत्त्व असं की, प्रत्येक समाजगट राजकीय सत्ता प्राप्त करण्याचा व तीत सहभागी होण्याचा प्रयत्न करतो; कारण राजकीय सत्तेद्वारा आपल्या गटाचं जास्तीत जास्त हित साधण्याचा प्रयत्न करता येतो आणि मग ज्या गटांची लोकसंख्या अधिक त्या गटांचा धर्म, त्यांची जात, भाषा हे निवडणुकीच्या दृष्टीने महत्त्वाचे ठरतात. तक्ता १ मध्ये धर्मानुसार महाराष्ट्राची लोकसंख्या दिलेली आहे; त्यावरून हिंदू, मुस्लिम व बौद्ध हे लोकसंख्यानुरूप राजकीय दृष्ट्या महत्त्वाचे धर्म ठरतात. बौद्ध हे राजकीय दृष्ट्या जागृत व तिसऱ्या क्रमांकाची लोकसंख्या असणारे; त्यामुळे त्यांचे ऐक्य हे निवडणुकीच्या संदर्भात अत्यंत महत्त्वाचे ठरले.

तक्ताः १

क्र.	धर्म	लोकसंख्या
१	हिंदू	५,११,०९,४५७
२	मुस्लिम	५८,०५,७८५
३	बौद्ध	३९,४६,१४९
४	जैन	९,३९,३९२
५	ख्रिश्चन	७,९५,४६४
६	शीख	१,०७,२५५
७	इतर धर्म	७४,३८६
८	धर्म न सांगितलेले	६,२८३
	एकूण	६,२७,८४,१७१

हिंदू बहुसंख्य असले तरी ते जातिपातींत विभागलेत; पण निवडणुकीच्या संदर्भात जातीचे वैशिष्ट्य हे की, जातीयता मतदारांच्या निवडक्षमतेवर प्रभाव गाजविले. म्हणजे असे की, आपल्याच जातीच्या उमेदवारास मत देण्याचा सर्वसाधारण मतदारांचा कल असतो; पण भौगोलिकपणे मतदार संघाची रचना अशी आहे की, काही अपवाद वगळता कोणतीच जात एखाद्या मतदार संघातून स्वबळावर आपला उमेदवार निवडून आणू शकत नाही. मग सत्तेसाठी हितसंबंधाच्या अनुषंगाने अनेक जातींची युती होणे अपरिहार्य ठरते. किंबहुना समान हितसंबंधांच्या अनुषंगाने अनेक जातींचा एक वर्ग

बनतो. याबाबत डॉ. बाबासाहेब आंबेडकर म्हणतात, 'जातिपद्धती ही वर्गपद्धतीसुद्धा मान्य करीत असते; पण जातिपद्धतीत श्रेणिबद्धता असते. वर्गपद्धतीत ती नसते. हिंदू जसे अनेक जातींत विभागलेत तशा अनेक जाती या जातींच्या वेगवेगळ्या वर्गांत विभागलेल्या आहेत. हिंदू जसा जातिजाणीवग्रस्त असतो, तसाच तो वर्गजाणीवग्रस्तही असतो. आणि तो जातिजाणीवग्रस्त असतो वा वर्गजाणीवग्रस्त असतो, हे त्याचा ज्या जातीशी संघर्ष होतो त्यावर अवलंबून असते. त्याचा ज्या जातीशी संघर्ष होतो, ती जात, जर तो ज्या (जाती) वर्गात असतो, त्याच वर्गातील असेल तर तो जातिजाणीवग्रस्त असतो आणि ती जात जर तो ज्या वर्गात असतो, त्या वर्गाबाहेरची असेल तर तो वर्गजाणीवग्रस्त असतो.' डॉ. आंबेडकर वर्गाचे मग उच्च जातिवर्ग, नीचजातिवर्ग व शेवटी चार्तुर्वण्याबाहेरचा अवर्णवर्ग असे भाग पाडतात.

आता एका जातिवर्गाला दुसऱ्या जातिवर्गाच्या तुलनेत अस्तित्व व वैशिष्ट्य प्राप्त होते. जातिव्यवस्थेने दिलेली सामाजिक प्रतिष्ठा व वर्चस्व अबाधित ठेवण्याकडे उच्च जातिवर्गाचा कल असतो; पण सामाजिक जाणीव, शिक्षण, राजकीय प्रबोधन व शासकीय विकासयोजना यांमुळे नीच जातिवर्गाचा उच्च सामाजिक स्थान प्राप्त करण्याचा प्रयत्न असतो आणि इथेच त्यांचा संघर्ष घडतो. उदा., नामांतर आंदोलनात मराठवाड्यात झालेल्या दंगलीत दलितांविरुद्ध उच्चजातिवर्ग एक झाले होते.

जातिव्यवस्थेतील श्रेणीबद्धता वर्गपद्धतीमध्ये नसल्याने जातीचे वर्गांतर सहजपणे होऊ शकते; पण नीच जात उच्च जातीत रूपांतरित होऊ शकत नाही. पण वर्गांतर झाले की वर्गाच्या अनुषंगाने नीच जात सामाजिक प्रतिष्ठा, वर्चस्व वा सत्ता भोगू शकते. मग जातिव्यवस्थेतील श्रेणिबद्धतेतून मिळणारी सामाजिक प्रतिष्ठा व सत्ता व वर्गांतरामुळे नीच जातींना मिळणारी प्रतिष्ठा व सत्ता यांच्यात संघर्ष घडतो. जातीच्या श्रेणिबद्धतेतील सामाजिक प्रतिष्ठा व सत्ता नीच जातिवर्गांना आपल्या सामाजिक वर्गाच्या स्थानापर्यंत येण्यास विरोध करीत असतात. आता वर्गांतरासाठी आवश्यक असणाऱ्या उत्पादनाचे फेरवाटप हे अंतिमत: राजकीय निर्णयाद्वारेच होऊ शकते आणि राजकीय सत्ता निवडणुकांद्वारेच प्राप्त करून होऊ शकतो आणि लोकशाहीत राजकीय सत्ता निवडणुकांद्वारेच प्राप्त होते आणि बहुमतामुळेच निवडणूक जिंकता येत असल्याने बहुमतासाठी जातींची युती, फेरयुती होणे अपरिहार्य ठरते.

अर्थात एका जातीला दुसऱ्या जातीविरुद्ध उभे करण्यात राजकीय पक्ष किती यशस्वी होतात, यावरही बरेच काही अवलंबून असते. धार्मिक पुनरुज्जीवनवादी व उजव्या प्रतिगामी शक्तींना पोसायचं वा त्यांच्या प्रभावास अटकाव करायचा नाही आणि त्यामुळे अल्पसंख्य वा खालच्या जाती यांच्यात भीती वा असुरक्षिततेची भावना निर्माण झाली की, त्यांना निवडणुकीत आपल्या समर्थक जाती बनवून त्यांची मते

लुटायची ही काँग्रेसची पूर्वापार नीती ठरलेली आहे. अशा तऱ्हेने काँग्रेसने मराठा, अल्पसंख्य मागास जाती, दलित यांची भक्कम फळी निर्माण केली आणि ती तोडणे विरोधी पक्षांना शक्य झाले नाही. काँग्रेसला निवडणुकीत या जातिवर्गांचा पाठिंबा मिळणे आवश्यक असते. महाराष्ट्रात (आणि भारतातही) काँग्रेसला पराभूत करू शकेल असा एकच एक विरोधी पक्ष नाही; यामुळे काँग्रेसला पाठिंबा देणाऱ्या जातिवर्गाचा आधार काढून घेणे व त्यासाठी परस्परविरोधी पक्षांची युती वा आघाडी करणे हा विरोधी पक्षांचा एक नेहमीचा डावपेचाचा भाग झालेला आहे. यातच लोकसभेच्या निवडणुकीचा संदर्भ घेतला तर दलित ऐक्याला राजकीय महत्त्व का प्राप्त झाले, याचे कारण मिळते.

इंदिरा गांधी यांच्या हत्येमुळे निर्माण झालेल्या भावनिक लाटेमुळे काँग्रेस पक्षाने १९८४ ची लोकसभा निवडणूक प्रचंड बहुमताने जिंकली होती; त्यामुळे १९८४ ची लोकसभेची निवडणूक व १९८९ ची लोकसभेची निवडणूक यांची तुलना करता येणार नाही; पण १९८४ मध्ये महाराष्ट्रात काँग्रेसचे त्रेचाळीस खासदार निवडून आले होते, ती संख्या घटून १९८९ च्या निवडणुकीत अठ्ठावीस वर आली. पूर्वी एकही खासदार नसलेल्या शिवसेनेचे चार खासदार निवडून आले, तर भाजपच्या खासदारांची संख्या दहा झाली. काँग्रेसला एकूण मतदानाच्या ४५.३२ टक्के मते मिळाली खरी; पण भाजप २३.६९ टक्के मते मिळवून दुसऱ्या क्रमांकावर आला. त्यात शिवसेनेची ४.४३ टक्के मते मिळविली तर भाजप-सेना युतीने काँग्रेसला विधानसभा निवडणुकीत विजयाची शंका वाटावी, अशी भीती निर्माण केली होती. लोकसभेच्या निवडणुकीत विधानसभा मतदारसंघ क्षेत्राचा संदर्भ घेतला तर काँग्रेसला १६६ विधानसभा मतदारसंघात पहिल्या क्रमांकाची मते मिळाली होती, तर भाजप-सेना युतीला ८० विधानसभा मतदारसंघात पहिल्या क्रमांकाची होती. यावरून येत्या विधानसभा निवडणुकीत काँग्रेसचा सामना केवळ भाजप-सेना युतीशीच होऊ शकत होता.

भाजपला उच्च वर्णीयांकडून पाठिंबा मिळालाच; परंतु त्याने दलित, शेतमजूर, आदिवासी यांच्यात जाणीवपूर्वक काम करून त्यांच्यात आपला प्रभाव वाढविला. लोकसभा निवडणुकीत बुलढाण्याची राखीव जागा जिंकून भाजपने तो प्रभाव दाखवूनही दिला. शिवसेनेने मध्यम जातींबरोबर इतर मागास जातींचा भक्कम पाठिंबा मिळविला होता. मुसलमानांनी काँग्रेसविरोधात मोठ्या प्रमाणात मतदान केले होते. म्हणजे उच्च जाती, मराठा, दलित अल्पसंख्य व इतर मागास जाती यांच्या काँग्रेसच्या फळीस मोठा हादरा बसला होता. यातच दलितांची एकी झाली आणि ती काँग्रेसच्या विरोधात गेली तर काँग्रेसच्या विधानसभा निवडणुकीतील विजयाच्या शक्यतेवर मोठा परिणाम होणार होता.

दुसरी गोष्ट म्हणजे, महाराष्ट्र काँग्रेस, भाजप-सेना युती व जनता दलाच्या नेतृत्वाखाली डावी आघाडी अशा सत्तेसाठी स्पर्धा करणाऱ्या तीन आघाड्या कार्यरत होत्या; पण १९८४ च्या तुलनेत जनता दल व डावी आघाडी यांची १९८९ च्या लोकसभा निवडणुकीत ताकद वाढली असली तरी ती भाजप-सेना युतीच्या तुलनेत दुबळी होती. याउलट, काँग्रेसला चिंतित करणारी भाजप-सेना युती विधानसभा निवडणूक बहुमताने जिंकून सत्तेवर येणार असा प्रचंड आत्मविश्वास बाळगून होती आणि सत्ता प्राप्त करण्याइतपत बहुमत प्राप्त झाले नाही, तर डाव्या आघाडीस आपणाला पाठिंबा देण्यास भाग पाडू, असा भाजपला विश्वास वाटत होता; त्यामुळे काँग्रेसचा कसाही पराभव करणे महत्त्वाचे होते. याबाबत भाजप-सेना युतीचे डावपेच असे होते की, काँग्रेसला सर्रासपणे मिळणारी पण भाजप-सेना युतीस कधीच न मिळणारी दलित-मुस्लिम मते विजयी होऊ न शकणाऱ्या पक्षास वा उमेदवारांस गेली पाहिजेत.

तक्ता : २

उत्तर-मध्य मुंबई

१)	विद्याधर गोखले (शिवसेना, विजयी)	२,५४,८४१
२)	शरद दिघे (काँग्रेस)	२,४६,६५८
३)	जसस्वाला (भारिप)	३५,६३६

उत्तर-पूर्व मुंबई

१)	जयंतीबेन मेहता (भाजप, विजयी)	४,१४,२८२
२)	गुरुदास कामत (काँग्रेस)	३,४२,७२७
३)	डॉ. नीलम गोऱ्हे	१,०९,२५३

औरंगाबाद

१)	मोरेश्वर सावे (शिवसेना, विजयी)	३,२२,४६७
२)	सुरेश पाटील (काँग्रेस)	३,०४,६४३
३)	बी. एच. गायकवाड (भारिप) १९, ७३८	

चिमूर

१)	महादेव शिवणकर (भाजप, विजयी)	२,९३,४१३
२)	प्रफुल्ल पाटील (काँग्रेस)	२,५९,८०९
३)	प्रमोद आनंद (भारिप)	२७,२२५
४)	हरिश्चंद्र रामटेके (खोरिप)	५८,३२८

लोकसभा निवडणुकीअगोदर भाजपचे नेते प्रमोद महाजन म्हणाले होते की,

'प्रत्येक मतदार संघात तिसरा उमेदवार कोण आहे आणि तो काँग्रेसची मते मिळवू शकेल काय, यावर बरेच काही अवलंबून आहे.' या संदर्भात हाजी मस्तान व जोगेन्द्र कवाडे हे दलित-मुस्लिम सुरक्षा महासंघातर्फे लोकसभा निवडणुका लढविणार आहेत, याचा उल्लेख करून ते म्हणाले की, 'त्यांनी महाराष्ट्रात ४८ जागांवर उमेदवार उभे केले असते तर बरे झाले असते.' पण प्रत्यक्षात त्यांना फायदा झाला भारतीय रिपब्लिकन पक्षाचा. भारिपने लोकसभेच्या तेरा जागा लढविल्या. पैकी उत्तर - मध्य मुंबई, उत्तर पूर्व मुंबई, औरंगाबाद व चिमूर या मतदारसंघांत, भाजप-सेना यांना न मिळणारी, पण सामान्यत: काँग्रेसकडे जाणारी दलितांची मते मिळविली व त्याचा फायदा भाजप-सेना उमेदवारांच्या विजयात झाला. यावरून हा स्पष्ट निष्कर्ष निघत होता की, दलित मते काँग्रेसच्या विरोधात वळवली तर काँग्रेसचा पराभव शक्य होतो. याचा अर्थ दलित मते समतोलत्वात्मक मते (Balancing Votes) मुळीच नव्हती. लोकसभा मतदार संघात दलित मतांची सरासरी संख्या अंदाजे ५०,००० च्या आसपास असते. एखाद्याच्या विजयास कारणीभूत होण्याइतपत ही संख्या मुळीच मोठी नाही; पण लोकसभा निवडणुकीत मुस्लिमांनी मोठ्या प्रमाणात काँग्रेसविरोधी मतदान केले. इतर मागास जाती शिवसेनेने आपल्याकडे वळविल्या. उच्च जातींचा भाजपला पाठिंबा होताच; अशा इतर वेळी दलितांची मते काँग्रेसविरोधी वळवली तर काँग्रेसचा पराभव करता येतो, हे भारिपला मिळालेल्या मतांवरून सिद्ध होते होते. ही परिस्थिती फाटाफुटीने ग्रासलेल्या दलित पक्ष-संघटना अस्तित्वात असतानाची होती.

पण दलित ऐक्य झाले, दलित जनतेचा अभूतपूर्व, प्रचंड प्रतिसाद व पाठिंबा ऐक्याला मिळाला. दलितांची एकगठ्ठा मते ऐक्याला मिळण्याची शक्यता निर्माण झाली होती. हे ऐक्य काँग्रेसच्या विरोधी गेले तर काँग्रेसच्या पराभवाची संभाव्यता, नव्हे शक्यता मोठ्या प्रमाणावर वाढली होती. भाजप-सेना युती व पुलोद आघाडी एकमेकांच्या विरोधी असली तरी, दोघे मिळून काँग्रेसच्या विरोधी होते. दलित ऐक्य या विरोधी आघाडीला मिळाले तर त्यांना काँग्रेसचा पराभव करणे अधिक सोपे जाणार होते. याउलट, ते काँग्रेसला मिळाले तर विरोधी आघाडीशी मुकाबला करण्यास ते काँग्रेसला अधिक समर्थ करणार होते. ऐक्याला राजकीय महत्त्व प्राप्त झाले ते असे.

ऐक्याचा युतीवरील परिणाम

लोकसभेच्या निवडणुकीतील यशाने भाजप-सेना युतीला विधानसभेच्या निवडणुका जिंकून आपण सत्ताधारी होऊ, असा आत्मविश्वास दिला होता. पण दलित ऐक्याने सगळ्यात गंभीर अडचण निर्माण केली ती या युतीपुढेच. दलित नेत्यांनी शिवसेनेला शत्रू म्हणून घोषित केल्याने कोणत्याही परिस्थितीत ते भाजप - सेना युतीशी सहकार्य

करणे शक्यच नव्हते; पण ऐक्य काँग्रेसच्या बाजूला गेले तर काँग्रेसची स्थिती बळकट होऊन सेना-भाजप युतीच्या महाराष्ट्रात सत्ताधारी होण्याच्या शक्यतेवर मोठा परिणाम होणार होता; त्यामुळे ऐक्य काँग्रेसकडे जाणे त्यांना परवडणारे नव्हते. त्यांना दोन गोष्टी फायदेशीर होत्या : १) दलितांनी स्वतंत्रपणे निवडणुका लढविणे. यात निवडणुका चौरंगी झाल्या असत्या. काही अपवाद वगळता स्वबळावर दलित निवडून येणे अशक्य होते; पण त्यामुळे ते काँग्रेसची परंपरागत मते खेचतील व त्याचा फायदा भाजप-सेना युतीच्या उमेदवारांच्या विजयात होणार होत. २) ऐक्याने पुलोद आघाडीशी समझोता करावा. यात पुलोदची ताकद वाढण्याचा धोका होता. तरीपण ती स्वतंत्रपणे सत्तेवर येण्याची शक्यता नव्हतीच. यामध्ये कोणत्याच पक्षाला वा आघाडीला स्पष्ट बहुमत मिळाले नाही तर भाजपा-सेना युतीस सत्ताधारी होण्यासाठी जनता दलाला बाहेरून पाठिंबा देण्यास आपण भाग पाडू, असा भाजप नेत्यांना विश्वास होता. प्रमोद महाजन म्हणाले होतेही की, 'आम्ही जनता दलाच्या सरकारला दिल्लीत पाठिंबा देत आहोत. मग ते इथे आम्हास का पाठिंबा देणार नाहीत?' यामुळे दलित नेत्यांनी स्वतंत्रपणे निवडणुका लढवाव्यात वा पुलोदशी सहकार्य करावे; पण कोणत्याही परिस्थितीत ऐक्य काँग्रेसकडे जाता कामा नये, याबाबत त्यांचा छुपा प्रयत्न चालू होता.

रिपब्लिकन पक्षाची स्थिती

'रिपब्लिकन पार्टी ऑफ इंडिया' तेरा घटक पक्ष व संघटनांनी बनली असली तरी तिच्यात भारतीय दलित पँथर व भारतीय रिपब्लिकन पक्ष हेच दलित शक्ती असलेले दोन प्रमुख गट होते. त्याखालोखाल 'रिपब्लिकन पार्टी' (खोब्रागडे गट) व जोगेंद्र कवाडे यांची 'दलित मुक्ती सेना' असे महत्त्वाचे दोन गट होते. नामदेव ढसाळ यांची नेता म्हणून विश्वासार्हता जशी संपली होती, तशी त्यांची दलित पँथर ही संघटना दलितांचा पूर्णपणे पाठिंबा गमाविलेली होती. राजा ढाले यांची 'मास मूव्हमेंट' व रा. सु. गवई यांची 'रिपब्लिकन पार्टी' यांच्या जनमानसात प्रतिमा असल्या, तरी संघटना म्हणून त्या दुबळ्याच होत्या.

भारतीय दलित पँथरने लोकसभा निवडणुकीत काँग्रेसला पाठिंबा दिला होता; पण लोकसभा निवडणुकीअगोदर चार महिने शरद पवार यांच्याशी भारतीय दलित पँथरच्या नेत्यांनी समझोता करून विधानसभा निवडणुकीत पँथरला काही जागा मिळाव्यात म्हणून त्यांच्याशी बोलणी केली होती. काँग्रेसने भारतीय दलित पँथरशी समझोता करण्याची दोन कारणे होती. दलितांची मते काँग्रेसला हवीच असतात; पण काँग्रेसविरोधी गेलेले व विरोधी पक्षांशी संगनमत करणारे प्रकाश आंबेडकर यांच्या वाढत चाललेल्या ताकदीस आळा घालणे हा त्यांचा महत्त्वाचा उद्देश होता. 'गर्व से

कहो, हम हिंदू है' अशी घोषणा देऊन, हिंदुत्वाच्या नावाखाली इतर मागास जाती आकर्षित होत होत्या. शिवसेनेच्या हिंदुत्ववादी विचारसरणीला विरोध म्हणून नव्हे, तर हिंदुत्वाच्या नावाखाली इतर मागास जातींना शिवसेनेकडे आकर्षित होण्यापासून अटकाव करणे काँग्रेसच्या हिताचे होते. काँग्रेसला सहकार्य हवेच होते. भारतीय दलित पँथरनेही मग 'गर्वसे कहो, हम भारतीय है' अशी घोषणा देत, एकता ज्योत महाराष्ट्रभर फिरविली आणि त्यासाठी काँग्रेसने तिला आर्थिक साहाय्य पुरविले होते.

३ व ४ जुलै, १९८९ रोजी भारतीय दलित पँथरचे सोलापूरला राज्यव्यापी अधिवेशन झाले; तेव्हा संमत झालेल्या ठरावात म्हटले होते की, 'देशात दिवसेंदिवस धर्मांध व जातीयवादी प्रवृत्तींचे प्राबल्य वाढत असून, ही बाब राष्ट्रीय एकात्मतेच्या दृष्टीने अत्यंत गंभीर आहे. भविष्यात जातीयवादी व धर्मांध राजकीय प्रवृत्ती केंद्र व राज्यांत सत्तेवर येणार नाहीत, अशी दक्षता घेऊनच भारतीय दलित पँथर राजकीय धोरण निश्चित करील.' हा ठराव पुढे म्हणतो की, 'या निवडणुका लढविण्यासाठी आम्ही दलित मागासवर्गीय, भटके, विमुक्त, आदिवासी आणि समविचारी संघटनांची आघाडी उभारू आणि इतर पुरोगामी पक्षांनी सहकार्याची तयारी दर्शविली, तर त्यांचेही सहकार्य घेऊ; परंतु शिवसेना व भारतीय जनता पक्षासारख्या जातीयवादी, प्रतिगामी पक्षांशी कोणत्याही पातळीवर सहकार्याची बोलणी होणार नाहीत.' जनता दल आघाडीचा भाजपशी सहकार्य करण्यास विरोध नसला, तरी शिवसेनेस मात्र त्यांचा स्पष्ट विरोध होता आणि भाजपने सेनेशी युती केल्याने जनता दल आघाडी अपातत: भाजप-सेना युतीच्या विरोधात गेली; यामुळे भारतीय दलित पँथरचा ठराव तिला जनता दल डाव्या आघाडीशी सहकार्य करण्यास मुळीच प्रतिवाद करीत नव्हता; पण प्रकाश आंबेडकरांनी जनता दल नेत्यांना अशी अट घातली होती की, त्यांना भारतीय रिपब्लिकन पक्षाचे सहकार्य हवे असेल, तर त्यांनी अन्य दलित नेत्यांशी समझोता करता कामा नये. अर्थात सातत्याने काँग्रेसशी सहकार्य करणाऱ्या भारतीय दलित पँथरचा विरोधी पक्षाशी सहकार्य करण्याचा हेतू प्रामणिक होता काय, हे मात्र निश्चित सांगणे अवघड होते. आणि शेवटी भारतीय दलित पँथरने लोकसभा निवडणुकीत काँग्रेसलाच पाठिंबा दिला. याबाबत पँथरनेत्यांनी जे पत्रक काढले होते, त्यात ते म्हणतात की, 'दलितांच्या मतांची विभागणी झाली तर, त्याचा फायदा शिवसेना-भाजप युतीला होईल; म्हणून आम्ही काँग्रेसला पाठिंबा देण्याचा निर्णय घेतला आहे.'

'भारिप' ची भूमिका

प्रकाश आंबेडकरांनी दलित राजकारणाला एक वेगळी दिशा दिली. अल्पसंख्य, दलित हे विशेषत: सत्ताधारी पक्षाचा आधार घेतात. सत्ताधारी काँग्रेस पक्षाने दलितांचा

असा पाठिंबा आपल्या स्वार्थासाठी घेतला; पण त्यांच्या आर्थिक -सामाजिक स्थानात फरक पडेल असे काही केले नाही. किंबहुना दलितांना 'दलित' ठेवण्यातच सत्ताधारी पक्षाचे वा त्याच्या जातिवर्गाचे हितसंबंध गुंतलेले आहेत. यामुळे काँग्रेसच्या प्रभावापासून दलितांनी मुक्त होणे, प्रकाश आंबेडकर यांना महत्त्वाचे वाटत होते. उत्तरेत काशीराम यांनी हाच प्रयोग यशस्वी केला होता. दलित, मागास जाती व मुस्लिमांचेही सहकार्य घेऊन आपली पार्टी मजबूत केली व निवडणुका जिंकून दबदबा निर्माण केला होता. प्रकाश आंबेडकरही दलितांव्यतिरिक्त अन्य खालच्या व मागास जातींना सामावून घेत भारिपचा पाया व्यापक करीत होते. असे झाले तरी केवळ अशा दलितांच्या पाठिंब्याने भारिप सत्ताधारी होणे कधीच शक्य नाही, असे त्यांना वाटत होते; पण दलितांची संघटित ताकद सत्ताधारी पक्षाला सत्तेवरून खाली खेचू शकते आणि सत्ताधारी पक्ष आपल्यामुळे पराभूत होऊ शकतो, हे सिद्ध झाले तर एक 'दबावगट' म्हणून दलितांचा पक्ष वावरू शकतो. त्यामुळे दलितांच्या प्रश्नांना अधिक राजकीय महत्त्वाचे स्वरूप प्राप्त करून देता येणे शक्य होते. तसेच राजकीय क्षेत्रात दलित संघटना म्हणजे लाचार, स्वार्थी, स्वाभिमानशून्य अशी जी प्रतिमा निर्माण झाली होती, ती प्रकाश आंबेडकरांच्या भूमिकेमुळे बदलत जात होती; यामुळे सत्ताधारी काँग्रेसचा पराभव त्यांना अत्यंत महत्त्वाचा वाटत होता; पण केवळ एकच पक्ष काँग्रेसविरोधी निवडणूक जिंकण्यास समर्थ नसल्याने विरोधी पक्षांची काँग्रेसविरोधी आघाडी हे तत्त्व त्यांना अपरिहार्यपणे स्वीकारावे लागत होते. पण याबाबत ते काँग्रेसविरोधी डावी आघाडी व काँग्रेसविरोधी उजव्या शक्ती यांच्यात फरक करीत नव्हते. यामुळे शिवसेनेच्या संदर्भात जनता दलाच्या अध्यक्षा मृणाल गोरे यांनी विरोधी भूमिका घेताच त्यानी 'शिवसेनेला अस्पृश्य समजण्याचे राजकारण हितावह नाही,' असे उद्‌गार काढले. शिवसेनेसह सर्व विरोधी पक्ष एकत्र आले पाहिजेत, अशी त्यांची भूमिका होती. त्यांच्या या भूमिकेने भाजप-सेना यांच्यामध्ये त्यांच्याविषयी मृदू कोपरा निर्माण केला. यामुळे बाळासाहेब ठाकरे यांनी इतर दलित नेत्यांवर जशी जळजळीत टीका केली, तशी त्यांनी प्रकाश आंबेडकरांवर क्वचितच केली. भाजपचे राम कापसे यांनी तर प्रकाश आंबेडकर यांनी भाजप-सेना युतीत सामील झाले पाहिजे, असे जाहीरपणे म्हटले. दलितांची वृत्ती, प्रवृत्ती व मानसिकता ही नेहमीच जातीयवाद्यांविरोधी असते, ही गोष्ट ते लक्षात घेत नव्हते.

प्रकाश आंबेडकरांच्या मते, निवडणुकीत काळात हिंदुत्वाची लाट नव्हती; यामुळे हिंदुत्वाचा धोका त्यांना वाटत नव्हता. त्यांच्या मते, जातीयवाद्यांची भीती दाखवून दलितांची मते लाटण्याचा तो काँग्रेसचा डाव होता; कारण शिवसेनेसारख्या उजव्या जातीय शक्तींना काँग्रेसनेच पोसले व वाढविले. मग धाक दाखवून, दलितांमध्ये

असुरक्षितता निर्माण करून त्यांना आपल्या अंकित केले. अशा या खेळीला प्रतिखेळी, शहाला काटशह देणे महत्त्वाचे असते. येथे राजकारणात मित्र तात्पुरते असतात व शत्रू कायमचे नसतात.

इतर दलित संघटनांची भूमिका

मास मूव्हमेंटने काँग्रेसधार्जिण्या भारतीय दलित पँथरच्या भूमिकेवर जशी टीका केली होती, तशीच जातीयवाद्यांशी तडजोड करतात, म्हणून भारतीय रिपब्लिकन पक्षावरही टीका केली होती. राजा ढाले यांच्या मते प्रकाश आंबेडकर यांचे राजकारण हे 'राजकारणासाठी राजकारण' असे असते; पण दलित चळवळीचा उद्देश 'समाजकारणासाठी राजकारण' हा आहे. ज. वि. पवार यांनी लोकसभेच्या निवडणुकीचे 'धम्मलिपी' मध्ये विश्लेषण केले होते. त्यात त्यांनी भारिपवर जशी टीका केली होती, तशीच काँग्रेसधार्जिण्या भारतीय दलित पँथरवरही टीका केली होती. त्यांच्या मते, जातीयवादी उजव्या शक्तींना जसा दलितांनी विरोध करायला हवा, तसा त्या शक्तींना पोसणाऱ्या काँग्रेसलाही विरोध करायला हवा आणि त्यासाठी दलित, भटके, आदिवासी यांनी एकत्र येऊन एक भक्कम फळी निर्माण करायला हवी.

दलित मुक्तिसेनेचा शिवसेना व तत्सम उजव्या हिंदू संघटनांना कडवा विरोध होता. या शक्तींचा व शोषकांचा रक्षणकर्ता म्हणून काँग्रेसला तिचा विरोध होता. 'शत्रूचा शत्रू तो आपला मित्र' असे मानून जोगेंद्र कवाडे यांनी हाजी मस्तान यांच्याशी संगनमत केले व दोघांनी मिळून दलित-मुस्लिम सुरक्षा महासंघ स्थापिला. मुस्लिम व दलित यांच्या हिताला उजव्या हिंदू जातीयवादी शक्तींकडून धोका आहे, म्हणून मुस्लिम व दलित यांनी एकत्र येऊन हिंदू जातीयवाद्यांशी मुकाबला करायला पाहिजे,अशी ती भूमिका होती. त्यांच्या या भूमिकेने, काँग्रेसला त्यांचा विरोध असूनही, विरोधी पक्षांच्या आघाडीला जोगेंद्र कवाडे जवळचे वाटले नाहीत. जनता दलाने तर त्यांना पूर्णपणे अव्हेरले होते.

शह-काटशह

दलित नेते एकत्र आले तरी त्यांच्यात असे वैचारिक व धोरणात्मक मतभेद होते. त्यांनी एकीकरणासाठी आपले पक्ष व संघटना विसर्जित केल्या, इतर पक्षांशी असलेले लागेबांधे तोडले; पण आपले पूर्वग्रह, धोरण व भूमिका नाहीशा केल्या नाहीत; त्यामुळे दुभंगलेल्या अवस्थेत ऐक्य जन्माला आले होते.

१९ डिसेंबर, १९८९ रोजी ऐक्य झाले.त्या वेळी ऐक्याचे चार ठराव संमत करण्यात आले. त्यांतील चौथ्या क्रमांकाचा ठराव हा 'ऐक्याला मारक होतील अशा

मुलाखती व निवेदने कोणीही घटक पक्ष-संघटना यांच्या नेत्यांनी वर्तमानपत्रांना देता कामा नयेत वा जाहीर सभांतून तसे बोलता कामा नये' असा होता; पण २२ डिसेंबरला प्रकाश आंबेडकरांनी दूरदर्शनला मुलाखत दिली व नवा रिपब्लिकन पक्ष स्वतंत्रपणे निवडणुका लढवील असे घोषित केले. याचे पडसाद २६-२७ डिसेंबरला अस्थायी समितीच्या झालेल्या बैठकीत पडले. त्या बैठकीत प्रकाश आंबेडकर यांनी स्वतंत्रपणे निवडणुका लढवाव्यात वा न लढविता पाच वर्षे पक्षबांधणीचे काम करावे, असे मत मांडले. स्वतंत्रपणे निवडणुका लढविल्या तर त्याचा फायदा सेना-भाजप युतीला होईल, असे म्हणून त्या सूचनेला राजा ढाले, जोगेंद्र कवाडे, रा. सु. गवई व रामदास आठवले यांनी विरोध केला आणि ऐक्यामुळे दलितांस राजकीय शक्ती प्राप्त झाली आहे, तिचा आताच निवडणुकीत उपयोग करावा म्हणून निवडणुका न लढविण्याची प्रकाश आंबेडकरांची ती सूचनाही फेटाळली. मग युती करायची झाली तर ती डाव्या आघाडीशी करणे योग्य असे मत प्रकाश आंबेडकरांनी मांडले, तर काँग्रेसशी युती अधिक फायदेशीर होईल, असे प्रतिपादन रा. सु. गवई व रामदास आठवले यांनी केले.

शेवटी निर्णय झालाच नाही. मग २९ डिसेंबरच्या अस्थायी समितीच्या बैठकीत याबाबत स्पष्ट निर्णय घ्यावा व तो ६ जानेवारी, १९९० रोजी शिवाजी पार्कवर होणाऱ्या मेळाव्यात जाहीर करावा असे ठरले. पण त्याअगोदर युतीबाबत कुपरेज येथे बैठक झाली. प्रकाश आंबेडकर यांना शिवसेना ही वैचारिक शत्रू वाटत नव्हती. त्या बैठकीत त्यांनी राज्यातील मराठ्यांची सत्ता संपविण्यासाठी भाजप-सेना युतीशी समझोता करण्यास हरकत नाही, असे मत मांडले. अर्थात याला इतरांचा कडवा विरोध होता. मग २९ डिसेंबरच्या बैठकीत एक ठरावच संमत केला गेला, तो असा : 'आमचा लढा हा विषम समाजव्यवस्थेविरुद्ध आहे. भारतीय घटनेने स्वीकारलेली धर्मनिरपेक्षता आणि समाजवादी लोकशाही हा आमच्या धोरणाचा भाग आहे; त्यामुळे आम्ही कुठल्याही धर्माविरुद्ध नाही; परंतु धर्म हा राजकारणाचा विषय बनवून धर्मनिरपेक्षतेला, समाजवादी लोकशाही संकल्पनेला आणि राष्ट्रीय एकात्मतेला तडा जाईल, असे धोरण शिवसेनेने स्वीकारलेले आहे. भाजपने तिच्याशी उघडपणे समझोता केला आहे. त्यामुळे तेही उघडपणे या विचाराचे समर्थक व पुरस्कर्ते आहेत; त्यामुळे शिवसेना व भाजप आमचे वैचारिक शत्रू आहेत. या पार्श्वभूमीवर शिवसेना-भाजप युतीची सत्ता येता कामा नये व कुठल्याही परिस्थितीत युतीला निवडून येण्यास मदत होईल, अशा प्रकारची भूमिका रिपब्लिकन पक्ष घेणार नाही.'

अशा तऱ्हेने प्रकाश आंबेडकरांचे प्रत्येक मत व मागणी फेटाळली गेली. नव्या रिपब्लिकन पक्षाच्या धोरणावरील त्यांची पकड नष्ट होत चालल्याचे ते चिन्ह होते. शेवटी एकच पर्याय राहिला - रिपब्लिकन पक्षाची युती डाव्या आघाडीशी की

काँग्रेसशी? आणि येथेच ऐक्यातील घटकपक्ष-संघटना यांच्या ऐक्यापूर्वीच्या भूमिकांनी उचल खाल्ली. रामदास आठवले, रा. सु. गवई यांचा काँग्रेसला जसा स्वाभाविकपणे पाठिंबा होता, तसाच प्रकाश आंबेडकर, जोगेंद्र कवाडे, खोब्रागडे, राजा ढाले यांचा काँग्रेसविरोधी म्हणून डाव्या आघाडीकडे कल होता. ऐक्यात असणारी ही चीर होती आणि ती नेत्यांच्या परस्परांबद्दलच्या विश्वासाने, भक्कम तत्त्वज्ञानाने व पक्षशिस्तपालनाने बुजणारी होती.

प्रकाश आंबेडकरांचे डावपेच

काँग्रेस की डावी आघाडी यांबाबत एकमत होत नव्हते नि ते होणेही शक्य नव्हते. यावर मग तोडगा काढला गेला. युती कोणाशी याबाबत राजकीय भूमिका बाजूला ठेवली गेली आणि जाहीरनामा तयार करून तो जो पक्ष वा आघाडी (सेना-भाजप युती सोडून) मान्य करील, त्यांना पाठिंबा दिला जाईल, असे ठरले गेले. तसेच आताच ही राजकीय भूमिका स्पष्ट केली तर, विधानसभा निवडणुकीत जागावाटपाबद्दल मग रिपब्लिकन पक्षाला आग्रही भूमिका घेता येणार नाही; त्यामुळे रिपब्लिकन पक्षाला जो पक्ष वा आघाडी जास्तीत जास्त जागा देईल व जाहीरनामा पूर्णपणे मान्य करील, त्याला पाठिंबा दिला जाईल असे ठरले. यामुळे ६ जानेवारीच्या शिवाजी पार्क मेळाव्यात युती कोणाशी ही राजकीय भूमिका मांडली जाईल, असे २६ डिसेंबरच्या बैठकीत ठरले होते. ती भूमिका त्या मेळाव्यात घोषित केली गेलीच नाही.

दलित ऐक्य झाल्यापासून ते आपल्या बाजूस वळविण्यासाठी काँग्रेस व डावी आघाडी प्रयत्नरत होत्या. डाव्या आघाडीच्या बाजूने मृणाल गोरे, प्रभाकर संझगिरी, शरद जोशी कार्यरत होते, तर काँग्रेसच्या बाजूने खुद्द शरद पवार प्रयत्न करीत होते. ऐक्य भाजप-सेना युतीस मिळणार नव्हते, तरी ऐक्याचा त्यांच्या विजयाच्या भवितव्यावर मोठा परिणाम होणार होता; कारण ते काँग्रेसकडे गेले तर काँग्रेसची ताकद वाढून भाजप-सेना युतीच्या विजयाची शक्यता कमी होणार होती. रिपब्लिकन पक्षाने स्वतंत्रपणे निवडणुका लढविणे, हे भाजप-सेना युतीस सर्वांत फायद्याचे होते; पण स्वतंत्रपणे निवडणुका लढवणार नाही, असे रिपब्लिकन पक्षाने घोषितच केले होते. यामुळे ऐक्य काँग्रेसऐवजी डाव्या आघाडीस मिळावे, असा भाजप-सेना युतीचा प्रयत्न होता; कारण त्यांच्या मते, रिपब्लिकन पक्षामुळे डाव्या आघाडीची ताकद वाढली तर ती सत्तेवर येण्याची शक्यता नव्हती; पण काँग्रेसला निखळ बहुमत न मिळता तिला सर्वांपेक्षा अधिक जागा मिळाल्या व दुसरा क्रमांक भाजप-सेना युतीचा आला, तर जनता दलास बाहेरून पाठिंबा देण्यास भाग पाडून भाजप-सेना युतीस सरकार स्थापिता येईल. कोणालाच बहुमत नाही, अशीही शक्यता प्रकाश आंबेडकर यांनासुद्धा वाटत होती.

'नवशक्ती'स दिलेल्या मुलाखतीत ते म्हणतात, 'काँग्रेसला १००, भाजप-सेना युतीस ७० ते ८० व उरलेल्या डाव्या आघाडीस व इतर अन्य पक्षांना मिळतील. त्यामुळे काँग्रेसला सत्ताच्युत करण्याची सगळ्यात मोठी संधी आहे, असे त्यांना वाटत होते आणि त्यासाठी डाव्या आघाडीशी समझोता करणे त्यांना आवश्यक वाटत होते; पण त्यांच्या विरुद्ध गटाला भाजप-सेना युतीच्या जातीयवादाचा सगळ्यात मोठा धोका वाटत होता आणि या जातीयवाद्यांस सत्तेवर येऊ न देण्यासाठी रिपब्लिकन पक्षाने काँग्रेसशी समझोता करणे आवश्यक आहे, असे त्यांचे म्हणणे होते.

ही दुही सांधण्यासाठी जाहीरनाम्यात पूर्णपणे पाठिंबा व जास्तीत जास्त जागा जो पक्ष देईल, त्याच्याशी समझोता केला जाईल, अशी नवी वाट काढण्यात आली. यात प्रकाश आंबेडकर गटाचे डावपेच असे होते की, जाहीरनाम्यातील कलमे अशी बनवायची की, काँग्रेसला मान्य करणे अवघड जाईल; पण डाव्या आघाडीस ती सहजपणे मान्य करता येतील. 'इंडियन एक्सप्रेस' ला दिलेल्या मुलाखतीत प्रकाश आंबेडकर म्हणालेही की, 'निवडणुकीत आमचा पाठिंबा मिळवू इच्छिणारा पक्ष आम्हास किती जागा देतो यापेक्षा त्याचा जाहीरनाम्यास वैचारिक पाठिंबा असणे हेच महत्त्वाचे मानले जाईल.'

पण काँग्रेसला अस्वीकारार्ह होतील अशी कलमे जाहीरनाम्यात टाकण्यास प्रकाश आंबेडकर यांना अपयश आले. मराठवाडा विद्यापीठास डॉ. बाबासाहेब आंबेडकरांचे नाव देणे हे पहिलेच कलम काय ते काँग्रेसला अडचणीत टाकणारे होते. इतर कलमांना काँग्रेसचा तात्त्विक विरोध असणे शक्यच नव्हते आणि चाणाक्ष शरद पवार यांनी पहिल्या कलमासह संपूर्ण जाहीरनामाच मान्य केला आणि डाव्या आघाडीधार्जिण्या गटाला धूर्तपणे शह दिला.

जाहीरनाम्यातील दहावे कलम बौद्धांना वा धर्मांतरित दलितांना केंद्र शासनाच्या शैक्षणिक व नोकरीविषयक सवलती देण्याबाबत होते. काँग्रेसराजवटीत त्या आतापर्यंत दिल्या गेल्याच नव्हत्या. लोकसभा निवडणुकीअगोदर जनता दलाचे सरचिटणीस प्रा. अरुण कांबळे यांनी मुंबईत परेलच्या कामगार स्टेडियमवर दलित व मागासवर्गीयांचा मेळावा घेतला होता. मेळाव्यात व्ही. पी. सिंग व रामविलास पासवान हजर होते. तेव्हा, 'जनता दलाचे सरकार आल्यास वर्षभराच्या आत बौद्धांना सवलती दिल्या जातील', असा ठरावच पास करण्यात आला होता. व्ही. पी. सिंग पंतप्रधान झाल्यानंतर याबाबत मृणाल गोरे व अरुण कांबळे यांनी त्यांना भेटून बौद्धांना सवलती देण्याचा आग्रह केला. दलित ऐक्यानंतर महाराष्ट्रात या प्रश्नाला विशेष राजकीय महत्त्व प्राप्त झाले. बौद्धांच्या सवलतीची मागणी मान्य झाली तर प्रकाश आंबेडकर यांना दलित ऐक्य डाव्या बाजूस वळविण्यास त्यामुळे मदत होणार होती. मृणाल गोरे ह्यांनी

दिल्लीला जाऊन व्ही.पी. सिंग यांच्याकडे ही सर्व वस्तुस्थिती स्पष्ट केली. शेवटी १५ जानेवारी, १९९० रोजी पंतप्रधानांनी बौद्धांना व धर्मांतरित दलितांना केंद्र सरकारच्या सवलती जाहीर केल्या.

प्रकाश आंबेडकर यांनी मग अशी भूमिका घेतली की, जनता दल आघाडी राष्ट्रीय सरकारने बौद्धांस सवलती दिल्या. मंडल आयोगाची अंमलबजावणी करण्याचे आश्वासन दिले. जनता दल आघाडीने रिपब्लिकन पक्षाच्या जाहीरनाम्यातील तत्त्वेच केवळ स्वीकारली नाहीत, तर त्यांची अंमलबजावणीसुद्धा केली व काहींची अंमलबजावणी करण्याचे ठोस आश्वासनासुद्धा दिले. दलित चळवळीने याबाबत आंदोलने करूनही काँग्रेसने आपल्या दीर्घ राजवटीत या तत्त्वांची कधीच पूर्ती केली नाही. यामुळे काँग्रेसशी समझोता करण्याचा उपलब्ध असलेला पर्यायच आता बंद झालेला आहे. डाव्या आघाडीशी समझोता करण्याशिवाय रिपब्लिकन पक्षास आता दुसरा मार्ग राहिलाच नाही.

प्रकाश आंबेडकर यांचा हा युक्तिवाद रामदास आठवले गटाला मान्य होणे अवघडच होते. त्यांनी असा युक्तिवाद केला की, जनता दलाने बौद्धांना सवलती देण्याचा घेतलेला निर्णय स्वागतार्ह आहे; पण राज्यात जातीयवादी शक्ती प्रबळ होऊन सत्तेवर येऊ घातल्या आहेत. राज्यातील विशिष्ट राजकीय परिस्थिती पाहता, जनता दलाशी आघाडी केल्यास भाजप-सेनेचे उमेदवार निवडून येतील; म्हणून काँग्रेसशीच समझोता झाला पाहिजे.

रिपब्लिकन पक्षातील ही दुही सांधली जातच नव्हती आणि तरीही सुकाणू - समितीचे नेते काँग्रेसशी व डाव्या आघाड्यांशी बोलणी करीत होते. दहा दिवस झाले तरी रिपब्लिकन पक्षाचा निर्णय होईना. शेवटी वैतागून शरद पवार यांनी रिपब्लिकन पक्षाने अगोदर राजकीय निर्णय घ्यावा, असे जाहीरपणे सांगितले. प्रकाश आंबेडकर यांची जाहीरनामा व जागावाटप ही खेळी आता पूर्णपणे अपयशी झाली होती. आता रिपब्लिकन पक्षाला स्पष्टपणे राजकीय निर्णय घेणे भाग होते आणि तो निर्णय आता अस्थायी समितीच घेणार होती; त्यामुळे अस्थायी समितीत आपल्या बाजूने बहुमत तयार करणे ही चाल रामदास आठवले जसे खेळत होते, तसेच प्रकाश आंबेडकरही खेळत होते.

राजकीय निर्णय

१९ डिसेंबरला प्रथम ऐक्य झाले तेव्हा अस्थायी समितीची सभासदसंख्या होती १३. डिसेंबरच्या २६ तारखेला जी बैठक झाली, तेव्हा ती संख्या झाली २०. तारीख २९ डिसेंबर रोजी परत अस्थायी समितीची बैठक झाली, तेव्हा एकूण सभासद

होते २९. शेवटी २० जानेवारीला काँग्रेस की डावी आघाडी याबाबत मतदान झाले, तेव्हा अस्थायी समितीची सभासदसंख्या होती ३२. याबाबत राजा ढाले यांनी अगोदरच धोका ओळखला होता. ५ जानेवारीच्या 'धम्मलिपी' च्या संपादकीयात ते लिहितात, 'या अॅड-हॉक कमिटीत खरेतर प्रत्येक विसर्जित घटक - पक्षांचा, संघटनेचा वा गटाचा एकच प्रतिनिधी निवडला गेला पाहिजे होता; पण इथे तर एका एका घटकपक्षाचे वा संघटनांचे पायलीचे पंधरा लोक अॅड-हॉक कमिटीत खुर्च्या बळकावून बसले आहेत. हे कशासाठी तर आधीच घेतलेल्या निर्णयावर बिनबोभाट शिक्कामोर्तब व्हावे म्हणून, आणि शेवटी झालेही तसेच.

काँग्रेस की डावी आघाडी यावर अस्थायी समितीत मतदान होण्याअगोदर एक महत्त्वाची घटना घडली होती. २० जानेवारीच्या 'संडे मेल' ने बातमी दिली होती की, रा. सु. गवई यांची भाजपचे नेते अटलबिहारी वाजपेयी यांच्याशी जयंतीबेन मेहता यांच्या घरी भेट झाली. या भेटीत काय ठरले असेल कुणास ठाऊक; पण शरद पवार यांचे मित्र, सतत काँग्रेसला पाठिंबा देणारे व त्यांच्याच पाठिंब्यावर विधानपरिषदेवर निवडून येणारे व अस्थायी समितीत काँग्रेसशी समझोता करावा म्हणून प्रभावीपणे बाजू मांडणारे रा. सु. गवई यांनी अस्थायी समितीतील प्रत्यक्ष मतदानाच्या वेळी जनता दल आघाडीच्या बाजूने मतदान केले. आपण काँग्रेसचे समर्थक आहोत ही भावना नष्ट व्हावी म्हणून आपण डाव्या आघाडीशी रिपब्लिकन पक्षाने समझोता करावा, या बाजूने मतदान केले, अशी त्यावर त्यांनी मल्लिनाथी केली. मात्र त्यांना आपल्या सहकाऱ्यांना आपल्या बाजूला वळविता आले नाही. त्यांचे सहकारी सुमंत गायकवाड व आर. जी. खरात यांनी काँग्रेसच्याच बाजूने मतदान केले.

प्रत्यक्ष मतदानात अस्थायी समितीत काँग्रेसच्या बाजूने १८, डाव्या आघाडीच्या बाजूने १२ व स्वतंत्रपणे निवडणुका लढवाव्यात या अनुषंगाने एकाने अशा ३१ जणांनी मतदान केले. यात रिपब्लिकन पक्षाने काँग्रेसशी युती करावी असा बहुमताने निर्णय झाला; पण डाव्या आघाडीशी समझोता करण्याच्या बाजूने मतदान करणाऱ्यांची संख्याही कमी नव्हती. (प्रकाश आंबेडकर यांनी काँग्रेसबाजूने केवळ १५ विरुद्ध१४ अशा अल्पबहुमताने निर्णय झाला असे म्हटले.) भारिप, दलित मुक्तिसेना, रिपब्लिकन पक्ष (खोब्रागडे गट) या मुख्य, 'मास बेस' पक्ष-संघटना डाव्या आघाडीच्या बाजूच्या होत्या. त्यांना मास मूव्हमेंट, डी.पी. कांबळे यांचा महाराष्ट्र रिपब्लिकन पक्ष यांची साथ होती. काँग्रेसला पाठिंबा देणाऱ्यांत पँथरचे दोन्ही गट होते. पैकी भारतीय दलित पँथर वगळता काँग्रेसला पाठिंबा देणाऱ्या दलित संघटना महत्त्वाच्या, दलित जनतेचा मोठा पाठिंबा असणाऱ्या, जनमानसात स्थान असणाऱ्या अशा नव्हत्याच. उदा., काँग्रेसला पाठिंबा देणाऱ्या संघटना म्हणजे भारतीय दलित पँथर, दलित पँथर, राष्ट्रीय रिपब्लिकन

पक्ष, बंडखोर रिपब्लिकन पक्ष, भारतीय मास मूव्हमेंट, रा. सु. गवई वगळता त्यांचा रिपब्लिकन पक्ष. यात भारतीय दलित पँथर वगळता अन्य पक्ष-संघटनांची जनतेतील ताकद नगण्य होती. तसेच अस्थायी समितीत पक्ष-संघटनांना समान प्रतिनिधित्व नव्हते. भारतीय रिपब्लिकन पक्ष, भारतीय दलित पँथर यांची अस्थायी समितीत सभासदसंख्या प्रत्येकी पाच अशी होती. उरलेल्या संघटनांचे प्रत्येकी तीन अथवा दोन असे सभासद होते. अशा समितीतून बहुमताद्वारा घेतला जाणारा निर्णय न्याय्य असूच शकत नाही. एकंदरीत काँग्रेसला पाठिंबा देणाऱ्यांचे बहुमत झाले असले, तरी नैतिक विजय डाव्या आघाडीला पाठिंबा देणाऱ्या संघटनांचा होता.

फूट

रिपब्लिकन पक्षामध्ये फुटीची प्रक्रिया आता पूर्ण झाली होती. तरी पण काँग्रेसला पाठिंबा देणारा बहुमताचा निर्णय फिरवून तो डाव्या आघाडीच्या बाजूने करण्याचा प्रकाश आंबेडकर यांनी पुन्हा एकदा प्रयत्न सुरू केला. रा. सु. गवई यांनी डाव्या आघाडीला पाठिंबा दिला हे पाहताच त्यानी अस्थायी समितीतील बहुमतापेक्षा सुकाणू समितीचा निर्णय महत्त्वाचा आहे, अशी भूमिका घेतली; कारण सुकाणूसमिती ही रा. सु. गवई, प्रकाश आंबेडकर व रामदास आठवले ह्या तिघांची मिळून बनली होती. पैकी रामदास आठवले वगळता, आता सुकाणूसमितीत डाव्या आघाडीच्या बाजूने बहुमत झाले होते. प्रकाश आंबेडकर आता म्हणू लागले की, अस्थायी समितीने बहुमताने निर्णय घ्यावा, असे काहीही ठरले नव्हते. असे होते तर त्यांनी अस्थायी समितीतील मतदानालाच विरोध करायला हवा होता. आता त्यांची भूमिका अस्थायी समितीतील घटकपक्षांची वा संघटनांची व त्यांच्या नेत्यांचे अवमूल्यन करणारी होती. तरीही याबाबत समझोता होऊन असे ठरले की, 'अस्थायी समितीचा बहुमताचा निर्णय बाजूला ठेवावा; पण सुकाणूसमितीने मात्र एकमताने हवा तो निर्णय घ्यावा आणि एकमत झाले नाही तर अस्थायी समितीचा अगोदरचा बहुमताचा निर्णय स्वीकारला जावा.' ही चालही अयशस्वी होणार होती; कारण रामदास आठवले यांचे मतपरिवर्तन केल्याशिवाय सुकाणूसमितीत एकमत होणे शक्य नव्हते. रा. सु. गवई, प्रकाश आंबेडकर व इतरांनी रामदास आठवले यांचे मन वळविण्याचा शर्थीने प्रयत्न केला; पण रामदास आठवले स्पष्टपणे म्हणाले की, 'डॉ. बाबासाहेबांच्या जन्मशताब्दी वर्षात भाजप-सेना युतीचे सरकार महाराष्ट्रात आणण्याचे पाप मी करणार नाही.' आणि मग अस्थायी समितीचा बहुमताचा निर्णय सर्वांना बंधनकारक राहिला आणि तो निर्णय २२ जानेवारीला रा. सु. गवई व रामदास आठवले यांनी जाहीर केला.

या सर्व गोष्टींचा अन्वयार्थ स्पष्ट होता. पूर्वाश्रमीच्या दलित पँथरचा तिच्या

भूमिकेसह वरचष्मा होता. रिपब्लिकन पक्षाचे नेतृत्वही आता उघडउघड रामदास आठवले यांच्या हातात गेले होते. राजा ढाले, जोगेंद्र कवाडे यांना प्रकाश आंबेडकर यांचे नेतृत्व मान्य होते; पण रामदास आठवले यांच्या नेतृत्वाखाली काम करणे त्यांना कमीपणाचे वाटत होते. दलित चळवळीत वेगळा प्रवाह निर्माण करणाऱ्या, आपली स्वतंत्र प्रतिमा व नेतृत्वाची शैली निर्माण करणाऱ्या प्रकाश आंबेडकर यांच्या नेतृत्वालाही तो मोठा शह होता आणि मग सगळ्या आघाड्यांवर पराभूत झालेल्या प्रकाश आंबेडकर यांचा अहंभाव उफाळून आला. 'बहुमताचा निर्णय मान्य करू, ऐक्य तुटेल असे काहीही करणार नाही' असे म्हणत, 'आपण निवडणूक - प्रक्रियेपासून दूर राहून, पक्षबांधणीचे काम करू', असे त्यांनी जाहीर केले.

दलित ऐक्य काँग्रेसच्या बाजूने गेल्याने व्यथित झालेल्या भाजपने रिपब्लिकन पक्षातील हे दोन विरोधी प्रवाह अचूक ओळखले आणि हे प्रवाह पुन्हा एकत्र येणार नाहीत, हे पाहणे आता त्यांच्या हिताचे होते. भाजपचे धरमचंद चोरडिया मग म्हणाले, 'दलितांवर अन्याय, अत्याचार, शोषण आणि उपेक्षेला सर्वाधिक जबाबदार असलेल्या काँग्रेसबरोबर सहकार्य करण्याचा एकत्रित रिपब्लिकन पक्षाचा निर्णय दुर्दैवी आहे. श्री. प्रकाश आंबेडकर यांच्यासारखे सर्वमान्य दलित नेते, तांत्रिक बहुमताचे कारण पुढे न करता समतेच्या व्यापक संघर्षाचे आणि पर्यायाने देशाचे आणि दलित जनतेच्या हिताचे राजकारण करतील, अशी आशा आहे.'

दुसऱ्या दिवशी प्रकाश आंबेडकर दिल्लीला गेले. पंतप्रधान व्ही. पी. सिंग यांना भेटले आणि 'महाराष्ट्र टाइम्स' च्या संजीव साबडे यांनी 'राजधानीतून' या आपल्या सदरात लिहिले की, प्रकाश आंबेडकर हे रा. स्व. संघाचे सरसंघचालक श्री. बाळासाहेब देवरस यांना भेटले. भाजपचा प्रयत्न होता, प्रकाश आंबेडकर यांना केंद्रात राज्यमंत्रिपद दिले जावे व त्या बदल्यात त्यांनी महाराष्ट्रात जनता दलाला पाठिंबा द्यावा. महाराष्ट्र जनता दलाचासुद्धा हा प्रयत्न होता. पंतप्रधान व्ही. पी. सिंग यांना वार्ताहरांनी विचारलं की, 'प्रकाश आंबेडकरानी राज्यमंत्रिपद मागितले होते काय?' पंतप्रधान म्हणाले की, 'तसे म्हणणे प्रकाश आंबेडकर यांच्यावर अन्याय केल्यासारखे होईल.' आणि खरेतर ती मागणी प्रकाश आंबेडकर यांची नव्हतीच. ती सूचना होती भाजपाची.

पंतप्रधानांना जेव्हा प्रकाश आंबेडकर भेटले तेव्हा त्यांच्याबरोबर मृणाल गोरे व संभाजीराव काकडे होते. काँग्रेसशी आघाडी करण्याच्या निर्णयाचा रिपब्लिकन पक्षाने फेरविचार न केल्यास प्रकाश आंबेडकर यांनी संघर्षाचा पवित्रा घ्यावा असे ठरले आणि मग काँग्रेसचा पाठिंबा काढून तो डाव्या आघाडीस देण्यासंबंधी २९ जानेवारी रोजी, अचानकपणे विचार अस्थायी समितीमध्ये सुरू झाला. जनता दल नेत्यांची भेट घेऊन रा. सु. गवई यांच्यासह प्रकाश आंबेडकर यांनी जनता दल नेत्यांशी बोलणी सुरू केली;

पण याला रामदास आठवले, भाई संगारे, नामदेव ढसाळ यांनी जोरदार विरोध केला. जनता दल आमचा मित्रपक्ष आहे; पण भाजप-सेना युतीचा पराभव करण्यासाठी आम्ही काँग्रेसला पाठिंबा देत आहोत, असे त्यांनी जाहीर केले.

दरम्यान, पुणे येथे पत्रकारांशी बोलताना शिवसेनाप्रमुख बाळासाहेब ठाकरे म्हणाले, 'या युतीचा भाजप-सेना युतीवर निवडणुकीत काहीही परिणाम होणार नाही; कारण दलित नेते रा. सु. गवई व रामदास आठवले हे काँग्रेसच्या बाजूने असले तरी स्वतंत्र विचारसरणीचे प्रकाश आंबेडकर यांनी त्यांना विरोध दर्शविला आहे, ही चांगली गोष्ट झाली. आपण लवकरच प्रकाश आंबेडकर यांची भेट घेणार असून विधानसभा निवडणुकांवर बहिष्कार घालण्याबाबत त्यांचे मत वळविणार आहोत.'

चार फेब्रुवारी ही विधानसभा उमेदवारीचा अर्ज भरण्याची शेवटची तारीख होती. काँग्रेसला रिपब्लिकन पक्षाशी व जनता दलाला आघाडीतील इतर पक्षांशी तडजोड करून जागावाटपाचा प्रश्न सोडवायचा होता. तोपर्यंत प्रकाश आंबेडकर, रामदास आठवलेंसह रिपब्लिकन पक्ष डाव्या आघाडीकडे घेऊन येत नव्हते व रामदास आठवले, प्रकाश आंबेडकर व इतरांसह काँग्रेसकडे जात नव्हते. प्रकाश आंबेडकरांचे काँग्रेसच्या बाजूने मन वळविणे अवघड आहे, अशी कबुली शरद पवार यांनीसुद्धा दिली. शेवटी जनता दलानेही घोषित केले की, 'उमेदवारीचा अर्ज भरण्याची मुदत संपत येत असल्याने, आता आम्ही प्रकाश आंबेडकरांना जागा देऊ शकत नाही. त्यांनी आता आम्हाला बिनशर्त पाठिंबा द्यायला हवा. हवे तर जनता दल आपल्या कोट्यामधून चार-पाच जागा भारिपला देऊ शकेल.' शरद जोशी यांनीही मग प्रकाश आंबेडकर, जोगेंद्र कवाडे यांना ठणकावून सांगितले की, 'तुम्हाला आता एकही जागा मिळणार नाही. तुम्ही आता आम्हाला बिनशर्त पाठिंबाच द्यावा.' जनता दलाचे सरचिटणीस प्रा. अरुण कांबळे यांनी तर यावर तिखट प्रतिक्रिया व्यक्त करताना म्हटले, 'रिपब्लिकन पक्षाच्या नेत्यांनी या वेळी धरसोड वृत्ती दाखवून जे राजकारण केले, ते फारसे चांगले नाही, अशी भावना दलित जनतेच्या मनात निर्माण झाली. रिपब्लिकन नेते अशीच वृत्ती दाखवीत राहिले, तर निवडणुकीनंतर हे नेते कोणाबरोबर जातील याचा भरवसा देता येत नाही. हा केवळ जागावाटपाचा प्रश्न नसून रिपब्लिकन नेते यापुढे काय भूमिका घेतील, हेही महत्त्वाचे आहे.'

काँग्रेसनेही मग केवळ रामदास आठवले यांच्याशी जागावाटपाबाबत चर्चा करून त्यांना १३ जागा बहाल केल्या. जेव्हा सगळे एक होते तेव्हा त्यांनी रिपब्लिकन पक्षाला ६० जागा मागितल्या होत्या आणि मुख्यमंत्रिपदावरसुद्धा दावा सांगितला होता; पण नेते फुटले व मग सगळ्यांची अवस्था अवमानित व पराभूत अशी झाली. शेवटी दोन फेब्रुवारीला प्रकाश आंबेडकर व रा. सु. गवई यांनी स्वतंत्रपणे

पत्रके काढली. आपल्या पत्रकात प्रकाश आंबेडकर म्हणतात की, 'व्ही. पी. सिंग यांनी समाजहितकारक पावले उचलल्यामुळे मूल्यावर आधारित राजकारण ही भूमिका लक्षात घेता, रिपब्लिकन पक्षाने जनता दलास समर्थन देण्याऐवजी काँग्रेस पक्षाला द्यावे, हे आम्हाला सयुक्तिक वाटत नाही; म्हणून विशिष्ट परिस्थितीत रिपब्लिकन पक्षाच्या वतीने काही जागा लढविणे आणि उर्वरित जागी जनता दलाला सक्रिय पाठिंबा देणे हेच आम्हाला उचित वाटते.'

रा. सु. गवई आपल्या पत्रकात म्हणतात की, 'माझा काँग्रेसला सहकार्य करण्यास विरोध असतानाही बहुमताचा निर्णय मी मान्य केला; पण अस्थायी समितीमध्ये आज परस्परविरोधी दोन मतप्रवाह स्पष्ट झाले आहेत. रिपब्लिकन पक्षाचे घडलेले ऐक्य टिकविता यावे आणि निवडणुकीतील प्रचाराची कटुता टाळता यावी आणि नंतरही ऐक्य मजबूत करता यावे याकरिता मी ह्या निवडणुकीच्या प्रक्रियेतून अलिप्त राहण्याचा निर्णय घेतला आहे.'

रिपब्लिकन खोब्रागडे गटाचे अशोक गोडघाडे व उमाकांत रामटेके यांनी काँग्रेसला पाठिंबा देणारा बहुमताचा निर्णय नाकारीत म्हटले की, ज्यांच्या मागे लोक नाहीत त्यांच्या केवळ नाममात्र बहुमताच्या आधारावर घेतलेला निर्णय आम्ही का मान्य करावा? आणि त्यांनीही मग स्वतंत्रपणे निवडणुका लढविल्या.

आणि ऐक्य झालेला रिपब्लिकन पक्ष फुटला, पूर्णपणे फुटला. रामदास आठवले यांचा काँग्रेसबरोबर गेलेला गट, जनता दलाशी सहकार्य करणारा प्रकाश आंबेडकर यांचा गट, स्वतंत्रपणे निवडणुका लढविणारा खोब्रागडेगट, तटस्थ राहिलेल्या रा. सु. गवई यांचा गट व शहाणपणाने शांत व अलिप्त राहिलेले बी. सी. कांबळे यांचा गट.

◻◻◻

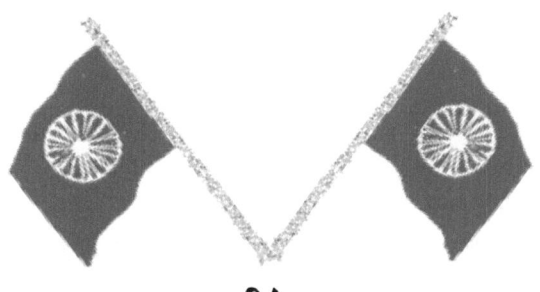

१५.

यशवंतराव भीमराव ऊर्फ भैय्यासाहेब आंबेडकर यांची मुलाखत

झुंबरलाल कांबळे

डिसेंबर १९७४ ला भैय्यासाहेबांना वयाची बासष्ट वर्षे पूर्ण झाली. त्या निमित्ताने त्यांची मुलाखत घ्यावी असा विचार मा. तळवटकरसाहेबांनी माझ्याजवळ व्यक्त केला. बाबासाहेबांच्या कौटुंबिक जीवनाविषयी जास्तीत जास्त माहिती मिळवावी, असे मला अधूनमधून वाटत राहायचे. त्याला अधिक चालना मिळाली. त्यांची एक प्रदीर्घ मुलाखत घेण्याचे ठरविले. त्यासाठी मी खास मुंबईला गेलो. त्यांच्या निवासस्थानी म्हणजे इतिहासप्रसिद्ध राजगृहाला भेट देण्याचे ठरविले. राजगृहाकडे जाताना माझ्या मनात विविध विचारतरंगांनी गर्दी केली होती. मगध दशाचा राजा बिंबिसार, त्याची राजधानी राजगृह हे एक प्राचीन आणि सुंदर शहर होते. त्याचा रमणीय परिसर, पाच टेकड्या, घनदाट वनराई, पर्वतांची राई यांनी सुशोभित केला होता. ठिकठिकाणी असलेल्या पवित्र व मंगल स्थलांनी पावित्र्य वाढविले होते. याच राजगृहात मोठमोठ्या तत्त्वज्ञांना आणि विचारवंतांना राजाश्रय लाभला होता... वगैरे विचार मनात चालले असतानाच 'राजगृह' ही अक्षरे दृष्टीस पडली. अंत:करण उचंबळून आले. मस्तक लीन झाले. राजगृहात मी प्रथमच प्रवेश केला. बाबासाहेबांची मूर्ती अंतश्चक्षूंसमोर तरळू लागली. ते जिवंत असताना त्यांचे दर्शन मला घडलेले नाही. निदान त्यांच्या वास्तव्याने पावन झालेले राजगृह तरी डोळे भरून पाहावे, हाही एक उद्देश मनात होता. सकाळची वेळ, जिना चढून वर गेलो. बेलचे बटण दाबले. दरवाजा उघडला गेला. भैय्यासाहेब आमचीच वाट पाहत होते. आम्ही येत आहोत असे फोनवर सांगितले होते. मी उद्देश सांगितला. बैठकीवर बसलो. मुलाखतीच्या रूपरेषेबद्दल माहिती सांगितली. प्रश्नावली त्यांना दिली. दोन तास चर्चा केल्यानंतर बैठक संपली. त्यांच्याशी बोलताना माझी दृष्टी बैठकीत भिरभिरत होती. वाटत होते - इथेच

बाबासाहेबांची मूर्ती वावरली असेल. इथेच त्यांचा आवाज घुमला असेल. इथेच बसून त्यांनी अस्पृश्यांच्या इतिहासाला क्रांतिकारक कलाटणी कशी द्यावी, याची स्वप्ने पाहिली असतील. हे विचार मनात घोळत असतानाच चर्चा चाललेली होती. मुलाखतीसाठी नंतर वेळ देण्याचे भैय्यासाहेबांनी मान्य केले. ही घटना ऑगस्ट-सप्टेंबर १९७४ मधली. मुलाखतीचा योग काही जुळून येईना.

२७ व २८ फेब्रुवारी, १९७५, महाडला पी. इ. सोसायटीच्या गव्हर्निंग बॉडीची मीटिंग होती. भैय्यासाहेब त्यासाठी महाडला आले होते. या संधीचा फायदा घेऊन मुलाखतीसाठी मी त्यांना गळ घातली. दोन दिवस चार-चार तास बसून मुलाखत लिहून घेतली. मुद्दे सुटू नयेत म्हणून सोबतीला प्रा. सं. ब. तारदाळकरांनाही घेतले होते.

प्रश्न : आपला जन्म कधी झाला?

उत्तर : १२ डिसेंबर, १९२१ रोजी माझा जन्म झाला. त्या वेळी बाबासाहेब बी. आय. टी. चाळ, दुसरा मजला, खोली क्रमांक ४९ मध्ये राहत असत. तिथेच माझा जन्म झाला. ही चाळ मुंबई येथे आहे.

प्रश्न : आपण खूपच भाग्यवान- कारण बाबासाहेबांसारख्या विभूतीच्या पोटी आपला जन्म झाला.

उत्तर : खरोखरच मी भाग्यवान आहे. एवढ्या मोठ्या विभूतीच्या पोटी माझा जन्म झाला. याला कोणत्या ना कोणत्या पूर्वजन्मीचे (असेलच तर) भाग्य लागते. मी जन्मलो तेव्हा आजोबा वयोवृद्ध होते आणि त्यांची प्रकृती तितकीशी बरी नव्हती. मी जन्मल्यावर पाच-सहा महिन्यांनीच त्यांचे देहावसान झाले. त्या वर्षी बाबासाहेब बी. ए. होऊन बडोद्याच्या महाराजांकडे नोकरीला होते.

प्रश्न : कुटुंबात आणखी कोण कोण होते?

उत्तर : बाबासाहेबांना दोन बंधू होते. आनंदराव मधले व बाळाराम थोरले. बाळाराम यांनी सहावी-सातवीपर्यंत शिकून शाळा सोडली. आनंदराव मॅट्रिकपर्यंत शिकले होते. बाबासाहेब व आनंदराव एकाच वेळी शिकत होते; पण आर्थिक परिस्थिती चांगली नसल्याने आनंदरावांनी मॅट्रिकनंतर नोकरी धरली. सेंट्रल रेल्वेच्या लोअर-परेल येथील स्टोअर्समध्ये ते क्लार्क होते. बाबासाहेबांनी खूप शिकावे अशी त्यांची इच्छा होती व त्यांना मदत करावी अशीच त्यांची इच्छा होती. ते बाबासाहेबांना म्हणत, 'तू खूप शीक. मी तुला मदत करीन.' त्यानी आपले वचन पूर्णपणे पाळले.

प्रश्न : मातोश्री रमाबाईंबद्दल अधिक माहिती सांगाल ?

उत्तर : १९१० साली बाबासाहेबांचे लग्न एका गरीब-अनाथ अशा १२ ते १५ वर्षे वयाच्या मुलीशी झाले. पार्वती तिचे नाव. लग्नानंतर तीच रमाबाई झाली. या

पार्वतीस दोन बहिणी व एक भाऊ होता. सर्वांत लहान बहीण गौरी. पार्वतीबाईंच्या वडिलांचे नाव भिकाजी वनंदकर होते. वनंद हे गाव दापोली तालुक्यात आहे. मुरूड-हर्णे बंदरावर मासळ्याच्या टोपल्या वाहणे हा भिकाजींचा व्यवसाय होता. त्यातून मिळणाऱ्या तुटपुंज्या पैशावर ते सहा माणसांचे कुटुंब चालवीत असत. पार्वतीची आई नेहमीच आजारी असे. त्यातच ती मरण पावली. चारी भावंडे लहानच होती. पुढे काही दिवसांनी एक भयंकर घटना घडली. माशांची टोपली वाहून आणीत असताना भिकाजींना अचानक रक्ताच्या उलट्या झाल्या आणि त्यातच त्यांचा अंत झाला. पार्वती व तिची सर्व भावंडे अक्षरश: उघड्यावर पडली. त्यांना सांभाळायचे कुणी? हा प्रश्न उपस्थित झाला. पार्वतीचे एक मामा त्या वेळी पोलिस खात्यात मुंबईला नोकरी करीत होते. त्यानी ह्या भावंडांना मुंबईला आणले व भायखळा येथे जुन्या मार्केटजवळ ठेवले.

याच वेळी बाबासाहेब इंटरमध्ये शिकत होते. त्यांचे लग्न करावे अशा प्रकारचा विचार घरात चाललेला होता. बाबासाहेबांचे वडील व त्यांची सावत्र आई जिजाबाई बाबासाहेबांसाठी योग्य अशी वधू शोधीत होते. मुलगा गोरा-गोमटा आहे, हुशार आहे, रुबाबदार आहे. त्याला साजेशी गोरी-गोमटी मुलगी असावी असा त्यांचा विचार होता. त्यांनी बऱ्याच मुली पाहिल्या; पण त्यांना त्यांपैकी एकही मुलगी पसंत पडली नाही. एके दिवशी बाबासाहेबांच्या भाच्याने अशी बातमी आणली की, कोकणातील एक गोरी-गोमटी मुलगी मुंबईला आली आहे. आपण सर्वजण तिला पाहायला जाऊ. नंतर बाबासाहेबांचे वडील-आई पार्वतीला पाहायला गेले. ती त्यांना खूपच आवडली. तिच्या मामांकडे बोलणी केली. मामांनाही वर पसंत पडला आणि बाबासाहेबांचे लग्न भायखळ्यास जुन्या मार्केटमध्ये रात्री दहा वाजता झाले व पार्वती, रमाबाई या नावाने सासरी आली.

प्रश्न : बाबासाहेब रमाबाईंशी कसे वागत?

उत्तर : अतिशय प्रेमळपणे वागत असत. आईला ते 'भागा' या नावाने हाक मारीत असत. भागा हे त्यांचे आवडते नाव. त्या नावाची बाबासाहेबांच्या बहिणीच्या मुलीची एक मुलगी होती. ती त्यांना खूपच आवडे. तिचा सांभाळ बाबासाहेबांनी केला होता. ती काही दिवसांनी मरण पावली. बाबासाहेबांना अत्यंत दु:ख झाले. तिचे नाव म्हणूनच त्यांनी आईला दिले होते.

आई घरसंसार चालवी व बाबासाहेब इतर कामात, अभ्यासात नेहमीच व्यग्र असत. त्यांच्या वडिलांचे देहावसान झाले या घटनेमुळे बाबासाहेबांना खूपच वाईट वाटले. नंतर काही दिवसांनी ते एकटेच बडोद्याच्या दरबारात नोकरीसाठी म्हणून गेले. तिथे त्याना जातीयतेचा अत्यंत कटू अनुभव आला. तेथील शिपायांपासून वरच्या

अधिकाऱ्यांपर्यंत सर्वांना आश्चर्य वाटले ते याचे की, एक महार ऑफिसर होतो म्हणजे काय? ऑफिसर झाला म्हणून त्याचे महारपण थोडेच गेले आहे? तो अस्पृश्य तो अस्पृश्य! कारण त्याचा जन्मच मुळी अस्पृश्याच्या पोटी झालेला ! शिपाई त्यांच्याकडे वरून व लांबून फाइल्स टाकीत. त्यांना हिंदू स्पृश्यांच्या चाळीत किंवा घरात राहायला जागाच मिळेना. मोठ्या मुश्किलीने एका पारशाच्या घरात राहायला त्यांना जागा मिळाली; पण तिथेही जात आडवी आली. त्या पारशावर सवर्णांनी दडपण आणले व तीही जागा बाबासाहेबांना सोडावी लागली. नंतर बाबासाहेबांनी नोकरीचा राजीनामा दिला व ते परत मुंबईला आले.

१९१३ साली या सर्व घटना घडल्या. नोकरी सोडल्यानंतर आणखी खूप शिकता यावे अशी त्यांची इच्छा होती; म्हणून ते अमेरिकेस गेले व तेथील कोलंबिया विद्यापीठात पुढील उच्च शिक्षणासाठी आपले नाव नोंदवले. तिथे गेल्यावर त्यांनी अभ्यासाशिवाय कोणत्याच चळवळीत भाग घेतला नाही.

प्रश्न : बाबासाहेबांची आणखी कौटुंबिक माहिती द्याल?

उत्तर : अवश्य. तेच सांगतो ऐका ना. १९१४ साली आणखी एक घटना अशी घडली की, जिचे परिणाम बाबासाहेबांच्या कौटुंबिक जीवनावर आघात करणारे ठरले. त्यांचे बंधू आनंदराव हे मूळव्याधीने आजारी होते. ते अचानकपणे वारले. मुंबईतही व्याधी बरी होईना म्हणून आनंदराव कोकणातील गोमंडी या गावी हवा पालटण्यासाठी आले होते. गोमंडी हे गाव त्यांची सासुरवाडी. त्यांची पत्नी लक्ष्मीबाई, मुकुंद व गंगाधर ही दोन मुले असे सहकुटुंब ते या गावी आले व तिथेच त्यांचे निधन झाले. ही घटना बाबासाहेबांना अमेरिकेत कळविली. त्यांना खूपच वाईट वाटले; कारण घरातील कुटुंबाचा कर्ताच नाहीसा झाला होता. आता कुटुंबाचे कसे होईल? हा प्रश्न त्यांच्यापुढे होता. बाळाराम बाहेर होते.

प्रश्न : म्हणजे मुकुंदरावांना आणखी एक सख्खा भाऊ होता तर?

उत्तर : होय ना. मुकुंद हा आनंदरावांचा पहिला मुलगा, तर गंगाधर हा दुसरा. हा गंगाधर नंतर १९१८ साली मुंबईत तापसरीच्या साथीत वारला, तर मुकुंदराव बाबासाहेबांच्या महापरिनिर्वाणानंतर म्हणजे २ फेब्रुवारी, १९५८ ला मुंबईला वारला. हार्ट ट्रबलमुळे तो वारला. त्याचा जन्म १९१३ चा.

प्रश्न : बाळारामबद्दल काय?

उत्तर : बाळाराम हे बाहेरगावी होते असे मघाशी मी म्हटले. १९१३ साली बाळाराम आनंदराव सहकुटुंब, सहपरिवार मी, आई असे सर्वजण पंढरपूरला गेलो होतो. तिथे विठोबाचे दर्शन घेतले. पंढरपूरला कॉलरा सुरू होता. त्यातच बाळारामांची पत्नी वारली! त्या वेळपासून ते विधुरच होते. नंतर आम्हा सर्वांना तो रोग होऊ नये

म्हणून तातडीने मुंबईला पाठविण्यात आले. १९२७ सालापर्यंत ते जिवंत होते. महाडच्या चवदार तळ्याच्या सत्याग्रहात त्यांनी भाग घेतला होता व नंतर त्याच वर्षी त्यांचे देहावसान झाले. ते चांगले वक्ते होते. इंग्रजी भाषेवर त्यांचे प्रभुत्व होते. मुंबईतील मारवाडी विद्यालयात एकदा सभा झाली. त्या सभेला त्या वेळचे चांगले चांगले सवर्णीय कार्यकर्ते उपस्थित होते. त्या सभेत बाळाराम अतिशय उत्कृष्ट बोलले. त्या कार्यकर्त्यांत चंदावरकर नावाचे एक नाणावलेले कार्यकर्ते होते. त्यांनी बाळारामांचे भाषण ऐकले व अधिक चौकशी केली. तेव्हा त्यांना कळले की, बाळाराम म्हणजेच बाबासाहेबांचे भाऊ आहेत. ते बाळारामजवळ गेले व त्यांची पाठ थोपटली.

प्रश्न : हे चंदावरकर कोण होते?

उत्तर : बॅरि. चंदावरकर हे हिंदू सभेचे सामाजिक कार्यकते होते. त्यांना आपल्या समाजाबद्दल कळकळ व आपुलकी वाटत असे. ते आपल्या समाजाच्या कार्यक्रमांना उपस्थित राहत. विशेषत: आपल्या समाजाची जी पंचायत बसत असे, तिला मुद्दाम उपस्थित राहत व पंचायत चालते कशी, ते लक्षपूर्वक ऐकत. त्यांना आपल्या ज्ञातीपंचायतीची निर्दोष पद्धती विशेष आवडत असे.

प्रश्न : बाबासाहेब अमेरिकेत असताना त्यांचे कुटुंब कसे चालत असे?

उत्तर : १९१४ साली आनंदराव वारल्याचा उल्लेख वर आला आहेच. बाळारामही बाहेर होते. अशा वेळी बाबासाहेबांना अमेरिकेत कुटुंबाची मोठी पंचायत पडली. मुंबईत प्रताप या नावाचा एक वाणी होता. त्याला पत्र लिहून बाबासाहेबांनी कळविले की, जगण्यासाठी घरातील माणसांना दरमहा दहा रुपये देत जा किंवा दहा रु. चे सामान देत जा. तो वाणी सामान किंवा पैसे देत असे. त्या वेळी घरभाडे एक रुपया, बाजरी दोन ते अडीच रुपये, तांदूळ एक ते दीड रुपया व राहिलेल्या पैशातून किरकोळ खर्च असा आमचा घरखर्च होता. दोन पैशाला नारळाची वाटी मिळायची. ती आणून तिचे दूध काढण्यात येई व आम्हाला देण्यात येई. आमची आई लालबागला जाई. आठ आण्याच्या दोनशे शेण्या विकत आणी आणि त्यावर जेवण तयार करी. त्या वेळी कुटुंबात मी, मुकुंदराव, शंकरमामा, मुकुंदाची आई व माझी आई अशी माणसे होतो. दहा रुपयांवर आमचा महिना कसातरी जात असे.

प्रश्न : बाबासाहेब बॅरिस्टर होण्यासाठी १९२३ साली इंग्लंडला गेले होते. जाण्यापूर्वी त्यांनी कुटुंबाची सोय कशी लावली होती?

उत्तर : ते १९१६ साली भारतात परत आले. त्यावेळीही त्यांना कुठे नोकरी मिळेना. त्यांचा एक पारशी मित्र अमेरिकेत होता. त्याचे मुंबईत एक कॉलेज होते. तिथे

बाबासाहेबांना प्रोफेसरशिप मिळाली. त्या वेळी त्यांना दरमहा तीनशे रुपये पगार मिळत असे. याचवेळी भारतात स्वराज्याची चळवळ चाललेली होती. ब्रिटिश सरकार भारतातील सामाजिक नेत्यांना विश्वासात घेऊन भारतीय लोकांना कोणकोणते व किती हक्क देता येतील, याचा अंदाज घेत होते. त्या वेळी अस्पृश्यांचे पुढारी म्हणून डॉ. बाबासाहेबांनी आपला खलिता इंग्रज सरकारला सादर केला.

त्याच वर्षी त्यांनी 'मूकनायक' नावाचे एक वृत्तपत्र सुरू केले. त्याचे संपादक ते स्वत:च होते. समाजजागृतीसाठी स्वत:चे वृत्तपत्र असावे, हा त्यांचा विचार होता. त्याना या वेळी असेही वाटले होते की, स्वतंत्र काहीतरी धंदा केल्याशिवाय आपणाला समाजसेवा करता येणार नाही. या वेळी आपल्या पगारातून त्यांनी बरीच बचत केली होती. १९२३ साली उच्च शिक्षणासाठी ते परत इंग्लंडला गेले व तीन वर्षांनंतर म्हणजे १९२६ साली बॅरिस्टर होऊन परत भारतात आले. यावेळी जाताना मात्र त्यानी कुटुंबाची व्यवस्था स्वत: जमवून ठेवलेल्या पैशातून केली होती. स्वत:ला लागतील तेवढेच नेमके पैसे बरोबर नेले होते. तिथेही अतिशय काटकसरीने दिवस काढून उच्च शिक्षण पूर्ण केले. बॅरिस्टर झाल्यावर भारतात परत यायला त्यांना प्रवासभाडेसुद्धा नव्हते. बोटीवरच नोकरी धरून परत भारतात यावे असा त्यांचा विचार होता व तशा आशयाचे पत्र त्यांनी कोल्हापूरच्या छत्रपती शाहूमहाराजांना लिहिले होते. महाराजांना हे कळताच त्यांनी पाचशे रुपये प्रवासखर्चासाठी म्हणून बाबासाहेबांना पाठविले व ते परत आले.

प्रश्न : पुढे काय घडले?

उत्तर : मुंबईत आल्यावर त्यांचा सत्कार करण्यात आला. हा सत्कार तत्कालीन समाजसेवकांनी आयोजित केला होता. त्यात आपल्या समाजाचे मडकेबुवा ऊर्फ गणपत जाधव यांनी विशेष पुढाकार घेतला होता. या वेळी बाबासाहेबांनी मराठी भाषेत भाषण केले व सांगितले की, मी खूप शिकलो असलो तरी या शिक्षणाचा उपयोग माझ्या वैयक्तिक जीवनासाठीच केवळ नाही तर आपल्या समाजासाठी व्हावा, ही माझी इच्छा आहे. मराठी बोलण्याची सवय नसल्याने या वेळी त्यांना मराठी भाषा चांगली बोलता येत नव्हती. अडखळत ते शब्दोच्चार करीत असत. त्याचप्रमाणे धोतर नेसण्याची सवयही कमी झाल्याने त्याना धडपणे धोतरही नेसता येत नसे. त्याच वर्षी त्यांनी हळूहळू हायकोर्टात प्रॅक्टिस सुरू केली. तिथेही जात आडवी आली. केसेस मिळणे मुश्कील झाले. या वेळी त्यांनी आपल्या बऱ्याचशा लोकांना पत्रे लिहिली व हायकोर्टाच्या केसीस मजकडे आणा असे सुचविले. त्यांच्या वडीलबंधूनी बाबासाहेबांना धीर दिला व निक्षून सांगितले की, तू हायकोर्टात प्रॅक्टिस केलीच पाहिजेत; माझा पगार आपल्या कुटुंबासाठी राहील व तू मात्र

हायकोर्टातच प्रॅक्टिस करीत जा.

प्रश्न : बाबासाहेब अनेक दिवस परदेशात होते. या घटनेचा परिणाम रमाबाईंच्या मनावर कसा झाला होता?

उत्तर : माझी आई रमाबाई ही अत्यंत साधी होती. बाबासाहेब नेहमीच परदेशात नोकरीत किंवा अभ्यासात असत. त्यामुळे त्यांचा चेहरा रागीट दिसे; पण ते रागीट नव्हते. परदेशात राहिल्यामुळे त्यांच्या जीवनाला वेगळीच शिस्त लागलेली होती. तरीसुद्धा ते खूपच मायाळू होते. रमाबाईंचे व त्यांचे संबंध फारच चांगले होते. ते रमाबाईंना 'भागा' म्हणत तसेच 'रामू' असेही म्हणत व रामू या नावानेच परदेशातून त्यांना पत्रे पाठवीत. रमाबाई अनेक वेळा आजारी असत. बाबासाहेब अमेरिकेहून परत आले, त्या वेळी आई खूपच आजारी होती. ती वाचेल किंवा नाही अशी अवस्था निर्माण झाली होती. डॉ. डिसोझा हे बाबासाहेबांच्या चांगल्याच परिचयाचे डॉक्टर होते. लोअर परेलच्या बाजूलाच त्यांचे हॉस्पिटल होते. तिथे ते आईला घेऊन औषधोपचारासाठी नेहमीच जात आणि परत आणीत. त्यांनी आईची खूप सेवा केली.

बाबासाहेबांनी हायकोर्टात प्रॅक्टिस सुरू केल्यावर लवकरच त्यांचा जम बसला व बरेच पैसे मिळू लागले. मिळालेले सर्व पैसे ते आईजवळ देत असत. आईला धडपणे पैसे मोजतादेखील येत नसत. ती वीस-वीस सुर्ती रुपयांची एक अशा पाच चवडी किंवा थप्पी लावीत असे व ते शंभर रुपये आहेत असे सांगत असे. असे बरेच पैसे जमले म्हणजे ती ते पैसे बाबासाहेबांकडे देई व बँकेत जमा करायला सांगे. बाबासाहेब नंतर ते पैसे बँकेत जमा करीत असत. पुढे आपणाला चांगले दिवस येतील असे त्यांना वाटे.

प्रश्न : तुम्ही एकूण सख्खी भावंडे किती?

उत्तर : आम्ही एकूण सख्खी चार भांवडे. सर्वांत वडीलमुलगा म्हणजे मी स्वत:, नंतर गंगाधर, इंदिरा आणि राजरत्न असे आमचे क्रमांक होते. बाबासाहेबांना आमचा लळा होता. त्यांना इंदिरा खूपच आवडे; पण दुर्दैवाने माझी इतर तिन्ही भावंडे दीड-दोन वर्षांची होऊन मरण पावली. या घटनेचे त्यांना भयंकर दु:ख झाले. मुलीबद्दल त्यांना एवढे प्रेम होते की, त्यांना वाटे, आपल्या नशिबात मुलगी नाही. निदान आपल्या मुलाला तरी मुलगी व्हावी.

प्रश्न : एक पिता म्हणून बाबासाहेब आपल्याशी कसे वागत?

उत्तर : बाबासाहेब आमच्याशी चांगले वागत असत; पण १९२७ साली चवदार तळ्याचा सत्याग्रह झाल्यापासून त्यांच्या सामाजिक-राजकीय कार्याचा व्याप खूपच वाढला व हळूहळू संसारातील त्यांचे लक्ष कमी होऊ लागले व पर्यायाने आमच्याकडेही लक्ष द्यायला त्यांना वेळच मिळेनासा झाला.

प्रश्न : आपल्या बालपणाच्या काही आठवणी सांगा.

उत्तर : मी बालपणी नेहमीच आजारी असे; त्यामुळे जन्मल्यापासून पाच वर्षे मला चालताच आले नाही. मी लवकर चालावे म्हणून आईने व बाबासाहेबांनी खूप प्रयत्न केले. त्यांच्यापेक्षा जास्त प्रयत्न केले ते माझ्या चुलत्याने -बाळाराम-काकाने आणि त्याच्या पत्नीने. काका व काकी मला घेऊन फिरायला जात. समुद्राच्या चौपाटीवर जात. तिथे वाळूत खड्डा खोदीत. तो खड्डा माझ्या कमरेइतका खोल असे. त्यात मला ते उभे करीत व वाळू लोटून कमरेपर्यंतचा भाग पुरून टाकीत. उद्देश हा की मला चांगले उभे राहता यावे आणि लवकर चालता यावे. मी पडू नये किंवा रडू नये म्हणून तशा अवस्थेत माझ्यापुढे ते खाद्यपदार्थ ठेवीत असत. त्यामुळे मला काका-काकींचाच लळा आईवडिलांपेक्षा जास्त लागला व त्यांच्याच सहवासात नेहमी असे.

बालपणी आणखी एका कारणामुळे मी नेहमी काका-काकींकडेच असे. मला हगवण लागलेली असे व अंथरुणातच अनेकवेळा मी प्रातर्विधी उरकलेला असे. या गोष्टीचे माझे मलाच वाईट वाटायचे; पण माझा नाइलाज असायचा. काका व काकी माझ्या साऱ्या गोष्टी करीत असत. बाबासाहेबांना आईलाही वाईट वाटे; पण त्यांच्या कामाच्या व्यापामुळे माझ्याकडे लक्ष द्यायला त्यांना सवड नसे. सकाळी उठल्याबरोबर वडील माझी चौकशी करीत. ते मुद्दाम काका-काकी व मी असलेल्या खोलीत येत आणि काकांना म्हणत,'हा तुम्हाला फार त्रास देतो. याला आमच्याकडे झोपायला पाठवीत जा.' पण मला बाबासाहेबांची भीती वाटे, म्हणून मीच त्यांच्याकडे झोपायला जायचे टाळत असे.

मी थोडासा मोठा झाल्यावर काका-काकींच्याच सहवासात राहत असे. काकी वारल्यावर काका नायगावला राहायला गेले. तिथे त्यांचे स्वतंत्र घर होते. त्या वेळी मीही त्यांच्यासोबत नायगावला राहायला गेलो; पण नंतर लगेच मी माझी दुसरी चुलती लक्ष्मीबाई म्हणजेच मुकुंदाची आई हिच्याकडे राहायला गेलो व तिच्याकडेच राहायला लागलो.

मी बाबासाहेबांना खूपच भीत असे. त्यांच्यापुढे जाण्याचेही धाडस मला होत नसे. माझ्या आईचाही स्वभाव माझ्या बाबतीत रागीट असे; त्यामुळे तिच्याकडे जाणेही मी पसंत करीत नसे. मी तिला टाळीत असे; त्यामुळे आई-वडील आणि मुलगा असे आमचे जिव्हाळ्याचे संबंध फारच कमी वेळा आले.

आई चिडखोर असल्याने तिचे-माझे पटत नसे. ती माझ्यावर रागावल्यावर मी आठ-आठ,दहा-दहा दिवस तिच्याशी बोलत नसे. तिने मला मारल्यावर मी तिच्याकडे ढुंकूनही पाहत नसे. मी व मुकुंद शाळेत जात असू. त्या वेळी आई मला पैसे द्यायची;

पण मी ते पैसे घेत नसे. अशा वेळी आई मुकुंदाला व मला प्रत्येकी दोन-दोन आणे खर्चासाठी देई. मी ते न घेतल्यास मुकुंदाकडे ती पैसे देई. अशा प्रकारे मी वाढत गेलो.

मी बालपणी आजारी असल्याचा उल्लेख वर आला आहेच. वयाच्या विसाव्या वर्षांपर्यंत हे आजारपण माझा पिच्छा पुरवीत होते. प्रत्येक वर्षी नोव्हेंबर-डिसेंबर महिन्यांत मला संधिवात होत असे. बाबासाहेब माझ्यासाठी खूप पैसा खर्च करीत असत. चांगल्या चांगल्या डॉक्टरांना माझी प्रकृती दाखवीत असत आणि थंडी संपून उन्हाळा सुरू झाला की, मी कसातरी त्या दुखण्यातून बरा होऊन बाहेर पडत असे. त्यामुळेच माझे शिक्षण होऊ शकले नाही.

प्रश्न : कोणत्या शाळेत शिकायला होता?

उत्तर : आर. एम. भट हायस्कूलमध्ये मी शिकायला होतो. इंग्रजी ५ ते ७ इयत्तेपर्यंत तिथे शिकलो. मी संस्कृत हा विषय निवडला होता; पण बाबासाहेबांनी मला संस्कृतऐवजी फ्रेंच घ्यायला लावले. १९२९ साली मी ते हायस्कूल सोडले. नंतर १९३० मध्ये मी एल्फिन्स्टन हायस्कूलमध्ये जाऊ लागलो. तिथे असणारे शिक्षक, विशेषत: भट्ट नावाचे शिक्षक अत्यंत कर्मठ होते. मी शिकू नये, पास होऊ नये ही त्यांची भावना होती; कारण मी अस्पृश्याचा मुलगा असल्याने माझे चांगले होऊ नये, अशीच त्यांची भावना होती. मी कितीही अभ्यास केला तरी ते मला वेगळ्याच दृष्टिकोनातून पाहत असत. सर्व विषयांत मी पास होई; पण इंग्रजीत नापास होई; त्यामुळे ते मला वर्गात नापास करीत असत. त्यामुळे माझे शिक्षण गजगतीने सुरू होते. शेवटी ते हायस्कूल सोडून मी ख्रिश्चन संस्थेच्या विल्सन हायस्कूलमध्ये प्रवेश घेतला. तेथील हेडमास्तर ख्रिस्ती होते व प्रिन्सिपॉल आयरिश होते. त्यांच्यामुळे मी मॅट्रिकपर्यंत शिकत गेलो; पण मॅट्रिकच नापास झाल्यामुळे आमच्या शिक्षणाची गाडी तिथून पुढे गेलीच नाही. या घटनेचे मला आजही दु:ख होते.

प्रश्न : १९२७ साली चवदार तळ्याचा सत्याग्रह झाला, या घटनेचा तुमच्या कौटुंबिक जीवनावर कोणता परिणाम झाला?

उत्तर : हा सत्याग्रह झाला त्या वेळी बाबासाहेबांशिवाय आमच्या घरातील आईचे भाऊ भिकाजी धुत्रे- म्हणजे माझे मामा, बाळारामकाका यांनीही त्यात भाग घेतला होता. सत्याग्रहानंतर बाबासाहेब रायगडावर गेले होते. त्यांनी गडावरील गंगासागर बाटवला म्हणून हिंदू लोक त्यांना मारणार आहेत अशी बातमी मुंबईला आली. आई खूपच घाबरली व धाय मोकलून रडू लागली. बाबासाहेब येताच आईने त्यांना पंचारतीने ओवाळले आणि राजरत्नाला त्यांच्या कडेवर दिले. राजरत्न हा बाबासाहेबांचा खूपच लाडका होता. त्याला घेऊन ते फिरायला जात असत. हा राजरत्न

१९२८ साली अचानकपणे वारला. बाबासाहेबाना भयंकर दु:ख झाले. आई व ते स्वत: राजरत्नाला मांडीवर घेऊन रडत बसल्याचे मला अजूनही आठवते. राजरत्नाच्या मृत्यूमुळे बाबासाहेब अतिशय उदास झाले. त्यांच्या सामाजिक कार्याचा व्यापही वाढलेला होता. त्यांनी घरी यायचेच बंद केले. आपले जेवण शंकरमामांकडून ते ऑफिसमध्येच मागवीत असत. ते तिथेच जेवण घेत, तिथेच झोपत. त्यांचे ऑफिस दामोदर हॉलच्या पाठीमागे होते. नेहमी ते तिथेच असत. अनेक वृद्ध माणसांनी त्यांना समजावून त्यांचे दु:ख हलके करण्याचा प्रयत्न केला; पण राजरत्नाच्या मृत्यूचा आघात त्यांच्या अंत:करणातून लवकर पुसून जाऊ शकला नाही. नंतर कधी कधी ते घरी येत, मला व मुकुंदाला पैसे देत आणि परत जात. सणासुदीला कपडे आणीत व आम्हाला देत. पुढे अनेक दिवस राजरत्नाच्या मृत्यूचे दु:ख त्यांना विसरता येत नव्हते.

१९२८ साली आणखी एक महत्त्वाची घटना घडली, जी समाजाच्या दृष्टीने अत्यंत महत्त्वाची आहे, म्हणून इथेच सांगतो. एका मातंग पुढाऱ्याने एक हुशार मातंग मुलगा बाबासाहेबांकडे आणला व त्याच्या शिक्षणाची सोय करा अशी विनंती केली. बाबासाहेबांनी त्याला घरी ठेवून घेतले व स्वत:च्या मुलाप्रमाणे जपले; पण सात-आठ महिन्यानंतर तो मुलगा पळून गेला. बाबासाहेब अस्पृश्यांमध्ये जे भेदाभेद होते, ते नष्ट करावेत अशा मताचे होते. त्यामुळेच त्या मातंग मुलास त्यांनी जवळ केले होते. तो पळून गेल्यामुळे बाबासाहेबांना खूपच वाईट वाटले.

राजरत्नाच्या मृत्यूचे दु:ख हळूहळू कमी होत गेले. नंतर ते पूर्वीसारखेच घरी येऊ लागले. रमाबाई आजारी असत. त्यांना औषधोपचार ते जातीने करीत असत.

प्रश्न : बाबासाहेब राऊंड टेबल कॉन्फरन्सला गेले, या घटनेचा तुमच्या कौटुंबिक जीवनावर काही परिणाम झाला?

उत्तर : १९३० साली स्वातंत्र्याच्या चळवळीने चांगलाच आकार घेतला होता. महात्मा गांधींनी या वर्षी मिठाचा सत्याग्रह केला. त्यात बाबासाहेबांनीसुद्धा भाग घेतला होता. इंग्लंडमध्ये गोलमेज परिषद घेण्याचे ब्रिटिश सरकारने ठरविले आणि भारतातील विविध जातींच्या नेत्यांना आमंत्रणे आली. त्यात 'अस्पृश्यांचे पुढारी' म्हणून बाबासाहेबांनाही आमंत्रण आले. याच वेळी बाबासाहेबांची वकिलीची प्रॅक्टिस चांगलीच भरभराटीस आली होती. त्यांच्याकडे जास्तीत जास्त खुनाच्या केसीस येत; कारण क्रिमिनल लॉमध्ये त्यांचा हातखंडा होता. ती प्रॅक्टिस सोडून ते इंग्लंडला गेले व तिथे अस्पृश्यांचे नेतृत्व केले.

१९३१ साली ते मुंबईला परत आले. मुंबईत स्वत:चे एक चांगले घर असावे असा विचार त्यांच्या मनात घोळत होता. त्यासाठी त्यांनी महानगरपालिकेकडून ९९

वर्षांच्या कराराने एकशे चाळीस रु. च्या तिमाही भाडेपट्ट्याने हिंदू कॉलनीत जागा घेतली. तिथे राजगृह बांधायला सुरुवात केली. सुरुवातीला दोन ब्लॉक्स बांधले व वरच्या माळ्यावर लायब्रली हॉल बांधला. ही जागा घेतल्याचे रमाबाईंना माहीत नव्हते. भूमिपूजन करावयाच्या दिवशी रमाबाईंना त्यांनी ही गोष्ट सांगितली. त्या वेळी आईला वाईट वाटले ते याचे की, आपणास ही गोष्ट पूर्वीच कशी सांगितली नाही? नंतर त्यांनी एकट्यानेच जागेचे भूमिपूजन केले. पुढे हळूहळू बांधकाम पूर्ण होत गेले.

बाबासाहेब तीन वेळा गोलमेज परिषदेस गेले; त्यामुळे हे काम रेंगाळत चालले होते. ते परिषदेस जाताना काम आपल्या मित्रांवर सोपवीत असत. मडकेबुवा, सीताराम नामदेव शिवतरकर हे त्यांना मदत करीत असत. शिवतरकर मास्तरांकडे आमच्या घरखर्चासाठी ते इंग्लंडला जाताना पैसे ठेवून जात असत. शिवतरकर मास्तर प्रत्येक महिन्याला माझी सही घेऊन दीडशे रुपये घरखर्चासाठी देत असत. घरी मुद्दामच ते पैसे ठेवीत नसत; कारण घरी मी, आई, काकू अशी मंडळी असू; म्हणून घरी पैसे ठेवणे त्यांना धोक्याचे वाटे. नंतर नंतर ते पैसे आमच्याकडेच घरी ठेवू लागले.

साचलेले सर्व पैसे बांधकामासाठी खर्ची पडले व बाबासाहेब चार-पाच वर्षे वकिलीचा व्यवसाय गोलमेज परिषदेमुळे करू शकले नाहीत; त्यामुळे पैशाची आवक थांबली. बांधकाम रेंगाळले व घरी खर्चाची ओढाताण होऊ लागली. नंतर मात्र बाबासाहेबांनी पुन्हा एकदा प्रॅक्टिस सुरु केली. फेब्रुवारी १९३३ मध्ये आम्ही राजगृहात राहायला आलो. घरातील सर्व सामान बाबासाहेबांनी मुद्दाम उंची प्रकारचे व इंग्लिश पद्धतीचे घेतले होते. सुसज्ज लायब्ररी मुद्दाम तयार करवून घेतली होती.

आईची प्रकृती हळूहळू ढासळत चालली होती. पुढे पुढे तिला क्षयरोगाने पछाडले होते. बाबासाहेबांना या गोष्टीचे खूपच वाईट वाटले. तिला त्यांनी विविध प्रकारचे औषधोपचार केले; पण त्यांचा चांगला परिणाम झाला नाही व तिची प्रकृती ढासळतच गेली आणि त्यातच तिचा अंत झाला. मी पोरका झालो होतो. बाबासाहेबांनाही पोरका झाल्यासारखे वाटत होते; पण आलेल्या संकटांना खंबीरपणे तोंड देणे हाही त्यांचा एक बाणा होता.

✦ ✦ ✦

१९३५ सालापर्यंतची मुलाखत लिहून काढल्यानंतर मध्ये बरेच दिवस गेले. पुढची मुलाखत घेण्याचा योग काही येईना. मा. तळवटकरसाहेब काही कामानिमित्त महाडला आले. त्यांच्याशी नियोजित मुलाखतीबाबत चर्चा केली. 'भैय्यासाहेबांची मुलाखत पूर्ण करावी', असा सल्ला त्यांनी दिला. नंतर मी २८ नोव्हेंबर, १९७५ ला रोज दोन-दोन, चार-चार तास बसून त्यांची मुलाखत लिहून घेतली.

यावेळी भैय्यासाहेब आजारी होते. त्यांचे दोन्ही पाय सुजलेले होते. तरीही

समाजकार्य करण्याचा त्यांचा उत्साह कायम असलेला दिसला. सुरुवातीला मी गेलो तेव्हा राजगृहाच्या तिसऱ्या किंवा दुसऱ्या माळ्यावर ते राहत असत. या वेळी ते राजगृहाच्या पहिल्या माळ्यावर राहायला आले होते. याच माळ्यावर डॉ. बाबासाहेब आंबेडकरांचे सुप्रसिद्ध ग्रंथालय व वाचनालय होते. त्यांची अभ्यासिकाही येथेच आहे. त्यांच्या अभ्यासिकेतच एका पलंगावर पडून भैय्यासाहेब माझ्या प्रश्नांची उत्तरे देत. मधून मधून त्यांना भेटायला बरेच लोक येत. काही वेळा सी. आय. डी. येत. नंतर आमची मुलाखत काही वेळ स्थगित होई.

संपूर्ण मुलाखत घेत असताना मला एक अनुभव आला. तो असा की, भैय्यासाहेब फारच साधे आहेत. आपण डॉ. बाबासाहेबांचे पुत्र आहोत, याचा त्यांना अभिमान आहे; पण गर्व नाही. त्यांच्या सहवासात वावरत असताना 'मी कुणीतरी फार मोठा आहे', ही जाणीव आपणाला कुठेच येत नाही.

सामाजिक कार्याबद्दल त्यांना तळमळ आहे. विशेषत: सर्व राजकीय रिपब्लिकन पक्ष-पुढाऱ्यांची एकी व्हावी ही त्यांची आंतरिक इच्छा आहे. साधेपणा, मनमिळावूपणा, दिलदारपणा या गोष्टी स्वभावत:च त्यांच्याजवळ आहेत. मुलाखतीत त्यांच्या जीवनाचे रहस्य आलेले आहे. त्यांच्या जीवनातील यश आणि अपयशही त्यांनी आडपडदा न ठेवता सांगितलेले आहे. त्यांची मुलाखत घेणे हा अनुभवच मला भारावून टाकणारा आहे. ही संधी मला मिळाली हे माझे केवढे मोठे भाग्य!

प्रश्न : मातोश्रींच्या निधनानंतर घरची जबाबदारी कुणावर पडली?

उत्तर : सांगतो ना. बाबासाहेब कॉलेजमध्ये म्हणजे एल्फिन्स्टन लॉ कॉलेजमध्ये काही दिवस प्रोफेसर व नंतर प्रिन्सिपॉल (१ जून, १९३५) होते. एक तारखेला पगार होई. पगार झाला की आमच्यासाठी ते एक रत्तल मिठाई घेऊन येत. ही मिठाई ते एका विशिष्ट मिठाईवाल्याकडेच खरेदी करीत. त्याचे नाव दयाराम दामोदर मिठाईवाला. घरी येताच आम्हाला हाका मारीत व मिठाईचा पुडा आमच्या स्वाधीन करीत.

आईच्या निधनानंतर घरचा बोजा माझ्यावर पडला. दर महिन्याला दीडशे रुपये बाबासाहेब घरखर्चासाठी माझ्याजवळ देत. त्यात मी व माझी काकी (मुकुंदरावची आई) सात-आठ माणसांचे कुटुंब चालवीत असून. एखाद्या महिन्यात दीडशे रु. कमी पडत. अशा वेळी झालेल्या खर्चाचा हिशेब घेऊन बाबासाहेब कमी पडलेले पैसे खर्चासाठी देत. या वेळेपासून आजतागायत हा घरखर्चाचा बोजा माझ्यावरच पडलेला आहे. बाबासाहेब जिवंत असताना त्यांना संसारात लक्ष घालायला वेळ मिळत नसे; कारण त्यांच्या कार्याचा व्यापच तसा वाढलेला होता. घरात कुणी आजारी पडले की, आम्ही ही गोष्ट त्यांच्या कानांवर घालीत असू. त्याचप्रमाणे मी व काकी घरच्या सर्व

गोष्टी करीत असू. अनेक वेळा मी स्वत:च आजारी असे.

प्रश्न : आपला आजार सुरूच होता काय?

उत्तर : मी तसा नेहमीच आजारी. मधून मधून हा आजार एकदम वाढे. आईच्या मृत्यूनंतर असाच माझा आजार वाढला. एवढा वाढला की, मी आता बहुतेक वाचणार नाही, अशी भीती सर्वांना वाटू लागली. शंकरमामा व काकी माझ्याजवळ सदैव बसून असत. बाबासाहेबसुद्धा कामाचा व्याप बाजूला सारून माझ्याकडे येत व माझी चौकशी करीत. डॉक्टर दस्तूर घरी येत. माझी तपासणी करीत; पण त्यांना माझ्या रोगावर प्रभावी इलाज करता येईना. या वेळी मी संधिवातानेच आजारी होतो. डॉ. बाबासाहेबांनी डॉ. नाडकर्णींस माझ्याकडे घरी आणले. त्यांनी प्रयत्नांची शिकस्त केली आणि माझी प्रकृती हळूहळू सुधारू लागली.

प्रश्न : डॉ. बाबासाहेब या वेळी आपल्याशी कसे वागत?

उत्तर : बाबासाहेब या वेळी घाबरून गेले होते. ते मजजवळ येत, बसत. हवे-नको चौकशी करीत. हायकोर्टात प्रॅक्टिससाठी गेले तरी त्यांचे लक्ष घरी असे. ते हायकोर्टातील त्यांच्या मित्रांना संधिवातावर असणारी देशी औषधे कोणती ते विचारीत व ती औषधे मिळवून माझ्यावर उपचार करीत; कारण माझी अवस्थाच अशी होती की, मला अंथरुणावर उठून बसतासुद्धा येत नसे. मी तसाच बिछान्यावर पडलेला असे. प्रातर्विधीसाठी मला उचलून नेत व आणीत. बाबासाहेब एवढे हबकले की, त्यांनी पंधरा ते वीस दिवस आपली प्रॅक्टिस स्थगित केली, माझ्यावर विविध प्रकारचे उपचार केले आणि माझी प्रकृती हळूहळू सुधारू लागली. प्रकृती सुधारत आहे असे लक्षात येताच परत बाबासाहेबांनी आपल्या प्रॅक्टिसमध्ये लक्ष घातले.

प्रश्न : बाबासाहेबांना या वेळी खूप आनंद झाला असेल?

उत्तर : होय ना. खूप आनंद झाला होता. मी आता मरणार नाही हे त्यांच्या लक्षात आले. माझी प्रकृती सुधारली. मी आता चालू लागलो. फिरू लागलो. एके दिवशी चालत न्हाव्याकडे गेलो आणि केस कापून परत आलो. परत येताना रस्त्यात मडकेबुवांची (गणपत जाधव) भेट झाली. ते मला पाहायलाच आमच्या घरी निघाले होते. त्यांना तर एवढा आनंद झाला की त्यांनी ताबडतोब भौरी भरली.

प्रश्न : भौरी भरली म्हणजे काय?

उत्तर : म्हणजे त्यांना खूप आनंद झाला. या आनंदाच्या भरात ते नाचू लागले. कोकणात गौरी-गणपतीचा मोठा सण असतो. गौरीच्या पुढे हौसेने नाच करणारे काही लोक असतात. गौरीदेवीच्या गौरवार्थ हा नाच होत असतो. मडकेबुवा गौरीपुढे नाचावे तसे आनंदाने बेभान होऊन नाचू लागले; कारण त्यांच्या मनाची खात्री पटली की, मी आता मरणार नाही.

प्रश्न : आपल्या संधिवातावर आणखी काही इलाज केला काय?

उत्तर : कितीतरी उपचार केले; म्हणूनच माझी प्रकृती चांगली होऊ शकली. आता सांगितलेला प्रसंग घडला त्या वेळी केरळचे भास्करन हे आपले गृहस्थ मुंबईला आले. ते आमच्याकडेच उतरत. त्यांना माझा आजार कळला. ते बाबासाहेबांना म्हणाले, या रोगावर औषध आहे. तीन प्रकारचे औषध, गीदाबस्ती आणि मसाज ह्या तीन उपायांनी संधिवात बरा करता येतो. पण त्यासाठी यशवंतास केरळला पाठवायला हवे.

प्रश्न : आपण तो उपचार केला काय?

उत्तर : होय. तोही उपचार माझ्यावर केला. त्यासाठी मी व शंकरमामा केरळला गेलो. मुंबई ते कोचीन हा आमचा प्रवास बोटीने झाला. तिथून बसने कोयलॉनला व तिथून पुढे त्रिवेंद्रमला गेलो. तिथे गेल्यावर कृष्णन यांच्याकडे दीड महिना राहिलो आणि आताच सांगितलेला उपचार केला; त्यामुळे माझी प्रकृती सुधारू लागली. माझी कांती सुरेख झाली, तेजस्वी झाली. येताना आम्ही मद्रासला आलो. तिथे भेटण्यासाठी एन. शिवराज आले. त्यांच्या घरी आम्ही दोन दिवस होतो. त्या दिवसापासून माझी व त्यांची ओळख झाली. शेवटपर्यंत ते माझ्याजवळ पित्यासारखे वागले.

मी मुंबईला आल्यावर बाबासाहेबांचे दर्शन घेतले. त्यांना माझी प्रकृती पाहून बरे वाटले. मला म्हणाले, 'आता तुझी प्रकृती कशी आहे?' 'बरी आहे.' मी उत्तर दिले.

धार्मिक

प्रश्न : बाबासाहेबांनी धर्मांतराची घोषणा केली. या घटनेचे परिणाम आपल्या कौटुंबिक जीवनावर काय झाले?

उत्तर : बाबासाहेबांनी १९३५ च्या सुमारास नाशिक जिल्ह्यात फार मोठी परिषद घेतली. ही परिषद येवले येथे आयोजित केली होती. तिथे बाबासाहेबांनी घोषणा केली की, 'मी हिंदू म्हणून मरणार नाही.' या घोषणेचा तात्कालिक परिणाम आमच्या कौटुंबिक जीवनावर काहीच झाला नाही.

प्रश्न : नंतर काही परिणाम झाला?

उत्तर : होय. नंतर खूपच परिणाम झाला. धर्मांतराच्या घोषणेमुळे हिंदू लोक भडकून गेले. त्यांना पत्रे येऊ लागली. अनेक पत्रे अशी असत की, त्यांत बाबासाहेबांना जीवे मारण्याच्या धमक्या असत. काही पत्रे तर भयंकर होती.

प्रश्न : भयंकर म्हणजे?

उत्तर : म्हणजे काही पत्रे रक्ताने लिहिलेली असत. त्यांत बाबासाहेबांना लिहिलेले असे की, तुम्ही धर्मांतराची केलेली घोषणा हिंदू धर्माची टवाळी करणारी

आहे. ती मागे घ्या, नाहीतर मरायला तयार व्हा. अशा पत्रांचे परिणाम आमच्या कौटुंबिक जीवनावर होत असत. आम्ही घाबरून जात असू; पण बाबासाहेब मुळीच घाबरत नसत.

प्रश्न : अशा वेळी बाबासाहेब कसे वागत?

उत्तर : त्यांना अशा पत्रांची फारशी भीती वाटत नसे. आम्हाला मात्र वाटायचे, की त्यांच्या जिवाला दगाफटका होईल; कारण त्यांच्याजवळ तोपर्यंत स्वत:ची गाडी नव्हती. ते एस. टी. किंवा टॅक्सीतून प्रवास करीत. आपल्या काही लोकांनी बाबासाहेबांना असा सल्ला दिला की, आपण चिलखत वापरावे. तसेच स्वत:जवळ पिस्तूल ठेवावे; पण बाबासाहेबांनी कधीही चिलखत वापरले नाही किंवा जवळ पिस्तूल ठेवले नाही. अशा वेळी ते लोकांना म्हणत,'मी चिलखत कशाला वापरू? पिस्तूल तरी कशाला ठेवू? मी फार विसरभोळा आहे. शत्रुपक्षाचे लोक माझेच पिस्तूल घेतील व माझ्यावरच गोळ्या झाडतील.'

प्रश्न : धर्मांतराच्या घोषणेनंतर आणखी काय झाले?

उत्तर : हिंदुधर्मीय लोक भडकून गेले. पण इतर धर्मीयांना असे वाटले की, हे सावज आपल्या जाळ्यात पकडावे. म्हणून त्यांनी प्रयत्न सुरू केले. त्यांना भेटायला विविध धर्मीय लोकांची रीघ लागू लागली. मुसलमान, शीख, ख्रिस्ती लोकांनी विशेष प्रयत्न केले. त्यांना लक्षावधी रुपयांची लालूच देण्याचे प्रयत्न केले. दलित व अस्पृश्य समाजाच्या उन्नतीसाठी आम्ही सर्व प्रकारचे प्रयत्न करू असे आश्वासन दिले.

प्रश्न : धर्मांतर करण्यापूर्वी बाबासाहेबांचा कल शीख धर्माकडे अधिक होता काय?

उत्तर : सांगतो ना. शीखधर्मीयांनी बाबासाहेबांना आपल्या धर्मात खेचण्याचे पुष्कळ प्रयत्न केले. त्यांनी सांगितले की, आम्ही आमच्यातील जातीय भावना सोडून देऊ. तुमच्यासाठी सर्व ते करू. द्रव्यसाहाय्य देऊ. शीख लोक एवढे म्हणूनच थांबले नाहीत. त्यांनी बाबासाहेबांना अमृतसरला नेले. तिथे एक गोल्डन टेंपल आहे. (शीखांचे गुरुद्वार.) या गोल्डन टेंपलमध्ये बाबासाहेबांचा मोठा सत्कार घडवून आणला. या वेळी त्यांचा फार मोठा सन्मान केला. त्यांच्या हातात कडे घातले. त्यांना फेटा बांधला, एक तलवार भेट दिली आणि आपल्या धर्मात येण्याचे आवाहन केले. बाबासाहेबांच्या मनात शीख धर्माबद्दल अधिक आकर्षण होते की काय, असे वाटते. कारण खुद्द मुंबईत त्यांनी शीखांसाठी काही गोष्टी केल्या. महाराष्ट्रात शीखांना स्थान असावे म्हणून त्यांना मुंबईत दोन ठिकाणी जागा मिळवून दिल्या.

प्रश्न : म्हणजे कुठे जागा मिळवून दिल्या?

उत्तर : परळमध्ये शीखांचा गुरूद्वार आहे. ती जागा बाबासाहेबांनी मुंबई

महानगरपालिकेतून मिळवून दिली. अजूनही ही भाडेपट्ट्याची जागा मुंबई महानगरपालिकेत बाबासाहेबांच्याच नावे आहे. म्हणजे नगरपालिका बाबासाहेबांच्या नावे भाडे वसूल करते. दुसरी जागा म्हणजे माटुंग्याचे खालसा कॉलेज. या कॉलेजची संपूर्ण इमारत बाबासाहेबांच्या देखरेखीखाली बांधण्यात आली आहे. इमारत फारच सुंदर आहे. त्यांच्याच प्रयत्नाने कॉलेजही सुरू झाले आहे.

कदाचित आपण शीख धर्म स्वीकारलाच तर आपल्या मुलांना कॉलेज - शिक्षणाची व्यवस्था असावी, हा त्यांचा उद्देश होता.

या काळात इंग्रजांचे राज्य भारतावर होते. त्यांचा धर्म ख्रिश्चन. साहजिकच ख्रिश्चन लोकांनीही खूप प्रयत्न केले. 'आम्ही तुम्हाला राजाश्रय मिळवून देऊ. जातीयता नष्ट करू. लागेल तेवढे आर्थिक साहाय्य देऊ.' असे प्रलोभन ख्रिस्ती मिशनऱ्यांनी दाखवले; पण मुसलमान, शीख किंवा ख्रिश्चन या सर्व धर्मीयांना बाबासाहेब ठरावीक प्रकारची उत्तरे देत. ते म्हणत,'मी सर्व धर्मांचा अभ्यास करणार आहे. त्यातून माझ्या समाजास योग्य असा धर्म निवडणार आहे व तोच मी स्वीकारणार आहे. त्याला वेळ लागला तरी चालेल. आम्हाला घाई नाही.'

प्रश्न : त्यांनी बौद्ध धम्माचीच निवड का केली?

उत्तर : धर्मांतराची घोषणा केल्यापासून ते बरेच दिवस थांबले. म्हणजे १९३५ ते १९५६ या २०-२१ वर्षांच्या कालखंडात त्यांनी सर्व धर्मांचा अभ्यास केला. तसेच बौद्ध धम्माचा विशेष अभ्यास केला.

लहानपणापासूनच त्यांचा कल धार्मिकतेकडे होता. कारण आमचे आजोबा अत्यंत धार्मिक होते. ते स्वत: कबीरपंथी असल्याने घरातील वातावरण सोज्ज्वळ व धार्मिक होते. त्याचा परिणाम बाबासाहेबांच्या मनावर झाला.

बाबासाहेब मॅट्रिक पास झाल्यावर त्यांचा फार मोठा सत्कार आपल्या समाजातर्फे केला. या वेळी त्यांचे गुरू श्री. केळसकर यांनी बाबासाहेबांना गौतम बुद्धांचे चरित्र भेट म्हणून दिले. त्या चरित्राचा प्रभाव बाबासाहेबांच्या मनावर खोलवर पडला होता; त्यामुळे त्यांना बौद्ध धम्माचे आकर्षण होते व कळू लागल्यापासूनच त्यांना बौद्ध धम्माबद्दल गोडी वाटू लागली होती. या धर्माचा पगडा नंतरही त्यांच्या मनावर कायमचा होता. त्यामुळेच त्यांना बौद्ध धम्म आवडला. दुसरी महत्त्वाची गोष्ट म्हणजे, हा बौद्ध धम्म माणसामाणसांतील माणुसकीवर आधारलेला आहे. त्यात जातीयवाद नाही; म्हणून त्यांनी हाच धम्म स्वीकारण्याचा निश्चय पक्का केला. १४ ऑक्टोबर, १९५६ ला नागपूरमुक्कामी बौद्ध भिक्खू महास्थवीर चंद्रमणी यांच्या हस्ते बौद्ध धम्माची दीक्षा घेतली आणि नंतर आपल्या सुमारे पाच लाख अनुयायांना धम्मदीक्षा दिली. या धम्मचक्र परिवर्तनानंतर ते फार दिवस जगू शकले नाहीत; कारण ते सारखे

आजारी असत. अवघ्या बावन्न दिवसांत म्हणजे ६ डिसेंबर, १९५६ ला त्यांचे महापरिनिर्वाण झाले.

डॉ. बाबासाहेबांचे महापरिनिर्वाण ही घटना आपल्या सर्वांच्या सर्वस्वावर प्रचंड आघात आहे. या घटनेमुळे आमचे कौटुंबिक जीवन तर उद्ध्वस्त झालेच! शिवाय दलितजनांचा-बौद्धजनांचा कर्ता-करविता एकमेव आधार नष्ट झाला. या घटनेमुळे आपली कधीही न भरून येणारी हानी झाली. त्यांच्यामुळे निर्माण झालेली पोकळी कधीतरी भरून येईल काय? हा प्रश्न मला सदैव भेडसावीत असतो.

✦ ✦ ✦

या वेळी भैय्यासाहेब खूपच व्याकूळ झाले होते. पुढे त्यांच्या तोंडून शब्दच फुटत नव्हते. ते शांत-गंभीर झाले. मध्येच प्रश्न विचारायच्या मन:स्थितीत मीही नव्हतो. पाच-दहा मिनिटे तशीच जाऊ दिली. भावनांचा जोर ओसरल्यावर त्यांना पुढील प्रश्न विचारला.

प्रश्न : डॉ. बाबासाहेबांचे अपूर्ण धार्मिक कार्य पूर्ण करण्याची जबाबदारी नंतर आपण स्वीकारली ना?

उत्तर : होय. ती जबाबदारी स्वखुशीने मी पत्करली. धर्मांतर केल्यानंतर अवघ्या चाळीस-पन्नास दिवसांतच त्याचे महापरिनिर्वाण झाले. त्यांच्या अनुयायांची फार मोठी गाळण उडाली. पुढे काय करावे, हेच त्यांना कळेना. अनेक कार्यकर्ते एकत्र आले. पुढे काय करावे याचा विचार करू लागले. १९५४ साली बाबासाहेबांनी 'भारतीय बौद्ध सभा' ही संस्था स्थापन केली. तिच्यामार्फत धार्मिक कार्य करावे, धर्मप्रसार करावा असे ठरले. पण या बौद्ध महासभेचे अध्यक्ष कुणाला करावे, असाही प्रश्न निर्माण झाला. मुंबईला सर्व कार्यकर्त्यांची एक बैठक झाली व त्या बैठकीत असा ठराव केला की, या भारतीय बौद्ध महासभेचे अध्यक्षपद माझ्याकडे असावे. ही बैठक १९५७ साली भरली होती. तेव्हापासून आजतागायत मी या सभेचा अध्यक्ष म्हणून जबाबदारी पार पाडतो.

प्रश्न : बौद्ध धम्माच्या प्रचारासाठी आपण काय केले?

उत्तर : बौद्ध महासभेच्या शाखा ठिकठिकाणी सुरू केल्या. त्यांच्यामार्फत धम्मदीक्षेचे कार्य ठिकठिकाणी सुरू केले. आपले लोक या कार्याला मोठ्या प्रमाणावर प्रतिसाद देऊ लागले; कारण डॉ. बाबासाहेबांनी धर्मांतराची गरज लोकांना पटवून दिली होती. खेड्यापाड्यांतून व शहरांतून एकेका सभेमध्ये लोक हजारोंच्या संख्येने धर्मपरिपर्तन करीत. यामुळे हिंदू लोक खवळून गेले.

प्रश्न : काही उदाहरणे द्याल?

उत्तर : न द्यायला काय झाले? धर्मांतराची लाट महाराष्ट्रातल्या मोठमोठ्या

शहरांतून व अनेक खेड्यांतून उसळली होती. हिंदुधर्मियांनी व त्यांच्या पुढाऱ्यांनी धर्मांतराची ही वावटळ थोपवून धरण्याचा प्रयत्न केला; पण त्यांना त्यात यश आले नाही. पुण्याचे सुप्रसिद्ध समाजवादी कार्यकर्ते श्री. एस. एम. जोशी यांनीसुद्धा धर्मांतराला विरोध करण्याचा प्रयत्न केला होता. या संदर्भात पुण्याला एक सभा घेतली व मी त्या सभेत पुढील आशयाचे उद्‌गार काढले, 'एस. एम. सारखे सुधारणावादी लोक आम्हाला विरोध करतात. आमच्या उन्नतीचा मार्ग रोखू पाहतात, त्यात अडथळे आणतात ही गोष्ट अत्यंत लाजीरवाणी आहे.'

प्रश्न : काही ठिकाणी प्रखर विरोध झाला असेल, नाही का?

उत्तर : होय. अनेक ठिकाणी प्रखर विरोध झाला. काही ठिकाणी तर जिवावरचे प्रसंग आले. धर्मप्रचाराच्या कार्यासाठी संपूर्ण महाराष्ट्रात व महाराष्ट्राबाहेर आम्ही जात असू. अनेक प्रसंगी लोक आम्हाला मारायला टपलेले असत.

१९५७ चा एक प्रसंग सांगतो. मी व माझे बंधू मुकुंद मलकापूर तालुक्यातील (विदर्भ) एका खेडेगावी गेलो होतो. रात्री धर्मांतराची सभा झाली. बऱ्याच लोकांनी धर्मांतरही केले. काही हिंदू लोकांची माथी भडकली. नंतर त्याच रात्री आम्ही परत मुंबईस यायला निघालो; कारण दुसऱ्या दिवशी सकाळी मुंबई हायकोर्टात दावा दिला होता. त्या संदर्भात मी उपस्थित राहणे अत्यंत आवश्यक होते. आम्ही निघालो. एवढ्यात आपल्याच काही लोकांनी येऊन सांगितले,'अशा रात्री परत जाऊ नका. रस्त्यात तुम्हाला धोका होण्याची शक्यता आहे.' अधिक चौकशी केली. विचार केला व त्याच वेळी आम्ही मुंबईला कारमधून निघालो; पण आमच्यासोबत आम्ही पोलिस सबइन्स्पेक्टरला घेतले होते. आमची गाडी एका लांबच्या जंगलाजवळ आली. सडकेच्या दोन बाजूंनी असलेल्या दगडांना साखळदंड बांधला होता. रस्ता बंद केला होता. गाडी थांबविली. पोलिस सबइन्स्पेक्टर खाली उतरले. मारेकऱ्यांच्या हे लक्षात आले. आठ-दहा मारेकरी जवळच असलेल्या जंगलात पळून गेले. ते आम्हाला मोटारीला दिव्याच्या प्रकाशात स्पष्टपणे दिसले. रात्री बारा ते एकची वेळ असावी. नंतर पोलिस सबइन्स्पेक्टरने आम्हाला तिथून सुखरूपपणे वाटेला लावले.

प्रश्न : आपणाला असा अनुभव आला तर मग पूर्वास्पृश्यांना आलेला अनुभव अत्यंत कटू असेल नाही?

उत्तर : भयंकर कटू अनुभव त्यांना आला. दलित जनांची जास्तीत जास्त गळचेपी करायचा एकही प्रसंग हिंदूंनी कधीच वाया घालवला नाही. पण हिंदू लोक जसजसे विरोध करू लागले, तसतसे अस्पृश्य लोक संघटितपणे धर्मांतर करू लागले. अस्पृश्यांना द्यावयाचा कसलाही त्रास हिंदूंनी बाकी ठेवला नाही. मानसिक त्रास दिला, शारीरिक ताडन केले. काही लोकांना मारहाण केली. काही लोकांचे हात-पाय

मोडले, डोकी फोडली, डोळे काढले, त्यांच्या आयाबहिणींची नग्न धिंड काढली; पण डॉ. बाबासाहेबांनी दाखवलेल्या मार्गापासून अस्पृश्य समाज मुळीच ढळला नाही. तो धर्मांतर करीतच राहिला. अशा अवघड परिस्थितीत मी डॉ. बाबासाहेबांच्या कार्याची धुरा सतत वीस वर्षे माझ्या कुवतीप्रमाणे सांभाळीत आहे. धर्मांतरामुळे पूर्वास्पृश्यांच्या सरकारी सवलती बंद झाल्या; पण महाराष्ट्र सरकारशी भांडून आम्ही त्या परत मिळविल्या. म्हणजे शैक्षणिक सवलती मिळविल्या. मध्यवर्ती सरकारशी भांडून बौद्ध विद्यार्थ्यांच्या शैक्षणिक शिष्यवृत्त्या मिळविल्या; पण अजूनही केंद्र सरकारच्या नोकरीतील सवलती बौद्ध तरुणांना मिळालेल्या नाहीत. त्यासाठी एकजुटीने झगडा द्यायला हवा.

✦ ✦ ✦

राजकीय विचार

प्रश्न : आता आपल्या राजकीय मतांबद्दल माहिती सांगाल?

उत्तर : डॉ. बाबासाहेबांनी विविध चळवळी केल्या. सामाजिक, धार्मिक, शैक्षणिक आणि राजकीय. ते म्हणत असत,''जोपर्यंत आपण शासनकर्ती जमात होत नाही, तोपर्यंत आपल्यातील न्यूनगंड जाणार नाही व आपली प्रगती होणार नाही.''

राऊंड टेबल कॉन्फरन्समध्ये बाबासाहेबांनी स्वतंत्र मतदार संघ मागितला. तो आपणाला मिळाला; पण गांधीजींच्या दुराग्रहामुळे बाबासाहेबांना तो सोडून द्यावा लागला. त्यामुळे आमची प्रगती रोखली. धर्मांतरामुळे विधानसभा, राज्यसभा, लोकसभा इथे असणाऱ्या राखीव जागा सरकारने कमी केल्या, आमची कोंडी केली. बाबासाहेब धर्मांतराच्या वेळी म्हणाले,'तुमच्या सवलती माझ्या खिशात आहेत. भिण्याचे कारण नाही.' पण बाबासाहेबांचे आयुष्य कमी ठरल्यामुळे त्यांचे स्वप्न अर्धवट राहिले.

बाबासाहेबांनंतर रिपब्लिकन पक्ष पोरका झाला. गांधीवादी पुढाऱ्यांनी तो आणखी खिळखिळा केला. बाबासाहेबांनी योजनापूर्वक बनवलेला, वाढवलेला राजकीय पक्ष व त्याची संघटना फोडली. संघटना हळूहळू कमजोर होत गेली. याला आळा घालण्याचा प्रयत्न अनेकांनी केला. एन. शिवराज, दादासाहेब गायकवाड, मी स्वत: तसे प्रयत्न केले; पण यश आले नाही.

प्रश्न : रिपब्लिकन पक्ष प्रथम कुणी फोडला?

उत्तर : आपल्या पक्षाची संघटना प्रथम बी. सी. कांबळे आणि दादासाहेब रूपवते यांनी फोडली. १९५८ साली स्वत:चा स्वतंत्र विभाग केला. तेव्हापासून पक्षाच्या संघटनेत जास्तीत जास्त विघटन होत गेले. चळवळीला हळूहळू फाटे फुटले.

प्रश्न : आपण सर्व रिपब्लिकन पुढाऱ्यांना गेल्या वर्षी एकत्र आणण्याचा प्रयत्न केला, तो कसा?

उत्तर : डॉ. बाबासाहेबांनंतर रिपब्लिकन पक्षाची फारच वाताहत झाली. अनेक पुढाऱ्यांनी आपापले वेगळे गट स्थापन केले. सर्व गटांचे पुढारी बाबासाहेबांना मानतात. त्यांचे तत्त्वज्ञान आचरणात आणावयास कटिबद्ध असतात. असे असूनही त्यांच्यात गट निर्माण झाले, हे बौद्धजनांचे दुर्दैवच नाही काय?

रिपब्लिकन पक्षाच्या सर्व पुढाऱ्यांत एकोपा साधावा, त्यांनी पुन्हा एकदा सर्व ताकदीनिशी एकत्र यावे, हे मी उरी बाळगलेले एक स्वप्न आहे. ते स्वप्न साकार करता यावे म्हणून मी सदैव धडपडत असतो. असाच एक प्रयत्न मी जानेवारी १९७४ मध्ये केला; पण तो अपयशी ठरला.

प्रश्न : त्याबद्दल अधिक माहिती द्या ना!

उत्तर : १९७४ च्या जानेवारीत मी माझ्या सहीने एक पत्रक काढले व आमदार निवासात आपल्या सर्व रिपब्लिकन पुढाऱ्यांची बैठक बोलाविली. आपण सर्वांनी एकत्र यावे, आपापसांतील मतभेद विसरावे, बाबासाहेबांचे कार्य जोमाने पुढे न्यावे, हा उद्देश त्या पत्रकात मी स्पष्ट केला होता. बैठकीस मी, राजाभाऊ खोब्रागडे, बी. सी. कांबळे, रा. सु. गवई, घनश्याम तळवटकर व इतर दहा-पंधरा कार्यकर्ते उपस्थित होते. त्या बैठकीत आपल्या कार्यकर्त्यांत एकी होणे कसे आवश्यक आहे यावर चर्चा झाली. एक मसुदा तयार केला. तो सर्वांना मान्य झाला आणि 'सर्व मतभेद विसरून आज आम्ही एक झालो' अशी घोषणा केली. ती घोषणा सर्वांसाठी जाहीर केली.

प्रश्न : म्हणजे दादर चैत्यभूमीवर रिपब्लिकन कार्यकर्त्यांची जी जंगी सभा झाली, त्यापूर्वी ही बैठक झाली होती काय?

उत्तर : होय. त्यापूर्वीच ही बैठक झाली होती आणि 'आमची एकी झालेली आहे' हे जाहीर करण्यासाठीच २६ जानेवारी, १९७४ ला चैत्यभूमीवर एक विराट सभा झाली. सभेला प्रचंड बौद्ध जनसमुदाय लोटला होता. डॉ. बाबासाहेबांच्या महापरिनिर्वाणानंतर अनेक दिवसांत अशी प्रचंड सभा झाली नव्हती. बौद्ध जनतेच्या व पुढाऱ्यांच्या डोळ्यांचे पारणे फिटावे असा जनसागर जमला होता.

लोकांचा उत्साह दांडगा होता. त्यांनी सर्व रिपब्लिकन पुढाऱ्यांचा सत्कार केला. सर्व पुढाऱ्यांनी बाबासाहेबांच्या पवित्र स्मृतीस साक्षी ठेवून एकी झाल्याचे जाहीर केले. लोकांनी सर्व कार्यकर्त्यांचा सत्कार केला. त्यांनी केलेला सत्कार कौतुकास्पद होता.

प्रश्न : कौतुकास्पद म्हणजे कसा?

उत्तर : लोक हार आमच्या गळ्यात घालीत; पण हार घालताना प्रत्येक पुढाऱ्याला वेगळा हार घालीत नसत. एकच हार सर्व पुढाऱ्यांच्या गळ्यात घालीत

असत. म्हणजे मी, खोब्रागडे, बी. सी. कांबळे, गवई अशा आम्हा चौघांच्या गळ्यात एकच हार घालीत असत. उद्देश हा की, या चार पुढाऱ्यांनी व त्यांच्या अनुयायांनी एकत्र यावे. आम्हालाही धन्यता वाटली. मला तर असे वाटले की, गेल्या सतरा-अठरा वर्षांपासून मी उरी बाळगलेले स्वप्न आता साकार झाले आहे. पण ह्या कृत्यालाही दृष्ट लागली. हे ऐक्य लवकरच भंग पावले.

प्रश्न : कारण काय झाले?

उत्तर : कारण रिपब्लिकन पुढाऱ्यांना पुढारीपणाची हाव सोडता आली नाही. तसेच पुढाऱ्यांचे जे अनुयायी त्यांनासुद्धा असे वाटू लागले की, आपला पुढारी सर्वांत अधिक मोठा राहिला पाहिजे. आता सर्वांत अधिक मोठा याचा अर्थ असा की मी, खोब्रागडे, कांबळे, गवई या सर्वांत मोठा कुणाला मानायचे? मोठे कुणी व्हायचे हा प्रश्न पुढाऱ्यांत व कार्यकर्त्यांत चर्चिला जाऊ लागला आणि त्याचे उत्तर जो तो आपापल्या परीने देऊ लागला; त्यामुळे ही संघटना यशस्वी होऊ शकली नाही. तसेच काही रिपब्लिकन पुढाऱ्यांना खुर्चीचा मोह, विशेषत: सत्तेचा मोह अनावर झाला. त्यामुळे ही संघटना यशस्वी होऊ शकली नाही.

प्रश्न : नेमके काय झाले?

उत्तर : २६ जानेवारी १९७४ ला रिपब्लिकन पुढाऱ्यांनी बाबासाहेबांच्या पवित्र स्मृतीला साक्षी ठेवून एक झाल्याच्या शपथा घेतल्या. हे एकीचे किंवा संघटनेचे कार्यक्षेत्र. तिच्या कार्याच्या दिशा ठरविण्यासाठी एक प्रेसिडियम असावे असे ठरले. हे प्रेसिडियम कसे असावे? कुणी निवडावे? त्याला निकष कोणते लावावेत? या प्रश्नांचा विचार करण्यासाठी सर्व रिपब्लिकन पुढाऱ्यांची बंगलोर येथे बैठक घ्यावी असे ठरले आणि फेब्रुवारी ७४ मध्ये बंगलोरला अशी एक बैठक आयोजित केली.

प्रश्न : बंगलोरला पुढाकार कुणी घेतला होता?

उत्तर : बैठकीच्या प्राथमिक खर्चाचा बोजा आरमुरग्गम यांनी आपल्या शिरावर घेतला. तेसुद्धा आमच्या मुंबईच्या बैठकीला उपस्थित होते. ठरल्याप्रमाणे फेब्रुवारीमध्ये आमची बैठक झाली. बैठक कसली? ती फारच मोठी सभा होती. तिथे एवढा जनसमुदाय जमला की, आम्हाला निवांतपणे बसून चर्चाच करता येईना.

प्रश्न : मग बैठकीत झाले काय?

उत्तर : तिथे चर्चा करता येत नाही असे लक्षात येताच आम्ही आमचा बेत बदलला. त्या सभेत असे ठरले की, प्रेसिडियमच्या नेमणुकीसंबंधी विचार करण्यासाठी वीस निवडक कार्यकर्त्यांची एक वेगळी बैठक आयोजित करावी. त्याप्रमाणे के. जी. एफ. (कोलार गोल्ड फिल्ड) येथे एक बैठक आयोजित केली.

प्रश्न : या बैठकीसाठी मुंबई व महाराष्ट्रातील कोण कोण उपस्थित होते?

उत्तर : मी स्वत: तर होतोच; शिवाय बी. सी.कांबळे, बॅरि.खोब्रागडे, रा. सु. गवई, घनश्याम तळवटकर, आर. जी. रुके, सुमंत गायकवाड इत्यादी मंडळी होती.

प्रश्न : बैठकीत कोणत्या मुद्द्यांवर चर्चा झाली?

उत्तर : प्रेसिडियम कसे असावे हा चर्चेचा मुख्य विषय होता. प्रथम असे ठरले की अकरा लोकांचे प्रेसिडियम असावे; पण यावर सर्वांचे एकमत होऊ शकले नाही. काही पुढाऱ्यांचे असे म्हणणे पडले की, प्रेसिडियम मोठे असावे. काहींनी तर असा आग्रह धरला की, आमचा ग्रुप मोठा आहे. आमचे लोक त्या प्रमाणात प्रेसिडियममध्ये असावेत. मी सर्वांना विनंती केली की, प्रेसिडियम फक्त अकरा लोकांचेच असावे; पण काही जणांना ही सूचना रुचली नाही.

प्रश्न : काहीजणांना म्हणजे कुणाला?

उत्तर : स्पष्टच बोलायचे तर गवई आणि खोब्रागडे यांच्यामध्ये तू की मी अशी स्पर्धा झाली आणि त्यामुळे प्रेसिडियम काही ठरेना. शेवटी प्रेसिडियमची संख्या वाढवावी असा मुद्दा पुढे आला व प्रत्येकाने आपापली पाच पाच माणसे प्रेसिडियमसाठी द्यावीत, असे ठरले. खोब्रागडे पाच, बी. सी. पाच, गवई पाच इतर पुढाऱ्यांपैकी सहा असे एकूण एकवीस लोकांचे प्रेसिडियम असावे असे ठरले. नंतर आम्ही बंगलोरला परत आलो.

प्रश्न : म्हणजे प्रेसिडियम स्थापन झाले की नाही?

उत्तर : सांगतो ना. बंगलोरला परत आलो. आरमुग्गम यांच्या घरी आणखी एक बैठक घेतली आणि कसेबसे एकदाचे प्रेसिडियम स्थापन केल्याचे जाहीर केले.

प्रश्न : किती लोक होते त्यात?

उत्तर : बीस-बावीस लोक होते. मी होतोच. प्रेसिडियमची कार्यकक्षा ठरविण्यासाठी आणखी एखादी बैठक घ्यावी असे ठरले. ती बैठक अमरावतीस रा. सु. गवई यांनी आयोजित करावी असे ठरले आणि मुंबईस परत आलो. आणखी एक गोष्ट सांगायची राहून गेली.

प्रश्न : कोणती? सांगा ना?

उत्तर : बंगलोरला जाण्यापूर्वी एक अत्यंत महत्त्वाची घटना पडली. २६ जानेवारी, १९७४ ला चैत्यभूमीवर आमची जी विराट सभा झाली, त्याच रात्री बुद्धभूषण प्रिंटिंग प्रेसमध्ये कार्यकर्त्यांची एक बैठक झाली. त्यात ठरले की, बौद्धांच्या सवलतींसाठी विधानसभेवर एक मोर्चा न्यावा. त्यात जास्तीत जास्त लोकांना सामील करून घ्यावे. त्या मोर्चाचे नेतृत्व मी करावे. सर्व कार्यकर्त्यांनी अंगमेहनत करून कार्यकर्ते जमवावे. हा मोर्चा ८ फेब्रुवारी, १९७४ रोजी आयोजित करावा. त्याप्रमाणे मोर्चा काढावा. नंतर आम्ही बंगलोरला गेलो.

प्रश्न : मोर्चाबद्दल अधिक माहिती द्याल?

उत्तर : ठरल्याप्रमाणे मोर्चा काढला. तो अत्यंत प्रचंड होता. चार-पाच लाख सत्याग्रहींनी मोर्चात भाग घेतला होता. हा मोर्चा पाहिल्यानंतर अनेकांना आश्चर्य वाटले. मुंबईत तसे अनेक मोर्चे निघतात; पण हा विराट मोर्चा पाहून मुंबईकरांना आश्चर्य वाटले.

हा मोर्चा पाहण्यासाठी काही मंत्री, आमदार उपस्थित होते. हा मोर्चा विधानसभेवर गेला आणि बौद्धांच्या सवलतींसंबंधीचे एक निवेदन त्या वेळचे मुख्यमंत्री ना. वसंतराव नाईक यांना दिले.

प्रश्न : अमरावतीच्या बैठकीत काय झाले?

उत्तर : एप्रिल १९७४ मध्ये अमरावतीस बैठक आयोजित केली. या बैठकीत प्रेसिडियमबद्दल चर्चा झाली. तीसुद्धा फारशी उत्साहवर्धक नव्हती. कसेतरी प्रेसिडियम निवडले गेले. प्रेसिडियमच्या कार्यक्रमाची अंमलबजावणी करण्यासाठी दोन सेक्रेटरी निवडले. दत्ता कट्टी व खासदार एन. एच. कुंभारे. बैठकीत आणखी एक नवीनच मुद्दा खोब्रागडे यांनी उपस्थित केला. प्रेसिडियमला अध्यक्ष असावा हा तो मुद्दा. यासाठी त्यांनी आग्रहच धरला; कारण त्यांना स्वत:लाच प्रेसिडियमचे अध्यक्षपद हवे होते; पण प्रेसिडियमला प्रेसिडेंट नसतो म्हणून आम्ही अध्यक्ष न नेमताच बैठक बरखास्त केली. या बैठकीतच दोन गटांची दोन मते स्पष्ट झाली.

प्रश्न : सेक्रेटरी तरी दोन का?

उत्तर : कारण खोब्रागडेगटाचा एक सेक्रेटरी व गवईगटाचा एक सेक्रेटरी. श्री. दत्ता कट्टी हे खोब्रागडेगटाचे तर खा. कुंभारे हे गवईगटाचे. या दोन सेक्रेटरींना कार्यक्रमांची रूपरेषा आखणे, बैठका बोलावणे, बैठकींचा गोषवारा ठेवणे वगैरे सर्व प्रकारचे अधिकार देण्यात आले होते; पण हे दोन सेक्रेटरी दोन ग्रुपचे असल्याने त्यांच्यात रस्सीखेच सुरू झाली. एका गटाच्या सेक्रेटरीने म्हणजे कुंभारे यांनी दिल्लीला एक बैठक बोलावली, तर कट्टी यांनी त्याच वेळी नागपूरला दुसरी बैठक बोलावली आणि या दोन गटांतील मतभेद पुन्हा एकदा उफाळून वर आले.

या दोन गटांनी धम्मचक्रप्रवर्तन दिनाच्या (ऑक्टोबर १९७४) परिषदा निरनिराळ्या ठिकाणी आयोजित केल्या.

प्रश्न : एकी दुभंगू नये म्हणून आपण काय प्रयत्न केले?

उत्तर : मी दोन्ही गटांत दिलजमाई घडवून आणण्याचा प्रयत्न केला. दोन गटांच्या दोन परिषदा होणार असे मला कळताच मी अस्वस्थ झालो. आतापर्यंत केलेले सर्व प्रयत्न मातीमोल होणार ही भीती वाटली. मी व बी. सी. कांबळे यांनी गवई व खोब्रागडे यांना तारा केल्या आणि परिषदा पुढे ढकला असे कळविले; पण त्यांचा

काहीच उपयोग झाला नाही. तारेत असेही म्हटले होते की, 'आपण सर्वजण प्रेसिडियमचे सभासद एकत्र जमू आणि कार्यक्रम कसा घ्यावा ते ठरवू.' पण ह्या दोन परिषदा नागपूरमुक्कामीच निरनिराळ्या ठिकाणी पार पडल्या आणि एकीचा कसाबसा उभारलेला डोलारा पार कोसळून गेला.

खोब्रागडे यांनी आपल्या परिषदेत पक्षाचे अध्यक्ष व आपली कार्यकारिणी जाहीर केली. नंतर गवई यांनीसुद्धा तसेच केले. खोब्रागडे यांचे म्हणणे असे की, 'ठरल्याप्रमाणे गवईंनी विधानपरिषदेच्या उपसभापतिपदाचा राजीनामा दिला नाही. याचा अर्थ असा की, प्रेसिडियमची आज्ञा पाळावयाला पुढारी तयार नाहीत; म्हणून मला हा निर्णय घ्यावा लागला.' अशा प्रकारे डॉ. बाबासाहेबांनंतर उरी बाळगलेले माझे स्वप्न धुळीस मिळाले.

◆ ◆ ◆

प्रश्न : आणखी एकीचे प्रयत्न करणार नाही काय?

उत्तर : बौद्धसमाज सुखी झाला आहे, त्याची संघटना मजबूत झाली आहे, त्यांना सन्मानाचे जीवन जगता येत आहे असे ज्या क्षणी घडेल तो क्षण माझ्या जीवनात अत्यंत आनंदाचा असेल.

जीवनभर मी संसाराकडे लक्ष दिले नाही. डॉ. बाबासाहेबांचा वारसा माझ्या कुवतीप्रमाणे चालविण्याची धडपड केली. अनेक वेळा यश आले, अपयश आले; पण अपयशाने मी खचून गेलो नाही. सारखा प्रयत्नशील राहिलो. समाजाचा संसार केला. त्यातच आनंद मानला. भारतभर ठिकठिकाणी, लोकांनी माझ्यावर खूप प्रेमाचा वर्षाव केला. त्यामुळे मी समाधानी आहे. अनेकांच्या जीवनात अपयश येत असते. तसे ते माझ्याही जीवनात आलेले मी पचविले आहे. लोकांचे प्रेम हेच माझे भांडवल आहे. बाबासाहेबांच्या पोटी जन्म झाला; त्यामुळे लोकांनी माझे सर्व गुणदोष पोटात घातले व मला प्रेम दिले. मी स्वतःला धन्य समजतो.

भीमज्योत

तीन-चार तास बैठक झाल्यानंतर भैय्यासाहेब थकल्यासारखे वाटले. अलीकडे ते आजारी असतात. आताही ते आजारीच होते. पाय सुजलेले, चेहरा उतरलेला. तरीही समाजकार्याचा उत्साह दांडगा. दुसऱ्या दिवशी सकाळी मला आणखी काही प्रश्नांसाठी वेळ द्यावा, अशी त्यांना विनंती केली. ती त्यांनी मान्य केली. भीमज्योत ही १९६६ साली महाराष्ट्रात नव्हे, अखिल भारतात खूपच गाजली होती. भीमज्योतीची कल्पनाच मुळी अलौकिक होती. तिच्याबद्दल काही प्रश्न विचारावे असे माझ्या मनात होते. दुसऱ्या दिवशी सकाळी (३० नोव्हेंबर, १९७५) मी त्यांना पुढील प्रश्न विचारले.

प्रश्न : भीमज्योतीची कल्पना कशी काय पुढे आली?

उत्तर : प्रत्येक वर्षी आपण बाबासाहेबांचा जन्मदिन (१४ एप्रिल) साजरा करीत असतो. १९६६ साली येणारा जन्मदिन पंचाहत्तरावा होता. म्हणजे १४ एप्रिल, १९६६ हा बाबासाहेबांचा अमृतमहोत्सवी जन्मदिन. ते आपल्यात नव्हते. तरीही त्यांच्या एकूण कार्याला, कर्तृत्वाला शोभेल असा त्यांचा अमृतमहोत्सव साजरा करावा, असा एक विचार मनात घोळत होता. मुंबईच्या सर्व कार्यकर्त्यांची एक बैठक बुद्धभूषण प्रिंटिंग प्रेसच्या गच्चीवर घेतली. बैठकीत एक कमिटी स्थापन केली. अध्यक्ष स्वत: मीच होतो. शिवाय दादासाहेब रूपवते कार्यवाह होते, तर आर. जी. रुके खजिनदार होते. याच बैठकीत भीमज्योतीची कल्पना पुढे आली.

प्रश्न : त्यासाठी पैसा कसा उभारला?

उत्तर : अहो, एखादे कार्य चांगले आहे हे लोकांना पटले की, न मागता लोक पैसे आणून देतात. भीमज्योतीवर असाच लोकांनी पैशाचा पाऊस पाडला. मध्य प्रदेशातील महू येथे बाबासाहेबांचा जन्म झाला. तिथे ही ज्योत प्रज्वलित करावी, नंतर ती महाराष्ट्रातील प्रमुख शहरांतून लोकांना दर्शन देत न्यावी आणि १४ एप्रिलला मुंबईला घेऊन जावी अशी आमची योजना होती व त्याप्रमाणेच ही ज्योत ठिकठिकाणी नेली आणि असंख्य लोकांनी तिचे दर्शन घेतले व मी म्हटल्याप्रमाणे पैशांचा पाऊस भीमज्योतीवर पाडला.

प्रश्न : म्हणजे एकूण किती पैसे जमले होते?

उत्तर : आम्ही पावती-पुस्तके काढली होती. वेगवेगळ्या दरांच्या पावत्या छापून घेतल्या होत्या. २२ मार्चला ज्योत प्रज्वलित केली व १४ एप्रिलला मुंबईत आणली. या वीस-बावीस दिवसांच्या अवधीत एकूण पावणेदोन लाख रुपयांचा निधी जमला होता. अमृतमहोत्सव साजरा करूनही बरीच रक्कम उरली होती. नंतर तीच रक्कम चैत्यभूमीवरील स्तूपासाठी खर्च केली.

प्रश्न : स्तूपाचा विषय निघाला म्हणून मध्येच विचारतो, चैत्यभूमी स्मारकासाठी किती खर्च आला?

उत्तर : सुमारे एक ते सव्वा लाख रुपये.

प्रश्न : ज्योत प्रज्वलित कोणी केली?

उत्तर : २२ मार्च, १९६६ ला महू मुक्कामी भीमज्योत त्या वेळचे रेल्वेमंत्री बाबू जगजीवनराम यांच्या हस्ते प्रज्वलित करण्यात आली. या प्रसंगी दादासाहेब गायकवाडही उपस्थित होते. नंतर ती हळूहळू महू, भोपाळ, नागपूर,अमरावती, अकोला, भुसावळ, औरंगाबाद, नगर, नाशिक, पुणे, मुंबई अशी फिरवीत १४ एप्रिल, १९६६ रोजी मुंबईस आणली.

प्रश्न : भीमज्योतीबरोबर किती लोक होते?

उत्तर : मी स्वत: होतो. शिवाय वीसेक लोक होते. भीमज्योतीसाठी आम्ही खास व्यवस्था केली होती. भीमज्योत तांब्याची कमळाच्या आकाराची मुद्दाम तयार करून घेतली होती व त्यात ही भीमज्योत तेवत ठेवली होती. ती सुरक्षित कशी राहील याची काळजी घेतली जात होती. भीमज्योतीच्या गाडीशिवाय आमच्या चार-पाच गाड्या (कार्स) होत्या. आम्ही एवढा मोठा प्रवास केला; पण कुठेही अडथळा आला नाही. कसलीच उणीव भासली नाही. उलट, दिसला तो ठिकठिकाणच्या लोकांचा प्रचंड उत्साह.

प्रश्न : लक्षात राहण्याजोगे काही प्रसंग प्रवासात आले काय?

उत्तर : अहो, संपूर्ण प्रवास हाच मुळी विलक्षण अनुभव होता. तरीही एक प्रसंग मोठा मजेदार आला होता. आमचा ताफा ज्योतीसह भोपाळहून निघाला. हुशंगाबादकडे जायचे होते. रस्त्यात नर्मदा नदी लागली. रस्ता नदीच्या रेताडातून जात होता. ज्योत असलेली जीप कशी काढावी असा प्रश्न आमच्या पुढे आला; कारण रेताड वाळवंटामुळे जीप काही हलेना. आम्ही वीसजण होतो. सर्वांनी मिळून ट्रॉलीसह जीप वर उचलली आणि रेताडातून बाहेर काढली. आमची वीसजणांची टीम एकदिलाने काम करीत होती. बाकीच्या गाड्या ओढून काढल्या आणि आमचा पुढचा प्रवास सुरू झाला.

प्रश्न : भीमज्योतीचे स्वागत लोक कसे करीत?

उत्तर : पंचाहत्तर वर्षांपूर्वी ज्या महू गावी बाबासाहेबांचा जन्म झाला, तिथे भीमज्योतीचे प्रचंड स्वागत झाले; पण पुढेसुद्धा ठिकठिकाणी जे स्वागत झाले, ते केवळ अवर्णनीय असेच होते.

आमचा मार्ग आम्ही जाहीर केलेला असे. भीमज्योत अमुक एका गावी येणार आहे असे कळताच त्या गावच्या अवतीभोवतीचे असंख्य लोक ठरावीक गावी जमत. त्या दिवशी गावाला एखाद्या यात्रेचे स्वरूप येई. गावाच्या शिवारात प्रवेश केल्यापासूनच आमच्या व ज्योतीच्या स्वागताला सुरुवात होई. गावच्या वेशीवर प्रमुख कार्यकर्ते व असंख्य लोक आमचे स्वागत करीत. ज्योतीचे दर्शन घेत. रात्र झाल्यावर आम्हाला आग्रहाने ठेवून घेत. आमचा आदरसत्कार करीत. पाहुणचार करीत. रात्रभर उत्सव साजरा करीत आणि सकाळ होताच गावाच्या बाहेर लांबपर्यंत आम्हाला वाटे लावायला येत व आमचा निरोप घेत.

गावांतच काय, पण सातपुड्याच्या जंगलातदेखील आमचा सत्कार झाला. कुठेही जा. बाबासाहेबांची जनता व त्या जनतेचे बाबासाहेबांवरील अलोट प्रेम ओसंडून वाहत असताना दृष्टीस पडत असे.

प्रश्न : नागपूरला भीमज्योतीचे स्वागत कसे झाले?

उत्तर : नागपूरच काय, कुठेही भीमज्योत आल्याचे लोकांना कळले की, त्यांच्या उत्साहाला उधाण येई. आमचा ताफा नागपूरला आला. नागपूरला येत असताना माझ्या मनात विचार घोळत होते. या नागपूरलाच बाबासाहेबांनी दहा वर्षांपूर्वी धर्मांतर केले. नागपूरवर त्यांचे विलक्षण प्रेम होते. नागपूर म्हणजे नागांचे, नाग लोकांचे पूर म्हणजे वसतिस्थान आहे. नाग लोक पूर्वी बौद्धधर्मीय होते. त्यांनीच बौद्ध धम्माचा प्रचार केला, असे बाबासाहेबांचे मत होते. नागपूरला असणारे बाबासाहेबांचे अनुयायी प्रचंड प्रमाणात भीमज्योतीचे स्वागत करतील असे वाटले होते. झालेही तसेच. बाबासाहेबांच्या अनुयायांचा अलोट जनसमुदाय ज्योतीच्या दर्शनाला व स्वागताला आला. हजारो स्त्री-पुरुष, तरुण-म्हातारे, लहान मुले यांचा प्रचंड मेळावा नागपूरला जमला. त्या सर्वांनी यशाशक्ति भीमज्योतीला दान दिले. सर्वजण येत. भीमज्योतीचे दर्शन घेत, दान अर्पण करीत आणि वंदन करून निघून जात. असा हा सोहळा नागपूरला व इतरत्र झाला.

प्रश्न : नंतर ही भीमज्योत कुठे कुठे फिरली?

उत्तर : ती तशी अनेक शहरांत व गावांत फिरली; पण आमच्या मार्गावरील प्रमुख गावांचाच उल्लेख केला तर असे म्हणता येईल की, नागपूरनंतर आम्ही भुसावळला आलो. तिथे रेल्वेमध्ये नोकरी करणारा आपल्या समाजाचा फार मोठा वर्ग आहे. तिथेसुद्धा अलौकिक स्वागत झाले. रात्री मुक्काम होता. रात्रभर लोकांनी दिवाळी साजरी करावी तसा उत्सव साजरा केला. रात्रभर फटाके उडवले जात होते. सभा चालली होती. घराघरांवर दिव्यांची रोषणाई करण्यात आली होती. लोकांच्या डोळ्यांचे पारणे फिटावे असा तो सोहळा होता. ज्या जुन्या कार्यकर्त्यांनी बाबासाहेबांना जवळून पाहिले होते, त्यांना तर हा सोहळा पाहून धन्य झाल्यासारखे वाटले. लोकांनी आम्हा सर्वांना धन्यवाद दिले.

नंतर आम्ही जळगावला आलो. तिथेही तसेच स्वागत झाले. तिथून पुढे भीमज्योतीने मराठवाड्यात प्रवेश केला. रात्री आठ वाजता आम्ही औरंगाबादला आलो. नागपूरसारखेच बाबासाहेबांचे औरंगाबादवर प्रेम. या ठिकाणी त्यांनी मिलिंद परिसर परिश्रमपूर्वक उभारला. हा परिसर नागसेनवनाच्या शंभर ते दीडशे एकरांत वसलेला आहे. महाराष्ट्रातील बौद्ध तरुणांची पिढी येथील विविध महाविद्यालयांतून शिकून बाहेर पडते.

भीमज्योत येणार म्हणूनच औरंगाबाद शहर धुंद झाले होते. स्वागतासाठी सज्ज झाले होते. आंबेडकरमय झाले होते. तिथे मुक्काम केल्यानंतर आम्ही पुढे नगरला आलो. नगरहून नाशिकला.

नाशिक ही कर्मवीर दादासाहेब गायकवाड यांची कर्मभूमी. इथेच त्यांनी

बाबासाहेबांच्या मार्गदर्शनांखाली १९३० ते १९३५ च्या दरम्यान सुप्रसिद्ध काळाराम मंदिर सत्याग्रह यशस्वी केला. इथे झालेले ज्योतीचे स्वागतही अपूर्व असेच होते. लोकांनी मला भीमज्योतीचे नेतृत्व केल्याबद्दल धन्यवाद दिले.

नाशिकहून सिन्नरला व तिथून पुणे असा आमचा प्रवास झाला. पुण्याचे लोक तर असे उत्साही की, तेथील अनेक कार्यकर्ते पुण्याच्या हद्दीवरच ज्योतीचे स्वागत करण्यास जमले होते. पुणे हद्दीत प्रवेश केल्यावर ज्योत प्रथम देहूरोडला नेली.

प्रश्न : कारण काय?

उत्तर : कारण १९५४ साली बाबासाहेबांनी देहूरोड येथे बुद्धविहारांचे उद्‌घाटन केले होते. तिथे स्वागत स्वीकारल्यानंतर आम्ही पुण्याला आलो.

प्रश्न : पुण्यात स्वागत कसे झाले?

उत्तर : पुण्यालासुद्धा जंगी स्वागत झाले. इथे रात्रभर ज्योतीचा मुक्काम होता. बुद्धविहारासाठी पुण्यात एक जागा घेतली होती. त्या जागेवर मंडप उभारला. त्या मंडपात भीमज्योत ठेवली होती. रात्रभर कार्यक्रम चालला होता. लोकांनी आपापल्या घरांना तोरणे लावली होती. दिव्यांच्या माळा लावल्या होत्या. लोकांचा उत्साह नुसता ओसंडत होता. दुसऱ्या दिवशी सकाळी दहा वाजता आम्ही पुणे सोडले.

प्रश्न : नंतरचा मार्ग कसा होता?

उत्तर : नंतर आम्ही साताऱ्याला गेलो; कारण बाबासाहेबांनी याच साताऱ्यात आपले बालपण घालविले होते. शिक्षणाचा श्रीगणेशा गिरविला होता. साताऱ्यात प्रचंड सभा झाली. सातारा ते वाई, वाई ते पोलादपूर आणि पोलादपूर ते महाड असा आमचा मार्ग होता.

प्रश्न : महाडला आपले स्वागत कसे झाले?

उत्तर : महाडला आमचा मुक्काम होता; कारण याच महाडला डॉ. बाबासाहेब आंबेडकरांनी १९२७ साली चवदार तळ्याचा सत्याग्रह केला. या भागातील लोकांच्या मनात जागृती निर्माण केली. तिथे त्यांचे एक मेमोरियल कॉलेजही काढले आहे.

महाडच्या चांदे क्रीडांगणावर प्रचंड जनसमुदाय लोटला होता. रात्री तिथेच सभा होती. कोकणातील दऱ्याखोऱ्यांतील हजारो लोक जमले होते. रात्रभर जल्लोष चालला होता. दुसऱ्या दिवशी सकाळी महाड सोडले.

नंतर महाड त सुधागड-पाली-पाली ते पेण-पेण ते कल्याण असा आमचा मार्ग होता. कल्याणलासुध्दा ज्योतीचे भव्य स्वागत करण्यात आले. अर्धे कल्याण शहर बाबासाहेबांच्या अनुयायांनी भरले होते. कल्याणकरांनी मोठी आराम केली होती व मोठा उत्सव केला होता. तेथून ठाणे. ठाण्याला मुक्काम केला; कारण १३ एप्रिल, १९६६चा दिवस होता. दुसऱ्या दिवशी सकाळी म्हणजे १४ एप्रिल,१९६६ ला

आम्ही ठाणे सोडले आणि मुंबईला प्रयाण केले.

मुंबई ही तर बाबासाहेबांची कर्मभूमी. इथूनच त्यानी आपल्या कार्यक्रमांची, चळवळींची सर्व सुत्रे हलविली. इथे भीमज्योतीचे झालेले स्वागत म्हणजे सर्व स्वागतांवर चढवलेला कळसच होता. कार्यक्रमाची सांगता व्हायची होती. यशवंतराव चव्हाण हे प्रमुख पाहूणे होते. त्यांच्या हस्ते कार्यक्रमाची सांगता करण्यात आली.भीमज्योतीची स्थापना चैत्यभूमीवरील स्तूपात करण्यात आली.

या अपूर्व सोहळ्यामुळे संपूर्ण महाराष्ट्र दिपून गेला. प्रत्येकाने याने वर्णन 'अपूर्व' असेच केले. ना. यशवंतराव चव्हाण ही भारावून गेले.

या भीमज्योतीमुळे प्रचंड भीमशक्ती लोकांना पाहायला मिळाली. आम्ही धन्य झालो. जीवनात काहीतरी केल्यासारखे वाटू लागले. पुढे कित्येक दिवस हा कृतार्थतेचा आनंद मला पुरला.

❑❑❑

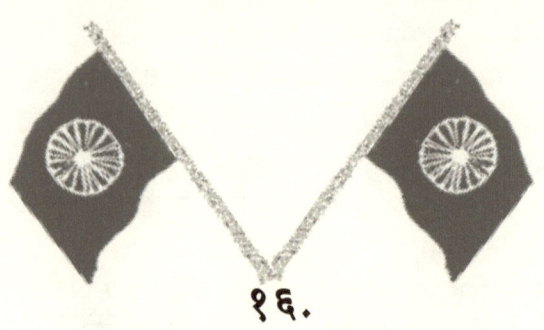

१६.

रिपब्लिकन पक्ष : माझी भूमिका

श्रीमती शांताबाई दाणी

थोडीशी पार्श्वभूमी

रिपब्लिकन पक्षातील माझी भूमिका काय, हे लिहिण्यापूर्वी थोडेसे मागे वळून पाहावे असे मला वाटते. कॉलेजात असताना कॉलेजजीवनात रंगून जाणे, वेगवेगळ्या ॲक्टिव्हिटीज्मध्ये भाग घेणे एवढेच मला माहीत होते; पण सामाजिक कार्य व राजकारण या गोष्टींकडे माझे लक्ष नव्हते. वयाची पंचविशी उलटून गेली होती. कॉलेजचे ते शेवटचे वर्ष होते. स्नेहसंमेलनाची धामधूम चालू होती. प्रमुख पाहुणे म्हणून डॉ. बाबासाहेब आंबेडकरांना बोलवावे असे सर्वानुमते ठरले. ते वर्ष होते सन १९४३. बाबासाहेबांचे नाव फक्त वर्तमानपत्रात वाचलेले. त्यांचे प्रत्यक्ष दर्शन कधी घडलेच नव्हते. एक प्रकांड पंडित, विद्येचे शिखर गाठलेला व देशातील गोरगरीब, पददलितांसाठी झटणारा महापुरुष प्रत्यक्ष जवळून पाहावयास मिळणार म्हणून मन आनंदाने, उत्सुकतेने भरून गेले होते.

तो दिवस उजाडला. सारे कॉलेज डोळ्यांत प्राण आणून बाबासाहेबांची वाट पाहत असतानाच ते कॉलेजच्या व्यासपीठावर उभे राहून आपल्या दमदार, खड्या आवाजात विद्यार्थ्यांना उद्देशून म्हणाले,'तुमचं जग आता वेगळं होणार आहे. कॉलेजचे शिक्षण संपल्यावर तुम्ही चांगली नोकरी बघणार, स्वत:ला व कुटुंबाला सुखात कसे ठेवता येईल, या विचारात गढून जाल; पण यापलीकडे सामाजिक बांधीलकीची तुमच्यावर काही जबाबदारी आहे. देशातील विषमता, गरिबीने पिडलेले व वरच्या थरातील लोकांकडून भरडले जाणारे कोट्यवधी पददलित, दारिद्र्यरेषेखाली जगणारी माणसे, अन्याय व छळवणुकीने गांजलेली माणसे, उच्चनीचतेखाली भरढ भरडली जाणारी सर्व थरांतील माणसे यांच्यासाठी थोडेफार करण्याचे तुमचे कर्तव्य तुम्ही बजावले, तुमच्या आयुष्यातील काही काळ त्यांच्यासाठी घालवला तर तुमची त्यांच्याशी

असलेली बांधीलकी सार्थकी लागेल व त्यांच्या जीवनांना कलाटणी मिळेल, त्यांचे थोडेफार कल्याण तुम्ही साधू शकाल, त्यांचे सामाजिक ऋण तुम्ही थोडेफार फेडू शकाल...'

बाबासाहेबांच्या त्या ओजस्वी भाषणाने मी अत्यंत प्रभावित झाले आणि त्याच वेळी मी माझे जीवनध्येय ठरवून टाकले की, यापुढे आपल्या आयुष्याचे क्षण डॉ. बाबासाहेब आंबेडकर यांच्या कार्याला वाहून टाकायचे.

शेड्युल्ड कास्ट फेडरेशनचे तीन दिवसांचे भव्य अधिवेशन नागपूर येथे झाले असता, बाबासाहेबांनी सर्वश्री दादासाहेब गायकवाड, बापूसाहेब राजभोज, नगरचे दादासाहेब, प्र. ज. रोहम, माझी मैत्रीण डॉ. लोंढे, मी व आणखी एक-दोन माणसे अशा आम्हा सर्वांना त्यांच्या दिल्ली येथील निवासस्थानी नेले. 'मी स्वत: तुम्हाला स्वयंपाक करून जेवायला घालणार' असे ठामपणे सांगितले. कूक किंवा कुणालाही न सांगता बाबासाहेबांनी दीड-दोन तासांत स्वयंपाक केला व आम्हाला भरपेट जेवू घातले. त्या अन्नाची चव अजूनही तोंडात रेंगाळते आहे. त्या वेळी बाबा स्वत:ला विसरले, अगदी कौटुंबिक आस्थेने ते आमच्यात समरस झाले. आम्हा सर्वांच्या मनात एकच भाव निर्माण झाला की, नेता असावा तो असा.

अशा अनेक आठवणी माझ्या गाठीशी आहेत; पण विषयाचा विपर्यास करण्याची माझी इच्छा नाही. हे सारे लिहिण्याचे कारण एकच की, अशा अनेक प्रसंगांनी मी बाबासाहेबांच्या दलितोद्धाराच्या कार्याकडे ओढले गेले. फारसे समजत नसले तरी कर्मवीर दादासाहेबांच्या मार्गदर्शनाखाली मी पक्षप्रचाराला जाऊ लागले (शेड्युल्ड कास्ट फेडरेशन). समाजात मिसळू लागले. समाजाचे निरीक्षण करू लागले. त्यांच्या हालअपेष्टांनी, त्यांच्यावर होणारे अन्याय, अत्याचार व छळांनी माझे मन उफाळून उठू लागले. मी प्रत्येक चळवळीत भाग घेऊ लागले. १९४६ मध्ये पुण्याच्या सत्याग्रहात येरवडा जेलचा कारावास पत्करला. १९४७ साली मध्य प्रदेशातील रायपूर येथे मी व बापूसाहेब राजभोज बाबासाहेबांच्या आज्ञेनुसार लाखो सरनामी चांभारांच्या सभेत प्रचारासाठी गेलो असता अटक झाल्याने जबलपूर जेलमध्ये एक महिना कारावास भोगला. हे सारे लिहिण्याचा मथितार्थ हा की, बाबासाहेबांच्या कार्याला संपूर्णपणे वाहून घेण्याचे भाग्य केवळ बाबासाहेबांच्या प्रथमदर्शनामुळेच मिळाले.

डॉ. बाबासाहेबांचा पिंड हा लोकशाहीवादी. ते म्हणत, 'लोकशाही राजवटीत प्रभावी विरोधी पक्ष म्हणजे लोकशाहीचा आत्मा. लोकशाहीत प्रबळ विरोधी पक्ष नसेल तर सरकारात हुकूमशाही राजवट बोकाळते.' म्हणून अत्यंत प्रभावी विरोधी पक्ष स्थापण्याचा विचार त्यांनी केला. डॉ. बाबासाहेब आंबेडकरांनी 'रिपब्लिकन पार्टी ऑफ

इंडिया' या नावाचा पक्ष स्थापन केला. त्या पक्षात दलित, आदिवासी, मागासलेले वर्ग राहतील; शिवाय इतर गोरगरीब कामगार, शेतकरी वर्ग राहील, असे ते कार्यकर्त्यांपुढे बोलून दाखवीत. या सर्व वर्गांची एक परिषद घेण्याचेही त्यांनी योजिले होते; पण अखिल दलितांचे दुर्दैव की, त्यांची ही इच्छा पुरी होण्यापूर्वीच म्हणजे ६ डिसेंबर, १९५६ रोजी त्यांचे महापरिनिर्वाण झाले. गोरगरीब, दलित व सर्व पिळलेल्या समाजात दु:खाची लाट उसळली. सारे हवालदिल झाले. आभाळ फाटल्यागत त्यांना वाटू लागले. पण एक अतिशय मोठा विरोधी पक्ष 'रिपब्लिकन पार्टी ऑफ इंडिया' या पक्षाची स्थापना करण्याची नेतेमंडळींनी, डॉ. बाबासाहेब आंबेडकर यांची इच्छा पूर्ण करण्याची प्रतिज्ञा करून 'रिपब्लिकन पार्टी ऑफ इंडिया' या पक्षाची स्थापना केली. अध्यक्षीय मंडळ (प्रेसिडियम) नेमले गेले. थोडे दिवस त्यांचा कारभार चालला; पण समाजातील सुशिक्षित व काळ्या कोटवाल्यांनी अध्यक्षीय मंडळातून फुटून एक वेगळाच पक्ष काढला. त्या योगे एकसंध रिपब्लिकन पक्षात फाटाफुटीस सुरुवात झाली. ही दुरुस्त मंडळी आपल्या 'रिपब्लिकन' साप्ताहिकात जुन्या व मुरब्बी नेत्यांच्या विरुद्ध जनतेत अपप्रचार करू लागली. त्यामुळे वितुष्ट निर्माण झाले. एका जिवाभावाने राहणारे एकमेकांशी वैरभावाने वागू लागले.

डॉ. बाबासाहेब आंबेडकर आम्हा महाराष्ट्राच्या सर्व कार्यकर्त्यांपुढे डोळ्यांत अश्रू आणून म्हणाले होते की, 'मी शहरी मुलांच्या शिक्षणाकरिता, त्यांना चांगल्या नोकऱ्या मिळाव्यात म्हणून प्रयत्न केले; पण अनुभवाने असे वाटते की, ही शहरी मुले समाजाकडे बघणार नाहीत, समाजाला ओळखणार नाहीत.' आणि डॉ. बाबासाहेबांचे हे साश्रू बोल त्या वेळेस प्रत्ययाला आले आणि आज रिपब्लिकन पक्षाची स्थिती केवढी दयनीय आहे! पक्षात निरनिराळे गट पडले. गटवाला जो तो आपल्यालाच गटाधिपती समजू लागला आणि अशा तऱ्हेने स्वार्थाच्या मागे लागून समाजाच्या दु:खांकडे, प्रगतीकडे त्यांचे संपूर्ण दुर्लक्ष झाले आहे. मी स्वत: रिपब्लिकन पक्षामध्ये पडलेले गट संपुष्टात यावेत म्हणून श्री. रा. सु. गवई, - जे राजकारण जाणतात -यांची १९८६ साली आमदार निवासात भेट घेतली. पक्षात पडलेली बेकी ही सर्व समाजाच्या दृष्टीने किती हानिकारक आहे, याबद्दल बोलून एकीचा प्रयत्न करावा म्हणून सांगितले. तसेच १९८६ सालचा प्रयत्न फसला म्हणून १९८८ च्या ऑगस्टमध्ये पुन्हा प्रयत्न करून नाशिकला एकीची बैठक घेतली. सगळ्या गटाधिपतींना निमंत्रणे दिली. त्या वेळेस श्री. गवई आणि जिल्ह्या-जिल्ह्यांतील कार्यकर्ते आले होते. माझ्या त्या प्रयत्नांना त्या वेळीही यश आले नाही. कोण कसा एकीच्या आड आला हे मी सांगत नाही; पण असलेले गट जास्त जोमाने काम करू लागले हे विपरित घडले. म्हणून गटाधिपतींमध्ये एकीच्या दृष्टीने त्यांना सुबुद्धी होईपर्यंत त्या वादात न पडता मी शिक्षणकार्याकडे

अधिकाधिक लक्ष देऊ लागले. आमचे शिक्षणक्षेत्र जोमाने फैलावत आहे. त्याकडे पाहून आत्मिक समाधान वाटते.

मागे एकीची बैठक मुंबईत झाली; पण एकी करण्यासाठी बसलेले लोक, त्यांच्यापैकी एखादा-दुसरा सोडला तर बाकीचे सर्व एकी घडून आणणारे राजकारणात अपरिपक्व होते असे मला वाटते. त्या वेळी डॉ. बाबासाहेब आंबेडकरांच्या बरोबर काम करणारी काही नेतेमंडळी असूनही त्यांना एकीच्या सभेला बोलावले गेले नाही. सहज एकाने मला हेलावण्याच्या दृष्टीने विचारले,'तुम्ही एकीच्या बैठकीला का बरं गेला नाही?' मी स्पष्ट सांगितले की,'मी गटाधिपती नाही किंवा गटबाजीचे राजकारण करून पक्षात फूट पाडलेली नाही. तेव्हा त्या बैठकीस माझे जाण्याचे काही कारण नाही. पण मंडळी एकीस बसलीच आहेत तर एकीकरण होऊन समाजास चांगले दिवस यावेत. बैठकीमुळे पक्षाची झालेली नाचक्की थांबेल. राजकारणात पुन्हा रिपब्लिकन पक्षास सन्मानाचे दिवस यावेत असे मला मनोमनी वाटते. ' पण घडले ते वेगळेच. एकीची चर्चा करावयास बसलेली मंडळी का कुणास ठाऊक,बिथरली. कुणी काँग्रेसकडे, कुणी जनता दलाकडे गेले तर कुणी त्रिशंकूसारखे लटकून राहिले आणि या सर्वांच्या पोटात एकच भाव होता तो स्वार्थ! एकी झाली तर रिपब्लिकन पक्षाची गेलेली अब्रू परत पुन्हा मिळेल असे वाटले होते; पण ते घडलेच नाही. आता पक्षीय दृष्ट्या स्थिरस्थावरता दुरावली. एक पणजीचे जिल्हाधिकारी माझ्याकडे आले असता आपल्या फुटीरतेमुळे सरकारी अधिकाऱ्यांना किती त्रास दिला जातो, त्याचे रसभरीत वर्णन करीत होते आणि शेवटी म्हणाले,'बाबासाहेब गेले, दादासाहेब गेले. आता आम्हास 'गॉडफादर' राहिला नाही.'

पक्षाची अशी दारुण अवस्था असताना खेड्यापाड्यांत आमच्या समाजावर अधिक प्रमाणात अन्याय, अत्याचार चालू आहेत. कोणी वाली नसल्याने ग्रामीण भागातील जनता आपल्या परीने त्या अन्याय-अत्याचारास तोंड देत आहे. हालअपेष्टा भोगताहेत. खेड्यात फिरताना आजही डॉ. बाबासाहेब आंबेडकर यांच्या नावाशी एकनिष्ठ आहेत. त्यांचं नाव घेतलं तर या अडाणी समाजाच्या भावना उफाळून येतात. त्यांच्या प्रामाणिक निष्ठेला सीमा नाही, हे दिसून येते. अर्थात याला काही अपवाद असतीलही. त्यांना ज्या वातावरणात राहावं लागतं, त्या वातावरणाशी ते समरस होण्याचा प्रयत्न करतात. डॉ. बाबासाहेबांनी रिपब्लिकन पक्षाची घटना, रिपब्लिकन पक्षाबाबतचे विचार - कुठल्याही थरातील गोरगरीब, पददलित, मागासलेले व पायदळी तुडविले जाणारे, त्यांना चांगले दिवस यावेत म्हणून -लोकशाहीला पोषक अशा उदात्त हेतूने लिहिले आहेत. त्यांना काँग्रेसला धक्का देणारा प्रचंड मोठा रिपब्लिकन पक्ष स्थापावयाचा होता. हा पक्ष...

१) स्वातंत्र्य, समता बंधुभाव यांच्या प्रस्थापनेसाठी आग्रह धरील. एका वर्गाकडून दुसऱ्या वर्गाची होणारी पिळवणूक व दडपशाही यांना पायबंद घालील.

२) प्रत्येक नागरिकास समान संधीचा अधिकार असल्याचे हा पक्ष मान्य करील.

३) व्यक्ती व समाज या दोघांच्या भल्यासाठी संसदीय राज्यपद्धती सर्वोत्तम आहे अशी या पक्षाची श्रद्धा राहील. सर्व भारतीयांना समान न्याय व समता मिळेल, असे या पक्षाचे धोरण राहील.

४) प्रत्येक व्यक्तीचे सुख हा केंद्रबिंदू समजण्यात येईल.

५) आपल्या उद्धारार्थ प्रयत्न करण्याची प्रत्येक व्यक्तीला समान संधी मिळेल.

ही सारी रिपब्लिकन पक्षाची उदात्त तत्त्वे डॉ. बाबासाहेब आंबेडकरांनी मांडलीत.

पण आजचे पुढारी ही सर्व तत्त्वे पायदळी तुडवीत आहेत. माझा पक्का विश्वास आहे की, डॉ. बाबासाहेब आंबेडकरानी रिपब्लिकन पक्षाची घटना लिहिताना मांडलेले विचार व तत्त्वे ही जर पाळली तर आम शोषित, दुर्बल, पिळलेले या सर्वांचे कल्याण होणार आहे.

मी आज जरी राजकारणातून अलिप्त असले तरी राजकारण सोडलेले नाही. बाबासाहेबांना जे जे अभिप्रेत होते, त्यांपैकी एकाचा धागा धरून शैक्षणिक दृष्ट्या खेड्यापाड्यांतील मुलींना शिक्षण देण्याकरिता आज मी झटत आहे. परित्यक्ता व व्यसनाधीन नवऱ्याने घराबाहेर हाकलून दिलेल्या स्त्रियांच्या कल्याणाकरिता डॉ. बाबासाहेबांची गुरुमाता सावित्रीबाई फुले या नावाने वसतिगृह डॉ. बाबासाहेब आंबेडकरांच्या जन्मशताब्दी काळात काढणार आहे. त्यात अशा स्त्रियांना ठेवून खरी स्त्री-मुक्ती साधण्याचा आमच्या संस्थेचा निर्धार आहे. आमच्या रमाबाई आंबेडकर वसतिगृहात दहावीत नापास झाल्यानंतर पुन्हा त्यांनी त्यांच्या खेड्यात जाऊन खेड्यातील गुंडगिरीशी तोंड देऊन त्यांचे जीवन बरबाद होऊ नये म्हणून सावित्रीबाई फुले वसतिगृहातील एका भागात या मुलींना ठेवून त्यांना तांत्रिक व व्यावसायिक शिक्षण देऊन, त्यांना त्यांच्या पायावर उभे करून रोजगार मिळविण्याच्या दृष्टीने प्रयत्न करणार आहोत. गुणवंत व हुशार मुलींना याच वसतिगृहाच्या भागात ठेवून बाबासाहेबांचे ध्येय, धोरणे आणि तत्त्वे त्यांच्या अंगी बाणवून सामाजिक कार्याची दिशा दाखविली जाईल. ज्या नाशिक शहरात माणुसकीचे हक्क मिळविण्यासाठी डॉ. बाबासाहेब आंबेडकरांनी सन १९३०-३५ पर्यंत सतत पाच वर्षं रक्तहीन सत्याग्रह केला, त्यांचे या शताब्दीकाळात स्मरण व्हावे म्हणून ८० फूट उंचीचा एक क्रांतिस्तंभ उभारणार आहोत व डॉ. बाबासाहेब आंबेडकरांचे लायब्ररीचे दालन निर्माण करून, त्या दालनात साहित्य ठेवून संदर्भग्रंथही ठेवले जातील. हे संदर्भग्रंथ पाश्चात्त्य लोकांनी येऊन वाचावेत, असे आमचे अनेक संकल्प आहेत. पक्षापासून वेगळे न होता पक्षाचे शुद्धीकरण होईपर्यंत डॉ. बाबासाहेब आंबेडकरांना

अभिप्रेत असलेली इतर कामे करण्याचा माझा निश्चय आहे.

एका प्रचंड सभेतून डॉ. बाबासाहेब आंबेडकर बोलले होते, 'मी जे झाड लावले आहे, त्या झाडाची फळे पाहण्यास कदाचित मी राहणार नाही; परंतु मला आत्मविश्वास वाटतो की, मी जो मार्ग तुम्हाला दाखविला आहे, त्या मार्गाने तुम्ही जाल तर तुमचा भविष्यकाळ उज्ज्वल आहे.'

आज ना उद्या डॉ. बाबासाहेब आंबेडकरांच्या तत्त्वांशी व ध्येयधोरणांशी आम्ही निगडित राहिलो तर आमचा भविष्यकाळ उज्ज्वल तर राहीलच; पण डॉ. बाबासाहेब आंबेडकर उद्गारल्याप्रमाणे त्यांची जनता शासनकर्ती बनेल.

❑❑❑

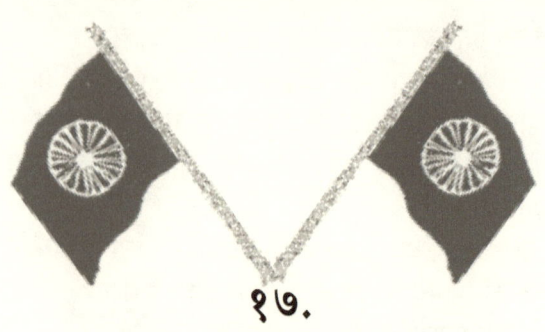

१७.

एन. एस. कांबळे यांची मुलाखत
हृषिकेश अयाचित

डॉ. बाबासाहेब आंबेडकरांनी त्यांच्या सार्वजनिक जीवनात विधायक स्वरूपाचे काम प्रथम सोलापुरात 'बॅकवर्ड क्लास विद्यार्थी वसतिगृह' या नावाने वसतिगृह स्थापून सुरू केले. सोलापूरकरांना बाबासाहेबांच्या या विधायक वसतिगृहाचा अभिमान आहे; कारण त्यांचं हे आरंभीचं काम सोलापुरात सुरू झालं आणि अशा वसतिगृहामध्ये राहून मी शिक्षण घेतलं आहे.

विद्यार्थिदशेत असतानाच एकीकडे स्वराज्याची चळवळ सोलापुरात मोठ्या प्रमाणात चालू होती त्याच वेळेस डॉ. बाबासाहेबांचा समतेचा लढा देशभर सुरू झालेला होता. या लढ्यातून प्रेरणा घेऊन सोलापुरात मी आणि माझे समकालीन विद्यार्थिमित्र त्या लढ्यासाठी प्रेरित होऊन त्यामध्ये सहभागी झालो. 'समता सैनिक दल' ही बाबासाहेबांनी स्थापन केलेली तरुणांची संघटना, सोलापुरातही आम्ही सुरू केली.

विद्यार्थिजीवन संपवून मी उदरनिर्वाहासाठी कापडगिरणीत नोकरी पत्करली. घरच्या गरिबीमुळे शिक्षण अर्धवट अवस्थेत सोडून नोकरीशिवाय तरणोपाय नसल्याने जीवनाचा वेगळा श्रमाचा मार्ग मी पत्करला.

समतेच्या चळवळीबरोबरच बाबासाहेबांनी राजकारणातही भाग घेतला आणि पक्षीय राजकारणपद्धती स्वीकारून जातिधर्मनिरपेक्ष असा श्रमजीवी लोकांचा 'स्वतंत्र मजूर पक्ष' स्थापन केला. या पक्षामध्ये आचार्य दोंदे, गोदूताई परुळेकरांचे यजमान श्यामराव परुळेकर, चिटणीस, टिपणीस, चित्रे इत्यादी सवर्ण विचारवंत सक्रिय सहभागी होते. सोलापुरातही मजूर पक्षाची स्थापना करून त्यामध्ये दिवाणबहादुर दादासाहेब मुळे, आर. जी. देशपांडे, जम्मा, पंदारकर या सवर्ण मंडळींच्या समवेत दलित समाजातील अण्णासाहेब ऐदाळे, तोरणे गुरुजी, शिवशरण गुरुजी, एन. टी.

बनसोडे, जे. पी. मागाडे यांच्यासमवेत मीही सक्रिय राजकारणात भाग घेतला आणि सोलापूर जिल्हा लोकल बोर्डात कौन्सिलर म्हणून मला निवडून दिले. अण्णासाहेब ऐदाळे यांनी बाबासाहेबांची प्रत्यक्ष भेट घडवून आणली आणि माझ्या जीवनातली ती सोनेरी सकाळ ठरली.

तरुण वयात निवडणुकीद्वारे राजकारणात सहभागी होण्याची संधी दिवंगत अण्णासाहेब ऐदाळे यांच्यामुळे मला मिळाली. पक्षाची सोलापूर जिल्ह्याच्या अध्यक्षपदाची जबाबदारी माझ्यावर सोपविली आणि एक मोठी जबाबदारी पार पाडण्यासाठी संधी मिळाली. महाराष्ट्र राज्याचे मजूर पक्षाचे अध्यक्ष कर्मवीर दादासाहेब गायकवाड, बापूसाहेब राजभोज, कु. शांताबाई दाणी यांनीही माझ्या नेमणुकीस सहकार्य केले.

मी जिल्हा लोकल बोर्डात दोनवेळा, सोलापूर नगरपालिकेत चारवेळा, स्कूल बोर्डात दोनवेळा, विधानसभेत एकवेळ आणि संसदेत एकवेळ निवडून आलो.

मी विधानसभा आणि लोकसभा यांच्या निवडणुका १९५२ पासून लढवीत आलो आहे. १९७१ ची लोकसभेची आणि १९७८ ची विधानसभेची निवडणूक सोडता प्रत्येक वेळी मी पराभूत झालो आहे. माझ्या निवडणुकीसाठी दिवंगत नेते नामदेवराव जगताप, शंकरराव मोहिते-पाटील, भाई छन्नूसिंग, डॉ.अंत्रोळीकर, रावबहादुर मुळे, अफझलपूरकर, खानबहादुर इमामसाब, रावसाहेब निंबर्गीकर, भाऊसाहेब झाडबुके, बाबुराव जक्कल, गणपतराव साठे, वांगी व सध्या हयात असलेले आमदार गणपतराव देशमुख, अहमदनगरचे बाबुराव पाटील यांचे सतत सहकार्य लाभले होते.

मी लोकसभेत निवडून जाण्यापूर्वी लोकांचे प्रश्न व पक्षाच्या सभेसाठी सतत दिल्लीला जात असे. त्यानिमित्ताने संसदेतील कामकाज मी आवर्जून पाहत असे. बाबासाहेबांच्या महापरिनिर्वाणानंतर रिपब्लिकन पक्षाचे अध्यक्ष एन. शिवराज, सरचिटणीस बॅरिस्टर खोब्रागडे, कर्मवीर दादासाहेब गायकवाड यांचे लोकसभेतील कामकाज, प्रश्न मांडण्याची पद्धती, लक्षवेधी सूचना इत्यादींचे सूक्ष्म अवलोकन केले. या सर्व बारकाव्यांचा मला लोकसभेत निवडून गेल्यानंतर उपयोग झाला. प्रा. मधू दंडवते यांचा व माझा जुना परिचय असल्याने त्यांचेही मार्गदर्शन मला मिळाले. प्रा. दंडवते, डॉ. आंबेडकरांच्या मुंबई इथल्या सिद्धार्थ कॉलेजमध्ये अनेक वर्षे प्राध्यापक असल्याने त्यांचा माझ्याकडे पाहण्याचा दृष्टिकोन सहकार्याचा होता. मी खासदार म्हणून जेव्हा निवडून आलो, तेव्हा काँग्रेस-रिपब्लिकन पक्षयुतीचा उमेदवार म्हणून पंढरपूर या राखीव मतदारसंघातून निवडून आलो.

मी काँग्रेस-रिपब्लिकन पक्षयुतीचा उमेदवार असल्याने व तत्कालीन परिस्थितीत काँग्रेस पक्ष हा केंद्र आणि राज्यात सत्तेवर असल्याने साधने, कार्यकर्ते व निवडणुकीसाठी लागणाऱ्या इतर गोष्टींची पूर्तता करण्यास कसलाही त्रास झाला नाही व ही निवडणूक

जिंकणे मला सहज शक्य झाले.

१९६७ साली दादरच्या चैत्यभूमीवर डॉ. बाबासाहेब आंबेकरांच्या स्मृतिवास्तू उद्घाटनप्रसंगी महाराष्ट्राचे सर्वमान्य नेते यशवंतराव चव्हाण यांनी सामाजिक अभिसरणासाठी काँग्रेस-रिपब्लिकन युती ही काळाची गरज असल्याचे प्रतिपादन केले आणि त्या घोषणेचा परिपाक म्हणून काँग्रेस आणि रिपब्लिकन पक्षाच्या युतीच्या राजकरणाची प्रक्रिया सुरू झाली. या युतीने आंबेडकरअनुयायांत प्रचंड खळबळ माजली आणि १९३० पासून काँग्रेसबद्दल असलेला प्रचंड विद्वेष या निमित्ताने दलित समाजात शमवण्याचे षडयंत्र रचले गेले

लोकसभेत असताना राखीव जागा भरण्याच्या संदर्भात मी सातत्याने आवाज उठवला आहे. मध्य प्रदेश येथे वीटभट्टीवर काम करणारे मजूर हे वेठबिगार म्हणून काम करीत असत. वीटभट्टीचे ठेकेदार मजुरांकडून स्टँपपेपरवर खोट्या सह्या घेऊन भरमसाट रकमा त्यांच्या नावे दाखवत असत व त्या बदल्यात त्यांची पिळवणूक करीत असत. दिवंगत पंतप्रधान इंदिरा गांधी यांच्या वीसकलमी कार्यक्रमास अनुसरून या ठेकेदारांच्या विरुद्ध योग्य ती कायदेशीर कारवाई करून मजुरांना न्याय मिळवून दिला.

लोकसभेत नवीन निवडून गेलेल्या खासदारांसाठी व त्यांच्या मार्गदर्शनासाठी सुरुवातीच्या काळात प्रशिक्षण वर्ग भरवले जात असत; त्यामुळे नवोदित खासदारांना ते सोयीचे हात असे.

रिपब्लिकन पक्षाचा खासदार म्हणून निवडून गेल्यानंतर दिल्लीमध्ये विविध ठिकाणी, दलित समाजाच्या वतीने माझा सत्कार झाला. दिल्लीमध्ये वेगवेगळ्या ठिकाणी रिपब्लिकन पक्षाच्या शाखा कार्यरत होत्या. तेथील लोकांचे प्रश्न समजावून घेऊन ते सोडविण्याचा मी सातत्याने प्रयत्न केला.

लोकसभेतील काँग्रेस, समाजवादी, शेतकरी-कामगार पक्ष व अन्य पक्ष केवळ भाषणे करून दलितांच्या प्रश्नांविषयी बाजू मांडत; पण त्यांच्या संसदीय पक्षामध्ये दलितांच्या प्रश्नांविषयी आस्था नसल्याने पक्षीय पातळीवरही त्यांची दखल घेतली जात नसे आणि या परिस्थितीमुळे दलितांचे प्रश्न सुटले नव्हते आणि अद्यापही सुटलेले नाहीत.

मी खासदार असताना इंदिरा गांधी पंतप्रधान होत्या आणि राष्ट्रपती व्ही. व्ही. गिरी होते.

देशाचा कारभार लोकशाही मार्गाने व संसदीय पद्धतीने चालण्यासाठी घेण्यात येणाऱ्या निर्णयांची एकमेव पवित्र संस्था म्हणून संसदेबद्दल मला अतिशय आदर वाटतो.

डॉ. आंबेडकरांनी त्यांच्या जीवनाच्या उत्तरार्धात एका व्यापक राजकीय पक्षाची संकल्पना मांडली होती. काँग्रेससारख्या बलाढ्या सत्तालालसी पक्षाला एकच एक विरोधी पक्ष असावा, या व्यापक भूमिकेतून आणि संसदीय राजकारणात लोकशाहीचे संरक्षण आणि संवर्धन करण्यासाठी, रिपब्लिकन पक्षाचा विचार प्रतिपादिला. जात-धर्म-पंथ-वंश-भाषानिरपेक्ष अशा लोकांचे संघटन असावे, ही प्रामुख्याने भूमिका होती व त्या विचारसरणीला अनुसरून रिपब्लिकन पक्ष हा सर्वांचा पक्ष, लोकांचा पक्ष याचा पुरस्कार व पाठपुरावा केला. परंतु हा व्यापक विचार भारतीय जनमानसात रुजू शकला नाही आणि शेड्युल्ड कास्ट फेडरेशनचे 'रिपब्लिकन पक्ष' हे केवळ नामांतरच झाले.

संसदीय पद्धतीला अनुसरून व तत्त्व म्हणून रिपब्लिकन पक्षाने सर्व क्षेत्रांतल्या निवडणुका लढवल्या; परंतु साधनांचा अभाव, पैशाची त्रुटी व जातीचा वणवा यांमुळे रिपब्लिकन पक्षाला सतत पराभवाच्या छायेत राहावे लागले आहे. दारिद्र्यामुळे, अज्ञानामुळे दलित समाजातील - विशेषत: ग्रामीण भागातील - दलितांना, सवर्णांच्या आश्रयाखालीच राहावे लागते. रोटी आणि रोजी गाववाल्यांच्या हातात असल्याने दलितांचे जीवन, असाहाय्य बनले आहे आणि या परिस्थितीमुळे सवर्ण गावकरी ज्यांना मत द्यायला सांगतील, त्यांनाच मत देणे भाग पडते. तसे केले नाही तर बहिष्कारासारख्या प्रकाराला तोंड द्यावे लागते.

१९३७ ते १९७१ या माझ्या प्रदीर्घ राजकीय प्रवासात आमच्या पक्षाने सतत विरोधी पक्षाशी सहकार्य केले आहे. आंबेडकरी चळवळीतील अनुयायी पक्षाचा आदेश हा अखेरचा आदेश मानतो व पक्ष ज्याला मत देण्यास सांगेल त्यालाच तो मत देतो. याउलट अनुभव असा आहे. सहकारी पक्ष किंवा त्यांचे अनुयायी हे आमच्याशी प्रामाणिक राहिलेले नाहीत. अपवाद फक्त संयुक्त महाराष्ट्र चळवळीच्या वेळी. त्या वेळी भेदरहित निवडणूक झाली आणि त्या वेळी राखीव जागेवरसुद्धा निवडून न येणारे आमचे कार्यकर्ते सर्वसाधारण जागेवर प्रचंड मताधिक्याने निवडून आले. सत्ताधीशांविषयी लोकक्षोभाचा तो परिपाकच होता.

मी लोकसभेत असताना वीसकलमी कार्यक्रमाचे बिल मांडले गेले. दलित-शोषित-श्रमिक यांच्या सर्वांगीण उत्थापनासाठी व विकासासाठी या बिलामध्ये अंतर्भाव होता व यामुळे या बिलास आम्ही पाठिंबा दिला व स्वागत केले.

१९६७ साली कर्मवीर दादासाहेब गायकवाड यांच्या नेतृत्वाखाली जो अभूतपूर्व असा भूमिहीनांचा लढा झाला, त्या लढ्यामध्ये लाखो स्त्री-पुरुषांनी स्वत:ला अटक करवून घेतली. स्वातंत्र्यानंतर सनदशीर मार्गाने दिलेल्या या लढ्यामुळे काँग्रेससह सर्व पक्ष आश्चर्यचकित झाले. भूमिहीनांना जमिनी, कसेल त्याची जमीन, बौद्धांना सवलती, दीक्षाभूमीचा प्रश्न आदी विविध मागण्यांसाठी हा अभूतपूर्व सत्याग्रह झाला. अनेक

नेत्यांबरोबर मीही तुरुंगवास पत्करला. महाराष्ट्र पातळीवर कर्मवीर दादासाहेब गायकवाड, शांताबाई दाणी, बॅरिस्टर खोब्रागडे यांनी नेतृत्व केले. सोलापूर जिल्ह्यात हजारो स्त्री-पुरुषांनी स्वत:ला अटक करवून घेतली व अनेक महिन्यांचा तुरुंगवास पत्करला. नामदार यशवंतराव चव्हाण यांनी या प्रसंगी तडजोड घडवून आणून आमच्या सगळ्या मागण्या मान्य केल्या. चळवळीशी एकनिष्ठ राहिल्याने पक्षाने मला लोकसभेचे तिकीट दिले. माझ्या प्रामाणिकपणाचा व पक्षनिष्ठेचा हा मी गौरव मानतो.

१९७० साली लोकसभेची निवडणूक जाहीर झाली. सर्व पक्षांबरोबर रिपब्लिकन पक्षानेही निवडणुकीस उभे राहण्यासाठी अर्ज मागवले. पक्षातर्फे एकच जागा लढवायची असा कार्यकारिणीत निर्णय झाला. अध्यक्षपदी कर्मवीर दादासाहेब गायकवाड होते. पन्नास ते साठ लोकांनी पक्षाकडे तिकिटाची मागणी केली. यात बहुसंख्य वकीलच होते व काही पदवीधर होते. उमेदवार एकमताने निवडला जावा असे एकमताने ठरले. १९७० सालापर्यंत चाळीस वर्षे सातत्याने वेगवेगळ्या क्षेत्रांत काम केले. चळवळी केल्या, लढे दिले, पक्षाचा एकनिष्ठ अनुयायी म्हणून वरिष्ठांचे आदेश मानले, यशापयशाची पर्वा केली नाही, उपेक्षितांच्या प्रश्नांचा सातत्याने ध्यास घेतला, ते सोडविण्यासाठी सतत कृतिशील राहिलो. या सार्वजनिक पूर्वायुष्याचा जमाखर्च लक्षात घेऊन सर्व पदवीधरांना बाजूला ठेवून मला पक्षाने तिकीट दिले.

माझी निवडणूक शांततेत पार पडली. दंगेधोपे, खून, मारामाऱ्या झाल्या नाहीत. माझ्या विजयासाठी कर्मवीर दादासाहेब गायकवाड, शांताबाई दाणी इत्यादींनी प्रचार केला. यशवंतराव चव्हाणांनी 'कांबळेंना मत म्हणजे पंढरपूरच्या पांडुरंगाला मत' अशा भावनेचे आवाहन माझ्या प्रचारसभेचा नारळ फोडताना केले.

माझ्या विरोधामध्ये श्री. आर. एस. रणशृंगारे यांनी लोकसभेची निवडणूक लढवली.

पंतप्रधान श्रीमती इंदिरा गांधी यांनी माझ्यासाठी मुख्यमंत्री श्री. वसंतराव नाईक यांच्यासमवेत प्रचारदौरे केले.

निवडणुकीसाठी घरातील प्रतिसाद आनंदाचा व सहकार्याचा होता. समाजातील तरुणांकडून, वृद्धांकडून मला मनापासून प्रतिसाद मिळाला. आपली स्वत:ची चटणी-भाकरी घेऊन त्यांनी रिपब्लिकन पक्षाचा उमेदवार म्हणून खेडोपाडी पायी प्रचार केला.

माझ्या राजकीय जीवनात महारांशिवाय मांग, चांभार, ढोर, मोची इत्यादींनी मला व पक्षाला सतत सहकार्य दिले आहे व पक्षानेही अशा वेगवेगळ्या जातींच्या कार्यकर्त्यांना निवडणुकीची तिकिटे पक्षातर्फे दिली व निवडूनही आणले.

प्रांतिक आणि जिल्हास्तरावर इतर सर्व पक्षांच्या कार्यकर्त्यांचे व माझे संबंध मित्रत्वाचे व सहकार्याचे होते. लोकांच्या प्रश्नावर आम्ही एकत्रित लढेही दिले आहेत.

त्या सर्वांबद्दल मला आदर आहे. सध्या सर्वच राजकीय पक्षांत नीतिमूल्यांची घसरण होत आहे. कार्यकर्त्यांचे सार्वजनिक जीवन भ्रष्ट व विवेकशून्य झाले आहे. सार्वजनिक क्षेत्रातील विश्वासार्हता त्यामुळे संपली आहे. दुसऱ्यांचे चारित्र्यहनन करून स्वत: पद मिळवणे व स्वत:चे हितसंबंध जपणे हा राजरोस धंदा बनला आहे. जनतेच्या प्रश्नांशी बांधीलकी, विचारांवर निष्ठा नसल्यामुळे व कष्ट करण्याची वृत्ती वरचेवर कमी होत असल्यामुळे चळवळ निष्क्रिय झाली आहे.

मी लोकसभेत निवडून आलो तेव्हा माझ्याशिवाय रिपब्लिकन पक्षाचा एकही उमेदवार लोकसभेत निवडून आला नव्हता.

डॉ. बाबासाहेब आंबेडकरांच्या काळापासून स्वतंत्र मजूर पक्ष, शेड्युल्ड कास्ट फेडरेशन व आजचा रिपब्लिकन पक्ष सातत्याने निवडणुकीच्या रिंगणात आहे. परंतु वस्तुस्थिती असे दर्शवते की, निवडणुकीच्या राजकारणात रिपब्लिकन पक्ष सतत पराभूत होत आहे. सत्ता, संपत्ती आणि साधने यांपासून हा पक्ष सतत दूर राहिला आहे. इतर पक्षांनी सत्तेचा वापर साधनसंपत्ती जमवण्याकडे केला. सहकारी चळवळी, शिक्षणक्षेत्र यांच्याद्वारे सत्तेची नवी संस्थाने निर्माण झाली. या संस्थानांच्या परिघात आपापल्या जातिधर्माचे प्राबल्य निर्माण केले आहे आणि या सर्व परिस्थितीपासून रिपब्लिकन पक्ष व त्याचे कार्यकर्ते सतत दूर राहिले आहेत. बदलत्या परिस्थितीमध्ये विचाराशी एकनिष्ठ राहून निर्णय घेणे, बदलणे, चळवळीला वेगळ्या पद्धतीने दिशा देणे, नवीन कार्यकर्त्यांचा संच तयार करणे, त्यांना आधार देणे या गोष्टी कटाक्षाने बाजूला पडल्या आहेत; त्यामुळे संघटनेत एक साचलेपणा निर्माण झाला. चैतन्याचा अभाव, नव्यांना आधार देणे, बाबासाहेबांच्या विचारांचा कालसापेक्ष विचार आणि कृती यांमध्ये प्रचंड अंतर निर्माण झाले आहे. त्यामुळे आवेशाचे, आक्रस्ताळेपणाचे बुद्धिहीन राजकारण यांची चलती सुरू झाली. शिक्षितांचे प्रमाण वाढले. त्यांच्या ठिकाणी आत्मकेंद्रित प्रवृत्ती निर्माण झाली. ज्या डॉ. बाबासाहेब आंबेडकरांच्या परिश्रमाने त्यांना सुखाचे दिवस लाभले, ते सुखी प्रवृत्तीचे लोक आज आपल्याच समाजातील गरीब, बेकार, अशिक्षित कुटुंबांकडे पाहत तर नाहीतच; पण नाके मुरडतात. 'शिका, संघटित व्हा, संघर्ष करा' या बाबासाहेबांच्या त्रिसूत्रीचे हास्यास्पद चित्र यापेक्षा आणखी कोणते असू शकेल?

□□□

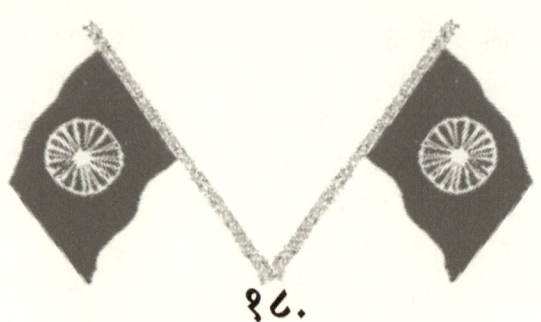

१८.
तुकाराम शृंगारे यांची मुलाखत
अतुल देऊळगावकर

प्रश्न : रिपब्लिकन पक्ष दलितांची राजकीय शक्ती वाढवीत असताना आपण काँग्रेसकडे कसे वळलात?

उत्तर : मी हैद्राबादला बी. ए. चं शिक्षण घेत होतो. आमच्या वसतिगृहातील विद्यार्थ्यांना भेटायला डॉ. बाबासाहेब आंबेडकर आले होते. त्यांनी दलितांवर होणाऱ्या अन्यायाशी संघर्ष करण्याविषयी सांगितलंच; पण त्याहीपेक्षा ठसलेली त्यांची वाक्यं होती, 'भरपूर शिका. चारित्र्यसंपन्न व्हा. शील आणि चारित्र्याशिवाय शिक्षण काही कामाचं नाही. समाज अशा व्यक्तींना फार काळ स्वीकारत नाही. प्रामाणिक भावनेनं तुमचं मनोबल वाढेल. मग समाजासाठी झटा. नेतृत्व करा.' या उपदेशाने आम्ही झपाटून गेलो.

१९६५ साली मी लातुरात वकिली करण्यासाठी आलो. तोपर्यंत मी रिपब्लिकन पक्षात होतो. त्या पक्षात असण्याचं कारण उघड होतं. बाबासाहेबांच्या विचारांचा झालेला खोल परिणाम. त्या वेळी कुणीच पक्षाचं औपचारिक सभासद नव्हतं. डॉ. बाबासाहेबांवर, त्यांच्या विचारांवर निष्ठा हेच सभासदत्व होतं.

वकिली करीत असताना समाजवादी विचारांच्या मित्रांमुळे, डॉ. राम मनोहर लोहिया, एसेम जोशी यांची भाषणं ऐकून, वाचनाने समाजवादी पक्षाचं पूर्णवेळ काम करू लागलो. १९६७ च्या विधानसभा निवडणुकीत डॉ. बापूसाहेब काळदातेंचा हिरिरीने प्रचार केला. सर्वांच्या प्रतिसादामुळे बापू निवडून आले.

१९७१ साली लोकसभेच्या मध्यावधी निवडणुका जाहीर झाल्या. त्या वेळी लातूर राखीव मतदारसंघ होता. एसेम जोशींपासून अनेक मित्रांनी आग्रह केला व मला समाजवादी पक्षाची उमेदवारी मिळाली. या निवडणुकीत आमचा पराभव झाला. याच वेळी काँग्रेस पक्षातील ज्येष्ठ नेते, कार्यकर्ते त्या पक्षात येण्याविषयी सुचवू लागले.

'काँग्रेस म्हणजे जळतं घर' हे बाबासाहेबांचे उद्गार पक्के ठसलेले. समाजाच्या टीकेला तोंड द्यावं लागणार ही धास्ती होती. तरीही स्वत:च्या विचारांशी प्रामाणिक राहून समाजासाठी काही करता येईल, अशी आशा, या द्वंद्वात बराच काळ होती. सत्तेत राहून समाजाच्या दु:खाला वाचा फोडता येईल, काही धोरणं आखता येतील, हा विचार प्रबळ ठरला आणि मी काँग्रेसमध्ये गेलो.

प्रश्न : आता मागे वळून पाहताना काँग्रेसमध्ये जाण्याचा निर्णय योग्य वाटतो का? आपण समाधानी आहात?

उत्तर : या प्रश्नासाठी काँग्रेस व माझी दोघांची पार्श्वभूमी पाहावी लागेल. काँग्रेस हे एक विविध विचारांचं व्यासपीठ आहे. वेगवेगळ्या काळांत त्याकडे स्वातंत्र्यवादी, राष्ट्रवादी, डाव्या विचारांचे, पुरोगामी, सुधारणावादी येत गेले. तसेच स्थितिवादी, सनातनी, धार्मिक गटसुद्धा काँग्रेसमध्ये होते. याचा अनुभव डॉ. आंबेडकराना ते कायदामंत्री असताना, पं. नेहरूंना अनेक पुरोगामी धोरणे ठरविताना आला.

माझ्यासारखे अनेकजण समाजातील कमकुवत घटकांपर्यंत आर्थिक, सामाजिक बदलाचं लोण पोहोचविण्यासाठी, सत्तेचा वापर व्हावा या विचाराने काँग्रेसकडे आकर्षित झाले. तथापि तिथे उच्चवर्गीय व उच्चवर्णीयांचे वर्चस्व आहे. डाव्यांच्या, पुरोगाम्यांच्या दबावानं धोरणं जरी ठरविली, तरी अंमलबजावणीत त्यांचा अहंकार नकार देत असे. याचा परिणाम स्पष्ट दिसू लागला. दलितांवर अन्याय, जुलूम होताना पक्ष प्रामाणिक भूमिका घेऊ शकला नाही. आर्थिक, सामाजिक दोन्ही आघाड्यांवर म्हणावं तेवढं काम होऊ शकलं नाही. व्यक्तिश: मी खूप काही समाधानी नाही.

प्रश्न : समाधानी नाही. तरीही काँग्रेस का सोडली नाही?

उत्तर : एकच आशा होती, आजही आहे. भविष्यातील अंधूक प्रकाशमान आशा. त्याचं कारण असं - पं. नेहरू, इंदिरा गांधी यांनी डाव्या विचारांच्या सहकाऱ्यांमुळे अनेक समाजवादी धोरणं ठरविली, कायदे केले. डाव्या व उजव्यांतील अंतर्गत संघर्षात, आपल्या विचारांचे सहकारी वाढवावेत म्हणजे पुढील वाट सोपी होईल हा विचार होता आणि इतर पक्षांचं आघाडीचं राजकारण हे टिकणार नाही. काँग्रेससारखं देशपातळीवर व्यापकत्व नाही. डाव्या विचारांकडे काँग्रेस झुकू शकते, ही शक्यता महत्त्वाची. त्यातूनच पक्ष सोडला नाही.

प्रश्न : रिपब्लिकन पक्ष, डॉ. बाबासाहेबांना अपेक्षित बलशाली विरोधी पक्ष होऊ शकला नाही, याची कारणं काय असावीत?

उत्तर : आपल्यानंतर पक्षाची, संघटनेची अवस्था काय होईल, याची बाबासाहेबांना कल्पना आली होती; म्हणूनच मुंबईच्या सिद्धार्थ महाविद्यालयातील त्यांच्या शेवटच्या मनोगतात ते म्हणाले, 'आपल्या समाजाचा रथ इथपर्यंत मोठ्या कष्टानं आणलाय.

निदान तो इथंच ठेवा. मागं खेचण्याचं काम करू नका.' त्यांच्यासमोरच, त्यांच्यानंतरच्या नेतृत्वाविषयीच्या चर्चा ऐकून ते खचले असणार.

दुर्दैवाने त्यांच्या महापरिनिर्वाणानंतर तसंच घडलं. पक्ष नेतृत्वहीन, चेतनाहीन झाला. पुरेसा अभ्यास नसूनही प्रत्येक कार्यकर्त्याला बाबासाहेबांचे खरे वारस आपणच असल्याचा भास होऊ लागला. विद्वत्ता, चारित्र्य, प्रामाणिकपणा यांचा अभाव असूनही, संघटना आपल्याच मागे असल्याचा भ्रम झाला. काहींना देशव्यापी मान्यता असल्याचं वाटू लागलं. पक्षात नेतृत्वासाठी तंटे सुरू झाले. या तंट्यांत सामजिक समस्येकडे कोण लक्ष देणार? बाबासाहेबांनी एकाच वेळी शिक्षणप्रसार, सामाजिक, राजकीय हक्क यांविषयी जागृती केली. ठिकठिकाणी शिक्षणसंस्था काढल्या, तिथे येणारा विद्यार्थी साहजिकच या पूर्ण चळवळीत सहभागी व्हायचा. बाबासाहेबांचा आवाका प्रचंड असल्याने ते व्यक्तिगत प्रश्न, शारीरिक स्थितीकडे दुर्लक्ष, हेळसांड करीत काम करीत. त्यांच्या पश्चात ही क्षेत्रं विकसित करण्याचं दूर, ती सांभाळण्याचंही कुणी मनावर घेतलं नाही. आजही भटके, भंगी, आदिवासी यांच्यात शिक्षण गेलं नाही. यासाठी पद्धतशीर प्रयत्न झाले असते तर आपोआप पक्ष, संघटना मजबूत झाली असती. असं झालं नाही आणि राजकीय नेतृत्वाच्या वादातच पक्षात अनेक गट झाले. पक्ष समाजापासून दुरावत गेला आणि निष्प्रभ होण्याच्या मार्गाला लागला.

प्रश्न : दलित-शोषितांचा असूनही रिपब्लिकन पक्ष देशभर का पसरू शकला नाही?

उत्तर : बाबासाहेबांएवढ्या उत्तुंग व्यक्तिमत्त्वाचा नेता त्यांच्यानंतर नव्हता. मद्रासचे श्री. एन. शिवराजसारख्यांनी प्रयत्न केला; परंतु ते प्रभाव पाडू शकले नाहीत. त्यांनी व इतर नेत्यांनी सभासदनोंदणी केली नाही. पक्ष-संघटना बांधण्याचा प्रयत्न केला नाही; म्हणूनच काही ठरावीक नेत्यांच्या भागातच पक्ष दिसतो.

त्याचबरोबर आणखी एक महत्त्वाचं कारण आहे, 'आपली वर्णव्यवस्था!' जातिव्यवस्थेतील उतरंडीनुसार प्रत्येक जात इतरांपेक्षा स्वत:ला श्रेष्ठ मानते. दलितांतील सर्व जातींना एकत्र आणण्याचे परिश्रम बाबासाहेबांनी केले, तेव्हाही त्यांना सहजगत्या स्वीकारलं गेलं नाही, हे आपण लक्षात घेतलं पाहिजे. बहिष्कृत हितकारिणी सभा, स्वतंत्र मजूर पक्ष, शेड्युल्ड कास्ट फेडरेशन, रिपब्लिकन पक्ष, कोणतीही संघटना असो; त्यांचं स्वरूप संकुचित नव्हतं. सर्व पीडितांना संघटित करायचं ही त्यांची कळकळ जाणवायची. साहजिकच महार, चांभार, मातंग, भटके इ. सर्व दलित जातींतील शिक्षित, अडाणी त्यांच्याकडे आकर्षित व्हायचे. बाबासाहेबांनी जाणीवपूर्वक सर्व जातींतील युवकांना नेतृत्वात सहभागी केलं. सर्व कष्टकऱ्यांनी जात विसरून रिपब्लिकन पक्ष स्थापन करावा, अशी त्यांची इच्छा होती; परंतु त्यांच्या अचानक

मृत्यूने परिस्थिती बदलली. आपलं प्रतिनिधित्व नवे नेते करतील असा विश्वास इतर जातींना वाटेनासा झाला. प्रत्येक कार्यकर्त्याला नेता व्हावंसं वाटू लागलं. फायदे मिळविण्यासाठी अनेक जातींच्या संघटना निघाल्या. याचां परिणाम रिपब्लिकन पक्षावर झाला.

प्रश्न : बहुजन समाज पार्टी, हिंदी भाषिक प्रदेशात चांगली मुळं पसरते, या पार्श्वभूमीवर रिपब्लिकन पक्षाच्या अपयशाची कारण काय असावीत?

उत्तर : उत्तर प्रदेशचे श्री. बी. पी. मौर्य, मद्रासचे श्री. एन. शिवराज हे अपवाद वगळता महाराष्ट्राबाहेर तेवढे कार्यकर्ते नव्हते. शोषितांचा पक्ष हा पर्याय असू शकतो यासाठी प्रयत्न झाले नाहीत. श्री. काशीराम यांनी उत्तर भागात अनेक वर्षे सतत फिरून विश्वास निर्माण केला, म्हणून त्यांना चांगला प्रतिसाद मिळाला; तसेच दलितांतील उपजातींना सामावून घेतले म्हणूनच त्यांचा पाठिंबा वाढतोय, असं मला वाटतं.

प्रश्न : काँग्रेस, इतर पक्ष आणि रिपब्लिकन पक्ष यांचा दलितांकडे पाहण्याचा दृष्टिकोन भिन्न आहे असं वाटत का? कसा?

उत्तर : जनता पक्ष १९७७ साली सत्तेवर आला, तेव्हा नेतेपदाचा घोळ दोन-तीन दिवस चालला होता. जयप्रकाश नारायण व इतर समाजवादी नेते यांची तीव्र इच्छा होती, बाबू जगजीवनराम याना पंतप्रधान करण्यात यावं. या वेळी अनेक पुरोगामी, गांधीवादी म्हणविणाऱ्यांनी विरोध केला. मोरारजी देसाई, चरणसिंग हे विरोधकांपैकीच. त्यात चरणसिंगानी चक्क जाहीर सांगून टाकलं, 'एक अछूत इस देश का पंतप्रधान नहीं बन सकता।' काय दुर्दैव आहे, जो शेतकऱ्यांचा, कष्टकऱ्यांचा नेता म्हणवतो, ज्याला खरी तळमळ आहे असं जाणवतं, त्याची अस्पृश्यांविषयी ही भूमिका!

काँग्रेसचा दलितांकडे पाहण्याचा दृष्टिकोन दयेचा, सहानुभूतीचा आहे, असं वाटतं. मतांचं राजकारण हा प्रामुख्यानं हेतू जाणवतो.

रिपब्लिकन पक्षाला सामाजिक परिवर्तन अभिप्रेत होतं. हक्कांची जाणीव बाबासाहेबांनी करून दिली होती. ते मिळविण्यासाठी लढा, संपूर्ण दलित कष्टकरी समाजाची हलाखी दूर करणे हे ध्येय होतं. पुढे रिपब्लिकन पक्षानं युत्या केल्या. या वेळी कार्यक्रमांना पाठिंबा दिल्यावर, युती करायची असं स्पष्ट धोरण दादासाहेब गायकवाडांचं होतं. युती मोडली तेसुद्धा कराराचं पालन होत नाही म्हणून.

प्रश्न : रिपब्लिकन पक्ष व काँग्रेसची सध्या असलेली युती कशी वाटते?

उत्तर : हा केवळ निवडणूक डोळ्यांसमोर ठेवून केलेला करारनामा वाटतो.

तुकाराम शृंगारे यांची मुलाखत ❋ २६९

ही तडजोड दलितांच्या दृष्टीने फलदायी ठरेल असं वाटतं नाही.

पक्ष स्वबळावर काही करू शकणार नाही, हे सर्वकाळातील नेते ओळखत होते. त्यांनी विचारांनी, कृतींनी जवळ असणाऱ्या पक्षाशी सख्य ठेवावं. बलशाली पक्षासोबत राहण्यानं वेगळं अस्तित्व राहणार आहे का, हा विचार करणं आवश्यक आहे. गटबाजी करून गटाचे फायदे पदरात पाडून घेणं हा उद्देश असेल तर सफल होईलही; परंतु समाजासाठी काही ठोस पावलं उचलली जातील, असं चित्र दिसत नाही.

प्रश्न : आपण लोकसभासदस्य, दळणवळणमंत्री असताना दलितांचे प्रश्न सोडविण्यासाठी काय केलं?

उत्तर : बेलछीला दलितांना जिवंत जाळण्याचा, माणुसकीला लांच्छन आणणारी घटना झाली होती. त्या वेळचे पंतप्रधान श्री. मोरारजी देसाई यांना आम्ही निवेदन दिलं. तपासासाठी सवर्ण पोलिस अधिकारी गेल्यास गुन्ह्याचा तपास, गुन्हेगारांना शासन होत नाही, यावर आम्ही जास्त भर दिला. त्यांनी तातडीने, 'दलितांवरील अन्यायाबाबत जिल्हाधिकारी व पोलिस अधीक्षकांना जबाबदार धरलं जाईल,' असा आदेश काढला. याचा परिणाम पुढे दिसू लागला.

दलितांच्या प्रश्नांबाबत मला बाबासाहेबांची वाक्ये नेहमीच आठवतात. ते म्हणाले होते, 'माझ्या ज्ञानाचा उपयोग मी केवळ माझ्या कुटुंबासाठी, जातीसाठी करणार नाही. पूर्ण पीडित, अस्पृश्य समाजासाठी त्याचा उपयोग करायचा आहे. त्यासाठी काही योजना आखल्यात. त्या सफल झाल्या तर स्पृश्य, अस्पृश्य दोघांचाही फायदा होईल. अस्पृश्यांच्या समस्या खूप बिकट, गुंतागुंतीच्या आहेत. सर्वच मी सोडवू शकेन, असा माझा दावा नाही. हे प्रश्न जगाच्या चव्हाट्यावर मांडून निदान लक्ष वेधू शकेन, हा आत्मविश्वास आहे.' याचं भान मला नेहमी राहिले. लोकसभासदस्य असताना बिहार, उत्तर प्रदेश, हरियाणा, तामिळनाडू भागांत हिंडलो. कुठेही गेलो तरी साहजिकच दलित, कष्टकरी वस्तीत मी गेलोय. दारिद्र्य भोगलं असल्यानं त्याचे चटके पाहून उदास होतो. वाचणं, ऐकणं आणि प्रत्यक्ष पाहणं यांत प्रचंड दरी असते. उत्तर भारतातील गुलामगिरी अतिशय खिन्न करणारी आहे. माणूसपणाची लाज वाटणारी दृश्यं आजही पाहायला मिळतात. यासंबंधी वेळोवेळी लोकसभेत प्रश्न मांडलेत. मंत्री असताना कित्येक गरजूंना रोजगार मिळवून दिले, तेव्हा त्यांचा मतदारसंघ, प्रांत डोक्यात आला नाही; पण रोजगारानं कुटुंबाचा प्रश्न सुटू शकतो, समाजाचा नाही, ही जाणीव आहे.

प्रश्न : सध्या आपण मराठवाडा विकास महामंडळाचे अध्यक्ष आहात. कमकुवत घटकांसाठी विकासयोजना आहेत, त्यांचा कितपत फायदा होतो?

या योजना पुरेशा आहेत काय?

उत्तर : समाजातील कमकुवत घटकांना आर्थिक स्वावलंबन मिळावं, यासाठी अनेक योजना आहेत. त्या राबविल्याचं, कर्जवाटपाचं आपण वाचतो, ऐकतो; पण प्रत्यक्षात काय दिसतं? खरे गरजू तिथपर्यंत पोहोचू शकत नाहीत. काही गेले तर खेटे घालूनही कर्ज मिळत नाही; पण बड्या भांडवलदारांना सहजगत्या कर्ज मिळतं. अनेक प्रकारच्या उद्दिष्टपूर्ती होतात, त्या वेळी एकाच गावात एकाच उद्योगासाठी तीन-तीनजणांना कर्ज देतात. विक्री अथवा सेवेचा उपयोग याचा विचार न करता योजना पार पाडतात आणि त्या फसतात.

अर्थिक सत्तेचे विकेंद्रीकरण नीट योजना आखून करावे लागेल. शेतीवर आधारित उद्योग, उत्पादने, सेवा वाढवाव्या लागतील. ब्राझीलमध्ये उसाचे उत्पादन भरपूर आहे. त्यांनी उसाच्या मळीपासून मद्यार्क केला, तेच इंधन म्हणून वापरलं जातं. ब्राझील इंधनाबाबत स्वयंपूर्ण आहे. जेव्हा खेडी ऊर्जेचं उत्पादन, वितरण करतील, तेव्हा खरं आर्थिक विकेंद्रीकरण, स्वयंपूर्ण खेडं हे स्वप्न पूर्ण होईल. अशा अपारंपरिक उर्जेच्या उत्पादनाकडे जावं लागणारंच आहे. सध्या मी या योजना कशा करता येतील, हे अभ्यासतोय.

आपल्या संशोधकांनी, शास्त्रज्ञांनी अनेक छोटी यंत्रं, अवजारं तयार केलेली आहेत, जी कुटीर, छोट्या उद्योगांना उपयोगी आहेत. उदा., सुतळी करण्याचं यंत्र, द्रोणयंत्र इ. अशा उद्योगांना विक्री राखीव ठेवून अथवा आश्वासन दिल्यास हे उद्योग फायद्यात राहतील.

घरबांधणी, शेती, पाणीव्यवस्थापन यांतही अनेक नवे प्रयोग होताहेत. हे स्वस्त तंत्रज्ञान कमकुवत घटकांसाठीच आहे. ते पोहोचविण्यासाठी यंत्रणा राबवावी लागेल.

प्रश्न : याचा अर्थ सध्याच्या योजना, त्यांच्या अंमलबजावणीबाबत आपण समाधानी नाही?

उत्तर : अहो, आहे त्यात समाधान मानलं तर विकास, वाढ कशी होईल?

प्रश्न : पडीक जमीन मिळविणे, खोती नष्ट करणे या रिपब्लिकन पक्षाने सातत्याने केलेल्या मागण्या होत्या. आता बदललेल्या परिस्थितीत मागण्यांचं स्वरूप बदलावं काय?

उत्तर : १९६४ साली रिपब्लिकन पक्षानं 'भूमिहीनांना जमीन मिळावी' या मागणीसाठी देशव्यापी आंदोलन केलं. तीन लाख कार्यकर्ते तुरुंगात गेले. लोकसभेवर मोर्चा गेला. पंतप्रधान श्री. लालबहादुर शास्त्रींना निवेदन दिलं. केंद्र शासनानं राज्य शासनाला आदेश दिले, 'पडीक, गायरान जमिनी दलितांच्या ताब्यात द्या.' राज्य

सरकारांनी अंमलबजावणी केली नाही. काही ठिकाणी दलितांनी स्वबळावर कब्जे मिळवले; परंतु तसा कायदा होऊ शकला नाही. वेळोवेळी निवेदनं देऊन आक्रमण केलेल्या जमिनी कायदेशीर मालकीच्या करून घेतल्या गेल्या.

राखीव जागांच्या उमेदवारांना नोकरीत प्राधान्य द्यावे, यासाठी मागण्या केल्या पाहिजेत. त्या सतत केल्या जातात तरी ४ टक्के जागा भरल्या जातात. त्यातही ३.५ टक्के तृतीय व चतुर्थ श्रेणीच्या. मग आर्थिक समानता कशी येणार?

अशिक्षितांना प्रशिक्षण देऊन रोजगार व उद्योग द्यावा. अकुशल कामगारांचे प्रमाण भरपूर आहे. उदा., स्कूटरदुरुस्ती, मोटारदुरुस्ती, गवंडी इ. हे कामगार केवळ अनुभवाने पाहून शिकतात. त्यांना लहान वयातच त्यामागील शास्त्रीय तत्त्वे, सिद्धांत कळले तर त्यांच्या कामातील गुणवत्ता वाढेल. याचा फायदा सर्व समाजाला होईल. हा अकुशल कामगार शिकावा, ही खऱ्या अर्थाने सामाजिक, आर्थिक, राजकीय मागणी ठरेल.

प्रश्न : आपण कष्टकऱ्यांविषयी बोलत आहात. भारतातील श्रमिक एकत्रित न येण्याची कारणं कोणती वाटतात? साम्यवादी, समाजवादी पक्ष श्रमिकांची पिळवणूक दूर करण्याचं तत्त्वज्ञान,कार्यक्रम देत असूनही त्यांच्यामागे श्रमिक जाताना का दिसत नाहीत?

उत्तर : आपला वर्ग व वर्णव्यवस्था एकमेकांत गुंतल्या आहेत, हे महत्त्वाचं कारण. त्या जातिव्यवस्थेत पुन्हा उच्चनीचता. श्रमिकांच्या चळवळीत एकत्र असणारे त्यांच्या वैयक्तिक जगण्यात जात विसरू शकत नाहीत. कष्टकऱ्यांची एकजूट व्हायला हा मोठा अडसर आहे.

कम्युनिस्ट, समाजवादी पक्ष त्यांच्या विचारांशी प्रामाणिक आहेत. ते कष्टकऱ्यांपर्यंत गेले, तसंच कष्टकरी त्यांच्यापर्यंत. त्या राज्यांमध्ये मागासवर्गीय, अल्पसंख्याकांना नेतृत्वाची संधी मिळाली, तिथं हा वर्ग मोठ्या संख्येने त्यांच्यामागे गेला. डॉ. लोहियानी बिहारमध्ये कै. कर्पूरी ठाकूर. रामविलास पास्वानसारखे कार्यकर्ते पुढे आणले. बिहारसारख्या सरंजामदारी राज्याचा मुख्यमंत्री एक अस्पृश्य (कर्पूरी ठाकूर) होऊ शकला, याचं श्रेय डॉक्टरांनाच जातं. पं. बंगाल, केरळमध्ये कम्युनिस्ट यशस्वी ठरले, ते याच कारणानं. इतर राज्यांत असं न घडल्यानं कार्यक्रम असूनही डावे पक्ष दुबळे होत गेले.

प्रश्न : निवडणुकीच्या राजकारणात दलित उमेदवार कुठे कमी पडतो?

उत्तर : पैसा, समाजाचा पाठिंबा दोन्हींत. राखीव मतदारसंघात मतदार उदासीन असतात. मतदानाचे प्रमाणही कमी असते; कारण सवर्णांना दलितांचे नेतृत्व मान्य होत नाही. केवळ उपचार म्हणून असली कर्मकांडे लोकशाहीत पार पाडली जातात. हे सर्व दलित प्रतिनिधींना जाणवते. त्यांची पक्षातील उपेक्षा त्यांना बोचते, हे

थांबवणं स्पृश्य-अस्पृश्यांतील दरी बुजवणं, यासाठी सर्व राष्ट्रीय पक्षांनी एकत्र येऊन काही ठरवलं तर हे चित्र बदलेल.

प्रश्न : भारतीय जनता पक्ष, विश्व हिंदू परिषदसारख्या जातीयवादी संघटनांकडे दलित वळताना दिसतात. हे कुणाचं यश, कुणाचं अपयश?

उत्तर : दलितांतील काही उपजातींना, सवर्ण हिंदूंसोबत असल्याने प्रतिष्ठा वाढते असं वाटतं म्हणून जातात. काही बौद्ध झालेल्या जाती दलितांविरोधी प्रतिक्रिया म्हणून जातात. ही नकारात्मक प्रतिक्रिया वाटते.

प्रश्न : रिपब्लिकन पक्ष केवळ बौद्धांचा आहे, असा सूर सगळीकडे आहे. तो सर्वांचा होण्यासाठी आपण काय सुचवाल?

उत्तर : नेतृत्वात इतर जातींना सहभागी करून घेतलं पाहिजे. विद्यार्थी, कामगारक्षेत्रात संघटना बांधल्यास विश्वास वाढेल. शिक्षणापासून वंचित राहिलेल्यांना शिक्षणाकडे ओढण्यासाठी झटावं लागेल. शिकण्याने खूप प्रश्न सोपे होऊ शकतील. संघटना बांधणं सुकर होईल.

दबावगट म्हणून महत्त्वाचं काम रिपब्लिकन पक्ष करू शकेल, ज्यामुळे त्यांची करारशक्ती वाढेल. बाबासाहेबांनी विरोधी पक्षात राहूनही दडपणाने अनेक धोरणात्मक बदल घडवून आणले. डाव्या पक्षांनीही अनेक पुरोगामी बदल घडवून आणण्यात या शक्तीचा वापर केला. हे मोलाचं काम रिपब्लिकन पक्षही करू शकेल.

□□□

१९.

रामचंद्र गेनुजी ऊर्फ अण्णासाहेब खंडाळे यांची मुलाखत

अरुण म. कांबळे

प्रश्न : आपलं शिक्षण किती? व्यवसाय कोणता?

उत्तर : फारसं नाही. नॉन-मॅट्रिक. १९३४ सालापासून सार्वजनिक कार्यात आहे. नोकरी केलेली नाही. १९३४ साली मातंग सेवा समाज या नावाची संस्था काढली. पुढे १९३५ साली दौंड येथे डॉ. आंबेडकरांच्या चळवळीचा प्रचार करण्यासाठी इंदापूर-बावड्याचे (जि. पुणे) रामचंद्र हरी बनसोडे यांच्या जलशाचा कार्यक्रम सात दिवस दौंडमध्ये होता. तेव्हा जलशाचा कार्यक्रम पाहून मला असे वाटले की, डॉ. आंबेडकरांच्या चळवळीत काम करावे. त्यानुसार मी १९३५ पासूनच आंबेडकरी चळवळीत सामील झालो.

प्रश्न : राजकारणात का आला? कसे आलात?

उत्तर : मांग, महार, चांभार यांचे मतभेद होते. एकमेकांचे खावयाचे नाही, जेवण करावयाचे नाही. समाजामध्ये वाळीत टाकण्याची पद्धती होती. एकमेकांना शिवतसुद्धा नव्हते. ही समाजाची परिस्थिती पाहिल्यानंतर अस्पृश्यांमध्ये समता निर्माण व्हावी यासाठी प्रयत्न सुरू केले.

प्रश्न : तुम्ही किती निवडणुका लढविल्या?

उत्तर : मी १९३९ सालात पुणे जिल्हा लोकल बोर्डाची निवडणूक लढविली. पाच वर्षांच्या कारकिर्दीमध्ये डॉ. आंबेडकरचळवळीचे कार्य केल्यावर बाबासाहेबानी स्वतंत्र मजूर पक्षाच्या वतीने अधिकृत उमेदवार म्हणून मला दौंड तालुका राखीव जागेवर उभे केले. त्या वेळी माझ्या विरोधात मांग, महार, चांभारही उभे राहिले. मी बाबासाहेबांच्या पक्षाचा उमेदवार असल्यामुळे आंबेडकरी अनुयायांनी मला प्रचंड बहुमताने निवडून दिले. दौंड तालुक्यात असेंब्लीची (आमदार) निवडणूक तीन वेळा लढविली. १९६२ साली रिपब्लिकन पक्षाचा अधिकृत उमेदवार म्हणून बार्शीची

असेंब्ली निवडणूक लढविली.

प्रश्न : विधानसभेच्या निवडणुकांतून काय शिकला?

उत्तर : काही जरी झाले तरी मतदार जातीवर मत देतो. जात पाहून मतदान होते. १९५२ साली डॉ. आंबेडकर व काजरोळकर यांनी मुंबईतून निवडणूक लढविली. त्यात काजरोळकर विजयी झाले. बाबासाहेब पराभूत झाले. याचे कारण जातीयवादी मतदान. घटना लिहिणारे आंबेडकर निवडणुकीत पराभूत होतात व काजरोळकर विजयी होतात. संयुक्त मतदान पद्धतीमुळे पराभव पत्करावा लागला.

प्रश्न : दिल्लीतल्या दलित समाजात गेला होतात का? तिथलं दलित राजकारण कसं होतं?

उत्तर : रिपब्लिकन पार्टीच्या वतीने दिल्लीमध्ये मोर्चा होता. त्या वेळी पंतप्रधानांना मागण्याचं निवेदन दिलं. दिल्लीतील लोकांची आर्थिक अवस्था महाराष्ट्रातील दलित जनतेसारखीच आहे. आम्ही जसे गरीब तसेच तेही गरीब.

प्रश्न : लोकसभेत इतर पक्ष दलितांच्या प्रश्नावर कशी भूमिका घ्यायचे?

उत्तर : १९५६ ला आपले नऊ खासदार होते. बौद्धांच्या सवलतीसाठी त्यांनी नेहरू मंत्रिमंडळाशी चर्चा केली. चर्चेत दादासाहेब गायकवाड, डी. ए. कट्टी. बी. सी. कांबळे, बापूसाहेब राजभोज वगैरे खासदार होते. चर्चा असफल ठरली. पंडित नेहरू ते राजीव गांधी येथपर्यंत बौद्धांच्या सवलतींसाठी कोणत्याही पंतप्रधानांनी प्रयत्न केले नाहीत. व्ही. पी. सिंगांनी बौद्धांच्या सवलतींची अंमलबजावणी केली. तसेच डॉ. बाबासाहेब आंबेडकरांना 'भारतरत्न' ही पदवी दिली. मंडल आयोग लागू करण्यासाठी व्ही. पी. सिंगांनी घटनेप्रमाणे प्रयत्न केले.

प्रश्न : पंतप्रधान, राष्ट्रपती, सभापती अशा अतिमहत्त्वाच्या व्यक्तींशी कसा संबंध आला? तो कुठल्या संदर्भात? त्यांचं धोरणं कसं असायचं? संबंध आला नसेल तर तो कोणत्या कारणांनी आला नाही?

उत्तर : पंतप्रधान मोरारजी देसाई यांच्याशी संबंध आला. बौद्धांच्या सवलतींचे निवेदन पुणे येथील सर्किट हाऊसवर मी, राज साळवे वगैरे शिष्टमंडळाने दिले. त्या वेळी मोरारजी देसाई म्हणाले,'बौद्ध धर्मात तुम्ही का गेलात?'

प्रश्न : रिपब्लिकन पक्षाला कोणता पक्ष जवळचा वाटायचा? का?

उत्तर : कोणताही नाही; कारण आपणाविषयी आपुलकीच नाही.

प्रश्न : विरोधी पक्षांबाबत तुमची भूमिका कशी असावयाची?

उत्तर : आमच्या प्रश्नासाठी आम्ही प्रखर विरोध करीत होतो.

प्रश्न : सुरुवातीला पक्षाकडून तुम्हाला तिकीट कसं दिलं गेलं? का?

उत्तर : समाजातील सामजिक काम पाहून. सर्वांना बरोबर घेऊन जाण्याची बाबासाहेबांची मनीषा असावयाची. म्हणून तिकीट मिळायचे.

प्रश्न : दुसरे प्रतिस्पर्धी कोण होते?

उत्तर : १९५२ साली ऑल इंडिया कास्ट फेडरेशनच्या वतीने डॉ. बाबासाहेब आंबेडकरांनी दौंड-हवेली राखीव असेंब्ली मतदार संघातून मला तिकीट दिले. त्या वेळी बाबासाहेब मांग, भंगी, चांभार यांना तिकीट देण्यासाठी अग्रक्रम देत होते. त्यानुसार मला दौंड-हवेलीचं तिकीट दिलं.

प्रश्न : निवडणुका कशा झाल्या?

उत्तर : काँग्रेस त्या वेळी जवानीत होती. फॉर्ममध्ये होती; त्यामुळे बाबासाहेबांसह जे उमेदवार उभे होते, तेवढे उमेदवार पडले. पडण्याचं कारण, संयुक्त मतदान पद्धत.

प्रश्न : तुमच्या विजयासाठी कोणीकोणी प्रयत्न केले?

उत्तर : ऑल इंडिया शेड्युल्ड कास्ट फेडरेशनच्या लहान-मोठ्या सर्व कार्यकर्त्यांनी विजयासाठी प्रयत्न केले.

प्रश्न : पक्षाचा प्रचार कसा होता? चिन्ह कोणते होते?

उत्तर : हत्तीला मते द्या. हत्ती चिन्ह होते.

प्रश्न : त्या वेळी घरातून काय प्रतिक्रिया होती?

उत्तर : घरातील माणूस निवडून आला पाहिजे.

प्रश्न : दलित समाजाकडून कशी वागणूक मिळाली?

उत्तर : चांगली. डॉ. बाबासाहेब आंबेडकरांची दृष्टी समान होती. जे प्रेम मांगांवर, तेच प्रेम भंग्यांवर, जे प्रेम चांभारांवर तेच प्रेम महारांवरही होते. डॉ. आंबेडकरांच्या निर्वाणानंतर तशी दृष्टी नेतेमंडळींजवळ राहिली नाही.

प्रश्न : महारेतर दलित समाजाचा अनुभव कसा आहे?

उत्तर : चांगला आहे.

प्रश्न : इतर पक्षांतील पुढाऱ्यांशी कसा संबंध आला? ते तुमच्याशी कसे वागावयाचे?

उत्तर : काँग्रेस पुढाऱ्यांशी संबंध आल्यानंतर ते म्हणायचे, 'बरं ! बरं ! तुमच्या पार्टीचे आम्ही काम करून टाकू. तुमचे प्रश्न आहेत. आम्ही सहानुभूतिपूर्वक विचार करू.'

प्रश्न : डॉ. बाबासाहेबांकडून तुम्हाला कोणता वारसा मिळाला?

उत्तर : पक्षावरील निष्ठा, समाजाविषयीची तळमळ, स्वाभिमान यांचे रक्षण. बाबासाहेबांच्या समवेत कार्य, सार्वजनिक कार्य करीत असताना प्रकर्षाने जाणवत होते की, बाबासाहेबांजवळ अशी शक्ती होती की लोहचुंबकासारखी. लोकांना आकर्षित

करून घ्यावयाचे. त्यामध्ये त्यांचा मोठा विरोधक असला तरीही.

प्रश्न : दलितांच्या राजकारणाविषयी काय वाटते?

उत्तर : आंबेडकर आमच्यापुढे भाषण करताना सांगावयाचे, अस्पृश्य समाज शासनकर्ती जमात झाली पाहिजे. शासनकर्ती जमात झाल्याशिवाय उद्धार होऊ शकत नाही. मलाही तेच वाटते.

प्रश्न : राजकारणातील राखीव जागा किती फायद्याच्या आहेत? त्या जागांचा फायदा होतो का? होत नसेल तर तो कशा पद्धतीने करून घेतला पाहिजे?

उत्तर : संयुक्त मतदान पद्धत असल्यामुळे काही काही वेळेस राखीव जागांचा फायदा होतो आणि तोटाही होतो.

संयुक्त मतदान पद्धत असल्यामुळे हृदयपरिवर्तन केल्याशिवाय फायदा होणार नाही.

प्रश्न : राजकारणातले चांगले-वाईट प्रसंग कुठले?

उत्तर : आम्ही विरोधी बोलतो, सत्याग्रह करतो, त्यामुळे तुरुंगवास भोगावा लागतो; म्हणून राजकारणाच्या चळवळीत वाईट प्रसंग अनुभवास आले आहेत. उदा., १९५३ साली औरंगाबादला जमीन सत्याग्रह झाला. त्यात तुरुंगवास जवळजवळ पावणेदोन महिने भोगावा लागला. १९५९ साली भूमिहीन लोकांच्या चळवळीसाठी पंधरा दिवसांची शिक्षा कोल्हापूरला भोगली. १९६५ साली उपासमार चळवळीमध्ये पंधरा दिवस येरवडा तुरुंगात स्थानबद्ध होतो.

प्रश्न : रिपब्लिकन पक्षाचे आणखी तुमच्याशिवाय कोणकोणते प्रतिनिधी होते? त्यांचे कार्य कसे होते?

उत्तर : मुंबई असेंब्लीत दादासाहेब शिर्के, पुरुषोत्तम चौरे, आमदार लोंढे वगैरे नऊ आमदारांनी असेंब्लीमध्ये आपल्या लोकांच्या उन्नतीकरिता प्रयत्न केले.

प्रश्न : आपण रिपब्लिकन पक्षातच का प्रवेश केलात? अन्य पक्षांत बोलावणं नव्हतं का?

उत्तर : काँग्रेसमध्ये येण्यासाठी फार प्रयत्न झाले; परंतु बाबासाहेबांच्या विचारांनी भारून गेल्यामुळे मला इतर पक्षांत मर्ज (दाखल) होता आले नाही.

प्रश्न : रिपब्लिकन पक्षाचं ऐक्य का होत नाही?

उत्तर : ज्यांनी त्यांनी स्वतंत्र चूल स्थापन केल्यामुळे ऐक्य होऊ शकत नाही. गवई, बी. सी. कांबळे, खोब्रागडे गट, प्रकाश आंबेडकर, रामदास आठवले सर्वजण म्हणतात आमच्या घरात या; परंतु तिकडे कोणी जात नाही. ऐक्य मुळीच होणार नाही. जनतेचं म्हणणं आहे - ऐक्य व्हावं; पण नेतेमंडळींमध्ये ऐक्य होत नाही.

प्रश्न : यापुढे रिपब्लिकन पक्षासाठी आपलं कार्य कोणतं आहे?

उत्तर : गोरगरीब लोकांचं, दलितांचं भलं व्हावं.

प्रश्न : यापुढे रिपब्लिकन पक्षासाठी कायं करावंसं वाटतं?

उत्तर : लोकांच्या गाऱ्हाण्यांसाठी सत्याग्रह करावे लागतील. हक्कांसाठी प्रयत्न करावे लागतील.

प्रश्न : रिपब्लिकन पक्षाचं भवितव्य काय राहील?

उत्तर : जोपर्यंत अस्पृश्य समाजाचं भलं होत नाही, तोपर्यंत रिपब्लिकन पक्षाला चळवळ करावीच लागेल. डॉ. बाबासाहेब आंबेडकर म्हणाले होते,'देशाला स्वराज्य मिळालं आहे. क्रांतीचं अर्धं चक्र फिरलं. आता अर्धं चक्र वरचा श्रीमंत, खालचा गरीब हे दोन्ही समपातळीवर येतील त्या वेळी क्रांतीचं संपूर्ण चक्र फिरेल.'

प्रश्न : रिपब्लिकन पक्ष कुठे कमी पडतो?

उत्तर : निवडणुकीच्या लग्नामध्ये. सामुदायिक पद्धतीमुळे मागे पडतो. मात्र इतर ठिकाणी कणखरपणे उभा राहतो.

प्रश्न : रिपब्लिकन पक्ष कसा असावा?

उत्तर : आपसांतील मतभेद विसरून संघटित असावा.

प्रश्न : तुमच्या कारकिर्दीत रिपब्लिकन पक्षात कोणते पेचप्रसंग उद्‌भवले?

उत्तर : १९५२ साली दौंड हवेलीचं राखीव तिकीट मिळाल्यावर काही लोकांनी विरोध केला.

प्रश्न : रिपब्लिकन पक्षात निर्णय कसा घेतला जायचा?

उत्तर : पार्टीच्या बैठकीत सामुदायिक पद्धतीने.

प्रश्न : निवडणुकांविषयी काय वाटतं?

उत्तर : निवडणुकांमध्ये रिपब्लिकन पार्टीचे लोक निवडून जावेत अशी इच्छा आहे. आमचे उमेदवार निवडून नाही आल्यावर निराश वाटतं.

प्रश्न : निवडणुकांच्या राजकारणात रिपब्लिकन पक्ष कुठे कमी पडतो?

उत्तर : मतदान कमी असल्यामुळे हार खावी लागते. संयुक्त मतदान पद्धतीमुळे मतदान कमी होते. आर्थिक बाजू फारच कमकुवत.

प्रश्न : संसदीय राजकारणात रिपब्लिकन पक्ष टिकू शकेल काय?

उत्तर : होय. रिपब्लिकन पार्टीमध्ये लोक विद्वान आहेत.त्या विद्वत्तेच्या जोरावर पार्लमेंटमध्ये प्रभावी ठरेल.

प्रश्न :रिपब्लिकन पक्षाने शेतकरी, शेतमजूर, कामगारांसाठी काय

केलं आहे? त्याचा तपशील?

उत्तर : भूमिहीनांचा लढा. त्यात तीन लाख लोक तुरुंगात गेले. हा लढा यशस्वी झाला. ब्राह्मण, साळी, कोळी, मराठा या सर्व भूमिहीनांना सरकारने शेती - वाटप केली. केवळ भूमिहीनांच्या लढ्यामुळे.

प्रश्न : रिपब्लिकनच्या युवक, महिला, श्रमिक आघाड्या होत्या का?

उत्तर : युवकांच्या आघाडीत समता सैनिक दल होतं.

प्रश्न : रिपब्लिकन पक्षाविषयी इथल्या वर्तमानपत्रांची भूमिका कशी असावयाची?

उत्तर : वाईट. चांगली नाही. १९५६ साली बाबासाहेबांनी धम्मदीक्षा घेतली. त्यानंतर त्यांनी जे भाषण केलं, त्यामध्ये ते पत्रकारांना उद्देशून बोलले की, 'गेली चाळीस वर्षे पत्रकार माझ्या पाठी लागले आहेत. आता त्या पत्रकारांनी चांगली दृष्टी ठेवून आमच्याबद्दल चांगलं लिहावं.'

प्रश्न : रिपब्लिकन पक्ष नेहमी युती करीत आला आहे. तेव्हा युती कशी करावी, का करावी याविषयी काही सांगाल का?

उत्तर : १९५२ साली सोशालिस्ट पार्टीत युती केली. त्याचं फळ आम्हाला मिळालं नाही. सोशालिस्ट पार्टीचे लोक निवडून आले. आम्ही पडलो. पक्षाच्या आदेशानुसार आम्ही सोशलिस्ट पार्टीला मतदान केलं. त्यांनी मात्र आम्हाला केलं नाही. अनुभव वाईट.

प्रश्न : काँग्रेसने रिपब्लिकन पक्षाला संपवलं हे खरं का?

उत्तर : आमचा पक्ष काँग्रेस युतीमुळं कमकुवत झाला. गायकवाड-चव्हाण युतीमुळं पक्ष कमकुवत झाला.

प्रश्न : डाव्या पक्षाची भूमिका रिपब्लिकन पक्षाविषयी कशी होती?

उत्तर : काँग्रेससारखेच डावे पक्षही आमच्याबरोबर चांगले वागले नाहीत.

प्रश्न : बहुजन समाज पार्टीविषयी आपलं काय मत आहे?

उत्तर : रिपब्लिकन पार्टी व बहुजन समाज पार्टीत आतापर्यंत सख्य नाही. उद्याचं काय होतं, ते माहीत नाही.

प्रश्न : दलित मतदारांविषयी काय अनुभव आहे? मतदान करताना त्यांनी कोणत्या गोष्टी ध्यानी घ्याव्यात?

उत्तर : अनुभव चांगला आहे. मतदारांनी हत्ती हे चिन्ह पाहावं व मतदान करावं.

प्रश्न : रिपब्लिकन पक्षात मुस्लिम समाजाचे काही प्रतिनिधी आढळतात. तेव्हा मुस्लिम समाजाविषयी आतापर्यंत काय भूमिका घेतली?

उत्तर : मुस्लिम समाजविषयी पार्टीची आपुलकी आहे; परंतु काही मुस्लिम

पार्टीत मिसळत नाहीत.

प्रश्न : रिपब्लिकन पक्षाच्या प्रतिनिधींचं नेतृत्व कोणी करायचं?

उत्तर : पार्टीच्या अध्यक्षाने.

प्रश्न : लोकसभेत रिपब्लिकन पक्षाने काय कार्य केलं आहे?

उत्तर : लोकांच्या भल्याचं. बौद्धांच्या सवलतीसाठी प्रयत्न.

प्रश्न : राजकारणात रिपब्लिकन पक्षाचं काय स्थान आहे?

उत्तर : लढाऊ पक्ष आहे म्हणून पाहतात

प्रश्न :उद्याच्या रिपब्लिकन पक्षासाठी काही सांगावं वाटतं का?

उत्तर : गोरगरीब जनतेच्या, दलितांच्या भल्यासाठी काम करा.

प्रश्न : रिपब्लिकन पक्षाने तुम्हाला काय दिलं?

उत्तर : स्वाभिमान दिला. पार्टीबद्दलचा स्वाभिमान बाबासाहेबांनी मला दिला. तसेच कणखर वृत्ती दिली.

प्रश्न : रिपब्लिकन पक्षाला तुम्ही काय दिलं?

उत्तर : मार्गदर्शन केलं. बाबासाहेबांच्या संदेशाप्रमाणे मार्गदर्शन केलं.

प्रश्न : तुमच्या काळात संसदेत दलितांचे कोणते प्रश्न चर्चिले गेले? त्या चर्चेचा काही फायदा झाला का?

उत्तर : डॉ. बाबासाहेब आंबेडकरांनी नेहरूमंत्रिमंडळात हिंदू कोड बिल मांडले होते; परंतु काँग्रेस नेतेमंडळींचा विरोध असल्यामुळे ते पास होऊ शकले नाही; म्हणून बाबासाहेबांनी राजीनामा दिला आणि सांगितलं,'काँग्रेस हे जळतं घर आहे.'

प्रश्न : दलितांच्या संदर्भात इंदिरा गांधींची भूमिका कशी असावयाची? काही प्रसंग?

उत्तर : इंदिरा गांधीनी 'गरिबी हटाव' हा नारा लावला; पण गरिबी हटली नाही. सोलापूर डिव्हिजन साऊथमध्ये गेले होते; ते मुंबई डिव्हिजनमध्ये यावे यासाठी दिल्लीला रेल्वे कामगारांच्या वतीने शिष्टमंडळ गेले. त्यामध्ये नरसिंग परदेशी, बाबुशेठ बोरीकर, ॲड. एम. बी. सावंत आणि मी, आर. जी. खंडाळे वगैरे नेते इंदिरा गांधींना भेटलो. बाईनी सांगितले, तुमच्या खलित्याचा (निवेदनाचा) विचार करून कळविते.

प्रश्न : तुम्ही कोठे कोठे भाषणं केलीत?

उत्तर : अहमदाबाद, मुंबई, पुणे, सोलापूर, बार्शी, कोल्हापूर, नाशिक, दिल्ली (रामलीला मैदान) वगैरे ठिकाणी भाषणे केली.

प्रश्न : संसदेत प्रश्न सुटू शकतात का? त्यातल्या त्यात दीनदलितांचे?

उत्तर : होय, पण खासदार प्रभावी पाहिजे.

प्रश्न : संसदेतील बाबासाहेबांच्या भाषणाचा काही उपयोग झाला

का?

उत्तर : होय. डॉ. आंबेडकरांनी लोकसभेत देशाची घटना सादर करतेवेळी त्यांचं ऐतिहासिक वाचन झालं. सोनेरी शब्दांत लिहावं अशा प्रकारचं प्रभावी भाषण झालं. अनेक विषयांवर ते प्रभावी बोलले. आर्थिक आणि सामाजिक विषमता दूर करण्यासाठी सरकारने प्रयत्न करावेत, समता निर्माण होण्यासाठी सरकारने प्रयत्न केले पाहिजेत वगैरे.

प्रश्न : समतेच्या, सामजिक न्यायाच्या संदर्भात इतर सर्व पक्षांची भूमिका कशी आहे? (कम्युनिस्ट, समाजवादी, जनता दल, भा. ज. प., काँग्रेस इत्यादी)

उत्तर : जनता दल सोडून इतर राजकीय पक्षांची भूमिका रिपब्लिकन पक्षाला पसंत पडत नाही. मंडल आयोग अंमलबजावणी, बौद्धांच्या सवलती लागू करणे, डॉ. बाबासाहेब आंबेडकरांना भारतरत्न ही पदवी देऊन अलंकृत करणे, वगैरे. जनता दल राजवटीत चांगली कामे झाली.

प्रश्न : दलितांच्या सेवेबद्दल आपणास महाराष्ट्र शासनाचा, सामाजिक संस्थांचा पुरस्कार मिळाला आहे का?

उत्तर : होय. समाजसेवेबद्दल महाराष्ट्र शासन, समाजकल्याण विभागाच्या वतीने १९८६-८७, १९८७-८८ चा दलित मित्र पुरस्कार समाजकल्याण मंत्री सुधाकर नाईक यांच्या हस्ते कोल्हापूर येथे मिळाला.

□□□

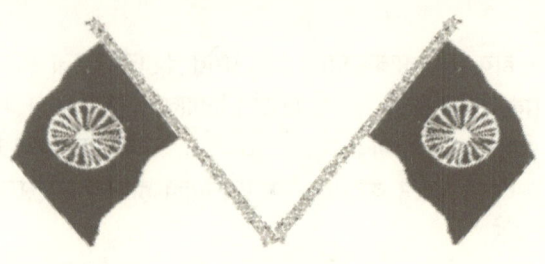

२०.
रिपब्लिकन पक्ष : माझी भूमिका व कार्य
नानासाहेब देशमुख

राजकीय सत्ता संपादनासाठी व सरकारी व्यवस्थेचे माध्यम लोकशाहीने नियंत्रित करण्यासाठी पक्षपद्धती ही संकल्पना आपल्याकडे पाश्चात्त्यांकडून आली, हे निर्विवाद होय. यासाठी आपल्या देशात वैचारिक व व्यावहारिक व्यवस्था आखण्यात प्रामुख्याने जबाबदार असलेल्या दोन व्यक्ती स्पष्टपणे दिसतात, त्या म्हणजे पं. जवाहरलाल नेहरू व डॉ. बाबासाहेब आंबेडकर. पाश्चात्त्यांच्या व आपल्या समाजव्यवस्थेत जो मोठा फरक आहे, तो म्हणजे जातिव्यवस्थेचा. जातिव्यवस्थेमुळे लोकशाहीतील पक्षपद्धती व मतदानपद्धती लोकशाहीचे अपेक्षित परिणाम घडविण्यास असमर्थ ठरतात. तरीपण वरील दोन महापुरुषांनी या देशाचा इतिहास घडविण्यासाठी, अन्य पर्याय नसल्यामुळे, लोकशाहीचा स्वीकार करताना त्याबरोबरच जातिव्यवस्थेचा नि:पात करण्याच्या दृष्टीने व्यूहरचना चालू ठेवली.

जातिव्यवस्थेचा नि:पात हा सामाजिक सुधारणेच्या प्रक्रियेतला भाग होय, तर राजकीय पक्षाचे मुख्य काम सत्तासंपादन हे होय. मात्र भारतातील काही राजकीय पक्षांपुढे सत्तासंपादनाबरोबरच जातिव्यवस्थेच्या नि:पातासारखे समाजसुधारणेचे अत्यंत अवघड आव्हान उभे ठाकले. जातिव्यवस्थेचा नि:पात होणे ही बाब दुर्बल जातींसाठी अधिक महत्त्वाची होय. स्वातंत्र्याच्या प्राथमिक काळात जो वर्ग सत्तेमध्ये प्रस्थापित झाला, त्याच्यासाठी समाजसुधारणेचे कार्य हे अग्रक्रमाचे राहिले नाही. त्या वर्गाने प्रस्थापित अशा पक्षव्यवस्थेमध्ये आश्रय घेतला; पण ज्यांना सत्ता हाताशी आली नाही, त्यांनी सत्तेवर नजर ठेवीत, समाजसुधारणेचे छोटे-मोठे प्रकल्प हाताळण्यात समाधान मानले व प्रेशरग्रुप किंवा लॉबी म्हणून काम करण्याशिवाय त्यांना गत्यंतर उरले नाही.

वरील परिच्छेदातील शेवटच्या वाक्यात उद्धृत केलेली स्थिती ही आजची दलित, शेतमजूर किंवा शेतकरीआंदोलनाचे स्वरूप सांगणारी ठरावी.

पं. नेहरू किंवा डॉ. बाबासाहेब यांनी स्वीकारलेल्या लोकशाही व्यवस्थेच्या निर्मितीच्या कामात डॉ. लोहिया किंवा जयप्रकाश नारायण अशा अनेक स्वयंभू श्रेष्ठींचे कर्तृत्व कामी आलेले आहे. एकीकडे जातिव्यवस्थेची चिवट अशी शक्ती तर दुसरीकडे आधुनिक इतिहासाच्या निर्मितीच्या प्रेरणा ! या संघर्षामुळे आपल्या देशातील लोकशाहीची वहिवाट हव्या त्या गतीने जाऊ शकत नाही, ही वस्तुस्थिती आहे. कोणी काहीही म्हटले तरी रिपब्लिकन पक्ष किंवा समाजवादी पक्ष अशा पक्षांनी समाजसुधारणेच्या कामावर दिलेला भर हाच त्या पक्षाच्या राजकीय ताकदीला कमी करणारा ठरला आहे, हे नाकारणे कठीण आहे. प्रस्थापित वर्ग व प्रस्थापित वर्गाच्या आश्रयाने निर्वाह करणारा वर्ग यांची संख्या व शक्ती ही परिवर्तनाच्या क्रांतीची झेप घेऊ इच्छिणाऱ्या वर्गापेक्षा नेहमीच मोठी राहिली आहे. लोकशाहीमध्ये संख्येचे महत्त्व असल्यामुळे केवळ प्रबोधनाच्या माध्यमातूनच बहुसंख्य होण्याचे परिवर्तनवाद्यांचे प्रयत्न यशस्वी झालेले नाहीत. तसे ते निकटच्या काळात होणे आता संभवनीय वाटत नाही; म्हणून सद्य:परिस्थितीत राजकीय पक्षांच्या ध्येयधोरणांमध्ये सामाजिक परिवर्तनाची मात्रा कमी ठेवली जाणेच आवश्यक आहे.

थोडक्यात म्हणजे, प्रबोधनातून पुरोगामी व क्रांतिकारी राजसत्ता निर्माण करता येईल, असे मानणे आता अवघड झालेले आहे. औद्योगिक अवस्थेच्या परिणामी जे प्रबोधन आपातत: घडत जाईल, तेवढ्यावरच आता राजकीय पक्षांना समाधान मानावे लागेल. पाश्चात्त्य व्यवस्थेमध्ये राजकीय पक्ष समाजसुधारणा किंवा प्रबोधनाच्या वाटेला फारसे जात नाहीत. तेच सूत्र आता भारतातील राजकीय पक्षांना स्वीकारावे लागेल. याचाच अर्थ प्रबोधन व सामाजिक परिवर्तनासाठी बद्धपरिकर असलेल्या पक्षांना अधिक काळ सत्तेच्या अपेक्षा ठेवून काम करता येणार नाही. मात्र प्रेशरग्रुप किंवा लॉबी म्हणून त्यांची उपयुक्तता कधीच नाकारता येणार नाही.

डॉ. आंबेडकरांच्या राजकीय प्रवासातला शेवटचा टप्पा भारतीय रिपब्लिकन पक्ष हा होता. त्याच्या आधी त्यांनी मजूर पक्ष व शेड्युल्ड कास्ट फेडरेशन अशा माध्यमांतून केलेले राजकीय कार्य सर्वश्रुत आहेच. मात्र भारतीय रिपब्लिकन पक्ष स्थापन करताना त्यांच्या दृष्टीपुढे, भारतामध्ये एक परिपूर्ण असा लोकशाहीवादी व काँग्रेस पक्षाला पर्यायी पक्ष उभा करावा, ही भावना स्पष्ट होती. त्यांच्या अकाली निधनाने त्यांचे हे स्वप्न साकार होण्यात विघ्न आले. हा इतिहासाचा वेगळा भाग झाला आणि म्हणून हा पक्ष देशपातळीवर काँग्रेस पक्षाला पर्याय ठरू शकला असता किंवा कसे, याबद्दलचे तर्कवितर्क आता संदर्भहीन झालेले आहेत. ज्याप्रमाणे फळाच्या रूपाने फुलांचे सातत्य राहते व अस्तित्व चालू राहते, त्याचप्रमाणे ज्या भूमिकांसाठी रिपब्लिकन पक्ष राहिला, त्यांची सिद्धता अनिवार्य झाली व त्या दिशेने समाज अग्रेसर

झाला. यामध्ये या पक्षाचे यश सामावलेले आहे.

भारतीय रिपब्लिकन पक्ष हा एकेकाळी महाराष्ट्रामध्ये अत्यंत प्रभावी असा एक राजकीय पक्ष राहिलेला आहे. संयुक्त महाराष्ट्र समितीच्या तेजस्वी लढ्याच्या काळात या पक्षाचे जे स्वरूप होते, ते अत्यंत ऊर्जस्वल, उन्मेषी असे होते. डॉ. बाबासाहेब आंबेडकरांच्या शिकवणुकीचे परिणाम व त्यांनी मागासांतील बहुसंख्य अशा महार समाजाला दिलेली बौद्ध धम्माची दीक्षा या अलौकिक घटनेचे परिणाम त्या वेळी राजकारणावर फार मोठा प्रभाव पाडून होते. तत्कालीन महाराष्ट्राच्या समाजमनाने दोन आंदोलने पाहिली. पहिले आंदोलन 'शेठजी-भटजी' च्या विरोधाच्या घोषणेतून उभे राहिलेले व ज्याला आपल्याकडील बहुजन समाजाची रिनेसान्स (नवजागृती) ची चळवळ म्हणता येईल असे, सामान्यपणे विसाव्या शतकाच्या दुसऱ्या किंवा तिसऱ्या दशकापासून सुरू होऊन, महाराष्ट्रात कै. यशवंतराव चव्हाणांच्या रूपाने राजसत्ता प्राप्त करून व पुढे शेतकरी बहुजन समाजाच्या विकासासाठी मोठी व्यूहरचना निर्माण करून गेले.

दुसरे, त्याच्या पाठोपाठ त्याच चळवळीतून निर्माण झालेल्या वरिष्ठ बहुजन समाजात अवतीर्ण झालेल्या दोषांचा निचरा करण्यात व खऱ्या अर्थाने सर्वहारा व पददलित वर्गाच्या अस्मितेची ध्वजा उंचावण्यात व अस्पृश्यांतील रिनेसान्स किंवा नवजागृतीची चळवळ उभी करण्यात यशस्वी ठरले ते डॉ. आंबेडकरी आंदोलन. महाराष्ट्रावर एकापाठोपाठ एक, पण विकासप्रक्रियेतदेखील जातीच्या उतरंडीचा क्रम सांभाळलेली, ही दोन प्रचंड आंदोलने कालांतराने एकमेकांत सरमिसळून गेली. गांधी-नेहरूंच्या आदर्शवादी स्वप्नाळू कार्यक्रमांना कै. यशवंतराव चव्हाणांसारख्या रॉयवादी पिंड असलेल्या विचारवंताकडून व्यवहारी आकार देताना कै. यशवंतरावांनी, महाराष्ट्रातील तत्कालीन साम्यवादी व समाजवाद्यांनी उत्तम पार्श्वभूमी निर्माण करून दिलेल्या वातावरणात, चांगलेसे व्यवहारी रूप देण्याचा प्रामाणिक प्रयत्न केला. यातूनच कै. दादासाहेब गायकवाडांच्या कार्यकालात काँग्रेस-रिपब्लिकन युतीने आकार घेतला व शिवशक्ती व भीमशक्तीच्या एकरसतेचा घोष महाराष्ट्रात निनादला. राजकीय शक्तीतून सामाजिक परिवर्तनाच्या प्रक्रियेला गती देण्याची व्यूहरचना हेच रिपब्लिकन पक्षाचे स्वरूप, डॉ. आंबेडकरांनंतर भारतीय रिपब्लिकन पक्षाला प्राप्त झाले.

डॉ. बाबासाहेबांनंतर एक देशव्यापी समर्थ व पर्यायी असा दलितांचा पक्ष बनण्याची भारतीय रिपब्लिकन पक्षाची क्षमता खूपच संकोचून गेली होती. अशा वेळी एकीकडे नवजागृत, साधनसामग्री आणि सत्ता यांनी युक्त असलेला दलितेतरांचा काँग्रेस पक्ष विकासाची सर्व फळे लाटून पुन्हा दलित-दलितेतर दरी वाढण्याची भीती उभी करीत असताना, त्या पक्षाच्या एका समदृष्ट, समयसूचक व प्रभावी नेत्याने

ऐक्यासाठी पुढे केलेला हात झिडकारण्यात दलित वर्गाचे अनहित होय, ही भावना तत्कालीन भारतीय रिपब्लिकन पक्षाच्या नेतृत्वात स्पर्शती झाली. या ऐक्यामुळे राजकीय पक्ष म्हणून भारतीय रिपब्लिकन पक्षाचा होत असलेला संकोच कोणी लक्षात घेतला नसेल असे नव्हे; पण ती एक ऐतिहासिक गरज होती. संयुक्त महाराष्ट्र समितीच्या लढ्यामध्ये ऐक्य व तत्त्वांशी प्रचंड इमान राखून भारतीय रिपब्लिकन पक्षाने स्वत:बद्दलचा फार मोठा दबदबा निर्माण केलेला होता. भारतीय रिपब्लिकन पक्षाच्या गरीब मतदारांना विकत घेण्याची भाषा ही त्या काळामध्ये कोणी काढू शकत नव्हता. हे जे भारतीय रिपब्लिकन पक्षाने संयुक्त महाराष्ट्र समितीच्या लढ्यात कमावले होते, ती शिदोरी त्या पक्षाला अदमासे दहा-बारा वर्षे पुरली. सन १९७२ पावेतो ती क्षीण होत आलेली होती. त्या वेळी पू. दादासाहेब गायकवाड यांचे निर्वाणही झालेले होते. पक्षामध्ये गवई, खोब्रागडे व कांबळे असे तीन प्रमुख उपप्रवाह निर्माण झाले होते. या पार्श्वभूमीवर सन १९७२ च्या विधानसभा निवडणुकीत जागावाटपाच्या मुद्द्यावरून काँग्रेस व भारतीय रिपब्लिकन पक्षाची युती तुटली. ती जवळपास कायमचीच म्हणावी लागेल; कारण युती करण्याइतपत आकर्षक शक्ती या तिन्ही गटांकडे उरलेली नव्हती व काँग्रेसचे बळ अफाट वाढले होते.

पन्नास वर्षांपूर्वी महाराष्ट्रातील दलित किंवा त्यांसाठी उभे राहिलेले तत्त्वज्ञान या बाबी आता संदर्भहीन आहेत. वीस वर्षांपूर्वी त्या जेवढ्या संदर्भमय होत्या, तेवढ्याही त्या आता राहिलेल्या नाहीत. नाही म्हणायला अधूनमधून एखाद-दुसऱ्या जातीच्या ऐक्याची आरोळी ठोकली जाते; पण त्याकडे समाज आता फार गांभीर्याने पाहत नाही; म्हणून जातिविग्रह हीदेखील आता पूर्वीइतकी उग्र अशी समस्या नाही. आता वर्गविग्रहानेदेखील मान टाकली आहे. कार्ल मार्क्सने अनुभवलेली भांडवलशाही आपल्या देशात एवढ्या तीव्रतेने निर्माणच झाली नाही. स्वातंत्र्याबरोबरच आपल्याकडे समाजवादाच्या विचाराने हातपाय पसरलेले होते. त्यामुळेच श्रमिकांचे प्रचंड शोषण होईल अशी अवस्था, स्वातंत्र्योत्तर आपल्या येथील राज्यव्यवस्थेत निर्माण झाली नाही; म्हणून आता समाजवादी व समतावादी पक्षाला त्यांच्या निर्वाहासाठी केवळ अशा कार्यक्रमांवर विसंबून राहता येणार नाही, याची जाण असलेल्या भारतीय रिपब्लिकन पक्षाचा किंवा पँथरचा नेतावर्ग आज इतर स्वरूपाच्या कार्यक्रमांवर भर देऊन वागत आहे. त्याची उत्तम उदाहरणे म्हणजे ना. रा. सु. गवई व ना. आठवले हे होत. रिपब्लिकन पक्षाच्या ज्या काही क्षमता येत्या कालखंडात संदर्भ ठेवून राहतील, त्यांना हेच भान सांभाळावे लागेल.

स्वत:पुरते बोलायचे झाल्यास ग्रामीण भाग, गरीब शेतकरी, शेतमजूर व प्रादेशिक असमतोल हे माझ्या राजकीय कामाचे प्रेरणास्थान होते. यामध्ये स्वाभाविकच

सर्वच्या सर्व दलित वर्ग सामावलेला असे. जातिवाचक, कामाची आम्हाला गरज नसे; कारण आमच्यासमवेत कोणत्याच जातीतली श्रीमंत, भांडवलदार माणसे नव्हती. आम्ही या वर्गांचे प्रखर टीकाकार होतो व समाजवादी दृष्टीचे होतो. या पार्श्वभूमीवर मी व माझा सर्व मित्रपरिवार सन १९७१ मध्ये भारतीय रिपब्लिकन पक्षामध्ये गेलो, तेव्हा आम्हाला कोणालाच काही वेगळे घडले असे वाटले नाही. पुढे सन १९७८ मध्ये आम्ही बाह्यत: भारतीय रिपब्लिकन पक्षाचा त्याग केला; पण त्या वेळीही काही वेगळे झाले असे वाटले नाही. आम्हाला आम्ही अजूनही भारतीय रिपब्लिकन पक्षाचे नव्हेत, असे वाटत नाही.

अभ्यासासाठी म्हणून हे सांगणे गैर नाही की, मी स्वत: ब्राह्मण व माझे सर्व प्रमुख सहकारी मराठा, धनगर, मुसलमान, माळी व अन्य दलित जातींतील देखील होते व आहेत. सर्वांचा पिंडच वैचारिक असल्यामुळे भारतीय रिपब्लिकन पक्षाच्या कार्यक्रमात कुणाचीच कुचंबणा झाली नाही. तत्कालीन परिस्थितीत आस्ते आस्ते भारतीय रिपब्लिकन पक्ष हा वर उल्लेख केल्याप्रमाणे, प्रेशरग्रुप बनत चालला होता. शिवाय नव्यानेच वाढत असलेल्या पँथरच्या आंदोलनाने भारतीय रिपब्लिकन पक्षाला अधिकच कमजोर केले होते. ही बाब सोडली तर मला भारतीय रिपब्लिकन पक्षाच्या माध्यमातून काम करण्यास पुष्कळ संधी मिळाली. एकतर बाहेरचा (मतदार संघातील सोडून) कोणी आमचा द्वेष करीत नव्हते. आमच्यात पक्षांतर्गत द्वेष किंवा स्पर्धा ही नगण्यच होती व तो काळही मुळात हावरेपणाचा नव्हता. मुंबई महापालिकेपासून ते चंद्रपूर-भंडाऱ्यापर्यंत अनेक ठिकाणी सभासंमेलने व जनतेचे प्रश्न सोडविण्यासाठी मला संधी दिली जात असे. तिन्ही गटांच्या ऐक्याचा विराट मेळावा मुंबईला ओव्हल मैदानावर झाला. त्यातही माझे भाषण करविले गेले. दलितांच्या समस्येची सोडवणूक करण्यासाठी संपूर्ण शासनव्यवस्था सुधारलेली असावी, संपूर्ण समाजाची आर्थिक व शैक्षणिक उन्नती व्हावी, या गोष्टीदेखील तितक्याच आवश्यक असल्यामुळे भारतीय रिपब्लिकन पक्षाच्या कार्यक्रमात दुष्काळी विभागाचे प्रश्न, सिंचननिर्मिती व वितरण, विद्युतनिर्मिती व वितरण व शिक्षण, आरोग्य या सर्व क्षेत्रांत काम करणे आवश्यक असे. माझी वकिलीची बैठक, समाजवादी विचारसरणीचा अभ्यास व आमदार झाल्यामुळे शासनव्यवहाराचे वेगाने मिळविलेले सखोल ज्ञान या गोष्टी मला राज्यव्यवहारावर प्रभाव पाडण्यात खूप उपयुक्त ठरत होत्या व या सर्व क्षमता मागासलेली माणसे व मागासलेले विभाग यांच्यासाठी वापरण्याची मूळची प्रेरणा कार्यरत होती.

स्वत:पुरता सांगण्यासारखा आणखी एक मुद्दा. मला भारतीय रिपब्लिकन पक्षाने १९७२ च्या जानेवारीत विधानसभेचे तिकीट दिले. त्या काळात व त्यानंतर स्व. जयप्रकाशांच्या चळवळीत आकर्षिला गेल्यानंतर काही काळात माझी वाक्शक्ती

बहराला आली होती. दुपारच्या दोन वाजण्याच्या उन्हातदेखील माझ्या सभांना दोन-तीन हजारांची गर्दी हेात असे. नागपूरच्या भारतीय रिपब्लिकन पक्षचलित कॉलेजच्या मोठ्या समुदायांच्या गॅदरिंगमधील माझ्या भाषणाचा प्रभाव लक्षात राहण्यासारखा होता. आता काही लोक त्याच्या केवळ आठवणी सांगतात. मला तर मी काय बोलत असे, ते आठवावे म्हटले तरी कठीण जाते. तो आठ वर्षांचा काळ मंतरलेला होता यात शंका नाही. ती शक्ती कोठून आली होती? डॉ. बाबासाहेब आंबेडकर हेच त्याचे उत्तर येते.

विधिमंडळात प्रवेशताच 'वंदे मातरम्‌चा' प्रश्न निर्माण झाला. काही उर्दू शाळांनी त्यास बंदी घातली होती. रोज स्थगन प्रस्ताव देऊन मी शासनाला हैराण केले. माझ्या ह्या एकटाकी लढ्यात जनसंघ किंवा समाजवादीदेखील सामील झाले नाहीत; पण वृत्तपत्रांनी फार दाद दिली. शासनाकडून कार्यवाही मिळवूनच मी थांबलो. आज त्याच विधानसभेत सुरुवातीस 'वंदेमातरम्' म्हणतात, त्याचा मला केवढाआनंद व अभिमान वाटला! आज आपण तेथे नाही, याचे दु:ख केवळ त्यामुळेच वाटले. रोजगार हमीच्या नियमांत मौलिक सुधारणा व्हाव्या, यासाठी लढा उभा करण्याची मागणी मी विरोधी पक्षात केली. ती मान्य होऊन २०-३० दिवस विधिमंडळावर प्रभावी बहिष्कार टाकला गेला. सतत कामकाज बंद पाडले जाई. त्यानंतर मुख्यमंत्र्यांनी मी, ना. गवई, आ. शिवराज पाटील यांच्यासह काही काँग्रेसी आमदारांच्या छोट्या ग्रुपकडून नियमावली सुधारून घेतली. पुढे त्याचाच कायदा पुलोदच्या सुमारास झाला.

पशुहत्याविरोधी माझे बिल बरेच गाजले. परिणाम मात्र शून्य! शासनाने कायदा करण्याचे कबूल केले. अजूनही 'चिवरी' इ. ऐकले की, स्वत:च्या अस्तित्वाची लाज वाटू लागते.

नसबंदी अनिवार्य करणाऱ्या कायद्यावर आमच्या प्रवर समितीने फार उत्तम काम केले. एका अत्यंत अवघड सामाजिक प्रश्नाबद्दल एक उत्तम कायदा आम्ही दिला होता. त्याची प्रत युनेस्कोने मागविली होती. मला त्या कायद्याचा खूप अभिमान वाटे, पण त्याची भ्रुणहत्या झाली. नसबंदीच्या चळवळीचीच पूर्ण नसबंदी झाली!

प्रत्येक अधिवेशनात माझे पंचवीस-तीस प्रश्न सहज असत. सीलिंग कायद्याची खिंड आम्ही जिद्दीने लढविली. विधानसभेचे काम रात्रभर चालल्याचा विक्रम त्याच वेळी घडला. मी जवळपास शंभर सुधारणा दिल्या होत्या. त्यातल्या पाच-सहा मान्य झाल्या.

दलितांवरचे अत्याचार त्या काळात बरेच होते. ज्ञात झालेले एकही प्रकरण न लढविता मी सोडले नाही. दुष्काळासाठी सुखठणकर समिती नियुक्त करून घेण्यात माझेच परिश्रम प्रमुख होते. असे तपशील अनेक निघतील; ते टाळणे उचित होईल.

मराठवाडा विकास परिषद व नामांतर चळवळ यांत मी काम केले नसते तरच नवल होते. वास्तविक 'डॉ. बाबासाहेब आंबेडकर मराठवाडा विद्यापीठ' ही नामसंवर्धनाची माझी समन्वयवादी सूचना सर्वमान्य झाली होती; पण ना. शरद पवार यांची वेळ चुकली व त्यांच्या विरोधकांनी त्याचा फायदा घेतला. अन्यथा अत्यंत उचित अशा या सूचनेचे वाटोळे झाले नसते. या चळवळीत मला उस्मानाबाद येथे चप्पल फेकून मारण्यात आली. (कै. एस. एम. जोशींना तर चपलांची माळच घातल्याचे ऐकण्यात आले!) माझ्यापुरता हा रोमांचकारी असा आनंदाचा क्षण होता. क्षणभर का होईना, आपल्याला दलितांचे दु:ख वाटून मिळाले याचाच तो आनंद होता.

सार्वजनिक जीवनाने मला अपमान व कष्टांचा फार मोठा ठेवा दिला. त्यात हिरकणीसारखा शोभणारा तो क्षण होता!

□□□

२१.
आर. एस. रणशृंगारे यांची मुलाखत
हृषिकेश अयाचित

प्रश्न : आपण रिपब्लिकन पक्षात किती वर्षांपासून आहात?

उत्तर : रिपब्लिकन पक्षात आज मी नाही. मात्र रिपब्लिकन पक्षाची स्थापना झाल्यापासून पंचवीस वर्षे या पक्षात नेतृत्वाचं काम, तसंच संघटनेचं काम मी केलं आहे.

प्रश्न : या पक्षात होता तेव्हा समाधान होतं का?

उत्तर : या पक्षाचे अनेक तुकडे झाले. नेत्यांचा वैयक्तिक स्वार्थ, एकमेकांबद्दल पराकोटीचा द्वेष यांमुळे काम करणे अवघड गेले; त्यामुळे पक्षातून नाइलाजाने बाहेर पडावे लागले.

प्रश्न : रिपब्लिकन पक्षासाठी आत्तापर्यंत आपण कोणतं कार्य केलंत?

उत्तर : या पक्षात आम्ही काम करीत असताना ग्रामीण विभागातून शेतमजुरांची दु:खे दूर व्हावीत आणि त्यांच्या पोटापाण्याचा प्रश्न सुटावा म्हणून शेतमजूर संघटना निर्माण केली. झोपडीत राहणाऱ्या लोकांचे प्रश्न सुटावेत त्यासाठी झोपडपट्टी संघ स्थापन करून त्यांच्या पाणी, वीज, संडास इ. मूलभूत गरजा पूर्ण करण्याचा प्रयत्न केला. शासन, कॉर्पोरेशन व खासगी मालक हे अतिक्रमणाच्या नावाखाली झोपडपट्टीवासीयांना सतत हुसकावून लावत असत. त्यांच्या राहण्याचा प्रश्न संघटनेद्वारे सोडवला. कनिष्ठ नोकर संघ स्थापन करून कोतवालांचे प्रश्न, त्यांचा पगार, नोकरीतील शाश्वती या प्रश्नांवर प्रयत्न केले. ग्रामीण जनतेच्या प्रश्नांवर संघटितपणे मोर्चे, उपोषण आदी लढ्याचे मार्ग अवलंबले. पक्षकार्यास गतिशील करण्यासाठी व निवडणुकीत यश मिळवण्यासाठी सभा-संमेलने सतत घेत होतो. जेणेकरून पक्ष क्रियाशील राहील, याची दक्षता घेतली.

प्रश्न : पक्षात तुम्हाला प्रतिस्पर्धी कोण होते?

उत्तर : पक्षात आम्हाला जिल्हापातळीवर जाणकार प्रतिस्पर्धी नव्हते; परंतु वरिष्ठ नेत्यांच्या मर्जीत राहून पक्षकार्यात खीळ घालणारे व पक्षप्रगतीस रुकावट करणारे म्हणून श्री. एन. एस. कांबळे हे होते; परंतु पक्षातील कार्यक्रमात, जिल्हा-पातळीवर होणाऱ्या कार्यक्रमात त्यांचा विरोध थिटा व कुचकामी होता, हे विशेषत्वाने नमूद करावेसे वाटते.

प्रश्न : पक्षाने आतापर्यंत कुठले लढे दिले?

उत्तर : पुणे करार रद्द व्हावा म्हणून पुणे येथे सर्व महाराष्ट्रातून सत्याग्रही आलेले होते. सोलापुरातूनही सत्याग्रहींची तुकडी पाठवण्यात आली. भूमिहीनांचा अभूतपूर्व लढ्यामध्ये सोलापूरकरांनी सिंहाचा वाटा उचलला. भाववाढविरोधी आंदोलन सर्व पक्षांच्या संमतीने, सहकार्याने लढवले गेले. स्थानिक पातळीवर कामगारांचे संप, लढे सतत लढवले गेले. संयुक्त महाराष्ट्राच्या चळवळीत इतर पक्षांबरोबर रिपब्लिकन पक्षानेही त्यात सहभागी हाऊन लढा तीव्र केला. संयुक्त महाराष्ट्राचा लढा हा मराठी माणसाच्या अस्मितेचा लढा होता; त्यामुळे सारी मराठी मनं पेटून उठली होती. त्यांच्या भावनांचा आणि विचारांचा तो उद्रेक होता. ही मराठी माणसाच्या अस्तित्वाची लढाई जिंकण्यासाठी महाराष्ट्रामध्ये परिवर्तनाचे एक नवे वारे वाहू लागले होते. व्यक्तिगत मोठेपणा, अहंकार, पक्षभेद सारे बाजूला ठेवून आम्ही सारेजण लढ्यासाठी कटिबद्ध झालो होतो. मी स्वत: व माझे सहकारी श्री. केरू लंकेश्वर, डी. बी. खुणे यांना येरवडा तुरुंगात दोन महिने ठेवले होते.

प्रश्न : पक्षात काम करताना कोणत्या अडचणी येतात?

उत्तर : रिपब्लिकन पक्षात काम करीत असताना, लोकांचे प्रश्न सोडवीत असताना कार्यकर्त्यांचे केडर असावे लागते. लोकांचे वेगवेगळे प्रश्न, वेगवेगळ्या पातळ्यांवर, वेगवेगळ्या मार्गांनी सोडवावे लागतात. त्यासाठी पक्षाकडे राखीव निधी असावा लागतो. रिपब्लिकन पक्ष हा समस्त शोषित-दलितांचा राहिल्याने अडचणी येतात. लोकांचे दैनंदिन प्रश्न सोडवणे व त्यासंबंधी कार्यकर्त्यांना प्रवृत्त करणे हे काम शहर आणि जिल्हापातळीवर करावे लागते. पक्षातील कार्यकर्त्यांना तयार करण्याची, त्यांना प्रशिक्षण देण्याची गरज वरिष्ठांना वाटत नाही; त्यामुळे उत्साही कार्यकर्ते निराश होतात व ते टिकून राहत नाहीत. लोकांचे प्रश्न सोडवत असताना आधी ते समजावून घेणे, ते संबंधितांपुढे व्यवस्थित मांडणे, त्यांच्या वैध-अवैधतेची शहानिशा करणे व तत्संबंधी योग्य निर्णय घेऊन त्यांची अंमलबजावणी करणे यासाठी लागणारे कार्यकर्त्यांचे केडर निर्माण होऊ शकले नाही.

कार्यकर्ता हा मूलत: गरिबीतून आलेला असतो. अशा कार्यकर्त्यांना पूर्णवेळ काम देणे अडचणीचे होते. त्याच्या आर्थिक विवंचनेमुळे, स्वत:चा आणि कुटुंबाचा

उदरनिर्वाह तो करू शकत नाही. यावरही मात करून एखादा कार्यकर्ता तयार झालाच तर वरिष्ठ नेते त्याचं खच्चीकरण करतात. वरिष्ठांच्या मर्जीशिवाय कुठल्याही कार्यकर्त्याला पक्षाचं कामकाज करता येत नाही. डॉ. बाबासाहेबांची जयंती, धम्मचक्र प्रवर्तनदिन, महापरिनिर्वाण दिन या समारंभांच्या कार्यक्रमाशिवाय दुसरा कुठलाही कार्यक्रम रिपब्लिकन पक्षाजवळ नाही. प्रसंगानुसार एखादा कार्यक्रम घ्यायचा ठरल्यास आर्थिक अडचणीमुळे तो पार पाडणे अतिशय कठीण होऊन जाते. त्यामुळे कार्यकर्ते नाउमेद होतात. पक्षाजवळ कार्यक्रम राबवण्यासाठी निधी असणे जरुरीचे आहे. त्याशिवाय पूर्णवेळ कार्यकर्ते मिळू शकत नाहीत. अशा प्रशिक्षित पूर्णवेळ कार्यकर्त्यांचे आर्थिक प्रश्न सुटले तर पक्षसंघटना बळकट होईल व जनमानसात त्याची प्रतिमा उजळ होईल; पण तसे घडले नाही, ही पक्षाची शोकांतिका आहे.

प्रश्न : रिपब्लिकन पक्षाने आतापर्यंत किती निवडणुका लढवल्या?

उत्तर : १९५७ सालापासून रिपब्लिकन पक्ष संसदेच्या, विधानसभेच्या, नगरपालिका, महानगरपालिका व ग्रामपंचायतीपर्यंतच्या सर्व निवडणुका सातत्याने लढवीत आला आहे.

प्रश्न : या निवडणुकांचा अनुभव काय?

उत्तर : अनुभव असा आहे की, संयुक्त महाराष्ट्र समितीच्या वेळची निवडणूक सोडली तर ज्या ज्या पक्षाशी निवडणूक करार झाला, त्या सर्व पक्षांना निवडणुकीत रिपब्लिकन पक्षामुळे यश मिळाले; कारण निवडणुकीत जिद्दीने मतदान करण्याचे काम बाबासाहेबांच्या अनुयायांनी इमाने इतबारे केले आहे; परंतु करार केलेल्या पक्षाने रिपब्लिकन पक्षाच्या उमेदवारास योग्य ते सहकार्य दिले नाही; त्यामुळे रिपब्लिकन पक्षाचा एकही उमेदवार निवडणुकीत निवडून येऊ शकला नाही. अपवाद फक्त संयुक्त महाराष्ट्र समितीच्या चळवळीचा. मध्यंतरी काँग्रेस आणि रिपब्लिकन पक्षाच्या युतीमुळे नगरपालिका, जिल्हा परिषदा व विधानसभांच्या निवडणुकीत विजय मिळाला असला तरी तो नगण्य स्वरूपाचा होता; कारण निवडणुका ह्या पक्षाच्या नावावर लढवल्या जात नाहीत; त्या जातीच्या नावावर लढवल्या जातात, असा अनुभव आहे.

प्रश्न : निवडणुकांत आपण कुठे कमी पडतो?

उत्तर : रिपब्लिकन पक्षाचे उमेदवार हे मूलत: निर्धन अवस्थेत असतात; त्यामुळे साधनांचा तुटवडा निर्माण होतो. परिणामी मतदार संघातील मतदारांशी त्यांना संपर्क साधता येत नाही. प्रचारसाधनांचा अभाव, कार्यकर्त्यांचं दुर्भिक्ष यांमुळे यंत्रणा उभीच राहत नाही.

प्रश्न : निवडणुकांतील राखीव जागांचा उपयोग होत नाही का?

उत्तर : निवडणुकांतील राखीव जागा रद्द करण्याबाबत बाबासाहेबांनीच

पक्षकार्यकारिणीच्या बैठकीत ठराव करून या जागांचा उपयोग होत नसल्याचे स्पष्ट केले; कारण विविध पक्षांच्या, मुख्यत: काँग्रेस पक्षाच्या तिकिटावर राखीव जागेवर निवडून येणारे उमेदवार हे अस्तित्वहीन असतात. यामुळे दलितांच्या प्रश्नांविषयी पक्ष ज्याप्रमाणे आदेश देईल, त्याबरहुकूम त्यांना वागावे लागते. त्यामुळे दलित आणि शोषितांचे प्रश्न सोडवण्यात हे उमेदवार अपुरे पडतात. त्यामुळे निवडणुकीतील राखीव जागा रद्द कराव्यात असा आग्रह रिपब्लिकन पक्षाने सातत्याने धरला आहे.

प्रश्न : इतर पक्ष आपल्या पक्षाबरोबर कसे वागतात?

उत्तर : इतर पक्ष निवडणुकीच्या वेळेस फक्त त्यांच्या पक्षाला फायदा मिळावा म्हणून तेवढ्या वेळेपुरते बरे वागतात. इतर वेळेस मात्र सब घोडे बारा टक्के अशी परिस्थिती असते.

प्रश्न : पक्ष मजबूत होण्यासाठी कशी बांधणी करावी लागेल?

उत्तर : डॉ. बाबासाहेबांच्या महापरिनिर्वाणानंतर त्यांची जागा घेऊ शकेल असा एकही नेता निर्माण होऊ शकला नाही व ते अशक्यही होते. त्यांच्या ठिकाणी सामूहिक (प्रेसिडियम) नेतृत्वाची कल्पना पुढे आली. कालांतराने या सामूहिक नेतृत्वामध्ये मतभेद निर्माण झाले. वैचारिक मतभेद असते तर चळवळीला एक नवे परिमाण मिळाले असते; पण विचारहीन वैयक्तिक हेवेदावे व प्रत्येकाचा बाबासाहेब बनण्याचा आटापिटा यामुळे एकाचे दोन, दोनाचे तीन असे करीत दुहीचा वेल मांडवाला गेला. ही परिस्थिती पस्तीस वर्षांनंतरही कायम आहे. जुने वादग्रस्त कालबाह्य व काळाआड झालं आहे. जे आहेत ते नगण्य आहे. आजला बाबासाहेबांना न पाहिलेली पिढी, त्यांच्या महापरिनिर्वाणानंतर जन्मलेली पिढी नेतृत्व करते आहे. यांचा नेता फक्त बाबासाहेब! यांचे विचारही बाबासाहेबांचेच! तेव्हा एक नेता, एक विचार असूनही पक्ष एकत्रित येत नाही याचा अर्थ सूर्यप्रकाशाइतका स्पष्ट आहे. व्यक्तिगत हेवेदावे व नेतृत्वाचा वाद हे एकमेव कारण आहे. सामंजस्य, एकमेकांसंबंधी आदरभाव, जुन्या नेतृत्वास आधार देण्याची वृत्ती जोपर्यंत बाळगली जात नाही, तोपर्यंत पक्ष संघटित होण्यात अडचणी निर्माण होतील.

प्रश्न : पक्षातल्या पुढाऱ्यांचा काय अनुभव आहे?

उत्तर : पक्षनेतृत्वाने व्यापक आणि सर्वसमावेशक अशी भूमिका कधीच घेतली नाही. कार्यकर्त्यांमध्ये बेदिली माजवून एक-दोन कार्यकर्ते हाताशी धरणे आणि मर्यादित यशाच्या पाठीमागे लागणे एवढेच काम त्यांनी आत्तापर्यंत केलेआहे.

प्रश्न : संसार आणि राजकारण कसे सांभाळता?

उत्तर : मी सुरुवातीस टेक्स्टाइल मिल व इतर ठिकाणी काम करीत होतो. बाबासाहेबांच्या चळवळीमुळे भारावून जाऊन जेव्हा जेव्हा कार्यक्रम, लढे, चळचळी

असत, त्या वेळी नोकरी दुय्यम असे; पण कार्यकर्त्यांचं वास्तव यापेक्षा भयाण होतं. अनेक कार्यकर्ते आणि त्यांची कुटुंबे यांची अवस्था अतिशय बिकट होती. उदरनिर्वाहासाठी त्यांना कसलेही साधन नव्हते. भावनेने वास्तवतेवर प्रखर मात केली आणि संसाराकडे पाठ फिरवून अनेकांनी चळवळीत स्वत:ला झोकून दिले. सुरुवातीच्या काळात माझीही अवस्था तशीच झाली; पण माझी पत्नी शिक्षिका झाल्याने व मला दोनच अपत्ये झाल्याने माझा संसारगाडा पत्नीने समर्थपणे नेला व त्यामुळे मी पूर्णवेळ पक्ष व चळवळीसाठी देऊ शकलो.

प्रश्न : दलितांच्या राजकारणाविषयी समाधानी आहात का?

उत्तर : नाही. मी पूर्णपणे असमाधानी आहे.

प्रश्न : पूर्वीचा रिपब्लिकन पक्ष आणि आताचा रिपब्लिकन पक्ष यांत फरक कोणता वाटतो?

उत्तर : डॉ. बाबासाहेबांच्या महापरिनिर्वाणानंतर जे नेतृत्व अस्तित्वात होतं, त्या बहुतेकांना बाबासाहेबांचा सहवास लाभला होता. एन. शिवराज, कर्मवीर दादासाहेब गायकवाड, बॅरिस्टर राजाभाऊ खोब्रागडे, आर. डी. भंडारे, बी. सी. कांबळे व इतर या सर्वांनी चळवळीतले सर्व प्रसंग प्रत्यक्ष अनुभवले होते. बाबासाहेबांच्या सहवासामुळे वैचारिक प्रगल्भता त्यांच्यात आली होती. दु:खितांच्या प्रश्नांचा कळवळा त्यांच्यात होता. सवंग लोकप्रियतेच्या पाठीमागे न लागता किंवा पोशाखी पुढारपण न करता विचारांची बांधीलकी आणि बाबासाहेबांचा वारसा यांचं नातं दृढ होतं; त्यामुळे सौदेबाजी हा प्रकार त्या काळच्या नेत्यांनी केला नाही. याउलट, परिस्थिती एका वेगळ्या वळणावर आली आहे. नाव बाबासाहेबांचं, झेंडा बाबासाहेबांचा आणि निळी टोपीही बाबासाहेबांची! या एवढ्या भांडवलावर सौदेबाजीचे राजकारण बिनदिक्कत सुरू झाले आहे आणि या सौदेबाजीपायी एखाद्या पदावर खूष होऊन आपला स्वाभिमान दुसऱ्यांच्या पायांवर ठेवण्याची शर्यत लागली आहे. या परिस्थितीमुळे अगतिकता एवढी टोकाला गेली आहे, की रिपब्लिकन पक्षाचं सध्याचं नेतृत्व सकाळी एका छावणीत, दुपारी एका छावणीत आणि रात्री वेगळ्याच छावणीत पालखी वाहण्यासाठी सदासर्वकाळ तयार दिसतं.

प्रश्न : राजकारणात सौदेबाजी का वाढते आहे?

उत्तर : स्वातंत्र्यानंतर साधारणपणे एक तप स्वातंत्र्यपूर्व काळातील ध्येयवादी अशा नेत्यांकडे पक्षाचे नेतृत्व होते आणि या नेत्यांकडे विचारसमृद्धी होती, ध्येयनिष्ठा प्रखर होती; त्यामुळे पक्षाच्या ध्येयधोरणानुसार चालण्याची त्यांची वृत्ती प्रशंसनीय होती. पण पहिल्या तपानंतर या ध्येयनिष्ठ नेत्यांचा लोप होत गेला, ध्येयाची जागा सत्तेने घेतली आणि त्यासाठी अनेक लटपटी-खटपटी, युक्त्या-प्रयुक्त्या अशा बेरजेच्या

राजकारणाचा खेळ सुरू झाला आणि यामुळे सौदेबाजीचं राजकारण आज स्थिर झाल आहे.

प्रश्न : रिपब्लिकन पक्षाला कुठला पक्ष जवळचा वाटतो?

उत्तर : राजकारणात लोकशाहीवर चालणारा, हुकूमशाहीस विरोध करणारा, निधर्मी, लोकशाही अमलात आणणारा असा काँग्रेस पक्ष रिपब्लिकन पक्षाला जवळचा वाटतो.

प्रश्न : दलित मतदारांचा आपला अनुभव कसा?

उत्तर : दलित मतदार हा गोंधळलेला, कोणावरही विश्वास नसलेला, निरुत्साही अशा अवस्थेप्रत पोहोचलेला आहे.

प्रश्न : दलितांतील सुशिक्षित लोकांचा प्रतिसाद मिळतो का?

उत्तर : आजचे सुशिक्षित दलित सर्वसामान्य लोकांपासून अलग पडले आहेत. सुशिक्षितांवर काही अन्याय झाला तरच त्यांना समाजाची आठवण होते. समाजाने आपल्या रक्षणासाठी धावून यावे अशी अपेक्षा समयोचित असते. त्यांना समाजाकडून प्रतिष्ठा हवी असते. आपल्याच समाजातील गरीब, अशिक्षित, बेकार लोकांबद्दल ते उदासीन असतात. त्यांच्याशी संपर्क ठेवल्याने या तथाकथित पांढरपेशांना स्वत:ची प्रतिष्ठा डागाळण्याची भीती वाटते. आंबेडकरी चळवळीशी आपलं काही देणं लागत नाही, ही भावना त्यांच्यामध्ये दृढ झाली आहे.

प्रश्न : वर्तमानपत्रांची रिपब्लिकन पक्षाबाबत भूमिका कशी असते?

उत्तर : सध्याची वृत्तपत्रे ही विशिष्ट पक्षाची, विशिष्ट विचारसरणीची असल्याने भांडवली अर्थव्यवस्था व पुनरुज्जीवनवाद मांडणारी बहुसंख्येने आहेत; सध्या देशात या दोन्ही प्रवृत्ती वणव्यासारख्या पसरत आहेत; त्यामुळे श्रमिक, शोषित, दलित, भूमिहीन यांच्या प्रश्नांना ज्या प्रमाणात न्याय मिळायला हवा, त्या प्रमाणात तो मिळत नाही आणि रिपब्लिकन पक्षाने दु:खितांच्या प्रश्नांची बांधीलकी पत्करल्याने ही वृत्तपत्रे त्याकडे दुर्लक्ष करतात.

प्रश्न : इतर पक्षातील बडी मंडळी मदत करतात का? असल्यास कशा स्वरूपात व कधी?

उत्तर : इतर पक्षांतील बडी मंडळी मुख्यत: हेतू स्वत: एखादं पद मिळवणं, निवडून येणं व त्यासाठी वेळोवेळी स्वत:चं स्तोम माजवण्यासाठी छोटे-मोठे कार्यक्रम घेणं व परिस्थितीनुसार कार्यकर्त्यांस मधाचं बोट लावून त्यांचा उपयोग करून घेणं यासाठीच मदत करतात.

प्रश्न : रिपब्लिकन पक्षाचं वाटोळं कुणी केलं?

उत्तर : नेतृत्वाचा अंतर्गत वाद, संयुक्त महाराष्ट्र समिती व रिपब्लिकन पक्ष

युती आणि काँग्रेस-रिपब्लिकन युती.

प्रश्न : रिपब्लिकन पक्षाचं भवितव्य काय असेल?

उत्तर : रिपब्लिकन पक्षातील नेतृत्ववाद जोपर्यंत मिटत नाही, तोपर्यंत पक्षाला भवितव्य नाही.

प्रश्न : तुम्ही राजकारणात प्रवेश केल्यावर विरोध झाला का? (घरातून, इतरेजनांकडून)

उत्तर : डॉ. बाबासाहेबांच्या आकर्षणामुळे आम्ही राजकारणात नकळत ओढले गेलो. त्यावेळी सामाजिक व शैक्षणिक चळवळ असल्याने आम्हाला कुणाकडूनही विरोध झाला नाही.

प्रश्न : पक्षासाठी आपण कोणतं कार्य केलं?

उत्तर : शहरात व जिल्ह्यात पक्षसंघटना बांधून जिल्ह्यातील सर्व गावांतून पक्षात लोण पोहोचवलं. अन्याय-अत्याचारास पायबंद घातला. कामगार संघटना स्थापन केल्या. जिल्ह्यांतून कार्यकर्त्यांचे केडर तयार केले. शेतकी सोसायटी, मच्छिमार सोसायटी स्थापन केली. झोपडपट्टी व भाडेकरू संघातर्फे शहराच्या सर्व थरांतील भाडेकरूंचे प्रश्न सोडवले. शिक्षणसंस्था स्थापन केल्या. जनजागृती घडवून आणण्यासाठी रात्रंदिवस प्रयत्न केले.

प्रश्न : पक्षानं तुमच्यासाठी काय केलं?

उत्तर : पक्षाच्या नेतृत्वपदी आमची निवड करून आमचा सन्मान केला. निवडणुकीत तिकिटे दिली. पक्षामुळे आम्हाला प्रतिष्ठा प्राप्त झाली.

प्रश्न : रिपब्लिकन पक्षात महारेतर दलित समाज नगण्य का आहे?

उत्तर : महारेतर समाज पक्षात नगण्य असल्याचे कारण म्हणजे खेड्यांतून हा समाज स्पृश्यवर्गीयांविरुद्ध जाण्यास धजत नाही. स्वाभिमानी बाण्याने वागण्याचे त्यांच्यात धैर्य नाही. आंबेडकरी चळवळीने लढा देऊन मिळवलेल्या सोयी-सवलती या महारेतर समाजास पर्यायी म्हणून विनासायास मिळत असल्याने त्यांना रिपब्लिकन पक्षात जाऊन हे सतीचं वाण घ्यावंसं वाटतं नाही.

प्रश्न : गटबाजी नष्ट होणार नाही का?

उत्तर : रिपब्लिकन पक्षातील गटबाजी नष्ट न होता हळूहळू रिपब्लिकन पक्षच नष्ट होईल, अशी त्याची आजची अवस्था आहे.

प्रश्न : निवडणुकांविषयी आपलं मत काय आहे?

उत्तर : निवडणुकीत उमेदवारांचा खर्च सरकारने करावा. मतदारांना ओळख कार्ड द्यावं. सरकारी नोकरांप्रमाणे बडे भांडवलदार, बडे जमीनदार, काळा बाजारवाले, परमिटवाले यांना उमेदवार म्हणून देशाच्या निवडणुकीत भाग घ्यायला कायद्याने बंदी

आर. एस. रणशृंगारे यांची मुलाखत ❁ २९५

असावी.

प्रश्न : रिपब्लिकन पक्षाने यापुढे काय करावे?

उत्तर : रिपब्लिकन पक्षाने लाल निशाण गटाप्रमाणे किमान दहा वर्षे सामाजिक व आर्थिक प्रश्नांवर भर देऊन मागासवर्गीयांची सर्वांगीण उन्नती करण्याचे काम करावे.

प्रश्न : स्वतंत्र मजूर पक्षात आपण काम केलं आहे का?

उत्तर : त्या काळी आम्ही शालेय विद्यार्थी असल्याने मजूर पक्षात आम्ही काम केले नाही.

प्रश्न : शेड्युल्ड कास्ट फेडरेशनमध्ये काम केलं आहे का?

उत्तर : शेड्युल्ड कास्ट फेडरेशनचा जिल्हा सेक्रेटरी म्हणून मी काम केले आहे. डॉ. बाबासाहेब आंबेडकरांनी इमारत फंड उभा केला; त्यास दहा हजार रुपये देऊन महाराष्ट्रात प्रथम क्रमांकाचे काम आम्ही केले. शेड्युल्ड कास्ट फेडरेशन व शेतकरी-कामकरी पक्ष यांची निवडणुकीपुरती युती सोलापूर जिल्ह्यात घडवली व या युतीस डॉ. बाबासाहेबांनी मान्यता दिली. या युतीच्या निवडणुकीमुळे राखीव मतदार संघातून श्री. पी. एन. राजभोज व मोरे यांना खासदार म्हणून प्रचंड मतांनी निवडून आणले. नगरपालिकेच्या निवडणुकीत अनेक स्वकीय उमेदवारांना निवडून आणले.

प्रश्न : आंबेडकरी चळवळीत सुशिक्षित सक्रिय कार्यकर्त्यांचं प्रमाण कमी का आहे?

उत्तर : आंबेडकरी चळवळीत सुशिक्षित कार्यकर्ते धक्केबुक्के खाण्यास तयार होत नाहीत. ते सन्मानाची वाट पाहतात. अडाणी समाजातील एकूण वातावरणात शिरण्यास व त्यांच्याशी एकरूप होण्यात त्यांना कमीपणा वाटतो. त्यामुळे या चळचळीत सुशिक्षित कार्यकर्ते कमी दिसतात.

प्रश्न : आपण पक्षांतर केलं त्याची कारणं कोणती?

उत्तर: नेतृत्वाचा वाद, युतीचं राजकारण, सक्रिय पूर्णवेळ कार्यकर्त्यांची गळचेपी इत्यादी बाबींमुळे आम्ही पक्षांतर केलं.

प्रश्न : रिपब्लिकन पक्षातल्या राजकारणाची काय मर्यादा होती?

उत्तर : रिपब्लिकन पक्षाच्या कार्यकर्त्यांनी बदलल्या परिस्थितीत समविचारी आणि समध्येयधोरणाचे कार्यक्रम असणाऱ्या पक्षांबरोबर युती केली. स्वतंत्ररीत्या उभे राहण्याइतपत राजकीय ताकद नसल्याने रिपब्लिकन पक्ष युतीवरच उभा आहे. युतीशिवाय राजकीय जागा हस्तगत करता येणार नाहीत. शासनकर्ता पक्ष बनून दलित जनतेस सर्वांगीण प्रतिष्ठा मिळवून देण्यासाठीच या पक्षाची निर्मिती झाली. लोकशाहीमध्ये प्रबळ विरोधी पक्ष असावा आणि दलित जनता शासनकर्ती जमात व्हावी, अशी बाबासाहेबांची इच्छा होती. ही इच्छा अद्यापही रिपब्लिकन पक्ष पूर्ण करू शकला नाही;

कारण तो युतीचं राजकारण करीत राहिला, ही त्याची मर्यादा आहे.

प्रश्न : पुन्हा रिपब्लिकन पक्षात येणार का?

उत्तर : रिपब्लिकन पक्षातील नेतेमंडळी दलितांच्या उत्कर्षासाठी आपापसांतले सर्व मतभेद विसरून एका झेंड्याखाली येतील आणि पोलादी संघटनेकरिता सर्वस्व अर्पण करण्यास सिद्ध होतील, निवडलेल्या नेतृत्वावर विश्वास ठेवून कार्यास गती देणार असतील, तर आम्ही खात्री करून घेऊन या संघटनेत परत काम करण्यास तयार आहोत. त्यात आम्हाला कसलाच कमीपणा नाही, उलट आनंदच वाटेल. अर्थात हे काळच ठरवील.

प्रश्न : आपल्याला आणखीन काही सांगायचे आहे का?

उत्तर : भारताचे पंतप्रधान पंडित जवाहरलाल नेहरू हे सोलापूरला शेतकरी अधिवेशनास आले असता मोर्चा नेऊन शिष्टमंडळातर्फे बौद्धांच्या मागणीचा खलिता सादर केला. पंडितजींनी आम्हास पंधरा मिनिटे देऊन यशवंतरावांच्या दुभाषिकेने आमचे प्रश्न चर्चारूपाने समजावून घेतले.

नागपूर इथे धम्मदीक्षेनंतर शाम हॉटेल इथं परमपूज्य डॉ. बाबासाहेबांची आम्ही भेट घेतली. तेव्हा खास पंढरपूर आणि सोलापूर इथे धम्मदीक्षेचा कार्यक्रम ठरवला आणि त्याची जबाबदारी बाबासाहेबाबांनी आमच्यावर सोपवली होती; पण दुर्दैवाने बाबासाहेबांचे महापरिनिर्वाण झाल्याने त्यांच्या नेतृत्वाखाली होणाऱ्या या पवित्र कार्यास आम्हास मुकावे लागले.

डॉ. बाबासाहेब आंबेडकर यांनी निर्माण केलेल्या, कनिष्ठ वतनदार कामगार असोसिएशनच्या कार्यकारिणीवर सदस्य म्हणून आम्हास घेतले होते. स्वत: बाबासाहेब अध्यक्ष होते.

सोलापूर जिल्ह्यातील अन्याय-अत्याचारांची नोंद घेऊन त्यांवर तोडगा काढण्यासाठी, दीनदलितांना सामाजिक न्याय मिळण्यासाठी, सोलापुरातील फॉरेस्ट विभागात एकशे-दोन, रेल्वे लाईन्स या ठिकाणी खास ऑफिस उघडून गेली छत्तीस वर्षे ते सतत चालवले. असे अखंड आणि सुव्यवस्थित ऑफिस महाराष्ट्रात इतरत्र चालल्याचे आढळत नाही. लोकवर्गणीतूनच हे समाजकार्य आम्ही केले. याद्वारे रिपब्लिकन पक्ष व ट्रेड युनियन्स ची कामे सतत चालवली.

आभार!

(श्री. आर. एस. रणशृंगारे यांची ही मुलाखत माझे स्नेही दत्ता गायकवाड यांच्या मदतीमुळेच पूर्ण झाली आहे.)

❑❑❑

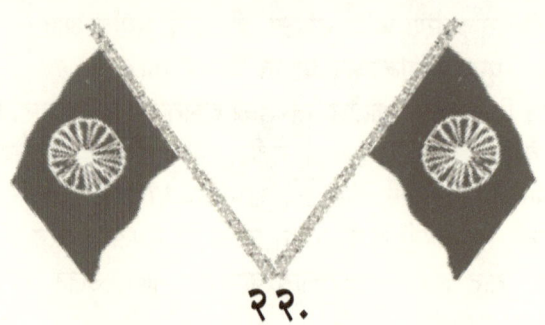

२२.
रिपब्लिकन पक्ष : माझी भूमिका
डॉ. नीलम गोऱ्हे

दिशा थोड्या अंधारल्या; पण आकाश अजून निळेच आहे!

रिपब्लिकन पक्षात जाण्याचा निर्णय नक्की कोणत्या क्षणी झाला असं सांगता येणं कठीण आहे; परंतु असा 'क्षणाचा' विचार येतो; कारण अनेक कार्यकर्ते, पत्रकार यांनी वारंवार विचारलेला हा प्रश्न आहे की, 'तुम्ही रिपब्लिकन पक्षात का गेलात?' त्यातल्या त्यात मैत्रिणींनी व अनेक जवळच्या माणसांनी विचारलेला हाही प्रश्न होता की, 'रिपब्लिकन पक्षात जायचं तर मग अमुकच पक्षात का? तेव्हाच्या भारतीय दलित पँथर अथवा दलित पँथरमध्ये तुम्ही का गेला नाहीत?'

पक्षात जायचं आणि तेही रिपब्लिकन पक्षात, हा विचार १९८३ च्या नोव्हेंबर/ डिसेंबर महिन्यांपासून मनात येत होता. निदान युवक क्रांती दलात राहून फार काही आशादायक परिस्थिती नाही असं खात्रीने वाटतं होतं. युक्रांद, त्यातील सहभाग आणि राजीनामा हीदेखील मोठीच प्रक्रिया आहे. १९७४ ते १९८२ या सहा-आठ वर्षांतील अनुभवांचा परिणाम भारतीय रिपब्लिकन पक्षामध्ये जाण्यापाठीमागे होताच. त्याबाबत तपशीलवार लिहिणे या लेखात शक्य नाही; परंतु त्यामध्ये मनावर ठसलेले विचार थोडेफार नोंदवीत आहे.

युक्रांद ते भारतीय रिपब्लिकन पक्ष हा प्रवास व त्यामागील भूमिका तेव्हाच लिहावी असंही वाटलं होतं; परंतु ५ मे, ८४ ला पुण्यात रिपब्लिकन पक्ष पुनर्बांधणी अधिवेशन झालं. ह्याआधीचा व नंतरचा काळ सातत्याने फारच वेगात गेला. याखेरीज भारतीय रिपब्लिकन पक्ष व डॉ. बाबासाहेब आंबेडकरांच्या विचारांची मूळ चौकट योग्य, आकर्षक वाटतं होती. परंतु संघटना सोडताना लगेच मर्यादाच जाहीर करायच्या हे 'प्रतिक्रियात्मक' राजकारण वाटतं होतं. अनुभव व विचार पचवून मग त्यातील कडवटपणा निघून जातो. यासाठी आपण खूप भावविवशतेच्या ओझ्याखाली दबलेले

असताना वाईट अनुभवच ठळकपणे बाहेर येण्याची शक्यता असते. हे सारं मला टाळायचं होतं. आता मात्र त्याहीबद्दल कधीतरी सविस्तर लिहिता येईल असं वाटतं. ओझ्याखाली दबलेले असताना वाईट अनुभवच ठळकपणे बाहेर येण्याची शक्यता असते. हे सारं मला टाळायचं होतं. आता मात्र त्याहीबद्दल कधीतरी सविस्तर लिहिता येईल असं वाटतं.

रिपब्लिकन पक्षात जाण्यामागची कारणे, त्यातील सामर्थ्य व गतिशीलतेचे अनुभव, मर्यादा व आव्हाने, स्त्रियांचा सहभाग आणि रिपब्लिकन पक्षाची राजकारणातील कोंडी, निवडणुका आणि पुढे काय? अशा विविध प्रश्नांबाबत या लेखात मांडणी करायचा प्रयत्न आहे. त्या दृष्टीने अनेक मोठ्या वादविवादांना फारच थोडी जागा देता आली आहे. काही ठिकाणी नावांचे उल्लेख टाळून फक्त संवाद दिले आहेत. विविध व्यक्तींमधील मतभेद हे जसे व्यक्तींचे असतात त्याचप्रमाणे विविध प्रवृत्तींचेदेखील असतात. या प्रवृत्ती रिपब्लिकन पक्षाच्या सर्व गट, संघटनांत आणि इतरत्रही अनेक विचारांच्या छटांमध्ये असू शकतात. मी इतरांना जसे प्रवृत्ती म्हणते त्याचप्रमाणे माझे विचार, वर्तन यांसही एखाद्या प्रवृत्तीचे निदर्शक म्हणता येईल.

परंतु आरंभीच स्पष्ट करावेसे वाटते की, रिपब्लिकन पक्षाची म्हणून काही एकत्रित प्रवृत्ती आहे, असे वाटत नाही. त्यात चांगले-वाईट, स्वार्थत्यागी-सत्तालोलुप, सत्ताकांक्षी-नेमस्त अशा सर्व प्रकारची माणसे दिसतात; म्हणून प्रवृत्ती या अखेर एकूण मानवी आणि समाजात घडणारी उलथापालथ व हितसंबंधांतूनच घडत असतात.

-२-

युवक क्रांती दल या संघटनेचा महत्त्वाचा फायदा असा झाला की, कोणत्याही गोष्टीबाबत का?कशासाठी? या प्रश्नांचा विचार करायची सवय झाली. त्यामुळेच युक्रांदमध्ये काही दिवस काम केल्यावर मला प्रश्न पडू लागला की, 'आपण दलित पँथरमध्ये का गेलो नाही? आपण काम करणार म्हणजे नक्की काय करणार आहोत?'

संघटनेअंतर्गत छोटे छोटे गट होते. प्रत्येक कार्यकर्ता नेहमीच समोरच्या माणसाच्या बांधीलकीच्या खरे-खोटेपणाबाबत चिरफाड करीत असे. त्यातून वरकरणी दुखावले गेल्यासारखे वाटले तरी आत्मचिंतन बरेच घडून येई. उदा., मला एक मुद्दा आठवतो की,' संघटनेत ठरावीक जातीचे लोक अनौपचारिक कोंडाळे करतात व त्यात काही जातींच्या मुलांना स्थान नसते.' किंवा 'खेड्यात गेल्यावर खूप तिखट खाता येणे हा ग्रामीण जनतेशी समरस होण्यातील भाग आहे', वगैरे.

असे हजारो मुद्दे असायचे; पण हे मुद्दे पचनी पडायच्या आतच मी व आनंद करंदीकर एकमेकांकडे आकर्षित झालो व लग्नाचा निर्णयही घेतला. वैयक्तिक आयुष्यात हे घडत असतानाच बी. डी. डी. चाळीतील दंगली, महाराष्ट्रात होणारे

दलितांवरील अत्याचार, यानिमित्ताने दलित-दलितेतर सर्व तरुण पिढीत एक उठाव दिसत होता. भ्रष्टाचार, यज्ञाला विरोध, जातीयता, शेतमजुरांचे प्रश्न या बाबींबर छोट्याछोट्या भागांत आंदोलने होत होती. दुसरीकडे संघटनेअंतर्गत चर्चांमध्ये युक्रांदच्या त्या काळातील अध्वर्यूंना काही स्थानिक दलित पुढाऱ्यांनी चांगलेच जेरीला आणले आहे, हेही कळत होते.

स्वत:हून काही बोलावे, लिहावे असे वाटायचे नाही; कारण मी माझ्या कामात आणि वैद्यकीय शिक्षणात दंग होते. ७४ ते ७७ या काळात मुंबईतील नेहरूनगर, बी. डी. डी. चाळी, वरळीच्या झोपडपट्ट्या तसेच आस्वनि (ता. पालघर)चे वैद्यकीय केंद्र अशा कामात 'एक उत्साही कार्यकर्ती' म्हणून मी वावरत होते. या ठिकाणी कामात थोडेफार प्रश्न आले तरी आम्हाला प्रतिसाद चांगला मिळायचा. म्हणून आपण काम करतो ते महत्त्वाचे, ते केले तर जातिपातींचा अथवा स्त्रीत्वाचा फार मोठा प्रश्न येत नाही, असे वाटायचे.

विचारांच्या घडणीबाबत पाहिले तर युक्रांदच्या भूमिकेनुसार (कोथरुड शिबिर) जातिविहीन व वर्गविहीन समाजरचनेच्या निर्मितीमध्ये दलित जातींचे समूह पुढाकार घेतील, असा विचार मांडला होता. त्या काळात डॉ. भालचंद्र मुणगेकरांनी सावरकर व डॉ. आंबेडकर यांचा तौलनिक अभ्यास करून एक पुस्तिका लिहिली होती. याखेरीज प्रा. राम बापट, विजय नाईक, नलिनी पंडित आदींचे अभ्यासवर्ग होत. आम्ही मुंबईत सात-आठ कार्यकर्त्यांनी अनौपचारिक गट करून अभ्यासवर्गासाठी काही पुस्तके निवडली होती. भारतातील जातिसंस्था हा विषम व्यवस्थेचा कणा आहे म्हणून विषमतेवर प्रहार करायला जातिसंस्थेपासूनच सुरुवात करायला हवी, असे ठसले होते. ७४ ते ७७ या काळात मार्क्स, लेनिन, डॉ. राममनोहर लोहिया, म. फुले, डॉ. बाबासाहेब आंबेडकर यांची महत्त्वाची पुस्तके वाचल्याचे आठवते. स्त्रिया व दलितांची गुलामी आणि वर्णश्रेष्ठतेची व्यवस्था यांचा संबंध कसा आहे, तेही जाणवत होते.

हे वाचीत असताना एकदा डॉ. आंबेडकर जयंतीसही गेल्याचे आठवते. पोद्दार मेडिकल कॉलेजात तर राखीव जागा, स्त्री-पुरुष समानता इ. मुद्द्यांवर मी व माझी मैत्रीण डॉ. शैला केळकर नेहमीच एकट्या पडायचो.

७७ ला माझे वैद्यकीय शिक्षण पूर्ण झाले. नंतर ७८ ला आनंदने नोकरी सोडून युक्रांदचे काम करायचा निर्णय घेतला. मी दवाखाना चालवावचा व घरात हातभार लावायचा आणि शक्य तेवढे सामाजिक-राजकीय काम करायचे, तर आनंदने अधिकाधिक वेळ राजकीय काम करायचे अशी ती विभागणी होती. याबाबतही अनेक सहकारी, साथीदार मैत्रिणी-हितचिंतकांचा वाटा होता; पण ही पार्श्वभूमी थोडक्यात लिहावी लागते; कारण ह्यातील भारतीय रिपब्लिकन पक्षाच्या बाबतच्या मुद्द्यांचा प्रवास मी

शोधते आहे.

- ३ -

७८ ते ८० ही अडीच-तीन वर्षे आमची मराठवाड्यातील लातूर जिल्ह्यातील उदगीर या गावी गेली. बिदर या जिल्ह्याच्या टोकाशी असणारा हा तालुका. या वास्तव्यात मला स्त्रीप्रश्नाचा थांग सापडायला सुरुवात झाली. त्यासोबत नामांतराच्या लढ्याच्या पार्श्वभूमीवर खदखदणाऱ्या वातावरणाची जाण आली. मराठवाड्यातील जळालेल्या घरांच्या आणि मारलेल्या दलितांच्या चिता विझलेल्या नव्हत्या. दलितांची घरे जाळणारे सहजतेने व प्रतिष्ठेने वावरताना दिसत होते! मराठवाडा विद्यापीठासाठी लाँग मार्च, सत्याग्रह या काळात झाला. आम्ही उदगीरमध्येच या सत्याग्रहात सहभागी झालो. मी तेव्हा सात-आठ महिन्यांची गरोदर होते. या बाईपणाची सर्व ओझी स्वीकारून बेभान होणाऱ्या,'जयभीम' चा नारा लावणाऱ्या स्त्रिया पाहून मी विस्मयचकित झाले. नामांतर सत्याग्रहानंतर आम्हाला कमालनगरात अटक करून नेले व रात्री सोडून दिले गेले.

या निमित्ताने माणसे किती भारली जातात, किती त्यागास सिद्ध होऊ शकतात, हे मला समजले. डोक्याला निळ्या पट्ट्या बांधून औरंगाबादकडे धावणारी तरुण मुले मी पाहिली, तेव्हा संघर्षाच्या शक्तीचे सामर्थ्य आणि चळवळीवरील जबाबदाऱ्या किती मोठ्या असतात, याचे मला आकलन होत गेले.

मराठवाडा विद्यापीठ नामांतर प्रश्नावर पुरोगामी म्हणविणाऱ्यांत जी वैचारिक फूट झाली, त्याचाही मनावर परिणाम झाला. एक कोणती तरी बाजू घ्यावी लागणार आणि घ्यायची तर दलितांचीच बाजू घेणे योग्य आहे; कारण हितसंबंधांच्या लढाईत ही बाजू किंवा ती बाजू अशा दोनच बाजू असतात, हे लक्षात आले.

हे सारे घडत असताना विचारांची नाळ युवक क्रांती दलाशी जोडलेली होतीच. ८० साली आनंदने युक्रांदचा राजीनामा दिला, तरी मी युक्रांदमध्ये राहिले. आनंदने युक्रांदचा राजीनामा दिल्यावर मात्र आम्ही पुण्याला यायचे ठरवले. दवाखाना तसा बरा चालत होता. राहिलो असतो तर हळूहळू इतर डॉक्टरांप्रमाणे बंगलाही बांधता आला असता व कामही करता आलेच असते. परंतु आनंदने राजीनामा दिल्यावर मला उदगीरात राहावेसे वाटत नव्हते. खूपच एकाकी वाटत होते. आमची मुलगी मुक्ता तेव्हा चार महिन्यांची होती.

आम्ही दोघांनी मुंबईऐवजी पुण्यात यायचे ठरविले. पुण्यात आल्यावर मी हडपसरात दोन दवाखाने काढले. ह्यासाठी कर्ज काढले; तर आनंद पार्टटाईम प्राध्यापकी करू लागला. ते सहा-आठ महिने माझे तर खूप उदासीनतेत गेले. तरीही

मी युक्रांदच्या बैठकांत जात असे. विद्या बाळ, विद्युत भागवत आदींचा माझा परिचय, मैत्री वाढत गेली.

-४-

या काळातील माझ्या मानसिकतेबाबत मी थोडेफार 'संकल्प' आणि 'रुची'-मध्ये लिहिले आहे. तरीही थोडक्यात लिहायचे तर स्त्री-पुरुषांच्या संयुक्त सामाजिक-राजकीय संघटनांपेक्षा स्त्रियांची संघटना वेगाने काम करू शकेल, याची काही कारणे वाटत होती.

स्त्रियांना एकूणच वेळ कमी व संस्कारातून आलेली भावनिकता अधिक असते. हडपसर आणि हवेली तालुक्यांत बहुतेक स्त्रिया होत्या त्या सांसारिक अथवा कौटुंबिक समस्यांनी व्यग्र असलेल्या होत्या. दर मीटिंगला चार-पाच तासांचे वैचारिक विश्लेषण चालणार, तेही संध्याकाळी; त्याला या स्त्रिया येऊच शकणार नाहीत. त्यातून संयुक्त संघटनांत त्यांची भूमिका फक्त ऐकण्याचीच; कारण वैचारिक तयारी तेवढी नाही. कार्यकारिणीत असण्याचे जे निकष, त्यात बसणाऱ्या पुरुष -कार्यकर्त्यांचीच संख्या जास्त. परिणामी त्यांना जेवढा स्त्रीप्रश्न भावणार, व्याप्त होणार, तेवढेच कार्यक्रम घेता येणार. म्हणून आघाडी म्हटले की सातत्याने नियंत्रण येणार. शिवाय कार्यकारिणीतील सर्वच पुरुषांचे वर्तन स्त्री-पुरुष समानतेला कितपत धरून आहे, हा प्रश्न नेहमीच भेडसावणारा होता.

या पार्श्वभूमीवर क्रांतिकारी महिला संघटना स्थापन करायचे ठरवले. क्रांती, समग्र परिवर्तनाची भूमिका होतीच; पण आमचे मार्ग, आमची माध्यमे आम्हाला शोधायची होती; कारण हडपसरला युक्रांद नव्हतेच. तिथे क्रांतिकारी महिला संघटनेला ग्रामीण व शहरी दोन्ही विभागांची व सोबत असणाऱ्या सर्व जातिधर्मांतील स्त्रियांच्या प्रश्नांची वैशिष्ट्ये (स्पेसिफिसिटी) लक्षात घेऊन काम करायचे होते. हडपसरला गावगाड्याची रचना होतीच. म्हणूनच उघडपणे दिसले नाही तरी 'चांगल्या स्त्रिया' येत नाहीत, या सबबीवर देवळे, शाळा मिळायच्या साऱ्या बंद झाल्या. कारण चांगल्या म्हणजे पांढरपेशा! मग आमच्या एका स्थानिक कार्यकर्तीने पुढाकार घेऊन 'आपल्या संघटनेला आमच्या चावडीत जागा चालेल का?' विचारले. चावडी पाहायला गेलो तर तो मातीची जमीन असलेला एक बुद्धविहार होता. पूर्वी तेथे मरीआईचे देऊळ होते.

आम्ही चावडीतल्या प्रमुखांकडे चौकशी केली. देवळात आम्हाला नाही म्हणून सांगितले; कारण सर्व जातिधर्मांच्या स्त्रिया येणार, तसेच स्त्रियांची दरमहाची अडचण म्हणून बैठकीला जागा देता येणार नाही. मग चावडीबाबत काय? 'बुद्धापाशी ही शिवाशिव नाही. तुम्हाला पाहिजे तेवढे, पाहिजे तितके दिवस वापरा.'

आनंद आणि समाधान वाटलं. तेव्हा मार्च ८१ मध्ये संघटनेकडे प्रतिष्ठा, प्रसिद्धी नव्हती. मी वा इतर कोणीही स्त्रिया भारतीय रिपब्लिकन पक्षाकडे अथवा कोणत्याही पक्षात नव्हतो.

चर्चेत काही दिवसांनी मुद्दा आला. महादेवनगरच्या कार्यकर्त्या म्हणाल्या, 'आपण डॉ. बाबासाहेब आंबेकडरांची जयंती साजरी करावी.' संघटनेतील सर्वच जणी नवीनच. पण कल्पना पटली.

१४ एप्रिलला क्रांतिकारी महिला संघटनेने महादेवनगर व सातववाडीला जयंती साजरी केली. हिंदू कोड बिल, जातीयता आणि स्त्रिया असे मुद्दे समोर आले. क्रांतिकारी महिला संघटना म्हणून आम्ही काहीजणी सत्याग्रहात मुंबईला गेलो. मंडल आयोग परिषदांत गेलो.

जयंत्यांची निमंत्रणे येऊ लागली.

८१-८३ असं धीम्या गतीने, दवाखान्याच्या वेळा सांभाळून चालू होतं. दुसरीकडे युक्रांदअंतर्गत कामाला गती नाही वाटत होतं. युक्रांदमध्ये फूटही झाली. त्याने निराशा वाटली.

क्रांतिकारी महिला संघटनेवर खूप नियंत्रणे ठेवण्याचा प्रयत्न होतोय, असं जाणवायचं.

पुणे शहरात नारी समता मंच ही संस्था आम्ही स्थापन केली. त्यातही विद्या बाळांबरोबर मीही एक संस्थापक होते. स्त्री-पुरुष समानतेबाबत काम करणारे व पुरुषही त्या कामात सहभागी होऊ शकतील, असं एक व्यापक व्यासपीठ बनविण्याचा प्रयत्न होता. त्यात मध्यमवर्गीय गृहिणी, मुली वगैरे यायच्या. समतेच्या लढ्यातील व क्रांतीची भाषा बोलणाऱ्यांची चक्क टीका होती की, विद्या बाळ, विद्युत भागवत या 'फ्री सेक्स' चे विचार मांडणाऱ्या आहेत! स्त्री-पुरुषांना समान निकष अथवा कौटुंबिक प्रश्न हे खासगी नाहीत हे मांडणे याचा अर्थ असा विपरीत लावला जायचा; ते फार अन्यायकारक वाटे. खरेतर स्त्रियांचा नकाराचा अधिकार मान्य करणे हा स्त्रीमुक्तिवाद्यांचा आग्रह आहे व स्त्रीला सध्याच्या व्यवस्थेत केवळ उपभोगाची वस्तू भांडवली व्यवस्थेने बनविली आहे. म्हणून स्त्री-पुरुषांची नाती नर-मादीपलीकडे जाऊन सहकारी, मित्र, हितचिंतक अशी कितीतरी असू शकतात; पण हे शब्द आता मांडता येत आहेत. तेव्हा शब्दांपेक्षा रागच जास्त यायचा.

दुसरीकडे स्त्रियांचा प्रतिसाद इतका चांगला होता की, टीकेची पर्वाही करू नये वाटायचे. खरेतर ते तितके योग्य नव्हते.

याच सुमारास काही वस्त्यांत स्थानिक दलित पुढारी आम्हा स्त्रियांच्या कामाला विरोध करू लागले, तेव्हा आम्ही दलित पँथरचे जयदेव गायकवाड, एल. डी. भोसले

यांच्याकडे तक्रार केली. तेव्हा त्यांनी त्या मुलांना समज दिली.

पुणे शहरातही महाराष्ट्रप्रमाणेच समाजवादी नेतृत्व-दलित नेतृत्व यांच्यात तणाव होते. प्रत्येकाचे थोडे बरोबर, थोडे चूक होते; पण या वादात असं कुंपणावर राहणं कितपत शक्य होईल, याचा प्रश्न पडायला लागला; कारण राजकारणात, विशेषत: आंबेडकरी चळवळीत काही घडामोडी चालू होत्या.

-५-

डॉ. बाबासाहेब आंबेडकरांचे नातू प्रकाश आंबेडकर घराच्या कामासोबत राजकारणात उतरणार असा रंग १९८२ पासून दिसत होता. लोक वेगवेगळी ऑर्ग्युमेंट्स करून त्यांच्या या राजकारणातील प्रवेशाचे समर्थन करीत होते.

- लोक भ्रष्ट नेतृत्वाला कंटाळले आहेत.
- आर. पी. आय. विविध पक्षांच्या दावणीस बांधलेला आहे.
- रिपब्लिकन पक्ष एकजातीय राजकारणात अडकला आहे, ते मोडायला हवे.
-प्रकाश आंबेडकर म्हणायचे की, सर्व संघटनांचे 'दहावे' करून जनतेचे ऐक्य झाले पाहिजे.

'सम्यक समाज आंदोलन समिती' अशी एक कृतिसमिती करून ८२-८३ या काळात ह्यांनी काम चालविले होते. नाशिक ते मुंबई असा पायी मोर्चा त्यांनी काढायचा ठरविला. वतनी जमिनींचा प्रश्न, भटक्या-विमुक्तांचा प्रश्न, झोपडपट्टीवासीयांचा प्रश्न असे प्रश्न घेऊन मुंबईला निघायचं ठरलं होतं. मी एक दिवसच मोर्च्यात निरोप घ्यायला जायचं ठरवलं होतं; पण डॉक्टर आणि कार्यकर्ती, या दोन्ही नात्यांतून मी आठही दिवस सहभागी झाले.

नंतर त्यांनी ८४ ला अधिवेशन घ्यायचं ठरविल्यावर मी रिपब्लिकन पक्षात जाण्याबाबत मुरलीधर जाधव, जयदेव गायकवाड, एल. डी. भोसले नेहमीच आग्रह करू लागले.

ह्यात माझ्या दृष्टीने पुढील मुद्दे होते :

- दलित चळवळीतील अनेक संघटनांचा व्यवहार पाहता, भारतीय रिपब्लिकन पक्ष पुनर्बांधणी करीत असल्याने नवे काही घडविणे व घडणे याला वाव आहे.
- पक्षाने स्त्री-मुक्ती आंदोलनातील माझे स्वतंत्र काम मान्य करूनच मला पक्षात बोलवावे.
- भारतातील जातिसंस्थेविरोधी आंदोलन व स्त्रियांचे आंदोलन यांचे परस्पर-सहकार्य राहण्याच्या भूमिकेने या दोन्ही कामांचे महत्त्व आहे.
- दलित चळवळीतील स्त्रियांचा सहभाग वाढविण्यास अनुभवाचा उपयोग

होऊ शकेल.

- भारतातील जातिसंस्थाविरोधी आंदोलनात राजकीय पक्ष म्हणून रिपब्लिकन पक्षाचा मोठा वाटा आहे. अशा वेळी पक्षपुनर्बांधणीच्या नव्या प्रयोगात अनेकांचा सहभाग असेल, तर ह्यातून चांगले काम उभे राहील.

याखेरीज माझ्याशी चर्चा झाल्या तेव्हा काही जण म्हणाले, 'इतर लोक आमच्या पक्षात आले नाही तर हा पक्ष एकजातीयच राहणार. भारतीय रिपब्लिकन पक्षाचे एकजातीयपण मोडायला तरी तुम्ही बिगरसंसदीय भूमिका सोडा.'

भारतीय रिपब्लिकन पक्ष हा पक्ष असल्याने सारखे वाटत होते की मदतीची, बाहेरून पाठिंब्याची भूमिका घ्यावी. आमच्या क्रांतिकारी महिला संघटनेतील कार्यकर्त्यांनाही 'रिपब्लिकन' या पक्षाबाबत आस्था वाटत होती. स्त्री-आधार केंद्रही आम्ही नुकतेच सुरू केले होते व अन्यायग्रस्त महिलांना आधार देण्याबाबतच्या कामाचा रेटाही वाढत होता.

परंतु 'ही दोन कामे मी एकाच वेळी केली तरी चालतील. महिलांसंघटनेवर पक्षाचे नियंत्रण असणार नाही', एकदा नव्हे तर शंभरवेळा मी मान्य करून घेतले होते.

दवाखाना मी पूर्णपणे बंद केला नाही तरी अनियमित झाला होता. अशा वेळी ८३ मध्ये झालेले मंजुश्री हत्याप्रकरण व भारतीय रिपब्लिकन पक्षाचा निर्णय या दोन्हीमुळे दवाखाना चालवताना येणारी शिस्त, नियम यांत प्रश्न येऊ लागले.

या पार्श्वभूमीवर ५ मे, ८४ च्या पुणे अधिवेशनाची तयारी चालू झाली. एप्रिल ८४ मध्ये मी युक्रांदचा अधिकृत राजीनामा दिला व अधिवेशनाच्या तयारीत सहभागी झाले. पक्षाकडे तेव्हा पैसे नव्हते. कार्यकर्त्यांवर गटाच्या टीकेचा भडिमार चालला होता. अंतर्गत रस्सीखेच होतीच. सारेच नवीन; त्यामुळे एकसूत्रता नव्हती. लोकांचा उत्साह आणि माणसांच्या मनातील चेतना मात्र अवर्णनीय होती. माझ्यावर नक्की काय जबाबदारी असणार आहे, याबाबत उडत उडत चर्चा झाल्या होत्या; परंतु निश्चित काही नव्हते. पुण्याचे आम्ही कार्यकर्ते तर व्यवस्था ठेवता ठेवता व्यस्त होतो.

या परिस्थितीत अधिवेशन सुरू झाले. शनिवारवाड्यावर सभा ठेवली होती. त्या दिवशी अधिवेशनाच्या दुसऱ्या दिवशी सकाळी बसून मी व जयदेव गायकवाडांनी ठरावाचे मसुदे करून नेले. त्या दिवशी संध्याकाळी महाराष्ट्राच्या सरचिटणीसपदाची जबाबदारी माझ्यावर सोपविण्यात आली. १९८४ ते १९८८ या काळात सरचिटणीस तर नंतर राष्ट्रीय समितीची सदस्य व महिला आघाडीची महाराष्ट्रसंघटक म्हणून मी काम केले.

या कालावधीत भाषणे, पत्रव्यवहार, लोकसंपर्क, मोहिमांची आखणी व नियोजन यांसोबतच पक्षाची धोरणे ठरविण्यात मी माझ्या शक्ती व वेळाप्रमाणे सहभाग दिला. या कामात जनता, सर्वसामान्य कार्यकर्ते यांनी मला आपुलकीने सहकार्य दिले.

सर्वसामान्य माणसे, महिला यांच्यासोबतचा माझा सहवास नेहमीच सुखद वाटला. पक्षनेते व बहुतांशी महाराष्ट्र पदाधिकारी-जिल्हा कार्यकर्ते यांच्यासोबत एक 'कार्यकर्ती' म्हणून बरेच सहकार्य मिळाले.

- ६ -

भारतीय रिपब्लिकन पक्षाचे सामर्थ्य आणि प्रभावी कामे यांचा विचार करताना भूमिहीनांच्या प्रश्नांवर नव्या जोमाने काम, स्त्रीप्रश्नांची घेतली गेलेली दखल, पक्षाची गहाण पडलेली मते परत मिळवण्याची इच्छाशक्ती, माणगाव-पुणे मोर्चा व त्यानिमित्त भूमिका असे मुद्दे ठळकपणे दिसतात. त्याचसोबत राजकीय मित्रशक्ती निर्माण करण्यातील अपयश, अंतर्गत स्पर्धा, सौदेबाजीच्या प्रवृत्तीचे संगनमत असे अनेक प्रश्नही दिसतात. यांतील अनेक आंदोलने, कार्यक्रम यांची पूर्ण यादी इथे ठेवणे शक्य नाही; परंतु वेळोवेळी ती इतरत्र प्रसिद्ध केलेली आहे.

खरेतर काही प्रश्न एकूण राजकीय व्यवस्थेचे आहेत; परंतु सत्तेपासून व एकूणच आर्थिक स्थैर्यापासून वंचित राहिलेले कार्यकर्ते एकमेकांविरुद्ध अधिकाधिक अडगळ बनताना दिसतात. त्यातून अनेक जिल्हा-शहरांत जीवघेणी स्पर्धा सुरू झालेली दिसते. परस्परांना संपविण्याच्या ईर्षेतून एकमेकांचे कार्यक्रम अपयशी करणे, निवडणुकीत उमेदवार पाडणे आदी प्रकार विविध गटांच्या स्पर्धांत होतातच; पण पक्षांतर्गतही होतात असे जाणवले. विशेषत: स्त्रीउमेदवार असताना प्रचारातच प्रमुख कार्यकर्त्यांनी न जाणे, त्या स्त्रीकडे प्रचाराला पैसे नाहीत यासाठी तिची अवहेलना व उद्धार करणे हेदेखील घडताना पाहिले.

परिणामी सुरुवातीच्या संचातील प्रामाणिक, लोकप्रिय, तालुका-जिल्हा-कार्यकर्त्यांना नामोहरम करून सौदेबाजीसाठी पक्षयंत्रणा खिशात घालण्याचे प्रयत्न सारखेच घडत होते.

या साऱ्या प्रक्रियेसोबत 'रिडल्स' व 'ऐक्य' यांनंतर झालेले विघटन हा फार मोठा हादरा होता. मी स्वत: या दोन्ही प्रक्रिया जवळून पाहिल्या. या दोन विषयांवरच महाकादंबऱ्या होऊ शकतील. पण 'प्रकाश आंबेडकर यामध्ये विघटनाची भूमिका घेतात, त्याला कारण त्यांच्या जवळील लोक आहेत व त्यांत मी एक', या टीका सातत्याने प्रत्यक्ष व अप्रत्यक्ष ऐकत गेले; त्याने खचत गेल्यासारखे वाटत गेले.

त्याचसोबत विशेषत: ऐक्यप्रक्रियेनंतर राजकीय भूमिका स्पष्ट व वेळेवर घेतली गेली नाही. संदिग्धता, भूमिकांचे मतभेद यांमुळे कार्यकर्त्यांचा उत्साह व उमेद कापली गेली.

पुरोगामी विचारांचे लोक व भारतीय रिपब्लिकन पक्ष, त्यातही एक छुपा दुरावा

होताच. जागावाटपावरून वाद, प्रचारात हातचे राखून वागणे, मैत्रीपूर्ण लढती असे अनेक कटू प्रसंग होते.

पुलोआ व भाजपा-सेना यांतील मतभेदांची दरी अपरिहार्य होती. या पार्श्वभूमीवर भारतीय रिपब्लिकन पक्ष व भाजपाचा संवाद असणे-नसणे याबाबत एकूण खूपच संशयाचे वातावरण होते. ठाण्याला भारतीय रिपब्लिकन पक्ष कार्यकारिणी बैठक झाली. ८८ च्या डिसेंबर अथवा १९ जानेवारीच्या सुमाराची असावी. ह्या दिवशीच्या भारतीय रिपब्लिकन पक्षाच्या प्रेसनोटचा मथळा होता... 'महाराष्ट्रात वेगळी आघाडी करण्याचा विचार!'

'वेगळी म्हणजे काय?'

नंतर अगदी ८९-९० मध्ये ही चर्चा, विधाने पक्षात सातत्याने होत असत. निर्णय काही झाले नाहीत तरी विश्वासार्हतेला धक्का पोहोचविणे विरोधकांना शक्य झाले. अशा वेळी भेटीगाठी व संदिग्ध विधाने यांनी नक्की काय साध्य होते, मला कळेनासे झाले होते. मी काही विधाने सातत्याने खासगीत ऐकली आहेत, कधी ती थट्टेत असत, तर कधी मी रागवावे म्हणून!

'आम्ही सैतानाशी पण युती करू.'

'आम्हीच विरोध करू शकतो, आम्हीच युती करू शकतो.'

'त्या पक्षासोबत गेल्यास कार्यकर्ते कधीच त्यांच्यासोबत जाणार नाहीत.'

एकीकडे विरोधकांचा भडिमार की पैशांची देवाणघेवाण चाललीय; दुसरीकडे औरंगाबाद महानगरपालिका निवडणुकीत दगडापेक्षा वीट बरी म्हणून सेनेपेक्षा काँग्रेसशी युती करावी लागली. त्याबाबतही म्हणाले की, त्यापेक्षा तटस्थ राहायचे होते. नंतर मग काँग्रेसला विरोध करायचा म्हणून व इतरही प्रश्नांवर विरोधी भूमिका घेऊन स्थानिक पातळीवर सेनेला पाठिंबा दिल्यावर काहूर अजून गडदच झाले.

हे एका शहराच्या राजकारणात घडत होते. पण पुरोगामी विचारांच्या माणसांत-संघटनांत अनेक रोष आहेत; परंतु ह्यांच्या प्रतिक्रिया म्हणून अथवा ह्यांना 'धडा' शिकवायचा, ह्यांच्या शत्रूंचे समर्थन असे विचार मी अनेक वेळा ऐकले आहेत. काही जण म्हणतात,

'आपला नेता मोठा सामर्थ्याचा असेल तर तो कोणत्याही मार्गाने पक्षाला सत्ता मिळवून देऊ शकतो.'

पण मुस्लिमांच्या मशिदीची मंदिरे बनवून दलितांना सत्ता मिळणार असेल तर त्यात धर्मचिकित्सेचा आग्रह धरून 'रिडल्स' लिहिणाऱ्या डॉ. बाबासाहेबांच्या विचारांचा वारसा सांगायचा त्यांना कितपत अधिकार राहतो?

राखीव जागांना व मंडल आयोगाला छुपा विरोध म्हणजे समतेचे थडगेच नाही

काय?

या थडग्यावर न्यायाचे कोणते मनोरे उभे राहतील?

'भाजप-भारिप युतीचं समर्थन करणारे लोक म्हणजे हिटलरचे गोबेल्स आहेत!' असे मत मी व्यक्त केल्याचे आठवते.

काहीवेळा रागावून मी प्रतिक्रिया दिल्यावर तेच कार्यकर्ते म्हणताना मी ऐकले की,

'तुम्हाला (समाजवाद्यांना किंवा स्त्रियांना) थट्टाही कळत नाही का? आम्ही आपली चर्चेसाठी चर्चा करीत होतो!'

आणि ह्यांतीलच काही माणसे असेही म्हणत की,

'कार्यकर्त्यांना खाऊ दे की, श्रीखंडपुरी नि अळूभाजी.'

मग मीही म्हणायचे की,

'पुढाऱ्यांना ब्राह्मणांच्या घरात प्रवेश मिळताना दिसेल किंवा श्रीखंड-पुरी मिळेल; पण राजकारण तेवढ्यावर नाहीच चालत! जयभीमपेक्षा राम राम बरा ही घोषणा करून आंबेडकरवाद्यांना एकाकी पाडण्यात यांचाही हात आहे, हे जे विसरतील, ते स्वतःचीच कबर खणतील!'

या चर्चा, जिव्हाळा, खेळीमेळीच्या वातावरणात काहीवेळा झाल्या आहेत तर काही वेळा प्रचंड मतभेद, तणातणी, संताप, भांडणे.

हळूहळू या फक्त चर्चेसाठी चर्चा आहेत याबाबतचा माझा विश्वास ढासळत गेला व पुरोगामी पक्षांनी भारतीय रिपब्लिकन पक्षाला काहीच सत्ता दिली नाही तर काहीही उरफाटे घडू शकते, असे वाटत गेले.

आजही भारतीय रिपब्लिकन पक्षाच्या जिल्हा-तालुक्यातील अनेक चांगल्या कार्यकर्त्यांच्या 'राजकीय' हत्या व आत्महत्या झाल्या आहेत. ह्याला कारण भारतीय रिपब्लिकन पक्षाच्या अंतर्गत आहे, तसेच पुरोगामी चळवळीतील बेबनाव, गटबाजी हेदेखील आहे. परिणामी भारतीय रिपब्लिकन पक्षाचे तारू प्रत्येक निवडणुकीच्या वादळात हेलकावे खाताना दिसते.

-७-

भारतीय रिपब्लिकन पक्षातील व एकूण आंबेडकरी चळवळीतील स्त्रिया हा एक सुखदायक अनुभव होता व आहे. 'भुसावळची दुष्काळी महिला परिषद'तसेच अकोला, औरंगाबाद, पुणे, चेंबूर (मुंबई), ठाणे, नांदेड, महाड अशा अक्षरशः अनेक ठिकाणी महिलामेळावे झाले. २४ फेब्रुवारी ८८ ला स्त्रियांनी 'सोबत' प्रकरणी मोर्चाही काढला. घर व जमीन पति-पत्नी दोघांच्या मालकीची असावी, ही मागणीही त्यात

घेतली गेली. स्त्रियांनी मला कधीही एकटे वाटू दिले नाही. अलोट प्रेम, जिव्हाळा, विश्वास यांच्या भावनांचे उधाण आलेले मी पाहिले. प्रकाश आंबेडकरांच्या आई आ. मीरातांईना मी यासाठी रानोमाळ चालताना पाहिले, तेव्हा मला आजच्या स्त्रियांचे काम व प्रयत्न नेहमीच नगण्य वाटले.

सौदेबाजीच्या राजकारणाला स्त्रियांनीच विरोध अधिक केलेला दिसला. त्यागाच्या राजकारणात स्त्रियांनी सगळ्या जागा भरलेल्या दिसल्या! याउलट, सभासदांमध्ये पन्नास टक्के प्रतिनिधित्व, भारतीय रिपब्लिकन पक्ष महिला आघाडीला निधी जमा करण्याचे व स्त्रियांच्या विशेष प्रश्नांवर कार्यक्रमांना पक्षाने सहकार्य देणे, पदाधिकाऱ्यांत किमान तीस टक्के स्त्रीपदाधिकारी, मोठ्या सभांत तीन-चार स्त्री- कार्यकर्त्यांना संधी अशा अनेक बाबतींत मी चर्चा, वाद मतपरिवर्तनाचा प्रयत्न, भांडणे व शेवटी त्रागा असे सारे मार्ग वापरले; परंतु त्यात त्रुटी, अपुरेपणा राहिला. भारतीय रिपब्लिकन पक्षामध्ये एक नव्हे तर शेकडो कार्यकर्त्या अशा आहेत, की त्या निष्ठावान, अभ्यासू, चांगले बोलू शकणाऱ्या आहेत. पण पैशाच्या अभावी निवडणुकीतील-सत्तास्पर्धेतील चारित्र्यहननात त्या टिकू शकत नाहीत. अशा वेळी त्यांतील गरीब महिला कार्यकर्त्यांना जगण्याची साधने-रोजगार, रचनात्मक संस्था यांचा आधार मिळवून दिला पाहिजे. महानगरपालिका, पंचायत समित्या, को-ऑप (स्वीकृत जागा न लढविता मनपातील अंतर्गत निवडणुकीत निश्चित होणाऱ्या जागा) स्त्रियांना अग्रक्रमाने मिळाव्यात असे मला वाटते. यासाठी जितक्या वेगाने काम करता आले असते; पण निवडणुका, इतर प्रश्न ह्यांत हे मागे पडले. भारतीय रिपब्लिकन पक्षच नव्हे तर कोणत्याही स्त्री-समता मानणाऱ्या पक्षाने हे पुढील काळात करायला हवे, असे वाटते.

अन्यथा काही विभागांचे-जिल्ह्याचे पुढारी प्रामाणिक व चांगले आहेत. ते स्त्रियांना-स्त्रीकार्यकर्त्यांना-वाव देतात. याउलट, एखादे-दोघे बदमाष लोक स्त्रियांना केवळ तात्पुरते मतदानापुरते, मतदारांची संख्या वाढवायला वापरतात व नंतर स्त्रियांसाठी -त्यांच्या नेतृत्वविकासासाठी काही संधी देत नाहीत. उलट, राजकीय दहशतीचा वापर करून स्त्रीकार्यकर्त्यांना आपापल्या गटांचा भाग बनवण्याचा प्रयत्न होतो किंवा कळसुत्री बाहुल्या बनविण्याचा! काही वेळा एखाद्या जिल्हा-शहरात जुनी जाणती कार्यकर्ती 'फेकून' एखाद्या 'तरुण,तडफदार' मुलीला पुढे आणायचा प्रयत्न होतो. ह्यामध्ये त्या मुलीला निर्णयप्रक्रियेत संधी क्वचितच मिळते. जुन्या कार्यकर्तीला संपविल्यावर या नवीन मुलीची गरज कमी होते; मग तिचेही महत्त्व कमी केले जाते.

याखेरीज कार्यकर्त्यांचे आपल्या पतीशी-बहिणीशी वर्तन हा एक वेगळाच विषय आहे. अनेक कार्यकर्त्यांच्या कुटुंबांतील स्त्रिया पुढे आल्या. कांताबाई लंकेश्वर (अकोला) यांच्यासारख्या अनेक कौतुकास्पद उदाहरणांचा त्यात समावेश करावा

लागेल; परंतु असे असले तरी सर्वच कुटुंबात पतीस-बहिणीस 'परवानगी' आहे असे नाही. ह्याबाबत जाणीवपूर्वक प्रयत्न केल्याखेरीज भूमिका बदलणार नाहीत. या पार्श्वभूमीवर काही प्रमाणात तरी स्त्री प्रश्नांवर पक्षाने कार्यक्रम घेणे घडले; त्यामुळे राजीनाम्याचा विचार यायचा तेव्हा अनेकदा या मुद्द्यांवर पुढे ढकलला जायचा.

पण त्यालाही काही अंत आहे असे जाणवू लागले.

-८-

केवळ निवडणुकीचे राजकारण म्हणजे पक्षीय काम असे दोन-तीन वर्षे होत चालले होते. व्यापक भूमिका व संघर्षाचे कार्यक्रम पुरेसे घेतले जात नव्हते. रचना, प्रबोधन,संघटन ही कामे पक्षाने विविध व्यासपीठांमार्फत करायला हवीत; पण सत्ता हवी असते. त्यांपैकी काही लोकांना रचनात्मक कामांचा राग येतो. काहीही काम न करता दारू अथवा चहा पीत तासन् तास घालविलेले पक्षाला चालतात; पण त्याच वेळेचा उपयोग करून रचनात्मक काम केले तरी स्वत:चे महत्त्व वाढवायला काम केले, असे वाटते. विरोध करून स्वत:चे महत्त्व वाढवणे हा नेहमीचा उद्योग. त्याचा काम न करणाऱ्यांना त्रास नाही; पण निरुद्योगी बसण्याची सवय नाही त्याला त्याचा त्रास होतो.

नेते आल्यावर स्वागत करणे, नेत्यांचे निरोप इतर राजकीय पक्षांच्या पुढाऱ्यांना देणे व स्टेशनवर जाऊन सोडणे अशी तीन कामे केली तरी पुरतात. दैनंदिन कामाचा निकष काही नसतो.

स्त्री-संघटना कुटुंबातील मारहाणीला विरोध करतात, हा सर्वांना जिव्हाळ्याचा विषय वाटत नाही. सत्तेचा वापर करून नडलेल्या मुलींना नादी लावू नये, असा आग्रह धरला तर थट्टेचा विषय होतो. एक-दोन माणसे तर चक्क 'एम. एस. पी.' (मेल शॉव्हिनिस्ट पिग्ज म्हणजे पुरुषप्रधान संस्कृतीचा अर्क असलेली - थोड्या असभ्य भाषेत म्हणजे डुकरे) होती. त्यांचे कामच म्हणजे सारखे 'आम्ही आहोत बुवा... पुरुषी वर्चस्ववाले' म्हणत स्वत:च्या बदकर्मांचे जाहीर समर्थन करीत राहणे. यावर माझे उत्तर अयोग्य होते; पण मग मी एखाद्या वेळी रागावून बोलले आहे की,

'असे करणाऱ्याला मी जोड्याने मारीन.'

मग अर्थातच हळूहळू अशा दुखावलेल्या माणसांनी माझ्याभोवती बदनामीच्या चिरेबंदी भिंतीची एकेक वीट रचायला सुरुवात केली.

शिवाय आरंभीच्या काळात पक्ष व्यापक आहे असे दिसायला नीलम गोऱ्हे-सारख्या प्रतीकांची गरज होती. आता त्यांची जागा घ्यायला काहीजण तयार होतेच. शिवाय पक्षाचे एकमेव आमदार श्री. मक्राम पवार हे बंजारा समाजाचे असल्याने पक्ष

व्यापकत्वाच्या कसोटीवर उतरला आहे, असे स्पष्ट होते. त्यामुळे लोकप्रिय व डोईजड असलेल्या कार्यकर्तीला हटविल्याशिवाय उरलेल्या अध्वर्यूंना कशी बरे सत्ता मिळणार होती?

कुटुंबात बहीण जशी हजारो प्रश्नांची उत्तरे देते, तशीच एखाद्या खेड अथवा जुन्नरच्या परित्यक्तांच्या मेळाव्याहून थकून आल्यावर दिवसभर रेस्ट हाऊसला गप्पा मारलेल्या माननीयांच्या प्रश्नांना मी तासन् तास स्पष्टीकरण देत होते व मध्यरात्री घरी पोहोचत होते. मुले झोपलेली, घर झोपलेले. माझ्या नवऱ्याने माझ्या चारित्र्यहननाची कधी पर्वा केली नाही; पण भारतीय रिपब्लिकन पक्षासोबत स्त्रियांच्या प्रश्नांना वेग आल्यावर मात्र त्यातील सहकाऱ्यांनी कुकल्पिततेने-डावपेचांनी, कधी प्रसिद्धीने विरुद्ध झाल्यामुळे, मारलेले बाणही मी पचवत होते. असे एक-दोन नव्हे तर अनेक अश्रू माझी डायरी नोंदवीत होते.

या सर्व पार्श्वभूमीवर वाटायला लागले, की या पक्षाच्या चौकटीत जी शक्ती खर्ची होतेय, एकेका वादंगानंतर लक्षात येत गेले, इतरांचा हा फावल्या वेळेचा डावपेच आहे.

यापूर्वीही एक-दोन वेळा इतर काही प्रश्नांबाबत मी राजीनाम्याची पत्रे बाळासाहेब आंबेडकरांकडे दिली होती; पण ते चक्क ती पत्रे परत देत व नंतर चर्चा करीत. इतरही अनेक प्रमुख कार्यकर्ते राजीनाम्यावर काही बोलूच द्यायचे नाहीत; पण वाटायला लागलं, आपण प्रतीक म्हणून जागायचं की माणूस म्हणून? स्त्रियांच्या प्रश्नांसाठी देखील अधिक वेळ देणे गरजेचे होते. भटक्या विमुक्त स्त्रिया, अत्याचारित स्त्रिया या तर अजून परिघावरच आहेत.

भारतीय रिपब्लिकन पक्षामधील हजारो कार्यकर्त्यांचे, स्त्रियांचे चेहरे डोळ्यांसमोर येत होते; पण त्यांना पक्षांतर्गत वादात अजून एक माझा विषय देऊन उजवावं असं वाटत नव्हतं. फार नाही, नुसती चारशे-पाचशे पत्रे पाठवली असती तरी कार्यकर्त्यांनी या 'राहू-केतू' ची वाट लावली असती; पण मनात विचार आला, कार्यकर्त्यांनी इतर कामे करावयाची आहेत. मंडल आयोगाविरोधी आंदोलने चालू होती. म्हटलं, रात्र वैऱ्यांची दिसते! वर्तमानपत्रांना वादंगाला जाहीरपणे काही विषय मिळणार नाही, असा छोटा संदिग्ध राजीनामा द्यायचा. वृत्तपत्रातून द्यायचा ठरवला; कारण समोर देऊन तो कुणीच स्वीकारू शकलं नसतं.

मनावर दगड ठेवून राजीनाम्याचा निर्णय घेतला.

एका अर्थाने कुटुंबात स्त्री जशी असह्य झाल्यावर आत्महत्या करते तशीच ही राजकीय आत्महत्या होती.

नंतर उलटसुलट प्रतिक्रिया, पत्रे, फोन आले. मी म्हणाले, "मी लोकांचा

राजीनामा दिलेला नाही. रिपब्लिकन पक्षाच्या संघटनात्मक चौकटीचा दिलाय, भूमिकेचा नाही.''

दलित व दलितेतर दोन्ही जगांच्यामध्ये एखादा पूल निर्माण होतो का, हे मी अजूनही शोधते आणि या वाटचालीत शेकडो माणसांचा संवाद - लोकांशी नाती जुळली होती,ती आहेत, असे मला दिसते. ते पूल तसेच आहेत. नदीवर एका पुलाच्या जवळपासही पाणी वाहत असते, अभिसरण होत असते तसे.

मग मला त्यातही धुगधुगी दिसते. एका नव्या आकाशाचे आव्हान दिसते आणि हो! त्या आकाशाचा रंगही आंबेडकरी चळवळीच्या झेंड्याचाच असतो... निळा निळा!ओझ्याखाली दबलेले असताना वाईट अनुभवच ठळकपणे बाहेर येण्याची शक्यता असते. हे सारं मला टाळायचं होतं. आता मात्र त्याहीबद्दल कधीतरी सविस्तर लिहिता येईल असं वाटतं.

□□□

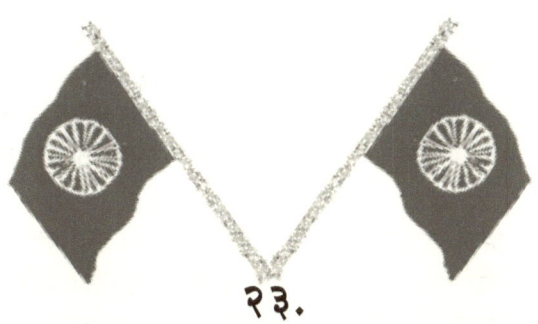

२३.
रामदास आठवले यांची मुलाखत
वामन निंबाळकर

मी : आंबेडकरी चळवळीजवळ आर्थिक कार्यक्रम आहे का?

रामदास आठवले : आंबेडकरी चळवळीचा अर्थ फक्त सामाजिक चळवळ असा असू शकत नाही. त्याला आर्थिक चळवळीची विशिष्ट जोड असणे म्हणजेच खरी आंबेडकरी चळवळ होय. आर्थिक विकासाच्या विविध योजना मी आणि पक्षाने आखलेल्या आहेत. सहकारी तत्त्वांवर छोटे आणि मोठे कारखाने उभे करून बेरोजगारीचा प्रश्न सोडवण्याचा प्रयत्न आहे. त्याचबरोबर प्रत्येक शहरामध्ये सहकारी तत्त्वांवर डिपार्टमेंटल स्टोअर्स उभी करण्याचा एक संकल्प आहे. त्यामध्ये त्या त्या शहरातील दलित मागासवर्गीयांचे शेअर्स घेऊन, त्यांचे नाते त्या स्टोअर्सशी जोडून त्यांच्या आर्थिक विकासाचा प्रयत्न करावयाचा आहे नि दलितांची कोरडवाहू शेती आहे, इनामी जमिनी आहेत, त्या बागायती करण्याचाही प्रयत्न राहील.

त्याचप्रमाणे सहकारी तत्त्वावर ह्या शेतीचा जर विकास करण्याचा प्रयत्न केला, तर शेतीच्या उत्पादनावर परिणाम होईल. जेथे शक्य आहे तेथे शेती,उद्योग आणि शेतीचा विकास यांवर भर देण्याचा प्रयत्न राहील; परंतु हे करीत असताना आंबेडकरी विचारांची जोड देऊ. त्या शेतकऱ्यांमध्ये असलेली अंधश्रद्धा काढून वैज्ञानिक दृष्टी देण्याचा प्रयत्न असेल. ज्या विविध योजना राबविल्या जातील, त्यांना राज्य शासनाचे सहकार्य असेल. नव्हे, या वर्गाने विकासाकडे पावले टाकावीत असा प्रयत्न आहे. दलित विकासांच्या योजना त्यांच्यापर्यंत पोहोचत नाहीत हे खरे आहे. त्या योजना त्यांच्यापर्यंत पोहोचविण्याचे काम मी करणार आहे. एवढेच नव्हे तर, नवीन योजना उभ्या करण्याचा शासनाचा प्रयत्न राहील. ही गोष्ट मात्र खरी आहे की, तमाम दलितांनी आता आपल्या पायांवर उभे राहण्याचा प्रयत्न केला पाहिजे. शासन सर्वच करणार आहे असे समजून जर आपण आपली जबाबदारी झटकून देत असू, तर मात्र

कठीण आहे. जे काम आपल्याला करायचे आहे,त्याचा चांगला अभ्यास करून त्याच्या पाठीमागे लागले तरच त्याचे फायदे पदरात पडू शकतात. पण उमेदवाराला त्यात इंटरेस्ट पाहिजे. त्यासाठी व्यवसायाची आवड निर्माण करून, त्यांना त्याचे ज्ञान मिळावे या उद्देशाने रिपब्लिकन पक्षाच्या वतीने राज्यभर अशा लोकांची शिबिरे घेण्यात येणार आहेत.

मुंबईला अशा प्रकारचे शिबिर सप्टेंबरच्या पहिल्या आठवड्यामध्ये घेऊन या कामाला सुरुवात करीत आहोत. नव्या मुंबई डिपार्टमेंटल स्टोअर्सची स्कीम देण्यात आलेली आहे. बहुतेक या वर्षभरात जवळपास आठ-दहा कोटींची योजना यशस्वी करण्याचा आमचा प्रयत्न आहे.

मी : या सर्व योजनांसाठी आर्थिक तरतूद कशी करणार?

रामदास आठवले : आपला असा प्रयत्न आहे की, आपल्या पतपेढ्या उभ्या कराव्यात, अशा सूचना कार्यकर्त्यांना देण्यात आलेल्या आहेत. तशी सुरुवात काही ठिकाणी चांगली झालेली आहे. त्यानंतर सहकारी बँका काढण्याचा संकल्प आहे. आपल्याच बँका जिल्हा, तालुकास्तरावर उभ्या झाल्या तर त्याचा फायदा मिळेल. आज बँकांबाबतच्या ज्या तक्रारी असतात, त्या दूर होतील. बँकांचे व्यवहारसुद्धा चांगले असावे लागतील. घेतलेले कर्ज परत करण्याची जबाबदारी पाळली पाहिजे. अडचणींवर मात करणे आवश्यक आहे.

मी : नोकऱ्यांत मागासवर्गीयांचा प्रचंड अनुशेष आहे. शासन तो कसा भरून काढणार आहे?

रामदास आठवले : मागासवर्गीयांचा बॅकलॉग जो आहे, तो निश्चितपणे भरला पाहिजे. त्या दृष्टीने शासन प्रयत्नशील आहे. ज्या विभागात अनुशेष आहे, त्यात पन्नास टक्के जागा बॅकलॉग व पन्नास टक्के जनरल भरू. काही ठिकाणी तांत्रिक मुद्दे उपस्थित करून वरिष्ठ अधिकारी उमेदवारांना डावलतात, हे खरे आहे. अशा अधिकाऱ्यांच्या विरोधात खंबीरपणे पावले आम्ही उचलणार आहोत. मी सर्व खात्यांना आदेश दिलेत की, बॅकलॉग त्वरित भरावा. अडचणी असल्यास शासनास कळवाव्यात. या संबंधामध्ये अधिकारीवर्गाला जबाबदार धरता येईल का, याबाबत विचार चालू आहे आणि मा. मुख्यमंत्र्यांशी चर्चा करुन बॅकलॉग भरण्यासंबंधीचे धोरण लवकरच राज्य शासनाच्या वतीने जाहीर करण्यात येईल.

(मध्येच त्यांना थांबवून मी विचारतो.)

मी : याला वेळेची मर्यादा घालणार आहात काय?

रामदास आठवले : वेळेची मर्यादा घालता येणार नाही; पण शक्य तेवढ्या लवकर त्या भराव्यात असे आदेश दिले जातील.

मी : मागासवर्गीय अधिकाऱ्यांना जास्तीत जास्त त्रास दिला जात आहे. त्यांच्या पदोन्नती थांबविल्या जात आहेत. विभागीय चौकशा, प्रोबेशन पीरियड रद्द न करणे, अशा अनेक कारणांनी अधिकाऱ्यांचा छळ होत आहे. आपण यावर काही करणार का?

रामदास आठवले : अनेक अधिकाऱ्यांच्या तक्रारी आमच्याकडे आलेल्या आहेत, त्यांनी त्यांची बाजू माझ्यापुढे सांगितली आहे. शासनाचे नियम तोडून जे वरिष्ठ अधिकारी मागावर्गीय अधिकाऱ्यांना व कर्मचाऱ्यांना त्रास देण्याचा प्रयत्न करतील, त्या अधिकाऱ्यांची चौकशी करून त्यांच्यावर कारवाई करावी लागेल. मी या संबंधामध्ये सर्वच खात्यांच्या वरिष्ठ अधिकाऱ्यांच्या बैठका बोलावून याविषयी त्यांच्याशी चर्चा करणार आहे आणि रोस्टरप्रमाणे ज्या अधिकाऱ्यांच्या बढत्या देय आहेत, त्या देण्यात याव्यात असे आदेश देणार आहे. मागासवर्गीय अधिकाऱ्यांना व कर्मचाऱ्यांना संरक्षण देण्याची शासनाची भूमिका असून, त्या सर्वच अधिकाऱ्यांना कार्यान्वित करणे आवश्यक आहे. अन्याय होतो ही गोष्ट जरी खरी असली, तरी मागासवर्गीय कर्मचाऱ्यांनी आपल्यावरील जबाबदारी यशस्वीपणे पार पाडण्याचा प्रयत्न करून आपली गुणवत्ता दाखविण्याचा प्रयत्न केला पाहिजे.

मी : शहरी दलित व ग्रामीण दलित यांचे प्रश्न वेगवेगळे आहेत का?

रामदास आठवले : शहरी दलित आणि ग्रामीण दलित यांच्या प्रश्नांची जर तुलना केली तर काही प्रश्न जरी एकसारखे असले तरी बरेचसे प्रश्न निश्चितच वेगळे आहेत. शहरातल्या दलितांना आज जातीयवादाचा फारसा त्रास होत नसेल; पण ग्रामीण भागातील दलितांना मात्र जातीयवादाने आजही पछाडले आहे. प्रस्थापित व्यवस्थेकडून दैनंदिन जीवनात छळ सहन करावा लागतो, ही गोष्ट खरी आहे. परंतु शहरात आलेल्या माणसांकडून ग्रामीण दलितांवर होणाऱ्या अत्याचारांची प्रतिक्रिया, आंदोलनाच्या मार्गाने शहरांतून उभी राहिल्याचे चित्र आपणास दिसते. शहरात आलेल्या आणि चांगल्या ठिकाणी नोकऱ्या करणाऱ्यांमध्ये असे दिसून येते की, जेवढे लक्ष ग्रामीण दलितांकडे द्यावयास हवे, तितके दिले जात नाही. आपण ज्या गावातून आलो, त्या गावातील दलितांकडे लक्ष ठेवून त्यांच्या विकासासाठी काही योजना राबविल्या, तर निश्चितच गावागावांतील दलितांना आर्थिक दृष्ट्या आणि नैतिक दृष्ट्या प्रबळ करता येईल. हा कार्यक्रम त्या त्या गावातील जनतेने करावाच; पण रिपब्लिकन पक्षाच्या वतीने आम्ही राबवू. ग्रामीण भागातील दलितांचा स्तर उंचावेल आणि ते आर्थिक दृष्ट्या सबळ होऊन जातीय व्यवस्थेशी सामना करू शकतील, असा विश्वास मला वाटतो. ग्रामीण भागातील प्रश्नांसाठी ग्रामीण भागातील दलितांनी एकत्र आले पाहिजे. शहरातील दलितांनी त्यांच्या प्रश्नांसाठी एकत्र आले पाहिजे. दोघांनी साऱ्या प्रश्नांसाठी एकमेकांना

साथ दिली पाहिजे. अशी साथ देऊन एक बलाढ्य संघशक्ती उभी करण्याचा पक्षाचा प्रयत्न असेल.

मी : दलितांसाठी वेगळे शैक्षणिक धोरण असावे काय? आजचे शैक्षणिक धोरण दलितांच्या विरोधात नाही काय?

रामदास आठवले : सध्याचे जे शैक्षणिक धोरण आहे ते संपूर्ण दलितांच्या विरोधात आहे, असं म्हणता येणार नाही. दलितांची शैक्षणिक प्रगती झाल्याशिवाय गत्यंतर नाही, हे शासनाला माहीत आहे; म्हणूनच शासनाने अनेक सोयी-सवलती दिल्या आहेत. परंतु अलीकडे विना-अनुदान तत्त्वावर चालणाऱ्या तांत्रिक व व्यावसायिक महाविद्यालयांमध्ये द्यावी लागणारी फी व डोनेशन हे मागासवर्गीयांना पेलणारे नाही. या संबंधात काही धोरणात बदल करता येतो का, दलितांना या संबधांत काही देता येतं का, याचा अभ्यास करून त्यात ज्या त्रुटी असतील, त्या सुधारण्याचा प्रयत्न शासन निश्चितच करील. अशा संस्थांमध्ये दलितांचा बॅकलॉग भरला जावा अशी अपेक्षा आहे; पण अशा संस्थांकडून दलितवर्गियांच्या प्रवेशाबद्दल उदासीनता दाखविली जात असेल, तर त्यांची मान्यता चालू ठेवायची की नाही, याबद्दल शासनाला गंभीर विचार करावा लागेल. शासनाकडून ग्रॅन्ट घेतल्यानंतर शासनाच्या ध्येयधोरणांची अंमलबजावणी त्यांनी केलीच पाहिजे.

(त्यांना मध्येच थांबवून मी म्हटले,)

मी : विनाअनुदान तत्त्वांवर आता जी तांत्रिक आणि व्यावसायिक महाविद्यालये देण्यात आली, त्यात मागास जाती-जमाती, भटके, विमुक्त यांना राखीव जागा ठेवलेल्या नाहीत. हे शासकीय धोरण चुकीचे आहे. किमान काही टक्केवारी ठेवून त्यांच्या ट्यूशन फी तरी शासनाने द्याव्यात.

रामदास आठवले : हा प्रश्न तपासून दलित विद्यार्थ्यांसाठी जे काही करता येईल, ते शासन करील. ट्यूशन फी देता येणार नाही; परंतु त्यांची काही टक्केवारी त्या महाविद्यालयात असावी असा प्रयत्न केला जाईल.

मी : दलित विद्यार्थ्यांसाठी तांत्रिक शिक्षणाची गरज वाटत नाही काय?त्यासाठी वेगळी महाविद्यालये हवीत का?

रामदास आठवले : तांत्रिक आणि व्यावसायिक महाविद्यालयांत दलित विद्यार्थ्यांना प्रवेश मिळतोच. त्यांची टक्केवारी भरण्यात येतेच; परंतु आता अशा प्रकारची तांत्रिक आणि व्यावसायिक महाविद्यालये काढावीत व दलित विद्यार्थ्यांना ज्यांत प्राधान्य देता येईल, अशी शैक्षणिक संस्था पुढील वर्षात सुरू करण्याचा माझा विचार आहे.

मी : दलितांच्या शिक्षणसंस्थांची आजची स्थिती कशी आहे?

रामदास आठवले : दलितांच्या पी. ई. सोसायटी व अन्यही संस्था आहेत. त्या संस्थांच्या संबंधामध्ये विचार करता, काही गोष्टींबद्दल जरी समाधान व्यक्त करण्याची इच्छा असली, तरी सर्वसाधारणपणे समाधान मानावे अशी परिस्थिती नाही. बाबासाहेबांच्या महापरिनिर्वाणानंतर जशी प्रगती करावयास हवी होती, तशी करता आली नाही. रयत शिक्षण संस्था, श्री शिवाजी शिक्षण संस्था, विवेकानंद शिक्षण संस्थांनी अतिशय प्रगती केली आहे. बाबासाहेबांचाही असाच दृष्टिकोन होता- 'माझ्या पीपल्स एज्युकेशन सोसायटीच्या संस्थेच्या शाखा जिल्हा, तालुका- पातळीवर झाल्या पाहिजेत.' परंतु पीपल्स एज्युकेशन सोसायटी हा वृक्ष वाढविता आलेला नाही. त्यामध्ये अडचणी आल्याही असतील; परंतु त्या अडचणींवर मात करून पुढे जावयास हवे होते. बाबासाहेबांचे अपुरे राहिलेले हे जे काम आहे, ते पूर्ण करण्याचा मी संकल्प केला आहे. पीपल्स एज्युकेशन सोसायटीमध्ये नवीन सभासद घेण्याची तरतूद नाही, म्हणजे माझ्यासारख्या उत्साही कार्यकर्त्याला इच्छा असनूही तिथे काम करता येत नाही; त्यामुळे बाबासाहेबांच्या वैचारिक छायेखाली आणि वैचारिक मार्गदर्शनाखाली समाजातील उत्सुक आणि होतकरू तरुणांना घेऊन एक शिक्षणसंस्था उभी करण्याचा माझा प्रयत्न राहील.

मी : नवसमाजनिर्मितीसाठी कोणते सामाजिक आणि सांस्कृतिक कार्यक्रम आखाल?

रामदास आठवले : जातींचे प्राबल्य आजही आपल्या देशात दिसून येते. त्यामुळे संपूर्ण भारतीय समाजव्यवस्था खिळखिळी झाली आहे. एवढेच नव्हे तर या जातिव्यवस्थेमुळे देशाचे स्वातंत्र्यही अनेकदा गेले आहे. जातिव्यवस्थेचे अनेक दुष्परिणाम आपण भोगले. अडीच हजार वर्षांपूर्वी बुद्धिवादी आणि समतावादी झालेला भारत पुन्हा अधोगतीला लागला. आपल्या देशामध्ये अनेक समस्यांचे जातिव्यवस्था हेच मूळ असल्यामुळे, हे मूळ उखडून टाकल्याशिवाय ही समाज -व्यवस्था स्वच्छ आणि शक्तिशाली होणार नाही; म्हणूनच जातिव्यवस्थेला कायम स्वरूपामध्ये उखडून टाकण्यासाठी प्रभावी असा कार्यक्रम उभा करावा. हा कार्यक्रम ग्रामपातळीपासून सुरू करावा, असं माझं मत आहे. रूढी आणि परंपरांमध्ये अडकलेल्या मनाला बाहेर काढले तर यश निश्चितच पदरात पडेल, असं आजचं चित्र आहे. सेवाभावी संस्थांनी आणि व्यक्तींनी हे प्रबोधनाचं काम करण्याची गरज आहे. हा समाज जर एकजिनसी झाला तर निश्चितच अनेक प्रश्नांचा उलगडा होणार आहे; परंतु आज खालच्या स्तरांपासून काम करणाऱ्या संघटना/पक्ष दिसत नाहीत. हाती घेतलेलं कोणतंही काम हे खालपर्यंत पोहोचू शकत नाही, असा अनेक वर्षांचा अनुभव आहे. जातीच्या नावावर असलेला संघर्ष संपवून सर्वांनी एकोप्याने गीत गावे अशी माझी मनोमन इच्छा आहे.

आंबेडकरी चळवळीने ऐक्याचे काम केले हे आपल्या लक्षात येईल. गावपातळीवर चर्चा, शिबिरे, परिसंवाद इत्यादी कार्यक्रम घेऊन सर्व माणसांच्या मनात सद्विचार निर्माण केला आणि अंधश्रद्धानिर्मूलन करून त्यांना डोळस केले तर त्याचे परिणाम चांगले होतील. फुले, आंबेडकर, शाहूमहाराज इत्यादींचे विचार सर्व समाजात पोहोचवून आणि महिलांमधील अशिक्षितपणा घालवून त्यांना शिक्षित करण्याचा सर्व स्तरांवर प्रयत्न झाला पाहिजे; तरच समाजातील अंधकार नाहीसा होईल आणि नवसमाजाचे सुंदर चित्र डोळ्यांपुढे येईल.

मी : बौद्ध धम्मप्रसाराने भारतात समाजवाद येईल का?

रामदास आठवले : बौद्ध धम्माचा प्रसार मोठ्या प्रमाणात झाल्याशिवाय या देशात खराखुरा समाजवाद येणारच नाही. भारतीय घटनेला बुद्धांचं तत्त्वज्ञान हे पायाभूत आहे. डॉ. बाबासाहेबांनी २५०० वर्षांअगोदरील लोकशाहीचा पुरस्कार करून घटना लिहिली. त्याचप्रमाणे भारतीय घटना आणि समाजवाद यांचा संबंध आहे. सविधानाची अंमलबजावणी केली तर बुद्धाला अभिप्रेत असलेला विज्ञानवादी समाज निर्माण होईल.

मी : दलितांचे ऐक्य अनेकदा झाले आणि दुभंगले याची कारणमीमांसा, पक्षाची बांधणी आणि भविष्याचे चित्र सांगाल काय?

रामदास आठवले : अनेक वेळा ऐक्य झालेलं आपणाला जे वाटलं, ते ऐक्य झालेलंच नव्हतं. खऱ्या अर्थाने ऐक्य झालेलं असतं तर ते तुटलंच नसतं. तुटण्याची जी प्रक्रिया आहे, ती अस्थिरतेवर अवलंबून आहे. अस्थिरतेवर उभा असलेला, अस्थिर मनांनी एकत्र येण्याचा प्रयत्न स्थिर कधीच होऊ शकत नाही. दलितांचे ज्या ज्या वेळी ऐक्य झाले, त्या त्या वेळी प्रामाणिक भावनेतून ते झालेले नाही, असं माझं मत आहे. प्रत्येक वेळी झालेल्या ऐक्यामध्ये नेत्यांचा स्वार्थ होता. आंबेडकरी स्वप्नांना घडविण्यासाठी जर ते ऐक्य झाले असते, तर ते तुटलेच नसते. ते एकत्र आले ते स्वत:ची स्वप्ने पुरी करण्यासाठी. ऐक्याबद्दल माझं आता पक्कं मत झालं आहे, की आपण एकत्र येऊच शकत नाही आणि एकत्र आलोच तर एकत्र राहू शकत नाही. त्यामुळे नेत्यांच्या ऐक्यासाठी वेळ घालवावा असे मला वाटत नाही. जनतेला ऐक्य हवे असेल तर जनतेनेच एकत्रित यावयास हवे. परंपरागत नेतृत्व हे जर चुकीच्या मार्गाने, दिशेने धावत असेल तर त्याला बाजूला करून जनतेच्या विराट शक्तीने समाजाच्या फायद्याची दिसेल ती वाटचाल केली पाहिजे.

आपल्याला माहीतच असेल की, १९ डिसेंबर ८९ रोजी सर्व दलित नेते एकत्र आले होते आणि त्यांनी आपापले पूर्वीचे गट बरखास्त करून एकसंध अशा 'रिपब्लिकन पार्टी ऑफ इंडिया' या नावाने काम करण्याचा निश्चय केला. 'आता आम्ही अजिबात

फुटणार नाही, एकत्रच राहू' असं अभिवचन दिलं; पण त्यांनी दिलेलं आश्वासन त्यांना फार काळ पाळता आलं नाही. ६ जानेवारी, १९९०ला मुंबईच्या शिवाजी पार्कवर भरलेले पक्षाचे अधिवेशन हे न भूतो न भविष्यति असे होते. एकत्र आलेल्या नेत्यांवर विश्वास व्यक्त करणारं चित्र होतं. राज्यातील जवळजवळ दहा लाख लोक एकत्रित आले होते. मी-मी म्हणणाऱ्यांना हेवा वाटावा अशी आंबेडकरी शक्ती अनेकांनी पाहिली आणि एकत्रित आलेल्यांना मनसोक्त शाबासकी देण्याचं काम झालं. ही विराट शक्ती बाबासाहेबांचं स्वप्न साकार करणार, अशी चर्चा ठिकठिकाणी सुरू झाली. या प्रचंड शक्तीशी सामना करणं हे महाभयंकर असल्याचं बोललं जाऊ लागलं. जनतेमध्ये प्रचंड विश्वास ऐक्यामुळे निर्माण झाला; परंतु जनतेचा विश्वास आम्हा नेत्यांना फार काळ टिकविता आला नाही, हे मात्र मला नाइलाजाने कबूल करावं लागेल. ऐक्य होणार आहे हे म्हटल्यानंतर आपले गट बरखास्त करावे, अशी सूचना आली. मी आमची भारतीय दलित पँथरसारखी बलाढ्य लढाऊ संघटना, काहीही मागचापुढचा विचार न करता, ऐक्यासाठी बरखास्त करण्याची घोषणा केली; नव्हे, बरखास्त केली. कारण मला असं वाटत होतं की, हे ऐक्य टिकाऊ आहे. हे प्रामाणिकपणे केलेलं ऐक्य आहे; परंतु थोड्या दिवसांतच माझा भ्रमनिरास झाला. त्या एकत्रीकरणाचा उद्देश जरी नेत्यांनी मनात ठेवला असता, तरी या पक्षात मतभेद झाले नसते.

न्यूझीलंड होस्टेल (गोरेगाव) ला झालेल्या पक्षकार्यकर्त्यांच्या बैठकीत काही ठराव केले गेले : १) शिवसेना आणि भाजप यांनी हिंदुत्वाची भूमिका, जातीयवादी भूमिका घेतलेली असल्यामुळे त्यांच्याबरोबर कसलीही तडजोड होणार नाही.   २) जातीयवादी शक्तींना प्रत्यक्ष वा अप्रत्यक्ष मदत होईल असा कोणताच निर्णय पक्षाकडून घेतला जाणार नाही. ३) जो पक्ष आमचा जाहीरनामा स्वीकारील त्या पक्षाबरोबर युती केली जाईल. काँग्रेस व जनता दल किंवा डावी आघाडी यांच्याबरोबरच पक्षाची बोलणी होती आणि या दोघांपैकी एकाबरोबर युती करण्यात येईल. या वेळी पक्षाच्या ॲड-हॉक कमिटीमध्ये कुणाबरोबर युती करावी याबद्दल झालेले मतभेद सर्वश्रुतच आहेत. माझे स्पष्ट मत असे होते की, बाबासाहेबांच्या जन्मशताब्दी वर्षामध्ये जातीयवाद्यांच्या घरात महाराष्ट्राची सत्ता अजिबात जाता कामा नये, असा आपल्या पक्षाचा निर्णय असला पाहिजे. जनता दलाला पाठिंबा दिला तर सरळ सरळ शिवसेना-भाजपाच्या हातात सत्ता जाईल, असा मला पूर्णपणे विश्वास होता. म्हणूनच माझा आग्रह होता की, या वेळी जनता दलाला मुळीच पाठिंबा देता कामा नये; परंतु इतर नेत्यांचा असा आग्रह होता की, शिवसेना-भाजपाच्या हातात महाराष्ट्र गेला तरी चालेल; पण काँग्रेसला पाठिंबा न देता तो जनता दलालाच दिला पाहिजे. या त्यांच्या मताला माझा तीव्र विरोध होता. पण काँग्रेसला पाठिंबा द्यावा असे माझे आग्रही मत असले,

तरी मी बैठकीमध्ये अशी सूचना केली होती की, पक्षाच्या ॲड-हॉक कमिटीमध्ये व सुकाणू समितीमध्ये जो बहुमताचा निर्णय होईल, तो मला मान्य आहे. जनता दलाला पाठिंबा देण्याचा बहुमताचा निर्णय होत असेल तर पक्षशिस्त म्हणून, पक्षाचं ऐक्य डोळ्यांसमोर ठेवून, बहुमताचा निर्णय जाहीरपणे मान्य करायला मी तयार होतो. माझा प्रयत्न हा होता की, पक्षाचा निर्णय एकमताने व्हावा. निर्णयासाठी मतदान होऊ नये असे मला मनोमन वाटत होते; पण इतर नेत्यांनी मतदानाचा आग्रह धरला आणि त्याप्रमाणे समितीच्या सदस्यांचे मतदान घेण्यात आले आणि काँग्रेसला पाठिंबा देण्याचा ठराव बहुमताने संमत करण्यात आला. बहुमताने संमत झालेला ठराव पक्षाच्या वतीने सुकाणू समितीच्या तेहतीस सदस्यांनी घोषित करावा, अशी माझी सूचना होती. ती सूचना काही सदस्यांनी अमान्य केली.

पक्षाने लोकशाही पद्धतीने संमत केलेला जो प्रस्ताव होता, तो घोषित करणं आवश्यकच होतं; त्यामुळे मी तो घोषित केला. तो घोषित करण्यापूर्वी सर्व नेत्यांना व कार्यकर्त्यांना अशी प्रामाणिक सूचना केली होती की, तुम्ही उलट-सुलट बातम्या वर्तमानपत्रांमध्ये देऊ नका; कुणाला व्यक्तिगत पातळीवर हा निर्णय अमान्य वाटत असला तरी दलित जनतेच्या हिताच्या दृष्टीने शांत रहा; पण त्यांनी स्वत:च्या व्यक्तिगत भूमिकेसाठी साऱ्या समाजाला वेठीस धरले. पक्षाचा बहुमताचा निर्णय आपणास मान्य नसल्याची घोषणा काही नेत्यांनी वर्तमानपत्रांतून जाहीर केली आणि पक्षाच्या ऐक्याचे दीड महिन्यातच तीनतेरा वाजवून टाकले. ऐक्य तोडण्यास कोण जबाबदार आहे, हे आता जनतेनेच ठरवावे. त्याला मी जबाबदार असेन तर जनतेने मला कोणतीही शिक्षा दिली, तरी मी ती स्वीकारण्यास तयार आहे; परंतु मी जबाबदार नाही, असं जर जनतेला वाटत असेल तर मात्र जे जबाबदार आहेत त्यांना शिक्षा करण्याची तयारी जनतेची आहे की नाही, हे मात्र मला माहीत नाही. जोपर्यंत ऐक्य तोडणाऱ्याला समाज शिक्षा करीत नाही, त्याचं नेतृत्व झुगारीत नाही, तोपर्यंत खरं ऐक्य होईल असं मला वाटत नाही आणि जनतेचे ऐक्य हेच खरे ऐक्य अशी माझी भूमिका असल्याने, आज खरं जनतेचं ऐक्य झालेलं आहे असं माझं मत आहे. आज तरी काही गट दिसत असले, तरी जनतेचा रेटा त्यांचे सगळे गट संपवून त्यांना एका झेंड्याखाली आणल्याशिवाय राहणार नाही, असा मला विश्वास आहे. जे नेते जातीयवाद्यांशी हातमिळवणी करतात, एवढेच नव्हे तर या विराट शक्तीच्या जनतेच्या पाठीत खंजीर खुपसतात, त्या नेत्यांना आंबेडकरवादी म्हणायचं का, हे एकदा ठरवायला पाहिजे.

आंबेडकरी चळवळीची दिशा ठरवून त्या दिशेने वाटचाल करायला सुरुवात केली पाहिजे आणि सर्व जनतेने त्याच दिशेने पुढे जाण्याचा निर्णय घेतला, की माझ्या-तुमच्यासारखे कितीही पुढारी येतील आणि जातील; परंतु लढण्याची दिशा एकदा

निश्चित असल्याने मग कसलीच अडचण येणार नाही. जोपर्यंत आपण डोळस होत नाही, सत्य काय आहे हे जाणून घेण्याची आमच्यात क्षमता येत नाही, तोपर्यंत हे रहाटगाडगं असंच चालत राहणार. मला समाधान या गोष्टीचं आहे की, समाजातील सुशिक्षित आणि अशिक्षितही वर्ग डोळस बनण्याच्या दिशेने सरसावत आहे. हे चित्र आपल्याला ८ ऑगस्ट, १९९० रोजी नुसत्या ठाणे आणि विरार परिसरातील काढलेल्या विराट मोर्चाने दाखवून दिले आहे. कोणताही नेता फार काळ जनतेला फसवू शकत नाही. जो नेता स्वत:शीच प्रामाणिक नसतो, तो समाजाशी कधीच प्रामाणिक राहत नसतो. चळवळ ही स्वत:साठी नसते तर ती समग्र समाजाला परिवर्तनाच्या दिशेने घेऊन जाण्यासाठी असते. जो नेता चळवळ स्वत:साठी वापरत असतो, स्वत:साठी व स्वत:भोवती फिरविण्याचा प्रयत्न करतो, तो समाजाभोवती कधीच फिरत नाही, तर तो समाजाला स्वत:भोवती फिरवतो. ज्या वेळी हे समाजाच्या लक्षात येतं, त्या वेळी समाज त्याला तेथेच अडवून, थांबवून भरधावपणे पुढे जातो. माझं तमाम जनतेला आवाहन आहे की, १९ डिसेंबर, १९८९ रोजी जे रिपब्लिकन पक्षाचे ऐक्य झाले, त्याच पक्षाचे काम करण्याचा निर्णय मी घेतलेला आहे. आम्ही घेतलेल्या भूमिकेला राज्यभर प्रचंड प्रतिसाद मिळत आहे. तरुण, वयस्कर, मुले, महिला आणि इतर सर्व दलित मागासवर्गातील असंख्य लोक पक्षामध्ये सहभागी होत आहेत. बाबासाहेबांना अभिप्रेत असलेला सर्व जाती-जमातींचा समावेश असलेला रिपब्लिकन पक्ष बांधण्याचा आमचा प्रयत्न आहे.

विधानसभेच्या वेळी काँग्रेसला पाठिंबा न देण्याची चूक केली असती तर बाबासाहेबांच्या जन्मशताब्दीच्या वर्षात शिवसेना-भाजपाच्या जातीयवाद्यांच्या दाढेत महाराष्ट्राला दिल्याचं दूषण आपल्या डोक्यांवर कायम राहिलं असतं आणि इतिहासामध्ये आम्ही किती करंटे, बेजबाबदार होतो हे काळ्याकुट्ट अक्षरांनी लिहिलं गेलं असतं. काँग्रेसला पाठिंबा दिल्यामुळेच काँग्रेस-रिपब्लिकन युतीचं सरकार आणण्याची आणि माझ्यासारख्या एका कार्यकर्त्याला रिपब्लिकन पक्षाचा मंत्री म्हणून जाण्याची संधी मिळाली. जन्मशताब्दी वर्षात मी मंत्री होणे आणि माझ्याकडून सर्वसामान्य दीनदलितांची सेवा होणे ही माझ्यासाठी समाजसेवेची फार मोठी संधी मिळाली, असं मी मानतो.

(अशी दोन टप्प्यांत झालेली ही मुलाखत सुमारे बारा-तेरा तास ना. आठवले यांच्या सहवासात राहून पूर्ण करावी लागली. या दिवसभरात ना. आठवलेंनी (अर्थात आम्ही) जेवण मात्र केलंच नाही.)

□□□

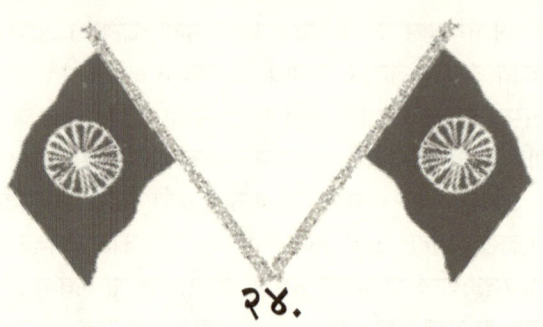

२४.

टी. एम. कांबळे यांची मुलाखत

अतुल देऊळगावकर

प्रश्न : दलित पँथरचं रिपब्लिकन पक्षात विलिनीकरण का केलं? आज तो निर्णय योग्य वाटतो का?

उत्तर : १९८९ च्या नोव्हेंबर महिन्यात चेंबूरला काही दलित तरुण, सर्व दलित चळवळीच्या ऐक्यासाठी आमरण उपोषणाला बसले. त्या वेळी सर्वश्री प्रकाश आंबेडकर, रामदास आठवले, रा. सु. गवई, जोगेंद्र कवाडे, कांबळे इ. नेते त्यांना भेटायला आले. त्यानंतर या सर्वांच्या दोन-तीन बैठका झाल्या. १९डिसेंबर,१९८९ ला झालेल्या बैठकीत, सर्वांनी आपापले गट बरखास्त करून रिपब्लिकन पक्षात सामील होण्याचा निर्णय घेतला गेला. दलित पँथर ही युवकांची चळवळ म्हणून तिचे वेगळे अस्तित्व असू द्यावे, असं आमचं मत होतं; परंतु आंबेडकरी विचारांच्या अनेक गटांचं ऐक्य होत असताना, त्या उच्च ध्येयासाठी, आम्ही हा आग्रह मागे घेतला. त्याहून महत्त्वाचं, दलित पँथर आणि रिपब्लिकन पक्षही नावं वेगळी असली तरी ध्येय एकच आहे. 'डॉ. बाबासाहेबांना अभिप्रेत सामाजिक, राजकीय, सांस्कृतिक बदलासाठी काम'. म्हणून रिपब्लिकन पक्षात विलिनीकरणाचा निर्णय आजही योग्य वाटतो.

प्रश्न : या ऐक्यानंतर काही काळातच फूट पडली; त्याची कारणं वैयक्तिक की वैचारिक?

उत्तर : निवडणुकीत युती कुणाशी करायची या प्रश्नावरून गट पडले. प्रकाश आंबेडकरांनी जनता दलाशी युती केली, याचा अप्रत्यक्ष फायदा शिवसेनेलाच झाला. आमच्या दृष्टीने शिवसेना, भारतीय जनता पक्ष यांचा वाढता प्रभाव थांबवणे हा प्रमुख हेतू होता. तसंच बावीसकलमी कार्यक्रम ठरविला होता. त्यावर काँग्रेसशी चर्चा केली. हा कार्यक्रम मंजूर केला म्हणूनच काँग्रेसला पाठिंबा दिला. त्यामध्ये पहिलं कलम नामांतराचं आहे. नवबौद्धांना सवलती, विशेष न्यायालये, मंडल आयोग अशा महत्त्वपूर्ण

ठरावांना संमती होती; त्यामुळे युती करण्यात अडचण वाटली नाही. आमच्या दृष्टीने वैचारिक स्पष्टता होती, आहे.

प्रश्न : यानंतर पुन्हा ऐक्याचे प्रयत्न करणार का?

उत्तर : आम्ही जनतेचा आदेश मानला. दलित पँथर बरखास्त करून रिपब्लिकन ऐक्य घडवलं. प्रकाश आंबेडकरांनी हा आदेश मानला नाही. ते वेगळे झाले, म्हणूनच ते तेवढे प्रभावी नाहीत. त्यांच्यामागे दलित कुठे आहेत? त्यामुळे यानंतर ऐक्याचे प्रयत्न होतील, असं मला वाटत नाही.

प्रश्न : काँग्रेससह सत्तेत असल्याने दलितांचे प्रश्न सोडविण्यासाठी कोणते प्रयत्न केले? काँग्रेसने निवडणुकीपूर्वी मान्य केलेला कार्यक्रम राबविताना कोणता अनुभव आला?

उत्तर : निवडणुकीपूर्वी ठरविलेली धोरणे विधानसभा, विधानपरिषदेतून वारंवार चर्चेला येतात. काही धोरणे राबविली जात आहेत. श्री. विश्वनाथ प्रताप सिंग मंत्रिमंडळाने दलितांसाठी विशेष न्यायालये स्थापन केली जावीत, दलितांवरील अन्यायाचे खटले केवळ त्याच न्यायालयांत चालवावेत, म्हणजे न्यायदानातील दिरंगाई टाळली जाईल, असा महत्त्वाचा आदेश काढला. इतर राज्यांनी त्याची दखल घेतली नाही. महाराष्ट्रात रिपब्लिकन पक्षाने हा मुद्दा लावून धरला. जिल्हा न्यायाधीशांनीच हा अतिरिक्त कार्यभार सांभाळावा, असा फतवा राज्य सरकारने काढला. अर्थात हेसुद्धा आम्हाला पूर्णपणे मान्य नाही. स्वतंत्र न्यायालयानेच हे प्रश्न लवकर सुटू शकतील.

दलित, भटके, आदिवासी विद्यार्थी यांच्यासाठी असलेल्या आश्रमशाळांतील अनुदान १२० रुपयांवरून २२० रुपये झालं.

मंडल आयोग लागू करण्याविषयी काँग्रेसने इतर राज्यांत विरोधी भूमिका घेतली; परंतु महाराष्ट्रात मंडल आयोगास पाठिंबा दिला, याचं श्रेय रिपब्लिकन पक्षाने घेतलेल्या आग्रही भूमिकेलाच द्यावं लागेल. नागपूरच्या विधानसभा अधिवेशनात (डिसेंबर १९८९) सर्व आमदारांना एकत्र आणून मंडल आयोगाच्या अंमलबजावणीसंबंधी सांगितले. त्यानंतर श्री. शरद पवारांनी (मुख्यमंत्री) अनुमती दिली.

सरकारमध्ये असल्यामुळे अनेक मोर्चे, आंदोलने यांनी न होणारी कामं फटक्यात होतात, असं लक्षात आलं.

प्रश्न : नामांतरावर पूर्वी जितकी तिखट भूमिका असायची, तेवढी आता नाही, याचे कारण?

उत्तर : नामांतराविषयी पूर्वीइतकीच ठाम, आग्रही भूमिका आहे. सत्तेवर असताना सत्ता सोडण्याची भाषा सहजासहजी कुणी करीत नाही; परंतु रामदास आठवले नामांतर न झाल्यास राजीनामा देऊ असं म्हणतो. केवळ इतकंच नाही. आम्ही

मराठवाडाभर दौरा केला. सगळीकडे नामांतराला पोषक वातावरण आहे. विरोधकांशी बोलल्यावर, त्यांचीही भूमिका बदलली आहे, हे लक्षात आलं. नामांतर कधीही होऊ शकतं, अशी आज परिस्थिती आहे.

प्रश्न : नामांतराचे विरोधक एकाएकी बदलले कसे?

उत्तर : आधी आम्हीही अतिशय आक्रमक होतो. लवकर बोलवा,वाट्टेल ते करू, पण नामांतर झालं पाहिजे अशी भाषा होती. विरोधकांशी बोललोही नव्हतो. आता विरोधकांसह चर्चा करून, सामोपचाराने, हिंसक घटना न घडता नामांतर व्हावं असं वाटतं. मुख्य म्हणजे त्यांच्याशी संवाद साधण्याने अनेक गैरसमज दूर झाले.

प्रश्न : विधानपरिषद सभासद म्हणून आपण दलितांचे कोणते प्रश्न उठवले?

उत्तर : लातूर जिल्ह्यातील पांढरवाडी (ता. निलंगा) येथे काही मातंगांवर गावाने बहिष्कार टाकला. या प्रश्नावर लक्षवेधी सूचना मांडली, तेव्हा गुप्तचर खात्यातर्फे चौकशीचं आश्वासन मिळालं; परंतु आम्हाला दोषींच्या निलंबनाचा आदेश हवा होता. त्यावर पुन्हा प्रश्नोत्तराच्या वेळेस मी व श्री. रा. सु. गवईंनी प्रश्न उपस्थित केला आणि पोलिसपाटील व बहिष्कारात सहभागी शिक्षकांना निलंबित केलं.

सध्या सभागृहाचं वातावरण बदललंय. मी,लक्ष्मण माने, विजय मोरे, रा. सु. गवई इ. चळवळीतील कार्यकर्ते असल्यामुळे अनेक पुरोगामी मुद्द्यांवर लक्ष वेधलं जातंय. गायरान, पडीक महार वतनांच्या जमिनींबाबत २८ मार्च,१९७८ पर्यंत अतिक्रमित जमिनी कायदेशीर करण्याचा आदेश होता. त्याला बदलून ती मुदत १९८५ पर्यंत वाढवली. आता ती १४ एप्रिल,१९९० करण्याची सूचना केली. ती मान्यही झाली. काही दिवसांत त्याबाबत निर्णय होईल. या निर्णयामुळे दलितांना अर्थिक स्वावलंबनासाठी महत्त्वाचा आधार मिळेल, तोही कायदेशीर.

प्रश्न : दलितांनी आर्थिक स्वावलंबी व्हावं, यासाठी इतर काही मागण्या, योजना आहेत?

उत्तर : आम्ही ठिकठिकाणी सहकारी संस्था चालू करीत आहोत. लातुरात डॉ. बाबासाहेब आंबेडकर सहकारी वाहतूक संस्था मंजूर झाली. त्याअंतर्गत आम्ही पन्नास ट्रक घेत आहोत. सूतगिरण्या, कुक्कुटपालन, दूधसंघ, पतसंस्था काही दिवसांत सुरू होतील. हासुद्धा सत्तेत असण्याचा फायदा. विश्वनाथ प्रताप सिंग सरकारने नॅशनल फेडरेशन ऑफ शेड्युल्ड कास्ट अँड शेड्युल्ड ट्राईब्जसाठी शंभर कोटी रुपयांची तरतूद केली. हे आम्हाला समजताच महाराष्ट्रात त्याचा विनियोग करण्याच्या मागे लागून कर्जे मंजूर करून घेतली.

त्याशिवाय व्होकेशनल ट्रेनिंग सेंटरद्वारा कमी अवधीचं प्रशिक्षण चालू केलंय.

अनेक खेडेगावांत हे लोण आता पोहोचतंय. लातूर जिल्ह्यातील भिसेवाघोली, जोडजवळासारख्या छोट्या गावांत हे प्रकल्प सुरूसुद्धा झालेत.

प्रश्न : कार्यकर्ता व आता विधानपरिषद सदस्य असताना काम करण्याच्या पद्धतीत काही बदल करावा लागला का?

उत्तर : आता शिस्त आली. विधानपरिषदेत बोलताना नीट मांडणी करावी लागते. मोर्च्यात बोलताना आक्रमकता जास्त असायची. तिला मर्यादा आल्या. अनेक कायदे, नियम, उपनियम समजून प्रश्न मांडावे लागतात. याव्यतिरिक्त काही फरक नाही.

प्रश्न : 'रिपब्लिकन पक्ष देशव्यापी, बलशाली विरोधी पक्ष व्हावा', हे बाबासाहेबांचं स्वप्न का पुरं होऊ शकत नाही?

उत्तर : बाबासाहेबांनंतर त्यांच्या तोडीचा नेता नव्हता. सर्व नेत्यांनी आपसांत नेतृत्वासाठी तंटे चालू केले. वैयक्तिक कारणांसाठी गट पडू लागले. नेते लोकांपर्यंत जात नव्हते, म्हणून पक्ष बलवान झाला नाही. असा प्रयत्न बहुजन समाज पार्टीने केला. लोकांनी उत्स्फूर्त प्रतिसाद दिला.

प्रश्न : आपण रिपब्लिकन पक्ष वाढण्यासाठी काय प्रयत्न करीत आहात?

उत्तर : पूर्वी दलित पँथर राजस्थान, तामिळनाडू, उत्तरप्रदेश, मध्य प्रदेश या राज्यांत प्रभावी होती. तिथं रिपब्लिकन पक्ष मुळं पसरतोय. विद्यार्थी, महिला, कामगार अशा सर्व क्षेत्रांत सदस्य वाढविण्याचा प्रयत्न चालू आहे.

प्रश्न : 'रिपब्लिकन पक्ष केवळ बौद्धांचाच आहे', असा आरोप केला जातो; आपली प्रतिक्रिया?

उत्तर : हा चुकीचा समज पसरविला आहे. मातंग, भटके, आदिवासी असे सर्व जातींतील लोक रिपब्लिकन पक्षात आहेत. या सर्वांच्या एकजुटीचं दर्शन घडविण्यासाठी १७ मार्च, १९९१ रोजी मोठा मेळावा घेतला. तीस हजारजण सहभागी झाले. त्यानंतर मातंग समाजाचा मेळावा आयोजित केला. अन्याय झाला तर जात विचारून प्रश्न घेतला जात नाही.

प्रश्न : कष्टकरी, पीडित असूनही दलितांमधील उपजातींसह दलितांचं ऐक्य होताना दिसत नाही. वेगळ्या जातीच्या झेंड्याखाली ते जातात. याचं कारण काय असावं?

उत्तर : अशिक्षित असल्यामुळे अनेक गैरसमज असतात हा मोठा अडसर. शिकण्याचे प्रमाण वाढल्यास एकजूट सहज होईल. मंडल आयोग राबविल्यास हे ऐक्य वेगाने होऊ शकेल.

टी. एम. कांबळे यांची मुलाखत ✳ ३२५

प्रश्न : आपण मंडल आयोगाला खूप महत्त्व देता. त्याच्या अंमलबजावणीची घोषणा करणाऱ्या जनता दलापेक्षा कॉँग्रेस जवळची का वाटते?

उत्तर : विश्वनाथ प्रताप सिंगानी मंडल आयोगाचं राजकारण केलं, हे चुकीचं आहे. मंडल आयोग सामाजिक क्रांतीसाठी महत्त्वाचं पाऊल आहे, ही दलित पँथरने २८ ऑगस्ट,१९८२ रोजी घेतलेली भूमिका आहे. त्याची पूर्ण अंमलबजावणी व्हायला पाहिजे.

प्रश्न : बाबासाहेबांनी कॉँग्रेसवर प्रचंड टीका केली. त्यांच्यासोबत जाण्याने दलितांचा फायदा होणार नाही, असं त्यांचं मत होतं. आपली प्रतिक्रिया?

उत्तर : कॉँग्रेसवर बाबासाहेबांनी टीका केली; परंतु घटना करण्यासारखी महत्त्वपूर्ण भूमिका पार पाडण्यासाठी ते मंत्रिमंडळात गेले. परिस्थितीनुसार औचित्यपूर्ण निर्णय घेण्यासाठी त्यांनी हे केलं व ते काम अफाट आवाक्यानं पार पडलं. आम्ही कॉँग्रेसने आमचा कार्यक्रम स्वीकारला म्हणून सोबत आहोत. कॉँग्रेस योग्य नाही असं वाटताच सोडू. ही काही कायमस्वरूपी तडजोड नाही. दलितांच्या भवितव्यासाठी ही तात्पुरती वाटचाल म्हणा.

प्रश्न : विधानसभा निवडणुकीतील रिपब्लिकन पक्षाच्या अपयशाचं कारण काय असावं?

उत्तर : कॉँग्रेस व रिपब्लिकन पक्षाची युती झाली अन् काही दिवसांत निवडणूक झाली. युती खाली पोहोचली नाही. यापुढे चित्र बदलेल. वेळही मिळेल.

प्रश्न : निवडणुकीत दलित उमेदवाराचं बळ कमी पडतं. हे दृश्य बदलण्यासाठी काय करावं लागेल?

उत्तर : दलित-दलितेतरांतील दरी बुजवावी लागेल. व्यापक व्यासपीठ चळवळ झाल्यास हे होऊ शकेल. सर्व जाती, धर्मांना एकत्रित आणून कार्यक्रम घ्यावे लागतील. सध्या असं होताना दिसत नाही. हे दृश्य बदलायला खूप वेळ लागेल. सध्या महागाई, बेकारी अशा सामाजिक प्रश्नांवर चळवळ होत नाही. सगळ्या समस्यांचं राजकारण केलं जातं, ही मोठी खंत आहे.

❐❐❐

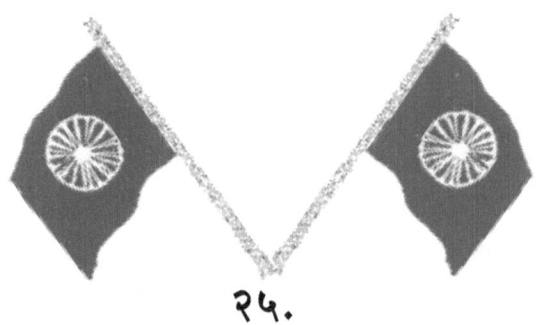

२५.

सुखदेवराव तिडके यांची मुलाखत

सुदाम सोनुले

प्रश्न : आंबेडकरी चळवळीमध्ये आपला सहभाग केव्हा व कसा झाला?

उत्तर : मी तिसऱ्या वर्गात शिकत असताना कृष्णाजी डोंगरे, ओगले, संपतराव नाईक, के. एन. पाटील हे त्या वेळचे आंबेडकरी चळवळीचे कार्यकर्ते आमच्याकडे सतत यायचे. माझे वडीलसुद्धा त्यांच्यासोबत काम करायचे. त्यामुळे कार्यकर्त्यांचा वारसा हा आपोआपच मिळाला. मी जवळून त्यांची काम करण्याची पद्धत,अन्याय-अत्याचार निवारण्याचे काम पाहत होतो. पुढे के. एन. पाटील शे. का. फें. तर्फे उभे असताना त्यांच्या प्रचारासाठी खूप फिरलो. हा काळ १९४६ चा होता. विद्यार्थिदशेत विद्यार्थिप्रतिनिधी म्हणून काम केले. त्यामुळे आंबेडकरी चळवळीतील कार्यकर्ता बनण्याचा मूळ पाया १९४६ मध्येच घडला, असे म्हणावयास काही हरकत नाही.

प्रश्न : त्यावेळच्या चळवळीचे स्वरूप कसे होते?

उत्तर : खरे म्हणजे त्या वेळेस राजकीय चळवळीपेक्षा सामाजिक चळवळच जास्त प्रभावी होती; कारण खेड्यापाड्यांत अन्याय-अत्याचारांना ऊत आला होता. दरदिवशी कुठे ना कुठे अशा घटना घडायच्या.डॉ.बाबासाहेब आंबेडकरांच्या संदेशाचं वारं संचारलं होतं. प्रत्येक माणूस स्वाभिमानानं जगण्याचा प्रयत्न करीत होता. गावातील ढोरं न ओढणे,कोतवालक्यांची कामे सोडणे,तसेच हलक्या प्रतीची कामे करण्यास नकार देणे यांमुळे सवर्णांचा भडका उडायचा.'महार माजलेत' म्हणून त्यांचा सूड उगवण्याची भाषा व्हायची; त्यामुळे जिकडे-तिकडे अन्याय वाढले होते. दिवस निघाला की कुणी ना कुणी दारात उभा असायचा. बातमी मिळाली की, आम्ही व काही समता सैनिक दलाची माणसं निघायचो. गावात शिरलो, की एके ठिकाणी सभेचे

आयोजन व्हायचे. समता सैनिक दल संरक्षक म्हणून पहारा द्यायचे आणि मग आमच्या भाषणाला सुरुवात व्हायची. त्या वेळची माझी भाषणे म्हणजे अंगार असायची. खेड्यातील तरुण, म्हातारा पेटून उठायचा. त्यांचं रक्त सळसळू लागायचं. मग तो तरुण कुठलाही अन्याय, अत्याचार सहन करण्याच्या विरुद्ध उभा राहायचा.

प्रश्न : तुम्ही केलेल्या सामाजिक चळवळीतील काही घटना-प्रसंग सांगू शकाल काय?

उत्तर : मी आयुष्यात खूप चळवळी केल्या. त्यांतील काही घटना तर माझ्या आयुष्यातील जीवन-मरणाच्या ठरल्या आहेत. पहिली घटना अशी की, अमरावती जिल्ह्यातील दर्यापूर तहसीलमध्ये सांगळूद नावाचे गाव आहे. त्या गावामध्ये चंपतराव गावंडेनामक पाटील अस्पृश्य लोकांवर खूप अत्याचार करायचा. त्याच्याकडे अत्याचार करण्याची जणू परंपराच चालत आली होती; कारण त्याचा मोठा भाऊ त्याच्याहीपेक्षा राक्षसी वृत्तीचा होता. गावातील अस्पृश्याच्या घरी ज्या कुणाचे लग्न होऊन नवीन मुलगी घरात येत असे, तिला आपल्या नवऱ्याच्या अगोदर त्या पाटलाची शय्यासोबत करावी लागे. अशा या नराधमाचा लहान भाऊ चंपतराव गावंडे हाही त्याच प्रवृत्तीचा होता. त्याच्या जाचाला अस्पृश्य लोक कंटाळले होते. आम्ही अशा प्रकारच्या घटना हाताळत असल्यामुळे तेथील लोक आमच्याकडे आले. मी व माझे काही सहकारी त्या गावात गेलो. रात्री सभेचे आयोजन झाले. सभेत मी लोकांना पेटविणारे भाषण केले. दहा-बारा वर्षांपूर्वी ह्या पाटलाच्या खुनाचा इतिहास सांगितला. संपत नावाच्या आपल्याच माणसाने त्याच्या भावसुनेवर होणाऱ्या अत्याचारापूर्वीच पाटलाच्या शरीराचे कसे तुकडे केले व त्याच्या मांडीचे मांस काढून आपल्या भावसुनेला त्याची भाजी करायला सांगून कसे वाढायला लावले, ही घटना ज्या वेळी मी भाषणातून सांगितली, त्या वेळी सभेतील लोक पेटून उठले. आता कुठलाही अन्याय सहन केला जाणार नाही, अशी त्यांची मानसिक तयारी झाली.

दुसऱ्या दिवशी सकाळी आम्ही मिरवणूक काढली. मिरवणुकीत समता सैनिक दलाचे लोक भाले घेऊन होते. इतरही लोक काठ्या घेऊन मिरवणुकीत सामील झाले होते. आमचे हे दृश्य पाहून गावातील बरीचशी सवर्ण पाटीलमंडळी धाकाने शेतात पळाली. चंपतराव गावंडेचा सहकारी रामधन हा गावगुंड होता. तो पाटलाचा पोसलेला होता. तो तर उठूनच पळाला. माझ्यासोबत शिवर येथील दोन समता सैनिक दलाचे कार्यकर्ते होते. त्यांपैकी एकाला चंपतराव गावंडेच्या वाड्यावर जाऊन त्यास बाहेर बोलावण्यास सांगितले. त्याच्यापाठोपाठ आम्ही सर्व समता सैनिक दलाचे कार्यकर्ते गेलो. आमची ही फौज पाहून पाटील लपला. आमच्या एका सैनिकाने 'चंपत्या...खाली उतर...' अशी डरकाळी दिली. पाटील काही खाली उतरेना, तेव्हा वर चढलो व

पाटलाच्या छातीला भाला लावून खाली खेचत आणले. वाड्यासमोर खाली पाडून त्याच्या छातीवर आम्ही भाले रोखले. त्या वेळेस एकही त्याच्या मदतीला नव्हता. सारे पळाले होते. पाटलाला आम्ही तंबी दिली की,'यापुढे आमच्या माणसावर कुठल्याही प्रकारचा अन्याय झाला, तर तुझ्या भावासारखी तुझी गत केल्याशिवाय सोडणार नाही.' त्या घटनेमुळे आमच्यावर केसेस भरण्यास आल्या. दोन वर्षे केस चालली.

दुसरी घटना दारापूर येथील आहे. दारापूर हे गावही अमरावती जिल्ह्यातच आहे. हल्लीचे रा. सु. गवई हे त्याच गावचे; पण ते त्या वेळी अमरावतीला शिकत होते. त्या वेळी प्रत्येक गावामध्ये पीकसंरक्षण समित्या स्थापन झाल्या होत्या. गावातील श्रीमंत व जमीनदार लोक आपल्या पिकांचे संरक्षण करण्याकरिता गुंडांसारखे लोक पोसून त्यांद्वारे दहशत निर्माण करीत होते. शेतातील मजुरांना दम देत होते. अशीच पीकसंरक्षण समिती दारापूर येथे होती. शेतीची सोकारी गावगुंडांकडे होती. शेतातून गवत आणणे, हुरडा किंवा तुरीच्या शेंगा आणणे यांवर त्यांची नजर असायची. त्यामुळे मजुरांना काहीच आणता येत नव्हतं. एखाद्याने आणले तर त्याला बेदम मारायचे. बायांचे ओटे तपासायचे. त्यांच्याकडे वाईट नजरेने पाहायचे असे अनेक प्रकार चालायचे. त्यामुळे मजूरवर्ग, विशेषत: अस्पृश्य लोकांना खूप त्रास व्हायचा.

एक दिवस एका मातंग समाजाच्या बाईने गवताच्या पेंड्या आणल्या असता त्या गावगुंड सोकाऱ्याने त्या बाईला मारझोड केली. ही बातमी कानांवर आली असता मी व अमरावती येथील आदर्श वसतिगृहामध्ये शिकत असलेली दोन पोरं के. एल. आकोडे व रा. सु. गवई (दारापूरचे रहिवासी) यांना घेऊन दारापूरला गेलो. तेथील एका मारवाडी जमीनदाराकडे पीकसंरक्षण समितीचे अध्यक्षपद होते, त्याच्याकडे गेलो. त्याला खडसावले व ज्याने त्या मातंग स्त्रीवर अत्याचार केला होता, त्याला तिथे बोलाविले. त्या मातंग बाईला बोलावून सर्वांसमक्ष पाच चपला मारायला लावल्या. यापुढे असे घडायला नको म्हणून ठणकावून सांगितले.

तिसरी घटना महिमापूर येथील आहे. त्या परिसरात गेलो असता महिमापूरची काही मंडळी भेटली. त्यांनी गावातील एका जुन्या विहिरीवर पाणी भरू देत नसल्याचे सांगितले, तेव्हा तिथे गेलो. सर्व लोकांना एकत्र केले. हातात काठ्या,भाले घेऊन 'मरेंगे जिएँगे....लेकिन पानी पीके रहेंगे' अशा घोषणा देत संपूर्ण गावातून फेरफटका मारीत लोकांचा जथा त्या विहिरीकडे वळविला. विहिरीवर आलो. छोट्याशा सभेत भाषण दिले व त्याच तीन बायांना आपापली भांडी घेऊन आत उतरविले. (विहिरीत उतरण्याकरिता पायऱ्या आहेत.) मी हातात भाला घेऊन विहिरीच्या काठावर उभा झालो. बाया उतरल्या. त्यांनी पाणी काढले. सर्वांनी तिथेच सोबत आणलेल्या शिदोऱ्या सोडल्या. जेवण केले व घोषणा देत परतलो. त्या वेळी कुणीही आम्हास अडवले

नाही. अडविले असते तर किती लोकांचे मुडदे पडले असते, ते सांगताच येत नाही. अशा प्रकारे अनेक प्रसंग आहेत की, ज्यामुळे आम्ही लोकांमध्ये स्वाभिमान जागृत केला. संघर्षास सिद्ध केले. माझ्या आयुष्यातील सर्वांत मोठी घटना म्हणजे यावली (शहीद) येथील आहे. तेथील घटना जर सांगितली तर एक मोठी कादंबरी तयार होईल.

प्रश्न : आपणास बाबासाहेबांचा सहवास लाभला काय? लाभला असेल तर केव्हा व कुठे?

उत्तर : बाबासाहेबांना पाहण्याचा अनेकदा प्रसंग आला; कारण भंडाऱ्याच्या निवडणुकीमध्ये फंड गोळा करणे तसेच विरोधी पक्षाच्या हालचाली काय आहेत याची गुप्त माहिती पुरविण्याचे काम माझ्यावर होते. पण जवळून त्यांचा सहवास लाभला तो धर्मांतराच्या वेळी. बाबासाहेब श्याम हॉटेलवर उतरले होते. त्या वेळी स्वयंसेवकाची भूमिका ही माझ्यावर होती. बाबासाहेबाना उतरताना त्यांच्यासोबत राहावे लागत असे. धर्मांतराच्या दुसऱ्या दिवशी बाबासाहेब खूप आनंदी होते. अनेक बाबींवर प्रश्नोत्तरे व्हायची. बॅ. राजाभाऊ खोब्रागडे, आवळेबाबू, कुंभारे, बी.सी. कांबळे आदी मान्यवर पुढारी बाबासाहेबांसोबत चर्चा करायचे. एकदा आम्ही सर्व सोबत बसलो होतो. श्याम हॉटेलमधीलच प्रसंग होता. आवळेबाबूंनी बाबासाहेबांना प्रश्न केला, 'बाबासाहेब, अब हम बौद्ध बन चुके हैं, फिर शे. का. फे. का क्या भविष्य है? अगर आप भिक्खू बनने को कहते है तो आप आदेश दो, हम तयार हैं।'

बाबासाहेबांनी शांतपणे उत्तर दिले,'शे. का. फे. हा आपला किल्ला आहे. यातूनच मी सर्वसमावेशक राजकीय फ्रंट म्हणून आर. पी. आय. ची घटना लिहिली आहे व ती थोड्याच दिवसांत आपणासमोर ठेवण्यात येईल. भिक्खू वगैरा बनने की कोई जरुरत नहीं। साधे वस्त्रों में भी आप भिक्खू बन सकते हैं।'

प्रश्न : धर्मांतरानंतर आंबेडकरी चळवळीचे जे सामाजिक, राजकीय व सांस्कृतिक स्वरूप पाहायला मिळते, त्याविषयी आपले मत काय?

उत्तर : धर्मांतरानंतर आपल्यात खूप बदल झालेला दिसून येतो. शिक्षणाप्रति निर्माण केलेल्या आवडीमुळे तसेच मिळालेल्या आरक्षणांमुळे आपल्या समाजाच्या स्तरांत फरक पडला. त्यात पूर्वीपेक्षा आणखी नव्या स्तरांची भरती झाली, ते असे : १) शिक्षित समाज, २) पुढारी समाज, ३) दलित साहित्यिकांचा समाज. पूर्वीपेक्षा या समाजाच्या कृती व उक्तीमध्ये फरक दिसतो. पूर्वीचा कार्यकर्ता पुढारी नि:स्वार्थी व निष्ठावान असायचा. आताचा पुढारी कार्यकर्ता हा भांडवलदारी लोकशाहीच्या प्रभावाखाली दबला आहे.

राजकीय स्वरूपांच्या संदर्भात सांगायचे झाल्यास अत्यंत विचित्र स्थिती आहे

आणि त्याला काही कारणेही आहेत. बाबासाहेबांनी या देशाला लोकशाहीची घटना दिली. तिची अंमलबजावणी ही लोकशाहीच्या मार्गाने होते काय, हे पाहण्याची जबाबदारी आर. पी. आय. वर येऊन पडली होती. ती जर होत नसेल तर त्यातील दोष शोधून काढणे भाग होते. ज्या मतप्रणालीमधून लोकशाहीची प्रक्रिया राबविली जाते, ती गोरगरिबांच्या दृष्टीने कितपत उपयोगी पडणारी आहे? नसेल तर त्या मतप्रणालीमध्ये (निवडणुकप्रणालीमध्ये) कोणते फेरबदल केले पाहिजेत, याची साधी शहानिशा आर.पी. आय. ने केली नाही. त्या संदर्भात कुठलेही आंदोलन छेडले नाही; म्हणून आर. पी. आय. मध्ये आजची स्थिती निर्माण झाली आहे. या देशात लोकशाहीला सडविण्याची प्रक्रिया सुरू आहे. प्रत्येक राजकीय पक्षाची स्थिती अशी आहे की, तो पैसेवाल्यास उमेदवारी देतो. भारतीय लोकशाही ही समता, स्वातंत्र्य, बंधुता, न्याय यांवर आधारलेली आहे. तेव्हा ही तत्त्वे रुजविण्यासाठी बाबासाहेबांच्या अनुयायांना खूप लढा द्यावा लागेल.

सांस्कृतिक दृष्ट्या आजचा समाज प्रगत झालेला दिसून येतो. धर्मांतरानंतर शिक्षण घेऊन पुढे आलेला वर्ग आज विविध उच्च-पदांवर पोहोचला आहे. राहणीमान, आवडीनिवडी, संस्कार यांमध्ये बदल झालेला आहे. दलित साहित्यिकांची एक मोठी पिढी वैचारिक वारसा घेऊन समाजपरिवर्तनाच्या संदर्भात आगेकूच करीत आहे.

प्रश्न : सध्याच्या परिस्थितीमध्ये रिपब्लिकन पक्ष-ऐक्याच्या संदर्भात आपणास काय वाटते?

उत्तर : तसे पाहिले तर रिपब्लिकन पक्षाच्या फुटीचा इतिहास हा जुनाच आहे. त्यानंतर अनेकदा ऐक्य झाले, पुन्हा तुटले. पण अलीकडे जे रिपब्लिकन पक्ष दिसतात, त्यांच्या नेत्यांमध्ये व पूर्वीच्या रिपब्लिकन नेत्यांमध्ये फरक दिसून येतोच. आपण थोडा इतिहास पाहू. जेव्हा प्रेसिडियम फॉर्म झाले, तेव्हाच पहिली फूट पडली. तिला दुरुस्त व नादुरुस्त रिपब्लिकन पार्टी असे संबोधण्यात आले. दुरुस्त रिपब्लिकन पार्टीमध्ये आवळे, कांबळे, रूपवते, एल. आर. बाली हे होते; तर नादुरुस्तमध्ये एन. शिवराज, बॅ. खोब्रागडे, दादासाहेब गायकवाड हे होते. या फुटीची बीजे फेब्रुवारी १९५७ मध्ये सापडतात. दुरुस्त रिपब्लिकन पार्टीची सर्व मंडळी वकील होती व ती महाराष्ट्रात प्रसिद्धी पावलेली होती. त्यामुळे दादासाहेबांना हे खपत नव्हते. बी. सी. कांबळे तर संयुक्त महाराष्ट्राच्या चळवळीमध्ये अग्रेसर होते. त्यामुळे ही फूट फक्त द्वेषातून पडली. १९६९ मध्ये पुन्हा फूट पडली. या वेळी दादासाहेब गायकवाड, शांताबाई दाणी, बी. पी. मौर्य, गवई यांचा एक ग्रुप; तर दत्ता कट्टी, बॅ. खोब्रागडे, आरमुरगगम, ईश्वरीबाई, एल. मानसिंग, भैय्यासाहेब आंबेडकर यांचा दुसरा ग्रुप. १९७० मध्ये पुन्हा फूट पडली. नागपूरला तीन अधिवेशने वेगवेगळ्या ठिकाणी

झाली. या वेळी एल. आर. बाली यांनी ऐक्याचा खूप प्रयत्न केला. एकीची भूमिका सर्वांना मान्य झाली; परंतु शेवटच्या क्षणी तीन गटांचे दोनमध्ये रूपांतर झाले. बाली व आवळेबाबूंचा गट बॅ. खोब्रागडेंसोबत आला; तर दाणी, कुंभारे, गायकवाड, गवई दुसऱ्या गटात सामील झाले. तेव्हा हे ऐक्याचे असेच चालत राहणार. कुणी कितीही प्रयत्न केला तरी जोपर्यंत प्रचलित नेतृत्वात बदल होत नाही व जनसमुदायामध्ये लोकशाही राबविणारा कोणी नेता व पक्ष समोर येत नाही, तोपर्यंत ऐक्याचे काही खरे नाही.

प्रश्न : सध्याच्या रिपब्लिकन पक्षाच्या नेतृत्वाबद्दल आपणास काय वाटते?

उत्तर : सध्या जे रिपब्लिकन पक्ष आहेत त्यांचे नेतृत्व कसे आहे, याबद्दल थोडे सांगायला पाहिजे. प्रकाश आंबेडकरांचे नेतृत्व कसे आले? तर ते चळवळीतून आलेले नाही. त्यांना लोकांनी नेतृत्व दिले. कवाडेंचे नेतृत्व हे नैराश्यातून आले. गवईंचे नेतृत्व व आठवलेंचे नेतृत्व हे नवीन पिढी काँग्रेसच्या सान्निध्यात यावी, यासाठी निर्माण झालेले आहे; कारण गवई आतापर्यंत हेच करीत होते. गवई थकत चालले आहेत म्हणून काँग्रेसने गवईंना गोरक्षणास पाठवून आठवलेंच्या रूपाने नवीन सांड शोधला आहे; तो ही परंपरा पुढे चालवीत आहे. तेव्हा सांगायचे असे की, नवीन नेतृत्वात त्याग, निष्ठा, बलिदान ही भावना मुळीच नाही.

प्रश्न : आंबेडकरी चळवळ म्हणून नावारूपास येत असलेल्या बहुजन समाज पार्टीबद्दल आपल्याला काय वाटते?

उत्तर : मागील वीस वर्षांच्या कारकिर्दीमध्ये उभ्या देशात रिझर्व्हेशनच्या भरवशावर एक नोकरीपेशा समाज निर्माण झाला. त्याचे स्वतःचे काही प्रश्न निर्माण झाले म्हणून तो त्या दृष्टीने एकत्र आला. त्यातून बामसेफ, बी. एस. पी. निर्माण झाली. या वर्गातील बरीच माणसे नं. दोनचा धंदा करतात. ते कालची परिस्थिती विसरले आहेत. पैसा देणारा वर्ग, त्याची फलश्रुती काय? तर त्यातून राजकीय प्रलोभन निर्माण झाले. पण ही पार्टी राजकारणात अयशस्वी राहील. आता उत्तर प्रदेश व हरियाणामध्ये जे काही काशीरामचित्र दिसते, त्याला काही कारणे आहेत. १) पूर्वीच्या रिपब्लिकन पार्टीमध्ये काम करणारा समाज बी. पी. मौर्यांच्या रूपाने काँग्रेसमध्ये सामील झाला. २) गौतम हे सेक्रेटरीपदाचा राजीनामा देऊन जनता दलामध्ये गेले. अशाच प्रकारे जुने अनेक पुढारी-कार्यकर्ते थोडे अलग झाले. त्यामुळे ती गॅप काशीरामला संधीच्या रूपाने मिळाली. बाकी काही नाही.

□□□

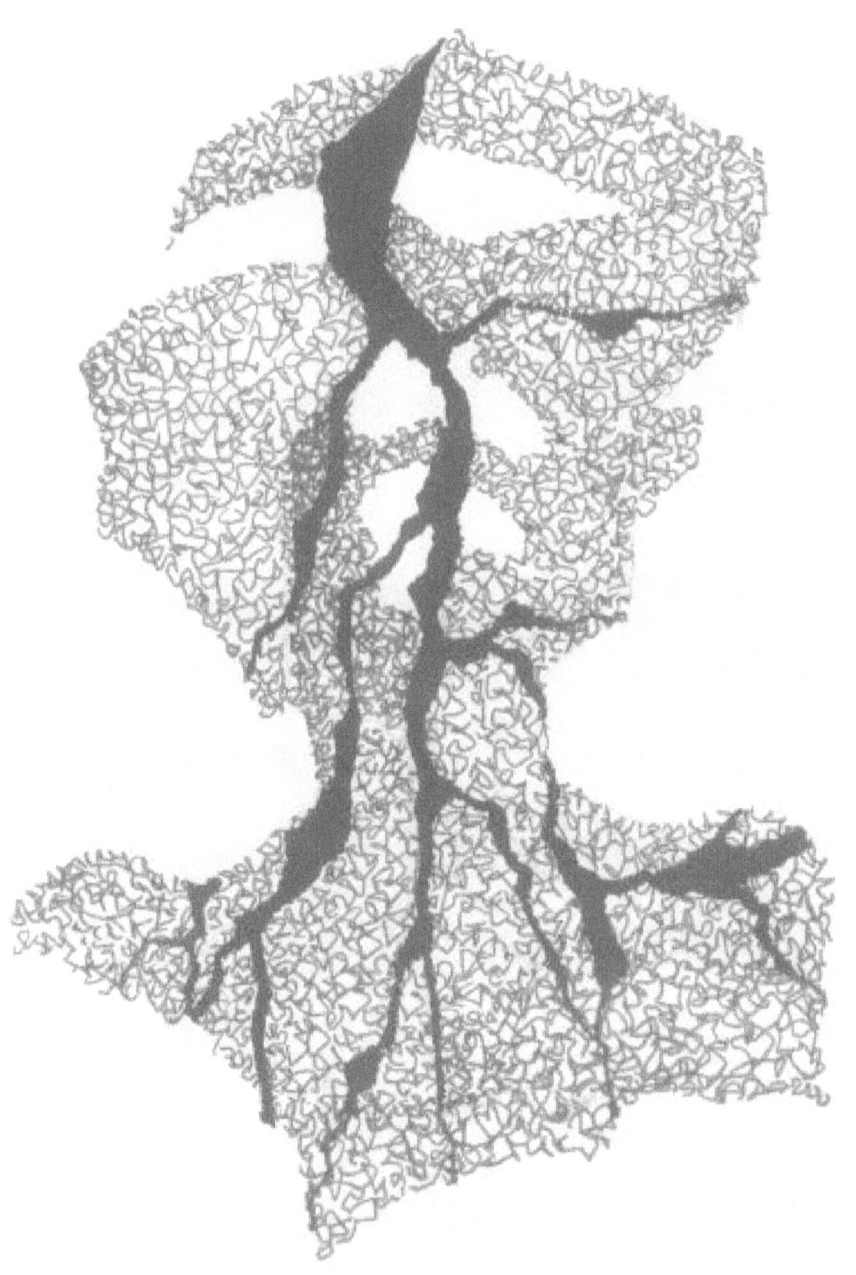

२६.
भारतीय रिपब्लिकन पक्षाची घटना

ध्येय आणि उद्देश

१) भारतीय घटनेतील सरनाम्यात व्यक्त केल्याप्रमाणे न्याय,स्वातंत्र्य,समता आणि बंधुता हेच रिपब्लिकन पक्षाचे ध्येय असेल.

२) रिपब्लिकन पक्ष सर्वांना कायद्यापुढे समान समजेल आणि स्वातंत्र्य व समता प्रस्थापित करील. लोकांचे हित हे साध्य तर राज्य ते प्राप्त करायचे साधन आहे, असे समजेल. प्रत्येक भारतीयाला धार्मिक, आर्थिक व राजकीय स्वातंत्र्य असेल. सर्वांना समान संधी दिली जाईल. मात्र ज्यांना पूर्वी समान संधी नव्हती, त्यांना पक्ष खास सवलती देण्याचा प्रयत्न करील. पक्ष लोकांच्या गरजा, गुलामी आणि भीती यांविषयी करावयाच्या कार्यांबद्दल राज्याला सतर्क करील. सर्व प्रकारचे शोषण नष्ट करण्याचा पक्ष प्रयत्न करील. तसेच हा पक्ष व्यक्तिगत व सामाजिक हिताच्या दृष्टिकोनातून संसदीय लोकशाहीचा पुरस्कार करील आणि

३) हा पक्ष अनुसूचित जाती, अनुसूचित जमाती, बौद्ध व मागास वर्ग यांमधील लोकांना संघटित करील. शेतकरी, भूमिहीन शेतमजूर आणि कारखान्यांतील मजूर यांनाही संघटित करील. सर्व अल्पसंख्याकांना न्याय मिळवून दिला जाईल आणि लोकांच्या सर्वांगीण विकासासाठी पक्ष सतत प्रयत्नशील राहील.

उपरोक्त उद्देशांमध्ये रिपब्लिकन पार्टीने भारतातील सर्व कमकुवत घटकांना, अल्पभूधारकांना, भूमिहीन मजुरांना, श्रमिकांना, अल्पसंख्याकांना संघटित करून त्यांना सामाजिक व आर्थिक न्याय प्राप्त करून देण्याची बांधीलकी स्वीकारलेली दिसते.

पार्टीची संघटना : रिपब्लिकन पक्षाची संघटना येणेप्रमाणे असेल :

१) सभासदत्व : रिपब्लिकन पक्षाचे सभासद दोन प्रकारचे असतील. अ)

प्राथमिक सभासद. ब) क्रियाशील सभासद. अर्थात ज्या व्यक्तीने आपल्या वयाची अठरा वर्षे पूर्ण केलेली असतील, ज्यास पक्षाची घटना व नियम मंजूर असतील, जे वर्षासाठी पंचवीस पैसे वर्गणी देऊ इच्छीत असतील आणि ज्याने दुसऱ्या कोणत्याही पक्षाचे सभासदत्व स्वीकारलेले नसेल, अशा व्यक्तीस रिपब्लिकन पक्षाचे प्राथमिक सदस्यत्व प्राप्त होऊ शकते. तसेच ज्या व्यक्तीने वयाची एकवीस वर्षे पूर्ण केलेली असतील, ज्याने एक वर्ष प्राथमिक सदस्य म्हणून काम केलेले असेल आणि जो वार्षिक एक रुपया वर्गणी देऊ इच्छितो, अशी व्यक्तीस क्रियाशील सदस्य म्हणून घेतले जाईल. प्रत्येक क्रियाशील सदस्याला वर्षामधून निदान शंभर प्राथमिक सदस्य बनवावे लागतील आणि त्यांच्याकडून पक्षासाठी पंचवीस रुपये जमा करावे लागतील. प्रत्येक क्रियाशील सदस्याला पक्षांतर्गत निवडणुका लढविण्याचा अधिकार असेल.

१) ग्रामस्तरांवरील कमिटी : ग्रामस्तरावर पाच ते नऊ सभासदांचे एक मंडळ असेल. त्याची निवडणूक त्याच गावातील क्रियाशील सभासद बहुमताने करतील. ग्राम कमिटी आपल्यातूनच कार्यकारी मंडळाची निवड करील. तसेच त्याच गावातील अन्य पाच व्यक्तींस को-ऑप सभासद म्हणून कार्यकारिणीवर घेतले जाईल.

२) तालुका किंवा ब्लॉक स्तरावरील कमिटी : संबंधित तालुका किंवा ब्लॉकमधील सर्व ग्राम कमिटीचे सभासद तालुका स्तरावरील जनरल कौन्सिलचे सदस्य असतील. जनरल कौन्सिल सर्व सभासदांमधूनच एका अध्यक्षाची आणि सेक्रेटरी सोडून अन्य कार्यकारी सभासदांची निवड करील. तसेच तालुका स्तरावरील कार्यकारी मंडळास त्या तालुक्यातील कोणाही पाच सदस्यांची को-ऑप सभासद म्हणून निवड करता येईल.

३) जिल्हा स्तरावरील कमिटी : संबंधित जिल्ह्यातील सर्व तालुका स्तरावरील कार्यकारी मंडळाचे सभासद जिल्हा स्तरावरील जनरल कौन्सिलचे सदस्य असतील. जनरल कौन्सिल आपल्या सदस्यांमधूनच अध्यक्ष व सेक्रेटरीव्यतिरिक्त अन्य कार्यकारी सभासदांची निवड करील. तसेच जिल्ह्यातील कोणाही पाच व्यक्तींची को-ऑप सभासद म्हणून निवड करील. त्याचप्रमाणे संबंधित जिल्ह्यातील पक्षाचे सर्व आमदार आणि खासदार जिल्हा कार्यकारी मंडळाचे पदसिद्ध सदस्य असतील.

४) प्रदेश स्तरावरील कमिटी : जिल्हा स्तरावरील सर्व कार्यकारी मंडळाचे सभासद प्रदेश स्तरावरील जनरल कौन्सिलचे सभासद असतील. जनरल कौन्सिल अध्यक्षाची व सेक्रेटरीव्यतिरिक्त अन्य कार्यकारी सभासदांची निवड करील. त्यास त्या प्रदेशातील कोणाही पाच सभासदांना को-ऑप सभासद करून घेता येईल. तसेच त्या प्रदेशातील सर्व आमदार व खासदार प्रदेश स्तरावरील कार्यकारी मंडळाचे पदसिद्ध सभासद असतील.

५) राज्य स्तरावरील कमिटी : राज्य स्तरावरील कमिटीमध्ये त्या राज्यातील सर्व प्रदेशांचे अध्यक्ष, सेक्रेटरी, पक्षाचे आमदार आणि खासदार राज्यस्तरीय कमिटीचे सभासद असतील. राज्य स्तरावरील समन्वय समितीचा एक सेक्रेटरी असेल. सेक्रेटरीची निवड संबंधित कार्यकारी मंडळाच्या अध्यक्षाकडून केली जाईल. सर्व पदाधिकारी तीन वर्षांसाठी आपल्या पदावर राहतील.

मध्यवर्ती संघटन

रिपब्लिकन पक्षाच्या मध्यवर्ती संघटनेमध्ये खालील पदाधिकारी असतील -

१) अध्यक्ष (President of the Party)

२) जनरल सेक्रेटरी (General Secretary)

३) सेक्रेटरी (जास्तीत जास्त चार) (Secretaries not exceeding four.)

४) जनरल कौन्सिल (The General Council of the party)

५) मध्यवर्ती कार्यकारी मडंळ (The Central Executive Council of the party)

१) मध्यवर्ती जनरल कौन्सिलमध्ये प्रदेश स्तरावरील सर्व जनरल कौन्सिलचे सभासद असतील.

२) मध्यवर्ती जनरल कौन्सिल पक्षाच्या अध्यक्षाची निवड करील.

३) अध्यक्ष आपल्या स्वत:च्या अधिकारात एका जनरल सेक्रेटरीची व अन्य जास्तीत जास्त चार सेक्रेटरींची नियुक्ती करील.

४) पक्षाध्यक्ष मध्यवर्ती कार्यकारी मंडळाचे संघटन करील.

मध्यवर्ती कार्यकारी मंडळाच्या निम्मे सदस्य प्रदेश स्तरावरील अध्यक्ष किंवा सेक्रेटरी असतील. प्रत्येक प्रदेशामधून निदान प्रतिनिधी मध्यवर्ती कार्यकारी मंडळावर असणे जरुरीचे आहे. तसेच पक्षाचे मंत्री आणि खासदार पक्षाच्या मध्यवर्ती कार्यकारी मंडळाचे पदसिद्ध सभासद असतील. त्याचप्रमाणे मध्यवर्ती कार्यकारी मंडळाला जास्तीत जास्त सात सभासदांना को-ऑप म्हणून घेण्याचा अधिकार असेल.

सर्व पदाधिकाऱ्यांचा कार्यकाळ तीन वर्षांचा असेल. पक्षाचे सर्वसाधारण अधिवेशन दोन वर्षांतून एकदा पक्षाने ठरविलेल्या वेळी व स्थळी भरेल आणि १/५ सदस्यांच्या विनंतीनुसार पक्षाचे खास अधिवेशन भरेल. पक्षाचे कामकाज चालविण्यासाठी कमीत कमी १/३ सदस्य अधिवेशनाला उपस्थित राहणे जरुरीचे आहे.

पक्षाचे मध्यवर्ती कार्यकारी मंडळ पक्षाचे प्रमुख असेल. ते जेव्हा अधिवेशनात नसेल तेव्हा पक्षाध्यक्ष कार्यकारी मंडळाची जागा घेईल. मध्यवर्ती कार्यकारी मंडळाला पक्षाचे ध्येयधोरण ठरविण्याचा, पक्षाच्या शिस्तीसंबंधी नियम बनविण्याचा, शिस्तभंगाची

कार्यवाही करण्याचा आणि सर्व पक्षशाखांवर देखरेख व नियंत्रण करण्याचा अधिकार असेल.

पक्षाला प्राप्त झालेली सर्व रक्कम पक्षाच्या नावावर बँकेमध्ये ठेवली जाईल आणि त्यासंबंधी अध्यक्ष, सेक्रेटरी आणि कोषाध्यक्ष जबाबदार असतील.

प्रत्येक शाखा आपल्यापेक्षा उच्च शाखेला आपल्या कार्याचा वार्षिक अहवाल सादर करील. जनरल सेक्रेटरी पक्षाचा अहवाल प्रकाशित करील.

उमेदवाराची निवड : संसदेच्या व विधानसभांच्या निवडणुकांमध्ये पक्षाचे अधिकृत उमेदवार म्हणून भाग घेणाऱ्या उमेदवाराची निवड करण्यासाठी एक 'निवड मंडळ' असेल. त्यामध्ये पक्षाध्यक्ष व अन्य सहा सभासद असतील. उमेदवारांची निवड करीत असताना स्थानीय शाखांनी केलेल्या शिफारशी निवड मंडळ विचारात घेईल.

पक्षाचा झेंडा : रिपब्लिकन पक्षाचा ध्वज निळा असेल. तो चौकोनी असून त्याच्या लांबी-रुंदीचे प्रमाण ३:२ असे असेल. त्याच्या मध्यभागी पांढऱ्या रंगातील अशोकचक्र असेल.

पक्षशिस्त नियम : पक्षाच्या कोणत्याही सभासदाने खालीलपैकी कोणताही गुन्हा केल्यास त्यावर शिस्तभंगाची कार्यवाही केली जाईल -

१) पक्षाच्या ध्येयधोरणाविरुद्ध वर्तन केल्यास.

२) पक्षाच्या ध्येयधोरणावर उघडपणे टीका केल्यास.

३) पक्षांतर्गत गटबाजी केल्यास.

४) एखाद्या सभासदाची बदनामी केल्यास.

५) पक्षाच्या कामकाजामध्ये अडथळा आणल्यास.

६) पक्षाच्या पैशाचा गैरव्यवहार किंवा अपहार केल्यास.

७) दुसऱ्या पक्षामध्ये प्रवेश केल्यास.

८) पक्षाच्या अपयशाबद्दल स्वत: कारणीभूत ठरल्यास.

९) पक्षाच्या अधिकृत उमेदवारास विरोध केल्यास.

कोणत्याही सभासदाविरुद्ध शिस्तभंगाची कार्यवाही संबंधित प्रदेश स्तरावरील शाखा करू शकेल. अर्थात ज्याच्यावर शिस्तभंगाची कार्यवाही केली गेली असेल आणि शिक्षा झाली असेल, अशा सभासदास मध्यवर्ती कार्यकारी मंडळाकडे अर्ज दाखल करता येईल. मध्यवर्ती कार्यकारी मंडळाचा निर्णय अंतिम व बंधनकारक असेल.

ज्या सभासदाने किंवा पदाधिकाऱ्याने शिस्तभंग केला असेल, त्यास पक्षामधून काही काळासाठी किंवा नेहमीकरिता काढून टाकले जाईल.

पक्षाध्यक्षाला वेळप्रसंगी आपल्या अधिकारामध्ये एका हंगामी मध्यवर्ती कार्यकारी मंडळाची नियुक्ती करण्याचा अधिकार असेल. अशा हंगामी कार्यकारी मंडळामध्ये जास्तीत जास्त पंधरा सभासद असतील. रिपब्लिकन पक्षाच्या घटनेतील तरतुदींना अमलात आणण्याचा हंगामी कार्यकारिणीस अधिकार राहील.

पक्षाच्या संघटनात्मक रचनेविषयी साधारण कल्पना यावी यासाठी रिपब्लिकन पक्षाची घटना संक्षिप्तपणे देण्याचा येथे प्रयत्न केलेला आहे. अर्थात पक्षाची रचना किंवा बांधणी करणाऱ्यांना ही माहिती उपयुक्त असेल; तसेच पक्षशिस्तभंग करणाऱ्यांवर कोणती कार्यवाही करता येईल, हेही समजू शकेल.

❑❑❑

२७.

रिपब्लिकन पार्टी ऑफ इंडिया - जाहीरनामा

दि. ६ जानेवारी, १९९० रोजी शिवाजी पार्क मुंबई येथे झालेल्या खुल्या अधिवेशनातील जाहीरनामा

१) मराठवाडा विद्यापीठाला डॉ. बाबासाहेब आंबेडकरांचे नाव देण्यात येईल.

२) लागवडीखाली आणलेल्या गायरान जंगल पडीक जमिनी भूमिहीन शेतमजुरांना सामूहिक रीत्या कसायला देण्यात येतील. त्यासाठी लागणारे भांडवल, अवजारे व पाणी यांची सोय करण्यात येईल.

३) शेती हा राष्ट्रीय उद्योग गणला जाईल. **४)** भूमिहीनांसह पाण्याचे समान वाटप करण्यात येईल. विशेषत: पिण्याच्या पाण्याचा प्रश्न अग्रक्रमाने सोडविता येईल.

५) महाराष्ट्रातील महार वतनाच्या जमिनी, शोषणाच्या कोणत्याही प्रकारे हस्तांतरित झालेल्या जमिनी पूर्ववत वतनदारांना प्राप्त व्हाव्यात, असा कायदा करण्यात येईल.

६) आदिवासी, दलित, भटके, विमुक्तांना व स्त्रियांना जाचक वाटणारे कायदे रद्द करून शेतमजुरांच्या न्याय्य हक्कांचा राष्ट्रीय कायदा करण्यात येईल.

७) सर्वांना मोफत शिक्षण देण्यात येईल. तसेच शिक्षणक्षेत्रातील विषमता दूर करून समान शिक्षणपद्धत अवलंबिण्यात येईल व सोळा वर्षांखालील मुलांना व मुलींना शिक्षण सक्तीचे करण्यात येईल.

८) इन्कम टॅक्स (उत्पन्नकर) भरण्यासाठी सध्या अस्तित्वात असलेली १८ हजार रु. मर्यादा तीस हजार रु. पर्यंत करण्यात येईल.

९) रोजगाराचा हक्क हा मूलभूत अधिकार म्हणून त्याचा घटनेत समावेश करण्यात येईल.

१०) बौद्धांना व धर्मांतरित अनुसूचित जाती व जमातींना पूर्वी मिळणारे घटनात्मक संरक्षण देऊन देशभर त्यांना शैक्षणिक व नोकरीविषयक हक्क दिले जातील.

११) अनुसूचित जाती, जमाती व बौद्ध यांच्यावर होणाऱ्या अत्याचारांना पायबंद

बसेल असा सर्वंकष कायदा करण्यात येईल.

१२) अनुसूचित जाती, जमाती यांना प्राप्त झालेले घटनात्मक संरक्षण काटेकोरपणे अमलात येण्याकरिता खास कायदा करण्यात येईल.

१३) भटक्या विमुक्तांना जगण्याचे साधन व पक्की घरे देऊन त्यांना प्रस्थापित करण्यात येईल.

१४) झोपडपट्टीवासीयांच्या सहकारी गृहनिर्माण संस्था स्थापन करून त्यांना स्वस्त आणि पक्की घरे देण्यात येतील. त्यासाठी त्यांना सुलभ व्याजाने शंभर टक्के कर्ज देण्यात येईल.

१५) स्त्रियांना समान संधी व रोजगाराची विशेष उपलब्धता करण्यात येईल. तसेच सज्ञान मुलींना आईवडिलांच्या संपत्तीत समान वाटा असणारा कायदा करून तिला मिळालेल्या वाटपाचा विनियोग करण्याचा अधिकार तिला देण्यात येईल. तसेच नवऱ्याच्या संपत्तीतील समान हिस्सा देण्यात येईल.

१६) कुमारी मातांना व अपत्याला पूर्ण संरक्षण व न्याय मिळेल असा कायदा करण्यात येईल.

१७) मंडल आयोगाची अंमलबजावणी करण्यात येईल. **१८)** आजारी गिरण्या व कारखाने ताब्यात घेऊन ते पूर्ववत सुरू करण्यात येतील. कामगारांना नुकसानभारपाई व निर्वाह भत्ता दिला जाईल.

१९) बंद पडलेल्या कारखान्याची किंवा गिरणीखालील जमीन मालकांना विकण्याची परवानगी देणार नाही.

२०) असुरक्षित कामगारांना संरक्षण मिळेल अशा कायदेशीर तरतुदी करण्यात येतील.

२१) सफाई कामगारांनी डोक्यावरून मैला वाहून नेण्याची पद्धत बंद करण्यात येऊन त्यांच्यासाठी विकासाच्या खास योजना राबविण्यात येतील.

२२) जीवनावश्यक वस्तूंच्या किमती रोखण्यात येतील.

२३) राष्ट्रीय एकात्मता व धर्मनिरपेक्षता यांना धक्का लावणाऱ्या जात्यंध व धर्मांध शक्तींचा बीमोड करण्यात येईल.

२४) डॉ. बाबासाहेब आंबेडकरांना अभिप्रेत असलेली समताधिष्ठित अर्थव्यवस्था अमलात आणून वर्गविहीन, वर्णविहीन समाज निर्माण करण्याचे आमचे ध्येय राहील.

रिपब्लिकन पाटी ऑफ इंडियाच्या आजच्या खुल्या अधिवेशनात आम्ही हा जाहीरनामा जनतेसमोर मंजुरीसाठी ठेवीत आहोत. जनतेने त्याचे स्वागत करून मंजुरी द्यावी.

निमंत्रक : ॲड. प्रकाश आंबेडकर,रामदास आठवले, रा. सु. गवई.

❑❑❑

२८.

स्वतंत्र मजूर पक्षाचा जाहीरनामा

डॉ. आंबेडकरांनी स्थापन केलेल्या स्वतंत्र मजूर पक्षाला एक फार मोठा तात्त्विक आधार होता, हे त्यांच्या आंदोलनाची पार्श्वभूमी लक्षात घेतल्यानंतर कळून येईल. कोणत्याही भारतीय नेत्यापेक्षा डॉ. आंबेडकरांनी भारतीय समाजव्यवस्थेचे व तिच्या यांत्रिकतेचे, या समाजव्यवस्थेला आधारभूत असलेल्या विषम अर्थरचनेचे व धर्मव्यवस्थेचे शास्त्रीय व वैज्ञानिक अध्ययन केले होते; म्हणूनच त्यांनी उभारलेली आंदोलने ही अधिकच प्रभावी व परिणामकारक ठरवलेली आहेत.

डॉ. आंबेडकरांनी भारतीय समाजरचनेसंबंधाने सारांशरूपाने खालील दोन तात्त्विक दृष्टिकोन मांडलेले आहेत, ते आपण समजून घेतले पाहिजेत -

१) औद्योगिकीकरणाचा परिणाम म्हणून वाढीस लागलेल्या समाजात श्रम हा घटक खऱ्या अर्थाने स्वतंत्र असावा लागतो; भारतात तो तसा नाही.

२) अस्पृश्य जातीतील श्रमिक हे सर्वंकष सहिष्णुता वाढविण्यास लागणारे शिक्षण घेऊ शकत नाहीत. एका धंद्यातून दुसऱ्या धंद्यात जाऊ शकत नाहीत.

ह्या दोन कारणांमुळे भारतीय श्रमिकांची खरीखुरी मुक्ती करण्यासाठी त्यांना सर्वांत आधी जातिमुक्त केले पाहिजे. भारतात कामगारचळवळी चालविताना त्या फक्त वर्गसंघर्षासाठी लढणाऱ्या व आर्थिक शोषणमुक्तीच्या कार्यक्रमांसाठीच लढणाऱ्या संघटना असून चालणार नाही. उलट,त्या संघटना प्रामुख्याने हिंदू समाजातील जातिभेद नष्ट करणाऱ्या चळवळीचे साधन झाल्या पाहिजेत. भारतीय राजकारणात कोणत्याही दलित समाजाला स्वत:वर होत असलेला अन्याय झुगारून देण्यासाठी वरील दोन मूल्ये (शोषणमुक्ती व जातिमुक्ती) स्वीकारावी लागतील, अशी डॉ. आंबेडकरांची दृष्टी होती. (डॉ. म. गो. बोकरे यांचे विश्लेषण- दीप : डॉ. आंबेडकर

कॉलेज, नागपूर.) मनमाड येथे भरलेल्या दलितवर्गीय रेल्वे कामगारांच्या परिषदेत बोलताना डॉ. आंबेडकरांनी असे म्हटले की, भारतीय कामगारांचे दोन शत्रू आहेत, एक ब्राह्मणशाही व दुसरा भांडवलशाही; आणि ह्या दोन्हींविरुद्ध कामगारांना युद्ध पुकारावे लागेल. त्याशिवाय खऱ्या अर्थाने या देशात श्रमिकांची सत्ता स्थापन होणार नाही. भारतीय समाजव्यवस्थेचे त्यांनी केलेले निदान अचूक होते.

डॉ. आंबेडकरांच्या मतानुसार, भारतीय समाजाला लोकशाही पाया मिळाला पाहिजे. दुसरे म्हणजे आपले हक्क मिळविणाऱ्या संघटना बांधल्या पाहिजेत. लोकशाही मूल्यांची जोपासना करणारा समाज व्यापक शक्तीने सातत्याने अन्यायाविरुद्ध उभा राहावा, यासाठी डॉ. आंबेडकरांनी सन १९३० मध्ये ऑल इंडिया डिप्रेस्ड क्लासेसचे पहिले अधिवेशन नागपूरला भरविले व भारतीय लोकशाहीमध्ये मतदार संघ आणि मतदानाचा हक्क यांवर प्रौढ मतदानपद्धतीची मागणी केली.

या परिषदेला ऐतिहासिक संदर्भ प्राप्त झाला आहे. कारण सन १९३०मध्ये लंडन येथे गोलमेज परिषदेसमोर मांडलेली कैफियत ही समान नागरिकत्वाची पहिली नांदी ठरली. याच परिषदेत म. गांधी व डॉ. आंबेडकरांचा तीव्र मतभेद झाला होता. दलित जातीचे राजकारण लोकशाही चौकटीत बसवले पाहिजे, यासाठी त्यांनी ऑगस्ट १९३६ मध्ये स्वतंत्र मजूर पक्षाची स्थापना करून, सन १९३५च्या घटनाकायद्यानुसार निवडणुकीत भाग घेण्यास सुरुवात केली. तसेच या स्वतंत्र मजूर पक्षाचा कार्यक्रम, या पक्षाचा जाहीरनामा अभ्यासल्यानंतर कळून येईल की, डॉ. आंबेडकरांनी अत्यंत व्यापक दृष्टिकोन बाळगून सर्व मजुरांना, दलितांना, कष्टकऱ्यांना, शेतमजुरांना विकासाचा मार्ग दाखविणारा असा कार्यक्रम ठरविला होता. आमच्या पक्षाचा कार्यक्रम प्रामुख्याने मजूरवर्गाच्या कल्याणार्थ आहे; म्हणून ही मजूरसंघटना आहे. दलित वर्ग या नावाऐवजी 'मजूर' हा शब्दप्रयोग करण्याचा एक हेतू आहे, तो म्हणजे मजूर या वर्गात दलित या वर्गाचा समावेश होतो, असे स्पष्ट निवेदन डॉ. आंबेडकरांनी त्या वेळी दिले होते. ते म्हणाले, 'आजचे युग जातीयवादी पक्षाच्या संघटनेसाठी नाही.' दलित समाज हा परंपरागत मजूर, श्रमिकांचा वर्ग आहे आणि हा श्रमिक वर्ग इतर श्रमिक वर्गापेक्षा अत्यंत नाडलेला आहे. ह्या श्रमिक वर्गाची दुःखे, त्यांचे शोषण ह्या वर्गाने शिक्षित, संघटित, संघर्षशील झाल्याशिवाय नष्ट होणार नाही, अशी डॉ. आंबेडकरांची भूमिका होती. याकरिता त्यांनी सर्व दलित, श्रमिक कामगारांच्या एकजुटीचा आग्रह धरला. स्वतंत्र मजूर पक्षाचा जाहीरनामा या दृष्टीने अत्यंत महत्त्वपूर्ण आहे. स्वतंत्र मजूर पक्षाचे नेते डॉ. आंबेडकरांनी सन १९३७च्या निवडणुकांकरिता आपल्या पक्षाची भूमिका मांडणारा जाहीरनामा प्रकाशित केला :

१) नवीन सुधारणाविषयक धोरण

नवीन सुधारणांत (राज्यघटनेत) भरपूर दोष व व्यंग असल्यामुळे त्या पूर्ण जबाबदारीचे स्वराज्य प्राप्त करून देण्यास असमर्थ आहेत. प्रांतिक कारभारातील कित्येक घटना, विशेषत: सेकंड चेंबरची घटना ही या पक्षाला आक्षेपार्हच वाटते. तथापि या नवीन सुधारणा राबविण्यास हरकत नाही. मात्र जबाबदारीच्या स्वराज्याचे स्वरूप निष्प्रभ करून टाकण्याजोगे जे खास व अनियंत्रित स्वरूपाचे अधिकार गव्हर्नरास मिळाले आहेत, त्याचा उपयोग या मुदतीत होऊ नये याबद्दल हा पक्ष जागृत राहील.

२) आर्थिक धोरण

१) शेतीची प्रगती होऊन तो धंदा जास्त फलद्रूप व्हावा म्हणून लँड मॉर्गेज बँका, उत्पादक शेतकरी वर्गाच्या सहकारी पतपेढ्या (Co-opera-tive Credit Societies) व खरेदी-विक्री करणारी मंडळे (Marketing Societies) यांची स्थापना करण्याचा या पक्षाचा कार्यक्रम आहे.

२) शेतकऱ्यांच्या दारिद्र्याचे प्रत्यक्ष कारण जमिनीची लहान लहान तुकड्यांत होणारी विभागणी हे असून, त्यामुळे तीत भांडवल गुंतविण्यास व सुधारलेल्या पद्धतीने शेती करण्यास वाव मिळत नाही, असे या पक्षाचे मत आहे. जमिनीचे तुकडे आणि त्यामुळे शेतकरी वर्गात वावरणारे दारिद्र्य याचे मुख्य कारण म्हणजे वाढत्या लोकसंख्येला केवळ जमिनीवर अवलंबून राहावे लागते हे होय आणि जमिनीवर अवलंबून राहणाऱ्या जादा लोकसंख्येच्या पोषणाची शेतीव्यतिरिक्त इतर व्यवसायांत तजवीज लावल्यावाचून शेतकऱ्यांचे दारिद्र्य हटणार नाही. या पक्षाचे असे मत आहे की, शेतकऱ्यांना मदत करण्यासाठी आणि त्यांची उत्पादनशक्ती वाढविण्यासाठी इलाख्यातील उद्योगधंद्यांची वाढ करणे हे मुख्य साधन आहे; म्हणून हा पक्ष चालू उद्योगधंद्यांचे पुनरुज्जीवन करून ह्या इलाख्यास उत्पन्न देणाऱ्या कच्च्या मालाच्या अनुरोधाने नवीन उद्योगधंदे निर्माण करण्याचा प्रयत्न करील.

३) लोकांना आपापल्या धंद्यात प्रावीण्य संपादन करण्यास आणि आपली शक्ती वाढविण्यास साधनीभूत होणाऱ्या धंदेशिक्षणाचा विस्तृत कार्यक्रम हाती घेण्याचा हा पक्ष प्रयत्न करील.

४) लोकहिताच्या दृष्टीने आवश्यक अशा प्रसंगी देशातील उद्योगधंद्यांची मालकी व व्यवस्था सरकारने आपल्याकडे घ्यावी, असे या पक्षाचे मत आहे.

५) जीवनाचा पूर्ण आणि स्वतंत्र उपभोग घेण्याच्या मार्गात उपस्थित

होणाऱ्या सर्व अडचणी नाहीशा करण्यासाठी जी आर्थिक पद्धती एखाद्या विशिष्ट वर्गाला किंवा जनतेच्या विभागाला अन्यायकारक होत असेल, ती पद्धती बदलणे, सुधारणे किंवा नष्ट करणे हेही या पक्षाचे अधिकृत कार्य आहे.

६) सर्वसाधारणपणे जमीनदारांकडून होणारी शेतकरीकुळांची पिळवणूक अगर त्यांच्याकडून जमिनीचे मागलेपण काढून घेण्याची जमीनदारांची प्रवृत्ती विशेषत: (१) खोती, (२) तालुकेदारी या पद्धतींत असणारी ही प्रवृत्ती शेतकऱ्यांच्या हिताला विरोधी असल्यामुळे त्यापासून शेतकरीकुळांचे संरक्षण व्हावे, अशा स्वरूपाचे कायदे करण्याचा प्रयत्न हा पक्ष करील.

७) शेतकरी वर्ग व कामगार वर्ग यांना सुधारलेल्या राहणीप्रमाणे राहता यावे यासाठी यांच्या मुशाहिऱ्याची किमान मर्यादा ठरविण्याचा हा पक्ष प्रयत्न करील.

८) कारखान्यातील कामगारवर्गाच्या हितासाठी कारखान्यातील नोकरी, बडतर्फी व पगारवाढ यांच्यावर सरकारी नियंत्रण, कामाचे जास्तीत जास्त तास, कामास योग्य असे वेतन, पगारी रजा वगैरे स्वरूपाच्या उपकारक योजना व वृद्धपण अगर दुसरे योग्य कारण त्यामुळे कार्यनिवृत्त होताना बोनस, पेन्शन अगर तशाच प्रकारची दुसरी मदत अशांसाठी कायदेमंडळातील कायदे मंजूर करून घेण्याचे प्रयत्न हा पक्ष करील आणि आजारीपण, बेकारी किंवा अपघात अशा प्रसंगी कामगारांची तरतूद करणारी विम्याची खासगी योजना व कामगारांसाठी स्वस्त भाड्याच्या आरोग्यशीर इमारतींची उभारणी ही कामे हाती घेण्याचा हा पक्ष प्रयत्न करील.

९) कारखान्यातील कामगारांच्या हिताला आवश्यक असे जे कार्य हा पक्ष करणार आहे, तेच कार्य शेतकऱ्यांच्या हितासाठी आवश्यक अशा स्वरूपात हा पक्ष करील.

१०) बेकारी निवारण करण्याची जबाबदारी सरकारवर आहे, हे तत्त्व या पक्षाला कबूल आहे व त्यासाठी शेती, वसाहती व जमीन नसणाऱ्या व बेकार कामगारांना काम मिळण्यासाठी सरकारी कामे सुरू करण्याच्या योजना अमलात आणण्याचा प्रयत्न हा पक्ष करील.

११) जबर व्याज, खोटे व घोटाळ्याचे व्यवहार करणाऱ्या सावकारांपासून गरीब ऋणकोंचे संरक्षण होण्यासाठी व शेतकऱ्यांना ऋणमुक्त करण्यासाठी योग्य असे कायदे घडवून आणण्याचा हा पक्ष प्रयत्न करील.

१२) मोठमोठ्या शहरांतील व औद्योगिक कारखान्यांच्या भागात राहणाऱ्या

मध्यम स्थितीतीत लोकांना सोईस्कर असे घरभाडे पडावे अशा प्रकारचे कायदे हा पक्ष पुढे मांडील.

३) करधारा पद्धतीविषयक या पक्षाचे धोरण

या पक्षाचे असे मत आहे की, प्रजेचे कल्याण व वाढता उत्कर्ष होण्यास सरकारने राष्ट्रसंवर्धक असे अनेक कार्यक्रम हाती घेतले पाहिजेत; पण सरकारच्या हाती पैसा असला तरच या गोष्टी करणे सरकारला शक्य होईल. हा पैसा अर्थात प्रजेकडून कराच्या रूपाने यावयाचा भरपूर पैसा असेल तर स्वराज्याची हमी घेता आली तरीही 'कर कमी झाला पाहिजे आणि तो राष्ट्रोन्नतीला पोषक अशी कार्ये न करता आली तरीही कर कमी झाला पाहिजे तरच त्यात तुमचे हित आहे.' या मताचा प्रचार बहुजन समाजात करणे म्हणजे अज्ञ व गरीब जनतेची दिशाभूल करून फसवणूक करण्यासारखे होय. तथापि करधारा पद्धती आहे ती राहू द्यावी,असे हा पक्ष म्हणत नाही. एवढेच नव्हे तर चालू पद्धत या पक्षाला नापसंत आहे; कारण ती अन्यायकारक असून गरीब वर्ग त्यात चिरडून जात आहे. ही विषमता दूर करण्याचा हा पक्ष प्रयत्न करील. चालू जमीनधारा पद्धत अत्यंत आक्षेपार्ह असून ती सुधारण्याविषयी हा पक्ष प्रयत्न करील.

४) सर्व प्रकारच्या सामाजिक सुधारणा

१) सर्व प्रकारच्या आवश्यक अशा सामाजिक सुधारणा म्हणजे अ) सनातन्यांकडून समाजसुधारकांवर पडणाऱ्या बहिष्कारास आळा घालणे. ब) लोकांना कायद्याने मिळालेले हक्क व जीवनस्वातंत्र्याचा योग्य उपभोग घेणाऱ्या काही व्यक्तींना अगर विशिष्ट वर्गाला दहशत अगर बहिष्कार घालण्यासारखे प्रयत्न कायद्याने शिक्षेस पात्र ठरणाऱ्या कायद्याची योजना.
२) धार्मिक द्रव्यनिधीचा दुर्विनियोग,गैरव्यवस्था होऊ नये यासाठी सार्वजनिक धर्मादायिका संस्थांवर सरकारी नियंत्रण ठेवणारे कायदे करणे आणि या द्रव्यनिधीतून संकल्पित विनियोग होऊन शिल्लक राहिल्यास त्याचा शिक्षणासारख्या लौकिक कार्यात उपयोग करता येणारे कायदे करणे.
३) भिकारी व दुसरे अनाथ, निराश्रित लोक यांच्या तरतुदींची कायद्याने योजना करणे.

५) ग्राम-संघटना

१) ग्राम-संघटनेच्या दृष्टीने आवश्यक अशी सुखाची राहणी ग्रामीण

जीवनात प्राप्त व्हावी यासाठी शक्य त्या उपायांची योजना करणे.

२) सामान्यत: नगररचनेच्या पद्धतीवरच खेड्यांची रचना असावी, अशा प्रकारच्या योजनेने खेड्यांतील घरे बांधून आरोग्य सुधारणे.

३) खेड्यात वाचनालये, सार्वजनिक हॉल, रेडिओ, फिरते सिनेमा यांची योजना करून जनपदाची विचारपरंपरा उख्यात व प्रगमनशील करणे.

६) शिक्षण

१) मोफत व सक्तीच्या प्राथमिक शिक्षणाची योजना अमलात आणणे.

२) सर्वसाधारण साक्षरताप्रचारासाठी अशिक्षित प्रौढ मनुष्यांच्या शिक्षणाची योजना.

३) औद्योगिक शिक्षणावर विशेष भर देणे.

४) शिक्षणात मागासलेल्या जातींतील होतकरू तरुणांत भारतात व परदेशात उच्च शिक्षण घेता येण्यासाठी सरकारी मदत मिळेल, अशी कायदेशीर योजना करणे.

५) इलाख्यात आवश्यक भागात प्रत्यक्ष शिक्षण देणारी प्रादेशिक विश्वविद्यालये स्थापन करून, विश्वविद्यालयीन शिक्षणाची पुनर्घटना करण्याचे कायदे हा पक्ष पुढे आणील. विद्यार्थ्यांचे श्रम व त्यांची बुद्धिमत्ता मातीमोल करून टाकणाऱ्या परीक्षांची प्रस्तुतची अनिष्ट पद्धती नष्ट करण्याचा प्रयत्न हा पक्ष करील.

७) राज्यकारभार

१) राज्यकारभाराची पद्धती सूक्ष्म व दुष्टपरिणामकारक व दोषरहित असावी असे या पक्षाचे प्रयत्न चालू आहेत.

२) वरील नं. १ पोटकलमातील आदेशासाठी हा पक्ष १) न्याय व अंमलबजावणी खात्याची फारकत करणे व २) आधुनिक परिस्थितीला अनुरूप अशी वेतनपद्धती योजना या दोन्ही योजना हाती घेईल.

३) सरकारी नोकरीत एकेठिकणी एकाच जातीचा अगर वर्गाचा भरणा होऊ नये असे या पक्षाचे धोरण आहे. राज्यकारभार परिणामकारक होण्याकरिता इलाख्यातील सरकारी नोकरीत सर्वच जाती व वर्गांना योग्य प्रमाणात प्रवेश मिळेल, असे प्रयत्न हा पक्ष करील.

२९.

शेड्युल्ड कास्ट फेडरेशनचा निवडणुकीचा जाहीरनामा : १९५१

(जनता, दि. १३ ऑक्टोबर, १९५१)

सर्व सार्वजनिक कार्यांत पक्षाचे धोरण खालील तत्त्वांना अनुसरून राहील -

१) फेडरेशन समतेचा पुरस्कार करील. भारतीयांना केवळ कायद्याच्याच दृष्टीने समानता मिळवून देणार नाही, तर जिथे जिथे समानता लाथाडली जाते, तिथे तिथे फेडरेशन समानतेच्या हक्कांसाठी झगडेल.

२) प्रत्येक भारतीयाला स्वतःचा उत्कर्ष आपल्या मताप्रमाणे करण्याचे स्वातंत्र्य आहे व सरकार ते पूर्ण करण्यास निमित्तमात्र राहील.

३) प्रत्येक भारतीयाला धार्मिक व राजकीय मतप्रदर्शनाचा व वागण्याचा हक्क राहील व त्याच्यावर गदा न येईल याबद्दल फेडरेशन दक्ष राहील. हे हक्क प्रसंगविशेषी इतर देशबांधवांच्या व देशाच्या हितसंरक्षणार्थ मर्यादित राहतील.

४) प्रत्येक भारतीयाला आपल्या उत्कर्षासाठी समान संधी देण्याचा व ज्यांना कधी मिळाली नाही त्यांना प्रथम देण्याचा मार्ग अवलंबिला जातो की नाही, यावर कटाक्ष ठेवील.

५) प्रत्येक भारतीयास भीतीपासून निवारण करण्यासाठी सरकारला फेडरेशन जागृत ठेवील.

६) 'स्वातंत्र्य, समता व आपुलकी' चा फेडरेशन संपूर्ण पुरस्कार करील. एवढेच नव्हे तर माणसामाणसांमधील, वर्गावर्गांमधील व राष्ट्राराष्ट्रांतील असलेले हेवेदावे व होणारा अमानुष छळ यांचा बीमोड करण्याचे आटोकाट प्रयत्न करील.

७) व्यक्ती व जनता यांच्या सर्वांगीण हिताच्या दृष्टीने लोकशाहीचा

प्रामाणिकपणे पुरस्कार करणारी राज्यघटनापद्धतच श्रेष्ठ होय. अशा खऱ्या लोकशाही सरकारला फेडरेशन पाठिंबा देईल.

वरील उद्देशांचा हेतू समजावून घेता, दोन प्रमुख गोष्टी लक्षात घेतल्या पाहिजेत. दलित फेडरेशनने वरील तत्त्वांचा पुरस्कार भारतातील मागासलेल्या व लाथाडल्या गेलेल्या दीन जनतेच्या आत्यंतिक हितासाठी केला आहे. या दृष्टीने विचार केला म्हणजे फेडरेशनवर जात्यंध, जातीय संघटनेचा आरोप कुणी करणार नाहीत. जरी या संघटनेत इतरांना वाव नसला तरी सर्व भारतीयांची सेवा करणे आणि ज्यांच्याशी सहकार करणे पोषक आहे, अशांशी आत्मीयतेने फेडरेशन दुवा जोडील.

दलित फेडरेशनचा उद्देश आणि ध्येयात अजब नावीन्य कदाचित दिसावयाचे नाही. ते अजब इतर अनेक राजकीय पक्षांच्या जाहीरनाम्यात हमखास आढळेल! इतर राजकीय पक्षांच्या धोरणापासून विलग अशा दोन प्रमुख गोष्टी फेडरेशनच्या जाहीरनाम्यात आहेत.

केवळ राजकीय हेतू नाही

केवळ राजकीय दृष्टी ठेवून उच्च पातळी साधण्याचा प्रयत्न यात दिसणार नाही किंवा मतदारांची दिशाभूल करण्याचा यात प्रयत्न केला गेला नाही. अस्पृश्यांच्या सामाजिक अवस्थेतून वरील तत्त्वांचा उगम झाला आहे.

पोषक तत्त्वांचा पुरस्कार

वरील तत्त्वांचा पुरस्कार करणे, हे दलित फेडरेशनच्या कार्याशी इतके निगडित आहे की कोणते एक तत्त्व गाळले अगर त्याबरहुकूम वागण्याचे फेडरेशनने टाळले तर फेडरेशनच्या अस्तित्वास अर्थ राहणार नाही; कारण फेडरेशनने पुरस्कारलेली तत्त्वे अस्पृश्य समाजाच्या जीवनसौख्याची खरी दिशा दाखविणारी आवश्यक मूलभूत तत्त्वे आहेत. राजकीय श्रद्धेची ती बाह्य कवचे नव्हेत, तर अंतरीच्या तळमळीची खरी प्रतीके आहेत. केवळ निवडणुका जिंकण्यासाठी डोळ्यांवर कातडे ओढलेले नाही, अगर भुलावणीचा बुरखा घातलेला नाही.

एक महत्त्वाची गोष्ट

देशातील अनेक पक्ष अशा भंपकबाजीने मतदारांना भुलवण्याचा शिमगा करतील; पण एक गोष्ट लक्षात ठेवण्यासारखी आहे व ती ही की, आपल्या तत्त्वांशी इतका एकनिष्ठपणा आणि प्रामाणिकपणा दलित फेडरेशनशिवाय दुसऱ्या कोणत्या पक्षाने दाखविला नाही.

दलित फेडरेशनचे धोरण

जाहीर केलेल्या ध्येयानुसार तंतोतंत वागण्याचे दलित फेडरेशनचे धोरण राहील.

कम्युनिझम, सोशॅलिझम, गांधीझमसारख्या किंवा इतर विशिष्ट विचारमतप्रणालींचा अंधश्रद्धेने फेडरेशन कधीच स्वीकार करणार नाही अगर उत्तेजन देणार नाही. ज्या विचारसरणीमुळे अगर योजनेमुळे जनतेला आर्थिक स्वास्थ्य समाधानकारक मिळेल आणि जीवनात खरे सुख लाभेल अशा प्रगतीपर आणि पुरोगामी योजनांचा, मग त्यांचा उगम कोठेही होओ, फेडरेशनच्या तत्त्वाला अशा योजना पूरक असल्या तरच जनहिताच्या दृष्टीने जरूर स्वीकार करील. दलित फेडरेशनचे धोरण पुरोगामी, प्रगतिपर, तंत्रशुद्ध, आधुनिक आणि सामान्य जनतेला पोषक असे राहील. बौद्धिक चातुर्याचे व्यवहारशून्य खेळ खेळणार नाही.

दलित फेडरेशनचा भरीव कार्यक्रम

ब्रिटिशांनी भारतात ठेवलेल्या बऱ्यावाईट परंपरेतून देशातील कोणत्याही राजकीय पक्षाने आखलेला कार्यक्रम असावयास पाहिजे व तो पोषक हवा. त्यांनी वाईटाबरोबर काही चांगल्या गोष्टी करून ठेवल्या आहेत. त्यांपैकी खालील काही होत :

१) कायदेकानून एकसूत्रीपणा, २) न्याय, समानता व ३) राज्यकारभारातील एकसूत्रीपणा होय. त्याचप्रमाणे अनेक समाजघातकी गोष्टीही केल्या. त्यांतील प्रमुख म्हणजे -

१) पूर्वापर चालू असलेली जीर्ण व वर्णसंस्काराने बद्ध असलेली समाजरचना चालू ठेवली.

२) शिक्षणात त्याचप्रमाणे मिलिटरी व इतर सरकारी नोकरीत पांढरपेशा वर्गाला विशेष सवलती.

३) अस्पृश्य, वन्य जाती व मागासलेल्या वर्गांची बेदरकारपणे केलेली अवहेलना.

४) देशाची केलेली हतबलता.

मागासलेल्या वर्गांचा दर्जा कसा वाढेल?

शिक्षण आणि नोकरी यांत अस्पृश्य, वन्य जाती व मागासलेले अनेक समाज यांचे प्रमाण कसे वाढेल, यासाठी फेडरेशन आत्यंतिक तळमळीने कार्य करील व त्यासाठी लढा देईल.

ज्या काही गोष्टी फेडरेशनला तातडीने व निर्धाराने करावयाच्या आहेत, त्यांत

वरील प्रश्नाला विशेष प्राधान्य दिले जाईल. एवढेच नव्हे तर अतिआवश्यक प्रश्न म्हणून समजला जाईल. एवढेच नव्हे तर तो धसास लावण्यासाठी कसलीच दिरंगाई करण्यात येणार नाही. उलट, सारे श्रम पणास लावले जातील.

जे सार्थ शिक्षण या जमातींना देण्याचा फेडरेशनचा विचार आहे, ते आजकालचे प्राथमिक अगर मध्यम शिक्षण नाहीच नाही; तर ज्यामुळे ही जनता राज्यकारभाराची सूत्रे सुरळीत चालविण्यात तल्लख व दमदार होईल, असे भारतात व पाश्चात्त्य देशांत चालू असलेले उच्च प्रतीचे प्रगतिपर शिक्षण देण्याची पराकाष्ठा करील.

त्याचप्रमाणे जोपर्यंत या दलित वर्गाला सरकारी व मिलिटरी नोकऱ्यांत आपोआप समाधानकारक जागा मिळत नाहीत, तोपर्यंत शिक्षणाची किमान मर्यादा ठेवूनच अशा नोकरीत घेण्याची यशस्वी खटपट फेडरेशन करील. आज पुढारलेले वर्गच जात्यंध होत असून सरकारी व मिलिटरी जागा आपापल्या माणसांकरवी भरून काढीत आहेत. त्या इतक्या की काही ठरावीक नोकऱ्या ठरावीक जमातीच्या हक्कांच्याच जणू होऊन बसल्या आहेत!

दलित फेडरेशन अशा प्रचलित हीन प्रवृत्तीला आळा घालून ज्या जमातींना आपल्या हक्कांच्या जागा भरण्याची संधी दिली नाही, त्यांना देशाच्या कारभारात योग्य तो वाव मिळण्यासाठी अविश्रांत झटेल व या अन्यायाविरुद्ध योग्य दाद लावील.

देशातील वरचा वर्ग व खालचा वर्ग यांमध्ये मोठे खिंडार आहे. त्यामुळे या दोन वर्गांत तीव्र वैर उत्पन्न झाले. १९४८ साली गांधीखुनानंतर लूट,खून आणि जे अत्याचार घडले, ही ह्या खोल वैरत्वाची साक्ष आहे. या दोन वर्गांतील हे हेवेदावे घालविण्याचा एकच मुख्य मोका आहे असे फेडरेशनला वाटते व तो हा की, खालच्या वर्गाला उच्च शिक्षण देऊन त्यांना सन्माननीय नोकरीचे दरवाजे मोकळे करण्यात यावेत. उच्च वर्ग व खालचा वर्ग यांतील भेद केवळ जन्मावरून ठरविण्यात येतो; तो कृत्रिम भेद समूळ नाहीसा करणे अत्यंत आवश्यक आहे व ते खालच्या वर्गाला आवश्यक ते शिक्षण देऊन वरच्या वर्गाच्या पातळीला आणून सोडल्याशिवाय कधीच नाहीसे व्हायचे नाहीत.

दारिद्र्याचा प्रश्न कसा सुटेल?

भारताच्या आर्थिक परिस्थितीचे प्लॅनिंग कमिशनने रेखाटलेले चित्र वास्तववादी आहे. त्याची संक्षिप्त रूपरेखा अशी आहे -

१) भारताची लोकसंख्या (जम्मू व काश्मीर सोडून) आज ३५.६९ कोटी आहे. १९०१ मध्ये ती २३.५५ कोटी होती. गेल्या पन्नास वर्षांत जवळ जवळ ५२ टक्के वाढ झाली. पहिल्या दोन पिढ्यांची वाढ विशेष लक्षात

घेण्यासारखी नव्हती; पण नंतर मात्र कमालीची वाढली. १९२१ ते १९३१ फक्त ११ टक्के, १९३१ ते १९४१ ला १४.३ टक्के आणि १९४१ ते १९५१ मध्ये १३.४ टक्के अशी वाढ झाली.

२) जरी देशात औद्योगिक वाढ झाली तरी सरासरी मिळकतीमध्ये फारसा बदल झाला नाही. १९११ मध्ये ७१टक्के सामान्य जनता शेती करी. नॅशनल कमिटीने १९२८ साली हा आकडा ६८.२ टक्क्यांपर्यंत गेल्याचे दाखल केले आहे.

शेतकीमध्ये कामगार वर्षातून काही काळ काम मिळवू शकतो; त्यामुळे या वर्गातील लोक वर्षातील इतर काळ रिकामेच असतात; यामुळे देशात बेकारीचे भूत थैमान घालीत आहे.

३) हळूहळू प्रत्येक माणशी जमा धरलेल्या पेरणीच्या जागा रिकाम्या होत आहेत. ब्रिटिश इंडियामध्ये प्रत्येक माणशी मशागतीच्या जमिनी ओसरू लागल्याचे दिसून येतं. १९११-१२ ते १९४१-४२ च्या दरम्यान प्रत्येक माणशी ०.८३ एकर जमिनीपासून हे प्रमाण ०.७१ एकरपर्यंत जमीन कमी कसली गेली. देशाच्या फाळणीनंतर १९४८ साली प्रत्येक माणशी ०.७१ एकर कसलेल्या जमिनीचे प्रमाण होते. यातून काय व कोणकोणते निष्कर्ष निष्पन्न झाले, याचा पुरा आढावा प्रसिद्ध नाही. तरीपण काही प्रसिद्ध झालेल्या आकड्यांवरून काही पिकांचे प्रमाण कमी झालेले आढळून येईल. शेतकीच्या कमी-अधिक वाढीचे संपूर्ण चित्र देणे कठीण असले तरी एकंदरीत शेतकीचा कोंडमारा (Stagnation) झाला,असेच म्हटले पाहिजे.

दारिद्र्याचे शस्त्र असे हे दुधारी आहे. या दोन्ही आघाड्यांवर लढा देऊन ते नष्ट करण्याचा प्रयत्न फेडरेशन जरूर करील.

संततिनियमन करा

भरमसाट वाढत्या लोकसंख्येला आळा घालण्यासाठी संततिनियमनाचा प्रचार फेडरेशन करील व लोकांना त्याची उपयुक्तता पटवील. देशातील निरनिराळ्या ठिकाणी संततिनियमन माहिती केंद्रे उघडण्याचा जारीने फेडरेशन प्रचार करील. बेसुमार वाढत चाललेली लोकसंख्या देशाला एक धोका आहे. त्यात घट आणण्यासाठी व तिचे नियंत्रण करण्यासाठी कडक उपाय योजले जावेत, असेही फेडरेशनला वाटते.

औद्योगिक धंदे व शेतीची वाढ

कोणत्याही धंद्याची देशात वाढ होण्यासाठी विशिष्ट छापाच्या योजनेला फेडरेशन बंधनकारक राहणार नाही. औद्योगिक धंद्यांची वाढ तत्कालीन परिस्थितीवर अवलंबून असते. राष्ट्रीय योजना आवश्यक असतील तेथे फेडरेशन त्यांचा पुरस्कार करील. जिथे त्या अमलात आणणे शक्य असेल, तिथे अशा राष्ट्रीय योजनांचा स्वीकार फेडरेशन जरूर करील.

जिथे खासगी उद्योगधंदे काढणे शक्य आहे आणि त्यांच्या राष्ट्रीयीकरणाची आवश्यकता नाही तेथे खासगी उद्योगधंदे चालू द्यावेत. देशातील लोकांच्या अंतिम दारिद्र्याचा विचार करता अधिक उत्पादन करणे, एवढेच नव्हे तर अधिकाधिक उत्पादन ही एक प्राथमिक आणि अत्यंत आवश्यक बाब समजली गेली पाहिजे.

धंद्याची आगाऊ आखणी ही प्राथमिक व विशेष महत्त्वाची बाब नाही. धंद्याच्या आगाऊ रूपरेखेपेक्षा अधिक उत्पादन हे दारिद्र्यावर रामबाण औषध आहे. एक गोष्ट प्रामुख्याने लक्षात ठेवली पाहिजे ती ही की, अशी उत्पादनवाढ करताना कामगारांचे अकल्याण व नुकसान न होईल याची काटेतोल दक्षता घेण्यात यावी, असे दलित फेडरेशनचे मत आहे.

ज्या अधिक उत्पादनाच्या योजनांत, शेतकीच्या पुनरुज्जीवनाचा समावेश नसेल, तर त्या योजना निष्फळ ठरतील. शेतकीच्या अधिक उत्पादनासाठी खालील शेतकीच्या योजना स्वीकारण्यात याव्या असे फेडरेशनला वाटते.

१) शेतकीचे यांत्रिकीकरण झाले पाहिजे; कारण जोपर्यंत परंपरेने चालून आलेल्या शेतकीच्या पद्धतीत आमूलाग्र बदल झाला नाही, तोपर्यंत शेतकीची भरभराट होणार नाही.

२) यांत्रिक उपकरणाने शेतकी यशस्वी करण्यासाठी लहानलहान जमिनीच्या तुकड्यांनी भागणार नाही तर ती मोठ्या प्रमाणावर करणे आवश्यक असल्यामुळे या लहान तुकड्यांचा समावेश मोठ्या जमिनीच्या तुकड्यात झाला पाहिजे.

३) अधिक पीक मिळवण्यासाठी पुरेसे खत आणि कसदार बियाण्यांचा भरपूर साठा असला पाहिजे. ही यांत्रिक योजना सामान्य शेतकऱ्याला अमलात आणणे शक्य नाही; कारण अशा योजनेचा खर्च सोसण्याची त्याची ताकद नाही. यासाठी सरकारने त्या योजना हातात घ्याव्या, असे दलित फेडरेशनला वाटते. या योजनेची यांत्रिक जबाबदारी सरकारची आहे. सरकारने शेतकीची आधुनिक सामग्री शेतकऱ्याला भाड्याने पुरवावी आणि ते भाडे जमीनसाऱ्याबरोबर वसूल करावे.

शेतकऱ्याच्या स्वाधीन शेतकीचे लहानलहान पट्टे असल्यामुळे मोठ्या प्रमाणावर शेतकी करणे कसे शक्य होईल हा एक प्रश्नच आहे; पण हा प्रश्न सांघिक अगर सहकारी पद्धतीने सोडविता येईल.

जरी भारत हा शेतकीप्रधान देश असला, तरी त्यात राबणारे बहुसंख्याक शेतकरी निव्वळ काबाडकष्ट करणारे असल्यामुळे दु:खी जीवन कंठीत असून त्यांच्या श्रमाचा अलोट फायदा जमीनदार लोक त्यांना पिळून घेत आहेत. यातील बहुसंख्याक अस्पृश्य व इतर मागासलेल्या जातींपैकी आहेत. अशा स्वत:च्या जमिनी नसलेल्या शेतकऱ्यांचे दुर्दैवी जीवन देशाच्या दारिद्र्यात भर घालीत आहे.

ही शोचनीय स्थिती आटोक्यात आणणे व त्यावर इलाज करणे शक्य असता, ती तशीच राहावी ही अत्यंत खेदाची गोष्ट आहे. शेतकीसाठी उपयोगात आणता येणाऱ्या जमिनींचे खाली दिलेले आकडे उद्‌बोधक आहेत.

एकंदर भौगोलिक प्रदेश	८५	लाख	एकर
एकंदर शेतकी जमीन	५७७	"	"
एकंदर अरण्याची जमीन	८४	"	"
एकंदर शेतकी करता येण्याजोगी			
पडीक जमीन	९३	"	"
एकंदर नापीक जमीन	९३	"	"
शेतीच्या उपयोगात न आणलेली जमीन	६२	"	"
एकंदर शेतकी चालू असलेली जमीन	२४४	"	"

वरील आकड्यांवरून असे दिसून येईल की, ९३ लाख एकर अधिक जमिनीचा लागवडीसाठी उपयोग करता येईल.

जमिनी लागवडीस लावणे ही आधुनिक शास्त्रामुळे आटोक्यातील गोष्ट आहे. दलित फेडरेशन हा प्रश्न विचारात घेईल.

शेतकीचे भवितव्य भोवतालच्या रानवट प्रदेशावर अवलंबून असते. अशा प्रदेशाच्या कमी-अधिक प्रमाणावर पावसाचे प्रमाण अवलंबून असते. आपल्या देशात तर पावसाकडे डोळे लावून पाहावे लागते. हा आजचाच संप्रदाय नाही; म्हणून फेडरेशन अधिकाधिक वनश्री वाढेल याची तळमळ वाहील.

केवळ शेतकीमुळे देशाला फायदा व्हायचा नाही. तिला ग्रामोद्योगाचे बळ हवे; पण विजेच्या पुऱ्या पुरवठ्याशिवाय हे उद्योग सफल होणे कठिण. वीज निर्माण करणे व तिचा अधिकाधिक विस्तार वाढविणे हे देशाच्या आर्थिक उन्नतीचे एक हमखास साधन आहे. नद्यांना पाटबंधारे घालून विजेसाठी शेतकी-बागायतीसाठी व पूर थांबविण्यासाठी असल्या योजना मूर्त स्वरूपात आणण्याची दलित फेडरेशन दक्षता राखील.

काही नवीन प्रश्न

ब्रिटिशांनी ठेवलेल्या अवशेषांपैकी देशाच्या दृष्टीने पोषक अशा कोणत्या जुन्या योजना विचारात घ्याव्यात,याचा दलित फेडरेशनच्या जाहीरनाम्यात खल केलाच आहे. आता स्वातंत्र्य मिळाल्यावर जे काही नवीन प्रश्न पुढे येत आहेत, त्यांचाही परामर्श घेणे जरूर आहे. या प्रश्नांचे दोन भाग पडतात -

अ) अंतर्गत राजव्यवस्था.

ब) परदेशी राजकारण.

अ) अंतर्गत राज्यव्यवस्था

यातील महत्त्वाच्या घटना खालीलप्रमाणे आहेत :

१. भाषावार प्रांतरचना.

२. राज्यव्यवस्थेचे शुद्धीकरण.

३. काळाबाजारवाले आणि नियंत्रणे

४. वाढते दर आणि वाढता खर्च.

भाषावर प्रांतरचना हा महत्त्वाचा प्रश्न आहे. मद्रास, मध्यप्रदेश व मुंबई या प्रांतांतील विशिष्ट भाषाबद्ध प्रदेशातील भांडणे इतकी विकोपाला गेली आहेत, की त्यामुळे अंतर्गत राज्यव्यवस्थेत अडथळे निर्माण झाले आहेत; त्यामुळे लोकशाहीस खरा धोका निर्माण झाला आहे. वेगवेगळ्या भाषावार प्रदेशांत सामाजिक स्वास्थ्य राहिले तरच राजकीय अवस्थेवर आधारलेले घटनाबरहुकूम व्यवहार चालतील. यासाठी भाषावार प्रांतरचना हाच खरा तोडगा आहे.

यासाठी फेडरेशन भाषावार प्रांतरचनेचा पुरस्कार करील.

राज्यव्यवस्थेत जो गोंधळ आणि अनीती चालली आहे, तिला काँग्रेसनेच जन्म दिला आहे. अशा नीतिभ्रष्ट लोकांना शासन देणे योग्य आहे असे काँग्रेसला मुळीच वाटत नाही. खुद्द काँग्रेसच्या प्रतिष्ठित सभासदांनी या अनीती व वशिलेबाजीविरुद्ध काँग्रेस मंत्र्यांवर उघड आरोप केले आहेत. काँग्रेस हायकमांडला या गंभीर आरोपांची साधी चौकशी करण्याची पण गरज वाटली नाही. ही चौकशी करण्याचे तर दूरच राहिले; पण ज्यांनी हे आरोप केले, त्यांची हायकमांडने मुस्कटदाबी केली आणि गुन्हेगारांना शासन न करता उघड या अनीतीचा पुरस्कार केला. जिथे मंत्र्यांसारखे वरील जबाबदार लोक उघड गुन्हे करतात आणि ते पचले जातात, तिथे खालचे अधिकारी या अनीतीच्या फेऱ्यात चुकतील कसे?

अशा देशद्रोही व गुन्हेगार मंत्र्यांची व अधिकाऱ्यांची नि:पक्षपातीपणाने आणि कसून चौकशी झाली पाहिजे. एवढेच नव्हे तर आंतरराज्य व्यवस्थेचा नैतिक दर्जा वाढविला गेला पाहिजे आणि काँग्रेसने लावलेला कलंक धुऊन काढण्याची तीव्र

जाणीव दलित फेडरेशन ठेवील, एवढेच नव्हे तर गुन्हेगारांना योग्य शासन होईल असे करील.

वाढती नियंत्रणे आणि काळाबाजार हे काँग्रेसच्या अंदाधुंद राज्यकारभाराचे प्रतीक आहे. काँग्रेस व बडे व्यापारी यांच्या गाढ मैत्रीचा तो दुष्परिणाम आहे. मुळापासून काँग्रेस भांडवदारांची मिंधी आहे आणि तिने या भांडवलदारांना मोकाट स्वातंत्र्य दिले आहे. यु. पी. तील घडामोडींकडे लक्ष दिले तर काँग्रेस व भांडवलदार यांनी हा व्यवहार अबाधित करण्याचा जणू घाटच घातला आहे. निवडणुकीच्या गंगाजळीसाठी काँग्रेस भांडवलदारांना सत्ता विकण्यास एका पायावर उभी आहे व भांडवलदार काँग्रेसला निवडणुकीसाठी पैसे चारून सत्तेचा सौदा करायला उत्सुक आहेत. काँग्रेस व भांडवलदार यांचे नाते हे असे आहे.

अशा विध्वंसक शक्तीचे निर्मूलन करणे सर्वस्वी मतदारांच्या हाती आहे. भांडवलदारांनी पुढे केलेल्या व त्यांचे मिंधे असलेल्या उमेदवारांना मतदारांनी पाठिंबा दिला नाही तर हा प्रश्न सहज सुटेल.

फेडरेशनने भांडवलदारांना आपल्याजवळ कधीच येऊ दिले नाही. अशा भांडवलदारांचे सरकार प्रस्थापित न होण्याची फेडरेशन कंबर बांधून खबरदारी घेईल.

वाढती चलनवाढ नाहीशी होणे कठीण दिसते. यामुळे लोकांच्या राहणीमानाचे प्रमाणही वाढत जात आहे, याचा विचार मुळीच केला गेला नाही. याचा तात्कालिक उपाय फेडरेशन अवलंबिण्यास भाग पाडेल.

ब) परराष्ट्रीय धोरणाचा प्रश्न

भारताला स्वातंत्र्य लाभले त्या दिवशी जगातील साऱ्या राष्ट्रांचे संबंध मित्रत्वाचे होते व ती भारताचे शुभ इच्छीत होती. आजची परिस्थिती अगदी उलट आहे. आज भारताला खरा मित्र कुणी नाही. सर्व राष्ट्रे भारताचे शत्रू नसली तरी फार नाराज आहेत. भारताच्या हिताकडे ती पाहत नाहीत, याला काँग्रेस सरकारचे धरसोडीचे परराष्ट्रीय धोरण कारणीभूत आहे. भारताचे काश्मीरबद्दल धोरण, युनोमध्ये कम्युनिस्ट चायनाच्या प्रवेशाबद्दल घिसाडघाई आणि कोरियन युद्धाबद्दल अनास्था यांबद्दलच्या गेल्या तीन वर्षांतील पोरकट धोरणामुळे इतर राष्ट्रांनी भारताकडे पाठ फिरविली आहे.

काश्मीरबाबत काँग्रेस सरकारचे धोरण दलित फेडरेशनला मुळीच पसंत नाही. हेच धोरण पुढे कायम ठेवले तर भारत आणि पाकिस्तान यांमध्ये तीव्र मतभेद तर राहतीलच; पण त्यामुळे या दोन देशांत युद्ध होण्याचा संभव आहे. या दोन देशांत सख्य असावे असे फेडरेशनला प्रामाणिकपणे वाटते. पाकिस्तानच्या धोरणाबाबतीत खालील गोष्टींचा विचार प्रामुख्याने व्हावा -

१) विभक्त झालेल्या हिंदुस्थानच्या एकीकरणाची भाषा बंद करावी आणि पाकिस्तान, भारत हे दोन स्वतंत्र देश मनापासून मान्य करावेत.

२) काश्मीरची फाळणी करण्यात येऊन बहुसंख्याक मुसलमानी प्रजेचे सार्वमत घेऊन तो प्रदेश पाकिस्तानला देण्यात यावा व मुस्लिमेतर प्रदेश (काश्मीर व लडाख) भारताला जोडावा.

दोन राष्ट्रांत ऐक्य साधण्याची यामुळे चांगली संधी निर्माण होईल. फेडरेशन या गोष्टींचा पोषक प्रचार करील.

चीनबद्दलच्या धोरणामुळे इतर दोस्तराष्ट्रे आमचे शत्रू बनली आहेत. युनोमध्ये कायमच्या सभासदत्वासाठी भारताला अजून लढावे लागत आहे, याचे हे एक कारण आहे. ही एक अभिनव गोष्ट आहे. चायना आपल्या हक्कांसाठी भांडण्यास समर्थ असताना ती जबाबदारी भारताने फुकटची शिरावर का घ्यावी? चायनाच्या प्रश्नावरील भारताच्या कटाक्षामुळे अमेरिकेकडून आर्थिक व तांत्रिक मदत मिळणे दुरापास्त झाले आहे.

आम्ही वसाहतीचे स्वराज्य नाकारले. आम्ही एक स्वतंत्र राष्ट्र झालो. ब्रिटिश कॉमनवेल्थचे सभासद राहण्याचे आम्ही मान्य केले आणि इतके असूनही आमचे इतर राष्ट्रांशी हितसंबंध चांगले नाहीत. भांडवलशाही व लोकशाहीतील भेदाचे पडसाद आमच्या परराष्ट्रीय धोरणात उमटले नाहीत. भांडवलशाहीबद्दलचा तिरस्कार एकवेळ मान्य; पण लोकसभेतील लोकशाहीची गल्लत करून तिची जागा हुकूमशाही न घेईल याची आम्ही काळजी घेतली पाहिजे.

भारताचे पहिले कर्तव्य म्हणजे स्वतःचा उत्कर्ष होय. कम्युनिस्ट चायनाला युनोमध्ये प्रवेश मिळण्याची भारताने धडपड करण्यापूर्वी स्वतःचे स्थान युनोचा कायमचा सभासद म्हणून निश्चित करण्याच्या प्रयत्नांस लागणे अगत्याचे आहे. माओचा पक्ष घेऊन चांग कै शेकला डावलण्याचा नाद भारताने सोडावा.

जगाला वाचविण्याच्या आभासाने हे लहरी परराष्ट्रीय धोरण भारताचा नाश करील. लवकरच या आत्मघातकी परराष्ट्रीय धोरणात फेरबदल करणे भारताच्या हिताचेच ठरेल. पौर्वात्य देशांच्या हितासाठी झगडण्याचे नेतृत्व स्वीकारण्यापूर्वी भारताने आपले हात मजबूत करण्यासाठी कंबर कसून धडपडले पाहिजे आणि मिळेल तितकी मदत पदरात पाडली पाहिजे, तरच भारताचे वजन वाढेल. दलित फेडरेशन अशा परराष्ट्रीय धोरणाचा पुरस्कार करील.

३) उत्पन्नाच्या बाबी

विधायक कार्यक्रम केवळ शब्द व कल्पना यांची सांगड घालून होत नाही; तर

तो अवलंबिताना पैशाची आवश्यकता असते. जोपर्यंत एखाद्या पक्षाला आखलेला कार्यक्रम मूर्त स्वरूपात आणण्याची खरी दिशा माहीत नाही व दाखविता येत नाही, तोपर्यंत असल्या कार्यक्रमावर लोकांचा विश्वास बसणार नाही.

विधायक कार्यक्रम पार पाडण्यासाठी मुबलक निधी हवा असला तरी बिकट आर्थिक प्रश्न सोडविणे कठीण नाही.

दलित फेडरेशन, देशाची सर्वांगीण सुधारणा करण्यासाठी आवश्यक असणाऱ्या अर्थउत्पत्तीसाठी खालील उपाय सुचविते :

१) लष्करावरील खर्चकपात.

२) मिठावर परत कर लावणे.

३) दारूबंदीचे निर्बंध सैल करणे आणि अबकारी उत्पन्नात भर टाकणे.

४) इन्शुरन्सचे राष्ट्रीयीकरण.

हिंदुस्थान सरकारचे एकंदर कराचे उत्पन्न ४५० कोटी असून त्यातील पन्नास टक्क्यांपेक्षा जास्त रक्कम लष्करावर खर्च केली जाते. ही रक्कम वार्षिक जवळजवळ एकशेऐंशी कोटी होते. ज्या देशामध्ये लोक भुकेने मरत आहेत, त्या देशामध्ये एवढा भयंकर खर्च केवळ संरक्षणार्थ केला जातो! फेडरेशनच्या मॅनिफेस्टोमध्ये पुरस्कारलेले काश्मीरबद्दलचे धोरण तसेच परराष्ट्रीय धोरणात बदल आणि इतर राष्ट्रांमध्ये मित्रत्वाचे तह यांमुळे संरक्षणार्थ दरवर्षी होत असलेल्या खर्चातून पन्नास कोटी कमी केले तर ते धोक्याचे ठरणार नाही.

मिठावर परत का कर लादू नये ते समजत नाही. मिठावरील कर केवळ भावनेला बळी जाऊन बंद करण्यात आला. त्यामुळे मीठ काही स्वस्त झाले नाही, उलट ते महागच झाले आहे. यामुळे मिळत असलेले वार्षिक अकरा कोटींचे उत्पन्न मात्र आम्ही गमावून बसलो. यामुळे देशाच्या प्रगतीस मोठा अडथळा झाला. तरी हा कर वार्षिक तीस कोटी येईल इतका वाढविण्यात आला, तरी हरकत नाही.

दारूबंदी म्हणजे केवळ मूर्खपणा आहे. दारूबंदीच्या कार्यक्रमाची प्रगती केवळ थांबवून चालावयाचे नाही, तर या धोरणाचा बीमोडच केला पाहिजे. दारूबंदीमुळे जी व्यसने नाहीशी करावीत असा हेतू होता, तो यशस्वी न होता उलट ती वाढतच गेली. दारू गाळणे हा एक ग्रामोद्योगच होऊन बसला आहे. पूर्वी केवळ पुरुषच दारू पीत असत, आता स्त्रिया आणि मुलेसुद्धा सर्रास पिऊ लागली आहेत. कारण दारू प्रत्येक घरात स्त्रिया व मुलांसमोर गाळली जात आहे. यामुळे खालच्या वर्गात गुन्हेगारीचे व अत्याचाराचे प्रमाण वाढत आहे.

देशाच्या उत्पन्नाच्या दृष्टीने हे मोठे नुकसान आहे. अबकारी उत्पन्न अ वर्गाच्या प्रांतातील १९४५-४६ मध्ये ५१.६७ कोटी होते. १९५०-५१ मध्ये २५.२३ कोटी

झाले व १९५१-५२ मध्ये २४.९५ कोटी झाले.

१९४५-४६च्या आकड्यांत न विभागलेले पंजाब व बंगाल या प्रांतांचा समावेश आहे. तरी अ वर्गाच्या प्रांतांत साधारणपणे वार्षिक पंचवीस कोटी उत्पन्नाची घट आली. यात जर दारूबंदी नसती तर काय उत्पन्न झाले असते, याचा अंतर्भाव केलेला नाही. मुंबई प्रांताचे १९४६-४७ मधील अबकारी कराचे उत्पन्न ९.४७ कोटी होते. १९५०-५१ मध्ये १.२० कोटींवर आले आणि १०५१-५२ चा अंदाज १.०५ कोटी असा आहे. यामुळे जवळ जवळ अबकारी कराच्या उत्पन्नाच्या वार्षिक ८.७ कोटी तूट सोसावी लागणार आहे.

१९४५-४६ मध्ये मद्रास प्रांतात अबकारी उत्पन्न १६.८० कोटी होते. १९५०-५१मध्ये यात ०.५० कोटी तूट आली. १९५१-५२ मध्ये ०.३६ कोटी उत्पन्न होईल, असा अंदाज आहे; यामुळे एकंदर १६ कोटी रुपयांची घट होते.

यु. पी. मध्ये १९४७-४८ साली ७.०६ कोटींचे उत्पन्न झाले. १९५०-५१ मध्ये ५.९३ झाले.१९५१-५२ मध्ये ५.८४ कोटी होईल असा अंदाज आहे; यामुळे १.२ कोटी तूट येईल.

मध्य प्रदेश, पंजाब व बंगाल या प्रांतांतील अबकारी उत्पन्न पण घटत आहे. मद्रास व मुंबई प्रांतांतच मुळी पंचवीस कोटी तूट येते. अ वर्गातील प्रांतांतही इतकीच तूट येते.

हे आकडे अपूर्ण होत. यात 'ब' वर्गाच्या प्रदेशातील आकड्यांचा अंतर्भाव नाही, कारण ते उपलब्ध नाहीत. दारूबंदीचे धोरण स्वीकारल्यामुळे खर्चात जी वाढ झाली, त्याचेही आकडे यात दिलेले नाहीत.

एकंदर हिताच्या दृष्टीने विचार करता दारूबंदीत काही अर्थ दिसत नाही. उलट, दारूबंदीच्या खर्चाचा बोजा जनतेला सोसावा लागतो. लाख-दोन लाख दारुड्यांना सुधारण्यासाठी अखिल जनतेने या सुधारणेच्या खर्चाचा बोजा का पत्करावा? असे दारुडे तर कधीच सुधारणार नाहीत. इथे शिक्षण, घरे, आरोग्य या प्रश्नांच्या विचारांची आवश्यकता असताना लोकांनी दारूबंदीचा खर्च काय म्हणून सोसावा? पैशाचा उपयोग इतर विविध सुधारणांकडे का करू नये? अधिक महत्त्व कोणच्या प्रश्नाकडे द्यावयाचे? दारुड्यांच्या की दीन-भुकलेल्यांच्या?हटवादीपणा व बेफिकीरीने हे प्रश्न हुलकावले जातात. अशा निष्फळ दारूबंदीच्या योजनेचा काहीतरी फेरविचार झाला पाहिजे व यासाठी सोसला जाणारा खर्च इतर दुसऱ्या महत्त्वाच्या सर्वांगीण प्रगतीच्या योजना यशस्वी करण्यात केला गेला पाहिजे.

इन्शुरन्सचे राष्ट्रीयीकरण हे फायद्याच्या दृष्टीने किती आवश्यक आहे, हे खालील आकडे दाखवतील.

१. इन्शुरन्स कायद्यान्वये रजिस्टर्ड झालेल्या कंपन्या ३३९

२. एकंदर इन्शुरन्स पॉलिसी (१९४९)

या आकड्यांवरून असे दिसून येईल की, इन्शुरन्स कंपनीच्या हातात वार्षिक एकंदर सदतीस कोटी रक्कम असते आणि बँकेप्रमाणे ती काही केव्हाही काढता येणारी बँक डिपॉझिट नव्हे. ही रक्कम त्यांच्या स्वाधीन असल्यामुळे ती दुसरीकडे दीर्घ मुदतीच्या योजनांत गुंतविता येते. इन्शुरन्स कंपन्या सरकारी रोख्यांत पैसे गुंतवतात व त्यामुळे सरकारला फायदाच होतो. असे असले तरी इन्शुरन्सचे हे राष्ट्रीयीकरण नाही. कारण सरकारी रोख्यांत सदतीस कोटी उत्पन्नापैकी अवघे नऊ कोटी गुंतविले जातात आणि दुसरे असे की, यावर सरकारी व्याज द्यावे लागते व तो एक बोजा कर देणाऱ्यांवर पडतो. शिवाय इन्शुरन्स कंपन्या वार्षिक अकरा कोटी स्वत:चे पदरात टाकतात (१९४९). ही पैशाची उधळपट्टी आहे. राष्ट्रीयीकरणाने ह्याला निर्बंध पडेल.

फेडरेशन केवळ राष्ट्रीयीकरणाचा आग्रह करणार नाही, तर प्रत्येक प्रांताला आणि खासगी नोकरी करणाऱ्यांनाही ते सक्तीचे करील. इन्शुरन्स कंपनीच्या राष्ट्रीयीकरणामुळे प्रत्येकाला इन्शुरन्सबद्दल विश्वास उत्पन्न होईल व सरकारी तिजोरीत पण देशाच्या प्रगतीच्या योजना यशस्वी करण्यास भर पडेल.

देशाच्या पोषक प्रगतीसाठी खालील अवगत उत्पन्नाचे प्रमाण

१. लष्करी अंदाजपत्रकातून	५० कोटी
२. मिठाच्या करातून	३० कोटी
३. अबकारी उत्पन्न	२५ कोटी
४. सरकारी आणि खासगी कामगारांच्या सक्तीच्या इन्शुरन्समधून	(आकडे उपलब्ध नाहीत.)

वरील प्रकाराने मिळणारे उत्पन्न देशाच्या उत्कर्षासाठी होणाऱ्या योजनांना पूरक आहे.

१) केवळ एखादी संस्था प्रस्थापित करणे म्हणजे तो पक्ष होत नाही; जिथे लोक विशिष्ट तत्त्वाने कार्य करायला बद्ध होतात त्यालाच पक्ष म्हणतात. विशिष्ट ध्येय असल्याशिवाय पक्ष जगूच शकत नाही आणि लोकही एकत्र येऊ शकत नाहीत. म्हणून ज्या पक्षाच्या लोकांनी शपथपूर्वक आपल्या पक्षाच्या ध्येयानुसार वागण्याचा विडा उचलला नाही व वागत नाहीत अशा पक्षांशी फेडरेशन सहकार्य करणे शक्यच नाही. शिवाय त्या पक्षाची तत्त्वे व फेडरेशनचे ध्येय यांत साम्य हे हवेच. तरच सहकार शक्य आहे.

२) केवळ राजकीय उदात्त ध्येय असून चालत नाही. त्या ध्येयाचा विजय झाला पाहिजे. ह्या गोष्टी केवळ एकाकी व्यक्तिमत्त्वाने सफल होत नाहीत.

ती सुसंगत पक्षांकडूनच पार पाडली जातात. यासाठी विशेष कारणांशिवाय दलित फेडरेशन कोणत्याही स्वतंत्र मतदाराला उत्तेजन देणार नाही. एखाद्या पक्षाशीच सहकार करील.

३) दलित फेडरेशन मागासलेल्या जमाती व वन्यजाती यांच्याशी जरूर सहकार करील; कारण यांची परिस्थिती अस्पृश्यांपासून विशेष भिन्न नाही. दुर्दैवेकरून अस्पृश्य समाजात जितकी राजकीय हक्क मिळविण्याची जागृती गेल्या वीस वर्षांत झाली, तेवढी त्यांच्यात प्रगती झाली नाही. भारतीय घटनेमुळे स्वतंत्र भारतात मागासलेले समाज,अस्पृश्य समाज व वन्य जाती हेच खरे देशाचे सूत्रधार झाले आहेत. इतके दिवस अल्पसंख्याक पांढरपेशे हिंदू राज्यकर्ते होते. दलित फेडरेशनला एकच साधार भीती वाटते व ती ही की, मागासलेल्या समाजाच्या व अन्य जातींच्या अज्ञानामुळे हे लोक पांढरपेशा हिंदूंच्या कारस्थानास बळी पडतील आणि त्यामुळे ते त्यांचे पूर्वीप्रमाणे गुलाम राहतील आणि स्वत:चे धनी होणार नाहीत. फेडरेशनचे पहिले कर्तव्य म्हणजे या जमातींच्या स्वत:च्या पायावर उभे करणे होय. जर त्यांची इच्छा असेल त्यांचा पूर्ण अंतर्भाव होण्यासाठी दलित फेडरेशनचे रूपांतर अखिल मागासलेल्या जमातींचे फेडरेशन म्हणून करता येईल. नाही तर फेडरेशन या जमातींच्या संघांशी जरूर सहकार्य करील व त्यांस साहाय्य करील.

४) राजकीय पक्षांबाबतीत फेडरेशनचे धोरण स्पष्टच आहे. हिंदू महासभा व राष्ट्रीस सेवा संघ यांच्याशी फेडरेशन कधीच सहकार करणार नाही.

५) कम्युनिस्ट पार्टीसारख्या पक्षांशीही सहकार करणार नाही; कारण त्यांचे ध्येय वैयक्तिक स्वातंत्र्य व लोकशाहीची राज्यपद्धती यांवर गदा आणून हुकूमशाही स्थापण्याचे आहे.

६) जो अन्य पक्षाविरुद्ध पक्षाच्या विकासाला बाध आणील आणि देशात एकच एक पक्ष राहण्याचे धोरण पत्करील, अशा पक्षांशी तर फेडरेशन कधीच सहकार करणार नाही.

७) राजकीय पक्षांची म्युनिसिपालिटीतील वाढती ढवळाढवळ फेडरेशन मान्य करणार नाही.

दोन प्रमुख पक्षांची देशाला आवश्यकता आहे. एक राजसूत्रे चालविणारा व दुसरा विरोधी पक्ष होय. अशा द्विपक्षीय धोरणाचा फेडरेशन पुरस्कार करील. येत्या निवडणुकीत अगर आता एकच गोष्ट शक्य आहे आणि ती ही की, एक अखिल भारतीय संघ स्थापन करण्यात यावा. देशातील अनेक राजकीय पक्ष अगर संघ यांचा

समावेश विशिष्ट धोरणावर व्हावा व त्याची अंमलबजावणी शिस्तीने व्हावी. यात सामील होणाऱ्या पक्षांच्या अंतर्गत धोरणाचे स्वातंत्र्य त्यांना असावे. अशा अखिल भारतीय संघातर्फे जे उमेदवार निवडले जातील, ते या सर्व पक्षाचे उमेदवार असावेत आणि या वेगवेगळ्या पक्षांनी उभ्या केलेल्या उमेदवारांना आवश्यक ती मदत आणि सहकार यात सामील होणाऱ्या वेगवेगळ्या पक्षांनी द्यावा. यासाठी एक अखिल पक्षीय समिती नेमण्यात यावी व कोणी काय मदत द्यावी ते ठरवावे. ब्रिटिश मजूर संघाच्या धर्तीवर असा एक संयुक्त संघ असावा. जर किसान मजूर पार्टी, सोशॅलिस्ट पार्टी, जस्टिस पार्टी आणि जिथे असे पक्ष नाहीत असे सारे घटक खालील अटी मान्य करतील, तर दलित फेडरेशन अशा भरीव संयुक्त संघाचा एक घटक जरूर होईल -

अ) अशा प्रत्येक पक्षाचे धोरण स्पष्ट झाले पाहिजे.

ब) अशा पक्षाचे धोरण फेडरेशनच्या धोरणाला पोषक असले पाहिजे.

क) असा सहकार करणाऱ्या पक्षांनी अस्पृश्यांच्या आर्थिक व सामाजिक उन्नतीस साहाय्य केले पाहिजे.

ड) फेडरेशनच्या अंतर्गत व्यवस्थेत व राजकारणात या पक्षांनी ढवळाढवळ करता कामा नये.

इ) असा संयुक्त संघ जो पक्ष अमान्य करील, त्या पक्षाशी कसलेच संबंध सहकार करणाऱ्या पक्षाने ठेवता कामा नयेत.

□□□

३०.
राजकीय पक्ष व उमेदवार यांच्या मार्गदर्शनासाठी आदर्श आचारसंहिता

(एक) सर्वसाधारण आचरण

१) कोणत्याही राजकीय पक्षाने किंवा उमेदवाराने, वेगवेगळ्या जातिजमाती, भिन्नधर्मीय किंवा भिन्नभाषिक यांच्यामध्ये असलेले मतभेद वाढतील किंवा जातीय वैमनस्य निर्माण होईल, अशा प्रकारच्या कोणत्याही कृत्यामध्ये भाग घेऊ नये.

२) जेव्हा इतर राजकीय पक्षांवर टीका करण्यात येईल, तेव्हा ती त्या पक्षाचे धोरण आणि कार्यक्रम आणि त्यांचे पूर्वीचे कामकाज एवढ्यापुरतीच मर्यादित असावी. राजकीय पक्ष किंवा उमेदवार यांनी इतर पक्षांचे नेते किंवा कार्यकर्ते यांच्या सार्वजनिक कामकाजाशी संबंध नसलेल्या खासगी जीवनातील गोष्टींवर टीका करण्यापासून नेहमीच दूर राहावे. इतर पक्ष किंवा त्यांचे कार्यकर्ते यांच्यावर बिनबुडाचे आरोप करून किंवा त्यांच्या कृत्याचा विपर्यास करून टीका करण्याचे टाळावे.

३) उमेदवारांनी मते मिळविण्यासाठी जातीय आधारावर किंवा जातीय भावनांच्या आधारावर आवाहन करू नये. मशिदी, चर्च, मंदिरे किंवा इतर पूजास्थाने यांचा निवडणुकीच्या प्रचारासाठी व्यासपीठ म्हणून वापर करता कामा नये.

४) सर्व पक्षांनी व उमेदवारांनी मतदारांना लाच देणे, त्यांना धाकदपटशा दाखवणे, मतदारांबाबत तोतयेगिरी करणे, मतदान केंद्रापासून शंभर मीटर्सच्या आत प्रचार करणे, मतदान संपण्यासाठी निश्चित केलेल्या वेळेस संपणाऱ्या अठ्ठेचाळीस तासांच्या मुदतीत सार्वजनिक सभा घेणे आणि मतदान केंद्रापासून मतदारांची ने-आण करणे यांसारखे निवडणूक कायद्यान्वये गैर ठरणारे

प्रकार व अपराध करण्याचे कटाक्षाने टाळावे.

५) प्रत्येक व्यक्तीचा शांततापूर्ण व निवान्त जीवन जगण्याचा अधिकार जपला पाहिजे; मग त्या उमेदवाराची किंवा राजकीय पक्षाची राजकीय मते किंवा कामे कितीही प्रतिकूल असोत. कोणत्याही परिस्थितीत, एखाद्या व्यक्तीच्या मतांचा किंवा कामांचा निषेध करण्यासाठी तिच्याविरुद्ध निदर्शने करणे किंवा तिच्या घरासमोर धरणे धरणे या गोष्टीस थारा देता कामा नये.

६) कोणत्याही राजकीय पक्षाने किंवा उमेदवाराने ध्वज उभारण्यासाठी, पताका लावण्यासाठी, नोटिसा चिकटवण्यासाठी, घोषणा लिहिण्यासाठी स्वत:च्या परवानगीशिवाय आपल्या अनुयायांना कोणाही व्यक्तीच्या जमिनीचा, इमारतीचा, कुंपणाच्या भिंती इत्यादींचा वापर करू देऊ नये.

७) राजकीय पक्षांनी व उमेदवारांनी आपल्या पक्षास पाठिंबा देणाऱ्या व्यक्ती इतर पक्षांनी आयोजित केलेल्या सभा किंवा मिरवणुका यांमध्ये अडथळे आणीत नाहीत किंवा त्या सभा अथवा मिरवणुका उधळून लावीत नाहीत, याची खातरजमा करून घ्यावी. एका राजकीय पक्षाच्या कार्यकर्त्यांनी किंवा त्या पक्षाविषयी आस्था बाळगणाऱ्यांनी दुसऱ्या राजकीय पक्षाने आयोजित केलेल्या सार्वजनिक सभेत लेखी किंवा तोंडी प्रश्न विचारून, स्वत:च्या पक्षाची पत्रके वाटून अडथळा आणता कामा नये. एखाद्या राजकीय पक्षाने ज्या ठिकाणी इतर पक्षाने सभा भरवली असेल, त्या रस्त्यावरून मिरवणूक काढता कामा नये. एखाद्या पक्षाने काढलेली भित्तिपत्रके दुसऱ्या पक्षाच्या कार्यकर्त्यांनी काढून टाकता कामा नयेत.

(दोन) सभा

१) राजकीय पक्ष किंवा उमेदवार याने स्थानिक पोलिस अधिकाऱ्याला रहदारी काबूत ठेवणे आणि शांतता व सुव्यवस्था राखणे शक्य व्हावे म्हणून त्याला आयोजित केलेल्या कोणत्याही सभेचे ठिकाण व वेळ अगोदरच कळविली पाहिजे.

२) ज्या ठिकाणी सभा घेण्याचे योजिले असेल, त्या ठिकाणी काही प्रतिबंधक किंवा मनाई करणारे आदेश आहेत किंवा काय, याची राजकीय पक्षाने किंवा उमेदवाराने आगाऊ खातरजमा करून घ्यावी. जर असे काही आदेश असतील तर त्यांचे काटेकोरपणे पालन करण्यात यावे. जर या आदेशांतून काही सूट हवी असेल तर त्यासाठी अर्ज करून ती अगोदरच घेण्यात यावी.

३) आयोजित केलेल्या कोणत्याही सभेच्या संबंधात ध्वनिवर्धक किंवा इतर कोणत्याही गोष्टीच्या वापरासाठी परवाना किंवा लायसेन्स घ्यावयाचे असेल तर त्या राजकीय पक्षाने किंवा उमेदवाराने संबंधित प्राधिकाऱ्याकडे बराच अगोदर अर्ज करावा आणि अशी परवानगी किंवा लायसेन्स घ्यावे.

४) सभेच्या संयोजकांनी सभेत अडथळे आणणाऱ्या किंवा अन्य प्रकारे अडथळे आणण्याचा प्रयत्न करणाऱ्या व्यक्तींना आटोक्यात आणण्यासाठी कर्तव्यस्थ पोलिसांची न चुकता मदत घ्यावी. संयोजकाने स्वत:च अशा व्यक्तींच्या विरुद्ध कार्यवाही करता कामा नये.

(तीन) मिरवणूक

१) मिरवणूक काढणाऱ्या राजकीय पक्षाने किंवा उमेदवाराने मिरवणुकीची वेळ व ती जेथून निघणार असेल ते ठिकाण, मिरवणूक ज्या मार्गाने जाणार तो मार्ग आणि मिरवणूक जेथपर्यंत न्याययाची ते ठिकाण यांसंबंधीची वेळ अगोदर ठरवून घेतली पाहिजे. सर्वसाधारणपणे या कार्यक्रमात काहीही बदल करण्यात येऊ नये.

२) संयोजकांनी स्थानिक पोलिस अधिकाऱ्यांना कार्यक्रमाची आगाऊ सूचना द्यावी म्हणजे पोलिस अधिकाऱ्यांस आवश्यक ती व्यवस्था करणे शक्य होईल.

३) संयोजकांनी मिरवणूक ज्या भागातून जावयाची असेल त्या भागात काही निर्बंधक आदेश काढण्यात आले आहेत किंवा काय, याची खातरजमा करून घ्यावी आणि सक्षम प्राधिकाऱ्याकडून खास सूट मिळाली नसेल तर अशा निर्बंधांचे पालन करावे. रहदारीच्या बाबतीत कोणतेही विनियम किंवा निर्बंध असल्यास त्यांचेदेखील काळजीपूर्वक पालन केले पाहिजे.

४) वाहतुकीची कोंडी होणार नाही किंवा वाहतुकीस अडथळा येणार नाही या दृष्टीने संयोजकांनी मिरवणुकीचा मार्ग ठरवून देण्याची आगाऊ व्यवस्था करावी. जर मिरवणूक खूप मोठी असेल तर तिचे योग्य त्या अंतराने भाग पाडण्यात यावेत; म्हणजे सोयीस्कर अंतरावर, विशेषकरून जेथे मिरवणूक रस्त्याच्या जंक्शनवरून जाणार असेल, तेथे वाहतुकीची कोंडी न होता ती टप्प्याटप्प्याने सुरू करता येईल.

५) शक्यतोवर रस्त्याच्या उजव्या बाजूने मिरवणूक नियंत्रित करण्यात येईल आणि कर्तव्यस्थ पोलिसांचे निर्देश व सूचना यांचे काटेकोरपणे पालन करण्यात येईल.

६) जर दोन किंवा अधिक राजकीय पक्षांनी किंवा उमेदवारांनी एकाच मार्गाने किंवा त्याच भागातून एकाच वेळी मिरवणूक काढायचे ठरविले असेल तर संयोजकांनी अगोदरपासूनच पोलिसयंत्रणेशी संपर्क साधून मिरवणुकीमुळे वाहतुकीत अडथळा येऊ नये म्हणून कोणत्या उपाययोजना करता येतील, ते ठरवून घेतले पाहिजे. ही व्यवस्था समाधानकारक व्हावी म्हणून त्यांनी स्थानिक पोलिसांचे साहाय्य घेतले पाहिजे. याकरिता राजकीय पक्षांनी लवकरात लवकर पोलिसांचे साहाय्य घेतले पाहिजे.

७) राजकीय पक्ष किंवा उमेदवार यांनी अनिष्ट प्रवृत्तीच्या लोकांकडून, विशेषत: प्रक्षुब्ध क्षणी ज्या गोष्टींचा दुरुपयोग होण्याची शक्यता आहे, अशा गोष्टी मिरवणुकीत घेऊन जाणाऱ्यांच्या बाबतीत जास्तीत जास्त खबरदारी घेतली पाहिजे.

८) इतर राजकीय पक्षांतील व्यक्ती किंवा त्यांचे नेते यांचे प्रतिनिधित्व करणाऱ्या प्रतिमा घेऊन जाणे, त्या जाहीर रीत्या जाळणे आणि अशाच प्रकारचे निदर्शनाचे इतर प्रकार यांना राजकीय पक्षांनी किंवा त्यांच्या उमेदवारांनी थारा देता कामा नये.

(चार) मतदानाचा दिवस

सर्व राजकीय पक्ष व उमेदवार यांनी -

१) मतदान शांततेने व व्यवस्थितपणे पार पाडण्यासाठी आणि कोणताही उपद्रव किंवा अडथळा न होता मतदारांना आपला अधिकार बजावण्याचे पूर्ण स्वातंत्र्य मिळावे म्हणून मतदानाच्या दिवशी अधिकाऱ्यांशी सहकार्य करावे;

२) आपल्या अधिकृत कार्यकर्त्यांना आवश्यक ते बिल्ले व ओळखपत्रे द्यावीत;

३) त्यांनी आपल्या मतदारांना पुरवलेली ओळखपत्रे कोऱ्या (सफेद) कागदांवर असावीत आणि त्यांवर कोणतेही चिन्ह, उमेदवाराचे नाव किंवा पक्षाचे नाव असता कामा नये;

४) मतदानाच्या दिवशी किंवा तत्पूर्वीच्या चोवीस तासांत मद्य पाजण्याचे किंवा वाटण्याचे टाळले पाहिजे;

५) राजकीय पक्षांनी व उमेदवारांनी मतदान केंद्राजवळ उभारलेल्या तंबूजवळ निष्कारण गर्दी जमू देऊ नये; म्हणजे पक्षाचे कार्यकर्ते व हितचिंतक तसेच उमेदवार यांच्यामध्ये मारामाऱ्या व तणाव निर्माण होणार

नाही;

६) उमेदवारांचे तंबू अगदी साधे असावेत. तेथे कोणत्याही प्रकारची भित्तिपत्रके, ध्वज, चिन्हे किंवा प्रचाराची इतर कोणतीही सामग्री नाही याची खातरजमा करून घ्यावी. तेथे कोणत्याही प्रकारचे खाद्यपदार्थ देण्यात येऊ नयेत किंवा गर्दी जमू देऊ नये; आणि

७) मतदानाच्या दिवशी वाहने सोडण्यावर जे निर्बंध लादण्यात आले असतील, त्यांचे पालन करण्यात प्राधिकाऱ्यांशी सहकार्य करावे व या वाहनांसाठी परवाना घेऊन तो या वाहनांवर ठळकपणे दिसेल अशा रीतीने लावावा.

(पाच) मतदान केंद्र

मतदारांखेरीज, निवडणूक आयोगाचा कायदेशीर पास असल्याशिवाय कोणीही मतदान केंद्रात प्रवेश करता कामा नये.

(सहा) निरीक्षक

निवडणूक आयोगाकडून निरीक्षकाची नेमणूक करण्यात येते. उमेदवार किंवा त्यांचे प्रतिनिधी यांना निवडणुकीच्या कामकाजासंबंधात जर काही विवक्षित तक्रार किंवा अडचण असेल, तर त्यांनी ती निरीक्षकाच्या निदर्शनास आणावी.

(सात) सत्ताधारी पक्ष

सत्ताधारी पक्षाने - मग तो केंद्रात असो वा संबंधित राज्यात - निवडणूक मोहिमेच्या प्रयोजनासाठी आपल्या अधिकृत सत्तेचा वापर केला आहे, अशा तक्रारीस जागा उरणार नाही याची खबरदारी घ्यावी आणि विशेषत : -

१) अ) मंत्रिमहोदयांनी आपल्या सरकारी दौऱ्याची निवडणुकीच्या कामकाजाशी सांगड घालू नये आणि निवडणुकीच्या कामाच्या वेळी सरकारी यंत्रणा किंवा कर्मचारी वर्ग यांचा वापर करता कामा नये;

ब) सरकारी विमाने, वाहने इत्यादी यंत्रणा आणि कर्मचारी वर्ग यांचा सत्तारूढ पक्षाच्या हिताकरिता वापर करता कामा नये;

२) निवडणुकीच्या सभा घेण्यासाठी मैदाने इत्यादींसारखी सार्वजनिक जागांची तसेच निवडणुकीच्या कामासाठी विमानप्रवासासाठी हेलिपॅडचा वापर करणे ही सत्ताधारी पक्षाची मक्तेदारी असता कामा नये. इतर पक्ष व उमेदवार यांनादेखील,सत्तारूढ पक्ष ज्या अटी व शर्तींवर अशा ठिकाणांचा वापर करीत असेल, त्याच अटींवर व शर्तींवर वापर करण्याची मुभा

असावी;

३) शासकीय विश्रामगृहे, डाक बंगले किंवा इतर शासकीय निवासव्यवस्था यांवर फक्त सत्ताधारी पक्षाचा किंवा त्यांच्या उमेदवारांचाच हक्क असू शकणार नाही आणि अशा निवासव्यवस्थेचा वापर इतर पक्षांना व उमेदवारांनाही न्याय्य पद्धतीने करून देता येईल. मात्र कोणत्याही पक्षाला किंवा उमेदवाराला अशी निवास व्यवस्था (तीत संलग्न असलेल्या जागेसह) निवडणूक मोहिमेच्या कार्यालयासाठी किंवा निवडणूक प्रचाराच्या कामासाठी, सार्वजनिक सभा घेण्याच्या प्रयोजनासाठी वापरता येणार नाही;

४) सत्ताधारी पक्षाने, निवडणुकीतील यशाची संभाव्यता वाढेल या दृष्टीने एकांगी राजकीय वृत्त देण्यासाठी आणि त्या पक्षाने केलेल्या प्रगतीसंबंधात निवडणुकीच्या कालावधीमध्ये वृत्तपत्रांमध्ये आणि इतर माध्यमांद्वारे सरकारी तिजोरीतील खर्चाने जाहिरात देण्याचे आणि सरकारी लोकमाध्यमाचा गैरवापर करण्याचे कटाक्षाने टाळावे;

५) आयोगाने निवडणूक जाहीर केल्यापासून मंत्र्यांनी किंवा इतर प्राधिकाऱ्यांनी स्वेच्छानिधीतून अनुदानाची/प्रदानाची रक्कम मंजूर करता कामा नये.

६) आयोगाकडून जेव्हा निवडणूक जाहीर करण्यात येईल, तेव्हापासून मंत्री किंवा इतर प्राधिकारी यांनी ज्यामुळे सत्ताधारी पक्षाच्या बाजूकडे मतदार आकर्षित होतील असे -

अ) कोणत्याही स्वरूपात कोणतेही वित्तीय अनुदान किंवा त्यासंबंधीचे आश्वासन देता कामा नये; किंवा

ब) कोणत्याही प्रकारच्या प्रकल्पांची किंवा योजनेची कोनशिला बसविता कामा नये; किंवा

क) रस्ते बांधण्याचे, पिण्याच्या पाण्याची सोय करण्याचे आश्वासन देता कामा नये; आणि

ड) शासन, सार्वजनिक उपक्रम इत्यादींमध्ये कोणत्याही तदर्थ नेमणुका करणे इ.

७) केंद्र शासनाच्या किंवा राज्य शासनाच्या मंत्रिमहोदयांनी,उमेदवार किंवा मतदार किंवा अधिकृत प्रतिनिधी असल्याखेरीज करून कोणत्याही मतदान केंद्राच्या ठिकाणी किंवा मतमोजणीच्या जागी प्रवेश करता कामा नये.

(निवडणूक आयोग, भारत सरकार, नवी दिल्ली.)

□□□